தல புராணம்

பேராச்சி கண்ணன்

சூரியன்
பதிப்பகம்

ISBN: 978-81-951679-3-7

Title :
THALA PURANAM
© PERACHI KANNAN

சூரியன் பதிப்பகம்
வெளியீடு: 175

நூல் தலைப்பு:
தல புராணம்

நூல் ஆசிரியர்:
© பேராச்சி கண்ணன்

அட்டைப் படம்:
ராஜா

முதற்பதிப்பு:
செப்டம்பர் 2021

விலை:
ரூ.350/-

சூரியன் பதிப்பகம்

229, கச்சேரி ரோடு, மயிலாப்பூர்,
சென்னை–600004.
விற்பனைப் பிரிவு தொலைபேசி :
044–4220 9191 **Extn:** 21125
மொபைல்: 72990 27361
இமெயில் : **kalbooks@dinakaran.com**

பதிப்பாளர் மற்றும் ஆசிரியர் : **ஆர்.எம்.ஆர்.ரமேஷ்**
சீஃப் டிசைனர் : **பி.வேதா**

இந்தப் புத்தகத்தின் எந்த ஒரு பகுதியையும் பதிப்பாளரிடமிருந்து எழுத்துபூர்வமான முன் அனுமதி பெறாமல் மறுபிரசுரம் செய்வதோ, அச்சு மற்றும் மின்னணு ஊடகங்களில் மறுபதிப்பு செய்வதோ காப்புரிமைச் சட்டப்படி தடை செய்யப்பட்டதாகும். புத்தக விமர்சனத்துக்கு மட்டும் இந்தப் புத்தகத்திலிருந்து மேற்கோள் காட்ட அனுமதிக்கப்படுகிறது.

என்னுரை

'குங்குமம்' வார இதழில் 2018-19ம் ஆண்டு வெளிவந்த தொடர்களில் ஒன்று 'தலபுராணம்'. அந்த ஆண்டுதான் சென்னையிலுள்ள பரபரப்பான முக்கியத்துவம் வாய்ந்த இடங்கள் பற்றி 'அறிந்த இடம், அறியாத விஷயம்' என்ற தொடரை முடித்திருந்தோம். இந்நேரம் எங்கள் குழும எம்.டி. திரு. ஆர்.எம்.ஆர். ரமேஷ் அவர்கள் இதேபோல சென்னையின் பழமையை ஏன் எழுதக் கூடாது? சென்னை உருவானவிதம், இங்குள்ள பழைய கட்டடங்கள் குறித்தெல்லாம் எழுதலாமே என்கிற ஐடியாவை ஆசிரியர் கே.என்.சிவராமனிடம் தெரிவித்தார். அப்படியாக நானும், புகைப்படக்காரர்கள் ஆ.வின்சென்ட் பாலும், ஆர்.சந்திரசேகரும் பழமையைப் பறைசாற்றும் இடங்களுக்குப் பயணித்து எழுதப்பட்டதே இந்நூல்.

இதில், முதலில் பயணித்தது சென்னை கன்னிமாரா நூலகம்தான். ஏனெனில், சென்னையின் வரலாறு பாதுகாக்கப்பட்டு வரும் இடம் அது. அங்கே நூற்றொகை உதவியாளர் சிங்காரவேல் சார் மெட்ராஸா சென்னையா என்பதில் தொடங்கி இங்குள்ள பல கட்டடங்களை எல்லாம் பட்டியலிட்டதுடன் தேவையான நூற் குறிப்புகளையும் தந்து உதவினார். ஒவ்வொரு வருடமும் ஆகஸ்ட் 22ம் தேதி சென்னையின் பிறந்தநாளாக கொண்டாடப்பட்டு வருகிறது. அதற்குமுன் இந்நகரில் மக்கள் இல்லையா? எனக் கேட்கலாம். இருந்தார்கள். மயிலாப்பூரும், திருவல்லிக்கேணியும், திருவான்மியூரும், திருவொற்றியூரும் பாடல் பெற்ற ஸ்தலங்களாக புகழ் பெற்றிருந்தன. வேளச்சேரியும், பூந்தமல்லியும், கற்காலத்திய பல்லாவரமும் இன்னும் பல ஊர்களும் கிராமங்களாக ஒளிர்ந்தன. இதை வணிகத் தலமாக்கி ஒரு நகராக மாற்றியவர்கள் ஆங்கிலேயர்கள். அவர்கள் இங்கே தங்கள் கம்பெனியை நிறுவிய 1639 ஆகஸ்ட் 22ம் தேதியிலிருந்து தொடங்குகிறது மெட்ராஸ் என்கிற சென்னையின் கதை. இதன்பிறகு ஆங்கிலேயர்கள் ஆட்சி செய்த 400 வருடங்களில் இந்நகரில் மருத்துவமனைகள், கல்விக்

கட்டடங்கள், மாநகராட்சி, காவல்துறை, சட்டப்பேரவை உள்ளிட்ட பல்வேறு அமைப்புகளை உருவாக்கினர். இதற்குப் பின்னால் இருக்கும் வரலாற்று நிகழ்வுகள் எல்லாம் சுவாரஸ்யம் நிறைந்தவை. இவையெல்லாம் நூல்களின் வழியே தெரிய வந்தது.

அந்த நூலைப் பிடித்து ஸ்டான்லி மருத்துவமனை உருவானவிதத்தில் ஆரம்பித்தோம். பிறகு முதல் மருத்துவமனை, முதல் ரயில் போக்குவரத்து, முதல் தபால் நிலையம், கோயில்களின் வரலாற்றுக் கதைகள், ஹால்களின் கதை, தியேட்டர்கள் வந்த நிகழ்வு என சகலத்தையும் எழுதினோம். இதிலுள்ள பொருளடக்கத்தைப் பார்த்தாலே தெரியும். சென்னையின் வரலாற்றை அறிய ஆவல் உள்ளவர்களுக்கு நிச்சயம் இந்நூல் பயனுள்ளதாக இருக்கும்.

இதற்காக நான் பலருக்கு நன்றி சொல்ல கடன் பட்டிருக்கிறேன். முதலில், சென்னை வரலாற்றாசிரியர், மறைந்த எஸ்.முத்தையா அவருக்குத்தான் நன்றி சொல்ல வேண்டும். 'Madras Rediscovered' என்ற நூலின் வழியே சென்னையின் வரலாற்றை மொத்தமாகத் தந்தவர். சென்னையின் எந்த இடத்தைப் பற்றி தேடினாலும் முதலில் எஸ்.முத்தையா அவர்கள் எழுதிய வரலாறுதான் நம் கைக்கு வந்து சேரும். அந்தளவுக்கு அலைந்து திரிந்து, ஆய்வுகள் பல மேற்கொண்டு சென்னையின் வரலாற்றை தேடித் தந்தவர்.

அடுத்ததாக, எழுத்தாளர் நரசய்யா. அவரின் 'மதராசபட்டினம்' நூல் ஒரு திசைகாட்டும் கருவி எனலாம். பிறகு, நூற்றொகை உதவியாளர் சிங்காரவேல் சாரின் உதவிக்கு நன்றி சொல்ல வேண்டும். ஏனெனில், இந்த இடத்தைப் பற்றி எழுத இருக்கிறேன் என்றதுமே அதுபற்றி தன்னிடம் உள்ள குறிப்புகளை அனுப்பிவிடுவார். பிறகு, மேற்கொண்டு தகவல்கள் யாரிடமாவது இருந்தால் அதையும் வாங்கித் தருவார். அடுத்து, ஹேம்சந்திரராவ் சார். பக்கிங்ஹாம் கால்வாய் பற்றியும், லைட்ஹவுஸ் பற்றியும், ஆங்கிலேயர் கட்டிய பாலங்கள் பற்றியும் நிறைய ஆய்வுகளை மேற்கொண்டவர். அதைப் பற்றிய தகவல்கள் தந்து உதவியவர். பிறகு, சென்னையின் குடிநீர் கதை பற்றியும், சென்னையின் வரைபடம் பற்றியும் நிறைய தகவல்களும், குறிப்புகளும் தந்தவர் சென்னை குடிநீர் வாரியத்திலிருந்து ஓய்வுபெற்ற செயற்பொறியாளர் மீனாட்சிசுந்தரம் சார். அவருக்கும் இந்த இடத்தில் நன்றி சொல்லிக் கொள்கிறேன். இதுதவிர, இந்நூலுக்காக குறிப்புகள் தந்து உதவிய நூல்கள் பற்றி புத்தகத்தின் முடிவில் குறிப்பிட்டுள்ளேன். அந்த நூல்களுக்கும், அவற்றை எழுதிய அத்தனை பேருக்கும் என் நன்றியை உரித்தாக்குகிறேன். என் ஞாபகத்திலிருந்து யாரேனும் விடுபட்டிருந்தால் அவர்களுக்கும் என் நன்றியைக் காணிக்கையாக்குகின்றேன். நன்றி.

சமர்ப்பணம்

மனைவி செல்விக்கும்,
மகன்கள் ஹரி, கவின் இருவருக்கும்..

பொருளடக்கம்...

மெட்ராஸ் என்கிற சென்னையின் கதை 9
மெட்ராஸும் சென்னையும் 14
மணியக்காரர் சத்திரமும்,
ஸ்டான்லி மருத்துவமனையும் 19
காலேஜ் ரோடும், மெட்ராஸ் லிட்ரெரி சொசைட்டியும்! 24
பக்கிங்ஹாம் கால்வாய் 30
விவேகானந்தர் இல்லமான ஐஸ் ஹவுஸ்! 36
திப்பு சுல்தானும் செனடாப் சாலையும் 41
முதல் மருத்துவமனையும் மருத்துவக் கல்லூரியும் 46
துறைமுகம் 51
மூன்று ஹால்களின் கதை 57
மாநகராட்சி 63
பஞ்சமும் பட்டினிச் சாவுகளும் 69
கருப்பர் நகரும் சுவர் வரியும் 75
தாமஸ் மன்றோ சிலை 81
முதல் ரயில் போக்குவரத்து 87
லைட் ஹவுஸ் 93
ஆசியாவின் முதல் கண் மருத்துவமனை 98
கொலை நடந்த பிறகே நீதிமன்றம் வந்தது 103
உச்சநீதிமன்றமே உயர்நீதிமன்றமானது.... 108
பெத்தநாயக்கும் மெட்ராஸ் காவலும் 113
மெட்ராஸ் போலீஸ் 118
நவீனமாக மாறிய மெட்ராஸ் போலீஸ் 122
சேப்பாக்கம் மாளிகை 127
சென்னை கவின் கலைக் கல்லூரி 132
நட்சத்திர பங்களா என்றழைக்கப்பட்ட
வானிலை ஆய்வு மையம் 137
சுகுண விலாச சபா 142
சென்னை மாநிலக் கல்லூரி 149
அரசினர் கீழ்த்திசைச் சுவடிகள் நூலகம் 155

ஆங்கிலேயர் கட்டிய பாலங்கள்	161
தலைமை தபால் நிலையம்	167
கூவமும் அடையாறும்	172
டிராம் வண்டியின் கதை	177
மெட்ராஸ் ரிக்கார்டு ஆபீஸ்	182
ஆசியாவின் முதல் ஆசிரியர்கள் கல்லூரி	187
கால்நடை மருத்துவக் கல்லூரி	192
நோய்த்தடுப்பு கிங் நிலையம்	198
வணிகமும் வளர்ச்சியும்	203
பின்னி மில்லின் கதை	208
இந்தியாவின் முதல் தொழிற்சங்கமும் பின்னி மில்லின் இன்றைய நிலையும்	213
மயிலாப்பூரும் கபாலீஸ்வரரும்	220
திருவல்லிக்கேணியும் பார்த்தசாரதி கோயிலும்	225
ஜார்ஜ் டவுன் கோயில்கள்	231
கந்தகோட்டமும், காளிகாம்பாளும், கச்சாலீஸ்வரரும்	236
மியூசி மியூசிக்கல்	242
இசையும் மெட்ராஸும்	247
மெட்ராஸின் குடிநீர் கதை	253
ஹிக்கின்பாதம்ஸ்	259
புனித ஜார்ஜ் பள்ளி	264
மெட்ராஸின் முதல் அச்சகம்	269
அரசு அச்சகம்	275
மெட்ராஸ் பிஞ்சராபோல் (பசுமடம்)	280
நெருப்புக் கோயில்	285
மெட்ராஸ் சேம்பர்	290
மெட்ராஸ் சேம்பர் ஆஃப் காமர்ஸ் அண்ட் இன்டஸ்ட்ரி	295
சி.எஸ்.ஐ. காது கேளாதோர் பள்ளி	301
மெட்ராஸ் கிளப்	307
ராயப்பேட்டை மருத்துவமனை	312
கீழ்ப்பாக்கம் மனநலக் காப்பகம்	317

கோஷா மருத்துவமனை	328
எழும்பூர் மகப்பேறு மருத்துவமனை	334
மெட்ராஸ் கிரிக்கெட் கிளப்	340
சேப்பாக்கம் ஸ்டேடியம்	346
மெட்ராஸ் பாஷை	351
குஜிலி பஜாரும், இலக்கியமும்	360
மெட்ராஸ் தியேட்டர்கள்	366
ராயபுரம் ரயில்வே அச்சகம்	371
மெட்ராஸ் ஒய்ஸம்சிஏ	376
மெட்ராஸ் வரைபடம்	382
மெட்ராஸ் பத்திரிகைகள்	387
கோட்டையும் சட்டப்பேரவையும்	397
முதல் சட்டமன்றமும் சட்டமன்றப் பேரவையும்	402
இப்போது சட்டமன்றம்	411
மெட்ராஸ் ஸ்டூடியோஸ்	417
ஜெமினியும், ஏவிஎம்மும்	423
விஜயா வாஹினியும், பிரசாத் ஸ்டூடியோவும்	429
மெட்ராஸில் இருந்த பிற ஸ்டூடியோக்கள்	435
தி.நகரும் மாம்பலமும்	440
கே.கே.நகரும் அண்ணா நகரும்	446
விவசாய தோட்டக்கலை சங்கமும், ஆயிரம் விளக்கும்	450

மெட்ராஸ் என்கிற சென்னையின் கதை

சென்னைக்கு வந்து எத்தனை ஆண்டுகளாகின்றன? ஒவ்வொருவரும் ஒவ்வொரு பதிலை இதற்குச் சொல்வார்கள். என்றாலும் பெரும்பாலானவர்களின் சென்னையைப்பற்றிய ஆரம்ப நினைவுகள் இருவகையாகத்தான் இருக்கும்.

ஒன்று, தெருவில் வசித்த அண்ணன்கள், 'வேலைக்கு மெட்ராஸ் போறேன்...' எனச் சொல்லக் கேட்டது.

அடுத்து, ஊரில் 'கிரிக்கெட் ஆடிய மெட்ராஸ் பையன்'. விடுமுறையில் பாட்டி வீட்டுக்கு வருபவனை பெயர் சொல்லி அழைத்ததை விட 'மெட்ராஸ்... மெட்ராஸ்...' என கூப்பிட்டே பழக்கப்பட்டிருப்போம்.

ஆம். சில ஆண்டுகளுக்கு முன்புவரை 'சென்னை' என்ற சொல்லை அவ்வளவாக யாரும் கேட்டதில்லை. 'மெட்ராஸ்'தான். அதிகார பூர்வமாக கலைஞர் ஆட்சியில், 1996ல், சென்னை எனப் பெயர் மாற்றப் பட்ட பிறகும் கூட, 'மெட்ராஸ்'தான் கேட்டுக்கொண்டேயிருக்கிறது.

புதிதாக வருபவர்களுக்கு இந்த மாநகரம் தரும் ஆச்சரியங்கள் கொஞ்ச நஞ்சமல்ல. எலக்ட்ரிக் ரயில், மெரீனா பீச் தொடங்கி மால் கள் வரை பல்வேறு இத்யாதிகள் இருக்கின்றன. ஆனால், இதெல்லாம் ஒரே நாளில் வந்துவிடவில்லை. நகரம் வளர வளர அதுவும் வளர்ந்தது.

நூறு வருடங்களுக்கு முன்பு தி.நகர் என்பதே கிடையாது! அது

தல புராணம் ⑨

அம்போய்னா படுகொலை

1623ம் வருடம் வணிகப் போட்டியில் பத்து ஆங்கிலேயர்கள் உள்ளிட்ட 21 பேர்கள் டச்சு அதிகாரிகளால் கொல்லப்பட்டனர். இதை 'Amboina Massacre' என்கிறது வரலாறு. இதன்பிறகே டச்சுக்காரர்களின் சகவாசம் முறிக்கப்பட்டது.

'மயிலாப்பூர் ஏரி' என்ற பெயரில் ஒரு பெரிய ஏரியாகக் காட்சியளித்தது. அதேபோல் மெரீனா கடற்கரையும் துறைமுகம் கட்ட ஆரம்பித்த பிறகே உருவான ஒன்று.

தாதுப் பஞ்சம் ஏற்பட்ட காலத்தில் உருவானதுதான் பக்கிங்ஹாம் கால்வாய். இப்படி சென்னைக்குள் ஒவ்வொரு ஏரியாவுக்கும் ஒரு கதை இருக்கிறது.

அதைவிட சென்னையா? மெட்ராஸா? எப்படி வந்தன இந்தப் பெயர்கள்... என்பதிலும் கதைகள் உள்ளன. அதற்கு மெட்ராஸ் என்கிற சென்னையின் தலபுராணத்தைத் தெரிந்துகொள்ள வேண்டியது அவசியம்!

இன்றுவரை சென்னையின் பிறந்தநாள் என்பது ஆங்கிலேயர்கள் இங்கே காலூன்றிய 1639ம் வருடம், ஆகஸ்ட் 22ம் தேதியிலிருந்தே கணக்கிடப்படுகிறது. எனில், அதற்குமுன் இங்கு மக்கள் இல்லையா? இருந்தார்கள், வாழ்ந்தார்கள் என்பதே வரலாறு.

அன்றும் கூவமும், அடையாறும் ஆறாக ஓடி கடலில் கலந்தன. மயிலாப்பூரும், திருவல்லிக்கேணியும், திருவான்மியூரும், திருவொற்றியூரும் பாடல் பெற்ற தலங்களாக புகழ் பெற்றிருந்தன. வேளச்சேரியும், பூந்தமல்லியும், கற்காலத்திய பல்லாவரமும் இன்னும் பல ஊர்களும் கிராமங்களாக ஒளிர்ந்தன.

இதையெல்லாம் இணைத்து வணிகத் தலமாக்கி ஒரு நகராக மாற்றியவர்கள் ஆங்கிலேயர்களே!

சரி, எதற்காக அவர்கள் இந்தப் பகுதிக்கு வர வேண்டும்?

பெப்பருக்காக! அதன் காரச் சுவைக்காக! இன்றைய தலைமுறை உணவில் சேர்க்கப்படும் மிளகினை, சாப்பிடும்போது தனியாக ஒதுக்கி வைத்துவிடுவதைப் பார்க்கிறோம். ஆனால், அந்த மிளகுக்காக கிழக்கிந்தியப் பகுதி முழுவதும் அடிமையானது என்பதே வரலாறு.

முதலில் மிளகுக்காகவும், அடுத்ததாக காட்டன் துணிகளுக்காகவும் வந்தவர்கள்தான் பரந்துபட்ட இந்தியாவையும் கட்டி ஆண்டனர்.

ஆங்கிலேயர்களுக்கு மட்டுமல்ல, ஐரோப்பிய நாடுகளுக்கே இந்தியப் பொருட்கள் மேல் அதீத விருப்பம். குறிப்பாக, அங்கு கிடைக்காத பருத்தி ஆடைகள், ஏலக்காய், சாதிக்காய், இலவங்கம் உள்ளிட்ட நறுமணப் பொருட்கள், மிளகு, கிராம்பு போன்ற மசாலா ஐட்டங்கள் போன்றவற்றிற்காக கடல் கடந்தனர்.

↘ புனித ஜார்ஜ் கோட்டை

இதில் முதலில் வந்தவர்கள் போர்த்துக்கீசியர்கள். போர்த்துக்கீசிய மாலுமி வாஸ்கோடகாமா இந்தியாவிற்கான கடல்வழியைக் கண்டறிய... அவர்கள் வணிகத்தில் திளைக்கத் தொடங்கினர். கிழக்குக் கடற்கரை எனப்படும் கோரமண்டல் கடற்கரையை ஏகபோக உரிமை கொண்டாடினர்.

சென்னையின் சாந்தோம், இவர்களின் குடியேற்றப் பகுதியானது. 16ம் நூற்றாண்டில் இந்திய வணிகத்தின் ராஜா இவர்கள்தான்.

இந்நேரத்தில் ஐரோப்பாவில் சிறந்த வணிகர்கள் எனப் பெயரெடுத்த டச்சுக்காரர்களும் இந்தியா பக்கமாகக் கடையை விரிக்கக் கிளம்பினர்.

கோரமண்டல்

கோரமண்டல் கடற்கரை என்பது சோழ மண்டல கடற்கரை என்பதன் திரிபு என்கிறார் சென்னையின் வரலாற்றைப்பற்றி, 'Vestiges of Old Madras' என்ற மூன்று பாகங்கள் கொண்ட நூலை எழுதிய கர்னல் ஹென்றி டேவிசன் லவ்.

ஏனெனில், பல நூற்றாண்டுகளுக்கு முன்பே சோழர்கள் வடக்கே ஒரிசா முதல் கிழக்கில் ஜாவா, சுமித்ரா என இந்தோனேஷியா பகுதிகள் வரை ஆண்டுள்ளனர். அதனாலேயே இந்தப் பெயர். தவிர, சோழர்கள் கடல் வணிகத்திலும், கடற்படையிலும் சிறந்து விளங்கினர். அவர்களுக்குப் பிறகு கடல் வணிகம் தொடரப்படவில்லை.

ஏற்கனவே, போர்த்துக்கீசியர்கள் இங்கே கிடைபோட்டதால் அவர்கள் spice island எனப்படும் மலாய் தீவுப் பக்கமாக நகர்ந்தனர். அதாவது, மலேசியா, சிங்கப்பூர், இந்தோனேஷியா உள்ளிட்ட தீவுக் கூட்டங்கள் 'மலாய் தீவுகள்' எனப்பட்டன.

அதன்பிறகு 1610ம் ஆண்டு இந்தியா வந்து இதே கோரமண்டல் கடற் கரையில் 'புலிகாட்' எனப்படும் பழவேற்காட்டில் ஒரு கோட்டையைக் கட்டி நிர்மாணித்தனர். அந்தக் கோட்டையின் பெயர் கெல்ட்ரியா! இன்றும் இதன் எச்சம் பழவேற்காட்டில் உள்ளது. தவிர, இவர்களின் கல்லறைகளையும் பார்க்கலாம். 17ம் நூற்றாண்டு டச்சுக்காரர்களின் வசமானது.

இந்த வரலாறு நிகழும்போதே டச்சு வழியில் ஆங்கிலேயர்களும் இங்கிலாந்திலிருந்து படையெடுத்திருந்தனர். ஏனெனில், மலாய் தீவில் கிடைத்த பொக்கிஷ மிளகுக்கு ஐரோப்பிய மார்க்கெட்டில் கூடுதல் விலை விதிக்கப்பட்டது. டச்சுக்காரர்கள் மிளகின் விலையை அதிகளவில் உயர்த்த, கடுங்கோபம் கொண்ட லண்டன் வியாபாரிகள், 1599ம் வருடம், 'Merchant Adventurers' என்ற அமைப்பை நிறுவி கிழக்கின் செல்வத்தைத் தாங்களே தேடிச் செல்ல ராணியிடம் அனுமதி கேட்டனர்.

அடுத்த ஆண்டே 24 இயக்குநர்கள் கொண்ட குழுவிடம் வணிக நிர்வாகம் ஒப்படைக்கப்பட்டது. கிழக்கிந்தியக் கம்பெனியின் முதல் சந்திப்பு நடந்ததும் கிழக்கு நோக்கிப் பாய்ந்தன கப்பல்கள். ஆரம்பத்தில் சுமாத்ரா, ஜாவா பகுதியிலேயே தங்கள் கொடியை நிலைநிறுத்தினர்.

"அப்போது ஆங்கிலேயர்கள் இங்கிலாந்திலிருந்து கொண்டுவந்த துணிகள், தகரம், ஈயம், கண்ணாடி, தட்டுகள் போன்றவற்றை இறக்குமதி செய்துவிட்டு அதற்குப் பதிலாக மிளகு, சாதிக்காய், கிராம்பு, மூலப்பட்டு ஆகியவற்றை எடுத்துச் சென்றனர்.

இச்சூழலில் மலாய் தீவுகளில் இந்தியாவில் உற்பத்தியாகும் காலிகோ துணிகளுக்கு ஏக டிமாண்ட் இருப்பது தெரியவர, அங்கிருந்து இந்தியா பக்கமாக தங்கள் கவனத்தைத் திருப்பினர்.

முதன்முதலாக 1608ம் ஆண்டு சூரத் நகரத்தில் நங்கூரமிட்டன ஆங்கிலேய கப்பல்கள். அப்போது இந்தியாவின் பல பாகங்களை முகலாய மன்னர் ஜஹாங்கீர் ஆட்சி செய்தார். அவரிடம் ஆசிபெற்று தங்கள் வணிகத்தைத் தொடங்கினர்.

சூரத் வணிகர்களிடம் தங்கள் பொருட்களைக் கொடுத்துவிட்டு பதிலாக காலிகோ, பருத்தித் துணிகளை மலாய் தீவுகளுக்கு எடுத்துச் சென்றனர்" என்கிறார் ஜேம்ஸ் டால்பாய்ஸ் வீலர், 'Madras in the olden time' என்கிற தன்னுடைய நூலில்.

இவர்தான் மெட்ராஸ் வரலாற்றை ஆங்கிலத்தில் எழுதிய முதல் ஐரோப்பியர். மட்டுமல்ல, சென்னை மாநிலக் கல்லூரியின் பேராசிரியராகவும் இருந்தவர்.

அடுத்தது?

இந்திய வணிகம் இனிக்க, கோரமண்டல் கடற்கரையிலிருந்த மசூலிப் பட்டிணத்தில் கோல்கொண்டா சுல்தானின் தயவுடன் முதன்முதலாக ஒரு கம்பெனியை நிர்மாணித்தனர்.

ஆனால், அருகே போட்டியாளர்களான டச்சுக்காரர்களும், போர்த்துக்கீசியர்களும் இருந்ததாலும், கோல்கொண்டா ஆளுகை யிலிருந்த அந்நகர கவர்னரின் அழுத்தத்தாலும் வியாபாரத்தில் சிறக்க முடியவில்லை. அதனால், நிரந்தரமாகத் தொழிலை அமைக்க வேறு இடத்தைத் தேட வேண்டியிருந்தது.

பிறகு, 1626ல் மசூலிப்பட்டிணத்திலிருந்து சற்று உள்ளே தள்ளி யிருந்த 'ஆர்மகான்' என்ற இடத்தில் கம்பெனியும், கோட்டையும் நிர்மாணித்தனர்.

ஆறுமுகம் என்பவர் பெயரில் அந்த இடம் இருந்ததால் அதை, 'ஆர்மகான்' என ஆங்கிலேயர்கள் உச்சரித்தனர். இந்த இடமும் துறை முகத்திலிருந்து தள்ளியிருந்ததால் வணிகத்திற்குத் தோதுபடவில்லை.

அதனால், ஆர்மகானின் தலைமைப் பொறுப்பில் இருந்த கம்பெனியின் ஏஜென்ட் பிரான்சிஸ் டே, ஒரு நல்ல இடத்தைத் தேடி தெற்கு நோக்கிப் பயணமானார்.

நிறைவில், கடலையொட்டி அவர் கண்டறிந்த ஒரு பெரிய மணல் திட்டுதான் இன்று தமிழகத்தின் அத்தனை அதிகாரங்களையும் கொண்ட, 'கோட்டை' என ஆட்சியாளர்களால் வர்ணிக்கப்படும் தமிழகத்தின் தலைமைச் செயலகம்!

இதைச் சுற்றி வளர்ந்த நகரமே தமிழகத்தில் ஆறில் ஒருவர் வாழ்ந்து கொண்டிருக்கும் மெட்ராஸ் என்கிற இந்த சென்னை மாநகரம்!

ஆமாம். சென்னையா? மெட்ராஸா? இந்தப் பெயர் எப்படி வந்தது?

மெட்ராஸும் சென்னையும்

மதராசப்பட்டிண மணல்திட்டைப் பார்த்த பிரான்சிஸ் டே, மசூலிப்பட்டிணத்தில் இருந்த ஆண்ட்ரூ கோகன் தலைமையிலான கவுன்சிலுக்கு என்ன தகவல் அனுப்பினார் தெரியுமா?

'The surf was heavy and dangerous!'

இப்படியிருக்க கடல் வணிகத்துக்கு வசதியில்லாத ஒரு நிலப் பரப்பை ஏன் தேர்ந்தெடுத்தார்?

காரணம் ஒன்றே ஒன்றுதான்.

எந்த நதியை இன்று நாம் மூக்கைப் பிடித்துக்கொண்டு கடக்கிறோமோ, வெறுக்கிறோமோ அதே கூவம்தான்!

ஆம். இந்த நதிதான் வணிகத்துக்கும் கம்பெனியின் பாது காப்புக்கும் ஏற்றதாக இருக்குமென கணித்தார் டே.

மட்டுமல்ல. அப்போது வடக்கே எக்மோர் என்ற ஓர் ஆறும் சங்கமித்தது. இப்போது இந்த ஆறு பக்கிங்ஹாம் கால்வாயோடு இணைந்துவிட்டதாகச் சொல்லப்படுகிறது.

இப்படியொரு இயற்கையான பாதுகாப்பு அரணே, உடனடியாக கம்பெனியை நிர்மாணிக்கச் செய்தது. தவிர, நதிக்கு அந்தப் பக்கம் திருவல்லிக்கேணியும், அதையொட்டி சாந்தோமும் இருந்தன.

இதனால், அன்று கூவம் 'திருவல்லிக்கேணி நதி' என்றே அழைக்கப்பட்டுள்ளது.

சாந்தோமில் இருந்த போர்த்துக்கீசியர்கள் வணிகத்துடன் மதத்தையும் பரப்பிக் கொண்டிருந்தனர். ஏற்கனவே டச்சுக்காரர்களுடன் இருந்த வணிகப் போட்டியாலும் அப்போது ஆங்கிலேயர்களும் டச்சை எதிர்த்ததாலும் போர்த்துக்கீசியர்கள் ஆங்கிலேயர்களைச் சிவப்புக் கம்பளம் விரித்து வரவேற்றனர்.

ஏரியா தேர்வாகிவிட்டது. அடுத்து அதை வாங்க வேண்டும் அல்லவா?

துபாஷ் ஆக இருந்த (இருமொழி தெரிந்தவர்கள்) பெரி திம்மப்பா என்பவர் இதற்கு உதவி செய்தார்.

ஆங்கிலேயர்களின் தொழிற்சாலை 1639ம் ஆண்டு நிறுவப்பட்டது. அவர்கள் ஒரு நகரை உருவாக்க நினைக்கவில்லை. மாறாக, தொழிற்சாலையை நிறுவத்தான் இடம் கேட்டனர். அப்போது அந்த இடத்தின் பெயர் என்னவாக இருந்தது என்பதில் நிறைய குழப்பங்கள் உள்ளன.

இதை, *'History of the City of Madras'* என்கிற நூலில் அண்ணாமலைப் பல்கலைக்கழக வரலாற்றுப் பேராசிரியர் சி.எஸ்.ஸ்ரீனிவாசாச்சாரி தெளிவுபடுத்துகிறார்.

அதன்படி, "பழவேற்காட்டில் இருந்த டச்சுக்கும், சாந்தோமில் இருந்த போர்த்துக்கீசியர்களுக்கும் அடிக்கடி சண்டை நடந்தது. இதனால், மக்கள் பாதிக்கப்பட்டனர். அதைத் தடுக்கும் பொருட்டு இந்தப் பகுதியை ஆண்ட தமர்ல வெங்கடாத்ரி ஒரு முடிவெடுக்கிறார்.

டச்சுப் பகுதிக்கும், சாந்தோமுக்கும் இடையில் அவரது தந்தை

↘ கோட்டையின் தென்கிழக்குப் பகுதி

மதராஸ் 300!

மெட்ராஸ் மாநகரின் 300ம் ஆண்டு நிறைவைக் கொண்டாடும் வகையில் சென்னைப் பல்கலைக்கழகம் 1939ம் ஆண்டு 'Madras Tercentenary Commemoration Volume' என்ற மலரை வெளியிட்டது. இது தமிழில் 'மதராஸ் 300' என்ற பெயரில் நூலாக வந்துள்ளது.

அதிலிருந்து...

- சென்னப்பட்டிணம் என்ற பெயருக்கு இன்னொரு காரணமும் முன்வைக் கப்படுகிறது. ஆனந்தரங்கம் பிள்ளை வரலாற்றைப் பேசும், 'ஆனந்தரங்க விஜய சம்பு' என்கிற நூல் இந்நகரைச் சென்ன கேசவப்புரம் அல்லது சென்னக் கேசவப்பட்டிணம் என்று குறிப்பிடுகிறது.
- காரணம், இன்று உயர்நீதிமன்றம் இருக்கும் இடத்தில்தான் இந்நகர் இருந்தது. அப்போது, அங்கே சென்னக் கேசவப் பெருமாள் கோயில் இருந்துள்ளது. அதனால், கோயிலை வைத்து பெயர் வந்துள்ளதே தவிர, வெங்கடாத்ரி விருப்பத்தின்படி அல்ல.
- பிரான்சிஸ் டே இந்த மணல்திட்டைத் தேர்ந்தெடுக்கும்போது அந்த இடத்தில் ஓர் வாழைத்தோட்டம் இருந்துள்ளது. இந்தத் தோட்டம் அந்த

சென்னப்ப நாயக்கர் பெயரில் ஒரு கிராமத்தை உருவாக்குகிறார். இதன் பெயர்தான் சென்னப்பட்டிணம்.

இந்நேரம் ஆங்கிலேயர்களுக்கு மணல்திட்டு பகுதியைத் தமர்ல வெங்கடாத்ரி அளிக்கிறார். அந்த ஒப்பந்தத்தில் மதராசப்பட்டிணம் என்றுள்ளது. ஆக, மதராசப்பட்டிணம், சென்னப்பட்டிணம் என்ற இரண்டு கிராமங்கள் இருந்துள்ளன என்பது தெளிவாகிறது. மட்டுமல்ல, மதராசப்பட்டிணம் சென்னப்பட்டிணத்திற்கு முன்னரே இருந்துள்ள பழமையான ஒரு கிராமம்.

அமெரிக்காவில் மெட்ராஸ்!

- அமெரிக்காவின் 'ஒரேகான்' மாநிலத்தில் மெட்ராஸ் எனும் பெயரில் ஒரு நகரமே இருக்கிறது. சுமார் ஆறாயிரம் பேர் வசிக்கும் இந்நகரின் பெயர் மெட்ராஸ் துணிகள் மீதிருந்த ஈர்ப்பினாலே இடப்பட்டது.
- ஆரம்பத்தில் இதன் பெயர் பால்மெயின் என்பதுதான். ஆனால், ஏற்கனவே பார்மன் என்ற பெயரில் ஒரு நகர் இருந்ததால் உச்சரிப்பில் குழப்பம் வரக்கூடாதென யு.எஸ். போஸ்டல் சர்வீஸ் அந்தப் பெயரை நிராகரித்துவிட்டது. அதன்பிறகு, 1902ல் மெட்ராஸ் என பெயரிடப்பட்டது.

மீனவக் குப்பத்தின் தலைவனாக இருந்த மதராசன் என்பவருக்குச் சொந்தமாக இருந்தது.
- தொழிற்சாலைக்கு இந்த இடத்தை கொடுத்தால் அதற்கு மதராசன் பட்டிணம் எனப் பெயர் வைப்பதாக பேரி திம்மப்பா கூறி மதராசனை சம்மதிக்க வைத்தார்.
- இந்த மதராசன் மதம் மாறிய ஒரு கிறிஸ்துவன். மத்ரா குடும்பத்திற்கு தன் நன்றிக் கடனை செலுத்துவதற்கு 'மதராசன்' எனப் பெயர் வைத்திருக்க வேண்டும்.
- அக்காலத்தில் மதராஸ் பட்டிணத்தில் கிடைத்த சாயங்கள் மிகவும் புகழ் பெற்றவை. அவை வெளுத்துப்போவதில்லை. தவிர அச்சடிக்கப்பட்ட பருத்தித் துணிகள் வேறு எங்கும் கிடைப்பதைக்காட்டிலும் மதராசில் குறைந்த விலைக்குக் கிடைத்தன.
- அச்சடிக்கப்பட்ட துணிகள் என்பது மரத்தாலான அச்சுகளை சாயங் களில் தோய்த்து அவற்றை மொர்ரீஸ் என்ற பருத்தித் துணிகளின் மீது அச்சடிப்பது அல்லது படங்களைத் துணியின் மீது கைகளால் வரைவது.
- இவை மதராஸில்தான் கிடைத்தன என டே கூறுகிறார்.
- 1639ல் மதராஸின் மக்கள் தொகை 7 ஆயிரம். இது 1939ல் 7 லட்சமானது.

ஆங்கிலேயர்கள் கோட்டையையும், சுற்றிலும் அவர்களுக்கான குடியிருப்பும் கட்டுகின்றனர். கூடவே, அவர்களுக்குப் பணிபுரிந்த இந்தியர்களுக்கு வடக்கே புதிதாக ஒரு நகரும் உருவாகிறது. இந்தப் புதிய நகரையும் சென்னப்பட்டிணம் என்றே நம்மவர்கள் அழைத் துள்ளனர்.

நிறைவில், இந்தியர்கள் வாழ்ந்த பகுதி சென்னப்பட்டிணம் என்றும், கோட்டையும், ஆங்கிலேயர்கள் வசித்த இடமும் மதராசப்பட்டிணம் என்றும் அழைக்கப்பட்டுள்ளது.

ஆனால், ஆங்கிலேயர்கள் இந்த இரண்டு நகரையும் மதராசப் பட்டிணம் என்றே குறிப்பிட்டனர். அதுவே சுருங்கி மதராஸ் என்றானது..." என்கிறார் அவர்.

சரி. மதராசப்பட்டிணம் என்பதற்கு என்ன அர்த்தம்?

அதற்கும் ஆதாரபூர்வமான கதைகள் உள்ளன. சாந்தோமில் 'மத்ரா' என்ற போர்த்துக்கீசிய குடும்பம் வசித்துள்ளது. இவர்கள் தங்கள் சொந்தச் செலவில் ஒரு தேவலாயத்தைக் கட்டும் அளவுக்கு செல்வச் செழிப்புடன் இருந்துள்ளனர்.

அந்நாளில் குறிப்பிட்ட அந்த ஊரில் யார் வசதியாக இருந் தார்களோ அவர்களது குடும்பப் பெயரிலேயே அந்த கிராமமும் அழைக்கப்பட்டது.

இந்த அடிப்படையில் 'மதராஸ்' என்ற சொல் வந்திருக்கலாம் என்கிறார்கள். இதற்கு ஆதாரமாக 1927ம் ஆண்டு மேனுவல் மத்ரா மற்றும் அவரது தாயாரின் கல்லறையை, சாந்தோமில் புனித லாசரஸ் தேவாலயத்தைக் கட்டும்போது கண்டெடுத்துள்ளனர். அதில், 1637ல் இங்கு கோயில் கட்டிய மத்ரா மற்றும் குடும்பத்தை கவுரவிக்கும் வசனங்கள் இருந்தன.

எப்படியோ, சென்னையும் மெட்ராஸும் மக்களின் மனங்களிலிருந்து பிரிக்க முடியாத பெயர்களாகிவிட்டன.

இந்த இரண்டு கிராமங்களுடன் சுற்றியுள்ள பல்வேறு கிராமங்களும் ஒன்றிணைந்ததே சுமார் 80 லட்சம் பேர் வாழும் இன்றைய சென்னை மாநகரம்!

மணியக்காரரர் சத்திரமும் ஸ்டான்லி மருத்துவமனையும்!

சாதாரண மனிதன் அசாதாரண செயல்களைச் செய்யும்போதே முகம் அறியப்பட்டு கொண்டாடப்படுகிறான்.

ஆனால், பெயரோ, முகமோ எதுவும் அறியப்படாத ஓர் அசாதாரண மனிதரை காலம் கடந்து நினைவில் வைத்திருக்க முடியுமா?

முடியும் என்பதே சென்னையின் ஸ்டான்லி மருத்துவமனை எதிரில் இருக்கும் 'மணியக்காரரர் சத்திரம்' கொடுக்கும் பதில்!

அதென்ன மணியக்காரரர் சத்திரம் எனச் சென்னை வாசிகளே கேட்கக்கூடும். ஏனெனில் அவர்களுக்கு எம்.சி.ரோடு என்றால்தானே தெரிகிறது?!

சென்னையில் முதன்முதலாகவும் முறையாகவும் தொடங்கப்பட்ட ஓர் அறக்கட்டளையே 'மணியக்காரரர் சத்திரம்'!

இந்தச் சாதாரண சத்திரம்தான் பின்னாளில் மாபெரும் சரித்திரத்தைக் கட்டி எழுப்பியது. ஆம். ஸ்டான்லி மருத்துவமனை தொடங்கக் காரணமும் இதுவே!

ஆங்கிலேயரின் நாக்குச் சுழியால் 'மோனேகர் சாரிட்டி' என்றும்,

இன்று எப்படி இருக்கிறது
மணியக்காரர் சத்திரம்?

சுற்றிலும் உயரமான மரங்கள். நடு நடுவே சின்னதாக அங்கேயும் இங்கேயுமாகப் பழைய கட்டடங்கள். பசுமையும், அழகும் நிறைந்த நிம்மதியான சூழல்! பரபரப்பான ஸ்டான்லி மருத்துவமனைக்கு எதிரில் அமைதியாய் நிற்கிறது சத்திரம்.

ஆதரவற்ற முதியவர்கள் 51 பேர் இங்கே வசிக்கிறார்கள். இப்போது அறக்கட்டளையின் தலைவராக சென்னை கலெக்டரும், செயலாளராக ஸ்டான்லி மருத்துவமனையின் டாக்டர் ஒருவரும் நியமிக்கப்பட்டுள்ளனர்.

இவர்களெல்லாம் குழுவில் இருந்தாலும் சத்திரத்தின் முழு கண்காணிப்பும் பவானி அம்மாதான்!

அறுபத்திநான்கு வயதாகும் அவருக்கு பூர்வீகம் சென்னை. கணவர், மூன்று மகன்கள், ஒரு மகள் என குடும்பமும் உண்டு. ஆனாலும், வருடத்தில் சில நாட்கள் மட்டுமே வீட்டுக்குச் செல்கிறார். மீதி நாட்கள் எல்லாம் அவருக்கு இந்த ஆதரவற்றோர் அறக்கட்டளைதான் வீடு. கிட்டத்தட்ட 37 ஆண்டுகள், சலிக்காமல் தன்னுடைய பணியை சந்தோஷமாகச் செய்துவருகிறார்.

“முதியோருக்கான பயிற்சியை முடிச்சுட்டு, 1980ம் வருஷம் இங்க டைப்பிஸ்ட்டா வேலைக்கு சேர்ந்தப்ப சொற்ப சம்பளம்தான். ஆனா,

அது அமைந்திருக்கும் பகுதியைச் சுருக்கமாக ‘எம்.சி.ரோடு’ என்றும் அழைக்கின்றனர் மக்கள். அதனால், மணியக்காரர் சத்திரம் என்கிற பெயர் மறந்தேபோனது.

ஆனால், சத்திர வரலாறு மறக்கக் கூடியதல்ல.

1782ம் வருடம். பிரிட்டிஷ் அரசுக்கும், மைசூர் நவாப்களுக்கும் தீராத பகை இருந்த காலக்கட்டம். மைசூர் அரசர் ஹைதர் அலி சென்னை மாகாணத்தைக் கட்டுக்குள் வைத்திருந்த ஆங்கிலேயர்களுக்குத் தொடர்ந்து கிலி ஏற்படுத்தினார். ஓயாத போரால் உயிரிழப்புகளும், பொருள் இழப்புகளும் அதிகரிக்க, மக்கள் பயந்து வீட்டிலேயே முடங்கிக் கிடந்தனர்.

இதனால் மெட்ராஸில் கடுமையான பஞ்சம் ஏற்பட்டது. மக்கள் பசியால் வாடித்துடித்தனர். யாராவது வந்து காப்பாற்ற மாட்டார்களா என்ற ஏக்கத்தில் துவண்டு போயினர்.

அப்போது, ஆபத்பாந்தவனாக வந்து சேர்ந்தவர்தான் ‘மணியக்காரர்’! அது தனியொருவரின் பெயர் அல்ல. கிராமத் தலைவரை ‘மணியக்காரர்’ என்ற பட்டம் சூட்டி அழைத்துள்ளனர்.

அவர் யார்? அவரது உண்மையான பெயரென்ன? யாருக்கும்

இங்குள்ள ஆதரவற்றவர்களைப் பார்க்கிறப்ப அதெல்லாம் பெரிசா தோணலை.

ஆரம்பத்துல வீட்டுக்கு போயிட்டு வந்துட்டு இருந்தேன். கண்காணிப்பாளரான பிறகு இங்கயே தங்கிடறேன். இப்ப, 33 பெண்கள், 18 ஆண்கள்னு மொத்தம் 51 பேர் இருக்காங்க. எல்லோருக்கும் 65 முதல் 85 வயசு வரை இருக்கும். எந்தக் குறையுமில்லாம சந்தோஷமா இருக்காங்க.

காலையில காப்பி, டிபன் கொடுப்போம். மதியம் சாப்பாடு. இரவு சாப்பாடோ, டிபனோ ஏதாவது ஒண்ணு இருக்கும். தவிர, நல்லுள்ளம் கொண்டவங்க நிறைய பேர் சாப்பாடு, ஸ்நாக்ஸ், டிரஸ்னு தானமும் பண்ணுவாங்க. இன்னைக்கு வரை நல்லபடியா நடந்திட்டு இருக்கு...” என்கிறவர், சத்திரத்தில் ஆதரவற்றவர்களைச் சேர்க்க சில விதிமுறைகள் இருப்பதாகக் குறிப்பிடுகிறார்.

“முதல்ல, ஆதரவற்றவங்களா இருக்கணும். அவங்களோட பகுதி கவுன்சிலர்கிட்ட இருந்து கவனிக்க யாரும் ஆளில்லைனு ஒரு கடிதம் வாங்கிட்டு வரணும். அப்புறம் அதை செயலாளருக்கு அனுப்பி உள்ளே சேர்த்துக்குவோம்.

இங்க உள்ளவங்க யாராவது இறந்திட்டா ஸ்டான்லி மருத்துவமனைக்கே அனுப்பிடுவோம். அவங்க எந்த நோயும் இல்லாத நல்ல உடலாக இருந்து, மருத்துவப் படிப்புக்குத் தேவைப்பட்டா பயன்படுத்திப்பாங்க. இல்லைன்னா, சுடுகாட்டுக்கு அனுப்பிடுவாங்க...” என்கிறார் பவானி அம்மா!

தெரியாது. அன்று அவர் உருவாக்கிய சத்திரம் 236 வருடங்களுக்குப் பிறகு இன்றும் தொடர்ந்து பணியாற்றி வருவதுதான் சாதனையின் உச்சம்!

அப்போது பஞ்சத்தால் வாடிய மக்களின் துன்பத்தைக் கண்டு ராயபுரம் - பிராட்வே பகுதியில் கஞ்சித்தொட்டியை ஆரம்பித்தார் 'மணியக்காரர்'.

நீண்ட வரிசையில் நின்று கஞ்சி வாங்கிக் குடித்து தங்கள் பசியைப் போக்கிக் கொண்டனர் அன்றைய மெட்ராஸ்வாசிகள். பிறகு அந்த இடம் ஆதரவற்றவர்கள், ஏழைகள், நோயாளிகளுக்கான சத்திரமாக மாறிப்போனது. குறிப்பாக அடைக்கலம் வேண்டி வந்த முதியவர்களுக்கு நல்லதொரு இடமாக இருந்தது.

அன்று போரின் காரணமாக கருப்பர் நகர் சுவரின் அருகிலிருந்த அனைத்துக் கட்டடங்களையும் இடிக்க ஆங்கிலேய அரசு உத்தர விட்டது, ஒன்றைத் தவிர!

அது ஏழைகளுக்கு உணவளித்த சத்திரம்தான்.

பிறகு, மணியக்காரர் சத்திர அறக்கட்டளை தொடங்கப்பட்டது. இதனை பிரிட்டிஷ் அரசும் கோட்டையிலுள்ள புனித மேரி சர்ச்சின் நிர்வாகிகளும் சேர்ந்த 'பஞ்ச நிவாரணக் குழு' நிர்வகித்தது. அரசு நிதி மற்றும் ஆற்காடு நவாப் தந்த நன்கொடைகள் மூலம் மணியக் காரர் சத்திரத்திற்கு நிறைய உதவிகள் கிடைத்தன.

இந்நிலையில், கிழக்கிந்தியக் கம்பெனியில் உதவி மருத்துவராக இருந்த ஜான் அண்டர்வுட்,1797ம் வருடம் இந்திய நோயாளிகளுக்கு சிகிச்சை அளிப்பதற்காக ஒரு மருத்துவமனைக்கு இடம் கேட்டு விண்ணப்பித்தார்.

மணியக்காரர் சத்திரத்திலிருந்த முதியவர்களுக்கு மருத்துவ உதவி தேவையாக இருந்ததால் அதன் வளாகத்தில் மருத்துவமனை அமைக்க அனுமதியளித்தது அரசு.

தொழுநோய் மருத்துவமனை

- மணியக்காரர் சத்திரத்தின் ஒரு பகுதியாகவே மெட்ராஸ் தொழுநோய் மருத்துவமனையும் தொடங்கப்பட்டுள்ளது. அதற்கு முன் தொழுநோயாளிகள் மெட்ராஸ் நேட்டிவ் ஹாஸ்பிடலிலேயே அட்மிட் செய்யப்பட்டனர்.
- 1921ம் வருடம் மெட்ராஸ் ஆளுநராக இருந்த வெல்லிங்டன் பிரபு செங்கல்பட்டுக்கு இந்த மருத்துவமனையை மாற்றினார். லேடி வெல் லிங்டன் தொழுநோயாளிகள் குடியேற்றம் என்ற பெயரில் மிஷனரி அமைப்பால் நடத்தப்பட்டு வந்தது.
- 1955ல் இந்திய அரசு இதைக் கையகப்படுத்தி 'மத்திய தொழுநோய் கல்வி மற்றும் ஆராய்ச்சி மையம்' என மறுபெயரிட்டது.

இது நேட்டிவ் ஹாஸ்பிடல். அதாவது சுதேசி மருத்துவமனை என்று அழைக்கப்பட்டது. ஆனால், மக்கள், 'கஞ்சித் தொட்டி மருத்துவமனை' என்றே அழைத்தனர். பிறகு 1809ல் சத்திரமும் இந்த நேட்டிவ் மருத்துவமனையும் இணைந்து செயல்பட ஆரம்பித்தன.

சில வருடங்களுக்குப் பிறகு சத்திரத்துக்கு அருகில் ராஜா வெங்கடகிரி என்பவர் இன்னொரு சத்திரத்தைத் தொடங்கினார். அதன் அருகில் ராஜா சர் ராமசாமி முதலியார் மகப்பேறு மருத்துவ மனை கட்டடமும் இருந்தது. இவையெல்லாம் ஒன்றாக இணைய, மெல்ல வளர ஆரம்பித்தது சத்திரம்.

இதனிடையே 1836ல் மருத்துவப் படிப்பும் இந்த நேட்டிவ் மருத்துவமனைக்குள் தொடங்கப்பட்டது.

1910ல் இந்த நேட்டிவ் மருத்துவமனையை மெட்ராஸ் அரசு தன்வசப்படுத்தி ராயபுரம் மருத்துவமனை எனப் பெயர் மாற்றியது.

அதுவே, 1934ம் வருடம் அப்போதைய மெட்ராஸ் ஆளுநர் ஜார்ஜ் பிரடெரிக் ஸ்டான்லி நினைவாக 'ஸ்டான்லி மருத்துவ மனை' என்றானது!

ஆமாம். இந்தியாவில் முதன்முதலில் வெற்றிகரமாகக் கல் லீரல் மாற்று அறுவை சிகிச்சை செய்த அரசு மருத்துவமனை ஸ்டான்லிதான்.

மட்டுமல்ல. கை மறுவாழ்வுக்கான ஆராய்ச்சி மையமும், பிளாஸ்டிக் சர்ஜரி துறையிலும் சிறந்ததெனப் பெயரெடுத்து வருவதும் இதேதான்!

★ ★ ★

தல புராணம் ㉓

காலேஜ் ரோடும், மெட்ராஸ் லிட்ரெரி சொசைட்டியும்!

நுங்கம்பாக்கம், காலேஜ் ரோடு என்றதுமே *DPI* வளாகத்திலிருக்கும் பள்ளிக் கல்வித்துறை இயக்குநரகம்தான் சட்டென நினைவுக்கு வரும். மட்டுமல்ல, வானிலை ஆய்வு மையம், மகளிர் கிறிஸ்துவக் கல்லூரி, சங்கர நேத்ராலயா என அந்த ரோட்டி லுள்ள மற்ற நிறுவனங்கள் எல்லாம் கூட மனதில் தோன்றி மறையலாம்.

ஆனால், அதே வளாகத்தில் இருக்கும் மெட்ராஸ் லிட்ரரி சொசைட்டி பற்றித் தெரிந்திருப்போமா என்பது சந்தேகமே! ஏனெனில், ‘அந்தக் குழந்தையே நீங்கதான்’ என வரும் சினிமா டயலாக்கைப் போல, காலேஜ் ரோடு எனப் பெயர் வருவதற்குக் காரணமே இந்த சொசைட்டிதான்! ஆம். நாம் நினைப்பது போல் ஒரு முனையில் லயோலா கல்லூரியும் இன்னொரு முனையில் மகளிர் கிறிஸ்துவக் கல்லூரியும் இருப்பதால் இந்தப் பெயர் வரவில்லை. ஒரு காலத்தில் ஆங்கிலேயர்களுக்கான கல்லூரி இங்கிருந்து இயங்கியதாலேயே இப்பெயரைத் தாங்கி நிற்கிறது.

அதனுடன் இணைந்து அதே கட்டடத்தில் இயங்கிய மெட்ராஸ் லிட்ரரி சொசைட்டி நூலகம் இன்றும் செயல்பட்டு வருவது சிறப்பு. *DPI*யின் தென்பக்க நுழைவு வாயிலில் வரவேற்கும் பூங்கொத்து போல அழகான சிவப்பு கலரில் இருக்கும் பழமையான கட்டடத்தில்

இந்த நூலகத்தைப் பார்க்கலாம். கட்டடமும் நூலகமும் இருநூறு ஆண்டுகளைக் கடந்து விட்டன.

எதற்காக உருவானது கல்லூரி?

19ம் நூற்றாண்டின் தொடக்கத்தில் கிழக்கிந்திய கம்பெனி மெட்ராஸில் பணிபுரிந்த ஆங்கிலேயர்களுக்கு இங்குள்ள நிர்வாகம், மொழி, சட்டம், மதம் மற்றும் சுங்கவரி பற்றி அறிந்து கொள்ள 1812ல் இந்த வளாகத்தின் உள்ளே கல்லூரியை எழுப்பியது. அதன் பெயர், 'College of Fort St.George'. அதனாலேயே இந்தச் சாலையின் பெயரை காலேஜ் ரோடு என அழைத்துள்ளனர். அன்று கோட்டையிலிருந்த ஆங்கிலேயர்கள் கூவம் நதி வழியாகப் படகில் பயணித்து டிபிஐயின் பின்பக்கத்திலுள்ள ரிவர் கேட் பகுதியில் இறங்கி கல்லூரிக்குப் போய் திரும்பி உள்ளனர்.

பிறகு, ஐந்தாண்டுகள் கழித்து லிட்ரரி சொசைட்டி உருவாக்கப்பட்டது. "1812ல் கல்லூரி போர்டு, பாடசாலையையும் கிழக்கிந்திய சுவடிகள், கையெழுத்துப் பிரதிகள் அடங்கிய நூலகத்தையும் பராமரித்தது. 1817ல் சென்னை மாகாணத்தின் தலைமை நீதிபதியாக இருந்த சர் தாமஸ் நியூபோல்ட், மெட்ராஸ் லிட்ரரி சொசைட்டியை உருவாக்கினார். பிறகு, இந்த மெட்ராஸ் லிட்ரரி சொசைட்டி நூலகத்தைப் பராமரிக்கும் பொறுப்பை எடுத்துக்கொண்டது..." என்கிறார் சென்னை வரலாற்றை எழுதிய சி.எஸ்.ஸ்ரீனிவாசாச்சாரி.

கூடவே இந்தக் கல்லூரி கல்கத்தாவிலுள்ள ஃபோர்ட்

↘ நூலகத்தின் வெளித்தோற்றம்

வில்லியத்தில் இருந்த லார்டு வெல்லெஸ்லி கல்லூரியைப் பார்த்து அமைக்கப்பட்டது என்கிறார் அவர். இந்தக் கல்லூரியின் வழியே சிவில் பணியில் இருந்த ஆங்கிலேயர்களுக்கு அந்தந்த மாகாண மொழிப்பயிற்சியும், சட்ட அதிகார மற்றும் வழக்கறிஞர் பயிற்சியும் கொடுக்கப்பட்டுள்ளது. சுமார் நாற்பத்திரண்டு ஆண்டுகள் விறுவிறுப்பாகச் செயல்பட்ட கல்லூரி 1854ல் மூடப்பட்டது.

இந்த இடத்தில் நாம் இந்தியாவின் முதல் சர்வேயர் ஜெனரலாக இருந்த காலின் மெக்கன்சி பற்றி அறிவது அவசியம். ஏனெனில், பிரிட்டிஷ் நிர்வாகத்தில் இருந்த சில ஐரோப்பிய அதிகாரிகள் ஆர்வம் காரணமாக இந்தியா முழுவதும் அலைந்து திரிந்து கல்வெட்டுகள், தொல்பொருட்களை ஆவணப்படுத்தினர். இதுதான் பின்னாளில் பல்வேறு மக்கள்பற்றியும், வரலாறு, மொழி போன்றவற்றைப் பற்றியும் எழுதுவதற்கு குறிப்புகளாக உதவின. அப்படி ஆவணங்களை அள்ள அள்ளத் தந்தவர் மெக்கன்சி.

தொல்லியல், நாணயவியல், வரைபடவியல், மானுடவியல், நாட்டுப்புறவியல், மதம், தத்துவம் சார்ந்த அறிவியல் முதலான பல்வேறு துறைகளின் ஆய்வுக்கு முன்னோடியாகவும், வழிகாட்டியாகவும் இவரது சுவடிகள் விளங்குகின்றன. அப்படிப்பட்டவரின் ஆவணங்கள் எல்லாம் ஒரு காலத்தில் மெட்ராஸ் லிட்ரரி சொசைட்டியில்தான் வைக்கப்பட்டிருந்தன.

"1821ல் இவர் மறைந்த பிறகு, அவரது தொகுப்புகளை 10 ஆயிரம் பவுண்டுகள் விலை கொடுத்து கிழக்கிந்தியக் கம்பெனி வாங்கியது. அவரது சிறந்த ஆராய்ச்சிகளின் பல கண்டுபிடிப்புகள் தொகுப்புகளாக பிரிட்டிஷ் மியூசியத்திலும், நூலகத்திலும் சேர்க்கப்பட்டன. தென்னகத் தொகுப்புகளெல்லாம் 1828ல் மதராஸ் கல்லூரி நூலகத்திற்குத் தரப்பட்டன..." என 'மதராசபட்டினம்' நூலில் குறிப்பிடுகிறார் எழுத்தாளர் நரசய்யா.

பிறகு, 1830ல் இந்தத் தொகுப்புகள் மெட்ராஸ் லிட்ரரி சொசைட்டியிடம் ஒப்படைக்கப்பட்டு, மீண்டும் 1847ல் கல்லூரியிடம் சேர்க்கப்பட்டது. இப்போது இவரது தொகுப்புகள் சென்னை, கல்கத்தா, லண்டன் என மூன்று இடங்களில் உள்ளன. சென்னைப் பல்கலைக்கழகத்தில் 1869ம் ஆண்டு உருவாக்கப்பட்ட அரசினர் கீழ்த்திசை சுவடிகள் மற்றும் ஆய்வு மைய நூலகத்தில் மெக்கன்சியின் தொகுப்புகள் இன்று இருக்கின்றன.

சரி. இந்த சொசைட்டி என்ன ஆனது?

வழக்கம்போலவே தன்னுடைய பணியைச் செவ்வனே செய்யத் தொடங்கியது. 1830ல் ராயல் ஏசியாடிக் சொசைட்டி ஆஃப் கிரேட் பிரிட்டன் & அயர்லாந்துவுடன் இணைந்து பணியாற்றத் தொடங்கியது. தவிர, *Madras Journal of Literature and Science*

என்ற வெளியீட்டையும் கொண்டு வந்தது. இந்த இதழும் 1894ல் நிறுத்தப்பட்டது.

ஆரம்பத்தில் சென்னை அருங்காட்சியகம், இதன் ஒரு பகுதியாகத் தொடங்கப்பட்டதுதான். அதேபோல், கன்னிமாரா நூலகம் உருவானபோது சொசைட்டி நூலகத்திலிருந்து புத்தகங்கள் கொண்டு செல்லப்பட்டுள்ளன. மட்டுமல்ல, 20ம் நூற்றாண்டின் தொடக்க பத்து ஆண்டுகள் கன்னிமாரா நூலகத்தில் இருந்து இந்த நூலகம் செயல்பட்டுள்ளது. எதற்காக அங்கே சென்றது என்கிற விவரங்கள் தெரியவில்லை. எப்படி இருந்தாலும், இன்றுவரை உயிர்ப்புடன் இயங்கிவருகிறது இந்தியாவின் மிகப் பழமையான சொசைட்டியும் நூலகமும்!

இன்று எப்படி இருக்கிறது சொசைட்டி?

சுற்றிலும் மரங்கள் சூழ அத்தனை அமைதியாக வீற்றிருக்கிறது மெட்ராஸ் லிட்ரரி சொசைட்டி. வெளிப்புறத்தில் மட்டுமல்ல, உள்ளேயும் பின்ட்ராப் சைலென்ஸ்தான். ஒரு பெரிய ஹால். நடுவே மூன்று அடுக்குகளில் பிரம்மாண்டமாக அடுக்கப்பட்டிருக்கின்றன நூல்கள். பிறகு சிறிய அடுக்குகள். மேற்கூரை நல்ல உயரம். அதைச் சுற்றிலும் நிறைய ஜன்னல்கள். அதன் வழியே வரும் வெளிச்சத்திலேயே நூலகம் இயங்கிவிடும் போல! "நிச்சயமா. மே மாசம் வந்தீங்கன்னா, டியூப் லைட் போடாமலே வச்சிருப்போம். அந்தளவுக்கு வெளிச்சம் பளீர்னு இருக்கும். அப்படி அமைச்சிருக்காங்க ஆங்கிலேயர்கள்..."

ஃபிரான்சிஸ் வைட் எல்லிஸ்

- 1796ல் கிழக்கிந்தியக் கம்பெனியில் ஓர் எழுத்தராகப் பணியில் சேர்ந்த இவர், 1809ல் சென்னை மாகாணத்தின் Collector of land customs என்ற பதவிக்கு உயர்ந்தார்.
- அப்போது, ஆங்கில கீழ்நிலை அதிகாரிகளுக்குக் கோட்டையில் ஒரு கல்லூரி அமைக்கும் திட்டம் இவரால் உருவாக்கப்பட்டது. அதுவே, 'காலேஜ் ஆஃப் ஃபோர்ட் செயிண்ட் ஜார்ஜ்' என நிறுவப்பட்டது. மட்டுமல்ல. இவரது மொழியியல் ஆய்வுகளுக்கும் இக்கல்லூரியே களமாகவும் இருந்தது.
- அனைத்துத் தென்னக மொழிகளையும் கற்றறிந்த எல்லிஸ், திருக்குறள் மீதும், திருவள்ளுவர் மீதும் அளவற்ற பற்று கொண்டிருந்தார். அதனாலேயே திருக்குறளை ஆங்கிலத்தில் மொழிபெயர்த்து வெளியிட்டார்.
- 1816ம் ஆண்டிலேயே தென்னிந்திய மொழிகள் பிற இந்திய மொழிகளிலிருந்து வேறுபட்டிருப்பதை உணர்ந்து, 'திராவிட மொழிக் குடும்பம்' எனும் கருத்தாக்கத்தை முதன்முதலில் வெளிப்படுத்தினார்.
- ஆய்வுப் பணிகளுக்காக மதுரை ஜில்லா சென்றவர் தனது 41வது வயதில் ராமநாதபுரத்தில் மறைந்தார். எனினும் எல்லிஸ் சாலை, எல்லிஸ் நகர் என அவரது பெயர் தமிழகத்தில் இன்றும் நினைவுகூரப்பட்டு வருகிறது.

என்கிறார் திரிபுரசுந்தரி. சொசைட்டின் இப்போதைய செயலாளர்.

"நான் சென்னையில எல்லா நூலகத்திலும் மெம்பரா இருக்கேன். ஆனா, இதுமாதிரி ஒரு நூலகத்தை எங்குமே பார்த்ததில்ல. இந்தியாவைப் பத்தி அறியத்தான் கிழக்கிந்தியக் கம்பெனியினர் இங்க காலேஜ் உருவாக்கி நூலகம் அமைச்சாங்க. அதனால, இங்குள்ள நூல்கள் எல்லாம் அரிதானவை. இந்திய நத்தைகள், பட்டாம்பூச்சிகள் பத்தி கூட புத்தகங்கள் இருக்கு..." என பிரமிப்புடன் பேசியவர், செயலாளராகி சில மாதங்களே ஆகின்றன.

"எனக்கு முன்னாடி இங்க 20 வருஷங்கள் மோகன்ராமன் சார் செயலாளரா இருந்தார். அவர்தான் நூலகத்துல பல்வேறு மாற்றங்கள் செய்தார். டிஜிட்டலைஸ் பண்ணினது கூட அவர்தான். இப்ப குழந்தைகள் பிரிவு, தமிழ்ப்பிரிவு எல்லாம் கொண்டு வந்திருக்கோம்...' என்கிறார் உற்சாகமாக! அவரைத் தொடரும் நூலகரான உமா மகேஸ்வரி, இருபத்தி நான்கு வருட அனுபவம் கொண்டவர்.

"ஆரம்பத்துல நூல்களைப் பொதுவான பட்டியலா அட்டவணைப்படுத்தி வச்சிருந்தாங்க. இப்ப, வரலாறுன்னா அதுல பழங்காலம், இடைக்காலம், சமகாலம் எல்லாத்தையும் உறுப்பினர்கள்

ஈசியா எடுக்கிற மாதிரி துறைவாரியா பிரிச்சிருக்கோம். இங்க 83 ஆயிரத்துக்கும் அதிகமான புத்தகங்கள் இருக்கு. இப்ப 55 ஆயிரம் வரைதான் பட்டியலிட்டு இருக்கோம். மீதி புத்தகங்களை கொஞ்சம் கொஞ்சமா பண்ணிட்டு வர்றோம். ஆட்கள் குறைவா இருக்குறதால வேகமா செய்ய முடியலை.

திரிபுரசுந்தரி உமா மகேஸ்வரி

மொத்தமே 400 உறுப்பினர்கள்தான் இருக்காங்க. இதுல நிறைய பேர் 60 வயசுக்கு மேற்பட்டவங்க. பொதுமக்களுக்கு இப்படியொரு நூலகம் இருக்குறது தெரியாது. சிலர் தன்னார்வலரா வந்து நூல்களைப் பட்டியலிடும் பணி செய்து தர்றாங்க. ஆனாலும் போதலை. நூல்களை பட்டியலிட ஆர்வம் இருக்கிறவங்க வந்து உதவலாம். உறுப்பினராவும் சேரலாம். அதுக்கு வருட சந்தா ஆயிரம் ரூபாய்தான்...” என்கிறவர், முக்கியமான புத்தகங்கள் பற்றிப் பேசினார்.

“1619ல் வெளிவந்த அரிஸ்டாட்டிலின் ‘*Opera Omnia*’ நூல், ஐசக் நியூட்டன் புத்தகம், கங்கை கால்வாய் திட்ட முழு வரைபடம், பக்கிங்ஹாம் கால்வாய் திட்ட நூல், பிரஞ்சு, ஜெர்மன், டச்சு, கிரேக்கம்னு பல்வேறு மொழிகளில் உள்ள நூல்கள்னு நிறைய இருக்கு. அப்புறம், இங்க நேதாஜி சுபாஷ் சந்திர போஸ், அன்னிபெசன்ட், முன்னாள் குடியரசுத் தலைவர் ராதாகிருஷ்ணன், டி.டி. கிருஷ்ணமாச்சாரியார்னு நிறைய தலைவர்கள் உறுப்பினரா இருந்திருக்காங்க!” என்கிறார் பெருமிதம் பொங்க.

* * *

பக்கிங்ஹாம் கால்வாய்

"அது ஒரு காலம் தம்பி. இந்தக் காவாத் தண்ணி எவ்வளவு தெளிவா இருக்கும் தெரியுமா? நிறைய பேர் குளிச்சுட்டும், துவைச்சுட்டும் போறதைப் பார்த்திருக்கேன். படகுல காய்கறி, நெல் மூட்டைங்க எல்லாம் கொண்டு போவாங்க. ஆட்களும் போவாங்க..."

சென்னை மயிலாப்பூர் கச்சேரி ரோட்டிலுள்ள அந்த டீக் கடைப் பெரியவர் சொல்வதைக் கேட்கக் கேட்க ஆச்சரியம் தாங்கவில்லை. அப்படியெல்லாமா இருந்தது இந்தப் பக்கிங்ஹாம் கால்வாய்? 'ஆம்' என்பதே பதில். இன்று...? சாக்கடை என ஒரே வார்த்தையில் முடித்துவிடலாம். அதன் அழகு மட்டுமல்ல, பெயர்கூட மறைந்துவிட்டது என்பதே எதார்த்தம். ஒரு வேளைச் சோற்றுக்காக ஆயிரக்கணக்கான மெலிந்த உடல்கள் தங்களை வருத்திக்கொண்டு உருவாக்கிய கால்வாய் இது. ஆம். 1876 முதல் 78 வரை தென்னிந்தியாவையே உலுக்கிய கொடூர பஞ்சத்தின்போது சென்னைக்குள் வெட்டப்பட்டது இந்தக் கால்வாய். இதைத் தாது வருட பஞ்சம் என்கிறது வரலாறு.

இதனால் அன்று நிறைய நிவாரணப் பணிகள் மேற்கொள்ளப்பட்டன. இதில், சென்னை மாகாணத்தின் கவர்னர் பக்கிங்ஹாம்,

ரூ.30 லட்சத்தில் பஞ்ச நிவாரணப் பணியாகக் கூவத்தையும், அடையாற்றையும் இணைக்கும் எட்டு கி.மீ. தூர கால்வாய் பணியை மேற்கொண்டார். இதில் வேலை பார்ப்பவர்களுக்கு உணவு வழங்கப்பட்டது. ஒதுக்கப்பட்ட தொகையில் 22 லட்சம் ரூபாய் கூலிக்கு மட்டுமே சென்றது. இந்தப் புள்ளிவிவரத்திலிருந்தே பஞ்சத்தின் நிலையை அறியலாம். நிறைவில் பக்கிங்ஹாம் என்றே இதற்குப் பெயர் சூட்டப்பட்டது. "நீர்வழிப் போக்குவரத்துக்காக பேக் வாட்டர் எனப்படும் கடல்நீரைக் கொண்டு இக்கால்வாயை செயற்கையாக ஆங்கிலேயர்கள் உருவாக்கினர்..." என்கிறார் 'கூவம், அடையாறு, பக்கிங்காம்' நூலின் ஆசிரியரான கோ.செங்குட்டுவன்.

சென்னைக்குள் மட்டும் இக்கால்வாய் அமையவில்லை. அதன் மொத்த தூரம் 420 கி.மீ. வடக்கே பேசின் பிரிட்ஜில் தொடங்கி ஆந்திராவின் பெத்த கஞ்சம் வரையும்; தெற்கே அடையாறு, மாமல்லபுரம் வழியே மரக்காணம் வரையும் இக்கால்வாய் நீள்கிறது. தவிர, ஆந்திராவில் மற்ற கால்வாய்களுடன் இந்தக் கால்வாய் இணைக்கப்பட்டு காக்கிநாடா வரை சுமார் 760 கி.மீ. நீட்டப்பட்டது. இதனால் அன்று மரக்காணத்திலிருந்து விசாகப்பட்டிணம் வரை படகில் பயணிக்க முடிந்திருக்கிறது. பக்கிங்ஹாம் கால்வாயைச் பற்றி பதினைந்து ஆண்டுகளாக ஆய்வு செய்துவரும் ஹேம்சந்திரராவ், அதன் வரலாறு பற்றி சிலாகிக்கிறார். 80 வயதாகும் இவர், மூன்று முறை தமிழகம், ஆந்திரா என பக்கிங்ஹாம் கால்வாய் முழுவதும் சுற்றித் திரிந்து இறுதியில் ஆங்கிலேயர்கள் நிறுவிய மைல்கல்லையும் புகைப்படம் எடுத்துவந்திருக்கிறார்.

"எல்லாருமே இந்தக் கால்வாய் ஆந்திராவுல இருந்து தமிழ்நாட்டுக்கு வருதுனு நினைச்சுட்டிருக்காங்க. உண்மைல சென்னைலதான் இந்தத் திட்டம் உருவாச்சு! 18ம் நூற்றாண்டுல

சென்ட்ரல் ரயில் நிலையம் அருகில்...

பாவேந்தரின் பயணக் கவிதை

பக்கிங்ஹாம் கால்வாயில் இருந்து மாமல்லபுரம் வரை பயணித்த பாவேந்தர் பாரதிதாசன் அதுகுறித்து 'மாவலிபுரச் செலவு' என்ற தலைப்பில் ஒரு கவிதையே வடித்திருக்கிறார்.

"சென்னையிலே ஒரு வாய்க்கால் - புதுச்சேரி நகர் வரை நீளும்.
அன்னதில் தோணிகள் ஓடும் - எழில் அன்னம் மிதப்பது போலே.
என்னருந் தோழரும் நானும் - ஒன்றில் ஏறி யமர்ந்திட்ட பின்பு
சென்னையை விட்டது தோணி - பின்பு தீவிரப்பட்டது வேகம்..." - எனத் தொடங்குகிறது அந்தக் கவிதை!

மதராசப்பட்டிணத்துல சமையல் செய்ய சவுக்கு மரச்சுள்ளிகளை பயன்படுத்தினாங்க. இது வடக்குல இருந்துதான் வந்தாகணும். பிளாக் டவுனுக்கு (கறுப்பர் நகரம்), அதாவது இப்போதைய ஸ்டான்லி மருத்துவமனை தாண்டி அந்தப் பக்கமா எண்ணூர் ஏரி இருந்துச்சு. அதைத் தொடர்ந்து பழவேற்காடு ஏரி. இது பக்கத்துல ஒரு தீவு இருக்கு. இப்ப அதை ஸ்ரீஹரிகோட்டானு சொல்றோம். அன்னைக்கு சவுக்கு மரங்கள் நிறைஞ்சிருந்த பகுதி அதுதான். அங்கிருந்து விறகு வந்தாதான் மெட்ராஸ் வீடுகள்ல அடுப்பு எரியும். இதன் மொத்த தூரம் 41 கி.மீ. முதல்ல பழவேற்காடு ஏரி வழியா படகு மூலம் விறகுகள் வரும்.

அப்புறம் எண்ணூர் ஏரிக்கு வந்து, அங்கிருந்து 18 கி.மீ. தூரமுள்ள மதராசபட்டிணத்துக்கு மாட்டு வண்டில வந்து சேரும். பேசின் பிரிட்ஜ் பக்கம்தான் சுள்ளிகளை விற்பாங்க. இப்பகூட அந்தப் பக்கம் நிறைய விறகு டிப்போ இருக்கறதைப் பார்க்கலாம். அப்ப பாப்ஹம்னு(Popham) ஓர் ஆங்கிலேயர் இருந்தார். இவரை பாப்ஹம் பிராட்வேனு சொல்வாங்க. விடுமுறை நாட்கள்ல பிரிட்டிஷ்காரங்களால சும்மா இருக்க முடியாது. எண்ணூர் ஏரில மீன் பிடிக்கவும், படகு சவாரி செய்யவும் போவாங்க. அப்படி பாப்ஹமும் போனார். சின்னச் சின்ன குட்டைங்க இருந்ததை கவனிச்சார். அப்ப, எழும்பூர் நதி அந்தப் பக்கம் இருந்தது. அதுல மழை பெய்யறப்ப தண்ணீர் ஓடும். தவிர, திருவொற்றியூர்ல இருந்து எண்ணூருக்கும் நதி ஒண்ணு ஓடியிருக்கு! இதைப் பார்த்ததும் அவருக்கு ஐடியா வந்தது.

சின்னச் சின்ன குட்டைகளை எல்லாம் எண்ணூர் ஏரியோடு இணைச்சுட்டா சிறிய படகுகள் வழியா மதராஸுக்கு விறகு, நெல் கொண்டு வரலாமே... பயணச் செலவும், நேரமும் மிச்சமாகுமே... எண்ணூர்ல இருந்து கூவம் வரை கூட வரலாமேனு கணக்குப் போட்டு அரசுகிட்ட 1797ல சொன்னார். கிட்டத்தட்ட இதே மாதிரியான ஒரு திட்டத்தை அப்ப மெட்ராஸ்ல வரி வசூல்

செய்துட்டு இருந்த சுவாமி நாயக்கரும் 1799ல ஆங்கிலேயர்கள்கிட்ட சொல்றார். 1800ல உப்பை மொத்த வியாபாரம் செஞ்சுட்டு இருந்த இரண்டு ஆங்கிலேய வியாபாரிகளும் இதே ஐடியாவை அப்ப கவர்னரா இருந்த இரண்டாம் ராபர்ட் க்ளைவ் கிட்ட தெரிவிக்கறாங்க. அதோட 'அனுமதி கொடுத்தா நாங்களே செய்யறோம்'னு சொல்றாங்க. ஒரு வருஷம் கழிச்சு எண்ணூர்ல இருந்து மதராசபட்டிணத்துக்கு கால்வாய் தோண்ட டெண்டர் விட்டாங்க.

1802 ஜனவரில ஹீஃப்கே (Heefke) என்பவர் மட்டும் டெண்டர்ல கலந்துகிட்டார். இப்ப வரை வரலாறுல இவர் பெயரே இல்ல! இவர்தான் கால்வாய் தோண்டறேன்; கருவாடு, விறகுக்கு இவ்வளவு, பயணத்துக்கு இவ்வளவு ரேட்னு விவரங்களைக் கொடுத்தார். கூடவே 1847 வரை 45 வருடங்களுக்கு குத்தகைக்குக் கேட்டார். இதுக்கு ஆங்கிலேய அரசு கேரண்டர் யாருனு கேட்டது. 'பேசில் கோக்ரேன்' என்பவர் உத்தரவாதம் கொடுத்தார். ஒரே சீசன்ல முடிக்க சொல்லி

இன்று எப்படி இருக்கிறது?

பறக்கும் ரயில் திட்டத்தை 1980களில் பரிசீலித்தபோது பக்கிங்ஹாம் கால்வாய்தான் அரசின் கவனத்துக்கு வந்தது. காரணம், நில ஆர்ஜித பிரச்னை வராது என்பதே. அதனாலேயே அதன் ஓரங்களில் இந்த ரயில்பாதையை அமைத்தனர். விளைவு-கால்வாய் முற்றிலும் மறைந்து போனது. எண்ணூரில் இந்தக் கால்வாயின் தோற்றத்தை 80களில் வந்த படங்களில் பார்த்திருக்கலாம். 'என்னைத் தானே தஞ்சம் என்று நம்பி வந்தேன் மானே...' என ரஜினி ஒரு கம்பிப் பாலத்தின் மீது பாடிக் கொண்டே நடப்பதைப் பார்த்திருப்பீர்கள்.அது பக்கிங்ஹாம் கால்வாயின் ஒரு லாக் பகுதிதான்!

இன்று தமிழக அரசின், 'சென்னை நதிகள் மறுசீரமைப்பு அறக்கட்டளை' சென்னை மாநகருக்குள் மட்டும் இந்தக் கால்வாயை ஆய்வு செய்து வருகிறது. வடக்கு, தெற்கு, மத்தியப் பகுதி என மூன்றாகப் பிரித்து நடத்திய ஆய்வின் முதற்கட்ட அறிக்கையின்படி, 1064 இடங்களில் கழிவுநீர் கலப்பதாகத் தெரிவித்துள்ளது. 82 இடங்களில் ஆக்கிரமிப்பு செய்யப்பட்டுள்ளதாகவும், 26 ஆயிரம் குடும்பங்கள் இந்தக் கால்வாய் ஓரங்களில் வசிப்பதாகவும் கூறும் அந்த ஆய்வு, மூன்று பகுதிகளிலும் சுமார் 18 ஆயிரம் டன் திடக்கழிவுகள் கலப்பதாக அதிர்ச்சியூட்டுகிறது. மொத்த ஆய்வும் முடிந்தபிறகு, அறிக்கை அரசுக்குச் சமர்ப்பிக்கப்பட்டு நடவடிக்கை எடுக்கப்படும் என்கிறார்கள் அதிகாரிகள். தவிர, மத்திய அரசு தேசிய நீர்வழிச்சாலை 4ல் இந்த பக்கிங்ஹாம் கால்வாயைக் குறிப்பிட்டுள்ளது. 2014ம் வருடம் சோழிங்கநல்லூர் டூ கல்பாக்கம் இடையே கால்வாயை மேம்படுத்தும் திட்டம் தொடங்கியிருக்கிறது.

மேலும் அறிய...

- பக்கிங்ஹாம் கால்வாய் பற்றித் தெரிந்துகொள்ள, அன்றைய பொதுப்பணித்துறையின் செயற் பொறியாளராகப் பணியாற்றிய ஏ.எஸ். ரஸல் தொகுத்த, 'History of the Buckingham Canal Project' உதவும்.
- சி.எஸ்.ஸ்ரீனிவாசாச்சாரி எழுதிய 'History of the city of Madras' நூலிலும், நரசய்யாவின், 'மதராசபட்டினம்', எஸ்.முத்தையாவின், 'சென்னை மறு கண்டுபிடிப்பு', கோ.செங்குட்டுவன் எழுதிய, 'கூவம், அடையாறு, பக்கிங்ஹாம்' ஆகிய நூல்களிலும் விவரங்களைப் பார்க்கலாம்.

அரசு கட்டளையிட்டது. 1802 மார்ச்சுல ஆரம்பிச்சு நவம்பருக்குள்ள 18 கி.மீ. தூரத்தை முடிச்சுடறார். இடைல மிராசுதாரங்க பல தொந்தரவுகளை தர்றாங்க. முறையான இழப்பீடுகளை அவங்களுக்கு அரசு கொடுக்குது. லண்டன் 'இல்லஸ்ட்ரேட்டட் வீக்லி' பத்திரிகைல இந்த கால்வாயைப் புகழ்ந்து எழுதறாங்க. கிளைவ் கேனல்னு கவர்னர் பெயர்லயே அழைக்கறாங்க.

இதுக்குப் பிறகு எண்ணூர்ல இருந்து வடக்குப் பக்கமா ஹீஃப்கே போறப்ப காட்டுப்பள்ளினு ஒரு தீவை பார்த்தார். உடனே, 'எனக்கு அனுமதி தந்தா எண்ணூர்ல இருந்து பழவேற்காடு வரை 23 கி.மீ. தூரத்தையும் தோண்டறேன்'னு சொல்லி வேலையை ஆரம்பிச்சார். இந்த முறை நான்காண்டுகள் ஆச்சு. சென்னை டூ பழவேற்காடு வரை 41 கி.மீ. தூரக் கால்வாய் 1806ல முடிஞ்சுது. வேலை செஞ்சது ஹீஃப்கே. பெயர் எடுத்ததோ கோக்ரேன்! ஏன்னா, கோக்ரேன்கிட்ட அப்ப ஹீஃப்கே எஞ்சினியரா வேலை பார்த்தார்! இதனாலதான் கால்வாய்க்கு 'கோக்ரேன் கால்வாய்'னு பேரு வந்துச்சு. நான் எண்ணூர் போயிருந்தப்ப 25வது மைல்கல்லைப் பார்த்து ஆச்சரியப்பட்டேன். அதே மாதிரி மரக்காணம் பக்கத்துல 64வது மைல்கல்லை பார்த்தேன்!" வியப்புகள் குறையாமல் விவரித்தார் ஹேம்சந்திரராவ். இதன்பிறகு 1847ல் அரசே மற்ற கால்வாய்களைத் தோண்டத் தொடங்கியது.

ஆந்திராவின் துர்காராயபட்டிணம் வழியாக பெத்தகஞ்சம் வரை கால்வாய் வெட்டினார்கள். இதை வடக்குக் கால்வாய் என்றனர். இதையடுத்து 1855ம் வருடம் முட்டுக்காடு, மாமல்லபுரம் வழியாக பாலாற்றைக் கடந்து மரக்காணம் வரை போட்டனர். தமிழகத்தின் பழவேற்காடு ஏரியில் தொடங்கி எண்ணூர், கொருக்குப்பேட்டை, வியாசர்பாடி, பேசின் பிரிட்ஜ் வழியாக சென்னைக்குள் வரும் நீர்வழிக் கால்வாய் பூங்கா நகர் ரயில் நிலையம் அருகே கூவத்துடன் சேரும். பிறகு, சேப்பாக்கம், திருவல்லிக்கேணி, மயிலாப்பூர், கோட்டூர்புரத்தில் அடையாற்றுடன் இணையும். ஆங்காங்கே இருந்த குட்டைகளை இணைத்து இந்தக் கால்வாய் உருவாக்கப்பட்டாலும் கடல் அலைகளைப் பொறுத்தே போக்குவரத்து நடந்தது.

பௌர்ணமி, அமாவாசை நாட்களில் அலைகள் அதிகரிக்கும்போது கடல்நீர் கால்வாயில் பெருகும். அதனால் இந்தக் கால்வாயை, *'A man made salt water tidel canal'* என அழைத்துள்ளனர். 1882க்குப் பிறகு அலைகள் வழியாக போதுமான நீர் வரவில்லை. இதனால் லாக் போட்டது அரசு. அதாவது, ஒவ்வொரு இடத்திலும் 'லாக்' ஒன்று அமைக்கப்பட்டு நீரைப் பெருக்கி படகை விட்டனர். இதனால், லாக் அருகே அமைந்த ஏரியாக்களுக்கு 'லாக் நகர்' எனப் பெயர் வந்தது. ஒரு காலத்தில் விறகு, நெல், உப்பு, கருவாடு, எரு வறட்டி, உரம், செங்கல்... என சென்னை மக்களுக்குத் தேவையான அத்தியாவசியப் பொருட்கள் வடக்குக் கால்வாய் வழியாகவும்; தெற்கில் இருந்து காய்கறிகளும், வைக்கோலும் வந்தன. மயிலாப்பூரில் தண்ணீர்த்துறை மார்க்கெட்டுக்கு இந்தக் கால்வாய் வழியாகவே காய்கறிகள் வந்துள்ளது. படகுகள் ஒவ்வொன்றும் 85 அடி நீளம். அன்று 2 ஆயிரம் படகுகள் போனதாகத் தகவல்கள் சொல்கின்றன. "1960 - 61ல 1237 படகுகள் 18,737 பயணிகளுடனும்; 2 லட்சத்து 16 ஆயிரத்து 538 டன் சரக்குகளுடனும் சென்றது..." என்கிறார் ஆய்வாளர் நரசய்யா.

பக்கிங்ஹாம்

ஹேம்சந்திரராவ்

பிறகு போக்குவரத்து என்னானது? 'ஒரு பார்வையில் சென்னை நகரம்' என்ற நூலில் எழுத்தாளர் அசோகமித்திரன் இப்படிக் குறிப்பிடுகிறார். "நான் சென்னையில் சுமார் 50 ஆண்டுகள் முன்பு குடியேறியபோது வள்ளுவர்கோயிலைத் தேடிப் போனேன். போகும் வழியில் ஒரு கால்வாய் தாண்ட வேண்டியிருந்தது. அதற்கு இருகரையிலும் துறை கட்டப்பட்டிருந்தது. கால்வாயில் பெரிய படகுகள் சரக்குகள் கொண்டு வந்து இறக்கிக்கொண்டிருந்தன. இன்று அந்தத் துறையும் படிக்கட்டும் இருக்கின்றன. படகுகள் இல்லை. சென்னைநகர் நடுவிலேயே படகில் பயணம் செய்யக் கூடியதாக இருந்த அந்தக் கால்வாய் புகழ்பெற்ற பக்கிங்காம் கால்வாய்!" நூறு ஆண்டுகளில் போக்கு வரத்து முற்றிலும் முடிந்து போனது. இப்போது மத்திய அரசும், மாநில அரசும் கால்வாயை ஆய்வு செய்து படகு விடும் பணியில் மும்முரம் காட்டுவதாகச் செய்திகள் சொன்னாலும் இது சாத்தியமா என்பது தெரியவில்லை.

* * *

விவேகானந்தர் இல்லமான ஐஸ் ஹவுஸ்!

ஐஸ் ஹவுஸ், கேஸ்டில் கெர்னன், மரைன் மேன்ஷன், விதவைகள் இல்லம், ஆசிரியர் பயிற்சி விடுதி... இப்போது, விவேகானந்தர் இல்லம்! எத்தனை பெயர்கள் அந்தக் கட்டடத்துக்கு? கடற்கரைச் சாலையில் வட்ட வடிவமாக வீற்றிருக்கும் விவேகானந்தர் இல்லம் ஒருகாலத்தில் ஆங்கிலேயர்களின் ஐஸ் ஹவுஸாக ஜில்லென இருந்தது வரலாற்று சுவாரஸ்யமல்லவா?! இன்று நிறைய ஜன்னல்களோடு காற்றோட்டமாக ரோஸ் கலரில் பளபளவென மிளிரும் இந்தக் கட்டடம் அப்போது காற்றே புகாதபடி கட்டப்பட்டிருந்தது எனச் சொன்னால் யாராவது நம்புவார்களா?

ஆங்கிலேயர்கள் மதராசபட்டிணத்தை முழுமையாக தங்கள் ஆளுகையின் கீழ் கொண்டுவந்த பிறகு வாழ்க்கையை சுகமாக வாழத் தொடங்கினர். ஆனால், அவர்களால் இங்குள்ள வெக்கையைத் தணிக்க முடியவில்லை. அதற்கு பனிக்கட்டிகள் தேவையாக இருந்தது. தவிர, உணவைப் பாதுகாப்பதற்கும், பானங்களை குளிர்ச்சியாக வைப்பதற்கும் ஐஸ் கட்டிகளின் அவசியம் ஏற்பட்டது. இந்தப் புள்ளியிலிருந்துதான் ஐஸ் ஹவுஸின் கதையும் தொடங்குகிறது. ஆங்கிலேயர்களின் வேட்கையை அறிந்த அமெரிக்காவின் 'ஐஸ் கிங்' என்றழைக்கப்பட்ட ஃபிரெடரிக் டியூடர் 1833ம் வருடம் முதன்முதலாக கல்கத்தாவிற்கு தனது ஐஸ் கப்பலான க்ளிப்பர்

டஸ்கனியை அனுப்பினார்.

நான்கு மாத கடல் பயணத்துக்குப் பிறகு கல்கத்தாவில் இறங்கியது அந்தக் கப்பல். "உருகாத 180 டன் எடையுள்ள ஐஸ் கட்டிகளை சுங்கவரி இல்லாமல் இறக்குமதி செய்வதற்கு டியூடரின் கூட்டாளி வில்லியம் ரோஜர்ஸ் அனுமதி பெற்றார். அந்தச் சரக்கு உடனே விற்பனையானதில் கிடைத்த பெருமளவு லாபத்தின் மூலம் டியூடர் ஐஸ் கம்பெனியின் கிளையும், கிடங்கும் கல்கத்தாவில் நிறுவப்பட்டன. பிறகு, 1840களின் மத்தியில் சென்னையிலும், மும்பையிலும் கிளைகள் திறக்கப்பட்டன. காலை 6 மணி முதல் மாலை 9 மணி வரை அங்கு ஐஸூம், அமெரிக்க ஆப்பிள்களும் கிடைத்தன. ஒரு பவுண்ட் ஐஸின் விலை நாலணா என்ற ரீதியில் வியாபாரம் மும்முரமாக நடந்தது!" என 'சென்னை மறுகண்டுபிடிப்பு' நூலில் குறிப்பிடுகிறார் எழுத்தாளர் எஸ்.முத்தையா.

கல்கத்தா, பம்பாய், மெட்ராஸ் நகரங்களில் ஐஸ் பாதுகாப்புக்காக டியூடர் கட்டடங்களைக் கட்டினார். அவற்றில் 1842ல் கட்டப்பட்ட மெட்ராஸ் கட்டடம் மட்டுமே இன்றுவரை நிலைத்து நிற்கிறது. மெட்ராஸூக்கு கப்பல்களில் வரும் ஐஸ் கட்டிகள் மசூலா படகுகள் மூலம் கரைக்கு எடுத்து வரப்பட்டன. பிறகு கூலிகள் தலைமேல் ஏற்றி அவற்றை ஐஸ் ஹவுஸில் பத்திரமாக அடுக்கினர். சுமார் நாற்பது ஆண்டுகள் வரை டியூடரின் ஐஸ் பிசினஸ் இந்தியாவில் ஓகோவென நீடித்தது. நீராவி அழுத்தத்தின் மூலம் குளிர்பதன முறை கண்டறியப்பட்ட பிறகு வணிகம் கொஞ்சம் கொஞ்சமாக மறையத் தொடங்கியது.

பனிக்கட்டித் தொழிற்சாலைகள் மெட்ராஸ் நகரிலேயே அதிக எண்ணிக்கையில் வந்ததால் கப்பல் இறக்குமதிக்கு அவசியமில்லாமல்

➘ 1880-ல் ஐஸ் ஹவுஸ்

ஐஸ் நிறுவனர் ஃபிரெடரிக் டியூடர்

- அமெரிக்காவின் பாஸ்டன் நகரில் 1783ம் ஆண்டு பிறந்த ஃபிரெடரிக் டியூடர், தனது 23வது வயதில் ஐஸ் வணிகத்தைத் தொடங்கினார். முதன்முதலில் ஐஸில் பிசினஸ் செய்தது இவர்தான்.
- பாஸ்டன் நகரைச் சுற்றியுள்ள குளங்களிலிருந்து குளிர்காலங்களில் உறையும் ஐஸ் கட்டிகளை வெட்டி எடுத்து மேற்கிந்தியத் தீவுகள், ஐரோப்பா உள்ளிட்ட பகுதிகளுக்கு முதலில் அனுப்பினார். அதற்காகவே ஐஸ் ஹவுஸை பல பகுதிகளில் கட்டினார்.
- ஐஸ் கட்டிகள் போகும் வழியிலேயே உருகிவிட, கோணிப்பையைச் சுற்றி அதன்மேல் மரத்தூளைத் தூவி எடுத்துச் சென்றார். இதுதான் அவரை இந்தியா வரை பிசினஸ் செய்ய வைத்தது.

போனது. இதனால், ஐஸ் ஹவுஸ் 1880களில் விற்கப்பட்டது. மைசூரைச் சேர்ந்த வழக்கறிஞர் பிலிகிரி ஐயங்கார் இந்தக் கட்டடத்தை வாங்கி வீடாக மாற்றினார். மேலும் அவர், ஆங்கிலேய நீதிபதியான ஜேம்ஸ் கெர்னன் மேல் கொண்ட ஈடுபாட்டால் வீட்டுக்கு, 'Castle Kernan' எனப் பெயர் வைத்தார். அரை வட்டவடிவமான வராண்டாவை வைத்து வசிப்பதற்கு ஏற்ற இடமாக அதை மாற்றினார். ஆனாலும் போதுமான காற்றோட்டம் இல்லாமல் இருந்தது. இருந்தாலும் மைசூரில் இருந்த தனது சகோதரரையும் அழைத்துக்கொண்டு கூட்டுக் குடும்பமாக வாழ்க்கையை நடத்தினார். இவருக்கு, சுவாமி விவேகானந்தரின் பேச்சில் அதீத ஈர்ப்பு.

இந்த நேரத்தில் சிகாகோ ஆன்மீக மாநாட்டில் சொற்பொழிவு முடித்துவிட்டு கொழும்பிலிருந்து ராமேஸ்வரம் வந்து சேர்ந்தார் விவேகானந்தர். அங்கிருந்து ரயில் மார்க்கமாக சென்னை வந்தவரை பிலிகிரி ஐயங்கார் வரவேற்று தன் வீட்டில் தங்குமாறு அழைத்தார். 1897ல் 9 நாட்கள் இவரது வீட்டில் தங்கியிருந்தார் சுவாமி விவேகானந்தர். அப்போது பிலிகிரியாரும் மற்றவர்களும் வேண்டுகோள் வைக்க தென்னிந்தியாவின் ராமகிருஷ்ண மடம் சென்னையில் நிறுவப்பட்டது. 1897 முதல் 1906 வரை பத்தாண்டுகள் ஐஸ் ஹவுஸில் இருந்துதான் ராமகிருஷ்ணமடம் செயல்பட்டது. பிறகே, மயிலாப்பூரிலுள்ள இப்போதைய இடத்துக்கு மாறியது. இதற்கிடையே பிலிகிரியாரின் பதினோரு வயது மகன் இறந்து போனார். அவரது இரண்டு மகள்களும் இளம் வயதிலேயே விதவைகளானார்கள்.

இதனால் மனவேதனை அடைந்த அவர் இதயநோயால் மரணமடைந்தார். அவரது சகோதரரும் சொந்த ஊரான மைசூருக்கே திரும்பிவிட்டார். 1907ல் கேஸ்டில் கெர்னன் ஏலத்துக்கு

⇒ இன்று ஐஸ் ஹவுஸ்

வந்தது. அதை ஒரு ஜமீன்தார் வாங்கினார். பிறகு, அவரிடமிருந்து அன்றைய ஆங்கிலேய அரசு ஐஸ் ஹவுஸை விலைக்கு வாங்கி 'மரைன் மேன்ஷன்' எனப் பெயரிட்டது. இந்த இடத்தில் பத்மஸ்ரீ விருது பெற்ற சகோதரி சுப்பலட்சுமியை நினைவுகூர வேண்டியது அவசியம். ஏனெனில், அவர்தான் சில காலம் இந்தக் கட்டடத்தில் 'விதவைகள் இல்லம்' நடத்தி வந்தார். தன்னுடைய பதினோரு வயதில் விதவையான இவர், டிகிரி பட்டம் வாங்கிய சென்னை மாகாணத்தின் முதல் பெண்மணி ஆவார்.

அன்று, பி.ஏ. முதல் வகுப்பில் ஹானர்ஸ் உடன் தேர்வு பெற்றது நாடு முழுவதும் பேசப்பட்டது. "அப்போது மிஸ் லிஞ்ச் என்ற ஆங்கிலப் பெண்மணி மெட்ராஸின் 'இன்ஸ்பெக்ட்ரஸ் ஆஃப் வுமன் எஜுகேஷன்' ஆக இருந்தார். இவர் சுப்பலட்சுமியிடம் 1912ல் பிராமண விதவைகளுக்கான ஓர் இல்லம் தொடங்கும்படி அறிவுறுத்தினார். அதை ஏற்று பொதுமக்களிடமிருந்து நன்கொடையாக ரூ.2 ஆயிரம் திரட்டினார். இதை மூலதனமாக வைத்து, 'சாரதா ஆஸ்ரமம்' என்ற அமைப்பை இளம் விதவைகளுக்காக ஆரம்பித்தார். நான்கு பெண்மணிகள் சேர்ந்தனர். அதே நேரத்தில், சிஸ்டர் சுப்பலட்சுமி சாரதா மகளிர் சங்கம் ஒன்றையும் ஆரம்பித்திருந்தார்..." என 'மதராசபட்டினம்' நூலில் குறிப்பிடுகிறார் ஆய்வாளர் நரசய்யா.

இடப்பற்றாக்குறையால் இந்த விதவைகள் இல்லம் 1917ல் ஐஸ் ஹவுஸுக்கு மாறியது. பிறகு, 1922ல் இதனருகில் லேடி வெல்லிங்டன் ஆசிரியர் பயிற்சிக் கல்லூரி ஆரம்பிக்கப்பட்டதால் ஐஸ் ஹவுஸ் அதன் விடுதியாகச் செயல்பட்டது. 1963ம் ஆண்டு விவேகானந்தரின் நூற்றாண்டையொட்டி மாநில அரசு 'விவேகானந்தர் இல்லம்' எனப் பெயர் மாற்றம் செய்தது. ஆசிரியர் கல்லூரி விடுதியும் இந்தக் கட்டடத்திலே இயங்கிவந்தது. நிறைவில், 1997ல் தமிழக

தல புராணம்

இன்று எப்படியிருக்கிறது?

- விவேகானந்தரைப் போற்றும் வகையில் அழகான அருங்காட்சியகமாக மாறியிருக்கிறது. வாசலிலேயே சுவாமி விவேகானந்தர் அமர்ந்திருக்கும் பெரிய சிலை வரவேற்கிறது. அதனடியில், '1897ல் பிப்ரவரி 6ம் தேதி முதல் 15ம் தேதி வரை விவேகானந்தர் இந்த இல்லத்தில் தங்கியிருந்தார்' என்கிற வாசகம் பளிச்சிடுகிறது.
- கீழ்த்தளத்தில் இரண்டு அறைகள். ஒன்றில் வேதங்கள், மகாபாரதம், ராமாயணம், பௌத்தம் போன்றவற்றைப் பற்றிய ஓவியங்கள் அலங்கரிக்கின்றன. அடுத்துள்ள அறை வட்டமாகக் காட்சியளிக்கிறது. அதில்தான் ஒரு காலத்தில் ஐஸ் கட்டிகள் இறக்கப்பட்டு பாதுகாக்கப்பட்டுள்ளன. அதைப்பற்றிய புகைப்படங்களும், மாதிரிகளும் அங்கே காணமுடிகிறது. தவிர, ஐஸ்கட்டி கரையாமல் இருக்க பயன்படுத்திய மரக்கரிகளையும் சுவரில் உள்ள துளைகளில் வைத்துள்ளனர்.
- முதல் தளத்தின் வலதுபக்கத்தில், விவேகானந்தரின் பிறப்பு முதல் இறப்பு வரையிலான அத்தனை விஷயங்களும், அவரது வெளிநாட்டுப் பயண நடவடிக்கைகளும் புகைப்படங்களாக மாட்டப்பட்டிருக்கின்றன.
- சிகாகோ நகரில் அவர் ஆற்றிய சொற்பொழிவு சார்ந்த புகைப்படங்களும், சென்னையில் அவர் தங்கிருந்தபோது எடுத்துக்கொண்டவையும் காலத்தைக் காட்டி நிற்கின்றன.
- இடதுபக்கத்தில் அவர் தங்கியிருந்த அறை, இப்போது அமைதி தவழும் தியானக் கூடமாக மிளிர்கிறது.
- இரண்டாம் தளத்திலுள்ள 3டி காட்சிக்கூடத்தில் விவேகானந்தரின் சிகாகோ சொற்பொழிவு 15 நிமிடங்கள் காட்டப்படுகிறது.
- பெரியவர்களுக்கு 20 ரூபாயும், குழந்தைகளுக்கு 10 ரூபாயும், பள்ளி வழியே மொத்தமாக வரும் மாணவர்களுக்கு 5 ரூபாயும் வசூலிக்கின்றனர்.
- காலை 10 மணி முதல் 12.30 வரையும்; மாலை 3 மணி முதல் 7.15 வரையும் பார்வையிடலாம். திங்கள் விடுமுறை.

அரசு ராமகிருஷ்ண மடத்துக்கு இந்தக் கட்டடத்தை 99 வருட குத்தகைக்கு அளித்தது. அதன்பின் புதுப்பிக்கப்பட்டு பழமை மாறாமல் புதுப்பொலிவோடு பராமரிக்கப்பட்டு வருகிறது இந்தக் கட்டடம்!

* * *

திப்பு சுல்தானும் செனடாப் சாலையும்

சென்னை நந்தனம் அருகேயுள்ள செனடாப் சாலையில்தான் இன்று பல முக்கிய விஐபிகளின் வீடுகள் நிறைந்திருக்கின்றன. அண்ணா சாலையில் தொடங்கும் இந்தச் சின்னஞ் சிறிய சாலைக்கும் மைசூருக்கும் நெருங்கிய தொடர்பு உண்டு!

செனடாப் என்றால் தமிழில் நினைவுச்சின்னம். அல்லது எங்கோ புதைக்கப்பட்ட ஒரு மனிதனின் நினைவாலயம். எனில், யார் அவர்? எதற்காக நினைவாலயம்? இந்தக் கேள்விகளுக்கு விடை தெரிய நாம் 18ம் நூற்றாண்டுக்குள் படையெடுக்க வேண்டும். ஆம். ஒரு மாபெரும் போரின் வெற்றியைப் பறைசாற்றும் விதமாக பிரிட்டிஷ் இந்தியாவின் கவர்னர் ஜெனரலாகவும், தலைமைத் தளபதியாகவும் இருந்த காரன்வாலிஸுக்கு இங்கே சிலை வைக்கப்பட்டதும் அதுவே பெயராகிப்போனதும் வரலாற்று நிகழ்வுகள். சரி, மைசூருக்கும் இதற்கும் என்ன சம்பந்தம்? அந்தப் போர் நடந்ததே ஆங்கிலேய அரசுக்கும், மைசூரை ஆண்ட திப்புசுல்தான் மன்னருக்கும் இடையில்தான்! 1790 முதல் 1792 வரை நடந்த இந்தப் போரை வரலாறு மூன்றாம் மைசூர் போர் என்கிறது.

அப்போது ஆங்கிலேயருக்குச் சிம்ம சொப்பனமாகத் திகழ்ந்தவர்கள் ஹைதர் அலியும், அவரது மகன் திப்பு சுல்தானும். முதல் இரண்டு போர்களை நடத்தியது ஹைதர் அலி. இந்த நேரத்தில்தான் கிழக்கிந்தியக் கம்பெனி நிர்வாகம் இந்தியாவுக்கான

ஆங்கிலேய - மைசூர் போர்கள்!

- மைசூரை ஆண்ட ஹைதர் அலி மற்றும் அவரது மகன் திப்பு சுல்தானுக்கும் ஆங்கிலேயர்களுக்கும் இடையே நடந்த போர்களே ஆங்கிலேய – மைசூர் போர்கள்.
- முதல் போர் 1767 முதல் 69 வரை நடந்தது. இந்தப் போரில் ஹைதர் அலி வெற்றி பெற்றார். அத்துடன் மெட்ராஸை கிட்டத்தட்ட கைபற்றியும்விட்டார். அதன்பிறகு மெட்ராஸ் ஒப்பந்தம் போடப்பட்டது. இதன்படி அருகிலுள்ள மற்ற சாம்ராஜ்யங்கள் மைசூரைத் தாக்கினால் பிரிட்டிஷார் உதவிக்கு வரவேண்டும் என்பதே! ஆனால், 1771ல் மராட்டியர்களுடன் போர்புரிய மைசூர் அரசு சென்றபோது பிரிட்டிஷார் எந்த உதவியும் செய்யவில்லை.
- இரண்டாம் மைசூர் போர் 1780 முதல் 84 வரை நடந்தது. இடையில் ஹைதர் அலி இறந்துபோனார். இருந்தும் திப்பு தொடர்ந்து செயல்பட்டு வெற்றியை எட்ட முனைந்தார். ஆனால், இருதரப்புக்கும் வெற்றி இல்லாமல் மங்களூர் ஒப்பந்தத்தின்படி இந்தப் போர் நிறைவுக்கு வந்தது.
- பிறகுதான், மூன்றாம் மைசூர் போர் நடந்தது. ஸ்ரீரங்கப்பட்டிண ஒப்பந்தப்படி மூன்று கோடி ரூபாய் செலுத்த முடியாததால் திப்பு தன் இரு மகன்களை பிணைக் கைதியாக அனுப்ப வேண்டியிருந்தது. மைசூர் அரசின் பல பகுதிகள் பிரிட்டிஷ், நிஜாம், மராட்டியர்களிடம் ஒப்படைக்கப்பட்டன.
- 1799ல் நடந்த நான்காம் போர் மைசூரின் புலி என வர்ணிக்கப்பட்ட திப்புவின் மரணத்தில் முடிய... போரும் முடிவுக்கு வந்தது.

கவர்னர் ஜெனரலாக காரன்வாலிஸை அனுப்பி வைத்தது. ஹைதரின் மறைவுக்குப் பிறகு மூன்றாம் மைசூர் போரை முன்னின்று நடத்தினார் திப்பு. பிரிட்டிஷார் பக்கம் ஹைதராபாத் நிஜாமும், மராத்தியர்களும் இருக்க; திப்பு பிரஞ்சுப் படையின் உதவியோடு களத்தில் நின்றார். இரண்டாம் மைசூர் போரின் போது ஏற்பட்ட உடன்படிக்கையின்படி, கைது செய்யப்பட்ட ஆங்கிலேயர்களை விடுவிக்கவில்லை என்பது போருக்கான காரணங்களில் ஒன்று.

தவிர, 1789ம் வருடம் ஆங்கிலேயருடன் இணக்கமாக இருந்த திருவிதாங்கூர் மீது தொடர்ந்து படையெடுத்தார் திப்பு. இதெல்லாம் சேர்ந்தே மூன்றாம் மைசூர் போர் உருவாகக் காரணமானது. மைசூரைத் தனித்து நின்று எதிர்க்க முடியாதென மெட்ராஸ் பிரிட்டிஷார் இச்சமயம் உணர்ந்தனர். அதனால், காரன் வாலிஸ் நேரடியாக மெட்ராஸ் வந்து படைத் தலைமையை ஏற்றார். “அவர் ஆணைப்படி மதராஸிலிருந்து படைத்தலைவர் மீடோஸ் தென்புறமும்; பம்பாயிலிருந்து ஆபர்காம்பி

↘ காரன்வாலிஸ் நினைவுச்சின்னம்

மறுபுறமும் (மலபாரிலிருந்து) தாக்கினர். பாதுகாப்பற்று இருந்த வட எல்லைகளைத் தாக்கும்படி மராத்தியரும், நிஜாமும் தூண்டப்பட்டனர். காரன்வாலிஸ்கீழ்த்திசைத் தாக்குதலை ஏற்று வேலூர் வந்து பெரும்படை திரட்டினார்.

ஆம்பூர்க் கணவாய் வழியே மைசூரினுள் புகுந்து அவர் அரிகோரப் போரில் திப்புவை முறியடித்தார். நாற்புறமும் படைசூழ்ந்த நிலையில் திப்பு பணிந்து ஒப்பந்தத்துக்கு இணங்கினார். தன் பேரரசில் பாதியை விட்டுக் கொடுக்கும்படியும், போர்க்கடன் தீரும்வரை தன் இரு புதல்வர்களையும் பிரிட்டிஷாரிடம் பணயமாக விட்டு வைக்கும் படியும் வற்புறுத்தப்பட்டார். பிரிட்டிஷாருக்கு இந்த வெற்றி மூலம் மலபார் ஆட்சியும், குடகு அரசின் மீது மேலுரிமையும் கிட்டின...” என்கிறார் ‘தென்னிந்தியப் போர்க்களங்கள்’ என்ற நூலில் பன்மொழிப்புலவர் கா.அப்பாத்துரையார். போரில் திப்புவைப் பணிய வைத்ததை மெட்ராஸ் ஜார்ஜ் கோட்டையிலுள்ள ஆங்கிலேயர்கள் கொண்டாடித் தீர்த்தனர்.

இதற்கிடையே போர் முடிந்து காரன்வாலிஸ் 1793ம் ஆண்டு இங்கிலாந்துக்கே திரும்பிப் போய்விட்டார். இங்கு அவருக்கு நினைவு மண்டபம் அமைக்க முடிவு செய்தனர். சுமார் 14 அடி உயர மார்பிள் சிலை இங்கிலாந்திலிருந்து கொண்டு வரப்பட்டது. இதை தாமஸ் பேங்க் என்ற சிற்பி வடித்தார். இந்தச் சிலையின் அடியில் திப்புசுல்தானின் மகன்களைப் பிணைக் கைதிகளாகப் பிடித்து வரப்பட்ட நிகழ்வும் தத்ரூபமாக வடிக்கப்பட்டது. இதன் முன்புற பீடத்தில், ‘இந்தச் சிலை பொது வாக்கெடுப்பின் மூலம் மெட்ராஸின் முதன்மைக் குடியிருப்பாளர்கள், கிழக்கிந்தியக் கம்பெனியின் சிவில் மற்றும் மிலிட்டரி பணியாளர்கள் கூட்டுச் செலவில் உருவானது’ என்ற வார்த்தைகளும் பொறிக்கப்பட்டன.

இதை 1800ம் ஆண்டில் ஜார்ஜ் கோட்டையின் பரேடு சதுக்கத்தில் தடபுடலாக வாத்திய மேளங்கள், துப்பாக்கிக் குண்டுகள் முழங்க,

அன்றைய மெட்ராஸ் மாகாண கவர்னர் இரண்டாம் ராபர்ட் கிளைவ் தலைமையில் வைக்கப்பட்டது. இதைப் பற்றி 1905ல் வெளிவந்த, *'Memories of Madras'* என்ற நூலில் சர் சார்லஸ் லாசன், 'எம்.டரிங் என்ற ராணுவ அதிகாரியின் சுற்றறிக்கையில், 'கவர்னரின் விருப்பப்படி கம்பெனி பணியாளர்கள், முதன்மைக் குடியிருப்பாளர்கள் அனைவரும் காலை ஆறு மணிக்கு சற்று கால்மணி நேரம் முன்பாக (5.45க்கு) கோட்டையிலுள்ள பரேடு சதுக்கத்தில் ஆஜராகவேண்டும். 1791ல் ஸ்ரீரங்கப்பட்டிணத்தை வெற்றி கொண்டதை நினைவுபடுத்தும் விதமாக கோமான் காரன்வாலிஸுக்கு சிலை நிறுவப்படும்' என குறிப்பிட்டிருந்தது...' எனப் பதிவு செய்திருக்கிறார்.

➘ கோட்டை மியூசியத்தில் சிலை

இந்தப் பரேடு சதுக்கம் பின்னர் காரன்வாலிஸ் சதுக்கம் எனப்பட்டது. பிறகு மீண்டும் 1805ல் இந்தியாவின் கவர்னர் ஜெனரலாக நியமிக்கப்பட்டார் காரன் வாலிஸ். கல்கத்தா போகும் வழியில் மெட்ராஸுக்கு வந்தவர், தனது சிலை அருகே கம்பெனியின் முன் உரையாற்றினார். ஆனால், அவர் வந்த சில நாட்களிலேயே உத்தரப்பிரதேசத்தில் உள்ள காசிப்பூரில் காலமானார். அவரைக் கௌரவிக்கும் வகையில் இந்தச் சிலை அன்றைய சென்னை நகரின் எல்லையாகக் கருதப்பட்ட தேனாம்பேட்டை முடிவில், அண்ணா சாலையிலிருந்து (மவுண்ட் ரோட்டிலிருந்து) செயின்ட் தாமஸ் மவுண்ட் செல்லும் சாலையில் நிறுவப்பட்டது. அன்று இந்தப் பகுதி ஆங்கிலேயர்களின் வாக்கிங்யிடமாக இருந்தது.

அப்போது மெரினா உருவாகி இருக்கவில்லை. ஒரு வட்டவடிவ விதானம் அமைத்து சிலையை வைத்தனர். இதனால், அந்தச் சாலை செனடாப் ரோடு எனப் பெயர் பெற்றது. சுமார் ஒரு நூற்றாண்டாக இந்தச் சிலை அங்கேயேதான் இருந்தது. பிறகு, மெரினா வந்ததும் செனடாப் ரோடு கலையிழக்க, 1906ம் வருடம் இச்சிலை கோட்டைக்கு எடுத்துச் செல்லப்பட்டு பரேடு மைதானத்திற்கு எதிரில் நிறுவப்பட்டது. அங்கு சில வருடங்கள் இருந்த பிறகு 1925ம் வருடம் வடக்குக் கடற்கரைச் சாலையில் (இன்றைய ராஜாஜி சாலை) இருந்த பென்டிங்க் கட்டடத்திற்கு முன்பு பெரிய கூண்டு அமைத்து நிறுவப்பட்டது. ஆனால், கடற்கரையிலிருந்து

இன்று கோட்டையில் இருக்கும் விதானம்

வீசும் உப்புக் காற்றால் சிலை அழிந்துவிடும் என்று பல்வேறு தரப்பினர் சொல்ல, மூன்று வருடங்களுக்குப் பின் சிலை அங்கிருந்தும் அகற்றப்பட்டது.

இதற்கு மற்றொரு காரணமும் சொல்லப் படுகிறது என்கிறார் ஆய்வாளர் நரசய்யா, தனது 'மதராசபட்டினம்' நூலில். "அந்தப் பீடத்திலுள்ள சிற்பத்தில் திப்பு சுல்தானின் இரு குமாரர்களும் பணயமாக வைக்கப்படுவதாக இருப்பதால் அந்தப் பீடம் இந்தியர்களின் மனதைப் புண்படுத்துவதாகக் கருதப்பட்டது. ஆகையால் பீடம் மட்டுமின்றி அந்தச் சிற்பமும் தகர்க்கப்படலாம் என்ற அச்சமும் அரசுக்கு இருந்தது..." என்கிறார். அதனால், 1928ம் ஆண்டில் இந்தச் சிலை கன்னிமாரா நூலகத்தில் வைக்கப்பட்டது. இங்கே 1950 வரை இருந்தது. அதன்பிறகு, கோட்டை அருங்காட்சியகம் உருவானதும் இச்சிலை அங்கு கொண்டுசெல்லப்பட்டது. இன்றும் கோட்டை அருங்காட்சியத்தில் படிக்கட்டுகள் அருகே இச்சிலையைப் பார்க்கலாம். சரி, விதானம்? அது அருங்காட்சியக வாயிலின் வலது ஓரம் புல்வெளிகளுக்கு இடையே யாரும் கேட்பாரற்று காலத்தைப் பறைசாற்றியபடி அமைதியாக நிற்கிறது!

★ ★ ★

முதல் மருத்துவமனையும் மருத்துவக் கல்லூரியும்

சென்னை சென்ட்ரல் ரயில் நிலையத்திலிருந்து வெளிவரும் எவருக்கும் எதிரில் இருக்கும் அந்தப் பிரமாண்ட கட்டடங்கள் மலைப்பைத் தரும். ஐடி நிறுவனங்கள் போல பளபளவென மின்னும் அவற்றை அரசு பொது மருத்துவமனை என்றால் வியப்பு ஏற்படுவது இயல்புதானே?!

ஆனால், இத்துடன் நிற்கவில்லை அரசு பொது மருத்துவமனையின் ஆச்சரியங்களும் பெருமைகளும். 1664ல் உருவான இந்த மருத்துவமனைதான் மெட்ராஸ் மாகாணத்தின் முதல் மருத்துவமனை. மட்டுமல்ல, இந்தியாவில் நிறுவப்பட்ட முதல் மருத்துவமனையும் இதுவே என்கிறார்கள் அறிஞர்கள். இதை மறுத்து இந்தியாவின் முதல் மருத்துவமனையை போர்த்துகீசியர்கள் கோவாவில் நிறுவியதாகச் சொல்பவர்களும் உண்டு.

தவிர, மருத்துவமனையுடன் இணைந்திருக்கும் மருத்துவக் கல்லூரி 180 ஆண்டுகளைக் கடந்து நிற்கிறது.

1640ல் இங்கு புனித ஜார்ஜ் கோட்டை எழுப்பப்படும்போதே மேலைநாட்டு மருத்துவமும் அறிமுகமாகியது. கிழக்கிந்தியக் கம்பெனி வாணிபத்திற்காகக் கிழக்கு நோக்கி கிளம்பும் போதெல்லாம் ஒரு மருத்துவரையும் அழைத்து வருவது வழக்கம். இவர்கள்

பெரும்பாலும் கப்பலில் தங்கியிருந்து தங்கள் பணியை மேற்கொள் வார்கள்.

ஆனால், இது நீண்ட நாட்களுக்கு நீடிக்கவில்லை. ஏனெனில், வெவ்வேறு பகுதிகளில் இருந்த கம்பெனிகளுக்கும் மருத்துவர் களின் உதவி தேவைப்பட்டது. அதனால், இவர்கள் கரையிலிருந்த கம்பெனியின் குடியிருப்புக்கு அனுப்பப்பட்டனர்.

அப்படி ஆர்மகான் கோட்டைக்கு முதல் முதலாக நியமிக்கப் பட்ட மருத்துவர் ஜான் கிளார்க்.

இதேபோல் மெட்ராஸுக்கு வந்த முதல் மருத்துவர் எட்வர்ட் ஒயிட்டிங் என்பவர் என, *'Madras Tercentenary commemoration volume'* நூலில் குறிப்பிடுகிறார் மருத்துவர் ஏ.லட்சுமணசாமி முதலியார். இந்த ஏ.எல்.முதலியார்தான் சென்னை மருத்துவக் கல்லூரியின் முதல்வராக நியமிக்கப்பட்ட முதல் இந்தியர்.

இப்படியே சில காலங்கள் செல்ல... இந்திய வானிலையும், சூழலும் ஒத்துக் கொள்ளாமல் பல ஆங்கிலேயர்கள் நோய்வாய்ப் பட்டனர். இதைக் கண்ட கம்பெனியின் அதிகாரிகள் வில்லி யம் கிஃப்பர்ட் மற்றும் ஜெரமி சாம்ப்ரூக், அப்போதைய கவர்னர் சர் எட்வர்ட் வின்டருக்கு நோயாளிகளைத் தங்கவைக்க சிகிச்சை மையம் தேவை என வலியுறுத்தி கடிதம் எழுதினர்.

உடனே, கோட்டையிலிருந்த ஆண்ட்ரூ கோகனின் இல்லத்தை மாதம் இரண்டு பகோடாக்களுக்கு (சுமார் 5 ரூபாய்) வாடகைக்கு எடுத்து செயல்படுத்தினார் வின்டர்.

இப்படித்தான் 1664ம் வருடம் நவம்பர் 16ம் தேதி வாடகை இல்லத்தில் அரசு மருத்துவமனை தொடங்கியது. இதன் வரலாற்றை

இன்று மருத்துவமனை

பெண் மருத்துவர்கள்!

- ஐரோப்பா முழுவதும் மருத்துவக் கல்வியில் பெண்களைச் சேர்ப்பது பற்றி விவாதம் நடந்த நேரம். ஆனால், எங்கும் பெண்கள் சேர்க்கப்படவில்லை. அதை முறியடித்து, முதல் முதலாக மெட்ராஸ் மெடிக்கல் காலேஜ் பெண் ஒருவரை அனுமதித்தது. அவர் பெயர், மேரி ஆன் டகோம்ப் ஷார்லீப்.

➤ ஷார்லீப்

- இங்கிலாந்தில் மருத்துவம் பயில முயன்றவருக்கு அனுமதி மறுக்கப்பட்டதால் இங்கே விண்ணப்பித்தார். 1875ல் சர்ஜன் ஜெனரல் ஈ.ஜி.பால்ஃபர் அனுமதி வழங்கினார்.

- அவரோடு மிஸஸ் வொயிட், பெயல், மிட்செல் என மூன்று ஆங்கிலோ இந்தியப் பெண்களும் சேர்ந்தனர். 1878ல் இவர்கள் மருத்துவம் மற்றும் அறுவை சிகிச்சைக்கான உரிமம் எனப்படும் LMS டிகிரி பெற்றனர். அப்போது மருத்துவப் படிப்பு மூன்றாண்டுகளாக உயர்ந்திருந்தது.

➤ முத்துலட்சுமி ரெட்டி

- இந்த மேரி ஷார்லீப் லண்டனில் மேற்படிப்பு முடித்து, மீண்டும் மெட்ராஸ் திரும்பி கோஷா மருத்துவமனையைத் தொடங்கினார். இன்று அது அரசு கஸ்தூரிபாய் காந்தி மருத்துவமனையாகத் திகழ்கிறது.

- முதல் மருத்துவப் பட்டம் பெற்ற இந்தியப் பெண்மணியான டாக்டர் முத்துலட்சுமி ரெட்டி, பின்னர் அடையாறு கேன்சர் இன்ஸ்டிடியூட்டை நிறுவினார்.

ஆய்வு செய்துவரும், சென்னை மருத்துவக் கல்லூரியின் துணை முதல்வரும், உடற்கூறு இயல் இயக்குநருமான சுதா சேஷய்யன் இன்னும் விளக்கமாகப் பேசினார்.

"ஜான் கிளார்க்கை முதல் சர்ஜனாகக் கொண்டு இந்த மருத்துவமனை செயல்படத் தொடங்கியது. மெட்ராஸ் ஜெனரல் ஹாஸ்பிடல் என்று சொல்லப்பட்ட இதில் எட்டு முதல் பத்து ராணுவ வீரர்கள் தங்கி சிகிச்சை பெறலாம்.

பிறகு 1680ல் புனித மேரி சர்ச் கோட்டையில் கட்டப்பட்டதும் மருத்துவமனையை விரிவுபடுத்தும் எண்ணம் எழுந்தது. பேச்சு வார்த்தை நடத்தி நிதி திரட்டினார்கள். கிடைத்த 838 பகோடாக்களில் சர்ச் அருகேயே இரண்டு மாடிக் கட்டடம் கட்டப்பட்டது.

அதேசமயம் கோட்டைக்குள் ஆட்கள் பெருக இடத் தேவையும் அதிகரித்தது. இதனால் மருத்துவமனை கட்ட என்ன தொகை யானதோ அதை அப்படியே திருப்பிக் கொடுத்துவிட்டு கம்பெனியே அந்தக் கட்டடத்தை வாங்கியது. மறுபடியும், கோட்டைக்கு

உள்ளேயே ஒரு வாடகைக் கட்டடத்துக்கு மருத்துவமனை மாறியது.

இந்நேரத்தில் கூவம் அருகில் மருத்துவமனை கட்டும் திட்டம் உருவானது. ஆனால், அது நிறைவேறவில்லை. இச்சூழலில் புதிய கவர்னர் சர் எலிஹு யேல், கோட்டையின் வடபகுதியில் (இப்போதைய நாமக்கல் கவிஞர் மாளிகை உள்ள இடம்) புதிய மருத்துவமனை கட்டடத்தை அமைத்தார். கிட்டத்தட்ட அறுபது ஆண்டுகள் இங்குதான் மருத்துவமனை செயல்பட்டது.

18ம் நூற்றாண்டு தொடக்கத்தில் நடைபெற்ற போர்களால் கோட்டைக்குள் ஆட்களும், ஆயுதங்களும் குவிந்தனர். இதனால் இடப்பற்றாக்குறை ஏற்பட்டது. 1750ல் இரண்டாம் கர்நாடகப் போரின்போது, கமாண்டர் இன் சீஃப் பாஸ்கோவன் மருத்துவ மனைக் கட்டடத்தை ராணுவத்தினரின் தங்குமிடமாக ஆக்கிரமித்தார்.

இதனால் 1753ல் மருத்துவமனை கோட்டையை விட்டு வெளியேறி கருப்பர் நகரின் ஒரு பகுதியான பெத்தநாயக்கன் பேட்டையில் அமைந்தது. அங்கு மருத்துவமனைக்கு அடிக்கல் நாட்டியிருக்கிறார்கள். அந்தக் கல்லை இப்போதும் மருத்துவமனை வளாகத்தில் பார்க்கலாம். இதைப் பார்த்துதான் 1953ல் மருத்துவமனைக்கு இருநூறாவது வருடம் என தவறுதலாகக் கொண்டாடிவிட்டார்கள்.

இதன்பிறகு ஆர்மேனியன் தெருவில் சில காலம் இயங்கிய பின் 1758ல் மருத்துவமனைக்கு புதிய கட்டடங்கள் தேவை என அன்றைய கவர்னர் ஜார்ஜ் பிகாட்க்கு கடிதம் எழுதினார்கள். அதில், மருத்துவமனை கட்டுமானத் திட்டமும் கொடுக்கப்பட்டது. ஆனால், போர்களால் திட்டம் கிடப்புக்குப்போனது.

1771ல் ராணுவ வாரியம் அங்கீகாரம் கொடுக்க, டபுள் பிளாக் எனப்படும் கட்டுமானம் அமைக்கப்பட்டது. 1772ல் இருந்து இப்போதுள்ள இந்த இடத்தில் மெட்ராஸ் ஜிஹெச் செயல்பட்டு வருகிறது...” என்கிறார் சுதா சேஷய்யன்.

சரி, மெட்ராஸ் மெடிக்கல் காலேஜ்?

1820ம் ஆண்டு கிழக்கிந்தியக் கம்பெனியின் மாடல் ஹாஸ்பிடலாக அரசு மருத்துவமனை மாறியது. ஏழு வருடங்கள் கழித்து, மெட்ராஸ் ஜெனரல் ஹாஸ்பிடலின் கண்காணிப்பாளராக நியமிக்கப்பட்டார் டாக்டர் மார்டிமர்.

இவர் அப்போது மருத்துவப் பள்ளி ஒன்றைத் தன் வீட்டிலே நடத்திவந்தார். இந்த நடைமுறைப் பயிற்சியை முடிப்பவர்கள் மருத்துவர்களுக்கு உதவியாளர்களாக அனுப்பப்பட்டனர். ஆங்கிலேயர்களாகவோ, ஐரோப்பியர்களாகவோ இருந்தால் மெடிக்கல் அப்ரென்டிஸாக சேர்த்துக்கொள்ளப்பட்டனர். இந்தியர்கள் மாணவர்களாக இருந்தனர்.

இந்த நடைமுறைப் பயிற்சிகள் முறைப்படுத்தப்பட்டு, கூடவே

அவற்றுக்கான தியரியும் கற்றுக்கொடுக்கப்பட வேண்டும் என்ற கோரிக்கை முன்வைக்கப்பட்டது. அதனால் அரசாங்கத்தின் கீழ் மருத்துவக் கல்வியைக் கொண்டு வரும் முயற்சிகள் தொடங்கின.

முதல்முறையாக 1835ல் கல்கத்தாவில் மருத்துவப் பள்ளி கொண்டு வரப்பட்டது. அதே ஆண்டிலே பிப்ரவரி 2ம் தேதி மெட்ராஸ் கவர்னர் ஃபிரடெரிக் ஆடம்ஸ் இந்தப் பயிற்சிப் பள்ளியையே மெட்ராஸ் மெடிக்கல் ஸ்கூலாக மாற்றினார்.

“அதிகாரபூர்வமாக கல்கத்தாவில் முதல் மருத்துவக் கல்லூரி வருவதற்கு முன்பே மார்டிமரின் மருத்துவப் பள்ளி இங்கு இருந்திருக்கிறது. இதைத்தான் மருத்துவப் பள்ளியாக மாற்றினார்கள். இதைக் கணக்கில் எடுத்தால் இந்தியாவின் முதல் மருத்துவப் பள்ளி மெட்ராஸில்தான் தொடங்கப்பட்டது...” என்கிறார் டாக்டர் சுதா சேஷய்யன்.

அப்போது இரண்டு ஆண்டுகள்தான் மருத்துவப் படிப்பு. இதில், மெடீரியா மெடிக்கா, அடிப்படை ஃபார்மஸி, அனாடமி, சர்ஜரி, பிராக்டிஸ் ஆஃப் மெடிசின் ஆகிய பாடங்கள் போதிக்கப்பட்டன. 1837ல் முதல் பேட்ச் தேர்வுகள் நடந்து மாணவர்கள் வெளிவந்தனர்.

1842ம் வருடத்திலிருந்து இந்தியர்களும் இப்பள்ளியில் சேர்த்துக் கொள்ளப்பட்டனர். மெட்ராஸ் பல்கலைக்கழகம் உருவானதும் மருத்துவப் பள்ளியைக் கல்லூரியாக உயர்த்தும் நடவடிக்கைகள் மேற்கொள்ளப்பட்டன.

1846ல் வேதியியல் பேராசிரியர் நியமிக்கப்பட்டார். இவரது கட்டுப்பாட்டில் மெடீரியா மெடிக்கா துறை அமைக்கப்பட்டது. அடுத்தாண்டு அனாடமி மற்றும் ஃபிஸியாலஜி பேராசிரியரும், மிட்வைஃபரி பேராசிரியரும் நியமிக்கப்பட்டனர்.

இதனால், 1851ல் கல்லூரியாகத் தரம் உயர்த்தப்பட்டது. இதற்கான ஒப்புதலை 1852ல் கவர்னர் ஜெனரல் அறிவித்தார். *Graduate of the Madras Medical College* என்கிற பட்டமும் முதல் கட்டமாக வழங்கப்பட்டது.

1857ல் சென்னைப் பல்கலைக்கழகத்தோடு கல்லூரி இணைக்கப்பட.... வேகமாக வளர்ச்சி கண்டது. ஒவ்வொரு துறைக்கும் தனித்தனி கட்டடங்கள் கட்டப்பட்டன.

1988ல் தமிழ்நாடு டாக்டர் எம்ஜிஆர் மருத்துவப் பல்கலைக் கழகத்தோடு இணைக்கப்பட்டு, தொடர்ந்து சேவை செய்து வருகிறது இந்த மருத்துவக் கல்லூரியும் மருத்துவமனையும்!

★ ★ ★

துறைமுகம்

உண்மையிலேயே ஆச்சரியம்தான். ஆங்கிலேயர்கள் மெட்ராஸை உருவாக்கி சுமார் 230 வருடங்களுக்குப் பிறகே ஓர் ஒழுங்கான துறைமுகத்தை இங்கே அமைத்திருக்கிறார்கள்! அதுவரை அப்படி ஓர் எண்ணம் இருந்தும் ஏனோ அதைச் செயல்படுத்த அவர்கள் முனையவில்லை.

1639ல் கம்பெனியின் ஏஜெண்ட் பிரான்சிஸ் டே இங்கே வந்த போது வணிகத்துக்கு ஏற்ற இடமாக மெட்ராஸ் இருக்கவில்லை. இயற்கை துறைமுகம் இல்லாத ஓர் இடத்தை அவர் தேர்ந் தெடுக்கக் காரணம் கம்பெனியின் பாதுகாப்பு மட்டுமே.

அப்போது ஓரிடத்துக்குக் கப்பல் வருவதென்பது முக்கிய நிகழ்வாக இருந்தது. எப்போதாவது வரும் கம்பெனியின் கப்பல் கள் கடலில் தென்பட்டுவிட்டால் கரையில் உற்சாகத்துடன் ஒரு பெரிய கூட்டமே கூடிவிடும்.

துறைமுகமோ ஜெட்டிகளோ இல்லாததால் கோட்டைக்கு எதிரே ஆழ்கடலில் நங்கூரம் பாய்ச்சி நிறுத்திவிடுவார்கள். அங்கிருந்து பயணிகளும், சரக்குகளும் உள்ளூர் 'மசுலா' படகு களின் வழியே வரவேண்டும்.

"அலைகளின் உதவியால் படகுகளை படகோட்டிகள் கரைக்குக் கொண்டு வந்து சேர்த்தனர். இந்நேரம், பயணிகளிடம், 'உங்கள் பொருட்கள் கனமாக உள்ளது. அதனால், அதிக கட்டணம்

⊿ சுங்க அலுவலகத்துக்கு எதிரே குவிக்கப்பட்டுள்ள சரக்குகள்

கொடுக்க வேண்டும்' என பேரத்திலும் ஈடுபட்டனர்.

கடைசி நேர பேரத்தால், பயணிகள் வம்பு எதற்கென பணிந்தே போனார்கள். மறுக்கும் பயணிகளின் பொருட்களில் ஒன்றிரண்டை கடலில் தள்ளிவிட்டுவிடுவார்கள். பிறகு, சாவகாசமாக மீண்டும் கடலுக்கு வந்து நீரின் அடியில் கிடப்பதை எடுத்துக்கொள்வார்கள். இப்படிப் படகோட்டிகள் அதிக லாபம் சம்பாதித்தனர். ஆனால், கம்பெனியின் சரக்கு களை மட்டும் கவனமாகக் கொண்டு வந்தனர். கரைக்கு வரும் இந்த சரக்குகள் மண்ணில் குவிக்கப்பட்டு பிறகு கோட்டையிலுள்ள சேமிப்புகட கிடங்குகளுக்குப் போகும்.

இதேபோல் ஏற்றுமதிக்காக துணி, மஸ்லின் துணிகள் போன்றவை உள்ளூர் வியாபாரியிடமிருந்து கொள்முதல் செய்யப் பட்டு சேமிப்புக்கிடங்குகளில் அடுக்கிவைக்கப்பட்டன. இங்கிலாந்தி லிருந்து கப்பல் வந்ததும் கடற்கரைக்கு எதிரிலிருந்த வாயில் வழியாக வெளியே எடுத்துச் செல்லப்பட்டு படகின் மூலம் அவை கப்பலுக் குப் போகும்..." என்கிறார் 'The Madras Tercentenary Commemoration Volume' என்ற மலரின் கட்டுரையில் அன்று துறைமுக சபைத் தலைவராக இருந்த ஜி.ஜி.ஆம்ஸ்ட்ராங்.

இப்படியாக 1640 முதல் 1644 வரை மெட்ராஸிலிருந்து ஏற்று மதியான பொருட்களின் மதிப்பு மட்டும் ஆண்டொன்றுக்கு சுமார் 25 ஆயிரம் ரூபாய்! இதற்குள் வேலை நிமித்தமாக நெசவாளர்கள் குடும்பம் குடும்பமாக மெட்ராஸ் நோக்கி வந்தனர். இதனால் அடுத்த ஐந்தாண்டுகளில் ஏற்றுமதியின் மதிப்பும் நான்கு லட்சம் ரூபாயாக உயர்ந்தது.

மட்டுமல்ல; முதல் நூறாண்டுகளில் மட்டும் வாணிபம் 25 ஆயிரத்தில் இருந்து 25 லட்சம் ரூபாயாக அதிகரித்தது. ஆனால், 18ம் நூற்றாண்டின் மையப் பகுதியில் வாணிபம் போர்களாலும்,

↘ 1861ல் அமைக்கப்பட்ட துறை

தொழிற்புரட்சியாலும் தேக்க நிலைக்குச் சென்றது. பின்னர் அந்நூற்றாண்டின் இறுதியில் மீண்டெழுந்தது.

1798ல் அப்போதைய கவர்னர் இரண்டாம் கிளைவ் இடப் பற்றாக்குறையால் கோட்டையிலிருந்த சுங்க அதிகாரி அலுவலகத் தைக் கடற்கரையில் தற்காலிக குடிசைகளுக்கு மாற்றி யமைத்தார்.

'கப்பலில் இருந்து வரும் சரக்குகள் சுங்க அலுவலகத்துக்குத்தான் கொண்டு வரப்பட வேண்டும். இப்போதுள்ள திறந்தவெளியில் இறக்கி வைப்பது பாதுகாப்பானதல்ல' என வணிகர்கள் முறை யிட்டனர். ஆனால், கம்பெனி இதைப் பொருட்படுத்தவில்லை. முன்பு போலவே இங்கும் வணிகம் சிறப்பாக நடைபெற்றது.

இந்நிலையில் 1868ம் ஆண்டு சேம்பர் ஆஃப் காமர்ஸ் துறைமுகம் வேண்டியதன் அவசியத்தைக் கோரிக்கையாக முன்வைத்தது. கார ணம், கப்பலிலிருந்து சரக்குகளைக் கரைக்குக் கொண்டு வரும் மசுலா படகுகளின் உரிமையாளர்கள் ஏகபோக உரிமை கொண்டாடியதே! இவர்கள் நிர்ணயிக்கப்பட்ட தொகையை விட ஐந்து, ஆறு, சில நேரங்களில் பத்து மடங்கு வரை அதிக கட்டணம் வசூலித்தனர். கடல் பயணத்தில் ஏற்படும் நஷ்டத்தை விட கப்பலுக்கும், கடற் கரைக்கும் கொண்டு சேர்ப்பதில் ஏற்படும் நஷ்டமே 90 சதவீதமாக இருந்தது.

இதனால், துறைமுகம் வந்தால் புயல், மழை போன்ற பருவ நிலையிலிருந்தும் படகு உரிமையாளர்களிடமிருந்தும் பாதுகாப்பு கிடைக்கும் என்றது வர்த்தக சபை.

ஆனால், இதற்கெல்லாம் முன்பே மெட்ராஸ் நகருக்கு ஒரு துறைமுகம் அவசியம் என்பதை 1770ம் ஆண்டிலேயே

எம்டன் குண்டு

- 'எம்டன் வந்துட்டான்' என்கிற சொல் தமிழகத்தில் பரவலாகவே புழக்கத்தில் இருக்கிறது. இதற்கு 1914ல் முதல் உலகப் போரின்போது ஜெர்மானியக் கப்பலான 'எஸ்.எம்.எஸ். எம்டன்' மெட்ராஸில் குண்டு மழை பொழிந்ததே காரணம்.
- அப்போது, மெட்ராஸ் துறைமுகத்திலிருந்த பிரிட்டிஷாருக்குச் சொந்தமான கப்பலும், பர்மா எண்ணெய் நிறுவனத்தின் கிடங்குகளும் வெடித்தன. தவிர, உயர்நீதிமன்றம் மற்றும் கோட்டையின் மீதும் குண்டுகள் வீசப் பட்டன. பிரிட்டிஷார் திருப்பித் தாக்குவதற்குள் தப்பிவிட்டது எம்டன். ஆனாலும், எம்டன் வந்துட்டான் என்கிற பீதி மட்டும் மெட்ராஸை விட்டு அகலவில்லை.

ஏற்றுமதிக் கிடங்கின் அதிகாரியாக இருந்த வாரன் ஹேஸ்டிங்ஸ் தன் மைத்துனருக்கு கடிதம் எழுதினார். இதுபற்றி சென்னையின் வரலாற்று ஆய்வாளர்கள் எஸ்.முத்தையாவும், நரசய்யாவும் தொகுத்த, 'துறைமுக வெற்றிச் சாதனை' நூலில் விரிவாகக் குறிப்பிட்டுள்ளனர்.

'''மோதிச் செல்லும் அலைகள் இங்கு தொடர்ந்து மிக உயரமாக வருவதால் கப்பலிலிருந்து பயணிகள் இறங்குவதும், பொருட்களை இறக்குவதும் மிகக் கடினமானதாகவும், ஆபத்தானதாகவும் உள்ளது. ஆகையால் இங்கு ஒரு நீண்ட கரைத்துறை கட்டுவது அவசியம் என்பதை நான் உணர்கிறேன்.

மார்கேட் என்ற இடத்து அலைகள் இவ்விடத்தைப் போலவே உள்ளது எனவும், அங்கு ஒரு துறையைக் கட்டி பயனடைந்தனர் என்றும் கேள்விப்பட்டுள்ளேன்.

இவ்விடத்து அலைகளின் உயரம், நீர் மட்டம் முதலிய விவரங்களும் கொடுத்துள்ளேன். அதை பிரிண்ட்லேயைப் பார்க்கச் சொல்லி, கருத்துக் கேட்டு இங்கும் அதுமாதிரி ஒரு துறை கட்டமுடியுமா? என்பதைத் தெரிந்துகொண்டு எழுதவும். இவ்விடத்துப் பெயரை நான் குறிப்பிடவில்லை. நீங்களும் இப்போதைக்குச் சொல்ல வேண்டாம்' எனக் கடிதத்தில் கூறியுள்ளார். ஆனால், ஹேஸ்டிங்ஸ் கல்கத்தாவுக்கு மாற்றப்பட்டதால் திட்டம் கைகூடவில்லை.

பிறகு, 1771ல் கேப்டன் ஜார்ஜ் பேகர் என்பவர் கம்பெனியின் இயக்குநர் குழுமத்துக்கு துறை கட்டுவதைப் பற்றி எழுதினார். 1782ல் சிவில் சர்வீஸைச் சேர்ந்தவரும், கவுன்சிலருமான அலெக்ஸாண்டர் டேவிட்சன் என்பவர் ஹேஸ்டிங்ஸ் திட்டத்தை உயிர்ப்பித்தும், பேகர் திட்டத்தை ஆதரித்தும் கவுன்சிலுக்கு எழுதினார்.

ஆனால், முயற்சிகள் ஒன்றும் எடுக்கப்படவில்லை.

மெட்ராஸ் எஞ்சினியர்ஸ் அமைப்பைச் சேர்ந்த கேப்டன்

இன்று...

- சுமார் 586 ஏக்கரில் பரந்து விரிந்து கிடக்கிறது துறைமுகம்.
- மூன்று தளங்கள், 24 பெர்த்கள் உள்ளன. இப்போது சுமார் 2,400 கப்பல்கள் வரை வந்து செல்கின்றன.
- கடந்தாண்டு 15 லட்சம் கன்டெய்னர்கள், 51 மில்லியன் டன் சரக்குகள் கையாளப்பட்டுள்ளன.
- இந்தியாவின் கிழக்குக் கடற்கரையில் முக்கியமான துறைமுகமாக விளங்குகிறது.

வில்லியம் லென்னன் என்பவர் 1798ம் ஆண்டு இந்த எண்ணத்துக்கு வடிவம் கொடுத்தார். அவர் அரசுக்குக் கொடுத்த திட்டம் மூன்று வருடங்களில் முடியுமென்றும், அதற்கு அவரே நிதி திரட்டுவ தாகவும் தெரிவித்தார்.

கரைக்கு செங்குத்தாக 1350 அடி அல்லது 450 கஜங்கள் நீளத்தில் செல்லுமாறு கட்டினால் அது கரையை நோக்கி வரும் அலைகளைத் தாங்கிக் கொள்ளும் என நம்பினார். இவரது திட்டங்கள் கவுன்சிலால் வரவேற்கப்பட்டன. அத்துடன் முடிந்தும்போனது. 50 வருடங் களுக்குப் பின்னர் இதே திட்டம்தான் அமல்படுத்தப்பட்டது...”

1857ல் பொறியாளர்கள் சாண்டர்ஸூம், மிச்சலும் திருகுக் குவிய லாலான (screw piles) ஒரு துறை அமைக்க முடியுமெனச் சொன்ன தும், அரசால் அமைக்கப்பட்ட குழு ஆராய்ந்து ‘ஓகே’ என்றது.

1861ம் ஆண்டு இந்தத் துறை பயன்பாட்டுக்கு வந்தது. ஆனால், 1868ல் வீசிய புயல் துறையை பதம் பார்த்தது. அப்போதுதான் வர்த்தக சபை பாதுகாப்பான துறைமுகம் கேட்டது. மட்டுமல்ல. 1872ல் அடித்த மற்றுமொரு புயல் பலத்த சேதத்தை ஏற்படுத்தியது.

இதனால், கராச்சி துறைமுகத்தைக் கட்டிய வில்லியம் பார்க்ஸ் என்பவர் அழைக்கப்பட்டார். அவர் துறைமுகம் கட்ட ஆலோசனை கள் வழங்கினார். அதன்படி ஒரு திட்டம் உருவாக்கப்பட்டு 1875ல் அப்போதைய வேல்ஸ் இளவரசரால் அடிக்கல் நாட்டப்பட்டது.

1881ல் செயற்கைத் துறைமுகம் கட்டிமுடிக்கப்பட்டு செயல் பாட்டுக்கு வந்தது. இதுவே துறைமுகம் தொடங்கப்பட்ட ஆண்டாக நினைவு கூரப்பட்டுவருகிறது.

இந்நிலையில் 1881ல் மீண்டும் புயலடிக்க பலத்த நஷ்டம். சர் ஜான் ஹாக்ஷா, சர் ஜான் கூட், புரொபசர் ஸ்டோக்ஸ் என மூன்று துறைமுகப் பொறியாளர்களைக்கொண்ட குழுவை அரசு அமைத் தது. இவர்கள் அளித்த ஆலோசனையின்படி ஒரு கட்டமைப்பு 1885ல் முடிக்கப்பட்டது. ஆனாலும், 1904ல் முதல் துறைமுகத் தலைவராக வந்த சர் ஃபிரான்சிஸ் ஸ்பிரிங் என்பவர் காலத்தில்தான் துறைமுகம் படிப்படியாக முன்னேறியது.

↘ 1912ல் பயணிகள் கப்பல் ஏறும் காட்சி

"இவர் காலத்தில் நான்கு புதிய துறைகள் கட்டப்பட்டன. 11.5 ஏக்கர் நிலம் தென்மேற்குப் பக்கத்தில் ஆழமாக்கப்பட்டு விரிவு படுத்தப்பட்டது. பிறகு, 1916ல் அடித்த பெரும்புயலால் மீண்டும் சேதடைந்தது துறைமுகம்.

அப்போது முதல் உலகப்போர் நடந்ததால் பழுது பார்க்க முடியாமல் நான்கு ஆண்டுகளுக்குப் பின் பராமரிப்பு செய்யப் பட்டது. முதல் தடவையாக 1936ல் காங்கிரீட் தளத்துடன் ஒரு துறை அமைக்கப்பட்டது.

1939ல் இருந்து 1945 வரை இந்தத் துறைமுகம் முக்கியமாக இரண்டாவது உலகப் போருக்காக பயன்படுத்தப்பட்டது..." என்கிறார் நரசய்யா தனது 'மதராசப்பட்டினம்' நூலில்.

அன்று துறைமுகத்தின் உள்ளே வரை இருப்புப் பாதை அமைக்கப்பட்டிருந்தது. வெளிநாடு செல்லும் பயணிகள் கப்பல் அருகேயே ரயிலில் வந்து இறங்கி, பின்னர் கப்பல் ஏறுவர்.

சுதந்திரத்துக்குப் பிறகு பல்வேறு மாற்றங்கள் செய்யப்பட்டு நவீனமாக மாறியது இன்றைய சென்னைத் துறைமுகம்.

மூன்று ஹால்களின் கதை

ஆங்கிலேயர்கள் கட்டடங்கள் எழுப்பியே தங்கள் வெற்றிக் கொண்டாட்டங்களையும் நினைவுகளையும் வரலாறாக்கி உள்ளனர். அப்படி மெட்ராஸில் அவர்கள் கட்டி பெயர் சொல்லும்படி திகழ்பவை மூன்று அரங்கங்கள்.

இதில் தமிழகம் முழுவதும் தெரிந்த ஒரே அரங்கம் ராஜாஜி ஹால் மட்டுமே. ஏனெனில், காமராஜர், அண்ணா, எம்ஜிஆர், ஜெயலலிதா என மறைந்த முதலமைச்சர்களின் உடல்கள் இங்கே மக்களின் அஞ்சலிக்காக வைக்கப்பட்டிருந்ததுதான்.

சரி, மற்றவை? விக்டோரியா மற்றும் மெமோரியல் ஹால்கள்.

ராஜாஜி ஹால் (1802)

இதன் பழைய பெயர் பாங்க்கேயிங் ஹால். அதாவது விருந்து மாளிகை. ஒரே கல்லில் இரண்டு மாங்காய் அடிப்பது போல, இதைக் கட்டச் சொல்லி இரண்டு விஷயங்களை ஞாபகப்படுத்தினார் 1800ல் ஆளுநராக இருந்த எட்வர்ட் கிளைவ்.

ஒன்று, திப்பு சுல்தானை வீழ்த்தி ஸ்ரீரங்கப்பட்டிணத்தைக் கைப்பற்றிய சம்பவம். அடுத்து, தன் தந்தை ராபர்ட் கிளைவ் வெற்றி வாகை சூடிய பிளாசி போரின் நினைவைப் போற்றுவது. இரண்டும் இந்த விருந்து மாளிகை மூலம் ஈடேறியது.

இந்த அரங்கம் அன்றைய அரசினர் இல்லத்துடன் இணைத்து கட்டப்பட்ட ஒன்று. அன்று இந்த அரசினர் இல்லம்தான்

ராஜாஜி ஹால்

கவர்னரின் தோட்ட வீடாக இருந்தது. இன்று இந்த இடம் இடிக்கப் பட்டு பல்நோக்கு மருத்துவமனை மற்றும் எம்எல்ஏ விடுதிகளாக மாறிவிட்டது.

இந்த இடத்தில் அரசினர் இல்லம் பற்றி ஒரு சின்ன ஃபிளாஷ் பேக். ஆரம்ப நாட்களில் கவர்னருடன் கடைநிலை உள்ளிட்ட அனைத்து கம்பெனி பணியாளர்களும் தங்கியிருந்தனர். இவர்கள் அனைவரும் பொதுவான உணவகத்திலேயே உணவருந்தினர்.

ஆனால், சாப்பாட்டு நேரத்தில் எழுத்தர்களையும், வணிகர் களையும் கட்டுப்படுத்தி அமைதியைக் கொண்டுவர வீரர்களைப் பயன்படுத்த வேண்டியிருந்தது. ஒழுங்கின்மையும், குடிப்பழக்க மும் அதிகரித்ததால் 1672 முதல் 78 வரை கவர்னராக இருந்த சர் வில்லியம் லாங்ஹோர்ன் பொது உணவு முறையை மாற்றி அமைத் தார். எனவே, கவர்னருக்கும் முக்கிய விருந்தினர்களுக்கும் தனி உணவு மேஜை பராமரிக்கப்பட்டது.

இவர்களுக்குத் தனிப்பட்ட விடுதியும், தோட்டங்களும் தேவைப்பட்டன. எனவே, சிறிய தோட்ட வீடு அமைத்துக்கொள்ள கம்பெனிக்கு கடிதம் எழுதினார். ஒப்புதல் கிடைத்ததும் கூவம் நதிக்கரையில் ஒரு தோட்ட இல்லம் உருவாக்கப்பட்டது. ஆனால், எங்கே அமைக்கப்பட்டது என்பதில் நிறைய சந்தேகங்கள் உள்ளன.

“பொதுவாக இரண்டு இடங்கள் குறிப்பிடப்படுகின்றன. ஒன்று இப்போது மருத்துவக் கல்லூரி இருக்கும் இடம். மற்றொன்று மன்றோ சிலை அருகிலுள்ள தீவு. அடுத்தடுத்து வந்த ஆளுநர்களால் அது ஓய்வுக்கும் கேளிக்கைக்கும் உபயோகிக்கப்பட்டதே தவிர

வசிப்பதற்கு அல்ல...” என 'சென்னை மறுகண்டுபிடிப்பு' நூலில் குறிப்பிடுகிறார் வரலாற்று ஆய்வாளர் எஸ்.முத்தையா.

1746ல் மெட்ராஸை முற்றுகையிட்ட பிரஞ்சுப்படையினர் இந்தத் தோட்ட வீட்டை பீரங்கி வைக்க பயன்படுத்தினர். கோட்டையைப் பிடித்தபின் இந்த வீட்டைத் தகர்த்துவிட்டனர். காரணம், இந்த வீட்டிலிருந்து தங்களைப் போலவே கோட்டையை பிரிட்டிஷார் பிடித்துவிடக் கூடாது என்பதற்காக!

மூன்றாண்டு கழித்து மீண்டும் பிரிட்டிஷ் வசம் மெட்ராஸ் வந்ததும் உடனடியாக கவர்னருக்கு ஒரு தோட்ட வீடு அமைக்க முடிவெடுக்கப்பட்டது. 1753ல் கூவத்துக்கு தென்கிழக்குப் பக்கமாக இருந்த மடீரா என்பவரின் வீடு வாடகைக்கு எடுக்கப்பட்டது. பின்னர் 3,500 பகோடாக்கள், அதாவது 12 ஆயிரத்து 250 ரூபாய் கொடுத்து அந்த வீட்டை விலைக்கு வாங்கினர். இதுதான் அரசினர் இல்லமாக மாறியது.

“1800ல்தான் வரலாற்று முக்கியத்துவம் வாய்ந்த முடிவை எடுத்தார் கிளைவ். சில மாற்றங்களையும், புதிய பகுதிகளையும் செய்தார். இதற்கு மூன்று லட்ச ரூபாயும், விருந்து மாளிகை கட்ட இரண்டரை லட்சம் ரூபாயும் செலவழித்தார்.

இதனால், செலவு அதிகமென கம்பெனி அதிருப்தி தெரிவித்தது...” என, 'The Madras Tercentenary Commemoration Volume' மலரின் ஒரு கட்டுரையில் விசாகப்பட்டின கலெக்டர் குரோம்பி தெரிவிக்கிறார்.

இப்படியாக, விருந்து அரங்கம் 1802ல் திறக்கப்பட்டது. இதை கம்பெனியின் வானியலாளரும், பொறியாளருமான ஜான் கோல்டிங்ஹாம் கிரேக்க கோயில் வடிவில் வடிவமைத்துக் கட்டினார். 120 அடி நீளமும், 65 அடி அகலமும், 40 அடி உயரமும்கொண்ட இந்தக் கட்டடம் ஆங்கிலோ இந்தியர்களின் உருவப்படங்கள் கொண்ட கேலரியாக விளங்கியது.

1875ல் சில வேலைப்பாடுகளும், 1895ல் பெரிய தூண்களுடன் வராண்டாவும் அமைக்கப்பட்டன.

1857 முதல் 1879 வரை மெட்ராஸ் பல்கலைக்கழகத்தின் பட்டமளிப்பு இந்த ஹாலில்தான் நடைபெற்றது. செனட் ஹவுஸ் கட்டியபிறகு பட்டமளிப்பு விழா அங்கு மாற்றப்பட்டது.

சுதந்திரத்துக்குப் பிறகு ஆங்கிலோ இந்தியர்களின் உருவப்படத்துக்குப் பதிலாக தமிழ்ச் சரித்திரத்தில் புகழ்பெற்ற தலைவர்களின் படங்கள் வைக்கப்பட்டன. இன்று அரசினர் இல்லம் இடிக்கப்பட்டுவிட்டாலும் இந்த விருந்து அரங்கம் மட்டும் அப்படியே ரோஸ் கலரில் பளபளவென மின்னுகிறது.

சுதந்திரத்துக்குப் பின் இந்தியாவின் கவர்னர் ஜெனரலாகவும், பிறகு மாநிலத்தின் முதலமைச்சராகவும் இருந்த ராஜாஜியை

கவுரவிக்கும் பொருட்டு இந்த அரங்கத்தின் பெயர் 'ராஜாஜி ஹால்' என மாற்றம் செய்யப்பட்டது.

தமிழ்ப் படங்களில் வரும் பெரும்பாலான கோர்ட் சீன்கள் இந்த ஹாலின் வாசலில் எடுக்கப்பட்டவையே!

மெமோரியல் ஹால் (1857)

எதற்காக இந்த ஹால் கட்டப்பட்டது என்பதை ஆண்டே சொல்லிவிடும்! ஆமாம். முதல் சுதந்திரப் போர் அல்லது சிப்பாய்க் கலகத்தின் நினைவாக இந்தக் கட்டடம் இங்கே எழுப்பப்பட்டது. இதுவும் பல்வேறு சினிமாக்களில் நிழலாடியிருக்கிறது. குறிப்பாக, 'முதல்வன்' படத்தில் அர்ஜுன் முதல்வராக வரும் காட்சிகள் இந்த பில்டிங்கில் பில்டப் செய்யப்பட்டதே!

வட இந்தியா முழுக்க சிப்பாய்க் கலகம் கொழுந்துவிட்டு எரிந்த போது மெட்ராஸ் மாகாணத்தில் அங்கொன்றும் இங்கொன்று மாகவே கலகங்கள் நடந்தன. தவிர, இங்குள்ள ஆங்கிலேயர்களுக்கு எந்த இழப்பும் நேரவில்லை. அதற்கு நன்றி செலுத்தும் விதமாக இங்கிருந்த பிரிட்டிஷ் குடியிருப்பினர் ஒரு கட்டடம் எழுப்ப நினைத்தனர்.

அப்போது சிவில் எஞ்சினியரிங் பள்ளியின் (அண்ணா பல்கலைக்கழக கிண்டி பொறியியல் கல்லூரி) முதல்வராக இருந்த கர்னல் ஜார்ஜ் வின்ஸ்காம், 1858ல் இந்த ஹாலை கட்டத் தொடங்கினார்.

முன்பகுதியில் எட்டு பெரிய தூண்களுடன் பிரம்மாண்டமாக எழுப்பப்பட்டக் கட்டடம் சில இழுத்தடிப்புக்குப் பிறகே நிறைவுற்றது. பின்னர், கர்னல் ஹார்ஸ்லே என்பவர் கட்டடத்தின் டிசைனில் பல்வேறு மாற்றங்கள் செய்தார்.

↘ மெமோரியல் ஹால்

இதில், 'The Lord hath been mindful of us: He will bless us' என்கிற வாசகம் மேலே பொறிக்கப்பட்டது. இதன்பிறகு, கிறிஸ்துவ இலக்கிய சங்கக் கட்டடம் கட்டப்பட்டது.

"இப்ப சிஎஸ்ஐ. பேராயர் குழுவின் கீழ் இந்த ஹால் பராமரிக்கப்பட்டு வருது. இது பாரம்பரிய கட்டட லிஸ்ட்ல இருக்கு. நாங்க பொதுக் கூட்டங்கள், நிகழ்ச்சிகள், கண்காட்சிகள் உள்ளிட்ட பல்வேறு நிகழ்வுகளுக்கு ஹால் கொடுக்கறோம். நிறைய சினிமா ஷூட்டிங்கும் இங்க நடந்திருக்கு..." என்கிறார் அந்தக் குழுவின் செயலாளர் சார்லஸ் செல்லதுரை.

விக்டோரியா பப்ளிக் ஹால் (1887)

இங்கிலாந்தின் ஒருங்கிணைந்த பிரிட்டிஷ் ராணியாக விக்டோரியா 1837ம் ஆண்டு பதவியேற்றார். அவரது 50வது வருட பொன் விழாவை நினைவு கூரும் வகையில் இந்தக் கட்டடம் கட்டப்பட்டது.

அப்போது மெட்ராஸ் கார்ப்பரேஷன் தலைவராக இருந்த ஏ.டி.அருண்டேல் முயற்சியில் பொது மக்களிடம் பெறப்பட்ட நன்கொடையில் கட்டி முடிக்கப்பட்டது. இதற்கு விஜயநகர மன்னரும் கணிசமான தொகையை அளித்தார்.

ஒரு லட்சத்து 79 ஆயிரம் ரூபாயில் உருவான கட்டடத்தின் டிசைனை ராபர்ட் சிஸ்ஹோல்ம் இந்தோ சாராசெனிக்

↘ விக்டோரியா பப்ளிக் ஹால்

பாணியில் வடிவமைத்தார்.

மேல்மாடம் மட்டும் திருவிதாங்கூர் ஸ்டைலில் அமைக்கப் பட்டது. இதற்குத் திருவனந்தபுரத்திலுள்ள நேப்பியர் மியூசியத் தின் டிசைன் எடுத்துக்கொள்ளப்பட்டது. இரண்டு மாடிகளுடன் நேர்த்தியாக இதை நம்பெருமாள் செட்டி கட்டினார்.

கட்டடம் உருவாக்க பீப்பிள்ஸ் பூங்காவுடன் இணைந்திருந்த மூன்றரை ஏக்கர் நிலம் (57 கிரவுண்ட்) வருடத்துக்கு 28 ரூபாய் வாடகை என 99 வருட குத்தகைக்கு தேர்ந்தெடுக்கப்பட்டது. 1887ம் ஆண்டு அன்றைய கவர்னர் கன்னிமாரா இதைத் திறந்து வைத்தார்.

சாதி, மத வேறுபாடு இல்லாமல் பொதுமக்களின் நிகழ்ச்சிகள், கச்சேரிகள், விருந்துகள், நாடகங்கள் போன்றவற்றுக்கு அனுமதி யளிக்கப்பட்டது.

"உயர்தளத்தில் அறுநூறு பேரும், காலரியில் இருநூறு பேரும், தரைத்தளத்தில் அறுநூறு பேரும் அமரத்தக்க வகையில் அமைக்கப்பட்டது. தொழில்முறை நாடகக் குழுக்களுக்கு ஓரிரவுக்கு வாடகை 50 ரூபாய்; அமெச்சூர் குழுவினருக்கு ரூபாய் 30 என நிர்ணயம் செய்யப்பட்டிருந்தது..." என 'சென்னப்பட்டணம் - மண்ணும் மக்களும்' நூலில் குறிப்பிடுகிறார் ராமச்சந்திர வைத்தியநாத்.

சுவாமி விவேகானந்தர் 1897ல் மெட்ராஸ் வந்தபோது இந்த விக்டோரியா ஹாலில்தான் உரையாற்றினார். மட்டுமல்ல, காந்தியடிகள் மெட்ராஸ் வந்த அதே தருணத்தில் பாரதியார் இந்த ஹாலில் உரையாற்றி விட்டு அவரைச் சந்தித்திருக்கிறார். இப்படியான வரலாற்று நிகழ்வுகள் நடந்த இடம் ஒரு கட்டத்தில் பராமரிப்பின்றி போனது.

இன்று சென்னை மாநகராட்சி இதை மீட்டெடுத்து புனரமைப்பில் ஈடுபட்டுவருகிறது. விரைவில், பழைய பாரம்பரியத்துடன் பொதுமக்களின் அரங்கமாக மாறும் என்கின்றனர்.

* * *

மாநகராட்சி

இன்று சென்னையில் ராயல் லுக்கில் வசீகரமாகக் காட்சியளிக்கும் ஒரே கட்டடம் சென்ட்ரல் அருகே இருக்கும் ரிப்பன் பில்டிங்தான்!

அமெரிக்காவின் வெள்ளை மாளிகை போல பிரம்மாண்டத்துடன் பளீரெனத் தோற்றமளிக்கும் இந்தக் கட்டடத்தை உருவாக்க அன்று எவ்வளவு செலவானது தெரியுமா? ஏழரை லட்சம் ரூபாய்!

ஆனால், ஆச்சரியங்கள் கட்டடத்தில் மட்டுமல்ல. அதில் இயங்கும் சென்னை மாநகராட்சியிலும் உண்டு!

இந்தியாவில் முதல்முதலாக உருவாக்கப்பட்ட ஒரு நகராட்சி அமைப்பு மெட்ராஸ் என்பது வரலாற்று முக்கியத்துவம் வாய்ந்தது.

அதற்கு முன் உள்ளூர் நிர்வாகமே இருந்தது. ஊர் தலைவர், கணக்கர், காவலர் என மூன்று பேரின் கட்டுப்பாட்டில் இருந்தது நகரம். ஊர்த்தலைவர் நகரின் சத்திரத்தில் அமர்ந்து பணிபுரிந்தார். கணக்கர் அவருக்கு உதவியாளராக இருந்தார். குற்றம் செய்பவர்களை, காவலராக இருந்தவர் சத்திரத்தின் சிறைக்கூடத்தில் அடைப்பார்.

இந்தச் சத்திரம்தான் சிறு குற்றங்களை விசாரிக்கும் இடமாகவும், சுங்கம் அல்லது வரி வசூலிக்கும் நிலையமாகவும், பத்திரப்பதிவு அலுவலகமாகவும் இருந்தது. ஆங்கிலேயர்கள் வந்த பிறகும் இதே

நிலைமைதான். அப்போது ஊரின் மக்கள் தொகை 7 ஆயிரம்.

வணிகம் அதிகரிக்க மெட்ராஸ் பிஸியான நகராக மாறத் தொடங்கியது. இதுவரை கம்பெனியின் முகவர் என்றழைக்கப்பட்டவர் 'பிரெசிடென்ட்' எனப்பட்டார். அதேபோல் ஊரின் தலைவர், 'நகர ஆளுநர்' ஆனார். கணக்கர், 'நகரக் கணக்குப்பிள்ளை' என்றும்; காவலர், 'பெத்தநாயக்' என்றும் அழைக்கப்பட்டனர். இவரின் கீழ் நிறைய தலையாரிகள் இருந்தனர்.

இப்படியாக மாறிய நிர்வாகம் 1675 முதல் 81 வரை கம்பெனியின் தலைவராக வந்த ஸ்ட்ரெய்ன்ஷாம் மாஸ்டர் காலத்தில் அடுத்த கட்டத்தை நோக்கி நகர்ந்தது. இவர், சத்திர நீதிமன்றத்தை ஒரு நீதிமன்றமாக அங்கீகரித்து நீதிபதிகளின் எண்ணிக்கையை இரண்டிலிருந்து மூன்றாக உயர்த்தினார்.

பின்னர், சிவில் மற்றும் குற்ற வழக்கை விசாரிக்க உயர்நீதிமன்றம் தேவையெனக் கருதி அதுவும் நிறுவப்பட்டது. ஒவ்வொரு புதன் மற்றும் சனிக்கிழமைகளில் கோட்டையிலுள்ள சர்ச்சில் உயர்நீதிமன்றம் இயங்கியது.

இந்நிலையில் மெட்ராஸ் நகரின் வீதிகளைத் துப்புரவாக வைக்கவும், இரவில் நகர்க் காவல் செய்யவும் நகர் பராமரிப்புக்கு வழிகோலப்பட்டது. வீட்டு எண்ணிக்கை எடுப்பதற்கும், வரி வசூலிப்பதற்கும் ஆங்கிலேய அதிகாரி நியமிக்கப்பட்டார். 1678ம் வருடம் முதல் வீட்டு வரி வசூலிக்கும் முறை மெட்ராஸில் அமல்படுத்தப்பட்டது.

"தமிழர்கள் வாழ்ந்த பகுதியில் 75 வீடுகளும், வெள்ளையர் குடியேறியிருந்த பாகத்தில் 115 வீடுகளும் இருப்பதாகக் கணக்கிட்டு, வீடு ஒன்றுக்குக் காலணா முதல் ஒரு பணம் வரை வரி விதிக்க முடிவு செய்யப்பட்டது.

ரிப்பன் பில்டிங்

ரிப்பன் பிரபு

- ஜார்ஜ் ஃபிரடெரிக் சாமுவேல் ராபின்சன் எனப் பெயர் கொண்ட ரிப்பன் பிரபு, 1880 முதல் 1884 வரை இந்தியாவின் கவர்னர் ஜெனரலாக இருந்தவர்.
- அன்று ஐரோப்பியர் சம்பந்தமான வழக்கை ஐரோப்பிய நீதிபதிதான் விசாரிக்க முடியும். இந்திய நீதிபதி விசாரிக்க முடியாது என்றிருந்தது. சர் சி. பி. இல்பர்ட் என்பவர் இந்த பாகுபாட்டைப் போக்க ஒரு மசோதா கொண்டுவந்தார். இதற்கு ஐரோப்பியர்கள் இடையே பலத்த எதிர்ப்பு கிளம்பியது. இருந்தும் இம்மசோதாவில் ரிப்பன் பிரபு திருத்தம் கொண்டுவந்தார்.
- பிறகு, உள்ளாட்சியில் பல்வேறு சீர்திருத்தங்கள் கொண்டுவந்ததால், 'உள்ளாட்சியின் தந்தை' எனப் போற்றப்பட்டார்.
- இவர் இறந்த 1909ம் ஆண்டுதான் மாநகராட்சி அலுவலகத்திற்கு அடிக்கல் நாட்டப்பட்டது. அதனால், அவரது பெயரே இந்தக் கட்டடத்துக்கு சூட்டப்பட்டது.

இதை எதிர்த்து மக்கள் கிளர்ச்சி செய்யவே, ஆட்சியாளர்கள் அத்திட்டத்தை சிறிது காலம் ஒத்திவைத்து பின்னர் நடைமுறைக்குக் கொண்டு வந்தனர்.

இப்போது வரி வசூலிப்பவனுக்கு 'குப்பைக்காரன்' என்று பெயர் தரப்பட்டது. இதற்கும் அவையிலுள்ள மூத்த வெள்ளை அதிகாரியே நியமிக்கப்பட்டார்!" என 'சென்னை மாநகர்' நூலில் குறிப்பிடுகிறார் எழுத்தாளர் மா.சு.சம்பந்தன்.

1678ம் ஆண்டு அங்கீகாரம் பெற்ற மதுக்கடைகளுக்கு மட்டுமே அனுமதி வழங்கப்பட்டன. ஓராண்டுக்கான உரிமம் 205 பகோடாக்கள். அன்றும் மதுக்கடைகளின் வருமானத்தை நம்பித்தான் அரசு இருந்தது! ஆனாலும், நகராண்மைச் செலவுகளுக்கு வரிப் பணம் போதவில்லை.

மக்கள்தொகை உயர, வேறு வழியில்லாமல் லண்டனிலுள்ள கம்பெனிக்கு இங்குள்ள ஆளுநர் கடிதம் எழுதினார். பதிலுக்கு கம்பெனியின் இயக்குநர்கள், 'வரிமூலம் சம்பாதிக்கும் சுலப முறைகளை விட்டுவிடக் கூடாது...' என அறிவுறுத்தினர்.

இதன் பிறகு கம்பெனியின் மேலாளர்கள் மெட்ராஸ்பட்டிணம் ஒரு மாநகராட்சியாக அறிவிக்கப்பட வேண்டுமென முடிவெடுத்தனர்.

1687ம் ஆண்டு டிசம்பர் மாதம் 30ம் நாள் ஆளுநரும், கிழக்கிந்தியக் கம்பெனியின் வணிகர்களும் சேர்ந்து மெட்ராஸ் நகருக்கான

மேயரையும், நகர்மன்ற உறுப்பினர்களையும் தெரிவுசெய்ய சாசனம் வெளியிட்டனர்.

'மக்கள்தொகை அதிகமுள்ள நகர்களுக்கு அந்த நகர்களை நிர்வகிக்க மாநகராட்சி அமைப்புகள் தேவையென நினைக்கிறோம். சிறு பிரச்னைக்கெல்லாம் ராணுவச் சட்டம் கொண்டு தீர்வு காண இயலாது.

கவலை தரும் சம்பவங்கள் அடிக்கடி நிகழ்கின்றன. புனித ஜார்ஜ் கோட்டையைச் சுற்றி பத்து மைல் தூரம் வியாபித்துள்ள இந்நகருக்கு மேயர், நகர்மன்ற உறுப்பினர்கள் மற்றும் நகரத்திலிருந்து தேர்ந்தெடுக்கப்படும் அங்கத்தினர்கள் அடங்கிய ஒரு மன்றத்தை அமைக்க முடிவெடுத்துள்ளோம்!' என்கிறது அச்சாசனம்.

பிறகு, 1688ம் ஆண்டு செப்டம்பர் 29ம் தேதி அப்போதைய எலிஹூ யேல் ஆட்சியில் முதல் நகராட்சி மன்றம் பிறந்தது. இது உருவாகக் காரணம் கிழக்கிந்தியக் கம்பெனியின் இயக்குனர்களில் ஒருவராக இருந்த சர் ஜோசையா சைல்டு. டச்சுக் கிழக்கிந்தியத் தீவுகளில் நடைபெற்றுவந்த நகராட்சி முறையை மாடலாகக் கொண்டு இங்கு ஏற்படுத்தினார்.

ஒரு மேயர், 12 நகர் உறுப்பினர்கள், 60 நகர அங்கத்தினர்கள் நியமிக்கப்பட்டனர். மேயராக நத்தானியேல் ஹிக்கின்சன் தேர்ந்தெடுக்கப்பட்டார். இவர்தான் சென்னையின் முதல் மேயர்!

நகர்மன்றக் கட்டடம் கட்டவும்; குற்றவாளிகளையும் வாங்கிய கடனைத் திருப்பித் தராதவர்களையும் அடைத்து வைக்க சிறைக் கூடம் உருவாக்கவும்; சிறைக் காவலர்களை நியமிக்கவும்; உள்ளூர் குழந்தைகளுக்கு ஆங்கில மொழியை எழுதப் படிக்கக் கற்றுத் தரும் பொருட்டு பள்ளிகள் அமைக்கவும் வரிகள் வசூலிக்கலாம் என அறிவுறுத்தப்பட்டது.

தவிர, அனைத்து சிவில் மற்றும் குற்றவியல் வழக்குகளை விசாரிக்கவும் மேயரின் நீதிமன்றத்துக்கு அதிகாரம் அளிக்கப்பட்டது.

மேயர் அவைக்கு வரும்போதும் போகும்போதும் இரு ஆங்கிலேயக் காவலர்கள் அவர் முன்னால் ஆளுக்கொரு வெள்ளித் தடிகளை ஏந்திச் செல்ல வேண்டும். மேயரும், உறுப்பினர்களும் சிவப்பு அங்கிகள் அணிந்துகொள்ள வேண்டும். அங்கத்தினர்கள் வெள்ளைநிற மேலாடைகள் அணிய வேண்டும். மேயருக்கும், உறுப்பினர்களுக்கும் அகன்ற குடைகள் பிடித்து வர வேண்டும் போன்ற விஷயங்களும் மேற்கொள்ளப்பட்டன.

மொத்தத்தில் அன்று நீதி, காவல், உள்ளூர் நிர்வாகம் எல்லாம் மாநகராட்சி வசமே இருந்தன.

பின்னர் 1721ம் ஆண்டில் மெட்ராஸ் கவர்னர் நிர்வாகக் குழுவில் கொண்டு வந்த தீர்மானத்தின்படி மேயர் மற்றும் உறுப்பினர்களை தேர்தல் மூலம் தேர்ந்தெடுக்க வழிமுறைகள் மேற்கொள்ளப்பட்டன.

இன்று...

- மெட்ராஸ் மாநகராட்சி அலுவலகம் முத்தியால்பேட்டையிலுள்ள எர்ரபாலு செட்டித் தெருவில் வாடகைக் கட்டடத்தில் செயல்பட்டு வந்தது. 1913ம் ஆண்டே ரிப்பன் கட்டடத்துக்கு மாறியது.
- இதை ஜி.எஸ்.டி ஹாரிஸ் என்ற கட்டடக்கலை நிபுணர் நியோ கிளாசிக் கல் பாணியில் வடிவமைக்க, லோகநாத முதலியார் கட்டினார்.
- 461 சதுர கிமீ தூரம் சென்னையின் மாநகராட்சி விரிந்து கிடக்கிறது.
- 2012 - 13ன் வருடாந்தர வரவு - செலவுத் திட்டத்தில் வரவு 1326.11 கோடியாகவும், செலவு 1232.97 கோடியாகவும் உள்ளது. உபரி வருவாய் 93.14 கோடி என்கிறது மாநகராட்சியின் இணையதள புள்ளி விவரம்.

1726ல் முதலாம் ஜார்ஜ் மன்னர் வெளியிட்ட ஆணைப்படி மாநகராட்சி மறுசீரமைப்பு செய்யப்பட்டது. கூடுதல் அதிகாரமும் வழங்கப்பட்டது.

பிரஞ்சு அரசு மெட்ராஸைக் கைப்பற்றியபோது மாநகராட்சி இயங்காமல் போனது. இதன்பிறகு மாநகராட்சியின் அடுத்தகட்ட வளர்ச்சி 1792ல் நடந்தது.

வீட்டு வாடகையின் ஆண்டு மதிப்பில் நூற்றுக்கு 5 சதவீதம் வரியை இந்தியக் குடிகளிடமிருந்து வசூலிக்கும்படி இங்கிலாந்து பாராளுமன்றச் சட்டம் கம்பெனிக்கு அதிகாரம் அளித்தது. தவிர, அமைதிக் காவலர் எனப்படும் நீதிபதியும் நியமிக்கப்பட்டார்.

பின்னர், 1801ல் மேயர் மற்றும் மாநகராட்சி உறுப்பினர் பதவிகள் ஒழிக்கப்பட்டன. மேயர் நீதிமன்றத்தை, பதிவாளர் நீதிமன்றம் எடுத்துக்கொண்டது. 1856ம் ஆண்டில் இந்த அமைதிக் காவலர் முறையும் ஒழிக்கப்பட்டு மூன்று ஆணையர்கள் நியமிக்கப்பட்டனர்.

“நிலவரி அதிகமாக விதித்துக்கொள்ள சட்டம் இயற்றப்பட்ட தால் வீட்டு வரி நூற்றுக்கு 5 சதவீதம் என்பதிலிருந்து ஏழரை சதவீதமாக உயர்ந்தது. வண்டிகளுக்கும், மாடுகளுக்கும் வரி போடப்பட்டது. 1863ல் வர்த்தக வரி, உத்தியோக வரி, சுங்கவரி முதலியன போட்டுக் கொள்ளவும் சட்டம் இடம் தந்தது. இது வரையில் மாநகராட்சி நிர்வகித்துவந்த போலீஸ் துறை நீக்கப்பட்டு அதை அரசாங்கம் ஏற்றுக்கொண்டது...” என்கிறார் மா.சு.சம்பந்தன்.

பிறகு, மெட்ராஸ் எட்டு தொகுதிகளாகப் பிரிக்கப்பட்டு ஒவ் வொன்றுக்கும் நான்கு ஆணையாளர்களை நகர மக்களிலிருந்தே அரசு நியமித்தது. மொத்தமுள்ள 32 ஆணையாளர்கள் சேர்ந்து விவா திக்கும் கூட்டத்துக்கு ஒரு நிர்வாக அதிகாரி தலைமை வகித்தார்.

பின்னர், 1878ல் கொண்டு வரப்பட்ட சட்டம் இந்த 32 பேரில் 16 பேர் வரி செலுத்துவோரிலிருந்து நியமிக்கப்பட வேண்டும் என்றது.

பில் கலெக்டர்ஸ்

தொடர்ந்து 1884ல் நகர உள்ளாட்சிச் சட்டம் கொண்டு வரப்பட்டது. பொது சுகாதாரம், பாதுகாப்பு, ஆரம்பக் கல்வி மற்றும் கழிப்பிட வசதிகள் போன்றவற்றிற்கு உள்ளாட்சி வருவாயைப் பயன்படுத்தலாம் என்றது இந்தச் சட்டம்.

1904ல் நகராட்சி ஆணையாளர்கள் 32 என்பதிலிருந்து 36 ஆகவும், பின்னர் 50 ஆகவும் உயர்த்தப்பட்டனர். அத்துடன் இவர்கள், 'கவுன்சிலர்' என அழைக்கப்பட்டனர்.

இதனால், மெட்ராஸ் வட்டம் முப்பதாகப் பிரிக்கப்பட்டு 30 கவுன்சிலர்கள் தேர்ந்தெடுக்கப்பட்டனர். மீதி 20 கவுன்சிலர்கள் நியமனம் மூலமாகவும், நிறுவனங்கள் வழியாகவும் தேர்வு செய்யப்பட்டனர். உறுப்பினர்கள் அவர்களுக்குள் ஒருவரை சபைத் தலைவராகத் தேர்ந்தெடுக்க வேண்டும்.

இப்படி முதன்முதலாக தேர்ந்தெடுக்கப்பட்ட தலைவர் நீதிக் கட்சியைச் சேர்ந்த சர்.பி.தியாகராய செட்டியார்!

1933ல் சபைத் தலைவரை மேயர் என அழைக்கும் மசோதா நிறைவேற்றப்பட்டது. மீண்டும் மேயர் பதவி கொண்டு வரப்பட்டது. முதல் மேயராக குமாரராஜா எம்.ஏ.முத்தையா செட்டியார் தேர்ந்தெடுக்கப்பட்டார்.

மூன்றாண்டுகள் கழித்து துணை மேயர் பதவி உருவாக்கப்பட்டது. முதல் துணை மேயராக பக்தவத்சலம் தேர்ந்தெடுக்கப்பட்டார்.

சுதந்திரத்துக்குப் பிறகு நூறு வட்டங்களாகப் பிரிக்கப்பட்டு தேர்தல் நடத்தப்பட்டது. இப்போது 15 மண்டலங்கள், 200 வார்டுகள், 200 கவுன்சிலர்களுடன் இயங்கிவருகிறது கிரேட் சென்னை மாநகராட்சி!

✶ ✶ ✶

பஞ்சங்களும் பட்டினிச் சாவுகளும்

இன்றைய தலைமுறைக்கு மட்டுமல்ல, கடந்த தலைமுறைக்கும் கூட பஞ்சத்தின் கோரமுகம் பற்றி தெரிந்திருக்காது. '1960களில் கோதுமைக்கஞ்சி குடித்து பசியைப் போக்கினோம்...' என தாத்தாக்கள் சொல்லக் கேட்டிருப்போம். அவ்வளவுதான்.

ஆனால், அன்று உணவுப் பஞ்சம் மனித உடல்களை கொஞ்சம் கொஞ்சமாக வதைத்து அணுஅணுவாக சித்ரவதை செய்து உயிரைக் குடித்த கதை வரலாற்றுச் சோகம். மனைவிமார்கள் கணவர்களை விட்டுப் பிரிந்து சென்றனர். பணியாளர்கள் எஜமானர்களை விட்டு ஓடிப்போனார்கள். குடும்பங்கள் வெளிநாட்டு ஏஜென்ட்களுக்கு அடிமையாக விற்கப்பட்டனர்.

எல்லாவற்றுக்கும் காரணம் ஒன்றே ஒன்றுதான். அது பஞ்சம். சிங்காரச் சென்னை என மார்தட்டும் அன்றைய மெட்ராஸின் பஞ்ச வரலாற்றை இங்கே நினைவுகூர வேண்டியது அவசியம்.

ஆங்கிலேயர்கள் கோட்டை எழுப்பி வணிகத்தைத் தொடங்கிய திலிருந்து சந்தித்த பஞ்சங்களும் பட்டினிச்சாவுகளும் பட்டியல் இடமுடியாதவை! பருவமழை பொய்த்ததும், போர்களும் இதற்கு முக்கிய காரணங்கள்.

1646 - 1908ஆம் ஆண்டு வரை கிட்டத்தட்ட பதினான்கு பஞ்சங்களை மெட்ராஸ் சந்தித்தது. குறிப்பாக, 1781ம் வருடமும், 1876ம் வருடமும் ஏற்பட்ட பஞ்சங்கள் கொடூரத்தின் உச்சம். இதில்

பல்லாயிரக்கணக்கான மக்கள் பரிதாபமாக மடிந்துபோயினர். இதனாலேயே சத்திரங்களும், கஞ்சித் தொட்டிகளும், நிவாரணக் குழுக்களும் தொடங்கப்பட்டன.

முதல் பஞ்சம் 1646ல் ஏற்பட்டது. பட்டினியால் 3 ஆயிரம் பேர் இறந்தனர். சாந்தோமில் இருந்த போர்ச்சுகீசியர்களின் குடியிருப்பில் மட்டும் 15 ஆயிரம் பேர் மடிந்தனர். கோட்டையில் உணவுப் பொருட்களுக்குத் தட்டுப்பாடு ஏற்பட, மசூலிப்பட்டிணத்தில் இருந்த வணிக மையத்துக்கு முறையீடு செய்தனர்.

அங்கு பதில் கிடைக்காததால் சூரத்தில் இருந்த ஆங்கிலேயர்களுக்கு உதவும்படி செய்தி அனுப்பினர். அதில், "அரிசியை மட்டும் வைத்துக்கொண்டு சமாளிக்கும் நிலைமைக்கு தள்ளப்பட்டுள்ளோம். இங்கு வாங்குவதற்கு ஒன்றுமே இல்லை. வீட்டுத் தேவைகளுக்குக் குறைந்தது பத்து மூட்டை கோதுமையாவது அனுப்பி வைக்கவும்..." என உருக்கமாக எடுத்துரைத்தனர்.

பிறகு, சூரத்திலிருந்து 'Endeavour', 'Francis' என்ற இரண்டு கப்பல்களில் அரிசி மூட்டைகள் வந்து சேர்ந்தன.

இதற்குள், 'சிண்ட்ஸ்' பருத்தித்துணியிலும், மற்றவற்றிலும் முதலீடுகள் குறைந்தன. நெசவாளர்களின் எண்ணிக்கையும் குறைந்துபோனது. இந்நிலைமை சீரடைய இரண்டாண்டுகள் பிடித்தன. இதற்குள் துணி வணிகத்திலிருந்து அரிசி இறக்குமதி வணிகத்துக்கு மெட்ராஸ் வணிகர்கள் மாறியிருந்தார்கள்.

மறுபடியும், 1658ல் பஞ்சம் ஏற்பட்டபோது அது மெட்ராஸை பெரிதாகப் பாதிக்கவில்லை. மீண்டும், 1686ல் மெட்ராஸில்

↘ ஒருவேளை உணவுக்காக நடக்கும் சமையல் பணி

பஞ்சம் ஏற்பட்டது. 17ம் நூற்றாண்டின் இந்தக் கடைசிப் பஞ்சம், 35 ஆயிரம் பேரை காவு வாங்கியது. ஆறாயிரம் குடும்பங்கள் வேறு இடங்களுக்குக் குடிபெயர்ந்தன. பஞ்சத்தில் தப்பிப் பிழைத்தவர்கள் தொற்றுநோயால் இறந்தனர்.

இந்தத் தொற்றுநோய் ஏற்படக் காரணம், பஞ்சத்தில் இறந்தவர்களின் உடல்கள் அடக்கம் செய்யப்படாமல் ஆங்காங்கே சிதறிக் கிடந்ததிலிருந்து வந்த துர்நாற்றம்தான்.

ஆனால், வடஇந்தியாவுடன் ஒப்பிடும்போது மெட்ராஸில் ஏற்பட்ட பாதிப்பு குறைவு. காரணம், நிவாரண நடவடிக்கைகளை இங்கிருந்த கிழக்கிந்தியக் கம்பெனி உடனடியாக எடுத்ததுதான். "ஏழைமக்கள் நிறைய பேர் உணவில்லாமல் தினந்தோறும் தெருக்களில் செத்து மடிகின்றனர். அவர்களுக்கு அரிசி வழங்க கம்பெனி அக்கவுண்ட்டுக்கு நூறு பகோடாக்கள் வழங்கப்பட்டுள்ளது..." எனக் கம்பெனியின் குறிப்புகளில் உள்ளதாக, '*Madras Tercentenary Commemoration Volume*' நூலில் சொல்கிறார் அண்ணாமலைப் பல்கலைக்கழகப் பேராசிரியர் பி.வி.நாராயணசாமி நாயுடு.

இதன்பிறகு, 1718, 1728ல் பஞ்சங்கள் வந்தாலும் பாதிப்பு ஏற்படாமல் சமாளித்துவிட்டனர். ஆனால், 1736ல் ஏற்பட்ட பஞ்சம் அப்படி இருக்கவில்லை. உயிரிழப்புகள் இல்லை என்றாலும் நிறைய படிப்பினைகளைக் கற்றுக் கொடுத்தது.

விலைவாசிகள் மிகவும் உயர்ந்தன. உணவுப்பொருட்களின் விலை நூறு சதவிகிதம் அதிகரித்தது. முதன்முறையாக கவர்னராக வந்த ஜி.எம்.பிட் பஞ்சங்களுக்குக் காரணம், 'ஆட்சியில் இருந்த மொகலாயர்கள் நீர்ப்பாசனப் பணிகளை நிராகரித்ததுதான். ஏரிகள் தூர்ந்துவிட்டன. வயல்கள் தரிசாகக் காய்ந்து கிடக்கின்றன...' என்றார்.

அந்நேரம் கிராமப்புற மக்கள் நகரத்திலாவது உணவு கிடைக்குமா என ஏங்கியபடி மெட்ராஸை நோக்கிப் படையெடுத்தனர். இதனால், தெருக்களில் வழிப்பறி அதிகரித்தது. பலர் பொருட்களைச் சூறையாடவும் செய்தனர்.

இதனால் கம்பெனி சில நடவடிக்கைகளை நகரத்துக்குள் எடுத்தது. முதலாவதாக, தானிய வியாபாரிகள் சூழ்நிலையைப் பயன்படுத்தி விலையேற்றம் செய்ததைத் தடுத்தது. கம்பெனியே விற்பனை விலையை நிர்ணயம் செய்தது. தேவைக்கு மேல் தானியங்களைச் சேமித்துக் கொள்ள அனுமதிக்கப்படவில்லை. பதுக்கி வைக்கப்பட்டவை பறிமுதல் செய்யப்பட்டன. ஆனால், விரைவிலேயே இந்த உத்தரவுகளைத் திரும்பப்பெற்றது கம்பெனி.

பிறகு, அடுத்த ஆண்டு 'தானியக் குழு' ஒன்றை அமைத்து, தானிய விற்பனையைக் கண்காணித்தது. அளவுக்கதிகமாக அரிசியோ, நெல்லோ வைத்திருந்தால் அதை அரசாங்கத்திடம் ஒப்படைத்து

விட வேண்டும் என்றும், இல்லையெனில் கடுமையான அபராதம் விதிக்கப்படும் என்றும் அறிவித்தது.

மேலும், பதுக்கி வைத்திருப்பவர்கள் பற்றி தகவல் சொல்லும் இன்ஃபார்மர்களுக்கு 35 ரூபாய் சன்மானமும் அளிக்கப்பட்டது. இதைத் தொடர்ந்து தானிய விற்பனையும், விலையும் ஒழுங்கு படுத்தப்பட்டன.

அதன்பிறகு 1781ல் மெட்ராஸ் அதுவரை சந்திக்காத ஒரு பயங்கர பஞ்சத்தை எதிர்கொண்டது. இரண்டாம் மைசூர் போர் நடந்த நேரம். ஹைதர் அலியால் நிறைய சேதம் ஏற்பட்டது. பயிர்கள் தீ வைத்துக் கொளுத்தப்பட்டன. மக்களால் அமைதியாக விவசாயம் செய்ய முடியவில்லை.

இதனால் தானிய இறக்குமதிக்கான வரி நீக்கப்பட்டது. ஆனாலும், 1781ல் மார்ச் மாத இறுதியில் மெட்ராஸ் நகரில் 42 நாட்களுக்கு மட்டுமே தானியம் கையிருப்பு இருந்தது.

இதனால், ரேஷன் முறை கொண்டு வரப்பட்டு காவல்துறை கண் காணிப்பாளர் மூலம் ஒரு சுற்றறிக்கை விடப்பட்டது. அதன்படி, கோட்டையிலும், கருப்பர் நகரிலும் உள்ள குடும்பத்திலுள்ள நபர்க ளின் எண்ணிக்கை கொடுக்கப்பட வேண்டும். இதனால், உள்ளூரில் தங்கியிருந்த வெளியாட்கள் அப்புறப்படுத்தப்பட்டனர்.

பிறகு, மீண்டும் தானியக்குழு அமைக்கப்பட்டு விலை நிர்ணயம், பதுக்கல்காரர்களுக்கு அபராதம் போன்ற பணிகள் மேற்கொள்ளப் பட்டன. ஆறு லட்சம் மக்களுக்குத் தேவையான 400 மூட்டைகள் அரிசி தினமும் கம்பெனியின் குடோனிலிருந்து தானியக் குழுவுக்கு அளிக்கப்பட்டது. அவர்கள் அதை சலுகை விலையில் மக்களிடம் விற்றனர். இதில், ஒழுங்கு விதிகளை மீறும் வியாபாரிகளுக்குத் தண்டனைகளும் தரப்பட்டன.

மெக்கார்ட்னி, புதிய கவர்னராக நியமிக்கப்பட்டார். இவர், இந்தியாவின் கவர்னர் ஜெனரல் மூலமாகவும் தனியார் வியாபாரி கள் வழியாகவும் வங்காளத்திலிருந்து அதிகளவில் தானியங்களை வரவழைத்தார்.

அரிசியை ஏற்றிக் கொண்டு ஏராளமான கப்பல்கள் மெட்ராஸ் துறைமுகம் வந்து சேர்ந்தன. ஆனால், இங்குள்ள பேராசை பிடித்த வணிகர்கள், சில கோரிக்கைகளை கவர்னர் முன் வைக்க, இறக்கு மதி நிறுத்தப்பட்டது.

மெட்ராஸுக்கு அது போதாத காலம். இயற்கை, வணிகர் களுடன் மக்களையும் சேர்த்து தண்டித்தது.

ஒரு பெரிய புயல் மெட்ராஸைத் தாக்கியது. ஒரே நாள் இரவில் சுமார் 70 கப்பல்கள் கரை ஒதுங்கின. டிசம்பர் மாதத்தில் வெறும் ஆறு வாரங்களுக்கான தானியங்களே கையிருப்பில் இருந்தன.

1782ம் ஆண்டு மிகுந்த துயரத்துடன் தொடங்கியது. அரசு

↘ கடற்கரையில் குவிக்கப்பட்டுள்ள தானிய மூட்டைகள் (1877)

மேற்கொண்ட நிவாரண நடவடிக்கையோடு தனியார் அறக்கட்டளைகளும் கைகோர்த்தன. பஞ்சமே இப்படியான அறக்கட்டளைகள் தோன்றக் காரணமாயின.

ஸ்டான்லி மருத்துவமனை எதிரிலிருக்கும் மணியக்காரர் சத்திரம் இந்தப் பஞ்சத்தின்போது உருவானதுதான்.

கோட்டையிலிருந்த புனித மேரி சர்ச் காப்பாளர்களும், பொது மக்களும் இணைந்து பஞ்ச நிவாரண நிதி வசூலித்தனர். ஐரோப்பியர்கள், போர்த்துக்கீசியர்கள், இந்துக்கள் எனப் பதினைந்து பேர் கொண்ட பஞ்ச நிவாரணக் குழு அமைக்கப்பட்டது. இதற்கு, 'மெட்ராஸ் உள்ளூர் ஏழைமக்கள் நிதி மேலாண்மைக் குழு' எனப் பெயரிடப்பட்டது. ஆனாலும் உணவின்றி தினம் தினம் தெருக்களில் ஏழை மக்கள் செத்து மடிந்தனர்.

இதனால், பஞ்சம் இல்லாத வடபகுதிகளில் மக்களை இடம் பெயரச் செய்ய வேண்டும் என பஞ்ச நிவாரணக் குழு யோசனை சொன்னது. அதன்படி நடவடிக்கையும் எடுக்கப்பட்டது. இப்போது தானிய வணிகத்தை அரசே ஏற்றுக்கொண்டது. இதற்கு பலத்த எதிர்ப்பு கிளம்ப, ஆறில் ஒரு பகுதி சரக்குகளை தனியாருக்கு விட்டுக் கொடுத்தது. 1783ம் வருடம் இந்தப் பஞ்சம் தெளிந்தது.

பின்னர், 1805ல் ஏற்பட்ட பஞ்சத்தில் 3,225 பேரும், 1806ல் 4,902 பேரும், 1807ல் 17 ஆயிரத்து 207 பேரும் மடிந்தனர்.

இதன்பிறகு, மெட்ராஸை கடுமையாகத் தாக்கிய பஞ்சம் 1876ல் ஏற்பட்டது. இதைத் 'தாது வருட பஞ்சம்' என்கின்றனர். இன்று வரையில் வரலாற்றில் பேசப்பட்டு வரும் பஞ்சம் இதுவே! தென்னிந்தியாவைப் பாதித்த இந்தப் பஞ்சத்தில் மட்டும் சுமார்

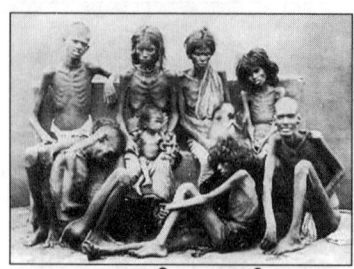

↘ பஞ்சத்தின் சாட்சியாக ஒரு குடும்பம்

50 லட்சம் மக்கள் பட்டினியால் உயிரிழந்தனர்.

அன்று இந்திய பஞ்ச நிவாரண நிதிச் செயலாளராக இருந்த வில்லியம் டிக்பை, *'The famine campaign in Southern India'* என்ற நூலில் பஞ்சத்தின் போது மெட்ராஸ் நிலையைப் பற்றி இவ்வாறு குறிப்பிடுகிறார்.

''சில செல்வந்தர்கள் பட்டினியால் வாடிய ஏழைகளுக்கு உணவு வழங்கினர். இந்தச் செய்தி பல பகுதிகளுக்கும் பரவ, வட ஆற்காட்டிலிருந்து நிறைய பேர் மெட்ராஸில் குவிந்தனர்.

அவர்கள், மலை மலையாக அரிசி குவிந்து கிடப்பது போலவும், அங்கே போனால் பங்கிட்டுக்கொள்ளலாம் எனவும் எண்ணியுள்ளனர். ஆனால், நிலைமையோ வேறு. இங்கு பத்து இந்து சமூக மனிதர்கள் 11,400 பேர்களுக்கு ஒரு வேளை உணவு வழங்கிவந்தனர்.

பீச்சில் மெலிந்த தேகம் கொண்ட பலர் தானிய வண்டிகளில் இருந்து கீழே விழும் தானியங்களுக்காகக் காத்து நின்றனர். அப்படிக் கீழே விழும் தானியங்கள் தானாக விழவில்லை என்பது குறிப்பிடத்தக்கது. ஒவ்வொரு தெருவிலும் பட்டினியால் நேரும் இறப்பு அதிகரித்தது...'' என்கிறார்.

இச்சமயத்தில்தான் பக்கிங்ஹாம் கால்வாய் வெட்டப்பட்டது. இதில் பணிபுரிபவர்களுக்கு ஒருவேளை உணவு வழங்கப்பட்டது. இதன் தொடர்ச்சியாகத் துறைமுகம் உருவாக்கப்பட்டதிலும் நிறைய பேர் பணிகள் செய்து பசியைப் போக்கிக்கொண்டனர்.

பிறகு, 1896 – 97லும், பின்னர் முதல் உலகப் போரை ஒட்டியும் ஒரு பஞ்சம் வந்தது. ஆனால், பெரிய பாதிப்புகள் ஏதும் நிகழவில்லை.

இன்றும் நாம் ஒருவரை ஒருவர் சந்திக்கும்போது, 'சாப்பிட்டாச்சா' என விசாரிக்கிறோம். இந்த நடைமுறை கூட பஞ்ச காலத்தில் உருவானதாகச் சொல்வார்கள்.

இப்போது உணவுப் பஞ்சம் இல்லை என்றாலும் கூட அழிந்து வரும் நம் விவசாயத்தால் எதிர்காலத்தில் பஞ்சம் எட்டிப் பார்க்கலாம்.

* * *

கருப்பர் நகரும் சுவர் வரியும்

பிளாக் டவுன்... இப்படித்தான் அன்று இந்தியர்கள் வாழ்ந்த மெட்ராஸ் பகுதியை ஆங்கிலேயர்கள் குறிப்பிட்டு அழைத்தனர்.

அன்று பிளாக் டவுன், இன்று உயர்நீதிமன்றமும், சட்டக் கல்லூரியும் இருந்த இடத்தில் பரந்திருந்தது. சென்னகேசவப் பெரு மாள் கோயிலும் இங்கேயே வீற்றிருந்தது.

1710ல் அன்றைய கவர்னர் தாமஸ் பிட் வெளியிட்ட வரை படத்தில் இந்தப் பழைய பிளாக் டவுனைப் பார்க்கலாம்.

இதற்கு வடக்கில் முத்தியால்பேட்டையும், மேற்கில் பெத்த நாயக்கன் பேட்டையும் இருந்தன. அதாவது இன்று ஐகோர்ட் எதிரிலிருக்கும் பகுதி அன்று முத்தியால்பேட்டையாகவும், மின்ட் தெரு உள்ள பகுதி பெத்த நாயக்கன் பேட்டையாகவும் இருந்தன. இந்த இரண்டு பேட்டைகளுக்கும் மத்தியில் கம்பெனியின் தோட்டங்கள் இருந்தன.

பிளாக் டவுனில் தமிழர்கள் மட்டுமல்ல, 'ஜென்டூஸ்' என ஆங்கிலேயர்களால் அழைக்கப்பட்ட தெலுங்கர்களும் அதிகளவில் இருந்தனர்.

பேட்டை பகுதிகளில் நெசவாளர், தச்சர், குயவர், முடி திருத்து பவர், சலவைத் தொழிலாளர், மீனவர் என மற்ற தொழிலாளர் களும் குடும்பங்களும் வசித்தனர்.

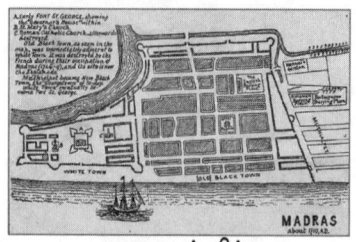

↘ தாமஸ் பிட்
வெளியிட்ட வரைபடம்

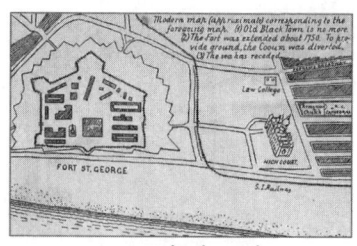

↘ கருப்பர் நகர்
இடிக்கப்பட்டபின் (வரைபடம்)

ஆரம்பத்தில் பழைய பிளாக் டவுனில் எந்தப் பாதுகாப்பு அரண்களும் அமைக்கப்படவில்லை. முதலில் மண்சுவரும், பின்னர் கல் சுவரும் கட்டப்பட்டன.

ஆங்கிலேயர்கள் வாழ்ந்த கோட்டைப் பகுதி, 'வொயிட் டவுன்' என அழைக்கப்பட்டது. இந்த வெள்ளையர் நகரிலும் கம்பெனியில் பணியாற்றிய பிரிட்டிஷார் மட்டும் இருக்கவில்லை. கம்பெனியால் அங்கீகரிக்கப்பட்ட மற்ற நாட்டவர்களும் இருந்தனர். குறிப்பாக, போர்த்துக்கீசியர்களும், மயிலாப்பூரிலிருந்து வந்த ஐரோப்பிய - ஆசிய கலப்பினத்தவர்களும், இந்திய கிறிஸ்துவர்களும் அடக்கம்.

இதனால் வெள்ளையர் நகரம் 'கிறிஸ்டியன் டவுன்' என்றும் சொல்லப்பட்டது. அன்று கம்பெனி முகவர்கள் பல இன மக்களை மெட்ராஸுக்குள் குடியேற ஊக்கப்படுத்தினர்.

அப்படி வந்தவர்களில் ஆர்மேனியர்கள் முக்கியமானவர்கள். இவர்கள் ஆங்கிலேயர்கள் வருவதற்கு பல வருடங்களுக்கு முன்பே இங்கே வணிகத்தில் ஈடுபட்டுவந்தனர். அவர்கள் இருந்த பகுதி ஆர்மேனியன் தெரு எனப்பட்டது. இன்றும் அந்தத் தெருவை அதே பெயரில் சென்னை ஐகோர்ட் எதிரில் காணலாம். 1712ல் எழுப்பப்பட்ட இவர்களின் தேவாலயத்தையும் பார்க்கலாம்.

இதில், கோஜா பெட்ரூஸ் உஸ்கான் என்ற ஆர்மேனிய வணிகரைப் பற்றிச் சொல்ல வேண்டும். சுமார் நாற்பது ஆண்டுகள் மெட்ராஸில் வசித்த இந்த மாமனிதர்தான் சைதாப்பேட்டையையும், கிண்டியையும் இணைக்கும் மர்மலாங் (இன்று மறைமலையடிகள்) பாலத்தைக் கட்டியவர்! மட்டுமல்ல, செயிண்ட் தாமஸ் மவுண்டின் மலை உச்சியிலுள்ள தேவாலயத்துக்குச் செல்லும் 134 மலைப் படிகளையும் அமைத்தவர்!

இதேபோல், மின்ட் தெருவில் யூதர்கள் வசித்தனர். இதில், பிரிட்டிஷாருடன் வந்தவர்களும், போர்த்துகீசியர்களுடன் வந்தவர்களும் இருந்தனர். இவர்கள் அனைவரும் வைர வியாபாரிகள். வட்டிக்குக் கடன் கொடுப்பவர்களாகவும் இருந்தனர்.

பிரிட்டிஷ் யூதர்கள் கோல்கொண்டா வைரங்களை

கருப்பர் நகரின் சுவர்

அன்றைய கருப்பர் நகரம்

எஇங்கிலாந்துக்கு ஏற்றுமதி செய்ய, பதிலுக்கு அங்கிருந்து வெள்ளியும், பவளமும் இறக்குமதியாயின. இந்தியர்களிடையே பவளத்துக்கு இருந்த டிமாண்டே இதற்குக் காரணம்.

இதனாலேயே பவளக்காரத் தெரு உருவானது. பின்னாளில் யூதர்கள் இங்கிருந்து நகர, அந்த இடத்தை நாட்டுக்கோட்டை செட்டியார்கள் எனப்படும் நகரத்தார்கள் பிடித்தனர் என *'The Story of Madras'* நூலில் க்ளின் பார்லோ குறிப்பிடுகிறார்.

அடுத்ததாக முஸ்லிம்கள் நிறைந்த மூர் தெரு. இன்றும் ஜார்ஜ் டவுனில் இந்தத் தெரு உள்ளது. அன்று ஆங்கிலேயர்கள் முஸ்லிம்களை *Moors* என்றே அழைத்தனர். இவர்களில் ஒருசிலரே பழைய பிளாக் டவுனில் வசித்தனர். ஏனெனில், ஆங்கிலேயர்கள் முஸ்லிம்களின் குடியேற்றத்தை விரும்பவில்லை.

காரணம், கோல்கொண்டா அரசு, நவாப் ஆஃப் கர்நாடிக், மைசூரின் ஹைதர் அலி, திப்பு சுல்தான் எனப் பல முஸ்லிம் மன்னர்களின் படையெடுப்புகள்தான்.

இதனால், முஸ்லிம்கள் பிளாக் டவுனில் நிலங்களை வாங்குவது தடுக்கப்பட்டது. இச்சூழல் ஆற்காடு நவாப் ஆன வாலாஜா, பிரிட்டிஷாருடன் இணக்கமானபிறகு மாறியது. அவர் இங்கே சேப்பாக்கம் மாளிகை கட்டியதும், அவரைத் தொடர்ந்து வந்த முஸ்லிம்கள் மெட்ராஸில் குடியேறினர்.

சரி, பிளாக் டவுனில் எப்படி ஐகோர்ட் வந்தது?

1746ம் வருடம் நடந்த பிரஞ்சுப் படையெடுப்பே காரணம். மூன்று வருடங்கள் மெட்ராஸ் பிரஞ்சு வசமானது. போரின் போது பிளாக் டவுனின் பல பகுதிகளை அழித்தொழித்தது பிரஞ்சுப் படை.

பிறகு, 1759ல் மீண்டும் பிரஞ்சுப் படை மெட்ராஸை முற்றுகையிட... பாதுகாப்பு தேவையென உணர்ந்தனர் ஆங்கிலேயர்கள். இதனால், பிளாக் டவுனை மொத்தமாக அப்புறப்படுத்தி, முத்தியால் பேட்டைக்கும், பெத்தநாயக்கன் பேட்டைக்கும் மாற்றி இடத்தைக் காலியாக்கினர். இது நியூ பிளாக் டவுன் என்றானது.

1906ல் மன்னர் ஐந்தாம் ஜார்ஜின் மெட்ராஸ் விசிட்டுக்குப் பின் அவர் நினைவாக இந்த இரண்டு பேட்டைகளும் ஜார்ஜ் டவுன்

யானைக் கவுனியும், திருப்பதி குடையும்!

வடசென்னையின் பிரதான விழா திருப்பதி குடை ஊர்வலம். ஒவ்வொரு வருடமும் திருப்பதி பிரம்மோத்சவத்தின்போது தமிழக மக்கள் சார்பாக திருமலை ஸ்ரீவெங்கடேசப் பெருமாளுக்கு 11 அழகிய வெண்பட்டு குடைகள் ஊர்வலமாக எடுத்துச் செல்லப்பட்டு சமர்ப்பிக்கப்படுகிறது.

இதற்கான பணிகள் சென்னகேசவபெருமாள் கோயிலில் நடக்கும். அங்கிருந்து தொடங்கும் ஊர்வலம் சுமார் 4 மணியளவில் கவுனி தாண்டும்.

இந்நிகழ்வு பற்றி 'மெட்ராஸ் நல்ல மெட்ராஸ்' நூலில் எழுத்தாளர் தமிழ்மகன் இவ்வாறு குறிப்பிடுகிறார்.

"இந்தத் திருப்பதி குடை யானைக் கவுனியைத் தாண்டுவதை ஒரு பரபரப்புச் செய்தியாகவே பேசுகிறார்கள். குடை ஓட்டேரியையோ, அயனாவரத்தையோ தாண்டுவது முக்கியம் இல்லையா? என்று சிறுவயதில் கேட்பேன். யாரும் எனக்கு பதில் சொன்னது இல்லை. எல்லோருமே கவுனி தண்டிவிட்டதா என்று சம்பிரதாயமாகக் கேட்டுவிட்டு திருப்தியாக இருப்பார்கள்.

ஒரு காலத்தில் ஏழுமலையான் யானைக் கவுனியில் யாரிடமோ கல்யாணத்துக்காகக் கடன் வாங்கியிருந்தாராம். அதனால், அந்தப் பகுதி வரும்போது நிற்காமல் குடையைத் தூக்கிக்கொண்டு ஓடி வந்துவிடுவார்களாம். இது பல நூறு வருடங்களாக நடந்து வரும் சம்பிரதாயம் என்கிறார்கள்.

திருப்பதி ஏழுமலையான் தன் கல்யாணத்துக்காக குபேரனிடம் கடன் வாங்கி அதை இன்னமும் அடைத்துவருகிறார் என்பது எல்லோருக்கும் தெரிந்த கதை. அவர் யானைக் கவுனியில் கடன்பட்டது இந்தப் பகுதி வாழ் மக்களுக்கு மட்டுமே தெரிந்த கதை.

அன்று வால்டாக்ஸ் ரோட்டில் இருக்கும் யானைக் கவுனி வாயில் வழியாகத்தான் வரி செலுத்திவிட்டு வாகனங்கள் பிரயாணிக்கும்.

திருப்பதி குடைகள் செல்லும்போது அந்த வாயில் அருகே ஏதோ பிரச்னை இருந்திருக்கிறது. அதைக் கடப்பது ஏதோ ஒரு வகையில் சிரமமானதாக இருந்திருக்கும். அதனால்தான் இன்னமும் மக்கள், 'குடை யானைக் கவுனியைக் கடந்துவிட்டதா' என்று விசாரித்துக்கொண்டிருக்கிறார்கள்.

அல்லது ஒவ்வொரு தடவையும் அந்த இடத்தைக் கடக்கும் போது அதற்கு வரி வசூலிப்பதா, வேண்டாமா என்பதில் சிக்கல் இருந்திருக்கலாம். குடைகளுடன் மக்கள் கூட்டமாக, வேகமாக அதைக் கடப்பதை வழக்கமாக்கியிருக்கலாம். இது என் யூகம் மட்டுமே!" என்கிறார்.

எனப் பெயர் மாற்றம் பெற்றன.

பழைய பிளாக் டவுனில் எந்தக் கட்டடமும் கட்டக்கூடாது என்பதற்காக 13 தூண்களை நிறுவினர். இதில், ஒரு தூண் மட்டும் இன்றும் வேர்ஹவுஸ் பக்கம் பார்க்கலாம். இதனுடன் அங்கிருந்த சென்னகேசவ பெருமாள் கோயில் இடிக்கப்பட்டது.

புதிதாக கோயில் கட்ட பெத்தநாயக்கன் பேட்டை பக்கமாக இடமும், கோயில் கட்ட பணமும் ஆங்கிலேயர்கள் கொடுத்தனர். அப்போது மணலி முத்துகிருஷ்ணன் என்கிற துபாஷியும் ஆங்கிலேயர்கள் கொடுத்த பணத்துக்கு இணையாகப் பணம் கொடுக்க அதைக்கொண்டு கோயில் கட்டினர்.

இப்போது தேவராஜ முதலித் தெருவில் இருக்கிறது இந்தக் கோயில். இதனுடன் சென்ன மல்லீஸ்வரர் கோயிலும் கட்டப்பட்டது. இதனாலேயே பின்னாளில் ஐகோர்ட் கட்ட இடம்கிடைத்தது.

சுவர் வரி?

எதிரிகள் வருவதைக் கோட்டையிலிருந்து பார்க்கும்படி ஆங்கிலேயர்கள் அந்த இடத்தைக் காலியாகவே வைத்திருந்தனர். பின்னர் 1767ல் மைசூர் போரில் கிட்டத்தட்ட மெட்ராஸ் ஹைதர் அலி வசமானது.

பின்னர், ஓர் ஒப்பந்தம் மூலம் அதைச் சரிசெய்தவர்கள் நியூ பிளாக்டவுனின் பாதுகாப்பை பலப்படுத்த நினைத்தனர். எனவே, முன்பு கோட்டையைச் சுற்றி மட்டும் எழுப்பியிருந்த சுற்றுச் சுவரை நகரைச் சுற்றியும் எழுப்ப முடிவெடுத்தனர்.

இன்றைய சென்ட்ரல் ஸ்டேஷனையொட்டி பக்கிங்ஹாம் கால்வாய்க்கு இணையாக ஒரு நீண்ட சுவரைக் கட்டினர். அது தொடர்ந்து பழைய சிறைச்சாலை வழியாக ஸ்டான்லி மருத்துவமனையைக் கடந்து பீச் ரோடு வரை சுமார் ஐந்தரை கி.மீ தூரம் எழுப்பப்பட்டது.

இதில், எதிரிகளைத் தாக்குவதற்கு பீரங்கிகள் வைக்க வசதியாக 17 கொத்தளங்களும் அமைக்கப்பட்டன. இதை பால் பென்பீல்டு என்ற கம்பெனியின் கான்ட்ராக்டர் கட்டினார்.

தெற்குப் பக்கம் கோட்டைச் சுவரும், மேற்கிலும், வடக்கிலும் புதிய சுவர்களும், கிழக்கில் கடலும் நியூ பிளாக் டவுனை பாதுகாத்தன. இப்படி சுவர் எழுப்பியதால் கம்பெனிக்குச் செலவு அதிகரிக்க, அதை ஈடுகட்ட மக்களிடமிருந்து வரி வசூலிக்க தீர்மானிக்கப்பட்டது.

இதனால், சுவரையொட்டி இருந்த சாலை வால்டாக்ஸ் ரோடு எனப்பட்டது. இதற்கு மக்கள் எதிர்ப்பு தெரிவிக்க அவ்வரி வசூலிக்கப்படவில்லை. இருந்தும் அதை வால்டாக்ஸ் ரோடு என்றே மக்கள் அழைத்தனர். இப்போது இந்தச் சாலை வ.உ.சி.சாலையாக பெயர் மாற்றப்பட்டுள்ளது.

தல புராணம்

↘ சுவரின் எச்சம்

இந்த வால்டாக்ஸ் சாலையில் போட்மேன் கேட், எலிஃபன்ட் கேட், எண்ணூர் கேட், ஹாஸ்பிட்டல் கேட் என பல்வேறு வாயில்கள் அமைக்கப்பட்டன.

இதில், எலிஃபன்ட் கேட் மட்டும் இன்றும் எஞ்சி நிற்கிறது. 19ம் நூற்றாண்டின் மத்தியில் இந்த சுவர் இடிக்கப்பட்டு பீப்பிள்ஸ் பார்க் ஆகவும் சால்ட் கொட்டார்ஸாகவும் மாறியது.

சரி, இன்று அந்தச் சுவரின் எச்சம் இருக்கிறதா?

ஆம். ஸ்டான்லி மருத்துவமனை அருகே இருக்கும் மாடிப் பூங்காதான் அந்தச் சுவர்! இதை 1957ல் மாடிப் பூங்காவாக மாற்றியது சென்னை மாநகராட்சி!

* * *

தாமஸ் மன்றோ சிலை!

சென்னைத் தீவுத்திடல் என்றதுமே பொருட்காட்சிதான் நினைவுக்கு வரும். ஆனால், அந்தத் திடலுக்கு நடுவே மவுண்ட் ரோடில் ஒரு குதிரையின் மீது கம்பீரமாக அமர்ந்திருக்கும் அந்த ஆங்கிலேயர் பற்றி யோசித்திருப்போமா?

மோசமாகவும், கடுமையாகவும் ஆங்கிலேயர்கள் ஆட்சி செய்தனர் என்றே படித்து வந்திருந்த நமக்கு, சில நம்பிக்கை தந்த ஆட்சியாளர்களும் இங்கே இருந்தனர் என்பதை தாமஸ் மன்றோவின் அந்தச் சிலையைப் பார்ப்பதன் மூலமே அறிய முடியும். விவசாயத்தில் 'ரயத்வாரி' சீர்திருத்த முறையைக் கொண்டு வந்து விவசாயிகளின் கடவுளானவர் மன்றோ. ஐரோப்பிய அதிகாரிகளை விட உள்ளூர் மக்களே நிர்வாகத்தில் அதிகமிருக்க வேண்டுமென விரும்பியவர். பிரிட்டிஷார் இந்தியர்களுக்கு செய்த மோசடிகளையும், கொடுமைகளையும் நேரடியாகக் கேட்டார்.

"உள்ளூர் மக்களை முக்கியமான அலுவலகங்களிலிருந்து விலக்கிவிட்டு 'Paternal Government' என எந்த அடிப்படையில் சொல்ல முடியும்? நாளை பிரிட்டனை இன்னொரு வெளிநாட்டுச் சக்தி கட்டுப்படுத்தி, மக்களை அரசிடமிருந்து விலக்கி வைத்தாலோ, ஒவ்வொரு சூழ்நிலையிலும் நம்பிக்கையற்றவர்களாக ஆக்கினாலோ, அவர்களை இரண்டு தலைமுறைகளானாலும் காப்பாற்ற முடியாது.

நீங்கள் இந்தியாவை இங்கிலாந்தாகவோ, ஸ்காட்லாந்தாகவோ மாற்ற இயலாது. நீங்கள் இந்த இடத்தைவிட்டுச் செல்லத்தான் வேண்டும். இந்தியர்கள் தாங்களாகவே இந்த நாட்டை ஆண்டு கொள்வார்கள்...” என தன்னுடைய அலுவலகக் குறிப்பில் குறிப்பிடுகிறார் மன்றோ.

ஸ்காட்லாந்தில் கிளாஸ்கோ நகரில் 1761ம் ஆண்டு பிறந்த தாமஸ் மன்றோ, சாதாரண சிப்பாயாகத்தான் கிழக்கிந்தியக் கம்பெனியில் சேர்ந்தார். குழந்தையிலேயே அம்மை நோய் தாக்கியதால், அவரின் முகம் முழுவதும் தழும்புகள் இருந்தன. செவித்திறனும் குறைவு. தந்தை அலெக்சாண்டர் மன்றோ, ஒரு வணிகர். தாய் மார்கரெட் ஸ்டார்க். நான்கு சகோதரர்கள், இரண்டு சகோதரிகள் எனப் பெரிய குடும்பம்.

ஆரம்பத்தில் மன்றோவின் தந்தைக்கு அவர் ராணுவ வேலையில் சேர விருப்பம் இருக்கவில்லை. திடீரென அவரின் வணிகம் நலிவடைய வழியில்லாமல் மன்றோவின் ஆசைக்கு பச்சைக்கொடி காட்டினார். இப்படியாகவே 1780ல் மெட்ராஸில் காலடியெடுத்து வைத்தார்.

அப்போது இரண்டாம் மைசூர் போர் உச்சத்தில் இருந்தது. திப்புவுடனான போரில் தீவிரம் காட்டிய மன்றோ, 1790ல் நடந்த மூன்றாம் மைசூர் போர் வரை தொடர்ந்து பனிரெண்டு ஆண்டுகள் ராணுவத்திலே இருந்தார்.

அந்தப் போரின் முடிவில் திப்புசுல்தான் மகன்கள் பிணைக் கைதிகளாகப் பிடிபட்டதும் அவர்களிடமிருந்து பல்வேறு பகுதிகள் ஆங்கிலேயர்கள் வசம் வந்தன.

அந்தப் பகுதிகளைக் கவனிக்க நான்கு ராணுவ அதிகாரிகள் சிவில் பணிக்கு மாற்றப்பட்டனர். அப்படியாக, ‘பாராமகால்’ பகுதிக்கு வருவாய் ஆய்வாளராக வந்தார் மன்றோ.

சேலம், தர்மபுரி, ஊத்தங்கரை, திருப்பத்தூர் உள்ளிட்ட பகுதிகள் ‘பாராமகால்’ எனப்பட்டன. இந்தியில் ‘பாரா’ என்றால் பனிரெண்டு. அந்தப் பகுதிகளிலிருந்த பனிரெண்டு அரண்மனைகளைக் குறிப்பிட்டு பாராமகால் பகுதிகள் என்றனர். இங்கேதான் விவசாயிகளிடமிருந்து சுரண்டப்படும் நிலத்தீர்வை பற்றி அறிந்தார்.

விவசாயிகளிடமிருந்து ஜமீன்தார்கள் வரி வசூலித்து அதில் ஒரு பகுதியை மட்டும் அரசுக்கு அளித்துவந்தனர். இதனால், விவசாயிகள் நசுக்கப்பட்டதுடன், அரசுக்கும் வரி வருவாய் குறைவதைக் கண்டறிந்தார்.

நிறைய இடங்களில் குதிரைப் பயணம் செய்து விவசாயிகளின் குறைகளைக் கேட்டவர் அதை மாற்ற விரும்பி ‘ரயத்வாரி’ முறையை அறிமுகப்படுத்தி னார். பின்னர், இது மெட்ராஸ் மாகாணம் முழுவதும் விரிவுபடுத்தப்பட்டது.

↘ அன்று மன்றோ சிலை (1851)

↘ இன்று

"இதன்படி அரசு அதிகாரிகள் நேரடியாக விவசாயிகளிடமிருந்து வரி வசூலித்தனர். ஜமீன்தார்கள் இடைத்தரகர்களாகச் செயல்பட அனுமதி மறுக்கப்பட்டது. நிலங்களைப் பதிவு செய்யும் ஒவ்வொரு விவசாயியும் நில உரிமையாளராக அங்கீகரிக்கப்பட்டனர். அவர்கள் நிலத்தை குத்தகைக்கு விடவோ, விற்கவோ, மாற்றவோ, அடமானம் வைக்கவோ, பரிசாகக் கொடுக்கவோ முழுச் சுதந்திரம் பெற்றனர். விதிக்கப்படும் வரியைச் செலுத்திவரும் வரை, அவரை நிலத்திலிருந்து அரசு வெளியேற்ற முடியாது. சாதகமற்ற சூழலிலும், விளைச்சல் குறைவான காலத்திலும் நிலத்தீர்வை குறைத்துக் கொள்ளப்பட்டது..." என, 'Rulers of India, Sir Thomas Munro' நூலில் குறிப்பிடுகிறார் பள்ளிகளுக்கான ஆய்வாளராக இருந்த ஜான் பிராட்ஷா.

இதனால், விவசாயிகள் மன்றோவைக் கொண்டாடினர். ஆந்திரா மக்கள் தங்களுக்குப் பிறக்கும் ஆண் குழந்தைகளுக்கு 'மன்றோலப்பா' எனப் பெயர் சூட்டி அழகு பார்த்தனர்.

1792 - 99 வரை பாராமகாலில் பணியாற்றிவர், பிறகு தெற்கு கன்னடப் பகுதிக்கு கலெக்டராக மாற்றப்பட்டார். பின்னர், நிஜாம் ஆட்சி பிரிட்டிஷ் கிழக்கிந்தியக் கம்பெனிக்கு விட்டுக் கொடுத்த (Ceded Districts) மாவட்டங்களுக்கு முதன்மை கலெக்டராக அனுப்பப்பட்டார். இதில், கடப்பா, பெல்லாரி, கர்நூல், அனந்தப்பூர் உள்ளிட்ட இடங்கள் அடங்கும்.

ராகவேந்திரரும், மன்றோவும்

- பெல்லாரி கலெக்டராக 1800ம் ஆண்டு இருந்த மன்றோ மந்த்ராலயா மடம் மற்றும் அந்தக் கிராமத்திற்கு வரி வசூலிக்க பணிக்கப்பட்டார். ஆனால், அவருக்குக் கீழ் இருந்த அதிகாரிகள் யாரும் அங்கே போக மறுத்துவிட்டனர்.
- இதனால், நேரடியாக அங்கு சென்றவர், தன் ஷூவையும், தொப்பியையும் கழற்றிவிட்டு மடத்திற்குள் போனார். அங்கே ராகவேந்திரரின் நினைவிடம் முன்பு நின்று அவரிடம் பேசியதாகக் கூறப்படுகிறது.
- பின்னர், மடத்தினரிடமும், கிராமத்தினரிடமும் எந்த வரியும் வசூலிக்க வேண்டியதில்லை என எழுதி அனுப்பி உள்ளார். இது மெட்ராஸ் அரசு கெஜெட்டில் இருப்பதாகக் குறிப்பிடப்பட்டுள்ளது.

1800 - 1807 வரை இங்கு மக்களோடு மக்களாகி, பல இடங்களுக்கும் பயணப்பட்டு குறைகளை நிவர்த்திசெய்தார்.

"'ஓர் அரசு அதிகாரி தனது அலுவலக ரீதியான பயணத்தின் போது எவரிடமும் உணவோ, பொருட்களோ, பரிசோ வாங்கக் கூடாது. அது முறைகேடான செயல்' என்று கூறிய மன்றோ, தனது பயணத்தில் கிராமத்து விவசாயி வீட்டில் குடித்த பாலுக்குக்கூட பணம் கொடுத்திருக்கிறார்..." என 'எனது இந்தியா' நூலில் எழுதியுள்ளார் எழுத்தாளர் எஸ்.ராமகிருஷ்ணன்.

இதன்பிறகு, சொந்த ஊருக்குத் திரும்பியவரை ஆறு ஆண்டுகள் கழித்து கிழக்கிந்தியக் கம்பெனி மீண்டும் அழைத்தது. இம்முறை நீதி நிர்வாக முறைகளில் சீர்திருத்தம் கொண்டு வர சிறப்பு ஆணையம் அமைத்து, அதன் தலைவராக நியமிக்கப்பட்டார். இதனால், 1814ல் மீண்டும் மெட்ராஸ் வந்து சேர்ந்தார்.

இந்தச் சிறப்பு ஆணையம் ஆட்சி முறையில் பல்வேறு திருத்தங்களைக் கொண்டு வந்தது. இதன்படி, மீண்டும் கிராம ஊழியர்கள் நகர் காவலில் நியமிக்கப்பட்டனர். கிராமத் தலைவருக்கு சிறிய வழக்குகளைத் தீர்க்கும் அதிகாரம் அளிக்கப்பட்டது.

இந்திய நீதிபதிகளின் அதிகாரத்தை அதிகரித்து, நியாய மன்றங்களின் நடைமுறை விதிகளை எளிமைப்படுத்தினர். மட்டுமல்ல. இந்தியர்கள் மீது பெரும் நம்பிக்கைக்கொண்டு அவர்களை அதிகப்படியாக நிர்வாகத்துறையில் ஈடுபடுத்தினார் மன்றோ.

இதன்பிறகு 1820ல் மெட்ராஸ் மாகாண கவர்னராக நியமிக்கப்பட்டார். இப்போது கல்வி முறையில் சீர்திருத்தங்

களைக் கொண்டு வந்தார். முதலில், உள்ளூர் பள்ளிகள் பற்றி ஒரு விசாரணைக் குழுவை ஏற்படுத்தினார். அப்போது மாகாணத்தில் 1 கோடியே 20 லட்சம் மக்களுக்கு 12 ஆயிரத்து 500 உள்ளூர்ப் பள்ளிகளே இருந்தன.

தாமஸ் மன்றோ

இதில், 750 பள்ளிகள் வேதப் பாடசாலைகள். மீதி உள்ளவை ஆரம்பப் பாடசாலைகள். இந்நிலையில் கல்வியின் தரத்தை உயர்த்த ஆங்கிலக் கல்வி முறையை அறிமுகப்படுத்தினார். தவிர, மாகாணத்தின் முக்கிய நகரங்களில் ஒரு ஆசிரியப் பயிற்சிப் பள்ளியும், மாவட்ட கலெக்டர் இருக்கும் இடங்களில் இரண்டு முதன்மை பள்ளிகளும் ஏற்படுத்தப்பட்டன.

இதில், ஒரு பள்ளி இந்துக்களுக்கும், ஒரு பள்ளி முஸ்லீம்களுக்கும் பிரிக்கப்பட்டன .இந்தப் பள்ளிகளில் ஆங்கிலம், இலக்கணம், கணிதம், புவியியலுடன் தமிழ், தெலுங்கு, அரபிக், சமஸ்கிருதம் கற்பிக்கப்பட்டது. பிறகு, தாசில்தார் உள்ள இடங்களில் ஒரு சாதாரண பள்ளி அமைக்கப்பட்டது. இங்கு தாய்மொழியில் கல்வி கற்பிக்கப்பட்டது.

இப்படி, மெட்ராஸில் ஆரம்பிக்கப்பட்ட ஆசிரியர் பயிற்சிப் பள்ளியே பின்னாளில் மெட்ராஸ் உயர் பள்ளியாக மாறி, மாநிலக் கல்லூரியாக உயர்ந்தது.

பின்னர், மன்றோ ஒரு பொதுக் கல்விக் குழுவை நியமித்து, மாகாணத்தின் கல்வி நிலை பற்றியும், அதனை அவ்வப்போது சீர்திருத்தம் செய்வது பற்றியும் விவாதிப்பதைக் கடமையாக்கினார்.

இந்தக் குழு மாகாண மக்களின் மொழி பற்றியும், சட்டம் குறித்தும் இளம் சிவில் அதிகாரிகளுக்குக் கற்பித்து அவர்களைப் பரிசோதிக்கவும் செய்தது.

இந்நிலையில், மன்றோவின் மனைவிக்கும் மகனுக்கும் உடல் நலமில்லாமல் போக இருவரையும் இங்கிலாந்துக்கு அனுப்பிவிட்டு கம்பெனியிடம் தன்னை விடுவிக்கும்படி கேட்டார். அப்போது மன்றோவின் வயது 66. ஆனால், கம்பெனி அவர் பதவி விலகுவதைத் துளியும் விரும்பவில்லை.

இதனால் வருத்தமுற்ற மன்றோ, தனக்குப் பிடித்தமான Ceded மாவட்டங்களுக்குப் பயணமானார். அவர் போகும் முன்பே அங்கு

காலரா நோய் பரவியிருந்தது. போக வேண்டாம் என அறிவுறுத் தப்பட்ட போதும், நோய் தாக்கிய மக்களைப் பார்த்தே ஆவேன் எனப் பிடிவாதமாகச் சென்றார்.

பட்டிகொண்டா பகுதியில் அவர் இருந்த போது காலராவால் தாக்கப்பட, 1827ம் ஆண்டு ஜூலை 6ம் தேதி இரவு 9.30க்கு மன்றோ காலமானார். அவரின் உடல் 'கூட்டி' என்ற இடத்திலுள்ள ஆங்கி லேயர்களின் கல்லறையில் புதைக்கப்பட்டது.

இந்தச் செய்தி ஜூலை 9ம் தேதி மெட்ராஸ் மக்களின் காதுகளை எட்ட மிகுந்த துயருற்றனர். உடனடியாக அனைத்து இன மக்களும் ஒன்று கூடி அவருக்குச் சிலை அமைப்பதென முடிவு செய்தனர்.

குதிரையிலேயே பயணித்து மக்களின் குறைகளைக் களையும் அவருக்கு, குதிரையில் அமர்ந்தபடியே இருக்கும் சிலை செய்யப் பட்டது. இதை சர் பிரான்சிஸ் சாண்டரி என்கிற ஆங்கிலேயச் சிற்பி வடிவமைத்தார்.

இந்த வெண்கலச் சிலை அடிப்பகுதி, மன்றோ உருவம், குதிரை சிலை என மூன்றாகப் பிரித்து கப்பலில் அனுப்பப்பட்டது. 1839ம் ஆண்டு அக்டோபர் 23ம் தேதி இந்தச் சிலை தீவுத்திடலில் திறக்கப்பட்டது.

இதற்கிடையே 1831ம் ஆண்டு அவர் உடலின் மிச்சப்பகுதி மெட் ராஸுக்கு கொண்டு வரப்பட்டு கோட்டையிலுள்ள புனித மேரீ சர்ச்சில் அடக்கம் செய்யப்பட்டது.

மக்களின் நலனில் அதிக அக்கறை கொண்ட மன்றோ, இன்றைய அதிகாரிகளுக்கு ஒரு எடுத்துக்காட்டாக நிற்கிறார்!

* * *

முதல் ரயில் போக்குவரத்து

சென்னப்பட்டணமெனுங் கெடிஸ்தலத்தில்
தன்னாலேரெயில்போட ராயபுரத்தில் (நன்னே)
ராயபுரத்தில் ரெயில்ரோட்டுபோட
நவாப்புகவர்னர் ஜெனரல்மேஜருங் கூட (நன்னே)
கர்னல்துரைசிப்பாயி துருப்புதானே
சேர்ந்தார்போலீசுதுரை சேவகனுடனே (நன்னே)
வேட்டுகள்போட்டார்கள் இருபத்தொண்ணு
பட்டாளம்துருப்பு ரயிட்செய்தார்நிண்ணு...

- இப்படி ராயபுரம் நிலையத்திலிருந்து மெட்ராஸின் முதல் ரயில் புறப்பட்ட அழகை வர்ணிக்கிறது அன்றைய கடைக்கால் கும்மிப் பாடல் ஒன்று.

இன்று சென்னையின் மூன்று போக்குவரத்துகளும் அதி நவீன வளர்ச்சியில் பயணிப்பதைப் பார்க்கிறோம். நகரின் எந்த மூலைக்குப் போய்வரவும் பஸ் வசதிகள் உள்ளன. புற நகர், மெட்ரோ, பறக்கும் ரயில் என ரயில் போக்குவரத்தும் பல பாதைகளில் பரபரக்கிறது.

ஆனால், அன்று நிலைமை அப்படியிருக்கவில்லை. பாமர

மக்கள் எல்லா இடங்களுக்கும் நடந்துதான் சென்றனர். கொஞ்சம் வசதியானவர்கள் மாட்டு வண்டியிலோ, குதிரை வண்டியிலோ போய் வந்தனர். மன்னர், ஜமீன்தார்களாக இருந்தவர்கள் பல்லக்கில் பயணப்பட்டனர்.

இங்கே ஆங்கிலேயர்கள் வருகைக்குப் பிறகே ஒழுங்கான சாலைகள் அமைக்கப்பட்டன. அதுவும் ராணுவத்தினருக்காகவே அந்தச் சாலைகள் போடப்பட்டன. அதன் பராமரிப்பும் ராணுவ முக்கியத்துவத்தைப் பொறுத்தே அமைந்திருந்தன. இன்று சென்னையை இணைக்கும் டிரங்க் ரோடு எனப்படும் சாலைகள் எல்லாம் இப்படி உருவானவைதான்.

18ம் நூற்றாண்டு பெரும்பாலும் போர்களிலேயே கழிந்து போனதால் போக்குவரத்து பற்றி கிழக்கிந்தியக் கம்பெனி பெரிதாகச் சிந்திக்கவில்லை.

19ம் நூற்றாண்டுதான் வளர்ச்சிப் பாதையை நோக்கி அவர்களைப் பயணிக்க வைத்தது. 1825ல் இங்கிலாந்தின் ஸ்டாக்டனுக்கும் டார்லிங்டனுக்கும் இடையில் உலகின் முதல் ரயில் ஓடியதைத் தொடர்ந்து மெட்ராஸிலும் அந்தச் சிந்தனை படர்ந்தது.

1836ல் சிந்தாத'ரி'ப்பேட்டை பாலம் அருகே ஒரு ரயில் லைன் அமைக்கப்பட்டு சிறிய சோதனை ஓட்டம் நடத்தப்பட்டது. இதை அன்றைய 'மெட்ராஸ் கெஜட்' அறிக்கை, 'இங்கிலாந்து போய் ரயில் பார்க்காத இந்த அருமையான மக்களால் நேர்த்தியாக ரயில்பாதை அமைக்கப்பட்டது' எனப்பாராட்டுகிறது. இந்த ரயில் கேரெஜ்கள் குதிரை வண்டிகளைக்கொண்டு இழுத்துச் செல்லப்பட்டன.

இதன்பிறகு, அப்போதைய சிவில் எஞ்சினியர் கேப்டன் ஏ.பி. காட்டன், ஓர் ஆய்வை மேற்கொண்டு செங்குன்றத்துக்கும், சின்ன மலை அருகிலுள்ள கல்குவாரிகளுக்கும் மெட்ராஸிலிருந்து பாதை

எழும்பூர் ரயில் நிலையம் (1913)

↘ சென்ட்ரல் ரயில் நிலையம் (1943)

அமைத்தால் சில செலவுகள் குறையும் என்றார். ஏனெனில், கட்டு மானத்துக்குத் தேவையான கற்களை எளிதாகக் கொண்டுபோக முடியும் என்பது அவர் கணக்கு.

இதன்பிறகு, 1837ம் ஆண்டு செங்குன்றமும், சின்னமலையும் ரயில் லைனில் மெட்ராஸுடன் இணைக்கப்பட்டன. இதன்படி பார்த்தால் இந்தியாவில் அமைக்கப்பட்ட முதல் இருப்புப்பாதை மெட்ராஸ்தான்.

இந்தியாவில் முதல்முதலாக ரயில்பாதை அமைக்கும் திட்டம் 1830களிலேயே தொடங்கி விட்டது. பிரிட்டிஷ் பாராளுமன்றத்தின் இரு அவையும் சேர்ந்து ஒரு குழுவை அமைத்து கிழக்கிந்தியக் கம்பெனியின் வர்த்தக பரிவர்த்தனைகளை விசாரித்தது. மெட்ராஸ் மாகாணத்தில் ரயில், சாலை மற்றும் கால்வாய் அமைப்பதற்கு நிதி மற்றும் தொழில்நுட்ப ரீதியில் அறிக்கையையும் கிழக்கிந்தியக் கம்பெனியிடம் கேட்டது.

அப்படித் தயாரான அறிக்கை, பிரிட்டிஷ் பாராளுமன்றத்தில் தாக்கல் செய்யப்பட்டது. அதில், ஒருவழியில் ரயில் பாதை அமைக்க மைல் ஒன்றுக்கு 8 ஆயிரத்து 750 ரூபாய் செலவாகும் என தெரிவிக்கப் பட்டது. இப்படியாகவே சிந்தாத'ரி'ப்பேட்டையில் ஒரு சிறிய இருப்புப்பாதை சோதனை ஓட்டம் நடந்தது.

பின்னர், 1837ல் மெட்ராஸ் மாகாண அரசு, பீரங்கிப் படையின் கேப்டனாக இருந்த வொர்ஸ்டர் என்பவரிடம் மெட்ராஸிலிருந்து வாலாஜா நகருக்கு ரயில் லைன் அமைப்பது பற்றி சர்வே எடுக்க உத்தரவிட்டது.

காரணம், அன்று ராணுவம் மற்றும் வர்த்தக நகராக வாலாஜா நகர் திகழ்ந்ததுதான். இது மெட்ராஸிலிருந்து 103 கிமீ தொலைவில் இருந்தது.

ரயில்வே வளர்ச்சி

- ஆற்காடு வேலை முடிந்ததும் அடுத்த இரண்டு வருடங்களில் குடியாத்தம் வரை ரயில் லைன் நீட்டப்பட்டது.
- இங்கிருந்து 178 கிமீ தூரமுள்ள சேலம் வரை லைன் அமைத்தவர்கள் பிறகு கேரளாவிலுள்ள பேபூர் வரை நீட்டினர்.
- அப்போது கிரேட் சௌத் இந்தியன் ரயில்வே மற்றும் கர்நாடிக் ரயில்வே என இரண்டு கம்பெனிகள் தென்னக ரயில்வே பணி களில் கோலோச்சி வந்தன. இவை 1874ல் ஒன்றுசேர்ந்து தென் இந்திய ரயில்வே எனப் பெயர் மாற்றம் அடைந்தன.
- இந்த ரயில்வேதான் 1878ல் மெட்ராஸ் டூ தூத்துக்குடிக்கு தஞ்சாவூர், மதுரை வழியாக மீட்டர் கேஜ் பாதை அமைத்தது. பிறகு, இந்த ரயில்வேயை 1891ல் அரசே வாங்கியது.
- 1928ம் ஆண்டு தாம்பரத்துடன் துறைமுகத்தை இணைக்கும் இரண்டு மீட்டர் கேஜ் பாதைகளின் கட்டுமானம் தொடங்கியது.
- 1930களின் ஆரம்பத்தில் இதனை மின்சார ரயில் பாதையாக மாற்ற முடிவெடுத்து, எழும்பூரிலிருந்து பீச் வரை ஒரு புதிய பாதை அமைக் கப்பட்டதுடன் எழும்பூர் – தாம்பரம் பாதைகள் மறு கட்டமைப்பு செய்யப்பட்டன.
- 1944ல் எல்லா ரயில்வே நிறுவனங்களையும் அரசு கையகப் படுத்தியது.
- சுதந்திரத்திற்குப் பிறகு 1951ம் வருடம் மெட்ராஸ், தென் னக மராத்தா, தென் இந்தியா, மைசூர் மாநில ரயில்வே எனப் பிரிந்திருந்த ரயில்வே நிர்வாகம் ஒன்றிணைக்கபட்டு தென்னக ரயில்வே என உருவாக்கப்பட்டது.
- பிறகு, இவை நிர்வாகக் காரணங்களுக்காக தென் மத்திய ரயில்வே, தென்மேற்கு ரயில்வே எனப் பிரிக்கப்பட்டன. இன்று தென்னக ரயில்வே தமிழ்நாடு, கேரளா, பாண்டிச்சேரி முழுவதும் கொண்ட பகுதிகளையும், ஆந்திரா மற்றும் கர்நாடகாவிலுள்ள சிறு பகுதி களுடனும் இயங்கி வருகிறது.
- மொத்த ரூட்களின் தூரம் 5080 கிமீ என்பது குறிப்பிடத்தக்கது.

அவர், இரண்டு நகரங்களுக்கும் இடையேயான வர்த்தகம் வருடத்துக்கு 30 ஆயிரம் டன் என்றும், ஒரு லட்சத்து 50 ஆயிரம் பேர் பயணிப்பர் என்றும் அறிக்கை அளித்தார். உடனே, மெட்ராஸ் அரசு கிழக்கிந்தியக் கம்பெனியின் லண்டன் தலைமையகத்துக்கு அந்த அறிக்கையை அளித்து செயல்படுத்தும்படி கேட்டது. ஆனால், நிதிக் காரணங்களால் கிடப்பில்போனது அந்த அறிக்கை.

இந்நிலையில், 1845ம் வருடம் லண்டனில் 'தி மெட்ராஸ் ரயில்

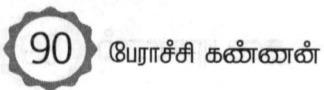

↘ பேசின் பிரிட்ஜ் ஜங்ஷன்   ↘ பேசின் பிரிட்ஜில் ரயில் பெட்டிகளை இணைக்க பயன்படுத்தப்பட்ட யானைகள்

கம்பெனி' தொடங்கப்பட்டது. இதே நேரத்தில் கிழக்கிந்தியன் ரயில்வே கம்பெனி, கிரேட் இந்தியன் பெனின்சூலர் ரயில்வே கம்பெனி என இரண்டு கம்பெனிகளும் ஆரம்பிக்கப்பட்டன. இதனால்தானோ என்னவோ பிரிட்டிஷ் அரசு 1847ல் மெட்ராஸ் ரயில் கம்பெனியை வேண்டாமென நிராகரித்து கலைத்துவிட்டது.

பிறகு, 1848 முதல் 56 வரை இந்தியாவின் கவர்னர் ஜெனரலாக இருந்த லார்டு டல்ஹவுசியின் காலத்தில் ரயில்வே பாலிசி உருவாக்கப்பட்டு கட்டுமான வேலைகள் வேகமெடுத்தன.

ரயில்வே ஆரம்பிக்கப்பட்டதன் முக்கிய நோக்கங்களாக லார்டு டல்ஹவுசி கிழக்கிந்தியக் கம்பெனிக்கு இவ்வாறு எழுதினார். 'பிரிட்டிஷ் அரசாங்கத்தின் இராணுவ அதிகாரத்தை அதிகரிக்கவும், இந்தியாவுக்கு ஆங்கிலேய மூலதனம் மற்றும் நிறுவனங்களைக் கொண்டு வரவும், இந்தியாவில் வர்த்தக மற்றும் சமூக நலன்களைப் பாதுகாக்கவும்' இந்த ரயில் போக்குவரத்து அறிமுகப்படுத்தப்படுகிறது. ஆக, ராணுவம் மற்றும் வர்த்தகத்துக்காகவே ரயில்வே தொடங்கப்பட்டது. தொடர்ந்து கிழக்கிந்தியக் கம்பெனி மெட்ராஸில் ரயில்நிலையம் அமைக்க ஒப்புதல் வழங்கியது.

இப்படியாக இந்தியாவில் முதல் பயணிகள் ரயில், 1853ம் வருடம் 14 ரயில் கேரேஜ்கள், 400 பயணிகளுடன் போர்பந்தருக்கும் தானேக்கும் இடையில் ஓடியது. இச்சமயம், மெட்ராஸ் ரயில் கம்பெனி எனப் பழைய பெயரில் ஒரு புதிய நிறுவனம் தொடங்கப்பட்டது. இதற்குக் கிழக்கிந்தியக் கம்பெனி அங்கீகாரம் வழங்கியது.

இந்நிறுவனம் மூலம் தென்னிந்தியாவில் முதன்முதலாக 1856ம் வருடம் மே 28ம் தேதி ராயபுரத்திலிருந்து ஆற்காட்டுக்கு நீராவி எஞ்சின் மூலம் ரயில் இயக்கப்பட்டது. இந்த முதல் ரயிலின் கேரேஜ்களை அன்று முன்னணி கோச் கட்டுமான நிறுவனமாக இருந்த சிம்சன் அண்ட் கம்பெனி தயாரித்தது.

அடுத்த மாதமே ராயபுரம் ரயில்நிலையத்தை அப்போதைய கவர்னர் லார்டு ஹாரிஸ் திறந்து வைத்தார். திறப்பு நாளில் இரண்டு

↘ மெட்ராஸ் ரயில்வே கம்பெனியின் அலுவலகம்

↘ இன்று ராயபுரம் ரயில் நிலையம்

ரயில்கள் இயக்கப்பட்டன. ஒன்றில் கவர்னரும், 300 ஐரோப்பியர்களும் இருந்தனர். மற்றொரு ரயிலில் விழாவுக்கு அழைக்கப்பட்ட இந்தியர்கள் பயணம் மேற்கொண்டனர்.

முதல் வகுப்பில் ஒரு மைல் தூரம் பயணிக்க ஒருவருக்கு ஒரு அணாவும், 6 பைசாவும் வசூலிக்கப்பட்டது. அதேபோல், இரண்டு, மூன்றாம் வகுப்புகளுக்கு 9 பைசா வசூலிக்கப்பட்டன. ஆரம்பிக்கப்பட்டதிலிருந்து அந்த ஆண்டு டிசம்பர் வரை நாளொன்றுக்கு மெட்ராஸில் இருந்து சுமார் 165 பேர் பயணித்தனர். போலவே 133 பேர் வரை மெட்ராஸிற்கு வந்தனர். மூன்றாம் வகுப்பில் மட்டும் அந்த ஆண்டு 71 ஆயிரம் பேர் பயணித்துள்ளனர்.

இதற்கிடையே பயணிகள் போக்குவரத்து அதிகரிக்க புதிய ரயில்நிலையம் கட்ட வேண்டிய நிர்ப்பந்தம் ஏற்பட்டது. இதனால், சென்ட்ரல் ரயில் நிலையம் 1868ல் கட்டும் பணி தொடங்கப்பட்டு 1873ம் வருடம் திறக்கப்பட்டது.

இதனை ஜார்ஜ் ஹோர்டிங் என்பவர் நான்கு பிளாட்பார்ம்களுடன் வடிவமைத்துக் கொடுத்தார். வடக்கு மற்றும் தென்மேற்காகச் செல்லும் ரயில் லைன்கள் இங்கே கையாளப்பட்டன. பின்னர் ராபர்ட் சிஸ்ஹோம் என்பவர் கடிகார டவர் உள்ளிட்ட ஐந்து கோபுரங்களையும் வடிவமைத்தார். இந்தக் கட்டட வேலை 1906ல் முடிக்கப்பட்டது.

ஒருகட்டத்தில் ரயில் போக்குவரத்து அதிகரிக்க 1907ம் வருடம் ரயில் சர்வீஸ்கள் எல்லாம் ராயபுரம் நிலையத்திலிருந்து சென்ட்ரல் நிலையத்துக்கு மாற்றப்பட்டன.

இன்று, பழைமையான எச்சங்களைத் தாங்கியபடி அமைதியாகச் செயல்பட்டு வருகிறது இந்த முதல் எவர்கிரீன் ரயில்நிலையம்!

★ ★ ★

லைட் ஹவுஸ்

'மெட்ராஸை சுத்திப் பார்க்கப் போறேன்
மெரினாவில் வீடு கட்டப் போறேன்.
லைட் ஹவுஸில் ஏறி நிக்கப் போறேன்
நான் மங்காத்தா ராணி போல வாரேன்...'

- இது, 'மே மாதம்' படத்தில் மெட்ராஸின் அழகை வர்ணிக்கும் பாடல். அந்தளவுக்கு மெட்ராஸுடன் பின்னிப் பிணைந்தது லைட்ஹவுஸ். சினிமாவில் மட்டுமல்ல, எக்கச்சக்க கவிதைகளும் கூட நம் கலங்கரை விளக்கம் பற்றி உள்ளன.

இந்தியாவில் முதன்முதலாக ஒழுங்கான முறையில் அமைக்கப்பட்ட லைட்ஹவுஸ் என்கிற பெருமை மெட்ராஸையே சேரும். ஆங்கிலேயர்கள் வருகைக்கு முன்பு இங்கு லைட்ஹவுஸ் இருக்கவில்லை. அவர்கள் வந்து 150 வருடங்கள் வரை கூட லைட்ஹவுஸ் அமைக்கப்படவில்லை.

இவர்களுக்கு முன்பே சாந்தோமிலும், பழவேற்காட்டிலும் வசித்த போர்த்துக்கீசியர்களும், டச்சுக்காரர்களும் கூட லைட்ஹவுஸ் பற்றி யோசிக்கவில்லை. ஆனாலும், வணிகத்தில் கொழித்தனர்.

துறைமுகம் இல்லாத இந்நகரில் ஆங்கிலேயர்களின் கப்பல்கள் நடுக்கடலில் ஒரு குறிப்பிட்ட தூரத்தில் நிற்கும். அங்கிருந்து உள்ளூர் மசுலா படகுகளின் வழியாகப் பொருட்களைக் கரைக்குக்

முதல் லைட்ஹவுஸ் இருந்த எக்ஸ்சேஞ்ச் பில்டிங்

அன்று ஐகோர்ட் வளாகத்தினுள் லைட்ஹவுஸ்

கொண்டு வந்து மீனவர்கள் சேர்ப்பார்கள்.

அத்துடன் மீனவர்கள் கடலுக்குப் போகும்போது அவர்களுக்கு உறுதுணையாக மீனவப் பெண்கள் வழிகாட்டும் விதமாக கரையில் சிறிய நெருப்பினை ஏற்றி வைத்து காத்திருப்பார்கள். அந்த வெளிச்சத்தைக் கணித்து கரைக்குத் திரும்புவார்கள். இதுவே நடைமுறை.

அன்று, ஆங்கிலேயக் கப்பல்கள் மெட்ராஸ் கடற்கரையை எப்படிக் கண்டுபிடித்தன?

கோட்டையில் கட்டப்பட்ட புனித மேரி தேவாலயத்தின் கோபுரத்தைப் பார்த்துத்தான்! இருந்தும் இரவில் வந்து சேரும் கப்பல்கள் அடையாளம் தெரியாமல் திசைமாறியும் சென்றன.

இப்படியான நிலைமை 1790ல் மாறியது. ஆம்; அந்த ஆண்டு கப்பல் கேப்டன்கள் பலர் கம்பெனியிடம் லைட்ஹவுஸ் அமைப்பதன் அவசியம் பற்றிச் சொல்ல ஆரம்பித்தனர். காரணம், வடகிழக்குப் பருவமழையின் போது வரும் புயல்களால் கப்பல்கள் திசை மாறுகின்றன என்பதே! அதோடு மேற்கத்திய நாடுகளில் லைட்ஹவுஸ் வந்துவிட்டதும் இன்னொரு காரணம்.

"அப்ப, ஒரு விளக்கு இருந்தால் நைட்ல வர்ற கப்பல்களுக்கு இடைஞ்சல் இருக்காதுனு எல்லாரும் சொல்ல ஆரம்பிச்சதால அரசும் யோசிக்க ஆரம்பிச்சது. பிறகு, ஒரு உயரமான இடத்தைத் தேடியது..." என முதல் லைட்ஹவுஸ் பற்றி பேசினார் ஹேம்சந்திரராவ். மெட்ராஸ் லைட்ஹவுஸ் பற்றி விரிவாக ஆய்வு செய்து, 'Madras Exchange Light House 1796' நூலை எழுதியவர் இவர்.

"அன்னைக்கு கோட்டைக்குள்ள இருந்த உயரமான கட்டடம்

ஐகோர்ட் வரும் முன் எஸ்பிளனேடில் லைட்ஹவுஸ் (1851)

↘ இரண்டாவது மற்றும் மூன்றாவது லைட்ஹவுஸ்

புனித மேரி தேவாலயம்தான். அதனால மெட்ராஸ் கவர்னர், சர்ச் பாதிரியார்கிட்ட அனுமதி கேட்கச் சொல்றார். ஆனா, சர்ச்சுக்கும், அரசுக்கும் இடைல கருத்து வேறுபாடு இருந்ததால லைட்ஹவுஸ் அமைக்க அனுமதி கிடைக்கல.

சரி, வேற எந்த பில்டிங் பெரிசா இருக்குனு பார்த்தப்ப ஆபீசர்ஸ் மெஸ்ஸாகவும், எக்ஸ்சேஞ்ச் பில்டிங்காகவும் இருந்த இரண்டு மாடிக் கட்டடத்தின் மேல லைட்ஹவுஸ் வைக்கலாம்னு முடிவெடுத்தாங்க. இன்று இந்தக் கட்டடம் கோட்டை மியூசியமா இருக்கு.

அன்னைக்கு அவங்களுக்கு எந்தவித தொழில்நுட்ப ஃபார்முலாவும் தெரியாது. அதனால, எட்டுக்கோண வடிவுல மரத்தால மூணு அடுக்குக் கொண்டதா படிக்கட்டுகள் எல்லாம் வச்சு அழகா லைட்ஹவுஸை அமைச்சாங்க. இது கடல் மட்டத்திலிருந்து 90 அடி உயரத்துல இருந்துச்சு.

இதை திறக்கற நாள்ல புயல் வர்ற மாதிரி இருந்தது. அதனால, அன்றைய கவர்னர் லார்டு ஹோபர்ட் திறப்பு விழாவேண்டாம்னு முடிவெடுத்து விளக்கேற்றச் சொல்லிட்டார். அப்படித்தான் 1796ல் நவம்பர் 21ம் தேதி மரத்தாலான முதல் லைட்ஹவுஸ் திறக்கப்பட்டது.

மொத்தம் 12 விளக்குகள். தேங்காய் எண்ணெய் ஊற்றி விளக்கேத்தினாங்க. 17 மைல் தூரம் வரை வெளிச்சம் தெரிஞ்சது. ஆனா, காற்றோட்டம் இல்லாம அமைச்சதால விளக்கின் வெப்பம் அதிகரிச்சது. விளக்கேற்ற பணியாளர்களால செல்ல முடியல. அத்துடன் புகையால் விளக்கும், மரப் பகுதியும் கருப்படிச்சது. இதையும் பணியாளர்கள் தினமும் சரி செய்ய வேண்டியிருந்தது.

தவிர, மெட்ராஸை ஒவ்வொரு வருஷமும் புயல் தாக்கியதால இந்த மர லைட்ஹவுஸ் வலுவிழந்துச்சு. இதை எல்லாத்தையும் அரசுகிட்ட கொண்டு போனாங்க. உடனே, லண்டன்ல இருந்து நிபுணர்களை வரவழைச்சுக் கேட்டதும், புது லைட்ஹவுஸ்தான் ஒரே

இன்று லைட்ஹவுஸ்

- இந்த முக்கோண வடிவ லைட்ஹவுஸ் 150 அடி உயரமானது.
- மொத்தம் பத்து மாடிகள் கொண்ட இதில் ஒன்பது மாடிகள் வரை லிஃப்டில் பயணிக்கலாம். இந்தியாவில் லிஃப்ட் வசதிகொண்ட ஒரே லைட்ஹவுஸும் இதுதான்.
- பத்து வினாடியில் இரண்டுமுறை ஃப்ளாஷ் அடிக்கும்படி இதிலுள்ள லைட் அமைப்பு செட் செய்யப்பட்டுள்ளது. எலக்ட்ரிக் பல்பில் ஒளிரும் இதன் வெளிச்சம் சுமார் 28 நாட்டிக் கல் மைல் - அதாவது 50 கிமீ தொலைவு - வரை தெரியும். இரண்டுமுறை ஃப்ளாஷ் என்பது சென்னைக்கான கோட்வேர்டு. அதை வைத்து இது சென்னை என்பதை மாலுமிகள் கண்டறிவர்.
- 1991ல் ராஜிவ்காந்தி படுகொலைக்குப் பிறகு இந்தியாவிலுள்ள அனைத்து லைட்ஹவுஸ்களும் பாதுகாப்புக் கருதி சுற்றுலாவிலிருந்து விலக்கப்பட்டிருந்தன. பின்னர், 2013ல் மீண்டும் சென்னை லைட்ஹவுஸ் பொதுமக்களின் பார்வைக்குத் திறக்கப்பட்டது.
- இங்கே பார்வையாளர்களுக்கென ஒரு தொழில்நுட்ப மியூசியமும் பராமரிக்கப்படுகிறது. இதில், மேலே சுழலும் லைட்டின் மாதிரி வடிவம், அந்தக் காலம் முதல் இப்போது வரை உள்ள விளக்கின் அம்சங்கள், லைட் வகைகள் என அத்தனை விஷயங்களைப் பற்றியும் அறியலாம். தவிர, சென்னை லைட்ஹவுஸ் வரலாறும் இருக்கிறது.
- தினமும் காலை 10 முதல் 1 மணி வரையும்; மாலை 3 முதல் 6 மணி வரையும் லைட்ஹவுஸ் திறந்திருக்கும். திங்கள் விடுமுறை.
- பெரியவர்களுக்கு 20 ரூபாயும், 12 வயதுக்குட்பட்ட குழந்தைகளுக்கு 10 ரூபாயும், கேமராவுக்கு 25 ரூபாயும் கட்டணம் வசூலிக்கின்றனர்.

தீர்வுனு முடிவாச்சு. அப்புறம், இதில் அமைக்கப்படும் லைட் உள்ளிட்ட உபகரணங்களையும் நவீனமா மாற்றணும்னு நினைச்சாங்க.

இந்நிலைல பாண்டிச்சேரில 1836ல லைட்ஹவுஸ் வந்தது. இதை கேப்டன் ஸ்மித் என்கிற ஆங்கிலேயர் அமைச்சார். அவர்கிட்ட இங்கயும் லைட்ஹவுஸ் அமைக்கச் சொன்னாங்க. அவர் லண்டன் சென்று புதிய உபகரணங்களோட வந்தார்.

லைட்ஹவுஸுக்காக இரண்டு மூன்று இடங்கள தேர்வு

பேராச்சி கண்ணன்

செஞ்சார் ஸ்மித். ஆனா, சில காரணங்களால எதுவும் செட்டாகல. அப்ப, எஸ்பிளனேட் பகுதியைக் கவனிச்சார். முன்னாடி அங்கிருந்த கருப்பர் நகரம் பாதுகாப்புக் காரணங்களால அப்புறப்படுத்தப்பட்டதால அந்த இடம் காலியா இருந்துச்சு. லைட்ஹவுஸுக்கு இது தோதான இடம்னு கருதி அங்க அமைக்க ஸ்மித் முடிவெடுத்தார்.

↘ ஹேம்சந்திர ராவ்

1841ல இரண்டாவது லைட்ஹவுஸ் கட்ட ஆரம்பிச்சாங்க. கிரேக்க கட்டடக் கலைல வட்டமா செங்கல் வச்சு தூண் எழுப்பினாங்க. ஆனா, செங்கல் பயன்படுத்தினா உப்புக்காத்தால உருக்குலைஞ்சுடும்னு விமர்சனங்கள் எழுந்துச்சு. இதனால, பில்லர், அடிப்பாகம்னு எல்லாத்தையும் பல்லாவரம் கல்குவாரில இருந்து கிரானைட் கற்களைக் கொண்டு வந்து கட்டினாங்க. சுமார் 125 அடி உயரத்துல லைட்ஹவுஸ் உருவாச்சு. அப்ப, இதுக்கு 75 ஆயிரம் ரூபாய் செலவாச்சு. 1844, ஜனவரி 1ம் தேதில இருந்து இந்த லைட்ஹவுஸ் செயல்பட ஆரம்பிச்சது!

இங்க 15 ஆர்கன் விளக்குகள் பயன்படுத்தினாங்க. இது 20 மைல் தூரம் வரை ஒளி கொடுத்துச்சு. கிட்டத்தட்ட ஐம்பது வருஷங்கள் இந்த லைட்ஹவுஸ் செயல்பட்டுச்சு...” என விரிவாகச் சொல்கிறார் ஹேம்சந்திரராவ்.

அதன்பிறகு?

இந்த லைட்ஹவுஸ் அருகே இருந்த காலி இடத்தில் 1892ம் வருடம் மெட்ராஸ் ஐகோர்ட் திறக்கப்பட்டது. இந்த ஐகோர்ட் கட்டடத்தின் கோபுரம் லைட்ஹவுஸை விட உயரமாக, சுமார் 175 அடி உயரம் இருந்தது. இதனால், லைட்ஹவுஸ் தனித்துத் தெரியவில்லை. எனவே, 1894ம் வருடம் லைட்ஹவுஸை ஐகோர்ட் கட்டட கோபுரத்துக்கு மாற்றினர். இப்படியாக, மூன்றாவது லைட்ஹவுஸ் உருவானது. அப்போது மண்ணெண்ணெய் விளக்கை உபயோகித்தனர். இதன் ஒளி 18 ஆயிரம் மெழுகுவர்த்தி ஒளிக்கு சமமானது. இதனால், லைட்ஹவுஸுக்காகவே அமைக்கப்பட்ட தூண் பொலிவிழந்தது.

சுமார் 80 ஆண்டுகள் வரை ஐகோர்ட் கோபுரத்தில் மெட்ராஸ் லைட்ஹவுஸ் செயல்பட்டு வந்தது. பிறகு, இதற்கென தனிக்கட்டடம் அமைக்க முடிவு செய்யப்பட்டு மெரினா பீச்சில் கட்டப்பட்டது. 1977ம் வருடம் ஜனவரி 1ம் தேதி நான்காவதாக புதிய லைட்ஹவுஸ் திறக்கப்பட்டது.

இன்று சென்னைக்கு வருகிற யாரும் இந்த லைட்ஹவுஸின் அழகை ரசிக்காமல் ஊர் திரும்புவதில்லை!

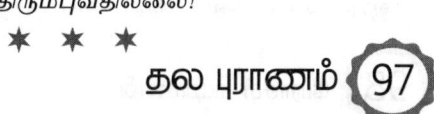

* * *

ஆசியாவின் முதல் கண் மருத்துவமனை

பாரம்பரிய கட்டடத்துக்கும் அமைதிக்கும் என்ன தொடர்போ? ஆங்கிலேயர்கள் கட்டிச் சென்ற காலம் சொல்லும் பல்வேறு கட்டடங்கள், இன்றும் மரங்கள் சூழ அத்தனை ரம்மியமாகவும் அமைதியாகவுமே நிற்கின்றன.

அந்த ஆண்டு 200வது வயதைத் தொட்டு நிற்கும் சென்னை எழும்பூர் அரசு கண் மருத்துவமனையும் இதற்கு விதிவிலக்கல்ல!

கண் மருத்துவம் பற்றியும், கண் தானம் பற்றியும் இன்று எவ்வளவோ விழிப்புணர்வு வந்துவிட்டது. ஆனால், அன்றைய மக்கள், கண் சம்பந்தமான நோய்கள் பற்றி எதுவும் அறிந்திருக்கவில்லை.

அப்படிப்பட்ட காலத்தில்தான் லண்டனுக்கு அடுத்தபடியாக உலகின் இரண்டாவது என்கிற பெருமையோடு தொடங்கப்பட்டது எழும்பூர் கண் மருத்துவமனை! ஆசியாவின் முதல் கண் மருத்துவ மனையும் இதுவே!

மெட்ராஸின் முதல் பொது மருத்துவமனை 1664ம் ஆண்டு தொடங்கப்பட்ட பிறகு மணியக்காரர் சத்திர மருத்துவமனையும், நேவல் மருத்துவமனையும் வந்தன. அதற்கடுத்து 1819ல் இந்தக் கண் மருத்துவமனை உருவானது.

ஆரம்ப காலத்தில் உலகில் கண் மருத்துவத்துக்கு என சிகிச்சைகள்

↘ கன்னிமாரா வார்டு (1889)

↘ எலியட் கட்டடம்

ஏதும் இருக்கவில்லை. இந்நிலை 1800களில் மாறியது. அப்போது நெப்போலியன் தலைமையிலான பிரஞ்சுப் படைகளுடன் இங்கிலாந்து போரில் ஈடுபட்டிருந்த நேரம். 'நெப்போலியப் போர்கள்' எனப்படும் இந்த வரலாற்றுப் போரில் ஆங்கிலேய வீரர்கள் பலரும் '*Trachoma*' எனப்படும் கண்நோயால் பாதிக்கப்பட்டனர்.

இதனை சரி செய்ய லண்டனைச் சேர்ந்த மருத்துவர்கள் ஆஸ்லே கூப்பரும், ஜான் கன்னிங்காம் சாண்டர்ஸூம் ஒரு கண் மருத்துவமனையை 1804ல் தோற்றுவித்தனர். பின்னர், 1805ல் இதை கண் மற்றும் காது நோய்களுக்கான மருத்துவமனையாக உருவாக்கினர். இந்த மருத்துவமனை 1822ல் லண்டன் கண் மருத்துவமனை என்ற புதிய பெயருடன் மூர்ஃபீல்ட்ஸ் என்ற இடத்துக்குச் சென்றது.

பின்னர், 1837ல் ராணி விக்டோரியா இதற்கு அங்கீகாரம் அளிக்க, 'ராயல் லண்டன் கண் மருத்துவமனை' என்றானது. ஆனால், மக்கள் மூர்ஃபீல்ட்ஸ் ஆஸ்பிட்டல் என்றே அழைத்து வந்தனர். அதுவே நிலைக்க இப்போது இது மூர்ஃபீல்ட்ஸ் கண் மருத்துவமனை என்ற பெயருடன் லண்டனில் சிறப்பாக இயங்கி வருகிறது.

இப்படி கண் மருத்துவம் வளர்ந்த நேரத்தில், லண்டனில் இருந்த கிழக்கிந்தியக் கம்பெனியின் மருத்துவர் ட்ரவர்ஸ், மெட்ராஸில் கண் மருத்துவமனை அமையக் காரணமானார். ஆம்; இவரிடம் கண் மருத்துவம் பயின்ற டாக்டர் ராபர்ட் ரிச்சர்ட்சனை மெட்ராஸூக்கு அனுப்பி, லண்டன் போல இங்கும் ஒரு கண் மருத்துவமனையை தொடங்கச் செய்தார்.

இப்படியாக 1819ம் வருடம் ஜூலை மாதம் ராயப்பேட்டையில் இருந்த காம்ப்டன் கார்டன் வீட்டில் முதல் கண் மருத்துவமனை திறக்கப்பட்டது. இன்றுள்ள எக்ஸ்பிரஸ் மால் அருகே இருந்தது இந்த மருத்துவமனை.

பின்னர், என்ன காரணத்தினாலோ அடுத்த வருடமே இந்த மருத்துவமனையை வேப்பேரியிலுள்ள ரண்டல்ஸ் சாலைக்கு மாற்றினர். அதாவது இன்று பெரியார் திடலும், 'தினந்தந்தி'

அலுவலகமும் உள்ள இடத்துக்கு மாறியது. அதன்பிறகு, 1884ல் மருத்துவமனையின் கண்காணிப்பாளராக இருந்த லெப்டினன்ட் கர்னல் டிரக் பிரோக்மன் காலத்தில் எழும்பூரில் புதிய மருத்துவமனைக்கான அடிக்கல் நாட்டப்பட்டது. இதற்கு அரசு அனைத்து உதவிகளும் செய்தது.

இந்தக் கட்டடத்தை அப்போதைய முன்னணி கட்டடக் கலை நிபுணராக இருந்த ராபர்ட் சிஸ்ஹோம் வடிவமைத்தார். மூன்று கட்டடங்களை இரண்டு அடுக்குகளுடன் கட்டி முடித்தார். பிரதான நுழைவு வாயிலுக்கு எதிரே இருந்த குளத்தையும் சீர்படுத்தினார். 1888ல் 'அரசு கண் மருத்துவமனை' எனப் பெயர் மாற்றம் கண்டது.

இங்கு நடுவில் இருந்த நிர்வாகக் கட்டடத்தில் ஆபரேஷன் தியேட்டரும், அலுவலகமும் செயல்பட்டன. கீழ்த்தளத்தில் மெடிக்கல் ஸ்டோர் உள்ளிட்ட அறைகள் இருந்தன. தெற்குப் பக்கமாக இருந்த கட்டடம் பெண்களுக்காக இயங்கியது. இதன் மேல்தளத்தில் ஒன்பது ஐரோப்பியப் பெண்களும், கீழ்த்தளத்தில் இருபது உள்ளூர் பெண்களும் தங்குமாறு டிசைன் செய்தனர்.

வடக்குப் பக்கக் கட்டடம் ஆண்களுக்காகச் செயல்பட்டது. இத்துடன் ஒவ்வொரு கட்டடத்தின் மேல்தளத்திலும் ஓர் அறை மட்டும் மருத்துவ அதிகாரிகளுக்காக ஒதுக்கப்பட்டிருந்தது.

1889ல் உள்ளூர் மிலிட்டரிக்காக புதிய வார்டு கட்டப்பட்டது. இதில், எட்டு சிப்பாய்கள் தங்கலாம். 1891ல் இரண்டு வார்டுகள், தலா ஆறு படுக்கைகளுடன் பிராமணர்களுக்காகத் திறக்கப்பட்டது. வெளிநோயாளிகளை மருத்துவமனைக் கண்காணிப்பாளர் தினமும் காலை 7 மணி முதல் 9 மணி வரை பார்த்து வந்தார்.

ஐரோப்பியர், உள்ளூர் மருத்துவர்கள் என அனைவரும் இங்கு பணியாற்றினர். குறிப்பாக கண்நோய் பற்றி போதுமான கல்வியறிவு இருந்தவர்கள் சிறப்பாகச் செயலாற்றினர். ஆனாலும், உள்ளூர்க்காரர்களுக்கு அதிகளவில் கண்புரை அறுவை சிகிச்சை செய்யப்படவில்லை என்றும், அப்படிச் செய்துகொண்டவர்களும் சரியாகத் தங்கள் கண்ணை பராமரிக்கவில்லை எனவும் 1857ல் மருத்துவமனை கண்காணிப்பாளராக இருந்த டாக்டர் லிஸ்டன் பால் வருத்தமாகக் குறிப்பிடுகிறார். இப்படியாகவே வளர்ந்தது மருத்துவமனை!

இதன்பிறகு மருத்துவமனையின் உயர் அதிகாரியாக வந்த எலியட்டின் காலம் பொற்காலமானது. 1904ம் வருடம் முதல் 1913 வரையிலான இவரது காலத்தில் மருத்துவமனை விரிவாக்கம் செய்யப்பட்டது. 1911ல் லேடி லாலி வார்டு கட்டடம் லாலியாலேயே திறந்து வைக்கப்பட்டது. நவீன கருவிகள் எல்லாம் வர வழைக்கப்பட்டன. அத்துடன் கண் மருத்துவப் படிப்பும், பயிற்சியும் ஆரம்பிக்கப்பட்டன.

இன்று

- பழைய கட்டடத்தில் இரண்டு ஆபரேஷன் தியேட்டர்கள் உள்ளன. அறுவை சிகிச்சைக்குப் பிறகு ஆண்களும் பெண்களும் தனித்தனியாகத் தங்குவதற்கு அறைகள் இருக்கின்றன.
- புது கட்டடத்தில் நான்கு ஆபரேஷன் தியேட்டர்களும், உள் மற்றும் வெளி நோயாளிகளுக்கான பிரிவுகளும் உள்ளன. மொத்தம் 478 படுக்கைகள் இருக்கின்றன.
- தினமும் சுமார் ஆயிரம் பேர் மருத்துவத்துக்காக வந்து செல்கின்றனர்.
- 2007ல் லாலி வார்டு பில்டிங் பாரம்பரியக் கட்டடமாக அறிவிக்கப்பட்டது.
- ஒவ்வொரு வருடமும் 12 முதுநிலை மற்றும் 18 டிப்ளமோ மாணவர்கள் பயிற்சி பெறுகின்றனர்.
- 2015ல் 'காலேஜ் ஆஃப் ஆப்டோமெட்ரி' தொடங்கப்பட்டு மூன்று வருட டிகிரி கோர்ஸ் நடந்துவருகிறது.
- இங்குள்ள கண் வங்கி மூலம் ஒவ்வொரு வருடமும் 250 முதல் 300 கார்னியல் டிரான்ஸ்பிளான்ட்ஸ் எனப்படும் கருவிழி மாற்று அறுவை சிகிச்சை செய்யப்படுகிறது.
- கண்அழுத்த நோய்க்கான அறுவை சிகிச்சை உள்ளிட்ட எல்லாவிதமான சிகிச்சைகளும் செய்யப்படுகின்றன.
- மத்திய அரசு சிறந்த மையம் என அங்கீகாரம் கொடுத்துள்ளதால் பல்வேறு மாநில கண் மருத்துவர்களும் இங்கு பயிற்சிக்காக வந்து செல்கின்றனர்.

ஆனால், எலியட் சென்ற பிறகே இந்தத் திட்டங்கள் செயல் பாட்டுக்கு வந்தன. அப்போது கண்காணிப்பாளராக கிரிக்பேட்ரிக் என்பவர் வந்தார். இவர்தான் கண்ணில் சிவப்பு நிறமும் உறுத்தலும் வருவதற்கு ஒரு வைரஸ் தொற்றே காரணம் எனக் கண்டறிந்தவர். இந்த வைரஸை இங்கு கண்டுபிடித்ததாலேயே பின்னாளில் இதற்கு, 'மெட்ராஸ் ஐ' எனப் பொதுமக்களிடம் பெயர் ஏற்பட்டது.

மட்டுமல்ல. இவர் காலத்தில்தான் 93 ஆயிரத்து 120 ரூபாய் செலவில் கண் மருத்துவப் பள்ளியும் கட்டப்பட்டது. அதற்கு, 'எலியட் ஸ்கூல் ஆஃப் ஆப்தல்மாலஜி' எனப் பெயரிடப்பட்டது.

இன்றும் அந்தப் பள்ளியை பழைய கட்டடத்தில் பார்க்கலாம். மருத்துவப் பள்ளியுடன் மியூசியம் ஒன்றையும் அமைத்தனர். கிரிக் பேட்ரிக்கிற்குப் பிறகு மருத்துவ அதிகாரியாக வந்த கர்னல் ரைட்

↘ மகேஸ்வரி

என்பவர் இந்த மியூசியத்திற்காகக் கடுமையாக உழைத்தார். இதில், 1819 முதல் 1920 வரை கண்காணிப்பாளராக இருந்தவர்கள் அளித்த கண் மருத்துவக் குறிப்புகளைப் பார்வைக்கு வைத்தனர்.

அத்துடன் அப்போது கண்ணில் ஏற்பட்ட வித்தியாச நோய்கள் பற்றிய ஓவியங்களும், நோயாளியின் பெயர், வருடம் போன்றவையும் வைக்கப்பட்டன. இந்த அரிய விஷயங்களை இன்றும் மியூசியத்தில் பார்க்கலாம். அப்போது உபயோகித்த கருவிகளையும் வரிசையாக வைத்துள்ளனர்.

இவையனைத்தும் இன்றைய கண் மருத்துவ மாணவர்களுக்குப் பெரிதும் பயன்பட்டு வருகின்றன. விரைவில், இது பொதுமக்களின் பார்வைக்கும் வரும் என்கின்றனர் இங்குள்ள அலுவலர்கள்.

"இந்தியாவுல முதன்தலா இங்கதான் அங்கீகாரம் பெற்ற கண் மருத்துவப் படிப்பு 1926ல் ஆரம்பிக்கப்பட்டுச்சு. மருத்துவர் ரைட் காலத்துல இது நடந்துச்சு..." எனத் தகவல்களைப் பகிர்ந்துகொள்ள ஆரம்பித்தார் மருத்துவமனை இயக்குநரும், கண்காணிப்பாளருமான பி.எஸ்.மகேஸ்வரி.

"1942ம் வருடம் கண் மருத்துவத்தில் முதுநிலை டிப்ளமோ (D.O) ஆரம்பிக்கப்பட்டுச்சு. இதுக்கு இரண்டு வருஷம் முன்னாடி முதல் இந்திய கண்காணிப்பாளரா திவான் பகதூர் டாக்டர் கோமன் நாயர் நியமிக்கப்பட்டார்.

சுதந்திரத்துக்குப் பிறகு டாக்டர் முத்தையா கண்காணிப்பாளரா வந்தார். இவர்தான் இந்தியாவின் முதல் கண் வங்கியை 1948ம் வருடம் இங்க தொடங்கி வச்சார். அடுத்த வருடமே எம்.எஸ். கண் மருத்துவப் படிப்பும் வந்துச்சு. அப்புறம் 1960ல் பழைய கட்டடத்துக்கு எதிர்ல புதுக் கட்டடம் கட்டப்பட்டு மருத்துவமனை மேலும் விரிவாச்சு.

1962ல் இந்தப் புது பில்டிங்ல, 'ஸ்கூல் ஆஃப் ஆப்டோமெட்ரி' இரண்டாண்டு டிப்ளமோ கோர்ஸ் தொடங்கினாங்க. பின்னர், 1985ம் வருடம் கண் மருத்துவத்துக்கான மண்டல நிறுவனமா தரம் உயர்ந்துச்சு.

இன்னைக்கு கண் சம்பந்தமான எல்லா சிகிச்சைகளும் நவீன தொழில்நுட்ப உதவியோடு இலவசமா பண்றோம். 24 மணி நேரமும் இயங்குகிற சிறந்த கண் மருத்துவமனையா வளர்ந்திருக்கு!" பெருமையுடன் சொல்கிறார் பி.எஸ்.மகேஸ்வரி.

★ ★ ★

கொலை நடந்தபிறகே நீதிமன்றம் வந்தது

சிட்டி சிவில் கோர்ட், மெட்ரோபாலிட்டன் மாஜிஸ்ட்ரேட்ஸ் கோர்ட், ஐகோர்ட், குடும்பநல நீதிமன்றம், தொழிலாளர் நீதிமன்றம், தீர்ப்பாயங்கள் என எத்தனையோ நீதிமன்றங்கள் இன்று சென்னையில் பரபரப்பாக இயங்கிவருகின்றன. ஆனால், ஆங்கிலேயர்கள் இங்கே கால்பதித்தபோது எப்படி இருந்தது?

சிறிய கிராமமாக இருந்த மெட்ராஸில் ஊர்த் தலைவரே உள்ளூர் நிர்வாகத்தை கவனித்துவந்தார். அவருக்கு உதவியாகக் கணக்கர் ஒருவரும், குற்றம் செய்பவர்களைப் பிடித்து சிறையில் வைக்க பெத்தநாயக் என்கிற காவலரும் இருந்தனர். அன்றாட நிர்வாகப் பணிகள் எல்லாம் ஊர் சத்திரத்திலேயே நடந்துவந்தன. இந்தச் சத்திரமே குற்றங்களை விசாரிக்கும் நீதிமன்றமாகவும் செயல்பட்டது.

இங்கு வந்த ஆங்கிலேயர்களுக்கு ஆரம்பத்தில் நீதிமுறைகள் பற்றி எதுவும் தெரிந்திருக்கவில்லை. காரணம், அவர்கள் அரசாங்கப் பொறுப்புகளில் இருந்தவர்களல்ல. கிழக்கிந்தியக் கம்பெனி என்ற நிறுவனத்தின் முகவர்கள். மிளகுக்காகக் கடல் கடந்து வந்த வணிகர்கள். அவ்வளவே!

அதனால், கம்பெனிக்கு பிரிட்டிஷ் அரசு ஒவ்வொரு காலக் கட்டத்திலும் சில சாசனங்களை அளித்தது. இதில் முதல் சாசனம் 1600ம் ஆண்டு டிசம்பர் 31ம் தேதி ராணி முதலாம் எலிசபெத்தால்

வழங்கப்பட்டது. இதன்படி, கிழக்கிந்தியத் தீவுகளுடன் வணிகம் செய்யும் உரிமையும், குற்றம் செய்பவர்களைத் தண்டிக்கும் அதிகாரமும் கொடுத்தது.

பின்னர் 1609ல் மன்னர் முதலாம் ஜேம்ஸால் அளிக்கப்பட்ட இரண்டாவது சாசனத்தில் ராணி கொடுத்த உரிமைகள் அனைத்தும் ஊர்ஜிதம் செய்யப்பட்டன. 1639ல் மெட்ராஸ் வந்த ஆங்கிலேயர்களுக்கு பூந்தமல்லி நாயக்கர், தமர்ல வெங்கடாத்ரி இங்கே கோட்டை கட்டி வணிகம் செய்ய இரண்டு வருடங்களுக்கு உரிமையும், முழு அதிகாரமும் அளித்தார்.

ஆனால், இந்த முழு அதிகாரம் என்பது அந்தப் பகுதியின் ஆளும் உரிமை என ஆங்கிலேயர்கள் நினைக்கவில்லை. ஆளும் உரிமை என்பது நீதியையும் கொண்டதுதான். அப்போது நடந்த ஒரு கொலைச் சம்பவம் மூலம், 'மெட்ராஸில் தங்களுக்கு நீதி நிர்வாகம் செய்யும் உரிமை இல்லை' என ஆங்கிலேயர்கள் தீர்க்கமாக நம்பியிருந்ததை அறியமுடிகிறது.

1641ம் வருடம் டிசம்பரில் நடந்த இந்தக் கொலைச் சம்பவம் பற்றி 1642ம் வருடம் செப்டம்பர் மாதம்தான் இங்கிருந்தவர்கள் லண்டனிலிருந்த கம்பெனிக்கு கடிதம் அனுப்பினர். கர்னல் லவ் எழுதிய, 'Vestiges of Old Madras-Vol I' நூலில் இந்தச் சம்பவம் பற்றி விரிவாகக் குறிப்பிடப்பட்டுள்ளது.

"ஆண்ட்ரூ கோகன் இங்கு கம்பெனியின் தலைவராக வந்து சேர்ந்த சில நாட்களில் நம் நகரில் ஒரு கொலை நடந்தது. இது உங்களுக்குத் தெரியாமல் இருக்கக்கூடாது.

ஒரு பெண் நீண்ட நாட்களாகத் தேடப்பட்டு வந்தாள். இங்கே ஓடும் ஆற்றில் அவள் சடலமாக மிதந்துகொண்டிருந்ததைப் பார்த்தோம். உடனே, அங்கு வேடிக்கை பார்த்த சிலரின் உதவியுடன் அப்பெண்ணின் சடலத்தை வெளியில் எடுத்தோம்.

அந்தப் பெண்ணின் உடலில் எந்தக் காயமும் இல்லாததால், நீரில் மூழ்கி அவள் இறந்திருக்கலாம் என்றெண்ணி அடக்கம் செய்ய முற்பட்டோம். ஆனால், வேடிக்கை பார்த்தவர்களில் ஒருவன், சடலத்தை வெளிக்கொண்டு வந்தவனை அப்பெண் பராமரித்து வந்ததாகக் கூறி அவன் மீது சந்தேகப்பட்டான்.

அங்கு கூடியிருந்த அனைவரது கண்களும் சடலத்தை வெளியே எடுத்தவன் மீது சென்றது. அவன் உடுத்தியிருந்த துணியிலும் ரத்தக்கறை படிந்திருந்தது. அவனுக்கும் அந்தப் பெண்ணுக்கும் சில காலம் தொடர்பு இருந்ததும் தெரியவந்தது.

ஆனால், கொலை செய்யவில்லை என அவன் மறுத்தான். ஆகையால், அவன் வீட்டைச் சோதித்தோம். அப்போது அந்தப் பெண்ணின் நகைகள் மற்றும் துணிகள் கிடைத்தன. பிறகு, தீவிரமாக அவனை விசாரித்ததும், கொலை செய்ததை ஒப்புக்கொண்டான்.

இதை உடனடியாக நாயக்கின் கவனத்துக்கு எடுத்துச் சென்றோம். அவர், இங்கிலாந்து நாட்டின் சட்டப்படி தண்டிக்கலாம் என்றும், தவறினால் உள்ளூர் விதிப்படி நடவடிக்கை எடுக்கப்படும் என்றும் தெரிவித்தார்.

'நீதியை நிலைநாட்டத் தவறினால் இங்கே வணிகம் செய்ய யார் முன்வருவார்கள்? இந்நகரைத் திருடர்களும், கொலையாளிகளும் நிறைந்த ஊர் என மக்கள் பேசமாட்டார்களா?' என ஓலை மூலம் நாயக் கேட்டார்.

எனவே, எங்கள் அதிகாரத்தைப் பயன்படுத்தி கொலை செய்தவனையும், அவனுக்கு உடந்தையாக இருந்தவர்களையும் தூக்கி லிட்டோம். டிசம்பர் 11ம் தேதி நாயக் வரும் வரை குற்றவாளிகள் தூக்கில் தொங்கிக் கொண்டிருந்தனர்!" என விரிவாக எழுதியுள்ளனர்.

இதுபோன்ற குற்றங்களுக்கு இங்கிலாந்தின் சட்டம் பற்றி கிழக்கிந்தியக் கம்பெனிக்கு புரிதல் இல்லை என்பதும், அவர்களுக்கு எடுத்துரைக்க சட்ட வல்லுநர்கள் எவரும் உடனிருக்கவில்லை என்பதும், இந்நிகழ்வுகள் மூலம் தெளிவாகிறது. இதே கடிதத்தில் இன்னொரு கொலைபற்றியும் கம்பெனி தலைமையகத்துக்குத் தெரிவித்துள்ளனர்.

"இந்தக் கொலைச் சம்பவம் 1642ம் ஆண்டு ஆகஸ்ட் மாதம் 11ம் தேதி நடந்தது. சாந்தோமிலிருந்து மூன்று போர்த்துக்கீசிய வீரர்கள் மெட்ராஸ் வந்து ஒரு சாராயக் கடையில் நன்றாகக் குடித்தனர். போதையேறியதும் அங்கிருந்த டேனிஷ்காரனிடம் வாய்ச் சண்டையில் ஈடுபட்டனர்.

இதைத் தடுக்க இரண்டு ஆங்கிலேய சிப்பாய்களை அனுப்பினோம். அப்போது, அந்தோணி மிராண்டோ என்பவன் ஓர் ஆங்கிலேய சிப்பாயைக் குத்திக் கொலை செய்துவிட்டான். பின்னர், மூவரும் அங்கிருந்து தப்பிவிட்டனர். சில நேரங்களிலேயே தப்பியவர்களைப் பிடித்துவிட்டோம். இதில், கொலையாளியைத் தவிர மற்றவர்களை விடுவித்துவிட்டோம். சாந்தோமிலிருந்த

போர்த்துக்கீசியர்கள் பிடிபட்ட தங்கள் நாட்டு வீரனை விடுவிக்க வலியுறுத்தினர்.

ஆனால், நாயக் ஆங்கிலேயச் சிப்பாயைக் கொன்ற போர்த்துக்கீசியனைத் தூக்கிலிட வேண்டுமெனச் சொல்லிவிட்டார். நாம், சூரத்திலிருந்த ஆங்கிலேயர்களிடம் கலந்தாலோசிக்க விரும்பினோம். நாயக்கின் விடாப்பிடியான குணத்தால் அந்தப் போர்த்துக்கீசியன் சுட்டுக் கொல்லப்பட்டான்...” என்றது அக்கடிதம்.

இந்த வழக்கில் இந்தியர்கள் யாரும் சம்பந்தப்படவில்லை. வழக்கு ஆங்கிலேயர்களுக்கும், போர்த்துக்கீசியர்களுக்கும்தான். ஆனால், நாயக் தலையிட்டு நீதியை நிலைநாட்டிவிட்டுப் போனார். இதெல்லாம் சில காலமே சென்றது.

1644 முதல் கண்ணப்பா என்பவரைத் தலைமை அதிகாரியாகக் கொண்டு சத்திரம் நீதிமன்றம் வழக்குகளை விசாரித்தது. ஆனால், இவர்களால் ஆங்கிலேயர்கள் சம்பந்தப்பட்ட சிக்கலான வழக்குகளுக்குத் தீர்வு காண முடியவில்லை.

இந்நேரம் விஜயநகரப் பேரரசு வீழ்ச்சியடைய, கோல்கொண்டா வசம் மெட்ராஸ் அதிகாரம் மாறியது. இந்த புதிய முஸ்லிம் ஆட்சியாளர்கள் ஆங்கிலேயர்களின் உரிமையை உறுதிசெய்தனர். இந்நிலையில் மெட்ராஸின் கம்பெனித் தலைவராக ஆரோன் பேக்கர் என்பவர் நியமிக்கப்பட்டார்.

இப்போது புதிய பிரச்னை உருவெடுத்தது. இதுபற்றி *‘Madras Tercentenary Commemoration Volume’* நூலில் சென்னைப் பல்கலைக்கழகப் பேராசிரியர் கே.ஏ.நீலகண்ட சாஸ்திரி விரிவாகக் குறிப்பிடுகிறார்.

“மாகாணத்தில் வலங்கை, இடங்கை என மக்கள் இருசாதிப் பிரிவுகளாகப் பிரிந்து கிளர்ச்சியில் ஈடுபட்டனர். இதை நகர அதிகாரிகளாலோ, கோட்டையிலிருந்த கவுன்சிலாலோ கட்டுப்படுத்த முடியவில்லை. மட்டுமல்ல. கோல்கொண்டா ஆட்சியாளர்களாலும் கட்டுக்குள் கொண்டுவர இயலவில்லை. 1655ம் வருடம் வலகரப் பிரிவினர் லண்டனுக்கு, ‘இந்த நகரத்தை அரசாங்கம் இல்லாத நகரம் என அழைக்கலாம்’ எனக் குறிப்பிட்டு அறிக்கை அனுப்பினர்.

கம்பெனியின் தலைமை வணிகராக இருந்த வெங்கடாவும், நகரின் தலைமை அதிகாரி யாகச் செயல்பட்ட வெங்கடாவின் சகோதரர் கண்ணப்பாவும் பல சிக்கல்களை நகரில் தோற்றுவித்தனர்.

எனவே, 1653ம் வருடம் மார்ச் மாதம் கண்ணப்பா நீதிபரிபாலனம் செய்யும் அதிகாரி பதவியிலிருந்து நீக்கப்பட்டார். கோட்டையின் கவுன்சில் உறுப்பினர்கள் இருவர் சத்திரத்தில் வாரம் ஒருவராக அமர்ந்து வழக்குகளுக்கு நீதி வழங்குவதென தீர்மானிக்கப்பட்டது. இவர்களுக்கு உதவும் பொறுப்பு மட்டும் கண்ணப்பாவுக்கு வழங்கப்பட்டது.

இதன்பிறகும் நீதிபரிபாலனம் சீராக நடைபெறவில்லை. காரணம், ஆங்கிலேய வணிகர்கள் தங்களின் சேவகர்கள், நண்பர்கள் போன்றவர்களுக்கு அதிகப்படியான சலுகைகள் காட்டி நீதி நிர்வாகத்தில் இடையூறு செய்தனர்.

இந்நிலையில் 1665ல் மெட்ராஸில் மற்றொரு கொலைச் சம்பவம் நடந்தது. இப்போது கம்பெனியின் முகவருக்கும், நிர்வாகக் குழுவுக்கும் தங்களுக்கான அதிகாரம் பற்றி தெரியாமல் லண்டனுக்கு ஒரு கடிதம் எழுதி வழிகாட்டு நெறிமுறைகள் வேண்டுமெனக் கேட்டனர்.

இதன் காரணமாக கம்பெனி 1661ல் வழங்கிய சாசனத்தின்படி, மெட்ராஸ் நகருக்கு ஒரு கவர்னர் நியமிப்பது என முடிவெடுத்தது. இங்கிருந்தே மெட்ராஸின் நவீன நீதி நிர்வாகம் தொடங்கியது..." என்கிறார்.

இரண்டாம் சார்லஸ் மன்னரே 1661ல் அந்தச் சாசனத்தை அளித்தார். அதன்படி, கிழக்கிந்தியக் கம்பெனிக்கு கிழக்கிந்தியத் தீவுகளின் முழு அதிகாரமும் வழங்கப்பட்டது. அவர்களே கவர்னரை நியமித்துக் கொள்ளவும், இங்கிலாந்து சட்டப்படி சிவில் மற்றும் கிரிமினல் வழக்குகளை விசாரித்து நீதி வழங்கலாம் என்றும் சொல்லப்பட்டது. இப்படியாகவே மெட்ராஸில் கம்பெனியின் முகவர் என்றழைக்கப்பட்டவர் கவர்னராக மாறினார்.

1675ல் மெட்ராஸின் கவர்னராக நியமிக்கப்பட்ட ஸ்டேரேன்ஷாம் மாஸ்டர் சத்திர நீதிமன்றத்தை ஒரு நீதிமன்றமாக அங்கீகரித்து நீதிபதிகளின் எண்ணிக்கையை இரண்டிலிருந்து மூன்றாக உயர்த்தினார்.

ஆனால், இந்த நீதிமன்றம் வழக்குகளை சரியாகக் கையாளவில்லை என விரைவிலேயே உணர்ந்தவர் நீதித்துறை சார்ந்த ஒரு நீதிமன்றம் தேவையெனக் கருதினார்.

இப்படியாக மெட்ராஸில் முதல் நீதிமன்றம் தோன்றியது. ஒவ்வொரு வாரமும் புதன் மற்றும் சனிக்கிழமைகளில் கோட்டையில் அமர்ந்து சிவில் மற்றும் கிரிமினல் வழக்குகளை இங்கிலாந்து சட்டப்படி விசாரிப்பது என முடிவெடுக்கப்பட்டது.

1678ம் வருடம் ஏப்ரல் மாதம் இந்த நீதிமன்றத்தில் முதல் வழக்கு விசாரணைக்கு வந்தது! அதன் பிறகு முழுவீச்சில் நீதிமன்றம் செயல்படத் தொடங்கியது.

✶ ✶ ✶

உச்சநீதிமன்றமே உயர்நீதிமன்றமானது!

மெட்ராஸ் உயர்நீதிமன்றம் உருவாக்கப்பட்டு 156 ஆண்டுகள் உருண்டோடிவிட்டன. அதன் பழமையும், பாரம்பரியமுமான, 'இந்தோ சாராசெனிக்' பாணி கட்டடத்தின் வயதும் 125ஐ தொட்டு நிமிர்ந்து நிற்கிறது!

இப்படி சிறப்புகள் வாய்ந்த மெட்ராஸ் உயர்நீதிமன்றம் முதலில் உச்சநீதிமன்றமாக இருந்த கதை எத்தனை பேருக்குத் தெரியும்?!

மெட்ராஸில் முதல் வழக்காடு மன்றம் 1678ல் வந்ததை முன்னர் பார்த்தோம். அதன்பிறகு நடந்ததெல்லாம் விறுவிறுப்பான பக்கங்கள்.

ஆம்; நீதித்துறையில் பல்வேறு மாற்றங்கள் செய்யப்பட்டன. முதலாவதாக சட்டம் படித்த ஒரு வழக்கறிஞரை நியமிப்பது என முடிவானது. இதற்கான சாசனத்தை இரண்டாம் சார்லஸ் மன்னர் அளித்ததும், மெட்ராஸுக்கு 1687ம் வருடம் முதல் 'ஜட்ஜ் அட்வகேட்' ஆக, சர் ஜான் பிக்ஸ் என்பவர் நியமிக்கப்பட்டார். இவர் இங்கிலாந்தின் பிளைமவுத் நகரில் பதிவாளராக பணியாற்றியவர்.

இதே வருடம் டிசம்பரில் மெட்ராஸ் மாநகராட்சி உருவாக்கப்பட்டு மேயர், ஆல்டர்மேன் எனப்படும் நகர்மன்ற உறுப்பினர்கள், வழக்கு விசாரணை நடுவர்கள் ஆகியோர் நியமிக்கப்பட்டனர். அடுத்த வருடமே மேயர் நீதிமன்றம் தொடங்கப்பட்டு சிவில்

↘ ஐகோர்ட்

↘ ஐகோர்ட் திறப்பு விழா (1892)

மற்றும் குற்ற வழக்குகளை விசாரிக்கும் அதிகாரம் வழங்கப்பட்டது.

இந்த மேயர் கோர்ட் பதினைந்து நாட்களுக்கு ஒருமுறை நடக்கும். மேயர் மற்றும் மூன்று மூத்த நகர்மன்ற உறுப்பினர்களைக் கொண்ட நீதிபதிகள் குழு வழக்கை விசாரிக்கும். தவிர, ஏற்கனவே இருந்த சத்திரம் நீதிமன்றமும் வாரம் இருமுறைகூடி சிறிய வழக்குகளை விசாரித்தது.

18ம் நூற்றாண்டின் தொடக்கத்தில் மெட்ராஸில் நான்கு விதமான நீதிமன்றங்கள் இருந்தன. முதலாவதாக மேயர் நீதிமன்றம். இது அனைத்து சிவில் மற்றும் குற்ற வழக்குகளை விசாரித்தது. இரண்டாவதாக கடற்படை நீதிமன்றம். ஜட்ஜ் அட்வகேட்டைத் தலைவராகக்கொண்ட இந்த நீதிமன்றம் கடற்கொள்ளை சம்பந்தமான வழக்குகளைக் கவனித்தது.

மூன்றாவதாக பழைய சத்திர நீதிமன்றம். இங்கு சத்திரத்தின் தலைமை அதிகாரி தீர்ப்பு வழங்கினார். நிறைவாகக் கடற்படை நீதிமன்றமும் மேயர் நீதிமன்றமும் தரும் தீர்ப்புகளை எதிர்த்து மேல்முறையீடு செய்யும் இடமாக கவர்னர் நீதிமன்றம் திகழ்ந்தது.

இருந்தும், நீதி நிர்வாகத்தில் கடும் சிக்கல் நிலவியே வந்தது. இதனால், சட்ட ஆலோசகர் ஒருவர் தேவையெனக் கருதப்பட்டது. இப்படியாக உயர்நிலையில் இருந்த நீதிமன்றத்துக்கு அட்டார்னி ஜெனரலாக டேனியல் பூபாய் என்பவர் நியமிக்கப்பட்டார். இவரது பணி ஜட்ஜ் அட்வகேட் முன்பு வரும் கொலை மற்றும் கடும்குற்ற வழக்குகளை ஏற்று நடத்துவது.

இதனையடுத்து, 1726ல் முதலாம் ஜார்ஜ் மன்னரால் அளிக்கப்பட்ட சாசனம் மேயர் நீதிமன்றத்துக்குக் கூடுதல் அதிகாரம் அளித்தது. இவையெல்லாம் கோட்டையிலிருந்து பத்து மைல் தொலைவுக்குள் உள்ள மெட்ராஸ் பட்டினத்துக்கு மட்டுமே செல்லுபடியாகும்.

இதே வருடம் இங்கிலாந்தில் உள்ளது போல இங்கும் ஷெஃரீப் என்ற பதவியும், அவருக்குச் சிறு வழக்குகளை விசாரிக்கும் நீதிமன்றமும் அமைக்கப்பட்டது. ஆனால், மூன்றாண்டுகளில் இந்த நீதிமன்றம் கலைக்கப்பட்டது.

1746ல் மெட்ராஸ் பிரெஞ்சு வசம் சென்றதும் இங்கே எந்தப் பணிகளும் நடக்கவில்லை. பிறகு, 1749ல் மீண்டும் மெட்ராஸ் ஆங்கிலேயரிடம் வந்ததும் முதல் வேலையாக கருப்பர் நகரம் இடிக்கப்பட்டு அந்த இடத்தை காலியாக விட்டு வைத்தனர்.

1753ம் வருடம் மீண்டும் மேயர் நீதிமன்றம் உருவாக்கப்பட்டது. இந்த நீதிமன்றம் தொடர்ந்து பல ஆண்டுகள் நல்லமுறையில் இயங்கியது. பிறகு, உள்ளூர் மக்களின் அனைத்து சிவில் வழக்குகளையும் கையாள கச்சேரி நீதிமன்றம் என ஒன்று நிறுவப்பட்டது. ஆனால், சில வருடங்களில் இதுவும் ஒழிக்கப்பட்டுவிட்டது.

இந்நிலையில், நீதி நிர்வாகத்தில் ஒரு புதிய வெளிச்சமாக 1798ம் வருடம் பதிவாளர் நீதிமன்றம் என்பது உருவாக்கப்பட்டது. முதல் பதிவாளராக சர் தாமஸ் ஸ்ட்ரேஞ்ஜ் என்பவர் நியமிக்கப்பட்டார்.

இந்நேரம் மெட்ராஸ் நகரமும் பத்து மைல் என்பதிலிருந்து கூடுதலாக விரிவாக்கம் செய்யப்பட்டது. பின்னர், மேயர் நீதிமன்றத்தில் நிலுவையில் உள்ள வழக்குகள் அனைத்தும் இந்தப் பதிவாளர் நீதிமன்றத்துக்கு மாற்றப்பட்டன. ஆனால், இதுவும் நீண்ட நாட்கள் நீடிக்கவில்லை.

1801ம் வருடம் 'சுப்ரீம் கோர்ட் ஆஃப் மெட்ராஸ்' தோற்றுவிக்கப்பட்டதும் அதனுடன் பதிவாளர் நீதிமன்றம் இணைக்கப்பட்டது. சுப்ரீம் கோர்ட்டுக்கு ஒரு தலைமை நீதிபதியும் இரண்டு துணை நீதிபதிகளும் நியமிக்கப்பட்டனர்.

இப்படியாக சுப்ரீம் கோர்ட்டின் முதல் தலைமை நீதிபதியாக சர் தாமஸ் ஸ்ட்ரேஞ்ஜே நியமிக்கப்பட்டார். அவருக்குத் துணை நீதிபதிகளாக ஹென்றி வில்லியம், பெஞ்சமின் சல்லிவன் ஆகியோர் நியமிக்கப்பட்டனர்.

மாகாண கவர்னருக்கு அடுத்த இடத்தில் தலைமை நீதிபதி இருந்தார். இதேபோல், கவர்னரின் நிர்வாகக் குழுவினருக்கு அடுத்தபடியாக துணை நீதிபதிகள் பணியாற்றினர்.

1802ம் வருடம் கொண்டு வரப்பட்ட விதிமுறைகளின்படி ஒவ்வொரு மாவட்டத்திலும் அனைத்து சிவில் வழக்குகளையும் விசாரிக்க ஜில்லா நீதிமன்றம் உருவாக்கப்பட்டது. இந்த நீதிமன்றம் வழங்கும் தீர்ப்பை எதிர்த்து மேல்முறையீடு செய்ய மாகாண நீதிமன்றமும் அதற்கு மேல்முறையீடாக Sudder Adawlut எனப்படும் தலைமை சிவில் நீதிமன்றமும், க்ரைம் வழக்குகளுக்கு சர்க்கியூட் நீதிமன்றங்களும் அமைக்கப்பட்டன.

இதேபோல், Foujdary Adawlut எனப்படும் தலைமை குற்ற நீதிமன்றமும் உருவாக்கப்பட்டது. பின்னர், இதில் சர்க்கியூட் நீதிமன்றமும், மாகாண நீதிமன்றமும் 1843ம் வருடம் ஒழிக்கப்பட்டன.

இந்நிலையில், 1857ல் நடந்த சிப்பாய்க் கலகம் கிழக்கிந்தியக் கம்பெனியின் அரசியலுக்கு முற்றுப்புள்ளி வைத்தது. அதன் ஆட்சி

மேலும் சில தகவல்கள்

- முப்பத்தி ஆறு ஏக்கரில் அமைந்திருக்கிறது ஐகோர்ட் வளாகம்.
- உள்ளே மனுநீதிச் சோழன், பாஷ்யம் ஐயங்கார், முத்துசாமி ஐயர், ராஜ மன்னார், அம்பேத்கர் ஆகியோருக்கு சிலைகள் உள்ளன. தவிர, ஐகோர்ட் புகழைப் பறைசாற்றும் மியூசியமும், நான்கு நூலகங்களும் செயல்பட்டு வருகின்றன.
- இதில், பாஷ்யம் ஐயங்கார் பிரிட்டிஷ் இந்தியாவின் ஆக்டிவ் அட்வகேட் ஜெனரலாக இருந்த முதல் இந்தியர்.
- உயர்நீதிமன்ற நீதிபதியாக இருந்த முதல் இந்தியர் முத்துசாமி ஐயர். இவர் 1893ல் தலைமை நீதிபதியாகவும் செயல்பட்டுள்ளார்.
- சுதந்திரத்துக்குப் பிறகு மெட்ராஸ் உயர்நீதிமன்றத்தின் முதல் தலைமை நீதிபதியாக ராஜமன்னார் இருந்தார். இந்தப் பெருமை களால் இவர்களுக்கு இங்கே சிலைகள் நிறுவப்பட்டுள்ளன.
- இதன் பாரம்பரியத்தைக் காக்க 2007ல் பாரம்பரியக் குழு ஒன்று அமைக்கப்பட்டு அதன்மூலம் நிறைய சீரமைப்புப் பணிகள் செய்யப்பட்டு வருகின்றன.

அஸ்தமனமாக, பிரிட்டிஷ் அரசின் நேரடிக் கட்டுப்பாட்டுக்குள் இந்தியா வந்தது.

1861ம் வருடம் பிரிட்டிஷ் பாராளுமன்றத்தில் மெட்ராஸ், பம்பாய், கல்கத்தா உள்ளிட்ட இந்திய நகரங்களில் உயர்நீதிமன் றங்கள் உருவாக்கும் சட்ட வடிவுக்கு ஒப்புதல் வழங்கப்பட, மெட் ராஸில் சுப்ரீம் கோர்ட் உள்ளிட்ட அனைத்து நீதிமன்றங்களும் அகற்றப்பட்டன.

1862ம் வருடம் ஜூன் 26ம் தேதி விக்டோரியா மகாராணி வழங்கிய அதிகாரபூர்வ ஒப்புதல் வாயிலாக உச்ச நீதிமன்றம் உயர்நீதிமன்றமாக செயல் வடிவம் பெற்றது. ஆனால், ஆகஸ்ட் 15ம் தேதிதான் உயர்நீதிமன்றம் முறையாகத் திறக்கப்பட்டது. 85 வரு டங்கள் கழித்து இதே நாளில் இந்தியாவுக்கு சுதந்திரம் கிடைத்தது!

உயர்நீதிமன்றத்துக்கு ஒரு தலைமை நீதிபதியும், ஐந்து நீதிபதி களும் நியமிக்கப்பட்டனர். முதல் தலைமை நீதிபதியாக சர் கோலே ஹர்மன் ஸ்காட்லாண்ட் என்பவர் வந்தார்.

இதன்பிறகு நடந்த வரலாற்றை விவரிக்கிறார் மூத்த வழக்கறி ஞரும், உயர்நீதிமன்றக் கட்டட பாரம்பரியக் குழுவின் உறுப்பின ருமான என்.எல்.ராஜா.

“1862ல் தொடங்கப்பட்ட உயர்நீதிமன்றம் கடற்கரைச் சாலை யிலிருந்த பென்டிங்க் கட்டடத்தில் இருந்து செயல்பட்டது. அதற்கு முன்பு அந்தக் கட்டடத்தில் மெட்ராஸ் உச்சநீதிமன்றம் அறுபது

ஆண்டுகளாக இயங்கியது. 1980களில் இடிக்கப் பட்ட இந்தக் கட்டடம் இருந்த இடத்தில், இப்போது மாவட்ட கலெக்டர் அலுவலகம் இருக்கிறது!

பென்டிங்க் கட்டடம் சிறியது என்பதால், வழக்குகள் அதிகரிக்க அதிகரிக்க இடம் போதவில்லை. புதுக் கட்டடத்தின் அவசியத்தை எல்லோரும் உணர்ந்தனர். அதற்கான இடம் தேடும்போது, ஏற்கனவே பிரெஞ்சுப் போரால் காலியான கருப்பர் நகரம் கண்ணில்பட்டது. அதில், லைட்ஹவுஸ் இயங்கி வந்தது. இதனால், அந்த இடத்தில் ஐகோர்ட் கட்ட தீர்மானிக்கப்பட்டு, 1888ல் புதுக் கட்டடத்திற்கு அஸ்திவாரம் போடப்பட்டது.

ராஜா

அப்போது அரசின் கட்டடக்கலை ஆலோசகராக இருந்த ஜெ.டபுள்யூ.பிராஸிங்டன் திட்டத்தைத் தயாரித்தார். பின்னர், ஹென்றி இர்வின் மேலும் டிசைன் செய்ய, நம்பெருமாள் செட்டி அழகாகக் கட்டி முடித்தார்.

முதலில், ரூபாய் 9 லட்சத்து 45 ஆயிரம் செலவாகும் எனக் கணக்கிடப்பட்டது. பின்னர் மற்ற கோர்ட்டுகள் எல்லாம் கட்டி முடிக்க 12 லட்சத்து 98 ஆயிரத்து 163 ரூபாயாகச் செலவு கூடியது. நான்காண்டுகளில் பணி முடிக்கப்பட்டதும் 1892ம் வருடம் ஐகோர்ட் திறக்கப்பட்டது...'' என்னும் ராஜா கடந்த சில வருடங்களாக மெட்ராஸ் தினத்தையொட்டி உயர்நீதிமன்றத்தில் பாரம்பரிய நடை பயணம் ஒன்றை நடத்தி வருகிறார்.

“ஐகோர்ட்டின் பெரிய டவர் 1896லேயே முடிக்கப்பட்டது. அதன் பிறகே லைட்ஹவுஸ் அங்கே மாறியது. முதலில் லைட்ஹவுஸ் ஐகோர்ட்டின் மையப் பகுதியில் இருந்து செயல்பட்டது. ஐகோர்ட் கட்ட இடம் தேவையென்றதும் அதை இடிக்காமல் அப்படியே பெயர்த்து தென்கிழக்குப் பக்கமாக நிறுவினர்.

ஐகோர்ட்டின் உள்ளிருக்கும் வளைவுகள், விதானங்கள், கோபுரங்கள் என ஒவ்வொன்றும் அழகு வாய்ந்தவை. இதன் ஏரியல் வியூவைப் பார்க்கும்போது கிராஸ் போல இருக்கும். இதையெல்லாம் என் பாரம்பரிய நடையில் மக்களுக்கு எடுத்துச் சொல்கிறேன். அதனுடன் பழமையையும் பேசுகிறேன்.

அன்று, இதனுள் சிறிய வழக்குகளை விசாரிக்கும் கோர்ட்டுகளும் இருந்ததால் இதனை ஐகோர்ட் காம்ப்ளெக்ஸ் என்றே அழைத்தனர். இங்கிலாந்துக்குப் பிறகு உலகின் இரண்டாவது பெரிய ஐகோர்ட் காம்ப்ளெக்ஸ் இதுதான்!'' எனப் பெருமை பொங்க முடித்தார் என்.எல்.ராஜா!

* * *

பெத்தநாயக்கும் மெட்ராஸ் காவலும்...

அன்றைய மெட்ராஸ்வாசிகளை கதிகலங்க வைத்த கம்பீரப் பெயர், பெத்தநாயக்.

*1639*ம் வருடம் ஆங்கிலேயர்கள் இங்கு வந்திறங்கியபோது இன்றைய போலீஸ் போல அன்று ஊரைக் காவல்காத்து கண்கா ணித்து வந்தவரே இந்த பெத்தநாயக்.

இது ஒருவரின் தனிப்பட்ட பெயரல்ல. தலைமைக் காவலராக இருந்தவர் பொதுவில் 'பெத்தநாயக்' என்றழைக்கப்பட்டார்.

ஊரின் பாதுகாப்புக்கும், அமைதிக்கும் அவரே பொறுப்பு. அவரின் கீழ் இருபது தலையாரிகள் உதவியாளர்களாகப் பணி யாற்றினர். இன்றுள்ளது போல் அன்று காவல் என்பது ஒரு முறை யான அமைப்பாக இருக்கவில்லை.

குற்றம் செய்பவர்களை ஊரின் சத்திரத்திலுள்ள சிறைக் கூடத்தில் அடைத்து வைப்பது பெத்தநாயக்கின் கடமை. பிறகு நீதிமன்றமாகவும் செயல்பட்டு வந்த சத்திரத்தில் வழக்குகள் நடந்து தண்டனைகள் தரப்பட்டன. இதுவே அன்றைய நடைமுறை!

அன்று மெட்ராஸ் என்கிற சிறிய கிராமம் பூந்தமல்லியை நிர்வகித்த பாளையக்காரரான தமர்ல வெங்கடாத்ரியின் கட்டுப் பாட்டில் இருந்தது. பாளையக்காரர்கள் என்பவர்கள் விஜயநகரப் பேரரசை ஆண்ட நாயக்கின் வழித்தோன்றல்கள். பின்னாளில் இவர்களே ஜமீன்தார்களாக மாறினர்.

ஆங்கிலேயர்களுக்கு மெட்ராஸில் கோட்டை கட்டிக் கொள்வ திலிருந்து நீதி வழங்குவது வரை அனைத்து அதிகாரங்களையும் கொடுத்தார் தமர்ல வெங்கடாத்ரி. இவரின் கீழ் பெத்தநாயக் காவல் பணியை மேற்கொண்டார்.

ஆங்கிலேயர்கள் இங்கே கோட்டையை நிறுவியபிறகு முதல்கட்ட மாக மெட்ராஸின் காவல் பணியை முறைப்படுத்தினர். காரணம், இங்கே கொலை, கொள்ளைச் சம்பவங்கள் அதிகரித்து வந்தது தான். மட்டுமல்ல, கருப்பர் நகரில் காளான்களாக முளைத்திருந்த சாராயக் கடைகளால் பல்வேறு பிரச்னைகளும், சண்டைகளும் புதிது புதிதாக வந்தவண்ணம் இருந்தன.

இதனால் கோட்டையின் அருகே இருந்த கருப்பர் நகருக்கும், சுற்றிலும் இருந்த பேட்டைகளுக்கும் பாதுகாப்பு அளிப்பதும், சட்டத்தை மீறுபவர்கள் மற்றும் பிரச்னைகளை உருவாக்குபவர் களை நீதிமன்றத்தின்முன் நிறுத்துவதும் பெத்தநாயக்கின் முக்கியக் கடமையாக்கப்பட்டது.

பின்னர், 1659ம் வருடம் கம்பெனியின் மெட்ராஸ் ஏஜென்ட் டான தாமஸ் சேம்பர் ஒப்பந்தம் ஒன்றைப் போட்டார். அதில் பெத்தநாயக், முழு நேரமாக ஐம்பது உதவியாளர்களை வைத்துக் கொள்ளவேண்டும் என்றும், தேவைப்படும் நேரத்தில் கூடுதலாக நூறு முதல் இருநூறு உதவியாளர்களைத் திரட்டித்தர வேண்டும் என்றும் சொல்லப்பட்டது.

இந்தப் பணிகளுக்கு ஊதியமாக பெத்தநாயக்குக்கு புறநகர்ப் பகுதியில் விளைநிலங்கள் இனாமாக வழங்கப்பட்டன. இதுவே

↘ காவல் ஆய்வாளருடன் காவலர்கள் (1892)

பின்னாளில் பெத்தநாயக்கன்பேட்டை என்றழைக்கப்பட்டது. மேலும் வருமானத்திற்காக அரிசி, எண்ணெய், மீன், வெற்றிலை, பாக்கு போன்றவற்றின் மீது இவர் சிறிய வரிகள் விதித்துக் கொள்ளலாம் எனவும் கூறப்பட்டது.

பெத்தநாயக் காவல் பணி மட்டும் செய்யவில்லை. அவர் இன்சூரன்ஸ் ஏஜென்ட்டாகவும் செயல்பட்டார். ஆம்; திருட்டு, வழிப்பறி போன்றவற்றைக் கண்டுபிடிக்க முடியாவிட்டால், பாதிக்கப்பட்டவருக்கான இழப்பீட்டை வழங்க வேண்டிய பொறுப்பு பெத்தநாயக்கைச் சார்ந்தது! இதுவே அன்றைய விதி. இதனால், பெத்தநாயக்கும் அவரின் உதவியாளர்களும் கண்காணிப்பில் அதிதீவிரம் காட்டினர். வணிகம் செழிக்க, மெட்ராஸின் மக்கள் தொகை உயர்ந்தது. ஆரம்பத்தில் கோட்டை யைச் சுற்றி எண்பது குடும்பங்கள் இருந்த நிலை மாறி, நானூறு நெசவாளர் குடும்பங்கள் மெட்ராஸில் செட்டிலாயின. நகரம் விரிவடைய, பெத்தநாயக்கின் பணிச்சுமையும் கூடியது.

வணிகர்களின் பொருட்களுக்கு மட்டுமல்லாமல் இறக்கு மதி, ஏற்றுமதிப் பொருட்களைப் பாதுகாப்பதும், கம்பெனியின் வணிகத்துக்கான துணிகள் வெளுக்கும் இடத்தில் திருட்டு நடக் காமல் பாதுகாப்பதும் பெத்தநாயக்கின் பணிகளில் ஒன்றானது.

"1699ம் வருடம் கோட்டைக் காவல் படையிலிருந்த என்சைன் தாமஸ் சாலமன் என்பவருடன் பதினோரு பேர் மெட்ராஸிலிருந்து தப்பிவிட்டனர். இவர்களைப் பிடிக்கும் பணி பெத்தநாயக்கிடம் வழங்கப்பட்டது. மெட்ராஸிலிருந்து அறுபது மைல் தூரத்தில் இவர்களைப் பிடித்தது பெத்தநாயக் படை!

மன்னிப்பு வழங்கப்படும் என்கிற நிபந்தனையுடன் கோட்டைக்குக் கொண்டு வரப்பட்டவர்களைச் சிறையில் அடைக்க உத்தரவிட்டது ஆங்கிலேய அரசு. பின்னர் இவர்கள் இங்கிலாந்துக்கு அனுப்பி வைக்கப்பட்டனர்" என பெத்தநாயக் பணி பற்றி, 'The Madras Tercentenary Commemoration Volume' நூலின் ஒரு கட்டுரையில் குறிப்பிடுகிறார் சென்னைப் பல்கலைக்கழகப் பேராசிரியர் ஆசீர் வாதம்.

இந்த தாமஸ் சாலமன்தான் பின்னாளில் 'Modern History or The Present State of All Nations' என்கிற புத்தகத்தை எழுதி புகழடைந்தவர்!

இந்நிலையில், 1701ம் வருடம் மெட்ராஸ் கவர்னராக வந்த தாமஸ் பிட், புது ஒப்பந்தம் ஒன்றைப் போட்டார். இதன்படி, 50 முழுநேர காவல் உதவியாளர்கள் என்பது நூறானது. தவிர, அவசர காலத்தில் உதவுவதற்காக தற்காலிகமாக நூறு பேர் இருக்க வேண்டும் என்றும் உத்தரவிடப்பட்டது.

காரணம், அன்று தாவூத்கானிடம் ஏற்பட்ட உரசலில் பெத்த நாயக்கின் தலையாரிகளே கோட்டைக் காவல்படையுடன்

இணைந்து போரிட்டு ஆங்கிலேயப் படையைக் காப்பாற்றினர். இதனாலேயே, கூடுதல் உதவியாளர்கள் வைத்திருக்க வேண்டும் என ஒப்பந்தத்தில் கூறப்பட்டது.

மட்டுமல்ல, இப்போது கோட்டையிலிருந்த கடல் வாயில், சத்திரம், பஜார் போன்ற இடங்களில் கட்டணங்களை வசூலிக்கவும் பெத்தநாயக்கிற்கு அங்கீகாரம் அளிக்கப்பட்டது. கம்பெனியின் பழைய பணியாட்கள் மற்றும் கிறிஸ்துவர்கள் தவிர மற்ற உள்ளூர் மக்களிடம் பெரிய வீடு ஒன்றுக்கு ஆண்டுக்கு மூன்று ஃபணமும் (fanam - அப்போதைய நாணயம்), ஓரளவு சிறிய வீடுகளுக்கு ஆண்டுக்கு இரண்டு ஃபணமும், மிகச்சிறிய வீடுகளுக்கு ஆண்டிற்கு ஒரு ஃபணமும் வசூலித்துக்கொள்ளலாம் என்றும் சொல்லப்பட்டது. இவையெல்லாம் பெத்தநாயக்கிற்கான வருமானங்கள். அவ்வளவே!

பெத்தநாயக் காவலராக மட்டும் இல்லாமல் சிறைப் பாதுகாப்பும் செய்துவந்தார். கைதிகளை சத்திரம் அல்லது மேயர் நீதிமன்றத்துக்குக் கொண்டுவரும் பொறுப்பும் கொடுக்கப்பட்டது.

அன்று கோட்டையின் வடக்கு மதிற்சுவர் அருகே சிறை இருந்தது. இதனுள் ஆறு அறைகள் இருந்தன. இதைக் 'கோழிக்கூடு' என்றே அழைத்தனர். அந்தளவுக்கு அறைகள் சிறியதாக இருந்தன. சில நேரங்களில் உள்ளூர் கைதிகளுடன் பிரிட்டிஷ் கைதிகளும் மேற்கிந்தியத் தீவுகளில் இருந்த செயின்ட் ஹெலினா தீவுக்கு அடிமைகளாக அனுப்பப்பட்டனர்.

இந்நேரம் நகரில் வலங்கை, இடங்கை பிரச்னை தலைதூக்கியது. அதாவது வேளாண்மையைச் சாராத தொழிலாளர்கள், வணிகர்கள், தோல் பதனிடுபவர்கள் இடங்கை என்றும்; வேளாண் சார்ந்த விவசாயிகள், தானிய வணிகர்கள், பானை செய்பவர்கள் வலங்கை என்றும் பிரிந்து நின்று பிரச்னையில் ஈடுபட்டனர்.

இந்தப் பிரச்னை 1725ம் வருடம் முத்தியால்பேட்டையில் கோயில் கட்டும் பணியின் போதும் ஏற்பட்டது. உடனடியாகத் தலையிட்டு பிரச்னையை முடித்து வைத்தார் பெத்தநாயக்!

இதன் பிறகு, பெத்தநாயக்கிற்கு சில விசேஷ பணிகள் தரப் பட்டன. குறிப்பாக, மேயர் பதவியேற்பு விழாவில் குதிரை மீது ஊர்வலமாக தனது பரிவாரங்களுடன் முன்னே செல்லும்படி பணிக்கப்பட்டார்.

1730ம் வருடம் கவர்னராக இருந்த ஜார்ஜ் மோர்டன் காவல் அமைப்பில் பல்வேறு சீர்திருத்தங்கள் கொண்டு வந்தார். அதில், கருப்பர் நகரில் அமைதியை நிலைநாட்ட அதிகமான காவலர்களை நியமித்தார். காவல் வசதிக்காக நகரை சரியான அளவில் பிரித்தார்.

1746ல் மெட்ராஸ் பிரெஞ்சு வசமானது. பிறகு, 1758ல் மீண்டும் மெட்ராஸைப் பிடிக்க பிரெஞ்சுப் படைகள் முயன்றபோது கடும் போர் நடந்தது. இதில் அப்போது பெத்தநாயக்காக இருந்தவர்

மரணமடைந்தார். அவரது அலுவலகம் தற்காலிகமாகச் செயல் படாமல் நின்றது. இதனால், உதவியாளர்களுக்குப் பதிலாக கம்பெனி சிப்பாய்கள் கருப்பர் நகரின் பாதுகாப்பில் ஈடுபட்டனர்.

ஆனால், பெத்தநாயக் இருக்கும்போது நடந்தது போல பணி கள் சிறப்பாக இல்லை. தரகர்களால் எதேச்சதிகாரமாக வரிகள் வசூலிக்கப்பட்டன. குறிப்பாக, துபாஷிகளாக இருந்தவர்கள் இந்த வேலைகளில் ஈடுபட்டனர். தொழிலாளர்களுக்கு வழங்கப் பட்ட கூலியிலும் ஒழுங்குமுறைகள் மீறப்பட்டன. வணிகர்கள் பொருட்களைப் பதுக்கி வைத்துக்கொண்டு தட்டுப்பாடு எனக் காரணம் காட்டி விலை உயர்த்தினர். திருட்டும், சாலையோர வழிப்பறியும் அதிகரித்தது. நகர் சீரழிவை நோக்கிச் சென்றது.

இதனால், ஆங்கிலேய நிர்வாகம் காவல் பணிக்காக ஒரு தனித்துவ மான போலீஸ் அமைப்பை ஏற்படுத்துவதென முடிவெடுத்தது. 1770ல் போலீஸ் வாரியம் ஒன்றை அன்றைய கவர்னர் ஜோசியஸ் டு ப்ரீ ஏற்படுத்தினார். பொதுமக்களுக்கு ஏற்படும் இடர்ப்பாடுகளைக் களைந்து ஆரோக்கியமான சூழலை நகரில் உருவாக்குவது இதன் நோக்கம்.

தவிர, சரியில்லாத சாலைகள், எரியாமல் இருக்கும் தெரு விளக்குகள், தெருநாய்களின் தொல்லைகள் போன்ற மற்ற பிரச் னைகளிலும் இந்த வாரியம் கவனம் செலுத்தித் தீர்வு சொன்னது.

மட்டுமல்ல; நிலுவையில் உள்ள உள்ளூர் மக்களின் வழக்கு களுக்காக ஒரு கச்சேரி நீதிமன்றத்தையும் ஏற்படுத்தியது. சந்தைப் பொருட்களின் விலையையும் ஒழுங்கு செய்தது. ஆனால், ஒரு வருடத்திலேயே இந்த வாரியம் கலைக்கப்பட்டுவிட்டது. இதன் பிறகு 1777ல் ஒரு புதிய முயற்சி மேற்கொள்ளப்பட்டது.

கவர்னர் ஜார்ஜ் ஸ்ட்ராட்டன் முகலாயர்களின் காவல் அமைப்பைப் பார்த்து 'கொத்தவால்' என்ற முறையை மெட்ராஸில் கொண்டு வந்தார்.

'கொத்தவால்' என்றால் கண்காணிப்பது என அர்த்தம். இப்படியாக வீரபெருமாள் என்பவர் கொத்தவாலாக நியமிக்கப் பட்டார். இவரது சாவடியை வைத்தே கொத்தவால்சாவடி என்ற பெயர் வந்தது. இன்றும் ஜார்ஜ்டவுனில் கொத்தவால்சாவடியைப் பார்க்கலாம். இவரது பணி சந்தைப் பொருட்களின் விலையைக் கட்டுப்படுத்துவதும், வியாபாரிகளை ஒழுங்காக நடந்துகொள்ளச் செய்வதுமாகும்.

பின்னர் 1780ல் இந்தக் கொத்தவால் பதவி காவல் கண்காணிப் பாளர் என மாற்றப்பட்டது. இதிலிருந்தே இன்றைய நவீன காவல் அமைப்பிற்கான அடித்தளம் ஆரம்பமானது

மெட்ராஸ் போலீஸ்

நவீன காவல்துறைக்கான விதை மெட்ராஸில் 1780ம் வருடம் தூவப்பட்டது. தினசரி சந்தையை கவனிக்கவும், அதை ஒழுங்கு படுத்தவும் முதன்முதலாக காவல் கண்காணிப்பாளர் என்ற பதவி ஏற்படுத்தப்பட்டது. கொத்தவாலாக இருந்தவரே காவல் கண்கா ணிப்பாளரானார்.

இந்நேரத்தில், காவலில் சீர்திருத்தங்கள் மேற்கொள்வது பற்றி யும் பேசப்பட்டு வந்தது. 1782ல் அட்டார்னியாகப் பணியாற்றிய ஸ்டீபன் போஃபம் என்பவர் மெட்ராஸ் போலீஸ் அமைப்பு பற்றி ஒரு விரிவான திட்டம் தயாரித்துக் கொடுத்தார்.

அந்தத் திட்ட அறிக்கையில், "சுகாதாரத்தைப் பராமரிப்பதும், சென்ட்ரல் மார்க்கெட்டில் நடக்கும் மோசடிகளையும் பிரச்னை களையும் தடுப்பதும், பொருட்களின் தரம் மற்றும் எடை சரியாக இருக்கிறதா என்பதைக் கவனிப்பதும் போலீஸ் பணி.

ஒவ்வொரு வாரமும் பொருட்களின் விலையை எழுதி போலீஸ் மாஸ்டரிடம் கொடுக்க வேண்டும். அவர், தினசரி சந்தையில் அதை ஒட்டிவிட வேண்டும். அதன் நகலை கவர்னர், நீதிபதி, மேயர், தலைமைச் செயல் அதிகாரி ஆகியோருக்கும் அனுப்பி வைக்க வேண்டும்.

வீட்டுக்கு இரண்டு கிணறுகள் தோண்டப்பட்டு ஒன்று கழிவு

நீருக்கும், மற்றொன்று பிற பயன்பாட்டுக்கும் பராமரிக்கப்பட வேண்டும். குறிப்பாக, வடிகால் மேம்பாட்டைக் கவனிப்பதும் காவல்துறையின் பணிகளில் ஒன்று.

தவிர, ஒவ்வொரு தெருவின் பெயரையும் ஆங்கிலம் மற்றும் உள்ளூர் மொழியில் எழுதி வைக்க வேண்டும். வணிகம் செய்பவர்கள் தங்கள் தொழில்பற்றிய விவரங்களைப் பதிவு செய்ய வேண்டும். இதேபோல் பிறப்பு, இறப்பு புத்தகத்தையும் போலீஸ் மாஸ்டரின் உதவியாளர் பராமரிக்க வேண்டும். சாராயக்கடையின் இடத்தைத் தேர்ந்தெடுப்பதும் மேற்பார்வை அதிகாரியின் பணி.

↘ காவல் ஆய்வாளர் (1892)

போலீஸ் மாஸ்டருக்கு துணையாக ஒருவரும், ஐரோப்பிய உதவியாளர்களும், சில சிப்பாய்களும், செய்தியை சொல்பவர்களும் இருக்க வேண்டும். போலீஸ் மாஸ்டர் அலுவலகமும், சிறைக் கூடமும் நகரின் மத்தியில் அமைக்கப்பட வேண்டும்..." எனத் தெளிவாக இருந்தது.

இதை 1786ம் வருடம் அப்போதைய கவர்னர் சர் ஆர்ச்சிபால்டு கேம்பெல் ஓர் ஆலோசனைக் குழு அமைத்து ஆராயச் சொன்னார். பின்னர், இந்தக் குழு ஒழுங்குமுறைக் குழு எனப் பெயர் மாற்றமானது. இந்தக் குழு போர்பம் திட்டத்தை முன்வைத்து சில உத்தரவுகளை இட்டது. அதன்படி, போம்பிற்கு சொந்தமான கருப்பர் நகரிலிருந்த இடத்தில் சென்ட்ரல் மார்க்கெட் ஏற்படுத்தப்பட்டது.

அதில், தலைமைப் பொறியாளர் மேற்பார்வையில் வரிசையாக ஷெட்டுகள் அமைக்கப்பட்டன. இந்தத் தலைமைப் பொறியாளர் தகுதியான விற்பனையாளர்களுக்கு ஷெட்டுகளை வாடகைக்கு விட வேண்டும் என்பது விதி. இங்கு தினமும், இறைச்சி, கோழிக்கறி, மீன் விற்கப்பட்டன. தரகர்களின் தலையீடு இந்த இடத்தில் தடை செய்யப்பட்டது. அதனுடன் புதிய கொத்தவால் சத்திரமும், காவல் அலுவலகமும் கட்டப்பட்டன.

தல புராணம்

➘ 1959ல் திறக்கப்பட்ட போலீஸ் நினைவுத்தூண்

ஆனால், 1791ல் இந்தக் கொத்த வால் பதவி ஒழிக்கப்பட்டது. காரணம், அவரும், அவரின் கீழிருந்த உதவியாளர்களும் நிறைய லஞ்சம் வாங்குவதாகக் குற்றச்சாட்டுகள் எழுந்ததே!

பிறகு, கவர்னராக வந்த லார்டு ஹோபர்ட் 1797ல் இந்தக் கொத்த வால் பதவியை மீண்டும் கொண்டு வந்தார். நிலையான காவல் குழு ஒன்றையும் அமைத்தார். இவையெல் லாம் 18ம் நூற்றாண்டின் கடைசியில் நடந்த கதைகள்!

19ம் நூற்றாண்டு காவல்துறையின் வளர்ச்சிக் காலம். காவல்துறைக் கென்று ஒரு சட்டம் இயற்றப்பட்டது இந்த நூற்றாண்டில்தான். இதற்கு 1806ல் வேலூரில் நடந்த சிப்பாய் புரட்சியே முக்கியக் காரணம். வட இந்தியாவில் 1857ம் வருடம் நடந்த புரட்சிக்கு முன்பே இங்கே சிப்பாய்க் கலகம் ஏற்பட்டுவிட்டது.

இதனால் மாகாணத்தை ஆண்ட ஆங்கிலேயர்கள் சட்டம் ஒழுங்கைப் பாதுகாக்க கூடுதல் படைகளைத் தயார் செய்ய வேண் டிய கட்டாயத்துக்கு தள்ளப்பட்டனர். அப்போது கவர்னராக இருந்த வில்லியம் பென்டிங்க், மெட்ராஸ் உச்சநீதிமன்றத் தலைமை நீதிபதியாக இருந்த சர் தாமஸ் ஸ்ட்ரேஞ்ஜுக்கு ஒரு கடிதம் எழு தினார்.

அதில், மெட்ராஸ் நகரில் உடனடியாக ஓர் ஒழுங்கான போலீஸ் அமைப்பை உருவாக்க வேண்டிய தேவையைக் குறிப்பிட்டார். பின்னர், தலைமை நீதிபதி நிலையான காவல் குழுவிற்கு பொறுப் பாளர்களை நியமித்து மீண்டும் அதைச் செயல்பட வைத்தார்.

இந்தக் குழு சில பரிந்துரைகள் சொன்னது. அதன்படி, நகரைக் கண்காணிக்க முழு அதிகாரம் கொண்ட ஒரு காவல் கண்காணிப் பாளரை நியமிக்க வேண்டும் என்றது. தவிர, பெத்தநாயக் பதவியை ஒழித்துவிட்டு, போலீஸ் அலுவலக உதவியாளர்களை ஐந்நூறாக அதிகரிக்க வேண்டும்; பத்து ஐரோப்பிய அதிகாரிகளை புதிதாக நியமித்து நகர் காவல்துறையை பெரிதாக்க வேண்டும்; மெட்ராஸ் நகரை பகுதிகளாகப் பிரிக்க வேண்டும் உள்ளிட்டவை அதில் இடம்பெற்றன.

இப்படியாக 1806ல் சீனியர் மாஜிஸ்திரேட்டாக இருந்த வால்டர்

எழும்பூர் காவல் ஆணையர் அலுவலகம்

கிராண்ட் என்பவர் காவல் கண்காணிப்பாளராக நியமிக்கப்பட்டார். நகரின் காவல் தலைமையகம் வேப்பேரியில் அமைக்கப்பட்டது. ஒரு கிளை அலுவலகம் கடற்கரையில் இருந்தது. அங்கே மாஜிஸ்திரேட்கள் அமர்ந்து சிறு வழக்குகள் மற்றும் புகார்களை விசாரிக்கும் படி ஏற்பாடு செய்யப்பட்டது. 1815ம் வருடம் மெட்ராஸ் காவல் எட்டு பிரிவுகளாகப் பிரிக்கப்பட்டன. ஒவ்வொரு பிரிவிலும் நிறைய காவல்நிலையங்கள் உருவாக்கப்பட்டன. இதனால், காவல்துறை விறுவிறுவென மாறியது.

ஒவ்வொரு காவல்நிலையமும் ஒரு கொத்தவால் தலைமையில் இயங்கியது. அவருக்கு உதவியாக ஒரு ஜமேதாரும், நான்கு அலுவலக உதவியாளர்களும் நியமிக்கப்பட்டனர். இவர்கள் நான்கு மணி நேரம் என ஷிப்ட் முறையில் பணியாற்றினர். ஏரியாவில் நடக்கும் எல்லா நிகழ்ச்சிகளிலும் கலந்து கொண்டனர். குற்றத்தடுப்பு சம்பந்தமான பணிகளுக்குத் தலையாரிகள் நியமிக்கப்பட்டனர்.

இந்நிலையில் துறைமுகத்தில் குற்ற நடவடிக்கைகள் அதிகரித்தன.

நவீனமாக மாறிய மெட்ராஸ் போலீஸ்

மெட்ராஸ் கப்பல்துறையில் முறைகேடுகளும், கடத்தல்களும் ஒவ்வொரு நாளும் அதிகரித்தவண்ணம் இருந்தன. அதனால், கடற்கரையில் இருந்த போலீஸ் கிளை அலுவலகத்தை மரைன் போலீஸ் பிரிவாக மாற்றினர்.

தொடர்ந்து நகரக் காவல் கண்காணிப்பாளரிடம் பல்வேறு பணிகள் ஒப்படைக்கப்பட்டன. குறிப்பாக, பாஸ்போர்ட் வழங்குவதும், சந்தையில் பொருட்களின் எடை, தரம், அளவு ஆகியவை சரியாக இருக்கிறதா என்பதைக் கண்காணித்தலும், முத்திரை துறையை மேற்பார்வையிடுதலும் முக்கிய பணிகளாக இருந்தன.

இந்நிலையில், 1820ம் வருடம் தனியாக உளவுப்பிரிவு ஒன்று ஏற்படுத்தப்பட்டது. இதற்காக நிறைய ஒற்றர்கள் பணியமர்த்தப் பட்டனர். இவர்கள் நகரில் அமைதிக்குக் குந்தகம் விளைவிக்கும் விஷயங்களில் கவனம் செலுத்தியதுடன், ரகசியமாக செய்திகளைச் சேகரித்துக் காவல் கண்காணிப்பாளருக்கு அளித்தனர்.

இதன் பிறகு அட்வகேட் ஜெனரலாக இருந்த ஜார்ஜ் நார்ட்டன் தலைமையில் போலீஸ் சீர்திருத்தங்களுக்கென மூன்று பேர் கொண்ட கமிட்டி அமைக்கப்பட்டது.

ஆனால், சில எதிர்ப்புகளால் இந்தக் குழுவின் பரிந்துரைகள் முதலில் அமலுக்கு வரவில்லை. பிறகு, நார்ட்டனால் சில

◥ பழைய ஆணையர் அலுவலகம்

சீர்திருத்தங்கள் செய்யப்பட்டு புதிய திருத்தங்களுடன் அமலுக்கு வந்தது.

1839ம் வருடம் மெட்ராஸ் காவல் ஆறு பிரிவுகளாகப் பிரிக்கப்பட்டது. முதல் பிரிவில் கருப்பர் நகரமும்; இரண்டாவது பிரிவில் திருவல்லிக்கேணி, ராயப்பேட்டை, மீர்சாகிப்பேட்டை, நரசிங்கபுரம், வாலாஜாபேட்டை, சேப்பாக்கம் பகுதிகளும்; மூன்றாவது பிரிவில் சாந்தோம், தேனாம்பேட்டை, ஆழ்வார்பேட்டை, அடையாறு முகத்துவாரத்திலுள்ள தீவுப் பகுதிகளும்; நான்காவது பிரிவில் சிந்தாதிரிப்பேட்டை, எழும்பூர், கோமலேஸ்வரன் கோவில், புதுப்பேட்டை, நுங்கம்பாக்கம், சேத்துப்பட்டு பகுதிகளும்; ஐந்தாவது பிரிவில் பெரியமேடு, வேப்பேரி, சூளை, புரசைவாக்கம், பெரம்பூர், வியாசர்பாடி பகுதிகளும்; ஆறாவது பிரிவில் வண்ணாரப்பேட்டை, தண்டையார்பேட்டை, சுங்கிவீரையன்பேட்டை, ராயபுரம், காக்ரேன் கால்வாய் பகுதிகளும் அடங்கும்.

இந்நிலையில், மெட்ராஸ் நகர காவலின் தலைமையகம் வேப்பேரியிலிருந்து எழும்பூர் பாந்தியன் சாலையில் இருந்த அருண கிரி முதலியாரின் பங்களாவில் மாதம் 165 ரூபாய் வாடகைக்குச் சென்றது. 1856ம் வருடம் போலீஸ் சட்டம் இயற்றப்பட்டதும் நிலையான போலீஸ் அமைப்பு நடைமுறைக்கு வந்தது.

மெட்ராஸின் முதல் காவல் ஆணையராக லெப்டினன்ட் கர்னல் ஜெ.சி.போல்டர்சன் நியமிக்கப்பட்டார். இவருக்கு உதவியாக துணை ஆணையர்களும், உதவி ஆணையர்களும், மற்ற காவலர்களும் நியமிக்கப்பட்டனர்.

மட்டுமல்ல, அருணகிரி முதலியார் கட்டடத்தைக் காவல்

புதிய கட்டடம்

துறையே 21 ஆயிரம் ரூபாய் கொடுத்து வாங்கி, அதில் நகரக் காவல் ஆணையர் சிஸ்டத்தை நடைமுறைப்படுத்தியது.

இந்நேரம், மாகாணத்தின் காவல் தலைவர் பதவியும் உருவாக்கப் பட்டது. அவர் தலைமைக் காவல் ஆணையர் என்றழைக்கப் பட்டார். இதுவே பின்னாளில் இன்ஸ்பெக்டர் ஜெனரல் ஆஃப் போலீஸ் என்றானது.

பிறகு, காவல் சட்டத்தில் மேலும் சில கோரிக்கைகள் சேர்க்கப்பட்டு 1859ம் வருடம் மெட்ராஸ் போலீஸ் நவீனமாக உருவாக்கப்பட்டது.

முதலில், மெட்ராஸ் நகர் இரண்டு மாவட்டங்களாகவும், அதில் பல்வேறு பகுதிகளாகவும் பிரிக்கப்பட்டன. ஒவ்வொரு பகுதிக்கும் ஓர் ஆய்வாளர் நியமிக்கப்பட்டார். அவருக்கு உதவியாக தலைமைக் காவலர் மற்றும் காவலர்கள் காவல்நிலையங்களில் பணியமர்த்தப் பட்டனர்.

1876ம் வருடம் மாகாண அரசு உதவி ஆய்வாளர் என்ற பதவியை நகருக்குள் புதிதாக உருவாக்கியது. இவர்களுக்கு உளவுப்பணிகள் தரப்பட்டன. ஆய்வாளர்களுக்கும், சர்ஜென்ட்டுகளுக்கும் போக்கு வரத்தை ஒழுங்குபடுத்தவும், பெரிய கூட்டத்தைக் கட்டுப்படுத்தவும் குதிரைகள் தரப்பட்டன. அவசரத் தேவைக்காக பயிற்சி அளிக்கப் பட்ட ஆயுதப்படைகளும் தயாராகவே இருந்தன.

20ம் நூற்றாண்டு அடுத்தகட்ட வளர்ச்சியை நோக்கிச் சென்றது. 1902ம் வருடம் போலீஸ் சட்டத்தில் ஒரு திருத்தம் செய்யப்பட்டது. அதன்படி இன்ஸ்பெக்டர் ஜெனரல் ஆஃப் போலீஸ் பதவி கொண்டு வரப்பட்டு அவருக்குக் கீழ் ஆணையர் வந்தார்.

இந்நிலையில் 1914ம் வருடம் முதல் உலகப் போரின்போது ஜெர்மன் கப்பல் எம்டன் மெட்ராஸில் குண்டு மழை பொழிய ஒரு

சுதந்திரத்துக்குப் பிறகு...

- 1951ல் இந்தியாவில் முதல்முறையாக குற்றங்களைக் கண்டறிய மெட்ராஸ் போலீஸில்தான் மோப்ப நாய் பிரிவு உருவாக்கப்பட்டது.
- 1971ல் இந்தியாவில் முதல்முறையாக காவல்துறையில், 'போலீஸ் கம்ப் யூட்டர் விங்' பிரிவை மெட்ராஸ் போலீஸ் தொடங்கியது. இதே வருடம் சிஐடி சிறப்புப் பிரிவு தொடங்கப்பட்டு தீவிரவாதிகளின் நடவடிக்கைகள் கண்காணிக்கப்பட்டன. இதுவே பின்னாளில் க்யூ பிராஞ்ச் என்றானது.
- 1973ல் முதல்முறையாக பெண் காவலர் மற்றும் உதவி ஆய்வாளர் தமிழகக் காவல்துறையில் பணியமர்த்தப்பட்டனர்.
- 1979ல் காவல்துறையின் ஒட்டுமொத்தத்துக்கும் தலைமையாக டைரக்டர் ஜெனரல் ஆஃப் போலீஸ் என்ற பதவி உருவாக்கப்பட்டது. இ.எல்.ஸ்ட்ரேசி என்பவர் முதல் டைரக்டர் ஜெனரலாக நியமிக்கப்பட்டார்.
- 1992ல் முதல் மகளிர் காவல்நிலையம் மெட்ராஸ் ஆயிரம்விளக்கில் உருவாக்கப்பட்டது. இதற்குத் தலைமையாக ஒரு பெண் ஆய்வாளரும் நியமிக்கப்பட்டார். தொடர்ந்து பிற மாவட்டங்களிலும் மகளிர் காவல் நிலையங்கள் வந்தன.
- 2010ல் தமிழகத்தின் முதல் பெண் டிஜிபியாக லத்திகா சரண் பொறுப் பேற்றார்.
- 2013ல் எழும்பூரிலிருந்து வேப்பேரியில் கட்டப்பட்ட புதிய கட்டடத்திற்கு சென்னை போலீஸ் கமிஷனர் அலுவலகம் மாறியது.

காவலர் உட்பட மூன்று பேர் சம்பவ இடத்திலேயே கொல்லப்பட்டனர். இந்நேரம் நகரில் கொள்ளைச் சம்பவங்களும், கலவரங்களும் அதி கரித்தன. பொருட்கள் தட்டுப்பாட்டால் விலைகளும் உயர்ந்தன.

அப்போது துணைக் காவல் ஆணையராக இருந்த திவான் பகதூர் பி.பராங்குசம் நாயுடு பல்வேறு நடவடிக்கைகள் எடுத்து நிலைமையைக் கட்டுக்குள் கொண்டுவந்தார். பொதுமக்களுக்கு போலீஸே அரிசி விநியோகம் செய்தது. இதனால், 1919ல் பராங்குசம் நாயுடு காவல் ஆணையராகப் பதவி உயர்த்தப்பட்டார். மெட்ராஸின் முதல் இந்தியக் காவல் ஆணையர் இவர்தான்.

இதற்கிடையில் நகரில் சுதந்திரப் போராட்டம் தொடங்கியது. மகாத்மா காந்தி நடத்திய சத்தியாக்கிரகப் போராட்டம் மெட்ராஸ் மாகாணத்திலும் பரவியது. தொழிற்சாலையில் சுதந்திர வேட்கை கொண்ட பணியாளர்கள் ஒருபுறமும், தொழிற்சாலைக்கு விசுவாச மாகப் பணியாற்றிவர்கள் மறுபுறமுமாக நிற்க கலகம் வெடித்தது. இதனால், காவல்படை குவிக்கப்பட்டு துப்பாக்கிச் சூட்டின் வழியாகக் கலவரம் ஒடுக்கப்பட்டது.

இதே நேரத்தில் காங்கிரஸும் ஒத்துழையாமை இயக்கத்தைத் தொடங்கியது. பத்திரிகைகளும் தங்கள் பங்குக்கு ஐரோப்பிய

அதிகாரிகளால் சுரண்டப்படுவதைப் பற்றி எழுதின. காங்கிரஸ் கட்சி, 'காவலர்கள் மற்றும் ராணுவத்தில் உள்ள இந்தியர்கள் வேலையை ராஜினாமா செய்துவிட்டு காலனிய அமைப்புகளை ஒடுக்க வாருங்கள்' என நேரடியாக அறைகூவல் விடுத்தது.

மெட்ராஸில் இரண்டு உதவி ஆய்வாளர்களும், ஒரு காவலரும் மட்டும் இதற்கு செவிசாய்த்து ராஜிமாமா செய்தனர். இதனால், அரசு காவல்துறைக்கு கூடுதல் சலுகைகளும் சம்பளங்களும் வாரி வழங்கி காவலர்களைத் தக்க வைத்தது.

இருந்தும் சுதந்திரப் போராட்ட வீரர்கள் மெரினா கடற்கரையில் கூடி, போராட்டத்தில் இணையும்படி போலீஸிற்கு அழைப்பு விடுத்தனர். இதனால், அரசு 'அதிருப்தியைத் தூண்டுதல்' என்ற சட்டத்தை மெட்ராஸில் மட்டும் பிரகடனப்படுத்தியது.

இந்தச் சட்டத்தைக் கொண்டு மெரினாவில் துப்பாக்கிச்சூடு நடத்தியதுடன் சத்தியாக்கிரகம் நடத்தியவர்களை அடித்து விரட்டியது. பின்னர், ஆயுதப் பாதுகாப்புப் படை, 'பிரசிடென்ஷியல் ஜெனரல் ரிசர்வ்' என்ற பெயரில் உருவாக்கப்பட்டது.

1929ம் வருடம் மெட்ராஸ் காவல் ஆணையராகச் சிறிது காலமே இருந்த சார்லஸ் பி. கன்னிங்ஹாம் காவல்துறையில் புதிய அணுகுமுறைகளைப் புகுத்தினார். அதாவது, காவல்துறையைச் சட்டம் மற்றும் ஒழுங்கு, குற்றம், போக்குவரத்து என மூன்றாகப் பிரித்தார். இன்றுவரை காவல்துறை இந்த முறையிலேயே செயல்பட்டு வருகிறது. பிறகு, காவலர்கள் அணிந்து வந்த ஊதா கலர் சீருடைகள், காக்கியாக மாற்றப்பட்டன.

சுதந்திரத்துக்குப் பிறகு பல்வேறு சீர்திருத்தங்களும், தொழில் நுட்பங்களும் புகுத்தப்பட்டு காவல்துறை மேலும் நவீனமாக்கப்பட்டது.

★ ★ ★

சேப்பாக்கம் மாளிகை

சேப்பாக்கம் என்றாலே முதலில் நினைவுக்கு வருவது கிரிக்கெட் மைதானமும், சென்னைப் பல்கலைக்கழகமும்தான். ஆனால், இன்றைய சென்னை வாசிகளுக்குக்கூடத் தெரியாத வரலாற்றைச் சொல்லும் ஓர் இடமும் அங்கே இருக்கிறது.

அதன் பெயர் சேப்பாக்கம் மாளிகை!

ஒருகாலத்தில் ஆற்காடு நவாப்கள் ஆரவாரமாக உலா வந்த மாளிகை. கலச மஹால், ஹுமாயூன் மஹால் என்ற இரண்டு மஹால்களால் பின்னப்பட்ட அழகிய அரண்மனை. சேப்பாக்கம், திருவல்லிக்கேணி, ராயப்பேட்டை பகுதிகளில் அதிகளவு உருது முஸ்லிம்கள் குடியேற நவாப் வாலாஜா இங்கே வந்ததே காரணம். இதனாலேயே அந்தச் சாலைக்கு வாலாஜா ரோடு எனப் பெயர் வந்தது.

சரி; எப்போது கட்டப்பட்டது இந்த மாளிகை? அதற்குமுன் நவாப் பற்றி அறிய வேண்டியது அவசியம்.

ஆங்கிலேயர்கள் வணிகத்துக்காக இந்தியாவுக்குள் வந்தபோது வடக்கில் முகலாய மன்னர் ஜஹாங்கீர் ஆட்சியில் இருந்தார். இவர்தான் 1612ம் வருடம் சூரத்தில் ஆங்கிலேயர்களுக்கு வணிகம் செய்யும் உரிமையை வழங்கியவர். அப்போது தக்காணப் பகுதிகள் பெரும்பாலும் பீஜப்பூர், கோல்கொண்டா என இரண்டு

சுல் தான் கள் கையிலும் விஜயநகரத் திடமும் இருந்தன.

ஆங்கிலேயர்கள் 1639ம் வருடம் மெட்ராஸ் வந்தபோது இங்கே விஜயநகரப் பேரரசின் கீழிருந்த பூந்தமல்லி நாயக்கர் இடம் அளித்தார். இதன்பிறகு நடந்த வரலாற்றுப் பக்கங்களை நம்மிடம் பகிர்ந்துகொண்டார் வரலாற்று ஆய்வாளர் கோம்பை எஸ்.அன்வர்.

↘ சேப்பாக்கம் மாளிகை (1851)

"1640களில் சுல்தான்கள் இருவரும் சேர்ந்து விஜயநகரப் பேரரசின் ஆட்சியை முடிவுக்குக் கொண்டுவந்தனர். இதையடுத்து முகலாய மன்னர் அவுரங்கசீப் தனது எல்லைகளை மேலும் விரிவுபடுத்த எண்ணி சுல்தான்களை வீழ்த்தி தன் கட்டுக்குள் கொண்டுவந்தார்.

இதனால், தக்காணம் முழுவதும் முகலாய மன்னரான அவுரங்கசீப் வசமானது. அப்போது சிவாஜி தலைமையில் மராட்டியர்களும் எழுச்சி கண்டு வந்தனர். பின்னர் 1680ல் சிவாஜியின் மறைவுக்குப் பின் செஞ்சி பக்கமாக ஒதுங்கிய மராட்டியப் படைகளை முற்றுகையிட தன் தளபதிகளை அனுப்பி வைத்தார் அவுரங்கசீப். இவர்களே காலப்போக்கில் நவாப்களாக மாறினர்.

அதாவது 'நைப்' என்பது நவாப் ஆனது. நைப் என்றால் அரபு மொழியில் 'துணை' என்று அர்த்தம். 1690ம் வருடம் நவாப் ஆஃப் கர்நாடிக் உருவாக்கப்பட்டது. கர்நாடிக் என்பது தென்னிந்தியாவின் மிகப் பெரிய நிலப்பரப்பு. கிழக்குத் தொடர்ச்சி மலை, மேற்குத் தொடர்ச்சி மலை, கோரமண்டல் கடற்கரை எனத் தொடங்கி கன்னியாகுமரி வரை பரவியிருந்தது. முதல் கர்நாடிக் நவாப்பாக ஸுல்பிகர் அலி கான் நியமிக்கப்பட்டார்.

செஞ்சியில் முகலாயப் படைகளின் முற்றுகை ஆறாண்டுகள் வரை நீடித்தது. அந்தப் படைகள் அங்கே தங்கியதால் ஆற்காடு நகரமாகி, பின்னர் நவாப்களின் தலைநகரமானது..." என்றார் சுவாரஸ்யமாக!

பின்னர், 18ம் நூற்றாண்டின் தொடக்கத்தில் மன்னர் அவுரங்கசீப் இறந்துவிட, முகலாயப் பேரரசின் வீழ்ச்சி ஆரம்பமானது. ஆட்சிக்குள் பல்வேறு குழப்பங்கள் அரங்கேற, முகலாயப் பிரதிநிதிகள் நவாப்களாகத் தனித்து சுயமாகச் செயல்படத் தொடங்கினர். 1749ல் ஆட்சிக்கு வந்த முகமது அலி வாலாஜா காலத்திலேயே அது கைகூடியது. வாலாஜா என்பது ஒரு பட்டம்.

வாலாஜா சமாதி

- முகமது அலி வாலாஜாவுக்கு, தான் இறந்ததும் தன்னை முஸ்லிம்களுக்கு மிகவும் புனிதமான மெக்காவில் அடக்கம் செய்ய வேண்டும் என்று ஆசை. ஒருவேளை அது முடியாவிட்டால் திருச்சியிலுள்ள நத்தர்வாலி தர்காவில் புதைக்க வேண்டும் என விரும்பினார்.
- இதனால், அவர் இறந்ததும் மெக்காவில் இடம் கேட்டு விண்ணப்பிக்கப் பட்டது. அதுவரை அவரது உடல் நடேசன் சாலையிலுள்ள ஹசரத் தஸ்தாகீர் சாகிப் தர்காவில் அடக்கம் செய்யப்பட்டது.
- இரண்டாண்டுகள் கழித்து அந்த விண்ணப்பம் நிராகரிக்கப்பட, வாலாஜா வின் அடுத்த விருப்பப்படி நத்தர்வாலி தர்காவில் அடக்கம் செய்யப்பட்டது.

– என்கிறார் வரலாற்று ஆய்வாளர் கோம்பை எஸ்.அன்வர்.

போரில் ஆங்கிலேயர்களுடன் இணைந்து செயல்பட்டு பாண்டிச்சேரியைக் கைப்பற்றியதால் முகலாய அரசர், நவாப் முகமது அலிக்கு இந்தப் பட்டத்தை வழங்கினார். நீண்ட காலம் நவாப்பாக இருந்த வாலாஜா, தனக்கு முந்தைய நவாப்களைப் போல கர்நாடிக் பகுதிகளில் பல்வேறு நற்பணி களைச் செய்தார்.

↘ அன்வர்

குறிப்பாக, மத வேறுபாடின்றி இந்துக் கோயில் களுக்கும், கிறிஸ்துவ சர்ச்சுகளுக்கும் நிலங்களைத் தானமாகக் கொடுத்தார். மயிலாப்பூர் கபாலீஸ்வரர் கோயில் குளத்தை பெரிதாக விரிவுபடுத்தியதும் இவரே!

சரி; ஏன் மெட்ராஸ் வந்தனர்?

வாலாஜாவே இந்த இடப்பெயர்வைச் செய்தவர். ஆற்காட்டைச் சுற்றி ஒரு பக்கம் மராட்டியர்களும், இன்னொரு பக்கம் மைசூர் ஹைதர்அலியும் கிலி ஏற்படுத்தி வந்தனர். இதனால், ஆங்கிலேயர் களுடன் நெருக்கம் காட்டிய வாலாஜா பாதுகாப்புக்காக ஆற்காட் டிலிருந்து மெட்ராஸ் வந்து செட்டிலானார்.

ஆனால், சேப்பாக்கம் மாளிகையைக் கட்டியதில் இரண்டு விதமான கருத்துகளை ஆய்வாளர்கள் முன்வைக்கின்றனர்.

ஒன்று, மெட்ராஸில் புனித ஜார்ஜ் கோட்டையின் உள்ளே வாலாஜா இடம் கேட்டதாகவும், அதற்கு மறுப்பு தெரிவித்த ஆங்கி லேயர்கள் கோட்டைக்கு அருகே தங்கள் பாதுகாப்பின் கீழ் கட்டிக் கொள்ளலாம் என்று சொன்னதாகவும் கூறப்படுகிறது.

மற்றொன்று, கோட்டையின் பாதுகாப்பின் கீழ் சேப்பாக்கம் மாளிகையைக் கட்டியிருக்க வாய்ப்பில்லை. அவ்வாறு செய்திருந்தால் மக்கள் மத்தியில் வாலாஜாவுக்கான செல்வாக்கு குறைந்திருக்கும் என்பது.

இதில், வரலாற்று ஆய்வாளர் எஸ்.முத்தையா தனது 'சென்னை மறுகண்டுபிடிப்பு' நூலில் முதல் கருத்தை ஆமோதிக்கிறார். "வாலாஜா சென்னையில் புனித ஜார்ஜ் கோட்டையில் இடம் கேட்டார். அதற்கு பதில் கோட்டைக்குப் பக்கத்தில் கோட்டையின் பாதுகாப்பிற்குக் கீழ் அரண்மனை கட்டிக்கொள்ளும்படி கேட்டுக் கொள்ளப்பட்டார். இதன் விளைவுதான் கட்டட ஒப்பந்தக்காரராக மாறிய பால் பென்ஃபீல்ட் 1768ல் கட்டிய சேப்பாக்கம் அரண்மனை..." என்கிறார்.

இதில், ஹுமாயுன் மஹாலின் நடுவில் பெரிய தர்பார் அமைக்கப்பட்டது. கலச மஹால் சிறிய கூம்பு வடிவ இரண்டடுக்குக் கட்டடம். இதுவே நவாப்பின் அதிகாரபூர்வ இல்லம். மாளிகை ஏரியா மட்டும் 117 ஏக்கர். வடக்கில் கூவம் நதிக்கரையில் தொடங்கி தெற்கே பைகிராஃப்ட்ஸ் சாலை வரையும், கிழக்கே கடலும், மேற்கே பெல்ஸ் சாலை வரையும் விரிந்திருந்தது. இதில் இன்றுள்ள சென்னை பல்கலைக்கழகமும், கிரிக்கெட் ஸ்டேடியமும் அடக்கம்.

தவிர, 'மரைன் வில்லா' என்ற கட்டடம் இன்று சென்னைப் பல்கலைக்கழகத்தின் நூலகம் இருக்கும் இடத்தில் இருந்தது. "இந்த எண்கோண வடிவக் கட்டடம் கூவம் நதிக்கரை அருகே இருந்ததால் நவாப்கள் குளிக்கும் இடமாக, அதாவது 'Bathing Pavilion' ஆக செயல்பட்டுள்ளது..." என 'History of the city of madras' நூலில் குறிப்பிடுகிறார் வரலாற்றுப் பேராசிரியர் சி.எஸ்.ஸ்ரீனிவாசாச்சாரி.

இன்றுள்ள திருவல்லிக்கேணி காவல்நிலையம் அப்போது லங்கர் கானா என்றழைக்கப்பட்டது. பொது உணவுக் கூடம் என்பது இதன் அர்த்தம். இதை ஒரு சத்திரமாக நவாப்கள் நடத்திவந்தனர்.

சேப்பாக்கம் மாளிகை என்ன ஆனது?

- பிரிட்டிஷ் அரசு இந்த மாளிகையை எடுத்துக்கொண்டபிறகு, அதை வருவாய் வாரிய அலுவலகமாகவும், பொதுப்பணித்துறையின் தலைமையகமாகவும் மாற்றியது.
- 1859ல் கலச மஹால் சிவில் எஞ்சினியரிங் கல்லூரிக்காக வழங்கப்பட்டது.
- கலச மற்றும் ஹுமாயூன் மஹால்களுக்கு இடையே கட்டடக்கலை நிபுணர் ராபர்ட் சிஸ்ஹோல்ம் சதுர கோபுரம் ஒன்றை அமைத்தார். அத்துடன் பல்வேறு கட்டடங்களும் கட்டினார். அதிலொன்றுதான் ஹுமாயூன் மஹாலின் கிழக்குப் பக்கமாக உள்ள இரண்டடுக்குக் கட்டடம்.
- இன்று கலச மஹாலில் தேசிய பசுமைத் தீர்ப்பாயம் செயல்படுகிறது. ஹுமாயூன் மஹால் பராமரிப்பின்றி மோசமான நிலையிலுள்ளது. இதைத் தக்கவைக்க பொதுப்பணித்துறை நடவடிக்கை எடுத்து வருவதாகத் தகவல்.

இந்தச் சத்திரத்தில் சமையல் கலைஞராக இருந்தவர்கள் பிராமணர்கள். காரணம், அன்று நிலவிய தீண்டாமையால் பிராமணர்கள் சமைக்கும் உணவு மட்டுமே அனைவருக்கும் ஏற்புடையதாக இருந்தது.

பிறகு 1794ல் இன்று திருவல்லிக்கேணி மெயின் ரோட்டில் இருக்கும் பெரிய மசூதியைக் கட்டினார் வாலாஜா. அடுத்த ஆண்டு அவர் மறைந்ததும் அந்த இடத்துக்கு அவரது மகன் குலாம் ஹுசைனி உம்தத்-உல்-உம்ரா வந்தார். இவர், திப்பு சுல்தானுடன் சேர்ந்து சதி செய்தார் என ஆங்கிலேயர்களால் குற்றம் சாட்டப்பட்டார்.

➤ இணைப்பு கோபுரம்

"1801ல் இவர் இறந்தவுடன் இரண்டாம் லார்டு கிளைவ் துருப்புகளை அனுப்பி அரண்மனையை ஆக்கிரமித்தார். பின்னர் நெல்லூரிலிருந்து திருநெல்வேலி வரை இருந்த நவாப்பின் நேரடி ஆட்சி நீக்கப்பட்டது. பெயரளவில் நவாப் பட்டம் இருந்ததே ஒழிய, குலாம் கவுஸ் பகதூர் என்ற கடைசிப் பட்டத்துக்காரர் 1855ல் இறந்தவுடன் அதுவும் நீக்கப்பட்டு, அரண்மனையை நிரந்தரமாக எடுத்துக்கொள்ள அரசாங்கம் திட்டமிட்டது..." என்கிறார் எஸ்.முத்தையா

இந்தக் கடைசி நவாப் குலாம் முகமது கவுஸ்கானுக்கு நேரடி வாரிசு இல்லாததால் கவர்னர் ஜெனரலாக இருந்த டல்ஹௌசி பிரபு கொண்டுவந்த Doctrine of Lapse சட்டத்தின்படி பிரிட்டிஷ் அரசு நவாப் பதவியை ஒழித்து அவரது ராணுவத்தையும் கலைத்து விட்டது. பிறகு, அவர்கள் சார்ந்த கட்டடங்கள் அனைத்தையும் ஏலத்திற்கு விட்டு, அதை அரசே வாங்கிக்கொண்டது.

இந்நிலையில் கடைசி நவாப்பின் சித்தப்பாவான ஆசிம் ஜா, விக்டோரியா மகாராணியிடம் முறையிட, 'ஆற்காடு இளவரசர்' என்ற புதிய பட்டத்துடன் நவாப் வாரிசுகள் உருவாகினர். அவர்களுக்கு மானியமும் வழங்கப்பட்டது.

வாலாஜா மாளிகையை அரசே வைத்துக்கொண்டதால் நவாப் குடும்பம் திருவல்லிக்கேணியில் இருந்த ஷாதி மஹாலில் வசித்தது. இதன்பிறகே, 1876ல் பிரிட்டிஷ் வழங்கிய அமீர் மஹாலுக்கு மாறியது.

பதினான்கு ஏக்கர் பரப்புகொண்ட அமீர் மஹால் 1798ல் கட்டப்பட்ட ஒன்று. அன்று இதில் தலைமை நீதிமன்றம் செயல்பட்டு வந்தது. இன்று இதில் நவாப்களின் வாரிசுகளாகத் திகழும் ஆற்காடு இளவரசர் நவாப் முகமது அப்துல் அலியும், அவரது குடும்பமும் வசித்து வருகின்றனர்.

சென்னை கவின் கலைக் கல்லூரி

எத்தனையோ முறை பூந்தமல்லி சாலையிலுள்ள சென்னை கவின் கலைக் கல்லூரியைக் கடந்திருப்போம். ஓடுகளால் வேயப்பட்ட ஐந்து கூரை வடிவிலான சிவப்பு நிறக் கட்டடங்கள் பார்ப்பதற்கு அத்தனை அழகாகக் காட்சியளிக்கும்.

ஆனால், அது 168 ஆண்டுகளுக்கு முன்பு எம்.டி பட்டம் பெற்ற ஒரு மருத்துவரால் தொடங்கப்பட்ட கலைப்பள்ளி என்பதை எத்தனை பேர் அறிந்திருப்போம்?!

ஆம். 1850ம் வருடம், பிரிட்டிஷ் மிலிட்டரி சர்வீஸில் புகழ்பெற்று விளங்கிய மருத்துவர் அலெக்சாண்டர் ஹண்டர் என்பவரால் தொடங்கப்பட்ட கலைப் பள்ளியே இன்று கல்லூரியாக நடை போடுகிறது. ஒரு சாதாரண தனியார் பள்ளி யான இதுவே இந்தியா வின் முதல் கலைப்பள்ளி! இதன்பிறகே, கல்கத்தா (கொல்கத்தா), பம்பாய் (மும்பை), லாகூர் உள்ளிட்ட இடங்களில் கலைப் பள்ளி கள் ஆரம்பிக்கப்பட்டன.

ஆங்கிலேயர்கள் இந்தியா வந்தபோது ஓவியம் என்பது முகலாயப் பாணி, ராஜ்புட் பாணி, தஞ்சாவூர் பாணி எனப் பல் வேறு பாணிகளாக இருந்தது. மெட்ராஸில் அவர்களின் வணிகம் செழிக்கத் தொடங்கியதும் நிறைய நெசவாளர்களும், காலிகோ துணியில் சித்திரங்கள் தீட்டுவோரும் நகரைச் சுற்றிக் குடியேறினர்.

இந்தப் பணிகளுக்காக நிறைய பேரை ஆங்கிலேயர்கள் குடியேற்ற மும் செய்தனர்.

அன்று துணியில் சித்திரம் வரையும் ஓவியர்களே இங்கே அதிகள வில் இருந்தனர். தவிர, பாரம்பரிய கலைஞர்கள் பிரிட்டிஷாருக்கும், அவர்களின் மாளிகைகளுக்கும் தேவையான ஃபர்னிச்சர், உலோக வேலைப்பாடுகளைச் செய்துவந்தனர்.

"பிரெஞ்சு ஆக்கிரமிப்புக்குப் பிறகு மெட்ராஸ் ஓவியர்கள் தங்கள் ஓவியங்களை பிரிட்டிஷார் விரும்பும் வகையில் மாற்றியமைக்கத் தொடங்கினார்கள்..." எனத் 'தேடலின் குரல்கள்: தமிழக ஓவிய சிற்ப இயக்கம்' நூலில் குறிப்பிடுகிறார் கலை விமர்சகர் இந்திரன்.

இதன்பிறகு, மெட்ராஸ் வந்து குடியேறிய ஐரோப்பிய ஓவியர்கள், இந்தியர்களைத் தங்களது உதவியாளர்களாக வைத்துக் கொண்ட தாகவும் சொல்கிறார். "இதன்பின்னர் பிரிட்டிஷ் ஓவியர்களின் வரைகலை முறைகளைத் தெரிந்துகொண்ட இந்திய ஓவியர்கள், பிரிட்டிஷ்காரர்களை மகிழ்விக்கும் தங்களது பாரம்பரிய ஓவிய முறையை விட்டுவிட்டு அவர்களது வரைகலை முறைகளைக் கடைப்பிடிக்கத் தொடங்கினர். பசை கலந்து ஒளி புகாத வண் ணங்கள் பயன்படுத்துவதை விடுத்து காகிதத்தில் பென்சிலின் மூலம் நேரிடையாகச் சித்திரங்கள் வரையத் தொடங்கினர்.

இந்தியர்களின் அன்றாட வாழ்க்கை முறைகளை விளக்கும் காட்சிகளை உள்ளூர் ஓவியர்களும் தீட்டினர். கீழை நாடுகளின் வாழ்க்கை, தத்துவம் ஆகியவற்றை அறிந்துகொள்ளும் ஆர்வம் திடீரென்று ஐரோப்பாவில் பெருக்கெடுத்த இந்தக் காலகட்டத்தில் இத்தகைய படைப்புகளுக்கு நல்ல விலை கிடைக்கத் தொடங்கியது.

இதனால் உற்சாகப்படுத்தப்பட்ட மதராஸின் ஓவியர்கள் அளவில் பெரிதானதும், நீர்வண்ண ஓவிய முறையிலானதும், ஐரோப்பிய காகிதங்களைப் பயன்படுத்தியதும், நீளமான கை, கால்கள் கொண்ட உருவங்களைக் கொண்டதுமான ஓவியங்களைப் படைக்கத் தொடங்கினர்.

இந்தியாவிலேயே 'கம்பெனி சித்திரங்கள்' என்று கலை விமர்ச கர்களால் அழைக்கப்படும் ஓவியப் பாணியை முதன்முத லில் படைக்கத் தொடங்கியது மதராஸ் ராஜதானியிலிருந்த ஓவியர்கள்தான்!" என்கிறார் இந்திரன் இந்த நூலில்.

இப்படியான காலகட் டத்திலே ஓவியக்கலையை முறைப்படுத்த மருத்துவர் ஹண்டர் இந்தப் பள்ளியைத்

தொடங்கினார். இது அன்று போஃபம் பிராட்வேயில் இருந்து செயல்பட்டது. 1852ம் வருடம் ஆசிரியர் பற்றாக்குறையால் இந்தப் பள்ளியை அரசுப் பொதுக் கல்வித் துறை எடுத்துக்கொண்டது.

பள்ளியின் பாடத்திட்டத்தை மாற்றி அமைக்க ஹண்டர் முயற்சி மேற்கொண்டார். இது குறித்து லண்டனிலிருந்த ராயல் அகாடமி மற்றும் ஈஸ்ட் இந்தியா ஹவுஸ் ஆகியவற்றுடன் கலந்தாலோசித்து எட்டு பேர் கொண்ட குழுவை அமைத்தார்.

அதன்படி அரசு கலைப்பள்ளி என்பது அரசு தொழிற்துறை கலைகள் பள்ளி (Government School of Industrial Arts) என மாறியது. தவிர, கலை மற்றும் தொழில் சார்ந்த என இரண்டு துறைகளாகப் பிரிக்கப்பட்டன.

அதாவது ஒரு பிரிவில் கட்டடக்கலை, மட்பாண்டம் செய்தல், தாமிரத்தை செதுக்குதல், மரம் செதுக்குதல், உடற்கூறு வரைதல் உள்ளிட்ட படிப்புகளும்; மற்றொரு பிரிவில் இயந்திரக் கருவி களை உருவாக்குதல், வடிகால் பொருட்கள் செய்தல், ஜன்னல் மற்றும் வராண்டாவிலுள்ள டைல்ஸ் போன்றவற்றில் அலங் கார வேலைப்பாடுகள் செய்தல் உள்ளிட்ட படிப்புகளும் கற்றுக் கொடுக்கப்பட்டன.

பள்ளியின் முழுப் பொறுப்பையும் எடுத்திருந்த ஹண்டர் 1855ல் புகைப்படக் கலையையும் ஒரு படிப்பாகச் சேர்க்க முடிவெடுத்தார். தெற்காசியாவின் முதல் போட்டோகிராபி துறை மெட்ராஸில் உருவாக்கப்பட்டது.

இதன்வழியாக நீலகிரியிலுள்ள பழங்குடிகள், கோயில்கள், நினைவுச் சின்னங்கள் என மெட்ராஸ் மாகாணத்திலுள்ள முக்கியமானவற்றை பதிவுக்காகவும், காட்சிப்படுத்தவும் புகைப்பட மெடுக்கச் செய்தார். அவரது இந்தப் பணி பல இடங்களில் தாக்கத்தை ஏற்படுத்தியது.

1860ம் வருடம் ஹண்டர் தொழிற்கலைப் பள்ளி குறித்து அரசுப் பொதுக் கல்வித்துறைக்கு அனுப்பிய மதிப்பாய்வு அறிக்கையில், "மிட்ஃபோர்ட் என்பவர் தலைமையில் செங்கல், பைப், டைல்ஸ் உற்பத்தித் துறையை பூந்தமல்லி சாலையில் அமைத்துள்ளோம். அதற்குத் தேவையான இயந்திரங்களை ஏழாயிரம் ரூபாய் மதிப்பில் இங்கிலாந்திலிருந்து கொண்டு வந்துள்ளோம். ஐரோப்பியர்கள் உற்பத்திக்குப் பொறுப்பாளர்களாகவும், என்னுடைய பள்ளியில் பயிற்சி எடுத்தவர்கள் உதவியாளர்களாகவும் இருக்கின்றனர்..." எனக் குறிப்பிட்டுள்ளார்.

இப்படியாக பூந்தமல்லி சாலையில் நான்கு ஏக்கரில் முற்றங் களுடனும், சாய்ந்த கூரைகளுடனும், நீண்டு வளைந்த ஜன்னல் களுடனும் பசுமையாக அமைக்கப்பட்ட வளாகம்தான் இன்றைய சென்னை கவின்கலைக் கல்லூரி.

ஒரு பார்வை...

- எஸ்.தனபால், ஆர்.கிருஷ்ணராவ், எல்.முனுசாமி, ஏ.பி.சந்தானராஜ், சி.ஜே. அந்தோணிதாஸ், கே.எம்.ஆதிமூலம், மணியம் செல்வன், டிராட்ஸ்கி மருது, ஆர்.எம்.பழனியப்பன், நடிகர் சிவகுமார் எனப் பல்வேறு ஆளுமைகள் இந்தக் கல்லூரியில் பயின்றவர்கள்.
- இப்போது பி.எஃப்.ஏ. நான்கு வருட இளங்கலையில் இண்டஸ்ட்ரியல் டிசைன் இன் செராமிக், இண்டஸ்ட்ரியல் டிசைன் இன் டெக்ஸ்டைல், விஷுவல் கம்யூனிகேஷன் டிசைன், ஸ்கல்ப்ச்சர், பெயிண்டிங், பிரிண்ட் மேக்கிங் என ஆறு கோர்ஸ்களும், முதுகலையில் ஐந்து கோர்ஸ்களும் உள்ளன.
- இதில், சுமார் 540 மாணவ - மாணவிகள் பயின்று வருகின்றனர்.
- தமிழ்நாடு இசை மற்றும் கவின்கலைப் பல்கலைக்கழகத்தின் கீழ் செயல்பட்டுவருகிறது இந்தக் கல்லூரி.

1868ம் வருடம் வரை இந்தப் பள்ளியிலிருந்து 3 ஆயிரத்து ஐநூறு பேர் வெளியேறி இருந்தனர். இவர்களில் 2 ஆயிரம் பேர் கனடா, ஆஸ்திரேலியா, இங்கிலாந்து ஆகிய நாடுகளுக்கும் ஆசிரியர்களாகச் சென்றனர்.

மற்றவர்கள், கல்கத்தா, ஜெய்ப்பூர், திருவிதாங்கூர், மைசூர், சிலோன் போன்ற இடங்களுக்கும் பயிற்றுநராகச் சென்றனர். இதில் சிலர் லக்னோ, சூரத், பூனா, ஆக்ரா, லாகூர், அசாம் போன்ற இடங்களில் புதிய பள்ளிகளை உருவாக்க உதவியாகவும் இருந்தனர்.

மெட்ராஸ் கலைப்பள்ளிக்கு பிரிட்டிஷ் கண்காணிப்பாளர்களாக ராபர்ட் சிஸ்ஹோல்மும், வில்லியம் ஹாடவேயும் இருந்து வந்தனர். இந்நேரம், பிரிட்டிஷ் கலை ஆசிரியரும், விமர்சகருமான இ.பி.ஹேவல் 1884ல் பள்ளி முதல்வராக நியமிக்கப்பட்டார். இவர், மரம் செதுக்குதல், தச்சுப் பணி, உலோகப் பணி போன்ற பிரிவுகளை அறிமுகப்படுத்தினார்.

“நான் மெட்ராஸ் வந்ததும் முதலில் கைவினைப் பிரிவை பலப்படுத்த விரும்பியதால் அதை மூன்று துறைகளாகப் பிரித்து பயிற்றுவித்தேன். ராமநாதபுரத்திலிருந்து மரம்செதுக்கும் நிபுணர் ஒருவரும், கும்பகோணத்திலிருந்து கோயில் சிலைகள் செய்யும் ஒரு ஸ்தபதியும், விசாகப்பட்டிணம் மாவட்டத்திலிருந்து ஒரு தங்கவேலை செய்பவரையும் கொண்டு வந்து மாணவர்களின் திறமைகளை மேம்படுத்தினேன்...” எனக் குறிப்பிடுகிறார் ஹேவல்.

இவர் இந்தியக் கலை மற்றும் கட்டடக் கலையை எப்படி உயிர்ப்பிக்க முடியும் என்பதை அழகுடன் விளக்கியுள்ளார்.

“ஒவ்வொரு இந்தியரும் வீடோ அல்லது மாளிகையோ கட்டும்போது இந்தியக் கலையைக் கவுரவிக்கும் வகையில் சிறந்த

இந்திய கட்டுமானர்களைக் கொண்டு பாரம்பரியத்தைச் சிறப்பிக் கும்படி கட்ட வேண்டும். இந்திய வரலாற்றையும், போதனைகளை யும் பள்ளி சுவர்களிலும், நகராட்சிக் கட்டடங்களிலும் இந்திய ஓவியர்களைக் கொண்டு இந்திய வண்ணங்களால் தீட்ட வேண்டும். பணக்காரர்கள் ஐரோப்பிய ஓவியங்களைச் சேகரிக்காமல் இந்திய ஓவியர்களின் ஓவியங்களை வாங்க வேண்டும்..!" என்கிறார்.

1896ம் வருடம் ஹேவல் கல்கத்தா பள்ளியின் முதல்வராக நியமிக்கப்பட்டதும், மெட்ராஸ் பள்ளி கலையிழந்துபோனது. கல்கத்தாவில் இருந்த நவீன கலைப்போக்கின் முன்னோடியான அபனீந்தரநாத் தாகூருடன் ஹேவல் இணைந்து பல்வேறு முயற் சிகளை மேற்கொண்டார். அதன் தாக்கம் மெட்ராஸ் பள்ளிக்கும் பாய்ந்தது.

1929ல் அபனீந்தரநாத் தாகூரின் மாணவரான டி.பி.ராய் சவுத்ரி முதல் இந்திய முதல்வராக மெட்ராஸ் கலைப் பள்ளிக்கு நியமிக்கப் பட்டார். இவர்தான் சென்னை மெரினா கடற்கரையிலுள்ள உழைப்பாளர் சிலை, காந்தி சிலை ஆகியவற்றை வடிவமைத்தவர். இவர் வந்ததும் பிரிட்டிஷாருக்கு பயன்படும் வகையில் இருந்த கைவினைப் பொருட்கள் தயாரிக்கும் பயிற்சியையும், ஓவிய ஆசிரி யர்கள் பயிற்சியையும் குறைத்தார். அத்துடன் பயிற்சி அளிக்கும் நிறுவனம் என்பதை ஓவியர்களுக்கான பள்ளி என்று மாற்றினார். சுமார் முப்பது வருடங்கள் முதல்வராகப் பணியாற்றினார்.

1957ம் வருடம் இவர் ஓய்வு பெற்றதும் மெட்ராஸ் கலை மற்றும் கைவினைப் பள்ளிக்கு இவரது மாணவரான கே.சி.எஸ்.பணிக்கர் முதல்வராக வந்து சேர்ந்தார். 1961ம் வருடம் இவர் காலத்திலே இந்தப் பள்ளி கல்லூரியாகத் தரம் உயர்ந்தது. மெட்ராஸ் கலை இயக்கம் என்ற புதிய முயற்சியும் மேற்கொள்ளப்பட்டது. அதாவது, மெட்ராஸ் கலைப்பாணி என்பதை உருவாக்கினர்.

பின்னர், கே.சி.எஸ்.பணிக்கர் ஓவியர்கள் ஓவியர்களாக இருந்து, சுதந்திரமாகத் தங்கள் படைப்புகளை உருவாக்க வேண்டுமெனத் தன் மாணவர்களுடன் இணைந்து 'சோழமண்டல ஓவியக்கலை ஞர்கள் கிராம'த்தைத் தோற்றுவித்தார்.

1966ம் வருடம் கிழக்குக் கடற்கரைச் சாலையிலுள்ள ஈஞ்சம் பாக்கத்தில் உருவான இந்தக் கிராமம் இன்றும் சிறப்புடன் இயங்கி வருகிறது.

2001ம் வருடம் இந்தக் கலை மற்றும் கைவினைக் கல்லூரி என்பது கவின்கலைக் கல்லூரியாக மாற்றப்பட்டு இன்று வரலாற்றில் முத்திரை பதித்துவருகிறது.

நட்சத்திர பங்களா என்றழைக்கப்பட்ட
வானிலை ஆய்வு மையம்!

மழை வருமா? புயல் அடிக்குமா? வெயில் எத்தனை டிகிரி செல்சியஸ் கொளுத்தும்... என எவ்வளவோ கணிப்புகளை நாள்தோறும் துல்லியமாகத் தந்துகொண்டிருக்கிறது இன்றைய சென்னை வானிலை ஆய்வு மையம்.

ஆனால், இது ஒருகாலத்தில் வானியல் மற்றும் நேரக் கணிப்புக்கும், நில வரைபடம் உருவாக்குவதற்கும், கப்பல் வழித் தடங்களை அறிவதற்கும் மட்டுமே உருவாக்கப்பட்ட ஓர் ஆய்வுக் கூடம் என்பது அறியாத விஷயம்!

ஆங்கிலேயர்கள் இங்கு வந்தபோது மெட்ராஸ் அடிக்கடி வட கிழக்குப் பருவமழையாலும் புயல்களாலும் பாதிக்கப்பட்டது. இருந்தும் காலநிலையைக் கணிக்க அவர்கள் எந்த முயற்சியும் மேற்கொள்ளவில்லை.

பிளாசி போருக்குப் பிறகு நாட்டின் ஒழுங்கான வரைபடம் ஆங்கிலேயர்களுக்குத் தேவைப்பட்டது. இப்படியாகவே ஒரு வானியல் ஆய்வுக்கூடத்தின் அவசியம் உணரப்பட்டது.

ஆனால், 1786ம் வருடத்தில் தனியொருவரின் முயற்சியாலேயே இது சாத்தியமானது!

ஆம்; 232 வருடங்களுக்கு முன்பு கிழக்கிந்தியக் கம்பெனியின் அதிகாரியாகப் பணியாற்றிய வில்லியம் பெட்ரீ என்பவர்தான்

இன்றைய சென்னை வானிலை ஆய்வு மையத்துக்கு பிள்ளையார் சுழி போட்டவர்.

எழும்பூரில் இருந்த தன் தோட்ட வீட்டின் மாடியில் தனியாக ஓர் ஆய்வுக்கூடத்தை அமைத்து, அட்சரேகை, தீர்க்கரேகையைக் கணித்துவந்தார். இதற்காகவே, அவர் வீட்டில் இரண்டு மூன்று தொலைநோக்கிகளும், வானியல் கடிகாரமும் வைத்திருந்தார்.

இதுவே இந்திய மண்ணில் உருவான முதல் நவீன வானியல் ஆய்வுக்கூடம் என்கின்றனர் அறிவியலாளர்கள்.

கிழக்கிந்தியக் கம்பெனியில் சிவில் எஞ்சினியரிங் துறையில் பணியாற்றிய ஜான் கோல்டிங்ஹம் என்பவர் பெட்ரீக்கு உதவியாக இருந்தார். பெட்ரீ 1789ல் ஓய்வு பெற்று இங்கிலாந்து திரும்பும் வேளையில் இந்தக் கருவிகளை மெட்ராஸ் அரசுக்குப் பரிசாக அளித்தார்.

அந்நேரம், அப்போதைய மாகாண ஆளுநரான சர் சார்லஸ் ஓக்லேவிடம் வானியலுக்கும், புவியியலுக்கும், கப்பல் வழித்தடத்துக்கும் ஓர் அதிகாரபூர்வமான ஆய்வுக்கூடம் வேண்டுமென்ற கோரிக்கையையும் வைத்தார்.

இதற்கு செவிசாய்த்த அரசு, மரைன் சர்வேயராக இருந்த மைக்கேல் டோப்பிங் என்பவரிடம் அந்தப் பணியையும், பெட்ரீயின் கருவிகளையும் ஒப்படைத்தது.

1786ம் வருடம் முதல் கிழக்குக் கடற்கரைப் பகுதிகளில் அட்ச ரேகை, தீர்க்கரேகை பற்றி ஆய்வு செய்து வந்த மைக்கேல் டோப்பிங்கே மெட்ராஸ் ஆய்வுக்கூடத்தின் முதல் வானியல் ஆய்வாளர்.

↘ தானியங்கி வானிலை அமைப்பு

இவரது மாதச் சம்பளம், 192 பகோடாக்கள் (ஒரு பகோடா என்பது தோராயமாக மூன்றரை ரூபாய்).

இவருக்கு உதவியாக ஜான் கோல்டிங்கம் சேர்ந்துகொண்டார். 1792ல் நுங்கம்பாக்கம் கூவம் நதிக் கரையில் இவர் அமைத்த கட்டடமே பின்னால் சென்னை வானிலை ஆய்வு மையமாக மாறியது.

"ஐரோப்பாவுக்கு வெளியில் அமைக்கப்பட்ட வானிலை மையம் உலகில் இது ஒன்றுதான்..." என 'மதராசபட்டினம்' நூலில் குறிப்பிடுகிறார் எழுத்தாளர் நரசய்யா.

அன்று 40 அடி நீளமும், 20 அடி அகலமும், 15 அடி உயரமும்

கொண்ட ஒரு சிறிய அறையில் இந்த ஆய்வுக்கூடம் செயல்பட்டது. இதன் பெயர் 'மெட்ராஸ் அப்சர்வேட்டரி'!

இதில், பத்து டன்னுக்கும் அதிக எடை கொண்ட ஒரு கிரானைட் தூணை அமைத்து அதன் மேலே முக்கியமான இடப்பெயர்வுக் கருவிகளை வைத்தனர். இது இன்றும் சென்னை வானிலை ஆய்வு மையத்தில் பொக்கிஷமாக பாதுகாக்கப்பட்டுவருகிறது.

டோப்பிங் 1796ல் இறந்ததும் அந்த இடத்துக்கு ஜான் கோல்டிங் ஹம் வந்தார். இவர் மெட்ராஸ் எஞ்சினியரிங் பள்ளியின் முதல் கண்காணிப்பாளராகவும் இருந்தார். இவர்தான் முதன்முதலில் பருவமழை மற்றும் வெயில் சம்பந்தமான வானிலையைக் கணித்து அறிக்கை தயாரித்தவர். இங்கே பத்தாண்டுகள் பணியாற்றிய இவர், சில காரணங்களால் மருத்துவ விடுப்பில் இங்கிலாந்து திரும்பிவிட்டு 1812ல் மீண்டும் வந்து சேர்ந்தார்.

இடையில், லெப்டினன்ட் ஜான் வாரன் என்பவர் பொறுப்பை ஏற்றார். இவர் இந்த ஆய்வுக்கூடம் வழியே 1807, 1808- இரண்டு ஆண்டுகளில் வானில் தோன்றிய வால்நட்சத்திரம் பற்றி ஆய்வு செய்தார்.

பின்னர், 1830ம் வருடம் டி.ஜி.டெய்லர் என்பவர் காலத்தில் ஆய்வுக்கூடம் வேறொரு தளத்துக்கு முன்னேறியது. இவர், 11 ஆயிரத் துக்கும் மேற்பட்ட நட்சத்திரங்களின் அமைவிடங்களை ஆய்வு செய்து அட்டவணையே தயாரித்தார். இன்றும் இது டெய்லர் அட்டவணை என்றழைக்கப்படுகிறது.

இவர் காலத்திலேயே மெட்ராஸ் ஆய்வுக்கூடம் விரிவாக்கம் செய்யப்பட்டது. தவிர, 1840ல் லண்டன் ராயல் சொசைட்டி அளித்த பரிந்துரையின் பேரில் வானிலை ஆய்வு மையத்தை இந்த ஆய்வுக்கூடத்தின் உள்ளே உருவாக்கினார். அன்றிலிருந்து ஒவ்வொரு நாளும் ஒவ்வொரு மணி நேரத்துக்கும் வானிலைக் குறிப்புகள் எடுக்கும் பணி தொடங்கியது.

இந்திய வானிலை ஆய்வுத்துறை

- 1875ம் வருடம் கல்கத்தாவில் இந்திய வானிலை ஆய்வுத்துறை உருவாக்கப்பட்டது.
- கல்கத்தாவில் 1864ம் வருடம் ஒரு புயல் அடிக்க, அதற்கடுத்த இரண்டாண்டுகளில் பஞ்சம் வந்தது. இப்படி காலநிலை மாறிக்கொண்டேயிருந்ததால் அதை ஆய்வுக்கு உட்படுத்த முடிவெடுக்கப்பட்டது. இதனாலேயே, இந்திய வானிலை ஆய்வுத்துறை உருவாக்கப்பட்டது.
- ஹென்றி பிரான்சிஸ் பிளான்ஃபோர்டு என்பவர் முதல் வானிலை அறிக்கையாளராக நியமிக்கப்பட்டார். கல்கத்தாவிலிருந்த தலைமையகம் பின்னர் சிம்லாவுக்கு மாற்றப்பட்டது.
- பிறகு, சிம்லாவிலிருந்து புனேவிற்கு மாறியது. இன்றும்கூட புனேவிலுள்ள மண்டல அலுவலகம் சிம்லா ஆபீஸ் என்றே அழைக்கப்படுகிறது. இதன் பிறகு தில்லியில் தலைமையகம் அமைந்தது.

இதன்பிறகு 1861ல் வந்த என்.ஆர்.போக்சன் இந்தியாவை விட்டுச் செல்வதற்கு முன் ஐந்தாறு சிறிய கோள்களையும், ஆறு மாறக்கூடிய நட்சத்திரங்களையும் கண்டறிந்திருந்தார். இவரும் வானிலை மாற்றங்களைக் கணித்தார். அதன்மூலம் வரும் வருவாயை தன் பெரிய குடும்பத்தைக் காப்பாற்ற பயன்படுத்திக்கொண்டார்.

இவரது உதவியாளராக இருந்த சிந்தாமணி ரகுநாதாச்சாரி தான் நவீன வானியலில் அதிக பங்களிப்பு செய்த முதல் இந்தியர். 'R-Reticuli' என்ற Variable Starஐக் கண்டறிந்தவர் இவரே.

மொத்தத்தில் அன்று 'Astro Physics' எனப்படும் வானியல் இயற்பியல் துறை சம்பந்தமான பணிகளே இந்த ஆய்வுக்கூடத்தில் அதிகம் மேற்கொள்ளப்பட்டது. இதனால், அன்றைய மெட்ராஸ்வாசிகள் இதை, 'நட்சத்திர பங்களா' என்றே அழைத்துள்ளனர்.

1887ல் மெட்ராஸ் மாகாணத்தில் தாதுப்பஞ்சம் வந்ததும் ஆணையம் ஒன்றை அரசு அமைத்தது. இந்த ஆணையம் பருவகால மழைப்பொழிவுக்கும், சூரியப்புள்ளிக்கும் உள்ள தொடர்புபற்றி ஆய்வு செய்ய வலியுறுத்தியது. இதனால், கொடைக்கானலில் ஓர் ஆய்வுக்கூடம் உருவாக்கப்பட, மெட்ராஸ் ஆய்வுக்கூடம் முற்றிலும் பொலிவிழந்தது.

இருந்தாலும் 1899 முதல் 1931ம் வருடம் வரை வானிலை மாற்றங்களை மட்டும் கணித்து வந்தது. இதன்பிறகு மெட்ராஸ் ஆய்வுக்கூடம் மூடப்பட்டது.

இந்நேரம், இந்திய வானிலை ஆய்வுமையம் ஆறு மண்டலங்களாகப் பிரிக்கப்பட்டன. "இதில் சென்னை மையம் 1945ம் வருடம் ஏப்ரல் 1ம் தேதி உருவானது..." என்கிறார் இன்றைய வானிலைத் துறையின் சென்னை மண்டலத் தலைவரான பாலச்சந்திரன்.

பாலச்சந்திரன்

"இந்த மையத்தின் கட்டுப்பாட்டுல ஆந்திரா, கேரளா, தமிழ்நாடு, கர்நாடகா, லட்சத்தீவுப் பகுதிகள் அடங்கும். இங்கெல்லாம் வானிலை முன்னறிவிப்பு தரவேண்டிய பணி எங்களுடையது. தவிர, அந்தந்த மாநில மையமும் செயல்பட்டு வருது.

தமிழகத்துல *43* இடங்கள்ல வானிலை விவரங்கள பதிவு செய்கிற கூடங்கள் இருக்கு. *157* இடங்கள்ல மழை பதிவு செய்யப்படுது. மீனம்பாக்கத்துல விமான சேவைக்கென ஒரு மையமும் உள்ளது.

ஆரம்ப நாட்கள்ல பத்து ரேடார்களே இருந்துச்சு. அப்ப தந்தி வழியாகவும் டெலிபிரிண்டர்கள் வழியாகவும் தகவல்கள் வரும். அதை மொத்தமாக வச்சு அறிக்கை தயாரிப்போம்.

இப்ப இன்டர்நெட், செயற்கைக்கோள்கள் எல்லாம் வந்த பிறகு நிறைய முன்னேற்றம். அனைத்தும் கணினிமயம் ஆயிடுச்சு. செயற்கைக்கோள் உதவியோட கடலின் தட்பவெப்பநிலை, மேகக் கூட்டங்களின் அமைப்பு, வளிமண்டலத்தில் காற்றின் வேகம், வெப்பநிலைனு எல்லா அளவீடுகளும் கிடைக்குது. இதன்மூலம் வானிலை அறிக்கையை நுட்பமா தயாரிக்கிறோம்.

இங்க தானியங்கி வானிலை அமைப்பு செயல்படுது. இதிலிருந்து வர்ற சிக்னல் செயற்கைக்கோள் வழியா கணினிக்கு வந்து தகவல்கள் அப்டேட் ஆகிடும். வெப்பம், காற்றழுத்தம், காற்றின் வேகம், திசை மற்றும் மழை பற்றிய விவரங்களை தொடர்ந்து பதிவு செய்யக்கூடிய கருவிகளும் வச்சிருக்கோம்.

இதன் வழியா, வாரம் ஐந்து நாட்களுக்கான அறிக்கை, நாலு வாரத்துக்கான அறிக்கை, பருவமழை, புயல் அறிக்கைகள்னு வானிலை பற்றி பொதுமக்களுக்கு வழங்கிட்டு வர்றோம்.

இதுல பருவமழை பற்றி ரெண்டு மாசத்துக்கு முன்னாடி சொல்லலாம். ஆனா, புயல் எச்சரிக்கையை ஐந்து நாட்களுக்கு முன்னாடிதான் சொல்ல முடியும். அந்தளவுக்கே அறிவியல் வளர்ந்திருக்கு.

வெளிநாடுகள்ல ரொம்ப துல்லியமா சொல்றாங்களேனு சிலர் கேட்குகிறாங்க. அப்படியில்ல. அவங்ககிட்ட இருக்குற தொழில்நுட்பங்கள் எல்லாம் நம்மகிட்டயும் இருக்கு. ஆனா, அங்கே வானிலை என்பது இயக்கவியலை அடிப்படையாகக் கொண்டது. இங்கே வெப்பத்தைப் பொறுத்து அமையக்கூடியது. இது ஒரு அறிவியல். தொழில்நுட்பம் மட்டும் சார்ந்ததல்ல.

கடந்த இருபது முப்பது வருடங்களை ஒப்பிடும்போது நாம் நல்ல வளர்ச்சியை எட்டியிருக்கிறோம்..." என்கிறார் பாலச்சந்திரன் நிறைவாக!

* * *

சுகுண விலாச சபா

அது 1891ம் வருடம். சென்ட்ரல் ரயில் நிலையம் அருகில் அப்போது புதிதாகத் திறக்கப்பட்ட விக்டோரியா பப்ளிக் ஹாலில் பெருங் கூட்டம். கார்களிலும், ஜட்கா வண்டிகளிலுமாக வந்திறங்கிய பெரிய மனிதர்களுடன், சாதாரண மக்களும் போட்டி போட்டுக்கொண்டு டிக்கெட் எடுத்தபடி இருந்தனர்.

எதற்குத் தெரியுமா? ஆந்திராவிலுள்ள பெல்லாரியிலிருந்து (இன்று கர்நாடகாவில் உள்ளது இந்நகரம்) வந்த, 'சரச விநோதினி சபா' என்ற நாடகக்குழு தெலுங்கு மொழியில் அரங்கேற்றிய 'சிரகாரி' நாடகத்தைக் காண்பதற்காக!

இதை நடத்தியவர் பெல்லாரியில் வக்கீலாகப் பணியாற்றிய கிருஷ்ணமாச்சார்லு. இவரது நாடகக்குழுவில் இருந்த பலரும் அரசு வேலையில் பணியாற்றிவந்தனர்.

அன்று நாடகம் என்றாலே கூத்து என்றும், அதைப் போடுபவர் களைக் கூத்தாடிகள் என்றும் மோசமாகவே சித்தரித்தது சமூகம். ஆனால், இந்நாடகத்தைப் போட்டவர்கள் நன்கு படித்து அரசுப் பணியில் இருந்த மனிதர்கள். அதனாலேயே மொழி புரியாவிட்டா லும் இதைப் பார்க்க வேண்டுமென பெரும் ஆவல் மெட்ராஸின் பெரிய மனிதர்களுக்கும் ஏற்பட்டது.

இக்கூட்டத்தில் நாடகத்தைக் காண தன் தந்தையுடன் அந்தப் பதினெட்டு வயது இளைஞனும் சென்றிருந்தான். ஆயிரக்

கணக்கான பேர் போய் பார்த்தாலும் அந்த இளைஞனுக்கே தமிழிலும் இப்படியொரு நாடக சபையை உருவாக்க வேண்டுமெனும் எண்ணம் தோன்றியது.

அந்த இளைஞன்தான் தமிழ் நாடகத் தந்தை எனப் போற்றப்படும் பம்மல் சம்பந்த முதலியார்!

அவர் எண்ணப்படி, 1891ம் வருடம் ஜூலை முதல் நாள், 'சுகுண விலாச சபா' பிறந்தது. "மேற்கண்ட தேதியில் சபையை ஸ்தாபித்தவர் எழுவர். அவர்கள் ஸ்ரீமான்கள் ஊ.முத்துகுமாரசாமி செட்டியார், வி.வெங்கடகிருஷ்ண நாயுடு, அ.வெங்கடகிருஷ்ண பிள்ளை, த.ஜெயராம் நாயக்கர், ஜி.இ.சம்பத்து செட்டியார், சுப்பிரமணியப் பிள்ளை, நான்..." என தன் 'நாடக மேடை நினைவுகள்' நூலில் குறிப்பிடுகிறார் பம்மல் சம்பந்த முதலியார்.

முதன்முதலில் தம்புச்செட்டித் தெருவில் ஜெயராம் நாயக்கரின் வீட்டில்தான் இந்த எழுவரின் கூட்டம் நடந்தது. இதற்கு பம்மல் சம்பந்த முதலியார் தலைமை வகித்தார். அப்போது இந்த எழுவரும் பள்ளிப் படிப்பை முடித்துவிட்டு கல்லூரிக்குள் நுழைந்திருந்த இளைஞர்கள். 'சுகுண' என்ற சொல் இருக்க வேண்டுமென ஊ.முத்துகுமாரசாமி செட்டியாரும், 'விலாச' என்ற சொல்லை சம்பத்து செட்டியாரும் முன்மொழிய, இரண்டையும் இணைத்து, 'சுகுண விலாச சபா' எனப் பெயர் சூட்டப்பட்டது.

இந்நேரம் சம்பந்த முதலியார் தமிழ் நாடகங்கள்தான் ஆடப்பட

↘ விக்டோரியா ஹாலில் நாடகத்தைப் பார்க்க காரில் வந்த கூட்டம்

தல புராணம் 143

வேண்டுமென்ற கோரிக்கையை முன்வைக்க அனைவரும் அதை ஆமோதித்தனர். ஆனால், எந்த நாடகத்தைப் போடுவது என்பதில் பெரும் குழப்பம். காரணம், அன்று ஆடப்பட்டு வந்த நாடகங்கள் பாடல்கள் நிறைந்தும் வசனங்கள் குறைந்தும் இருந்ததால் எதுவும் சபா உறுப்பினர்களுக்குப் பிடிக்கவில்லை.

இதனால், சில தமிழ் வித்துவான்களிடம் நூதன தமிழ் நாடகம் எழுதித் தரும்படி உறுப்பினர்கள் கேட்டார்கள். சம்பந்த முதலியாரிடமும் இக்கோரிக்கை வைக்கப்பட்டது. அவர், 'சிரகாரி' நாடகத்தையே போடலாம் என்றெண்ணி அதைத் தெலுங்கிலிருந்து ஆங்கிலத்துக்கு மொழிபெயர்த்துத் தரும்படி மாநிலக் கல்லூரியில் தன்னுடன் பயின்ற பால்ய நண்பரான ராமராயநிங்காரிடம் கேட்டார். அவரும் மொழிபெயர்த்துத் தந்தார்.

இந்த ராமராயநிங்காரே பின்னால் மெட்ராஸ் மாகாண முதல்வராக இருந்த பனகல் ராஜா எனப் போற்றப்பட்டவர்! இவரே தி.நகரிலுள்ள பனகல் பார்க்கை உருவாக்கியவர்!

இந்நேரம் பி.ஏ. தேர்வு வர, 'சிரகாரி' நாடகத்தை பம்மல் சம்பந்த முதலியார் தமிழில் மொழிபெயர்க்காமல் 'சுகுண விலாச சபா'வின் சட்டப்படி மூன்று மாதங்கள் படிக்கச் சென்றுவிட்டார். இதற்கிடையே அவரது தாயார் மாணிக்கவேல் அம்மாள் தவறிவிட மிகுந்த துயரத்துக்கு ஆளானார்.

இதிலிருந்து மீள்வதற்கு, மீண்டும் சபா கூட்டத்தில் கலந்துகொண்டார். இந்நிலையில், சம்பந்த முதலியாருக்கு அன்றைய நாடகத்தில் இருந்த பின்பாட்டும், வாத்திய இசையும் அறவே பிடிக்கவில்லை. இதைக் கொஞ்சம் கொஞ்சமாக சபா உறுப்பினர்களுடன் கூறி மாற்றினார்.

இத்துடன், தமிழ் வித்துவான்கள் எழுதிக் கொடுத்த நாடகங்களும் மனதுக்கு ஏற்றதாக இல்லை. அதிலிருந்த குற்றங்களைச் சொன்னதும், 'அப்போ நீயே எழுது...' என அவர் நண்பர்கள் கூற, தானே எழுதத் தொடங்கினார். ஆனால், எப்படி எழுதுவது எனத் தெரியாமல் தவித்தார்.

இதைப் பார்த்த அவர் தந்தை பம்மல் விஜயரங்க முதலியார், 'நீ தமிழ் நாடகங்களைப் பார்த்திருக்கிறாயா?' எனக் கேட்டார். 'இல்லை' என சம்பந்த முதலியார் சொல்லவே, உடனடியாக அப்போது தமிழ் நாடகங்களை நடத்திவந்த கோவிந்தசாமி ராவ் என்பவரின், 'ஸ்திரீ சாகசம்' என்ற நாடகத்துக்கு அழைத்துச் சென்றார்.

நாடகக் கலையின் வளர்ச்சிக்கு வித்திட்ட இந்த கோவிந்தசாமி ராவ் 'மனமோஹன நாடக சபா' என்ற நாடகக் குழுவை அன்று நடத்தி வந்தார். அன்று தமிழ் நாடகங்களை அரங்கேற்றிவந்த முக்கிய நாடக சபா இவருடையது. இவரும் அரசுப் பணியிலிருந்து நாடகத்துக்காக தன் வேலையை ராஜினாமா செய்தவர்தான்!

இவரது நாடகத்தைக் கண்டுகளித்த சம்பந்த முதலியார், தனக்கு குறையென்று பட்ட சில விஷயங்களை மட்டும் நீக்கிவிட்டு அதே நாடகத்தை 'புஷ்பவல்லி' என்ற பெயரில் எழுதினார்.

படித்துப் பார்த்த நண்பர்கள் மகிழ்ந்து பயிற்சிக்குத் தயாராகி, 'எந்த பாடல்களைத் தாங்கள் பாட வேண்டும்...' என்று கேட்க, சம்பந்த முதலியார் திகைத்தார். அக்காலத்தில் பாடல்கள் இல்லாமல் நாடகங்கள் இல்லை. இதனால், பாடல்களைத் தாயுமான சுவாமி முதலியாரிடம் எழுதி வாங்கினார்.

அப்போது ஜார்ஜ் டவுனில் இருந்த விஜயநகரம் மகாராஜா உயர் நிலைப் பள்ளியில் பயிற்சி தொடங்கியது. இதில் கலந்துகொண்ட உறுப்பினர்கள் தங்கள் பெற்றோருக்குத் தெரியாமலேயே வந்து சென்றார்கள். நாடகத்தைப்பற்றி இருந்த மோசமான எண்ணமே இதற்குக் காரணம். மூன்று மாதப் பயிற்சிக்குப் பின் விக்டோரியா பப்ளிக் ஹாலில் நாடகத்தை அரங்கேற்ற முடிவுசெய்தனர்.

இருந்தும் அதற்குமுன் இன்னொரு நாடகத்தையும் தயார் செய்துகொண்டு இரண்டு நாடகமாகப் போட முடிவெடுக்கப் பட்டது. இதனால், பம்மல் சம்பந்த முதலியார் 'சுந்தரி அல்லது மெய்க்காதல்' என்ற நாடகத்தை எழுதி முடித்தார். இதை அவர் வேறெந்த நாடகங்களையும் பார்க்காமல் சுயமாகவே எழுதினார்.

நாடகங்கள் தயாராகிவிட்டன. மேடைக்குப் பின்னால் இருக்கும் திரைகளைத் தயார் செய்ய வேண்டும். அனைவருமே கல்லூரி மாணவர்கள் என்பதால் யாரிடமும் பணமில்லை. எனவே புரவலர்களைத் தேடினர்.

அப்போது ராமநாதபுரம் ராஜாவான பாஸ்கர சேதுபதி மெட்ராஸுக்கு வந்திருந்தார். அவரிடம் பம்மல் சம்பந்த முதலியார் விஷயத்தைச் சொன்னதும் 300 ரூபாய் நன்கொடையாகக் கிடைத்தது. இதனைக்கொண்டு ஏழு திரைகளை உருவாக்கினர். இப்போது கதாபாத்திரங்களுக்கு ஆடைகள் தேவை. என்ன செய்வது?

அப்போது தஞ்சாவூர் அரண்மனையைச் சேர்ந்த பிரின்ஸ் பாட்சாராம் சாயப் என்பவர் எதேச்சையாக வர, அவரிடம் முத்து குமாரசாமி செட்டியார் பேசினார். அவர், 200 ரூபாய் நன்கொடை அளித்தார். துணிகள் தைக்கப்பட்டன.

பிறகு பெரிய மனிதர்களின் ஆதரவைப் பெற, அப்போது மெட்ராஸில் பல்வேறு தர்ம காரியங்களைச் செய்துவந்த ராஜா சர் சவலை ராமசாமி முதலியாரைப் பார்த்துப் பேசி அவரை சபாவின் தலைவராக நியமித்தனர். மிகச்சிறந்த அறிஞராக விளங்கிய ராவ் பகதூர் ரங்கநாத முதலியாரைத் துணைத்தலைவராக இருக்கும் படி கேட்டுக் கொண்டனர். இவர்களின் பெயர்களை அச்சிட்டு பிரசுரமும் வெளியிட்டனர்.

"இதற்குக் காரணம், நாடகமாடுவதை ஓர் இழிதொழிலாக

மற்றவர்கள் எண்ணக்கூடாது என்பதை வலியுறுத்தத்தான்..." என விளக்கம் தருகிறார் பம்மல் சம்பந்த முதலியார்.

விக்டோரியா ஹாலில் ஓர் இரவு நாடகம் போட ரூ.50 செலுத்த வேண்டும். முதல் நாடகத்துக்கான கட்டணத்தை தலைவர் சவலை ராமசாமி முதலியாரிடமிருந்தும், இரண்டாவது நாடகத்துக்கான கட்டணத்தை புதுச்சேரியைச் சேர்ந்த லட்சுமணசாமி செட்டியா ரிடமும் பெற்றனர்.

சுமார் 25 ஆயிரம் நோட்டீஸ்கள் அச்சிட்டு குதிரையில் ஒருவரை அனுப்பி தெருத்தெருவாக விநியோகித்தனர். இப்படியாக இரண்டு நாடகங்களும் 1893ம் வருடம் மார்ச் மாதம் அரங்கேறின.

பெரிய வெற்றி என்று சொல்ல முடியாவிட்டாலும் மக்கள் போற்றும்வண்ணம் நாடகங்கள் அமைந்தன. 'சுகுண விலாச சபா'வுக்கும் நல்ல பெயர் கிடைத்தது. இரவு பத்து மணிக்குத் தொடங்கி அதிகாலையில் நாடகங்கள் முடியும்.

இதை மாற்றி சீக்கிரமே நாடகங்களை முடித்தனர் 'சுகுண விலாச சபா'வினர். அதேபோல், மங்களகரமாக நாடகங்கள் முடியும் என்ற வழக்கத்தையும் மாற்றிய பெருமை இந்த சபாவினரையே சேரும்!

தொடர்ந்து அடுத்தடுத்து நாடகங்கள் அரங்கேற்றப்பட்டன. இதில், 'மனோகரா' நாடகம் பெரிய திருப்புமுனை கொடுத்தது. இதுவே பின்னாளில் கலைஞர் வசனத்தில் சிவாஜி நடிக்க 'மனோகரா' திரைப்படமாகவும் மாறியது.

போலவே சம்பந்த முதலியார் போட்ட 'சபாபதி'யும் 'வேதாள உலகமும்' திரைப்படங்களாக வெற்றி பெற்றன. அத்துடன் இவரது நாடகங்கள் பல்வேறு சபாக்களால் மேடையேற்றப்பட்டன.

வளர்ந்தபிறகு 1902ம் வருடம் விக்டோரியா பப்ளிக் ஹாலின் மேற்குப் பக்கத்தில் ஓர் அறையை வாடகைக்கு எடுத்து சபாவை நடத்தினர். ஷேக்ஸ்பியரின், 'The Merchant of Venice'ஐ 'வாணிப்புரத்து வணிகன்' என்றும்; 'Hamlet'ஐ 'அமலாதித்யன்' என்றும் மொழிபெ யர்த்து நாடகங்கள் போடப்பட்டன.

எட்டு வருடங்கள் கழித்து விக்டோரியா ஹாலின் கீழ்ப்பகுதி காலியாக, அதை மாதம் ரூ.150க்கு வாடகைக்கு எடுத்து அங்கேயே பயிற்சியெடுத்து நாடகங்களைப் போட ஆரம்பித்தனர். இதற்குள் சபா, ஒரு சமூக சங்கமாக – சோஷியல் கிளப்பாக – வளர்ந்திருந்தது.

உறுப்பினர்களின் புத்துணர்ச்சிக்காக பில்லியர்ட்ஸ், டென்னிஸ் உள்ளிட்ட விளையாட்டுகளுக்கு ஏற்பாடு செய்யப்பட்டன. இப்படி புத்துணர்ச்சிக்காக 'சுகுண விலாச சபா' தொடங்கும் காலத்தில் இருந்தே பம்மல் சம்பந்த முதலியார் செய்துவந்துள்ளார். நாடகம் முடிந்த மறுநாள் சந்தோஷக் கொண்டாட்டமாக ஒரு பிக்னிக் செல்வதை வழக்கப்படுத்தினார்.

1908ம் வருடம் நாடகம் சம்பந்தமான நூல்கள் அடங்கிய ஒரு சிறிய

சம்பந்த முதலியார்

- 1873ம் வருடம் பிறந்த பம்மல் சம்பந்த முதலியார் 94 நாடகங்கள் எழுதியுள்ளார். இவரது தந்தை விஜயரங்க முதலியார், ஸ்கூல் ஆஃப் இன்ஸ்பெக்டர் என்ற பள்ளி ஆய்வாளர் பணியில் இருந்தார்.
- வக்கீலாகப் பணியாற்றி சிறு வழக்குகளை விசாரிக்கும் நீதிமன்றத்தின் நீதிபதியாகவும் சம்பந்த முதலியார் இருந்தார்.
- நாடகங்களில் 'மனோகரா' மட்டும் சுகுண விலாச சபாவில் 1895 முறையும், மற்ற இடங்களில் 859 முறையும் நடிக்கப்பட்டது.
- இவருடன் சர்.சி.பி.ராமஸ்வாமி அய்யர், காங்கிரஸ் தலைவர் எஸ்.சத்தியமூர்த்தி, பிரபல வக்கீலான வி.வி.சீனிவாச அய்யங்கார், இவரது மருமகன் வி.சி.கோபால்ரத்னம், பிரபல நாடக ஆசிரியர் எம்.கந்தசாமி முதலியார், 1949ல் 'அபூர்வ சகோதரர்கள்' படத்தை இயக்கிய ஆச்சார்யா உள்ளிட்ட பல்வேறு முக்கிய பிரபலங்கள் நடித்துள்ளனர்.
- 1959ல் சங்கீத நாடக அகடமி விருதும், 1963ல் பத்மபூஷண் விருதும் பெற்றார்.
- 1964ம் வருடம் தன் 91வது வயதில் இயற்கை எய்தினார்.

நூலகமும் விக்டோரியா ஹாலில் அமைக்கப்பட்டது. முன்னணி பத்திரிகைகள் எல்லாம் வாங்கப்பட்டு வாசிப்பை ஊக்குவித்தனர். உறுப்பினர்கள் அதிகளவில் சேர, மக்கள் கூட்டமும் அதிகரிக்க, விக்டோரியா ஹாலில் இடம் போதவில்லை.

எனவே, உறுப்பினர்கள் அனைவரும் புதிதாக ஒரு தியேட்டர் கட்ட வேண்டும் என ஒருமித்து குரலெழுப்பி ஏகமனதாக இத்தீர்மானம் நிறைவேறி கட்டடத்துக்கான குழு அமைக்கப்பட்டது. இந்நேரம் அரசே நேப்பியர் பூங்காவை (இன்றைய மே தினப் பூங்கா) குத்தகைக்குக் கொடுக்க ஒப்புக்கொண்டது. இதுவும் போதுமானதாக இருக்கவில்லை.

இதனால், புதிதாகக் கட்டடம் கட்ட கொழும்பு, பெங்களூர் உள்ளிட்ட நிறைய இடங்களில் நாடகங்கள் நடத்தி நிதி திரட்டினார்கள். 1935ம் வருடம் அன்றைய மவுண்ட் ரோட்டிலிருந்த சர் தியாகராய செட்டியாரின் கட்டடம் விலைக்கு வர அதை, ரூ.95 ஆயிரத்துக்கு வாங்கி 'சுகுண விலாச சபா' அங்கே நிரந்தமாகக் குடியேறியது.

தொடர்ந்து 1945ல் ஒரு தியேட்டர் கட்டப்பட்டது. அதற்கு நியூ தியேட்டர் எனப் பெயரிடப்பட்டு பின்னர் இது 'பிளாசா'

↘ இன்று சுகுண விலாச சபா

என்ற பெயரில் சினிமா தியேட்டரானது. தவிர, ஒரு திறந்தவெளி அரங்கும் நிர்மாணிக்கப்பட்டது.

1974ல் பழைய கட்டடம் இடிக்கப்பட்டு அருகே கட்டப்பட்ட புதிய கட்டடத்துக்கு சபா மாறியது. ஒருகட்டத்தில் சினிமாக் கலை வளர, நாடகக் கலை பொலிவிழந்தது. இந்நேரம் 'சுகுண விலாச சபா' நாடகத்திலிருந்து மெல்ல விலகி கிளப் செயல்பாடு களில் கவனம் செலுத்தியது. கிரிக்கெட், ஸ்நூக்கர், பில்லியர்ட்ஸ் போன்ற விளையாட்டுகளில் மாநில அளவில் பந்தயங்கள் நடத்தி வீரர்களை ஊக்கப்படுத்தியது.

ஆனால், தசரா, சபா உருவான தினம் உள்ளிட்ட சில முக்கிய தினங்களில் மட்டும் அமெச்சூர் குழுக்களால் நாடகங்கள் போடப் பட்டு வந்தன. இது இன்றுவரை தொடர்ந்துவருகிறது.

இப்போது பரபரப்பான அண்ணாசாலையில் காஸ்மோ பாலிட்டன் கிளப் அருகே 127 வருட காலத்தைக் கடந்து அமைதி யாகச் செயலாற்றி வருகிறது இந்த 'சுகுண விலாச சபா'!

சென்னை மாநிலக் கல்லூரி

"இது ஒரு புதிய பள்ளியின் திறப்பு விழா அல்ல. ஒரு புதிய சகாப்தத்தின் விடியல்!"

கடந்த 1841ம் வருடம் மெட்ராஸில் முதல் உயர்நிலைப் பள்ளியைத் திறந்து வைத்த போது அன்றைய கவர்னர் லார்டு எல்பின்ஸ்டன் நெகிழ்ச்சியுடன் குறிப்பிட்ட வார்த்தைகள் இவை.

உண்மையில், அவர் சொன்னது போலவே அந்த சகாப்தத்தின் விடியல் விறுவிறுப்பாகவே ஆரம்பமானது. ஆம்; இந்த உயர்நிலைப் பள்ளியே சிறிது காலத்தில் மாநிலக் கல்லூரியாக வளர்ந்தது.

மெரினா கடற்கரையில் கண்ணகி சிலை எதிரே ஓர் அரண்மனை போலவே கம்பீரமாகக் காட்சியளிக்கும் சென்னை மாநிலக் கல்லூரிக்கு இப்போது வயது 17.

ஆயத்தப் பள்ளியாகத் தொடங்கி, உயர்நிலைப் பள்ளியாக உயர்ந்து, பின்னர் கல்லூரியாக மிளிர்ந்ததைப் பற்றிப் பேச நிறைய விஷயங்கள் இருக்கின்றன. அதற்குமுன் மெட்ராஸின் அன்றைய கல்வி நிலை பற்றி கொஞ்சம் அறிவது அவசியம்.

இங்கே கிழக்கிந்தியக் கம்பெனியினர் காலடி வைத்தபோது பள்ளிகள் தனி அமைப்பாக இருக்கவில்லை. குருகுலக் கல்வி முறையே வழக்கத்தில் இருந்துவந்தது. அது ஏழை மக்களுக்கு

எட்டாக்கனியாகவே இருந்தது. ஆனால், இந்நிலைமை ஆங்கிலேயர்கள் ஆட்சி அமைந்ததும் கொஞ்சம் கொஞ்சமாக மாறியது.

1678ல் ரால்ஃப் ஆர்டு என்கிற பள்ளி ஆசிரியருக்கு வருட சம்பளமாக 50 பவுண்ட் கொடுத்ததாகக் கம்பெனியின் குறிப்புகள் தெரிவிக்கின்றன. ஆனால், இந்தப் பள்ளி எங்கிருந்து செயல்பட்டது என்ற விவரங்கள் இல்லை. பின்னர், 1784ம் வருடம் கிறிஸ்துவ மத அறிவைப் பரப்பும் சங்கம் (Society for Promoting Chiristian Knowledge) மெட்ராஸில் முதல் பள்ளியைத் தொடங்கியது.

ஆங்கிலோ இந்தியக் குழந்தைகளுக்காக உருவாக்கப்பட்ட இந்தப் பள்ளி ஓர் ஆசிரியர் பள்ளியாகச் செயல்பட்டது. இந்தப் பள்ளியே பிறகு 'வேப்பேரி இலக்கணப் பள்ளி' என மாறியது.

இதன்பிறகு, 19ம் நூற்றாண்டில் கல்வி முறையில் பல்வேறு மாற்றங்கள் வந்தன. குறிப்பாக, ஆங்கிலேய, பிரெஞ்சு அமைப்புகள் மேற்கத்திய கல்வி முறையைப் புகுத்த பள்ளி களையும், கல்லூரி களையும் தொடங்கலாயினர். இதில், கவர்னர் தாமஸ் மன்றோ பற்றிக் குறிப்பிட வேண்டும். இவரே உள்நாட்டுக் கல்வி மீது அதிக கவனம் எடுத்துக்கொண்ட கவர்னர்.

அப்போது மாகாணத்தில் ஒரு கோடியே 20 லட்சம் மக்களுக்கு 12 ஆயிரத்து 500 உள்ளூர் பள்ளிகளே இருந்தன. ஒரு விசாரணைக் குழுவை ஏற்படுத்திய மன்றோ, கல்வியின் தரத்தை உயர்த்த சில கருத்துகளையும் முன்வைத்தார். அதில், ஆங்கிலக் கல்வி முறை முக்கியமானது.

குறிப்பாக, மாகாணத்தின் முக்கிய நகரங்களில் ஓர் ஆசிரியப் பயிற்சிப் பள்ளியும், மாவட்ட கலெக்டர் உள்ள இடங்களில் இரண்டு முதன்மைப் பள்ளிகளும், தாசில்தார் உள்ள இடங்களில் ஒரு சாதாரண பள்ளியும் அமைக்கவேண்டுமெனத் தீர்மானித்தார்.

இதற்காக, மன்றோ ஒரு பொதுக் கல்விக் குழுவை நியமித்தார். இதன் நோக்கங்களில் ஒன்று, மாகாணத்தின் கல்விநிலை பற்றியும், அதனை அவ்வப்போது சீர்திருத்தம் செய்வது பற்றியும் விவாதிக்க வேண்டும் என்பது.

இந்தக் கல்விக் குழு பின்னர் கல்லூரி வாரியத்துடன் இணைந்தது. இந்தக் கல்லூரி வாரியம், ஆங்கிலேயர் படிப்பதற்கென தொடங்கப் பட்ட 'College of Fort St.George' என்ற கல்லூரிக்காக உருவான ஒன்று. பொதுக் கல்விக்குழு என்பது 'பொதுக் கல்வி வாரியம்' என்றானது. இதுவே பின்னாளில் இன்று டி.பி.ஐ எனப்படும் பொதுக் கல்வி இயக்குநரகமாக மாறியது.

மன்றோவிற்குப் பிறகு அடுத்தடுத்து கவர்னர்கள் வந்தாலும் லார்டு எல்பின்ஸ்டனே கல்விக்கான முன்முயற்சிகளை எடுத்தவர். இவர் 1837ல் மெட்ராஸ் மாகாண கவர்னராக வந்து சேர்ந்தார்.

↘ கோபுர கடிகாரம் அமைப்பதற்கு முன் மாநிலக் கல்லூரியின் தோற்றம்

இதற்கிடையில் 1830ம் வருடம் லண்டனிலிருந்த கிழக்கிந்தியக் கம்பெனியின் இயக்குநர்கள் மாகாணத்தில் உயர்கல்வியைக் கொண்டு வரவும், ஐரோப்பிய இலக்கியத்தையும், அறிவியலையும் ஆங்கிலத்தில் கற்றுத் தரவும் உத்தரவிட்டனர். இதே கருத்தை வலியுறுத்தியே மெக்காலே என்பவர் மேற்கத்திய ஆங்கிலக் கல்வியின் அவசியம் பற்றிய கல்வித் திட்டம் ஒன்றை அளித்திருந்தார். இது அரசின் பரிசீலனையில் இருந்தது.

இவையெல்லாம் இருந்தாலும் கூட, 1839ம் வருடம் அட்வகேட் ஜெனரலாக இருந்த ஜார்ஜ் நார்ட்டன் என்பவர் தலைமையில் மெட்ராஸ் மாகாணத்தைச் சேர்ந்த சுமார் 70 ஆயிரம் பேர் ஒன்றுகூடி உயர்கல்வி நிறுவனத்தின் தேவை கருதி கவர்னர் லார்டு எல்பின்ஸ்டனிடம் மனு ஒன்றை அளித்தனர். அதைப் பரிசீலித்தவர் உடனே, ஒரு கல்லூரி அல்லது பல்கலைக்கழகம் தொடங்க இசைந்தார்.உயர்நிலைப் பள்ளியில் ஆங்கில இலக்கியம், அந்தப் பகுதியின் மொழி, தத்துவம் மற்றும் அறிவியல் பாடங்களைச் சொல்லித்தர வேண்டும் என்றும், பிறகு இவர்களைக் கல்லூரிக்கு தயார்படுத்தி இதே பாடங்களை உயர்தரத்தில் கற்றுத்தர வேண்டும் என்றும் கூறினார். உடனே, பல்கலைக்கழக வாரியம் அமைக்கப்பட்டது. இதற்கு ஜார்ஜ் நார்ட்டனே தலைவராக நியமிக்கப்பட்டார்.

இந்த வாரியம் 1840ம் வருடம் ஒரு ஆயத்தப் பள்ளியை எழும்பூரில் இருந்த எடின்பர்க் வீட்டில் தொடங்கியது. இந்தப் பள்ளியே பின்னர் உயர்நிலை அந்தஸ்து பெற்றது. இப்படியாக, 1841ல் ஏப்ரல் 14ம் தேதி முதல் உயர்நிலைப் பள்ளியை கவர்னர் எல்பில்ஸ்டன் தொடங்கி வைத்தார். இந்நிகழ்வில் ஊரின் பல்வேறு முக்கியஸ்தர்கள் கலந்துகொண்டனர்.

இந்தப் பள்ளியின் தலைமை ஆசிரியராக அயர் பர்ட்டன் பவல் நியமிக்கப்பட்டார். இவருக்கு மாதம் 700 ரூபாய் சம்பளம்

ஒரு பார்வை...

- கல்லூரியும், மாணவர் விடுதியும் 30.51 ஏக்கர் பரப்பளவு கொண்டது.
- ஆரம்பத்தில் ஆறு பேராசிரியர்களுடன் இக்கல்லூரி தொடங்கியது.
- 1874ம் வருடம் பிஸிக்கல் சயின்ஸ் கோர்ஸ் ஆரம்பிக்கப்பட்டது. இத்து றைக்கு 1886ம் வருடம் வில்சன் என்பவர் பேராசிரியராக நியமிக்கப்பட்டார். பின்னர் இதுவே இயற்பியல், வேதியியல் என இரண்டு துறைகளாகப் பிரிக்கப்பட்டு ஜோன்ஸ் என்பவர் இயற்பியல் பேராசிரியராகவும், வில்சன் வேதியியல் பேராசிரியராகவும் நியமிக்கப்பட்டனர்.
- 1889ம் வருடம் உயிரியல் துறை தொடங்கப்பட்டு டாக்டர் ஏ.ஜி.போர்னே என்பவர் முதல் பேராசிரியராக நியமிக்கப்பட்டார்.
- 1943ல் கல்லூரி முதல்வராக நியமிக்கப்பட்ட பி.பி.டே என்பவரே முதல் இந்திய முதல்வர்.
- ஆங்கில இலக்கியம், கணிதவியல், இயற்பியல், வேதியியல், தாவரவியல், விலங்கியல், மண்ணியல், தத்துவயியல், சமஸ்கிருதம் மற்றும் வரலாறு

வழங்கப்பட்டது. இவர் இங்கிலாந்திலிருந்து வந்து சேர தாமதமான தால் கல்கத்தாவின் ஹூக்ளி கல்லூரியின் முதல்வராக இருந்த கூப்பர் சில மாதங்கள் தலைமை ஆசிரியர் பொறுப்பை ஏற்று செயல்பட்டார்.

பள்ளியில் 67 மாணவர்கள் சேர்த்துக் கொள்ளப்பட்ட னர். இவர்களிடம் மாதம் நான்கு ரூபாய் கல்விக் கட்டணமாக வசூலிக்கப்பட்டது. 'ஒரு தனிநபரின் பயனுக்காக பொதுப் பணத்தைக் கொடுப்பது நியாயமானதல்ல' என்று அரசு இதற்கு விளக்கம் தந்தது.

இந்தப் பள்ளியில் ஆங்கில இலக்கணம், கணக்கு, வரலாறு, புவியியல், அல்ஜீப்ரா போன்ற பாடங்கள் கற்றுத் தரப்பட்டன. இதற்கான புத்தகங்கள் இங்கிலாந்திலிருந்து கொண்டு வரப்பட்டன.

இந்தப் பள்ளியே, 'தி ஹைஸ்கூல் ஆஃப் மெட்ராஸ் யூனிவர்சிட்டி' என அழைக்கப்பட்டது. இதனாலேயே சென்னைப் பல்கலைக் கழகத்தின் தாய்வீடு என மாநிலக் கல்லூரியை அழைக்கின்றனர்.

இந்நிலையில் இந்தப் பள்ளி 1853ம் வருடம் கல்லூரியாகத் தரம் உயர்த்தப்பட்டது. "அப்படி ஆரம்பித்தவுடன் பல மாணவர்கள் கல்லூரிப் படிப்பிற்கு ஆவல்கொண்டது தெரிந்து 1855ல் 'பிரசி டென்சி கல்லூரி' நிறுவப்பட்டது" என 'மதராசபட்டினம்' நூலில் குறிப்பிடுகிறார் எழுத்தாளர் நரசய்யா. இப்படியாக உயர்நிலைப் பள்ளி மெட்ராஸ் மாநிலக் கல்லூரியாக உருவெடுத்தது.

இதன் முதல் முதல்வராக அயர் பர்ட்டன் பவலே நியமிக்கப் பட்டார். 1862ம் வருடம் வரை முதல்வராகப் பணியாற்றிய இவர், பிறகு டி.பி.ஐக்கு இயக்குநராக பணியமர்த்தப்பட்டார்.

போன்ற துறைகளில் முழுவீச்சில் முதன்முதலாகச் செயல்பட்ட கல்லூரி இதுதான் என்பது குறிப்பிடத்தக்கது.

- நோபல் பரிசு பெற்ற சர்.சி.வி.ராமன் மற்றும் எஸ்.சந்திரசேகர், ராஜாஜி, சி.பி.ராமசாமி அய்யர், பி.எஸ். சிவசாமி அய்யர் எனப் பல்வேறு ஆளுமைகள் இந்தக் கல்லூரியில் பயின்றவர்கள். தவிர, தமிழ்த் தாத்தா உ.வே.சாமிநாதையர், குடியரசுத் தலைவர் சர்வபள்ளி ராதாகிருஷ்ணன் உள்ளிட்டவர்கள் இங்கே ஆசிரியராகப் பணிபுரிந்துள்ளனர்.
- 1987ம் வருடம் தன்னாட்சி அந்தஸ்தைப் பெற்றது.
- இப்போது 27 துறைகள், 230 இணை மற்றும் உதவிப் பேராசிரியர்கள், 5 ஆயிரத்திற்கும் மேற்பட்ட மாணவ-மாணவிகளுடன் செயலாற்றிவருகிறது.

●வளாகத்திலுள்ள உ.வே.சா சிலை

ஏற்கனவே, மருத்துவத்திற்கும், பொறியியலுக்கும், ஓவியத்திற்கும் கல்லூரிகள் தனியாகத் தொடங்கப்பட்டதால் இக்கல்லூரி கலைக் கல்லூரியாக மட்டும் செயல்பட்டது. ஆனால், சட்டக் கல்லூரி தொடங்கப்படாததால் சட்டப் படிப்பும் இக்கல்லூரியிலே கற்றுத் தரப்பட்டது.

இதன்பிறகு, 1857ம் வருடம் லண்டன் பல்கலைக்கழகத்தை மாதிரியாகக் கொண்டு ஒட்டு மொத்தக் கல்விமுறையை ஒருங்கிணைத்து மெட்ராஸ் பல்கலைக்கழகம் ஆரம்பிக்கப்பட்டது. ஆனால், பல்கலைக்கழகத்திற்கெனத் தனியாகக் கட்டடம் அமைக்கப்படாததால் மாநிலக் கல்லூரி வளாகத்திலேயே செயல்பட்டது.

இந்நேரம், மாநிலக் கல்லூரிக்கு புதிய கட்டடம் கட்ட வடிவமைப்புப் போட்டி ஒன்றை மெட்ராஸ் அரசு நடத்தியது. இதில் இளம் கட்டடக் கலை நிபுணராக கல்கத்தாவில் இருந்த ராபர்ட் சிஸ்ஹோல்ம் தேர்வு பெற்று 1865ல் மெட்ராஸ் வந்தார். மெரினா கடற்கரை எதிரே புதிய கட்டடத்தை இத்தாலிய மறுமலர்ச்சி கட்டடப் பாணியில் வடிவமைத்தார். இதை 1870ல் எடின்பர்க் பிரபு திறந்து வைத்தார்.

அதுவரை எழும்பூரில் செயல்பட்டு வந்த மாநிலக் கல்லூரி மெரினா வளாகத்திற்கு உற்சாகமாக மாறியது. ஆரம்பத்தில் கட்டடத்தின் கூரையில் கடிகாரம் எதுவும் நிறுவப்படவில்லை. 1940ம் வருடம் நூற்றாண்டு கொண்டாட்டத்தின் நினைவாக நான்கு பக்கமும் ஓசையெழுப்பக் கூடிய கடிகாரம் நிறுவப்பட்டது.

↘ சென்னை மாநிலக் கல்லூரியின் இன்றைய தோற்றம்

இதற்கான நிதியை பழைய மாணவர்களும், மெட்ராஸ் மக்களும் தந்து உதவினர். இந்தக் கடிகாரத்திற்கு முன்னாள் முதல்வராக இருந்த ஃபைசன் பெயர் சூட்டப்பட்டது. சுதந்திரத்திற்குப் பிறகு புதிய துறைகள், ஆராய்ச்சிப் படிப்புகள், செமஸ்டர் சிஸ்டம் எனப் பல்வேறு மாற்றங்கள் ஏற்பட்டன.

இன்று இந்தியாவில் சிறந்த கல்லூரிகளில் ஐந்தாவது இடத்தைப் பிடித்து சிறப்பாகச் செயலாற்றிவருகிறது சென்னை மாநிலக் கல்லூரி!

✶ ✶ ✶

அரசினர் கீழ்த்திசைச் சுவடிகள் நூலகம்!

சென்னையில் நூலகம் என்றாலே கன்னிமாராதான் நினைவில் நிழலாடும். அதற்கடுத்து பிரம்மாண்டமான அண்ணா நூலகத்தைக் குறிப்பிடுவர்.

ஆனால், ஆங்கிலேயர்கள் உருவாக்கிய மிகப் பழமையான நூலகம் ஒன்று, இன்றும் நம்மிடையே உயிர்ப்பாக இருந்து வருவது பலர் அறியாதது.

இதன் பெயர், 'Government oriental manuscripts library and research centre' என ஆங்கிலத்தில் சொல்லப்படும் அரசினர் கீழ்த்திசைச் சுவடிகள் நூலகம். அன்று கிழக்கிந்தியக் கம்பெனியில் பணியாற்றிய சில தனித்துவமிக்க ஆங்கிலேயர்களால் பழங்கால ஓலைச்சுவடிகள் சேகரிக்கப்பட்டு வந்தன. இதைப் பாதுகாக்கும் பொருட்டு 1869ம் வருடம் உருவானதே இந்நூலகம்.

முதலில், இதன் மூலகர்த்தாவாக விளங்கிய கர்னல் காலின் மெக்கன்சி பற்றி அறிவது அவசியம். இந்நூலகத்தின் தந்தை என்றே இவரைக் குறிப்பிடலாம். காரணம், அவர் சேகரித்த சுவடிகளே நூலகமாக மாறி நிற்கிறது.

ஸ்காட்லாந்தில் பிறந்த இவர், 1782ம் வருடம் ஒரு பொறியாளராக இந்தியா வந்து சேர்ந்தார். "ஆரம்பத்தில் கணிதத்தில் பெரும் ஈடுபாடு கொண்டிருந்த மெக்கன்சியிடம் லார்டு நேப்பியர்

என்பவர் தனது மூதாதையரும் கணிதவியலில் மடக்கை (Logarithm) என்பதைக் கண்டறிந்தவருமான ஜான் நேப்பியரின் வாழ்க்கை வரலாற்றை எழுதும்படி பணித்தார்.

இந்தப் பணியில் இருக்கும் போதுதான் ஆதிகால இந்து மக்களின் கணித முறையைப் பற்றி மெக்கன்சி அறிந்தார். லார்டு நேப்பியரின் இறப்பிற்குப் பின் மெட்ராஸ் எஞ்சினியர்ஸ் பிரிவில் சேர்ந்தார்...” என ‘HISTORY OF THE CITY OF MADRAS’ நூலில் குறிப்பிடுகிறார் சி.எஸ்.ஸ்ரீனிவாசாச்சாரி.

மெட்ராஸ் வந்தவரை லார்டு நேப்பியரின் மருமகனான ஜான் ஸ்டோன் மதுரைக்கு அழைத்து தன் கம்பெனி பிரிவில் சேர்த்துக் கொண்டார். இங்குதான் அவருக்குப் பல பண்டிதர்கள், பிராமணர்களுடன் பழக்கம் ஏற்பட்டது. அவர்கள் மூலம் பல்வேறு பழங்கால சடங்குகள், சம்பிரதாயங்கள், வரலாறுகள் பற்றி அறிந்து கொண்டார்.

இவை அவரது ஆர்வத்தை அதிகரிக்கவே கீழ்த்திசை நாடுகளைப் பற்றிய தகவல்களைச் சேகரிப்பதை ஒரு பொழுதுபோக்காகத் தொடங்கினார். இவரது தொகுப்புப் பணிக்கு அந்தந்த ஊரைச் சேர்ந்தவர்கள் உதவினர்.

1782 முதல் 1818 வரை இலக்கியம், மருத்துவம், வரலாறு, சமயம், மக்களின் கலாசாரம், பண்பாடு சார்ந்து பல்வேறு பழங்கால ஓலைச்சுவடிகள், நாணயங்கள், கல்வெட்டுகள், வரைபடங்கள், தொல்பொருட்கள் ஆகியவற்றைச் சேகரித்தார்.

இவைதான் பின்னாளில் இந்திய மக்கள் பற்றியும், வரலாறு, மொழி போன்றவற்றைப் பற்றியும் எழுத துணைபுரிந்தன; உதவின.

1818ம் வருடம் இந்தியாவின் முதல் தலைமை நில அளவையாளராக மெக்கன்சி நியமிக்கப்பட்டு கல்கத்தா அனுப்பப்பட்டார். செல்லும்போது தன் சேகரிப்புகள் அனைத்தையும் கூடவே எடுத்துச் சென்றார். அங்கும் தன் சேகரிப்பைத் தொடர்ந்தவர், 1821ல் இறக்கும் வரை இந்தப் பணியில் ஈடுபட்டார்.

தனியொருவராக 3 ஆயிரம் கல்வெட்டுகளைச் சேகரித்திருந்தார் என்பது மிகப்பெரிய விஷயம்!

மெக்கன்சி இறந்ததும் இந்த சேகரிப்பை எல்லாம் அவரது மனைவி பத்திரப்படுத்தினார். அதை அவரிடமிருந்து அன்றைய இந்திய கவர்னர் ஜெனரலாக இருந்த மார்க்விஸ் ஆஃப் ஹேஸ்டிங்ஸ் பரிந்துரையின் பேரில் கிழக்கிந்தியக் கம்பெனியினர் பத்தாயிரம் பவுண்டுகள் கொடுத்து வாங்கினர்.

மெக்கன்சி தொகுப்பில் தமிழ், தெலுங்கு, கன்னடம், உருது, பாரசீகம், அரபு உள்ளிட்ட 14 மொழிகளில் 16 வெவ்வேறு பிரிவுகள் இருந்தன. இதை அட்டவணையாக வகைப்படுத்தியவர் கல்கத்தாவிலிருந்த ஆசியாடிக் சொசைட்டியைச் சேர்ந்த வில்சன்.

தொடர்ந்து மெக்கன்சியின் சேகரிப்புகள் மூன்று பகுதி களாகப் பிரிக்கப்பட்டு ஒரு பகுதி லண்டனுக்கும், ஒரு பகுதி மெட்ராஸுக்கும், ஒரு பகுதி கல்கத்தாவிற்கும் அனுப்பி வைக்கப்பட்டன. மெட்ராஸுக்கு அனுப்பப்பட்ட பகுதிதான் இன்று கீழ்த்திசை நூலகத்தில் பாதுகாக்கப்பட்டு வருகிறது.

கீழ்த்திசை நூலகம் உருவாக்கப்படுவதற்கு முன் 1828ம் வருடம் மெக்கன்சியின் சேகரிப்புகள் அன்றைய 'College of Fort St.George' எனப்படும் ஆங்கிலேயர்களுக்கான கல்லூரி நூலகத்தில் வைக்கப்பட்டன. பின்னர், இவை 1830ம் வருடம் மெட்ராஸ் லிட்ரரி சொசைட்டி வசம் ஒப்படைக்கப்பட்டன. பிறகு, 1847ம் வருடம் கல்லூரி நூலகத்திடமே கொடுக்கப்பட்டன.

இதேபோல 1803 முதல் 1811 வரை இந்தியாவில் பயணம் மேற் கொண்ட டாக்டர் லேடன், தமிழ், தெலுங்கு, கர்நாடகப் பகுதிகளில் சுற்றித் திரிந்து பல ஓலைச்சுவடிகளைச் சேகரித்திருந்தார். இவர் ஒரு மொழியியல் வல்லுநர். இவரது சேகரிப்பை 1837ம் வருடம் மெட்ராஸ் சிவில் சர்வீஸில் இருந்த சி.பி.பிரவுன் என்பவர் கண்ட றிந்தார். மட்டுமல்ல, கிழக்கிந்தியக் கம்பெனியிடம் எடுத்துரைத்து அதை வாங்கவும் வழிகோலினார்.

முன்பைப் போலவே லேடனின் சேகரிப்புகளும் முதலில் மெட்ராஸ் லிட்ரரி சொசைட்டியிடம் கொடுக்கப்பட்டு பின்னர் கல்லூரி நூலகத்திடம் ஒப்படைக்கப்பட்டன. பிரவுனும் தன் பங்குக்கு ஆந்திரப் பகுதியில் பணியாற்றியபோது சேகரித்த தெலுங்கு மற்றும் சமஸ்கிருத ஓலைச்சுவடிகளைக் கம்பெனியிடம்

இன்று நூலகம்...

- ஆசியாவின் நம்பர் ஒன் ஓலைச்சுவடி நூலகம் இதுவே.
- இந்நூலகம் தமிழக தொல்லியல் துறையின் கட்டுப்பாட்டில் செயல்பட்டு வருகிறது. மொத்தம் 32 பேர் பணி செய்கிறோம்.
- இசை, ஓவியம், சிற்பம், கட்டடம், ஜோதிடம், மருத்துவம் என 19 வகையான பிரிவுகளில் தமிழ் ஓலைச்சுவடிகள் உள்ளன.
- தமிழ், சமஸ்கிருதம், தெலுங்கு, கன்னடம், மராத்தி, உருது, அரபு, பாரசீகம் என ஓலைச்சுவடிகள் மட்டும் 50 ஆயிரத்து 180 உள்ளன. தவிர, அச்சுகளில் உள்ள கையெழுத்துப் பிரதிகள் மட்டும் 22 ஆயிரத்து 134 ஆகும். மொத்தமாக 72 ஆயிரத்து 314 சுவடிகளும், கையெழுத்துப் பிரதிகளும் பாதுகாக்கப்பட்டு வருகின்றன.
- தவிர, குறிப்புதவி அச்சு நூல்கள் மட்டும் 25 ஆயிரத்து 373 உள்ளன. இதில், சமஸ்கிருத அச்சு நூல்கள் மட்டும் 5 ஆயிரம்.
- அன்று ஆங்கிலேயர்களுக்காக எழுதப்பட்ட ஆங்கிலம் டூ தமிழ் அகராதி, காலின் மெக்கன்சி சேகரித்த தொல்காப்பிய ஓலைச்சுவடி, சீவக சிந்தாமணி, சிவலிங்க வடிவிலான திருவாசகம், சமஸ்கிருத மகாபாரதம், சிலப்பதிகாரம் உள்ளிட்ட அரிய ஓலைச்சுவடிகளும் இருக்கின்றன.
- ஓலைச்சுவடிகளில் உள்ள அரிய தகவல்களை எல்லாம் 470 புத்தகங்களாக வெளியிட்டுள்ளோம். இதில், ஜோதிடத்தில் ஆறு லக்னங்கள் பற்றி விரிவான நூல்களும் அடங்கும்.
- சென்னைப் பல்கலைக்கழகத் தமிழ்த்துறையும், உலகத் தமிழ் ஆராய்ச்சி நிறுவனமும் ஓலைச்சுவடிகளை வாசிப்பது பற்றி ஒரு டிப்ளமோ கோர்ஸ் நடத்துகின்றன. அவர்களின் செய்முறைத் தேர்வு மூலம் 600 புத்தகங்கள் வெளியே வந்துள்ளன.
- இங்கே தமிழ், தெலுங்கு, சமஸ்கிருதம், உருது பண்டிதர்கள் உள்ளனர். ஓலைச்சுவடிகள் படிக்க, மொழிபெயர்க்க இவர்கள் மக்களுக்கு உதவுவார்கள். இதற்காக பத்துப் பேர் பணி செய்கின்றனர்.
- வெளிநாடுகளிலிருந்தும், வடஇந்தியாவிலிருந்தும், தமிழகத்திலிருந்தும் ஆய்வுக்கு இங்கே வருகிறார்கள். அவர்கள் ஆய்வுக் கடிதத்தைக் கொடுத்தாலே போதும். இலவசமாகவே ஸ்கேன் பண்ணித் தருகிறோம். ஒரே ஒரு

வழங்கினார். இதுவும் கல்லூரி நூலகத்திற்கு வந்தது.

பின்னர், பிரவுனின் சேகரிப்பைத் தொகுக்க மெட்ராஸ் அரசு வில்லியம் டெய்லர் என்பவருக்கு உத்தரவிட்டது. அதை அவர் வில்சன் போலவே அட்டவணைப்படுத்தினார். இதன்பிறகு, வேப்பேரியைச் சேர்ந்த பாதிரியார் டி.ஃபோக்ஸ், ஓலைச்சுவடிகள் சேதமடைந்து வருவதாகவும், அதைப் பாதுகாக்க முயற்சியெடுக்க

நிபந்தனை மட்டும்தான். அது புத்தகமாகப் போடும்போது இங்கிருந்து இந்தக் காப்பியைப் பெற்றோம் என ஒப்புகை அளிக்க வேண்டும். தவிர, ஐந்து புத்தகங்கள் இலவசமாகக் கொடுக்க வேண்டும்.

- அரசு அளித்த நிதி மூலம் ஓலைச்சுவடிகளை ஸ்கேன் செய்து டிஜிட்டலாக்கி வருகிறோம். விரைவில், இணையதளத்தில் பதிவேற்ற இருக்கிறோம். இதனால், எந்தப் பகுதியிலிருந்தும் ஒருவர் இலவசமாக இதை எடுத்துப் பயன்படுத்தலாம்.
- இப்போது 47 லட்ச ஓலைகளை ஸ்கேன் செய்துள்ளோம். தனி வெப்சைட் உருவாக்கி உள்ளோம். இதற்கான பணி 2012ல் இருந்து நடந்து வருகிறது.
- தவிர, ஓலைச்சுவடிகளை மைக்ரோ பிலிமாக மாற்றும் பணிகளும் நடந்து வருகிறது. இதன்படி எட்டு லட்சம் ஓலைகளை மைக்ரோ பிலிமாக மாற்றி உள்ளோம். இது முந்நூறு வருடத்திற்கு பாதுகாப்பாக இருக்கும்.
- ஓலைச்சுவடிகளை லெமன் கிராஸ் ஆயில் மூலம் பாதுகாத்து வருகிறோம். ஒவ்வொரு வருடமும் இந்தப் பணி மேற்கொள்ளப்பட்டு சுவடிகள் அழியாமல் பாதுகாக்கப்படுகிறது.
- அரசின் நோக்கமே இங்குள்ள ஓலைச்சுவடிகளை புத்தகமாகக் கொண்டு வரவேண்டும் என்பதே! அதற்கான உதவிகளை நாங்கள் செய்கிறோம். ஏனெனில், பொதுமக்களிடம் மட்டும் 3 லட்சம் ஓலைச்சுவடிகள் இருப்பதாக அரசின் ஆய்வுத் தகவல் சொல்கிறது.
- இதனால், பொதுமக்கள் கேட்டால் நேரடியாகப் போய் அவர்களிடம் உள்ள ஓலைச்சுவடிகளைப் பெற்று அதை பாதுகாக்க உதவுகிறோம். இலவச மாகவே இந்தப் பணியை மேற்கொள்கிறோம். எங்களை ஸ்கேன் எடுக்க அனுமதித்தால் எடுத்துக் கொள்வோம். இல்லையெனில் பாதுகாக்கும் பயிற்சி மட்டும் அளிப்போம். இது நம் சொத்து. அழியக் கூடாது என்பதே எங்கள் குறிக்கோள்.
- குறிப்பாக, எங்கள் பணி ஓலைச்சுவடிகளைச் சேகரித்தல், பாதுகாத்தல், அதை நூல்களாக வெளியிடுதல், ஓலைச்சுவடிகளைப் பாதுகாக்கும் பயிற்சி அளித்தல் ஆகும்

- என்கிறார் இந்நூலகத்தின் நூலகரான சந்திரமோகன்.

வேண்டுமென்றும் அரசுக்குக் கோரிக்கை வைத்தார். இதனையடுத்து ஒரு குழு அமைக்கப்பட்டது.

இக்குழுவின் பரிந்துரைப்படி 1869ம் வருடம் மாநிலக் கல்லூரியின் சமஸ்கிருதப் பேராசிரியர் பிக்ஃபோர்டிடம் இவற்றைப் பாதுகாக்கும் பொறுப்பு தரப்பட்டது. இதுதான் அரசினர் கீழ்த் திசை நூலகத்தின் தோற்றம். பின்னர், 1870ல் மெரினா எதிரே

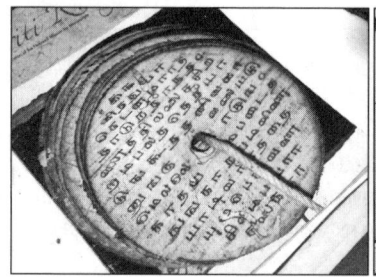

மாநிலக் கல்லூரிக் கட்டடம் கட்டி முடிக்கப்பட்டதும் அந்த வளாகத்திற்குள் இந்தத் தொகுப்புகள் வைக்கப்பட்டன.

1895ம் வருடத்துக்குப் பிறகு கோட்டையிலிருந்த தலைமைச் செயலகக் கட்டடத்தினுள் ஒரு சிறிய அறையில் வைக்கப் பட்டது. பின்னர் அடுத்த ஆண்டே மியூசியம் அருகேயுள்ள அரங்கக் கட்டடத்திற்குள் இந்தத் தொகுப்புகள் மாற்றப்பட்டன.

நிறைவாக, 1938ம் வருடம் மெட்ராஸ் பல்கலைக்கழக நூலகக் கட்டடத்தின் மேற்குப் பகுதிக்கு வந்து சேர்ந்தது. இரண்டாம் உலகப்போர் நடந்த நேரம், இந்தச் சேகரிப்புகள் எல்லாம் திருப்பதியில் இருந்த ஸ்ரீவெங்கடேஸ்வரா ஆய்வு நிறுவனத்திற்குக் கொண்டு செல்லப்பட்டு பத்திரப்படுத்தப்பட்டன. நான்காண்டுகள் கழித்து, போர் முடிந்ததும், மீண்டும் மெட்ராஸ் பல்கலைக்கழகத் திற்கு எடுத்து வரப்பட்டன.

சுதந்திரத்துக்குப் பிறகு, மொழிவாரியாக மாநிலங்கள் பிரிக்கப்பட்டதும், 1224 கன்னட ஓலைச்சுவடிகள் மைசூருக்கும், 3335 தெலுங்கு ஓலைச்சுவடிகள் ஹைதராபாத்துக்கும், 583 மலை யாள ஓலைச்சுவடிகள் திருவனந்தபுரத்துக்கும் அனுப்பப்பட்டன. மீதியுள்ளவை இந்த நூலகத்திலேயே பாதுகாக்கப்பட்டன.

கடந்த ஆண்டு இந்நூலகம் சென்னைப் பல்கலைக்கழகத்திலிருந்து அண்ணா நூலகத்தின் ஏழாவது மாடிக்கு மாற்றப்பட்டு இன்று புதுச்சூழலில் தனித்துவமாக இயங்கிவருகிறது.

* * *

ஆங்கிலேயர் கட்டிய பாலங்கள்

இன்றைய சிங்காரச் சென்னையில் அடையாறையும், கூவத்தையும் கடக்க நேப்பியர் பாலம், மறைமலையடிகள் பாலம், திரு.வி.க. பாலம் என எத்தனையோ பாலங்கள் பளபளக்கின்றன. ஆனால், நானூறு வருடங்களுக்கு முன்பு மெட்ராஸில் பாலங்கள் எதுவும் இருக்கவில்லை.

அன்று இந்த இரண்டு நதிகளிலும் மழைக்காலத்தில் வெள்ளம் பெருக்கெடுத்து மக்களின் தினசரி வாழ்க்கையைப் புரட்டிப் போட்டன. போதாக்குறைக்கு எலம்பூர் என்கிற நதியும் அப்போது வடக்குப் பக்கமாக ஓடி, கூவத்துடன் இணைந்து கோட்டை வழியே கடலில் கலந்தது.

இதனால் மெட்ராஸில் இருந்து திருவல்லிக்கேணிக்கோ, நுங்கம்பாக்கத்திற்கோ, திருவான்மியூருக்கோ கூவத்தையும், அடையாறையும் கடந்து செல்ல என்ன செய்திருப்பார்கள்? ஒன்று, பரிசல் வழியே கரையைக் கடந்திருக்கலாம். அல்லது தண்ணீரின் அளவைப் பொறுத்து அல்லது நீர் வறண்ட நேரங்களில் நடந்து போயிருக்க வேண்டும்.

இருபுறங்களையும் இணைத்து பாலம் போடும் ஐடியாவை ஏனோ நம்மவர்கள் யோசிக்கவே இல்லை. இதை மாற்றிய பெருமை ஆங்கிலேயர்களையே சேரும்!

ஆனால், அவர்களுக்கும் பாலம் கட்டும் எண்ணம் இங்கே குடியேறி நாற்பது வருடங்கள் கடந்த பிறகே உதித்தது. முதலில் மேற்கு கருப்பர் நகர் பகுதியில் குட்டைகளின் குறுக்கே சிறிய அளவிலான மரப்பாலங்களை அமைத்தனர். இதில், ஆர்மேனியன் கேட் பாலம் முக்கியமானது. அன்றைய பெத்த நாயக்கன் பேட்டையையும், கருப்பர் நகரையும் இணைக்கும் வகையில் இந்தப் பாலம் அமைக்கப்பட்டது.

ஆற்றின் குறுக்கே பாலம் என்பது 1690ம் வருடம் அன்றைய மெட்ராஸின் கவர்னராக இருந்த எலிஹு யேல் காலத்திலேயே தொடங்கியது. கூவத்தில் அடிக்கடி வெள்ளம் வந்ததால் உள்ளூர் வணிகர்கள் கோட்டைக்கு வருவதற்கும், ஆங்கிலேயர்கள் கோட்டையிலிருந்து வெளியே போவதற்கும் பெரும் சிரமம் ஏற்பட, பாலத்தின் தேவையை உணர்ந்தனர்.

ஒருநாள் கோட்டையிலிருந்து தேவையில்லாத குப்பைகளை வெளியே எடுத்துப் போகும்போது குட்டைகளாக தேங்கியிருந்த நீர்நிலையைப் பலகைகளைப் போட்டு கடந்து சென்றதை கவர்னர் எலிஹு யேல் தற்செயலாகக் கவனித்தார். இதை பெரிதாக விரிவாக்கி ஒரு பாலமாக ஏன் அமைக்கக்கூடாது என்கிற எண்ணம் அவர் மனதில் உதித்தது.

இதனையடுத்து வெள்ளை நகர் எனப்படும் கோட்டைப் பகுதியையும், தீவுத்திடல் பகுதியையும் இணைக்க கூவம்நதியில் மரத்திலான ஒரு பாலத்தை அமைக்க முன்வந்தார். ஆனால், யேல் இந்தியாவை விட்டுச்சென்று பதினைந்து வருடங்களுக்குப் பிறகே அந்தத் திட்டம் 1714ல் செயல்படுத்தப்பட்டது.

1720 மற்றும் 1721 ஆகிய இரண்டு வருடங்களில் தொடர்ச்சியாக மழை வெள்ளம் அதிகரிக்க ஐந்து மரப்பாலங்கள் சேதமடைந்தன. இந்நேரம், ஆர்மேனிய வணிகரான கோஜா பெட்ரஸ் உஸ்கான் மெட்ராஸ் வந்து சேர்ந்தார்.

இவர் சின்னமலைக்கும், செயின்ட் தாமஸ் மலைக் கோயிலுக்கும் கிறிஸ்துவர்கள் சிரமமின்றி அடையாறைக் கடந்து செல்ல 1726ம் வருடம் தன் சொந்தப் பணத்தைச் செலவழித்து - அன்றைய மதிப்பில் சுமார் ஒரு லட்சம் ரூபாய்! - ஒரு பாலத்தைக் கட்டினார். இதுவே மர்மலாங் பாலம். அன்று மாம்பலத்தை ஐரோப்பியர்கள் மர்மலாங் என்றே உச்சரித்தனர். அதனாலேயே, இந்தப் பாலம் மர்மலாங் பிரிட்ஜ் எனப்பட்டது. இன்று சைதாப்பேட்டையையும், கிண்டியையும் இணைக்கும் இடத்தில் மறைமலையடிகள் பாலம் எனப் பெயர் மாற்றமடைந்து நிற்கிறது.

1829ம் வருடம் மெட்ராஸைச் சுற்றிப் பார்த்த பிரெஞ்சு கடற்படை அதிகாரி டுமன்ட் டி உருவில், 'இந்தப் பாலம் 1197 அடி நீளம் என்றும், 29 வளைவுகள் கொண்டது என்றும்' ஆய்வு செய்து

தெரிவித்தார். இதுவே முதன்முதலாக, ஓர் ஆற்றின் குறுக்கே நிரந்தர மாக அமைக்கப்பட்ட பாலம். இதைக் கட்டிய உஸ்கானே அவ ருக்குப் பிறகு பாலத்தைப் பராமரிக்க பணமும் தந்தார். அதைக் கொண்டு பிரிட்டிஷ் அரசு சீரமைத்தது. நிறைவில், 1963ல் இந்தப் பாலம் அகலப்படுத்தப்பட்டது.

இதன் பிறகான பாலங்களின் கதைகளை நம்முடன் பகிர்ந்து கொண்டார் சென்னையின் பாலங்களைப் பத்தாண்டுகளாக ஆய்வு செய்து வரும் ஹேம்சந்திரராவ்.

“சென்னையில் பிரிட்டிஷார் கட்டிய பாலங்கள் மொத்தம் 29. இதைக் கூவம் நதியில் கட்டியது, அடையாறு நதியில் அமைத்தது, பக்கிங்ஹாம் கால்வாயில் போட்டது என மூன்றாகப் பிரிக்கலாம்.

இதில், கூவத்தில்தான் அதிக பாலங்களைக் கட்டியுள்ளனர். மெரினாவில் தொடங்கி அமைந்தகரை வரை இந்தப் பால வரிசை நீண்டு செல்கிறது. ஆரம்பத்தில் ஆங்கிலேயர்கள் மரப்பாலங் களையே அமைத்து வந்தனர். 19ம் நூற்றாண்டின் தொடக்கத்தில் இந்நிலைமை மாறியது. காரணம், மரப்பாலங்கள் ஒவ்வொரு வெள்ளத்திலும், புயலிலும் சேதமடைந்ததுதான்...” என்றவர் பாலங்க ளைப் பட்டியலிட்டார்.

செயிண்ட் ஜார்ஜ் பிரிட்ஜ்

1804ம் வருடம் திருவல்லிக்கேணியையும், மவுண்ட் சாலையை யும் கோட்டையுடன் இணைக்கும் வகையில் கூவம் நதியில் முதன்

தொங்கு பாலம்...

மெட்ராஸில் தொங்கு பாலம் ஒன்று இருந்தது ஆச்சரியமான விஷயம். 1831ம் வருடம் சிந்தாதிரிப்பேட்டையில் கட்டப்பட்ட இந்தப் பாலம் 1839ல் இடிந்துபோனது.

அன்று பாலம் போடுவதற்கான இரும்புக் கம்பிகள் உள்ளிட்ட பொருட்கள் எல்லாம் இங்கிலாந்திலிருந்து தருவிக்கப்பட்டன. பாலம் இடிந்து போனதும் ராணுவ வாரியம் மீண்டும் கூவத்தில் இதேபோல பாலத்தை அமைக்க முயற்சி மேற்கொண்டது.

ஆனால், மெட்ராஸ் அரசு இந்தத் திட்டத்தை புறந்தள்ளியது. அதன்பிறகு இந்த இடத்தில் லா பிரிட்ஜ் அமைந்தது. ஜான் லா என்பவர் கட்டியதால் இதற்கு இந்தப் பெயர்.

1846ம் வருடம் இன்றைய மியாட் மருத்துவமனை அருகே மவுண்ட் - பூந்தமல்லி சாலையில் அடையாறின் குறுக்கே இதேபோல தொங்கு பாலம் அமைக்க காஞ்சிபுரம் மாவட்ட ஆட்சியர் ஒரு கோரிக்கை வைத்தார்.

ஆனால், அதுவும் அரசால் மறுக்கப்பட்டது. பின்னர், இரும்புப் பாலமாக அமைந்தது நேப்பியர் பாலம் மட்டுமே!

மர்மலாங் பிரிட்ஜ் (1798)

முதலில் செங்கல்லால் ஆன இந்தப் பாலத்தைக் கட்டினர். இது திருவல்லிக்கேணி பிரிட்ஜ் என்றும், வெலிங்டன் பிரிட்ஜ் என்றும், அரசினர் தோட்ட இல்லம் அருகே இருந்ததால் கவர்மெண்ட் கார்டன் பிரிட்ஜ் என்றும் பல பெயர்களால் அழைக்கப்பட்டது.

அப்போது கம்பெனியின் வானியலாளரும், பொறியாளருமான ஜான் கோல்டிங்ஹாம் அரசினர் தோட்ட இல்லத்தைக் கட்டி முடித்திருந்தார். அவரிடமே இந்தப் பாலத்துக்கான திட்டமும் தயாரிக்கக் கேட்டுக் கொள்ளப்பட்டது.

அவர் ஒன்பது வளைவுகளுடன் பாலத்தை வடிவமைத்தார். இதனை பிரிட்டிஷ் ராணுவத்தில் பொறியாளராக இருந்த லெப்டினன்ட் தாமஸ் ஃப்ரேசர் கட்ட ஆயத்தமானார். ஆனால், டிசைனில் சில பிரச்னைகள் எழவே, ஒன்பது வளைவு என்பதை தாமஸ் ஃப்ரேசர் பதினொன்றாக மாற்றினார்.

இதில், ஒவ்வொரு வளைவும் ஒவ்வொரு அளவில் இருக்கும். காரணம், வெள்ளத்திற்குத் தகுந்தாற்போல நீர் போகும் அளவைக் கணக்கிட்டு நேர்த்தியுடன் கட்டினார்.

பின்னர், வெவ்வேறு பெயர்களில் அழைக்கப்படுவதை அறிந்த பிரிட்டிஷ் அரசு நிறைவில் 1817ம் வருடம் செயிண்ட் ஜார்ஜ் பிரிட்ஜ் எனப் பெயரிட்டு அதற்கான கல்வெட்டும் வைத்தது. இன்று பல்நோக்கு மருத்துவமனை அருகே இருக்கும் இந்தப் பாலம் 1970களில் பெரியார் பாலம் என பெயர் மாற்றமானது.

செயிண்ட் ஆண்ட்ரூ பிரிட்ஜ்

இந்தப் பாலம் 1817ம் வருடம் சிந்தாதிரிப்பேட்டையில் இருந்து எழும்பூர் பாந்தியன் சாலைக்குப் போகும் வழியில் கூவத்தில் அமைக்கப்பட்டது. இதை செயிண்ட் ஆண்ட்ரூ தேவாலயத்தை வடிவமைத்த மேஜர் தாமஸ் டி ஹெவிலேண்ட் கட்டினார். செயின்ட் ஆண்ட்ரூ தேவாலயம் அருகே அமைந்ததால் அதே பெயரை இந்தப் பாலத்திற்கும் சூட்டினர்.

கமாண்டர் இன் சீஃப் பாலம்

இது 1825ம் வருடம் கமாண்டர் இன் சீஃப் ரோட்டில்

அமைக்கப்பட்ட பாலம். இன்று எத்திராஜ் கல்லூரி உள்ள எத்திராஜ் சாலையே முன்பு கமாண்டர் இன் சீஃப் சாலையாக இருந்தது.

↘ ஹேம்சந்திரராவ்

இங்குள்ள பிரசிடென்சி கிளப்பின் கெஸ்ட் ஹவுஸில் பிரிட்டிஷ் ராணுவத்தின் தலைமைத் தளபதி போர்க்காலங்களில் தங்குவது வழக்கம் எனச் சொல்லப்படுகிறது. இதனால், இந்தச் சாலையின் பெயர் கமாண்டர் இன் சீஃப் என்றானது. இந்தச் சாலைக்கும், கன்னிமாரா ஹோட்டல் உள்ள பின்னி சாலைக்கும் இடையில் ஓடும் கூவம் நதியின் மேல் இப்பாலம் அமைக்கப்பட்டது.

மன்றோ பாலம்

பலருக்கு இந்தப் பாலம் பற்றித் தெரிந்திருக்காது. நுங்கம்பாக்கம் ஸ்டெர்லிங் சாலையிலிருந்து ஈகா தியேட்டர் போகும் வழியில் ஹாரிங்டன் சாலை அருகே கூவத்தைக் கடக்கும் வகையில் அமைக்கப்பட்டது இந்தப் பாலம். சர் தாமஸ் மன்றோ கவர்னராக இருந்தபோது கட்டப்பட்டதால் 'மன்றோ பாலம்' என்றானது.

காலேஜ் பாலம்...

பள்ளிக் கல்வித் துறை வளாகமான டி.பி.ஐயிலிருந்து எழும்பூர் அருங்காட்சியகம் செல்லும் வழியில் 1827ம் வருடம் அமைக்கப்பட்ட பாலம் இது. ஒரு காலத்தில், 'College of Fort St George' (டி.பி.ஐ.வளாகம் உள்ளே) இங்கே அமைந்திருந்ததால் இந்தப் பாலத்தை காலேஜ் பிரிட்ஜ் என்று அழைத்தனர்.

இதுவே பின்னாளில் ஆண்டர்சன் பாலம் என்றானது. காரணம், இதன் அருகே மருத்துவரும், தாவரவியலாளருமான ஆண்டர்சன் தாவரவியல் தோட்டம் ஒன்றை வைத்திருந்தார். இதனால், அவர் பெயரால் இந்தப் பாலம் அழைக்கப்பட்டது.

ஹாரிஸ் பாலம்

1854 - 55ம் வருடத்தில் புதுப்பேட்டையையும், இன்றைய அண்ணாசாலையையும் இணைக்கும் காசினோ தியேட்டர் அருகே இப்பாலம் கட்டப்பட்டது. புதுப்பேட்டை மக்களின் வேண்டுகோளுக்கு இணங்க இந்தப் பாலம் அமைக்கப்பட்டது. அப்போது லார்டு ஹாரிஸ் கவர்னராக இருந்தார். இதனால், பாலத்திற்கும் அவர் பெயரே சூட்டப்பட்டது.

நேப்பியர் பாலம்...

கூவம் நதி கடலோடு சேரும் முகத்துவாரத்தில் கட்டப்பட்டது இந்தப் பாலம். இதைப் பல்வேறு தமிழ்த் திரைப்படங்களில் மக்கள் பார்த்திருப்பார்கள். இப்பாலம் பல மாற்றங்களைக் கண்டது.

முதலில் மரப் பாலமே இதில் அமைக்கப்பட்டது. ஆனால், புயலால் சேதமடைய, லார்டு நேப்பியர் கவர்னராக இருந்த 1869ம் வருடம் இரும்பினால் தளம் அமைத்து பாலத்தைத் தயார் செய்தனர். இதனால், அவர் பெயரே பாலத்திற்கும் சூட்டப்பட்டது. அதன்பிறகு, 1943ம் வருடம் கான்கிரீட் பாலம் வளைவுகள் ஏதுமின்றி அமைக்கப்பட்டது. பின்னாளில் தளத்திற்கு மேல் வில் போல வளைவுகள் அமைக்கப்பட்டன. இவையெல்லாம் கூவம் நதி மேல் அமைக்கப்பட்டவை.

↘ கோட்டையின் மேற்குப்புறத்தில் அமைக்கப்பட்ட பாலம்

இதேபோல் அடையாற்றின் குறுக்கே கட்டப்பட்டதில், எல்பின்ஸ்டன் பாலம் முக்கியமானது. இது அடையாறு நதி கடலோடு சங்கமிக்கும் இடத்தின் அருகே கட்டப்பட்டது. 1840ம் வருடம் லார்டு எல்பின்ஸ்டன் கவர்னராக இருந்த காலத்தில் 18 வளைவுகள் கொண்டதாக அமைக்கப்பட்டது. பின்னர் இதற்கு எல்பின்ஸ்டன் பிரிட்ஜ் என்று பெயரிடப்பட்டது. இன்று திரு.வி.க பாலம் என அழைக்கப்படுகிறது.

பக்கிங்ஹாம் கால்வாய் பாலங்கள்

1878ம் வருடம் தாது பஞ்சத்தின் நிவாரணப் பணியாக கூவத்தையும், அடையாறையும் இணைக்கும் பக்கிங்ஹாம் கால்வாய் வெட்டப்பட்டது. சென்னைப் பல்கலைக்கழகத்தின் பின்புறத்தில் இருந்து கோட்டூர்புரம் வரை இந்தக் கால்வாயில் சின்னதாகப் பாலங்கள் அமைக்கப்பட்டன.

இதில்,கிராண்ட் டர்ஃப் பிரிட்ஜ், சேப்பாக்கம் பிரிட்ஜ், பைகிராஃப்ட்ஸ் பிரிட்ஜ், ஐஸ் ஹவுஸ் பிரிட்ஜ், எல்லியட்ஸ் பிரிட்ஜ், பார்பர்ஸ் பிரிட்ஜ் (இதுவே அம்பட்டன் பாலம் என்றாகி இப்போது அம்பேத்கர் பாலமானது), முண்டகக்கண்ணியம்மன் கோயில் பிரிட்ஜ், சர்தார் பட்டேல் ரோடு பிரிட்ஜ் என பத்துக்கும் மேற்பட்ட பாலங்கள் உள்ளன.

தவிர, வடக்கே செயிண்ட் மேரிஸ் பிரிட்ஜ், சென்ட்ரல் ரயில் நிலையம் அருகே உள்ள ஜெனரல் ஆஸ்பிட்டல் பிரிட்ஜ், எலிஃபன்ட் கேட் பிரிட்ஜ், சால்ட் கொட்டார்ஸ் பிரிட்ஜ் என நிறைவில் பேசின் பிரிட்ஜ் வரை நீள்கிறது.

★ ★ ★

தலைமை தபால் நிலையம்

'சார் போஸ்ட்....' என நாம் அன்றாடம் கேட்ட குரல் இன்று அத்தனை சுருதியாக இல்லை. காரணம், எஸ்எம்எஸ், வாட்ஸ் அப் எனத் தகவல் தொடர்பின் வளர்ச்சி.

ஆனால், இருபது வருடங்களுக்கு முன்பு வரை தபால் சேவை மகத்தானதாகப் போற்றப்பட்டது. குறிப்பாக, கிராமங்களில் தபால் காரர்களைக் கடவுளாகவே பார்த்தனர். மெட்ராஸில் இந்தத் தபால் சேவையை முதல்முதலாகக் கொண்டு வந்தவர்கள் ஆங்கிலேயர்கள்.

1712ம் வருடம் அன்றைய மெட்ராஸ் கவர்னர் எட்வார்டு ஹாரிசன், மெட்ராஸிற்கும் வங்காளத்திற்கும் இடையே சாலைத் தொடர்புக்கு வழிவகுத்தார். அதன்பின் போக்குவரத்து எளிதானது. இதையடுத்து, 1727ம் வருடம், முதல் தபால் நிலையத்தை கல்கத்தாவில் வெள்ளையர் வாழ்ந்த பகுதியில் அமைத்தனர். அது இன்றும் கல்கத்தாவின் ஜெனரல் போஸ்ட் ஆபீஸுடன் இணைந்து செயல்பட்டு வருகிறது.

ஆரம்பத்தில் பொதுமக்களுக்கான சேவை என்றில்லாமல் கிழக் கிந்தியக் கம்பெனியின் கடிதங்கள் மட்டும் அலுவலக ஊழியர்கள் வழியே கொண்டு சேர்க்கப்பட்டன. இந்தத் தபால்கள் குதிரை வண்டிகளிலும், நடையாகவும் எடுத்துச் செல்லப்பட்டன.

ஆனால், உண்மையில் தபால் முறையைத் தொடங்கியவர் கள் ஆங்கிலேய வணிகர்கள்தான். தங்களின் அன்றாட வணிக

நடவடிக்கைகளுக்காக ஆரம்பத்தில் தனியாகக் கூரியர் சேவை நடத்தியவர்கள் அவர்களே!

பின்னர், கிழக்கிந்தியக் கம்பெனி சாலைகளைச் சீரமைக்க, தபால் சேவையும் கொஞ்சம் கொஞ்சமாக விரிவுபடுத்தப்பட்டதுடன் வேகப்படுத்தப்பட்டது. உதாரணத்திற்கு, கடலூர் புனித டேவிட் கோட்டையிலிருந்து மெட்ராஸ் புனித ஜார்ஜ் கோட்டைக்குக் கடிதங்கள் 40 மணி நேரத்தில் சேர்க்கப்பட்டன.

1720ம் வருடம் மெட்ராஸ், கல்கத்தா, பம்பாய், சூரத், விசாகப்பட்டினம் மற்றும் கேரளாவிலுள்ள அஞ்சுதெங்கு ஆகிய இடங்களுக்கு தினசரி சேவைகள் ஆரம்பிக்கப்பட்டன. இதில், மெட்ராஸில் இருந்து கல்கத்தாவிற்குச் செல்லும் கூரியர் சேவைக்கு மட்டும் ஆறு ஃபணம் (fanam) வசூலிக்கப்பட்டது. மற்ற ஏரியாவிற்கு நான்கு ஃபணம்தான்.

இந்நிலையில், *1736ம்* வருடக் குறிப்பு ஒன்றை, '*The Madras Tercentenary Commemoration Volume*' என்ற நூலின் ஒரு கட்டுரையில் சிம்சன் நிறுவனத்தின் இயக்குநர் ஹெச்.ஹெச்.சாப்மன் நமக்கு தரு கிறார். அதன்மூலம், அன்றைய தபால் சேவை எப்படி இருந்தது என்பதை அறியலாம்.

"மெட்ராஸிலிருந்து அனுப்பப்படும் பண்டல் கட்டுகளும், அதே போல் மெட்ராஸிற்கு வந்து சேரும் பண்டல் கட்டுகளும் அடிக்கடி காணாமல் போய்விடுகின்றன. அவை எந்த இடத்தில் காணாமல் போகிறது என்று தெரியவில்லை. எனவே, கம்பெனிகள் தாங்கள் அனுப்பும் அல்லது பெறும் பண்டல்கள் பற்றிய தகவல்களை மெட்ராஸ் மாகாண அலுவலகத்திற்கு அவசியம் அனுப்ப வேண்டுமென்று தீர்மானிக்கப்படுகிறது.

மேலும் அனுப்பப்பட்ட நாள், நேரம் போன்றவற்றை ஒரு சீட் டில் எழுதி பண்டல் கட்டின் மீது ஒட்ட வேண்டும். ஓர் இடத்தில் இந்த பண்டல்களைப் பெறும் அலுவலர் அதை அடுத்த கட்டத்திற்கு அனுப்பும்போதும் பெறப்பட்ட தேதி, நேரம் ஆகியவற்றை குறிப்பிட வேண்டும். தவிர, பண்டல்களைப் பெற்றதும் அதை அனுப்பிய அலுவலருக்கு சேர்ந்துவிட்ட விவரத்தையும் தெரிவிக்க வேண்டும்.

ஒருவேளை பண்டல்கள் தொலைந்துபோனால் அனுப்பிய அலுவலரும், பெறும் அலுவலரும் பண்டல்களை எடுத்து வந்த ஊழியர்களை விசாரிக்க வேண்டும். திருப்தியான பதில் கிடைக்க வில்லையெனில் அவர்களைக் கடுமையாகத் தண்டிக்க வேண்டும்..."

1766ம் வருடம் கவர்னர் லார்டு கிளைவ் மெட்ராஸில் முதல் தபால் நிலையத்தைப் பரீட்சார்த்த முறையில் அமைத்தாக தன்னுடைய, '*INDIAN POSTAL HISTORY focus on Tamilnadu*' என்ற நூலில் குறிப்பிடு கிறார் முன்னாள் போஸ்ட்மாஸ்டர் ஜெனரலான கே.ராமச்சந்திரன். அப்போது கம்பெனி அதிகாரிகள் இதன் வழியே கட்டணமின்றி தபால் அனுப்ப அனுமதி வழங்கப்பட்டதாம்!

இதன்பிறகு, வாரன் ஹேஸ்டிங்ஸ் கல்கத்தாவின் கவர்னராக வந்து சேர்ந்ததும் தபால் சேவையில் சில சீர்திருத்தங்கள் செய்தார். அதன்படி, நூறு மைல்களுக்கு எடுத்துச் செல்லப்படும் கடிதங்களில் இரண்டு அணாவிற்கு செம்பாலான சீட்டு ஒன்றை ஒட்ட வேண்டும் என்ற நடைமுறை கொண்டுவரப்பட்டது. இத்துடன் போஸ்ட் மாஸ்டர் ஜெனரல் என்ற பதவி உருவாக்கப்பட்டு தனியார் கடிதங்களுக்கு தூரத்தைப் பொறுத்து கட்டணம் வசூலிக்கும் முறையும் கொண்டு வரப்பட்டதாகக் குறிப்பிடுகிறார் ஹெச்.ஹெச்.சாப்மன்.

ஆனால், மெட்ராஸில் நிரந்தரமான ஒரு தபால் முறை என்பது

பழங்காலம்

- பழங்கால தகவல் பரிமாற்றம் மற்றும் தபால் முறை பற்றி INDIAN POSTAL HISTORY focus on Tamilnadu என்ற நூலில் முன்னாள் போஸ்ட் மாஸ்டர் ஜெனரலான டாக்டர் கே.ராமச்சந்திரன் தந்திருக்கும் சில தகவல்கள்...
- முகமது பின் துக்ளக் ஆட்சியில் ஒவ்வொரு மூன்று மைல் தூரத்திற்கும் ஒரு கிராமமும் ஊர் எல்லையில் ஒரு மண்டபமும் அமைக்கப்பட்டது. இந்த மண்டபத்தில் ஃபுட் ரன்னர் எனப்படும் ஒரு ஓட்ட வீரர் நிறுத்தி வைக்கப்பட்டிருப்பார். இடுப்பில் பெல்ட்டும், கையில் இரண்டு அடி தடியுடன் மணியும் பொருத்தப்பட்டிருக்கும்.
- தபால் பையை ஒரு கையிலும், தடியை மறுகையிலும் பிடித்தபடி வேகமாக அடுத்த கிராமம் உள்ள மூன்று மைல் தூரத்துக்கு ஓட வேண்டும். அந்தக் கிராமத்தின் எல்லையில் இதேபோல் உள்ள ஃபுட் ரன்னரிடம் கொடுக்க வேண்டும். அந்த ஃபுட் ரன்னர் இவரின் மணிச் சத்தத்தைக் கேட்டுத் தயாராக இருக்க வேண்டும்.
- பாபர் காலத்தில் தகவல் தொடர்பை இன்னும் மேம்படுத்தினார். ஆக்ராவிலிருந்து காபூல் வரை சாலையை நன்கு அமைத்தவர், ஒவ்வொரு 36 மைல்களுக்கும் ஆறு குதிரைகளை தகவலுக்காகவே நிறுத்தியிருந்தார்.
- அக்பர் நாடு முழுவதும் முக்கிய சாலைகளில் ஒவ்வொரு ஐந்து மைல் இடைவெளியிலும் துருக்கி குதிரைகளை நிறுத்தி செய்திகளைப் பெற்றார். இதற்கு 'டக் சவுக்கிஸ்' என்று பெயர்.
- இதே முகலாயர்கள் காலத்தில் வணிகர்கள் தனிப்பட்ட முறையில் சம்பளத்திற்கு ஆட்களை நியமித்து சொந்தமாக கூரியர் சேவையும் வைத்திருந்தனர்.
- 1627ல் மன்னர் ஷாஜகான் தக்காணப் பகுதியில் ஜுன்னார் என்ற இடத்தில் முகாமிட்டிருந்தார். அப்போது காஷ்மீரில் அவரின் தந்தை ஜஹாங்கீர் இறந்த தகவல் பன்சாரி என்ற குதிரைக் கூரியர் வழியே 1600 கிமீ கடந்து சுமார் 20 நாட்களுக்குப் பிறகு கொடுக்கப்பட்டது.

1785ம் வருடமே அறிமுகப்படுத்தப்பட்டது. மெட்ராஸ் கம்பெனியின் சிவில் சர்வீஸில் இருந்த ஜான் பிலிப் பர்ல்டன் என்பவர் முதல் முதலாக தபால்நிலையம் வேண்டி ஒரு திட்ட வரைவை அரசுக்கு அளித்தார்.

அதில், ஒழுங்கான ஒரு தபால்நிலையம் கோட்டைச் சதுக்கத்தில் அமைத்து, கடிதங்கள் அனுப்புவதும், பெறுவதுமான பணிகளைச் செய்ய வேண்டும். பொதுமக்களும், தனியார் நிறுவனங்களும் இந்த நிலையம் வழியே தபால் அனுப்ப வேண்டும். தபால் சேவைக்கு ஆகின்ற செலவுகளை அந்தத் துறை மூலம் வருகின்ற வருவாயைக் கொண்டு செய்துகொள்ள வேண்டும். போஸ்ட்மாஸ்டர் ஜெனரல் அனைத்து ஏற்பாடுகளையும் செய்ய வேண்டும் என்பது உள்ளிட்ட விஷயங்கள் இருந்தன.

பின்னர் அடுத்த வருடமே தாமஸ் லெவின் என்கிற சிவில் அதிகாரி கல்கத்தா போல இங்கும் தபால் நிலையம் வேண்டி இரண்டாவதாக ஒரு திட்ட வரைவை அளித்தார். இதில் பல்வேறு அம்சங்கள் இடம்பெற்றன. அதில் முக்கியமானது, மெட்ராஸ் வடக்கு முதல் ஒரிசாவிலுள்ள கஞ்சம் வரையிலும்; மெட்ராஸ் தெற்கு முதல் கேரளாவின் அஞ்சு தெங்கு வரையிலும்; மெட்ராஸ் மேற்கு முதல் வேலூர் வரையிலும் மாகாணத்தை மூன்று பிரிவுகளாகப் பிரித்து, குறிப்பிட்ட இடங்களில் செய்திக்கான தூதுவர்களை (தபால்காரர்) நியமிக்க வேண்டும் என்பது.

இப்படியாக, இந்த இரு அதிகாரிகளின் திட்ட வரைவுகளால் 1786ம் வருடம் ஜூன் 1ம் தேதி மெட்ராஸில் முதல் தலைமைத் தபால் நிலையம் தொடங்கப்பட்டது. குறுகிய காலத்திலேயே மெட்ராஸிலிருந்து கல்கத்தாவிற்கும், பம்பாய்க்கும் மெயில் சர்வீஸ் ஆரம்பமானது.

பம்பாய்க்கான கடிதங்கள் வாரம் ஒரு முறை மசூலிப்பட்டினம் எடுத்துச்செல்லப்பட்டு அங்கிருந்து பம்பாய் போய்ச் சேரும். இதற்கு 17 நாட்களாகின. இதேபோல் கல்கத்தாவிற்கு 19 நாட்கள்.

ஆரம்பத்தில் கோட்டையிலிருந்த கடல் வாயிலின் வெளிப் புறத்தில் இந்த தபால் நிலையம் அமைக்கப்பட்டது. அப்போது கவர்னராக இருந்த சர் ஆர்க்கிபால்ட் கேம்பெல்லின் தனிச்செயலராக இருந்த ஆர்க்கிபால்ட் மான்ட்கோமரி கேம்பெல் என்பவர் முதல் போஸ்ட்மாஸ்டர் ஜெனரலாக நியமிக்கப்பட்டார்.

பின்னர், 1837ம் வருடம் இந்தத் தலைமை தபால் நிலையம் கோட்டையின் உள்ளே இருந்த எக்ஸ்சேஞ்ச் கட்டடம் (இன்றைய கோட்டை மியூசியம்) அருகே மாற்றப்பட்டது. இதே வருடம் தபால் நிலைய சட்டமும் கொண்டுவரப்பட்டது. தொடர்ந்து 1856ல் பிராட்வேயில் இருந்த அரசு தோட்ட இல்லத்திற்கு தபால் நிலையம் கொண்டு செல்லப்பட்டது.

இந்நேரம் மெட்ராஸில் ரயில்வே தொடங்கப்பட தபால்

மெட்ராஸ் தபால் நிலையம் (1905)

சேவை இன்னும் வேகமெடுத்தது. இதற்கிடையே தந்தித் துறையும் ஆரம்பிக்கப்பட்டு வளர்ந்து வந்தது. கூடவே, தபால் நிலையத்தை சொந்தக் கட்டடத்தில் அமைக்கும் கோரிக்கைகளும் எழுந்தன.

இதனால், 1873ல் இதற்கான இடம் வடக்கு கடற்கரைச் சாலையில் தேர்ந்தெடுக்கப்பட்டது. அப்போது மெட்ராஸ் அரசின் கட்டடக்கலை ஆலோசகராக விளங்கிய ராபர்ட் சிஸ்ஹோல்ம் புதிய கட்டடத்திற்கான வடிவமைப்பை செய்தார். இந்தோ சாராசெனிக் பாணியில் கோதிக் கட்டடக்கலையையும் சேர்த்து. 325 அடி நீளமும், 162 அடி அகலமும், 125 அடி உயரமும் கொண்டு மூன்று தளங்களுடன், இரண்டு டவர்களையும் அமைத்து அழகாகக் கட்டப்பட்டது இந்தக் கட்டடம்.

1884ம் வருடம் மார்ச் 1ம் தேதி திறக்கப்பட்ட இந்தக் கட்டடமே இன்றும் தலைமைத் தபால் நிலையமாக செயல்பட்டு வருகிறது. மொத்தம் சுமார் 55 ஆயிரம் சதுர அடியில் பரந்து விரிந்து கிடக்கும் இந்தக் கட்டடம் கட்ட அன்றைக்கு ஆறு முதல் எட்டு லட்சம் ரூபாய் வரை செலவானது.

1918ம் வருடம் மோட்டார் போக்குவரத்து துவங்கும் வரை தபால்கள் கொண்டு செல்ல ஜட்கா வண்டிகளே (குதிரை வண்டி) பயன்படுத்தப்பட்டன. இரண்டாம் உலகப் போருக்குப் பிறகு, அஞ்சல் சேவை நகர்ப்புறம், கிராமப்புறம் என விரிவாக்கப்பட்டது. சுதந்திரத்திற்குப் பிறகு தபால் நிலையங்கள் அதிகப்படுத்தப்பட்டன. மாநில வாரியாகப் பிரிந்ததும் 1961ல் தமிழ்நாடு அஞ்சல் வட்டம் உருவானது. 2000ல் இந்தப் பாரம்பரிய தலைமை தபால் நிலையக் கட்டடம் தீ விபத்தில் சேதமடைய சுமார் 3.6 கோடியில் புதுப்பிக்கப் பட்டது. பிறகு, 2011ல் தொடர் மழையால் மீண்டும் சேதமடைந்தது.

இந்தாண்டு முதல்கட்டமாக 15 லட்சம் ரூபாய் செலவில் இந்த 134 வருட கட்டடத்தைப் புதுப்பிக்கும் பணிகள் நடந்து வருவதாகத் தகவல்!

✶ ✶ ✶

கூவமும் அடையாறும்

"**வெ**னிஸ், பாங்காக் நகரங்கள் போல சென்னைக்கும் நீர் வழித்தடங்கள் மூன்று. அவை மக்கள் வசிக்கும் இடங்களின் நடுவில் சென்றாலும் மூன்றும் இன்று கழிவுநீர் எடுத்துச் செல்லவும், வெள்ளத் தடுப்புக் கால்வாய்களுமாகத்தான் உள்ளன..."

- கூவம், அடையாறு மற்றும் பக்கிங்ஹாம் கால்வாய் பற்றி தன்னுடைய, 'ஒரு பார்வையில் சென்னை நகரம்' என்ற நூலில் இப்படி வேதனையாகக் குறிப்பிடுகிறார் மறைந்த எழுத்தாளர் அசோகமித்திரன்.

ஆனால், ஒருகாலத்தில் கூவமும், அடையாறும் எப்படியிருந்த நதிகள் தெரியுமா? கல்விச் செம்மல் எனப் போற்றப்படும் பச்சையப்ப முதலியார் கோமளீசுவரன்பேட்டை அருகே கூவத்தில் நீராடிவிட்டு கந்தகோட்டத்து முருகனை வணங்கியபிறகே அன்றைய நாளைத் தொடங்குவாராம்.

மெட்ராஸில் வாழ்ந்த மக்கள் பலரும் கூவத்தில் குளித்து மகிழ்ந்துள்ளனர். கூவம் ஒரு முக்கிய நீர்நிலையாகவும் இருந்துள்ளது. தவிர, மழைக்காலங்களில் இந்த நதியில் ஏற்படும் வெள்ளத்தால் மக்கள் அவதியும் அடைந்துள்ளனர்.

இயற்கைத் துறைமுகம் இல்லாத, அலைகள் ஆர்ப்பரிக்கும் மெட்ராஸில் வணிகத்திற்குப் பாதுகாப்பு அளித்தது கூவமே! அதனாலேயே, பிரான்சிஸ் டே இந்த ஊரைத் தேர்ந்தெடுத்து ஆங்கிலேயர்களை இங்கே செட்டிலாக்கினார்.

அன்று பரந்துவிரிந்து ஓடிய நதியாக கூவம் இருந்தது. அடையாறும் இதுபோலவேதான். இந்த இரண்டு நதிகளும் நுங்கம்பாக்

கம் 'லாங் டேங்க்' ஏரியின் மூலம் இணைந்திருந்தன. 'லாங் டேங்க்' ஏரி தி.நகராக மாறியதும் எல்லாம் முடிந்தது. இன்று கழிவுநீராக மாறிப்போனதால் மக்கள் அடையாறையும் கூட கூவம் என்றே அழைக்கும் நிலை! பரபரப்பான சென்னை மாநகருக்குள் ஓடும் இந்த இரண்டு நதிகளின் தலபுராணத்தை கொஞ்சம் அறிவோம்.

கூவம்

திருவள்ளூர் மாவட்டம் தக்கோலம் அருகே கேசாவரம் என்னும் அணைக்கட்டில் இருந்து தனது பயணத்தைத் தொடங்குகிறது இந்நதி. இதனருகே கூவம் என்ற கிராமமும் உள்ளது. அதனாலேயே 'கூவம்' என்றானது.

உண்மையில், இது பாலாற்றின் ஒரு கிளைநதி. அங்கிருந்து திருமழிசை, பூந்தமல்லி, மதுரவாயல் வழியாக சென்னைக்குள் நுழைந்து அமைந்தகரை, சேத்துப்பட்டு என எழும்பூரை அடைகிறது. பிறகு, சிந்தாதிரிப்பேட்டை சென்று சென்னை மருத்துவக் கல்லூரி அருகே இரண்டாகப் பிரிகிறது. இவ்வாறு பிரியும் ஒருபகுதியுடன் பக்கிங் ஹாம் கால்வாய் இணைகிறது.

தொடர்ந்து இரண்டு பகுதி நதிகளும் நேப்பியர் பாலத்தின் அருகே ஒன்று கூடுகின்றன. இந்தப் பாலத்தின் அந்தப் பக்கம் திருவல்லிக்கேணி இருப்பதால் கூவம் நதியை 'திருவல்லிக்கேணி நதி' என்றே அன்றைய மெட்ராஸ் வாசிகள் அழைத்தனர். பிரிந்து ஒன்று கூடும் வரை உள்ள வட்டமான நிலப்பரப்பு ஒரு தீவுபோல் காட்சியளித்ததால் ஆங்கிலேயர்கள் ஐலேண்ட் என்றனர். இதுவே தீவுத்திடல்! இந்நதியின் மொத்த நீளம் 72 கிமீ. சென்னைக்குள் மட்டும் 18 கிமீ. தூரம் பயணிக்கிறது.

"கூவத்தின் வடிநிலங்களில் 62 குளங்கள் உள்ளன. 13 லட்சத்து 575 ஆயிரத்து 93 ஆயக்கட்டுகளைக் கொண்டது. இந்த ஆற்றின் மணலில்தான் சென்னை நகரின் பெரும் பாலான கட்டடங்கள் எழுந்தன. 1952 டிசம்பரில் சென்னை மாகாணத்தில் இருந்து ஆந்திராவைப் பிரிக்க வேண்டும் எனும் முழக்கம் உச்ச கட்டத்தில் இருந்தது. அப்போது பிரிவினையாளர்கள் வைத்த கோரிக்கைகளில் ஒன்று, சென்னை நகரை முற்றிலுமாக ஆந்திராவுடன் இணைக்க வேண்டும். இல்லாவிட்டால் கூவம் ஆற்றை மையமாகக் கொண்டு சென்னையை வட சென்னை, தென் சென்னை

↘ கூவத்தில் படகு சவாரி (1972)

எனப் பிரித்து வடசென்னையை ஆந்திராவுக்குக் கொடுக்க வேண்டும் என்பதாகும்...” எனத் தன்னுடைய ‘கூவம், அடையாறு, பக்கிங்ஹாம்’ நூலில் கூவம் ஆற்றின் முக்கியத்துவம் பற்றிக் குறிப்பிடுகிறார் எழுத்தாளர் கோ.செங்குட்டுவன்.

கூடவே 20ம் நூற்றாண்டின் முற்பகுதி வரை சுத்தமான ஆறாக இருந்த கூவம் சாக்கடையான கதையையும் விவரிக்கிறார். “சென்னையில் 1,398 பெரிய தொழிற்சாலைகள் உள்ளன. இவற்றின் பெரும்பாலான கழிவுகள் கூவம் ஆற்றில் நேரடியாக விடப்படுகின்றன. மருத்துவமனை மூலமாக மட்டும் 37 டன் ஆபத்தான மருத்துவக் கழிவுகள் கூவம் ஆற்றில் கொட்டப்படுகின்றன...” என 2003ம் வருடம் நடத்தப்பட்ட ஓர் ஆய்வை முன்வைத்து இந்தத் தகவலைத் தருகிறார்.

இவ்வளவு கழிவுகளை சுமந்ததாலே ‘கூவம்’ இன்று கெட்ட வார்த்தையாகி நிற்கிறது. ஆனாலும், இந்தக் கழிவுநீரில் படகுப் போக்குவரத்து நடந்திருக்கிறது!

கடல்நீரைக் கூவத்தில் செலுத்தி கழிவை வெளியேற்ற வேண்டும் என்கிற பரிந்துரை 1905 முதல் 2000 வருடம் வரை பதினோரு முறை வைக்கப்பட்டது. பின்னர், கூவத்தைச் சுத்தப்படுத்தும் திட்டத்தை வகுத்தவர் தமிழக முதல்வராக இருந்த அறிஞர் அண்ணா. லண்டனுக்கு தேம்ஸ் நதிபோல் சென்னைக்கு கூவம் பெருமை சேர்க்க வேண்டும் என்பது அவர் கனவு. இறுதியில் அந்தக் கனவை விரைவுபடுத்தியவர் மறைந்த முதல்வர் கலைஞர் அவர்கள். 1973ல் கூவத்தில் படகுப் போக்குவரத்தைத் தொடங்கி வைத்தார். சேத்துப்பட்டின் கிரீம்ஸ் சாலையிலிருந்து நேப்பியர் பாலம் வரை கூவத்தைச் சுத்தப்படுத்தும் பணிகள் மேற்கொள்ளப்பட்டன. ஏழு இடங்களில் கடையேழு வள்ளல்களின் பெயர்களில் படகுத்துறைகள் அமைக்கப்பட்டு போக்குவரத்தும் நடந்தது. இன்று இந்த படகுத் துறைகள் புதர்களுக்கிடையே பாழடைந்து கிடக்கின்றன.

அதன்பின்னர், தொடர்ந்து சீரமைப்புப் பணிகள் மேற்கொள்ளப்பட்டன. 1991ம் வருடம்v ‘செவன் டிரெண்ட்’ என்ற நிறுவனமும், 1994ம் வருடம் ‘மக்டொனால்ட்’ நிறுவனமும் நீர்வழித்தடத்தை மேம்படுத்தத் திட்டங்கள் தந்தன. 2000 வரை பல்வேறு திட்டங்கள் அறிவிக்கப்பட்டாலும் முன்னேற்றம் ஏற்படவில்லை.

2009ம் வருடம் அன்றைய துணை முதல்வர் ஸ்டாலின் தலைமையிலான குழு சிங்கப்பூர் சென்று அங்குள்ள ஆறுகளை சிங்கப்பூர் அரசு எவ்வாறு சீரமைத்தது என்பதை ஆராய்ந்தது. பின்னர், அதேபோல் கூவத்தை சீரமைக்கவும் திட்டம் வகுக்கப்பட்டது.

2015ல் கூவத்தை முழுமையாகச் சீரமைக்க மூன்று கட்டங்களாக பணிகள் மேற்கொள்ளப்படும் என்றும், மூன்று வருடங்களில் 60 துணைத் திட்டங்களாக நிறைவேற்றப்படும் என்றும் தெரிவிக்கப்பட்டது. இதன் மொத்த மதிப்பு 1934 கோடியே 84 லட்சம்

↘ கூவம் நதியின் அருகே உள்ள செங்கல்சூளை

ரூபாய்.ரூ.605 கோடிக்கு நிர்வாகம் அனுமதியும் வழங்கியது. இதன் முக்கிய நோக்கங்கள் கழிவுநீர் கூவம் நதியில் கலப்பதைத் தடுப்பதும், நதியின் வெள்ளநீர் கொள்ளளவை மேம்படுத்தி பராமரித்தலும், கூவம்நதிக்கரையில் வாழும் மக்களுக்கான மறுவாழ்வு மற்றும் மறுகுடியமர்வுக்கான திட்டமிடலும், திடக்கழிவு மேலாண்மை ஏற்படுத்தலும் ஆகும். ஆனாலும், இதுவரை கூவத்தில் எந்த மாற்றமும் ஏற்படவில்லை.

அடையாறு

செம்பரம்பாக்கம் ஏரி அருகே இந்த நதியின் உற்பத்தி தொடங்கு கிறது. அதாவது அருகிலுள்ள மலைப்பட்டு நீர்த்தேக்கத்திலிருந்து ஆரம்பிக்கிறது. ஆனால், இதில் பாதிதான் உண்மை என்கிறார் சென்னை ஏரிகளைப் பற்றின ஆய்வாளர் நடராஜன்.

"அடையாறு மற்ற ஆறுகளைப் போல ஒரு குறிப்பிட்ட மலையிலோ ஏரியிலோ உற்பத்தியாகவில்லை..." என்கிற இவர், "அடை மழை பெய்தால் உருவாகும் ஆறு என்பதாலே 'அடையாறு' என்ற காரணப் பெயரை நம் முன்னோர்கள் சூட்டியுள்ளனர்..." என்கிறார்.

சென்னைக்கு மேற்கே கூடுவாஞ்சேரி அருகில் உருவாகும் ஓடை, சோமங்கலத்திலிருந்து உருவாகும் மற்றொரு ஓடை, செம்பரம்பாக் கம் ஏரியின் உபரிநீர் ஓடை, மலைப்பட்டு ஏரியின் உபரிநீர் ஓடை, போரூர் ஏரியின் உபரிநீர் பாயும் மணப்பாக்கம் ஓடை ஆகிய ஓடைகள் இணைந்தே அடையாறு நதியாக மழைக்காலங்களில் பெருக்கெடுத்து ஓடுகிறது.

இதனுடன் மணிமங்கலம் ஏரி, பெருங்களத்தூர் ஏரி, நந்தி வரம் ஏரி, மண்ணிவாக்கம் ஏரி, அத்தனூர் ஏரி, அத்தனேசேரி ஏரி, சோமங்கலம் ஏரி, அமரம்பேடு ஏரி, வெங்காடு ஏரி, வண்டலூர் ஏரி, ஊரப்பாக்கம் ஏரி, இரும்புலியூர் ஏரி, கூடுவாஞ்சேரி ஏரி, நாட்டரசன் பட்டு ஏரி, ஒரத்தூர் ஏரி, கண்ணந்தாங்கல் ஏரி, மாம்பாக்கம் ஏரி, இன்னும் பிற ஏரிகளில் இருந்து வெளியேற்றப்படும் உபரி நீரும், இப்பகுதியில் உள்ள மலைக்குன்றுகளில் மழைக்காலங்களில் பெருகும் நீரும் இந்த அடையாற்றில் சிறு சிறு ஓடைகள் மூலம் வந்து சேர்கின்றன.

மொத்தம் 42 கிமீ நீளம் கொண்டது. சென்னைக்குள் நந்தம்பாக்

அடையாறு போர்

ஆங்கிலேயர்களிடம் இருந்து 1746ம் ஆண்டு மெட்ராஸை பிரஞ்சுப் படைகள் கைப்பற்றின. அப்போது பிரிட்டிஷாருடன் ஆற்காடு நவாப் இணக்கமாக இருந்தார். இதனால், மெட்ராஸை மீட்க நவாப்பின் படைகள் சாந்தோமில் முகாமிட்டன.

இதையறிந்த பிரஞ்சுப் படையினர் பாண்டிச்சேரியிலிருந்து ஒரு படையையும், புனித ஜார்ஜ் கோட்டையிலிருந்து இன்னொரு படையையும் அனுப்பி வைத்தனர். அடையாற்றின் கரையிலிருந்த க்யூபில் தீவில் போர் நடந்தது. ஒரே நாளில் முடிந்த இந்தப் போரில் நவாப் படைகள் தோற்கடிக்கப்பட்டன.

கத்தில் தொடங்கி சைதாப்பேட்டை, கோட்டூர்புரம், அடையாறு வழியாக 12 கிமீ தூரம் பயணிக்கிறது. நிறைவில், பெசன்ட் நகரிலுள்ள புரோக்கன் பிரிட்ஜ் அருகே கடலில் சேர்கிறது. கூவத்தைப் போல இங்கும் ஒரு தீவு உள்ளது. அதன் பெயர் 'க்யூபில் ஐலேண்ட்'!

முதன்முதலாக அடையாற்றில்தான் நிரந்தரமான செங்கல் பாலம் அமைக்கப்பட்டது. மர்மலாங் (மாம்பலம்) பாலம் எனப் பட்ட அந்தப் பாலமே சைதாப்பேட்டையையும், கிண்டியையும் இணைக்கிறது. பின்னர், 1840ல் எல்பின்ஸ்டன் பாலம் முகத்துவாரம் அருகே அமைக்கப்பட்டது.

பொதுவாக, அடையாறு என்றதும் ஆறு என்பதைவிட ஆலமரம் தான் எல்லோர் மனதிலும் நிழலாடும். காரணம், அடையாற்றின் முகத்துவாரத்தில் 260 ஏக்கர் பரப்பில் விரிந்திருக்கும் பிரம்மஞான சபை எனப்படும் தியாசபிக்கல் சொசைட்டியில் உள்ள பெரிய ஆலமரம். 1989ல் அடித்த புயலில் இந்த மரம் சாய்ந்தாலும் புகழ் என்றும் ஓங்கியே நிற்கிறது.

கூவத்தைவிட அகன்று விரிந்து. ஓடும் நதி, அடையாறு. இதனாலேயே ஆங்கிலேயர்கள் இந்த நதிக்கரையில் நிறைய தோட்ட இல்லங்களை உருவாக்கினர். இதில், படகு சவாரியையும், படகு விளையாட்டையும் தொடங்கினர். கூடவே, மெட்ராஸ் போட் கிளப்பும் உருவானது.

கடந்த 2015ம் வருடம் பெய்த பெரும் மழையில் செம்பரம்பாக்கத்தி லிருந்து உபரிநீர் திறந்து விடப்பட அடையாறு கரைபுரண்டு ஓடியது. அப்போதுதான் சென்னைவாசிகள் அடையாற்றின் அகலத்தைப் பார்த்தனர். இதனால், அரசு கரையோர மக்களை ஊருக்குள்ளி ருந்து அப்புறப்படுத்தி ஒதுக்குப்புறத்தில் மறுகுடியமர்வு செய்தது. தொடர்ந்து அடையாற்றைச் சீரமைக்கத் திட்டங்கள் தீட்டப் பட்டன. பணிகளை சென்னை நதிகள் மறுசீரமைப்பு அறக்கட்டளை மேற்கொண்டுவருகிறது.

* * *

டிராம் வண்டியின் கதை..!

"திருமகளுலவும் சென்னை யெழும்பூர்
டிராம் வண்டி சேட்டில் போர்மேனாம்
அருமையுள்ள தியாகராய ஆச்சாரி
அர்ப்புத வண்டியின் புதுமையைக் கேள்"

- இப்படியாகத் தொடங்குகிறது மெட்ராஸில் ஓடிய டிராம் வண்டி பற்றிய ஓர் அலங்காரக் கும்மிப் பாடல்!

ஆனால், இன்று இந்தியாவில் கொல்கத்தா நகரில் மட்டுமே இந்த டிராம் போக்குவரத்துச் சேவை இயங்கிவருகிறது.

இன்றைய தலைமுறையினர் 'டிராம் வண்டினா என்ன..?' என்று கேட்டால் 'மதராசப்பட்டிணம்' திரைப்படத்தில் நடிகர் ஆர்யா ஆங்கிலேயர்களிடமிருந்து தப்பிக்க டிராமில் ஏறும் காட்சியைத்தான் காட்டவேண்டும். ஏனெனில், இங்கே டிராமின் சேவை நின்று அறுபதாண்டுகள் ஓடிவிட்டன.

மெட்ராஸில் போக்குவரத்து என்பது 19ம் நூற்றாண்டின் தொடக்கத்தில்தான் வளரத் தொடங்கியது. ராணுவ பயன்பாட்டிற்காகத்தான் சாலைகள் அமைக்கப்பட்டன. இந்நிலையில் ரயில்வே தொடங்கப்பட்டு 1856ம் வருடம் மெட்ராஸில் முதல் ரயில் இயக்கப்பட்டது.

பின்னர், சாலைகளில் இருப்புப்பாதைகளை அமைத்து டிராம் வண்டிகள் இயக்கும் முறை 1873ம் வருடம் அன்றைய கல்கத்தாவில் அறிமுகப்படுத்தப்பட்டது. இந்த வண்டிகள் எஞ்சினோ, மின்சாரமோ இல்லாமல் குதிரைகள் மூலம் இழுக்கப்பட்டன.

தொடர்ந்து இந்த டிராம் சேவை பம்பாயிலும் பிறகு மெட்ராஸிற்கும் வந்து சேர்ந்தது.

1892ம் வருடம், 'மெட்ராஸ் டிராம்வேஸ் கம்பெனி' தொடங்கப்பட்டு மின்சார டிராம்வே பாதைகள் அமைக்கும் முயற்சி மேற்கொள்ளப்பட்டது. லண்டனைச் சேர்ந்த 'ஹட்சின்சன் அண்ட் கோ லிமிடெட்' நிறுவனத்திற்கு ஒரு லட்சம் பவுண்ட்டுகள் முதலீட்டில் அமைக்க அனுமதி வழங்கப்பட்டது.

1895ம் வருடம் முதல் மின்சார டிராம்வே பாதை முடிக்கப்பட்டு மக்கள் பயன்பாட்டிற்கு திறக்கப்பட்டது. "இந்தியாவில் மற்ற நகரங்களில் மின்சார டிராம் வண்டிகள் ஓடத் தொடங்குவதற்கு ஆறு ஆண்டுகளுக்கு முன்பே மெட்ராஸில் மின்சார டிராம் வண்டிகள் ஓடிவிட்டன. மட்டுமல்ல. அப்போது லண்டனிலோ மற்ற இங்கிலாந்தின் பெரிய நகரங்களிலோ கூட மின்சார டிராம் வண்டிகள் வரவில்லை. மெட்ராஸ் வளர்ச்சியில் முன்மாதிரியாக இருந்ததற்கு இது மற்றுமொரு உதாரணம்..." என, '*The Madras Tercentenary Commemoration Volume*' என்ற மலரின் ஒரு கட்டுரையில் சிம்சன் நிறுவனத்தின் இயக்குநர் ஹெச்.ஹெச்.சாப்மன் பெருமையாகக் குறிப்பிடுகிறார்.

டிராம் தொழிலாளர்கள்

குதிரைகள் இல்லாமல் மின்சாரத்தில் இயங்கும் வண்டி என்பது அன்றைய நாளில் புதுமை. இதனால், மெட்ராஸ்வாசிகள் டிராமில் ஏற தயக்கம் காட்டினர். எனவே, முதலில் அதிகாரபூர்வமாக இயக்குவதற்கு முன் இலவச சேவையை டிராம் நிறுவனத்தினர் மக்களுக்கு வழங்கினர்.

பின்னர், ஓர் அதிகாலைவேளையில் ஆறு

பத்திரிகைகளில் டிராம்...

மெட்ராஸ் டிராம்வே பற்றி அன்றைய இதழ்களில் வந்த செய்திகளைத் திரட்டி, தன்னுடைய, 'தமிழ்நாட்டுப் பயணக் கட்டுரைகள்' நூலில் ஏ.கே.செட்டியார் தந்துள்ளார். இதன் மூலம் அன்றைய டிராமின் நிகழ்வுகள் பற்றி அறியலாம்.

டிராமில் அதிகக் கூட்டம்

"இப்போது ஊர் கெட்டுக்கிடக்கிற கிடையில் டிராம் காரர்கள் கொஞ்சம் இருக்கிற ஸ்திதியைக் கவனித்து நடந்தால் நலமாகும். தினந்தோறும் காலை, மாலைகளில் ஒரு வரையறையின்றி ஜனங்களை ஏற்றுகிறார்கள். இப்படிச் செய்வதினால் அசுத்தம் ஜாஸ்திப்படுவதுடன் தொத்து வியாதியும் விருத்தியாக இடமாகும். ஆகையால், அதிகக்கூட்டம் அடையாமல் பார்க்க வேண்டும்..." - 1898ம் வருடம் 'சுதேசமித்திரன்' உபதலையங்கம்.

டிராம்வேயில் கட்டணக் குறைவு

சென்னையிலோடும் டிராம் பாதையில் சிற்சிலவிடங்களில் தவிர மற்ற விடங்களிலெல்லாம் அரையணாவுக்குக் குறையாமலே இதுபரியந்தம் கட்டணம் வாங்கி வந்தார்கள். ஆனாலும் வருகிற ஜூலை மாதம் 2ம் தேதி முதல் கட்டணக் குறைவேற்படுத்தியிருப்பதாய் டிராம்வே கம்பெனியார் தெரிவித்திருக்கிறார்கள். அதாவது காலணா கட்டணமாகக் கொடுத்துவிட்டு பின்னர் குறிப்பிட்டவிடங்களுக்குச் செல்லலாம்:

எழும்பூரிலிருந்து பெரியமேட்டுக்கு, பெரியமேட்டிலிருந்து சென்ட்ரல் ஸ்டேஷனுக்கு, சென்ட்ரல் ஸ்டேஷனிலிருந்து பிரேஸர் பிரிட்ஜுக்கு, பிராட் வேயிலிருந்து ஜெனரல் போஸ்டாபீசுக்கு, தம்புச்செட்டித் தெருவிலிருந்து கஸ்டம் ஹௌஸுக்கு - 1906ம் வருடம் 'இந்துநேசன்'.

மதராஸ் ஒற்றைக் கம்பி டிராம்வே

ராவ்சாகிப் டி.நம்பெருமாள் செட்டியார் மேற்குறித்த மோனோ ரெயில் டிராம்வேயைப் பற்றிக் கூறியதை ஆலோசிக்க முனிசிபல் ஸ்பெஷல் கமிட்டியார் கடந்த வெள்ளிக்கிழமை தினம் ஒன்று சேர்ந்தனர். மதிராசு முனிசிபல் இலாகாவுக்குள் 30 மைல் தூரம் இருப்புப்பாதை அமைப்பதாய் கமிட்டியார் கூறினார். - 1903ம் வருடம் 'ஞானபோதினி'.

வண்டிகளுடன் டிராமின் கட்டணச் சேவை தொடங்கியது. மைலுக்கு ஆறு பைசா, அதாவது ஓர் அணா வசூலிக்கப் பட்டது. இதற்காக கண்டக்டர் ஒருவர் நியமிக்கப்பட்டு டிக்கெட் வழங்கப்பட்டது. பின்னர் டிரைவர், கண்டக்டர் இருவருக்கும் காக்கி யூனிபார்ம்கள் எல்லாம் தரப்பட்டன.

அன்று வண்டிகளை இயக்கத் தேவையான மின்சாரம், டிராம் பாதையின் நடுவில் பூமியின் வழியாகக் கொண்டு செல்லப்பட்டது.

ஆனால், பருவமழைகளாலும் வெள்ளத்தாலும் இம்முறை பாதிக்கப்பட, சில மாதங்களிலேயே மேலே எலக்ட்ரிக் லைன்கள் அமைக்கப்பட்டு டிராம்கள் இயக்கப்பட்டன.

இந்நிலையில் ஐந்தாண்டுகளில் 'மெட்ராஸ் டிராம்வேஸ் கம்பெனி' நஷ்டத்தைச் சந்திக்க,நிறுவனத்தை விற்க ஏற்பாடாகியது. இதை, 'தி எலக்ட்ரிக் கன்ஸ்ட்ரக்ஷன் கோ லிமிடெட்' என்ற இங்கிலாந்து நிறுவனம் வாங்கி நான்காண்டுகள் வரை ஓட்டியது. இந்நிறுவனத்தாலும் தாக்குப்பிடிக்க முடியவில்லை.

நிறைவில் 1904ம் வருடம், 'மெட்ராஸ் எலக்ட்ரிக் டிராம்வேஸ் லிமிடெட்' என்ற நிறுவனம் டிராம் வண்டிகளை இயக்க ஆரம்பித்தது. கடைசி வரை இந்நிறுவனமே டிராம் வண்டிகளை இயக்கிவந்தது.

மின்சார விநியோகம் செய்யும் பொருட்டு, 'மெட்ராஸ் எலக்ட்ரிக் சப்ளை கார்ப்பரேஷன் லிமிடெட்' என்ற நிறுவனம் வந்தது. இதுவே தென்னிந்தியாவில் மின்சாரம் வழங்கிய முதல் நிறுவனம். 1907ம் வருடத்திலிருந்து இந்நிறுவனம் பொதுமக்களுக்கும் மின்சாரம் விநியோகித்தது. தவிர, டிராம், ரயில்வே, துறைமுகம், பொது நிறுவனங்கள் பலவற்றுக்கும் மின்சார சப்ளை செய்தது.

மெட்ராஸ் எலக்ட்ரிக் டிராம்வேஸைத் தொடர்ந்து அடுத்தடுத்த வருடங்களில் தன்னுடைய டிராம் சேவையை விரிவுபடுத்தியது. இதனால், மவுண்ட் ரோடு, வண்ணாரப்பேட்டை, புரசைவாக்கம், சென்ட்ரல், பாரிமுனை, ராயப்பேட்டை, மயிலாப்பூர் என நகரின் பல்வேறு பகுதிகளில் டிராம் வண்டிகள் ஓடின.

மட்டுமல்ல. பல இடங்களில் டிராம் செட்கள் அமைக்கப் பட்டன. வேப்பேரியில் அமைக்கப்பட்ட டிராம் செட்தான் இன்றைய பெரியார் திடல்! தவிர, இன்று மயிலாப்பூர் ராதா கிருஷ்ணன் சாலையிலிருக்கும் மின்வாரியத்தின் அலுவலகமும் முன்பு டிராம் செட்டாக இருந்த ஒன்றுதான்.

1914ல் பத்து நிமிடத்திற்கு ஒருமுறை எழும்பூர் ரயில்நிலையத்தி லிருந்து பீச் ரோட்டில் கஸ்டம்ஸ் ஹவுஸ் வரை டிராம்கள் இயக்கப் பட்டன. இந்தப் பாதை ஜார்ஜ் டவுனில் பிஸியாக உள்ள வணிகத் தெருக்களைத் தொட்டுச் செல்லும்படியாக இருந்தது. இதனால், பொதுமக்கள் டிராம் சேவையைப் பெரிதும் விரும்பிப் பயன் படுத்தினர். மயிலாப்பூரிலிருந்து உயர்நீதிமன்றத்திற்குச் செல்லும் வக்கீல்கள் பலரும் டிராம் வழியே வந்து சென்றனர்.

இந்தச் சேவை பொதுமக்களுக்கு ஒரு புதிய தளத்தை ஏற்படுத்திக் கொடுத்தது. இதற்கு முன்பு தங்கள் வசதிக்கேற்ப பயணம் செய்து வந்தவர்கள் இப்போது எல்லோருக்குமான ஒரு பொது வண்டியில் பயணப்பட்டனர்.

1933ம் வருடம் மேலும் சேவை விரிவுபடுத்தப்பட்டது. முக்கிய மாக ஒன்பது மைல் தூரம் டபுள் டிராக்போடப்பட்டது. இன்னும்

↘ பீச் லைன் டிராம் டிராக் (1915)

ஏழரை மைல் தூரத்திற்கு ஒரு வழி டிராக் பாதையும் அமைக்கப் பட்டது. தவிர, பழைய ஓபன் டைப் வண்டிகளுக்கு பதில் புதிதாக கதவுகள் மூடப்படும் வகையிலான வண்டிகள் அறிமுகப்படுத்தப் பட்டன. ஒவ்வொரு நாளும் ஒரு லட்சத்திற்கும் மேற்பட்ட மக்கள் டிராம் சேவையைப் பயன்படுத்தினர்.

வெளித்தோற்றத்தில் ஓஹோவென டிராம் சேவை சென்றாலும் தொழிலாளர்களுக்கும் நிறுவனத்திற்கும் இடையே சம்பளப் பிரச்னை புகைந்துகொண்டேயிருந்தது. அன்று டிராம் தொழிலாளர் களுக்கென ஒரு சங்கமும் மெட்ராஸில் விறுவிறுப்பாக செயல்பட்டு வந்தது.

1951ம் வருடம் நிறுவனத்திற்கு மாதந்தோறும் ரூ.40 ஆயிரம் முதல் ரூ.50 ஆயிரம் வரை நஷ்டம் ஏற்படுவதாகச் சொல்லப்பட்டது. இதனால், டிராம் சேவை மூடுவிழாவை நோக்கிச் சென்றது.

1953ம் வருடம் ஏப்ரல் 12ம் தேதி இரவுடன் டிராம் தனது சேவையை முற்றிலுமாக நிறுத்திக்கொண்டது. அன்றைய மெட்ராஸ் முதல்வர் ராஜாஜி, "அரசால் டிராம் சேவையை கையகப்படுத்தி நிர்வகிக்க முடியாது..." என்று அறிவித்தார்.

இதனால், ஆயிரத்திற்கும் மேற்பட்ட தொழிலாளர்கள் வேலை யிழந்தனர். பொதுமக்களும் கவலை தோய்ந்த முகத்துடன் தங்கள் பயணத்தை பஸ்ஸிலும், ரயிலிலுமாக மேற்கொள்ளத் தொடங்கினர்.

★ ★ ★

மெட்ராஸ் ரிக்கார்டு ஆபீஸ்

சென்னை எழும்பூர் ரயில்நிலையம் எல்லோருக்குமே தெரிந்த அடையாளம். ஆனால், இதன் எதிரே நூற்றாண்டைக் கடந்து அமைதியாக வீற்றிருக்கும் அந்தச் சிவப்பு வண்ண அலுவலகத்தைப் பார்த்திருப்போமா?

மரங்கள் சூழ அமைந்திருக்கும் மெட்ராஸ் ரிக்கார்டு ஆபீஸ் என ஆங்கிலேயர்களால் உருவாக்கப்பட்ட தமிழ்நாடு ஆவணக் காப்பகம் மற்றும் வரலாற்று ஆராய்ச்சித்துறைக்கு இப்போது வயது 109. ஆனால், உண்மையில் இது செயல்படத் தொடங்கி முந்நூற்று ஐம்பது வருடங்கள் ஆகிவிட்டன! ஆம்; 1639ம் வருடம் ஆங்கிலேயர்கள் இங்கே காலூன்றியதில் இருந்தே எல்லா விஷயங்களையும் ஆவணப்படுத்தி வந்துள்ளனர்.

பூந்தமல்லியை ஆண்ட தமர்ல வெங்கடாத்ரி நாயக்கரிடம் இருந்து பிரான்சிஸ் டே மெட்ராஸைப் பெற்றபோது போட்ட ஒப்பந்தம், பின்னர் கம்பெனிக்கு அவர் எழுதிய கடிதங்களை, '*Vestiges of old Madras*' நூலில் கர்னல் லவ் தந்துள்ளார். மட்டுமல்ல. ஆரம்பத்தில் நடந்த கொலைச் சம்பவங்களைக் கூட பதிவு செய்துள்ளனர்.

தவிர, 1680ம் வருடம் கோட்டையில் புனிதமேரி ஆலயம் கட்டப்பட்டதும் பிறப்பு, இறப்பு, திருமண நிகழ்வுகளும் அங்கே பதிவு செய்யப்பட்டு பத்திரப்படுத்தப்பட்டன. இதிலிருந்து அன்று ஆவணங்களை எவ்வாறு பொக்கிஷமாகப் பேணிப் பாதுகாத்தனர் என்பதை அறியலாம்.

1672ம் வருடமே ஆவணங்களைப் பத்திரமாகப் பராமரிக்கும் முறை ஏற்பட்டது. கிழக்கிந்தியக் கம்பெனியின் தலைமையகம் முதன்முதலாக சர் வில்லியம் லாங்ஹோர்ன் என்பவரை மெட்ராஸ் கவர்னராக நியமித்தது. இவரே, அரசின் கடிதப் பரிவர்த்தனைகள், அறிக்கைகள் அனைத்தும் பாதுகாக்கப்பட வேண்டும் என வலியுறுத்தியவர்.

இதற்கிடையில் 1670ல் லண்டனிலுள்ள கிழக்கிந்தியக் கம்பெனியின் இயக்குநர்களிடம் இருந்து வரும் ஆலோசனைகளும், கடிதங்களும் மற்றும் இங்கிருந்து அங்கே அனுப்பப்படுபவைகளும் பாதுகாக்கப்பட்டு வந்தது குறிப்பிடத்தக்கது.

இதன்பிறகு, வந்த ஸ்டேரேன்ஷாம் மாஸ்டர் காலத்தில் இன்னும் முன்னேற்றம் கண்டது. ஆவணங்கள் எல்லாம் கோட்டையிலிருந்த கவுன்சில் ஹவுஸில் பாதுகாக்கப்பட்டன.

18ம் நூற்றாண்டில் ஆவணங்கள் அதிகரிக்க இதற்கெனத் தனி யிடமே தேவைப்பட்டது. 1803ம் வருடம் மெட்ராஸின் கவர்னராக வந்த லார்டு வில்லியம் பென்டிங்கின் காதுகளுக்கு இந்த விஷயம் எட்டியது. இதனால், 1805ம் வருடம் ஒவ்வொரு துறையிலிருந்தும் வரும் அனைத்து ஆவணங்களையும் ஒரு பொதுவான இடத்தில் வைத்து பராமரிக்கும்படி செய்தார்.

இப்படியாக கவுன்சில் ஹவுஸின் வடக்குப் பக்கமாக இருந்த இடத்திற்கு ஆவணங்கள் கொண்டு செல்லப்பட்டன. அப்போது துபாஷாக (இருமொழிகள் தெரிந்தவர்) இருந்த முத்தையா என்பவர் ஆவணக் காப்பாளராக நியமிக்கப்பட்டார்.

பின்னர், 1837ம் வருடம் சிவில் சர்வீஸில் பணியாற்றி வந்த ஜார்ஜ் கேரோவ் என்பவரை ஆவணங்களை ஆய்வுசெய்து ஒழுங்கு படுத்தும்படி அரசு நியமித்தது. இவர், தேவையில்லாத ஆவணங் களை நீக்கிவிட்டு, முக்கியமானவற்றை மட்டும் பத்திரப்படுத்தினார். அதிக வேலைப்பளுவால் 1677ம் வருடம் முதல் 1710ம் வருடம் வரை உள்ள ஆவணங்களை மட்டும் இவரால் ஆய்வு செய்ய முடிந்தது.

இவருக்குப்பின், வில்லியம் ஹடில்ஸ்டன் என்பவர் சிறிதுகாலம் ஆய்வுப் பணியை மேற்கொண்டார். இவராலும் பெரிதாகச் செய்ய முடியவில்லை. பின்னர், 1860ம் வருடம் மெட்ராஸ் மாகாணக் கல்லூரியின் (சென்னை மாநிலக் கல்லூரி) பேராசிரியர் டால்பாய்ஸ் வீலர் இந்தப் பணிக்கு நியமிக்கப்பட்டார்.

இவர், 1670ம் வருடம் முதல் 1854ம் வருடம் வரை எல்லா ஆவணங்களையும் சரிசெய்து ஒழுங்குபடுத்தினார். இதனாலேயே, *'Madras in the olden times'* என்ற மூன்று பாகம் கொண்ட நூல்களும், *'Handbook to the Madras records'* கையேடும் அவரால் கொண்டு வர முடிந்தது.

இப்படியான சமயத்தில் ஆவணங்களைப் பாதுகாக்கும்

பொருட்டு புதுக் கட்டடம் கட்டும் எண்ணம் 20ம் நூற்றாண்டின் தொடக்கத்தில் உருவானது. 1906ம் வருடம் கவர்னர் கவுன்சில் உறுப்பினர்கள் எழும்பூர் ரயில்நிலையத்தின் எதிரே புதிதாக ஒரு கட்டடத்தைக் கட்ட முடிவெடுத்தனர்.

அப்போது பொதுப்பணித்துறையில் பொறியியல் கண்காணிப் பாளராக இருந்த ஜி.எஸ்.டி ஹாரிஸ் இதற்கான திட்டத்தையும் வடிவமைப்பையும் செய்ததுடன், சுமார் 3 லட்சத்து 39 ஆயிரம் ரூபாய் செலவாகும் எனக் கணக்கீடும் கொடுத்தார். இந்தத் தொகைக்கு அரசு அங்கீகாரம் அளிக்க, ஒப்பந்ததாரர் லோகநாத முதலியார் கட்டடத்தைக் கட்டினார்.

1907ம் வருடம் தொடங்கப்பட்டு 1909ல் முடிக்கப்பட்டது. இதுவே, இன்று எழும்பூரில் இருக்கும் ஆவணக் காப்பகத்தின் தோற்றம். அன்றிலிருந்து இன்றுவரை ஆவணங்களைப் பராமரித்து பாது காத்து வருகிறது இந்த அலுவலகம். அப்போது இதற்கு, 'மெட்ராஸ் ரிக்கார்டு ஆபீஸ்' எனப் பெயர் சூட்டப்பட்டது. தொடர்ந்து பதிவுத்துறையின் இன்ஸ்பெக்டர் ஜெனரலாக இருந்த சி.எம்.ஸ்மித் என்பவர் இதற்குப் பொறுப்பாக நியமிக்கப்பட்டார்.

முழுநேர அதிகாரியாக ஒருவர் நியமிக்கப்பட வேண்டும் என்ற கோரிக்கை எழ, '*curator*' அதாவது காப்பாளர் என்ற பதவி உருவாக்கப் பட்டது. சைதாப்பேட்டையில் ஆசிரியர் பயிற்சிக் கல்லூரியின் துணை முதல்வராகப் பணியாற்றி வந்த ஹென்றி டோட்வெல் 1911ம் வருடம் காப்பாளராக நியமிக்கப்பட்டார். இவரே ஆவணக் காப்பகத்தின் முதல் காப்பாளர். இவருக்கு மாதம் ஆயிரம் ரூபாய்க் குக் குறையாமல் சம்பளம் வழங்கப்பட்டது.

இவருக்குப் பிறகு நியமிக்கப்பட்ட சேகரமேனன் காப்பாளராக வந்த முதல் இந்தியர். தொடர்ந்து அடுத்தடுத்து வந்த காப்பாளர் களால் ஆவணக் காப்பகம் நன்கு வளரத் தொடங்கியது. இருந்தா லும், முனைவர் பி.எஸ்.பாலிகா என்பவர் காலத்திலேயே வளர்ச்சிப் பாதைக்குச் சென்றது.

கிட்டத்தட்ட இருபத்தி மூன்று ஆண்டுகள் காப்பாளராக இருந்தவர் பல்வேறு ஆவணங்களை வெளிக்கொணர்ந்தார். மட்டுமல்லாமல், சுதந்திரத்திற்குப் பிறகு நான்கு மாவட்ட கெஜெட்டர்களையும் கொண்டு வந்தார். அதாவது, அந்தந்த மாவட்ட ரீதியாக அரசு சார்ந்த அனைத்துத் தகவல்களும் அடங்கிய அகராதி.

1942ம் வருடம் இரண்டாம் உலகப் போரின் காரணமாக எழும்பூரில் இருந்த ரிக்கார்டு ஆபீஸ் இன்றைய ஆந்திர மாநிலம் சித்தூருக்கு மாற்றப்பட்டது. 1857க்குப் பிறகான ஆவணங்கள் எல் லாம் சித்தூரில் இருந்த சப்-கோர்ட் கட்டடத்திலும், வருவாய்க் கோட்ட அலுவலகக் கட்டடத்திலும் வைக்கப்பட்டன. அதற்கு

முக்கிய நூல்கள்

- தமிழ்நாடு ஆவணக் காப்பகத்தில் பல்வேறு முக்கிய நூல்களும், அறிக்கைகளும், குறிப்புகளும் பாதுகாக்கப்பட்டு வருகின்றன. குறிப்பாக, மெட்ராஸ் பொது மருத்துவமனை உருவான விதம், மெட்ராஸ் கண் மருத்துவமனை, கால்நடைக் கல்லூரி அமைக்கப்பட்ட குறிப்புகள், சடங்குகள் சம்பந்தமான தகவல்கள், திருப்பதி கோயிலும் அங்கு வழிபடும் திருவுருவச் சிலையும், கோயில் வருமானம் பற்றி 1803ம் வருடம் வட ஆற்காடு மாவட்ட ஆட்சியரின் அறிக்கை, 1821ம் வருடம் நிகழ்ந்த சதி (உடன்கட்டை ஏறுதல்) தொகுப்பு, கட்டபொம்மன் தூக்குத் தண்டனை குறித்த பதிவுகள், ஆஷ் கொலை வழக்கு எனப் பல்வேறு ஆவணங்கள் உள்ளன.
- 1923ம் வருடம் ஆவணக் காப்பகத்தின் நூலகம் திறக்கப்பட்டது. இங்கே 1633ம் வருடம் வெளியான நூல் முதல் அரிதான குறிப்புகளும், பருவ இதழ்களும் இருக்கின்றன. தவிர, பிரிட்டிஷ் பாராளுமன்றத்தில் 1917 முதல் 1948வரை நடந்த விவாதங்கள், மெட்ராஸ் மேலவை நடைமுறைகள், தமிழ்நாடு சட்டசபை விவாதங்களும் பாதுகாக்கப்பட்டு வருகின்றன.
- இதனுடன் 1696ல் வெளியான அரிய பயண நூலான 'VOYAGE TO SURATT', மெட்ராஸ் மாகாண நிர்வாகத்தின் வருடக் குறிப்புகள், புதுக்கோட்டை, திருவிதாங்கூர், கொச்சின், மைசூர் போன்ற பகுதிகளின் நிர்வாக அறிக்கைகள், திப்புசுல்தானுடன் நடந்த போர் பற்றிய நூல், தென்னிந்திய நாட்டுப்புறப் பாடல்கள் பற்றிய நூல், மாவட்ட கெஜட்டர்கள், இந்திய அரசின் சட்டங்கள், விதிமுறைகள் உள்ளிட்ட வரையறைகள் போன்றவையும் உள்ளன. இவையெல்லாம் ஆராய்ச்சி மாணவர்களுக்கு வழங்கப்படுகின்றன.

முன்பான கிழக்கிந்தியக் கம்பெனியின் ஆவணங்கள் அனைத்தும் சித்தூர் அருகே உள்ள பலமனேறு என்ற ஊரின் பொதுப்பணித் துறை அலுவலகக் கட்டடத்தில் பாதுகாக்கப்பட்டன.

அன்று ரிக்கார்டு ஆபீஸிலிருந்த ஆவணங்கள் தினமும் தலைமைச் செயலகத்திற்கும், வருவாய் வாரியத்திற்கும் மற்ற துறைகளின் தலைமை இடங்களுக்கும் அனுப்பப்படுவது வழக்கம். சித்தூருக்கு மாற்றப்பட்டதால் தினமும் அனுப்ப முடியாத சூழல். ரயில்வே மூலம் அனுப்பினால் செலவு அதிகம். இதனால், காப்பாளர் பாலிகா ஒரு முடிவெடுத்தார்.

இதன்படி இரண்டு பணியாளர்கள் சம்பளத்திற்கு நியமிக்கப்பட்டனர். இதில் ஒருவர் தினமும் காலை 8.30 மணிக்கு சித்தூரில்

ஆவணக்காப்பகம்

இருந்து ஆவணங்களை எடுத்துக்கொண்டு ரயிலில் மெட்ராஸிற்கு வருவார். எல்லாத் துறையிலும் ஆவணங்களைக் கொடுத்துவிட்டு மீண்டும் அதை இரவுக்குள் பெற்று மறுநாள் காலை 6 மணிக்கு சித்தூர் வந்து சேர்வார்.

அதேநேரம் இன்னொரு அலுவலர் ரயில்நிலையத்தில் தயாராக இருந்து இதே பணியைத் தொடர வேண்டும். இதனால், அரசிற்கு செலவினங்கள் குறைந்தன. பாலிகாவின் இந்தப் பணியைக் கண்டு மெச்சி, அன்றைய இந்திய கவர்னர் ஜெனரல் லார்டு லின்லித்கோ இவருக்கு ராவ்பகதூர் பட்டம் அளித்து கௌரவப்படுத்தினார்.

1950ம் வருடமே சித்தூரில் இருந்த ஆவணங்கள் அனைத்தும் எழும்பூர் அலுவலகத்திற்கு வந்து சேர்ந்தன. பின்னர், 1968ம் வருடம் மெட்ராஸ் மாநிலம், 'தமிழ்நாடு' எனப் பெயர் மாற்ற மானதும் மெட்ராஸ் ரிக்கார்டு ஆபீஸும் தமிழ்நாடு ஆவணக் காப்பகமாக பெயர் மாறியது.

1973ம் வருடம் இந்த ஆவணக் காப்பகத்தைப் பார்வையிட்டார் அன்றைய முதல்வர் கலைஞர் கருணாநிதி. தொடர்ந்து தமிழ்நாடு ஆவணக் காப்பகம் மற்றும் வரலாற்று ஆராய்ச்சித் துறை என பெயரிட்டு புதிதாகத் துறையின் தலைமைக்கு 'கமிஷனர்' என்ற பதவியையும் உருவாக்கினார்.

கூடவே, தமிழ்நாடு வரலாற்று ஆராய்ச்சிக் குழுவும் உருவாக்கப் பட்டது. இக்குழு உயர்கல்வித் துறை அமைச்சரின் தலைமையில் செயல்படும் ஒன்று. இதன் நோக்கம் வரலாற்று ஆய்வுகளையும், ஆய்வை மேற்கொள்ளும் மாணவர்களையும் ஊக்கப்படுத்துவதே! இதன் ஒரு பகுதியாக ஒவ்வொரு வருடமும் ஆய்வு மாணவர்களுக்கு ஃபெல்லோஷிப் வழங்கிவருகிறது.

1996ம் வருடம் இந்த ஆவணக் காப்பகம் சென்னைப் பல்கலைக் கழகத்துடன் இணைந்து நவீன வரலாற்றின் ஆய்வு மையமாகவும் திகழ்கிறது. 2009ம் வருடம் தனது நூற்றாண்டைக் கொண்டாடிய தமிழ்நாடு ஆவணக் காப்பகம் வரலாற்றின் பொக்கிஷம்!

ஆசியாவின் முதல் ஆசிரியர்கள் கல்லூரி!

சென்னை சைதாப்பேட்டையிலிருந்து கிண்டி நோக்கிச் செல்லும் பாதையில் மறைமலையடிகள் பாலத்தின் அருகேயே இருக் கிறது அந்த ஆசிரியர் பயிற்சிக் கல்லூரி.

ஆங்கிலேயர் காலத்து அழகான கட்டடங்கள் ஒருபுறமும், இப்போதைய புதிய கட்டடங்கள் மறுபுறமுமாக இயங்கும் இந் தக் கல்லூரியை, பரபரத்துக் கிடக்கும் மெட்ரோவால் நிச்சயம் கவனித்திருக்க மாட்டோம். ஆனால், வரலாற்றுச் சிறப்புமிக்க கல்லூரி இது என்பது நம்மில் எத்தனை பேருக்குத் தெரியும்?

அன்று கல்வியில் மெட்ராஸ் எப்படி சிறந்து விளங்கியது என்பதற்கு இதுவும் ஒரு சான்று. ஆம்; இந்தியாவில் முதன் முதலாக உயர்நிலைக் கல்விக்கான, அதாவது செகண்டரி ஸ்கூல் எஜுகேஷனுக்கான ஆசிரியர்களை உருவாக்கிய முதல் கல்வியியல் கல்லூரி இதுவே!

1856ம் வருடம் வேப்பேரியில் ஆசிரியர்களுக்கென ஒரு சாதாரண அரசுப் பள்ளியாகத் திறக்கப்பட்டு பின்னாளில் சைதாப் பேட்டையில் கல்லூரியாக வளர்ந்த வரையில் பேச நிறைய விஷயங்கள் இருக்கின்றன.

ஆனால், இதை ஒரு புதிய முயற்சி என்று சொல்ல முடியாது.

ஏனெனில், இதற்கு முன்பே சர் தாமஸ் மன்றோ காலத்திலும், சர்.ஹென்றிபோட்டிங்கர் காலத்திலும் ஆசிரியர் பயிற்சிப் பள்ளிக்கென முன்முயற்சிகள் மேற்கொள்ளப்பட்டிருந்தன.

மெட்ராஸில் கல்வி வளர்ச்சி என்பது 19ம் நூற்றாண்டின் தொடக்கத்திலேயே மேலோங்கியது. உள்நாட்டுக் கல்வி மீது அதிக அக்கறை செலுத்திய கவர்னர் சர் தாமஸ் மன்றோ மாகாணத்தின் முக்கிய நகரங்களில் ஓர் ஆசிரியப் பயிற்சிப் பள்ளியும், மாவட்ட கலெக்டர் உள்ள இடங்களில் இரண்டு முதன்மைப் பள்ளிகளும், தாசில்தார் உள்ள இடங்களில் ஒரு சாதாரண பள்ளியும் அமைக்க வேண்டுமெனத் தீர்மானித்தார்.இப்படியாக மெட்ராஸில் ஆசிரியர்களை உருவாக்கும் பயிற்சிப் பள்ளிக்கான விதை 1826ம் வருடமே தூவப்பட்டது.

பின்னர், 1856ம் வருடம் அரசு சாதாரணப் பள்ளி (normal school) தொடங்கப்பட்டு, அதற்கு ஜே.எஃப்.ஃபவ்லர் பொறுப்பாளராக நியமிக்கப்பட்டார். இந்தப் பள்ளியின் அடிப்படை நோக்கம் ஆங்கில மொழிப் பள்ளிகள் மற்றும் உள்ளூர்ப் பள்ளிகளுக்குத் திறமையான ஆசிரியர்களை வழங்குதல் ஆகும். இப்படி ஆரம்பமான நார்மல் ஸ்கூலில் அன்று 13 மாணவர்களே சேர்ந்தனர்.

இவர்களுக்கு படிப்புடன், பயிற்சியும் தேவையல்லவா? அதனால், இதற்கு ஒருவழிமுறை செய்யப்பட்டது. அதாவது, வேப்பேரியில் இருந்த அரசு உயர்நிலைப் பள்ளியின் முக்கிய பிரிவை மெட்ராஸ் பல்கலைக்கழகத்தின் உதவியுடன் இந்த வளாகத்தில் அமைத்தனர்.

பின்னர் மாதிரி வகுப்பு, பயிற்சி வகுப்பு என இரண்டு பிரிவுகள் உருவாக்கப்பட்டன. பயிற்சி வகுப்பில் மாணவர்கள், வளாகத்தில் அமைக்கப்பட்ட அரசு உயர்நிலைப் பள்ளி மாணவர்களுக்கு வகுப்புகள் எடுத்து பயிற்சி மேற்கொண்டனர். மாதிரி வகுப்பில் உதவி ஆசிரியர்களால் ஆசிரியப் பயிற்சிப் பாடங்கள் கற்பிக்கப்பட்டன.

இத்துடன், தயார்படுத்தும் வகுப்பு மற்றும் வட்டார மொழி கற்பிக்கும் வகுப்பு என மேலும் கூடுதலாக இரண்டு பிரிவுகள் சேர்க்கப்பட்டன. இந்தத் தயார்படுத்தும் வகுப்பில் அடிப்படைப் பாடங்கள் போதிக்கப்பட்டன. இதிலுள்ள மாணவர்களுக்கு மாதம் நான்கு ரூபாய் உதவித் தொகையும் வழங்கப்பட்டது. வட்டார மொழி கற்பிக்கும் பிரிவு என்பது தாலுகா பள்ளிகளுக்கான ஆசிரியர்களை உருவாக்கவே தொடங்கப்பட்டது.

1862ம் வருடம் இந்த ஆசிரியர் பள்ளி மவுண்ட் ரோட்டில் கொஞ்சம் விரிவான கட்டடத்திற்கு மாற்றப்பட்டது. கூடவே, பாடத்திட்டமும் மாற்றி அமைக்கப்பட்டது. தவிர, வட்டார மொழி கற்பிக்கும் பிரிவு நீக்கப்பட்டதுடன் மாதிரி பிரிவையும், பயிற்சிப் பிரிவையும் ஒன்றிணைத்தனர். தேர்வுகள் எல்லாம் மெட்ராஸ் பல்கலைக்கழகத்தால் மதிப்பீடு செய்யப்பட்டன.

⊳ ஆசிரியர் கல்லூரிக் கட்டடம் அன்றும் இன்றும்...

தொடர்ந்து அடுத்த கட்ட வளர்ச்சி 1885ம் வருடம் நடந்தது. காரணம், 1882ம் வருடம் சர் வில்லியம் வில்சன் ஹண்டர் கல்வி ஆணையம் அளித்த பல்வேறு பரிந்துரைகள் தான். ஆசிரியர் பயிற்சிக்கு அதிக நிதி ஒதுக்கவேண்டும் என்றது இந்த ஆணையம்.

இதன் பிறகு, இந்தச் சாதாரணப் பள்ளி மறு சீரமைப்பைக் கண்டது. அதாவது, மெட்ராஸ் பல்கலைக்கழகத்துடன் இந்தப் பள்ளி இணைக்கப்பட்டு L.T (Licentiate in Teaching) என்ற டிகிரி வழங்கப்பட்டது. மட்டுமல்ல. பள்ளியும் ஆசிரியர் கல்லூரியாக தரம் உயர்த்தப்பட்டது.

இதிலிருந்து இரண்டு வருடங்கள் கழித்து 1887ம் வருடம் சைதாப்பேட்டை மாதிரி விவசாயப் பண்ணையில் இருந்த வேளாண் கல்லூரியின் முதல் தளத்திற்கு இந்த ஆசிரியர் கல்லூரி மாற்றப்பட்டது. பின்னர், இந்தப் பண்ணை வளாகத்திலேயே ஆசிரியக் கல்லூரிக்கென புதிய கட்டடமும் கட்டப்பட்டது.

1889ம் வருடம் இந்தப் புதிய கட்டடத்திற்கு மாறியது கல்லூரி. இதுவே, ஆசியாவில் தொடங்கப்பட்ட முதல் ஆசிரியர் பயிற்சி நிறுவனமாகும். 1892ம் வருடம் முதல்முறையாக இரண்டு மாணவிகள் இந்த எல்.டி கோர்ஸில் சேர்க்கப்பட்டனர்.

பின்னர், ஸ்மார்த்த பிராமண மாணவர்களுக்காக விடுதி ஒன்று கட்டப்பட்டது. தொடர்ந்து 1899ம் வருடம் வைஷ்ணவ பிராமண

சில தகவல்கள்...

- இந்தக் கல்லூரியின் அமைவிடம் தொடக்கத்தில் பிரிட்டிஷ் அரசின் மாதிரி விவசாயப் பண்ணையாக இருந்தது. ஆனால், 1880களில் பண்ணைக்கான செலவுகளைச் சமாளிக்க முடியாமல் அதை மூடிவிட்டு இடத்தை வேளாண் கல்லூரியிடம் அளித்தது அரசு. வேளாண் கல்லூரி 1905ம் வருடம் கோயமுத்தூருக்கு மாறியதும் ஆசிரியர்கள் கல்லூரி தனித்து இயங்கத் தொடங்கியது.
- முன்னாள் குடியரசுத் தலைவர்கள் டாக்டர் ராதாகிருஷ்ணன், ஆர்.வெங்கட்ராமன், இந்திய லோக்சபாவின் முதல் சபாநாயகர் அனந்தசயனம் ஐயங்கார், அண்ணாமலைப் பல்கலைக்கழக முன்னாள் துணைவேந்தர் ஶ்ரீனிவாச சாஸ்திரி ஆகியோர் இந்தக் கல்லூரியில் படித்தவர்கள்தாம்.
- இந்தக் கல்லூரி வளாகத்திலே தமிழ்நாடு திறந்தநிலைப் பல்கலைக் கழகம், அன்னை தெரசா மகளிர் பல்கலைக்கழக ஆய்வு மற்றும் விரிவாக்க மையம், அரசு மாடல் மேல்நிலைப் பள்ளி உள்ளிட்டவையும் இப்போது இருக்கின்றன.

மாணவர்களுக்காகவும், இந்திய கிறிஸ்துவ மாணவர்களுக்காகவும் தனித்தனியே இரண்டு விடுதிகள் கட்டப்பட்டன. அன்று மொத்தம் அறுபது மாணவர்களுடன் கல்லூரி விடுதி செயல்பட்டுவந்தது.

இந்த ஆசிரியக் கல்லூரியில் மெட்ரிக்குலேஷன் அல்லது அதற்கு இணையான உயர்கல்வி முடித்த மாணவர்கள் சேர்த்துக் கொள்ளப் பட்டனர். இவர்களுக்கு இயற்கை அறிவியல், வரலாறு, புவியியல் உள்ளிட்ட சிறப்புப் பாடங்களில் பயிற்சி அளிக்கப்பட்டன. தவிர, மரப்பொருட்கள் மற்றும் நெசவு போன்ற கைவினைப் பயிற்சிப் படிப்பும் தொடங்கப்பட்டது.

1918ம் வருடம் டி.வி.சிவகுமார சாஸ்திரியார் என்பவர் கல்லூரி முதல்வராக நியமிக்கப்பட்டார். இவரே கல்லூரி முதல்வராக நியமிக்கப்பட்ட முதல் இந்தியர். அன்று இந்தக் கல்லூரியில் கல்லூரிப் படிப்பு, உயர்நிலைப்படிப்பு, கைவினை படிப்பு என மூன்றுவிதமான படிப்புகள் கற்றுத் தரப்பட்டன.

1944ம் வருடம் இந்த எல்.டி. படிப்பு இளங்கலை பயிற்சி என மாற்றப்பட்டது. அதாவது, B.T என்றானது. இது ரெகுலர் கோர்ஸாக செயல்பட்டது. தொடர்ந்து அடுத்தடுத்த வருடங்களில் பல்வேறு மாற்றங்கள் நடந்தன. முதலாவதாக ஐந்து மாதத் தமிழ் பண்டிட் பயிற்சி வகுப்பு தொடங்கப்பட்டது. பின்னர், 1949ல் டிகிரி முடித்திருக்கும் இரண்டாம் நிலை ஆசிரியர்களுக்காக, ‘கல்லூரி ஆசிரியர்கள் சான்றிதழ் படிப்பு’ ஆரம்பிக்கப்பட்டது.

இந்தப் படிப்பே மெட்ராஸ் பல்கலைக்கழகத்துடன் இணைக்கப் பட்டு சுருக்கமான ‘B.T’ கோர்ஸ் என அழைக்கப்பட்டது. அதாவது,

அன்றைய அரசு ஆசிரியர் பள்ளி மாணவர்கள்

Shortened B.T. என்றனர். பின்னர் 1953ம் வருடம் எம்.எட் படிப்பும் தொடங்கப்பட்டது. 1956ல் இந்தக் கல்லூரி தனது நூற்றாண்டைக் கொண்டாடியது.

பின்னர், 1972ம் வருடம் மெட்ராஸ் பல்கலைக்கழகம் மறு சீரமைப்பு செய்து பி.டி என்பதை பி.எட் என மாற்றியது. அன்றி லிருந்து பி.எட் டிகிரி வழங்கப்பட்டு வருகிறது. தொடர்ந்து எம்.எட் மாலை நேர வகுப்புகளும் தொடங்கப்பட்டன. 1986ம் வருடம் எம்.பில் கோர்ஸும், 1988ம் வருடம் பிஎச்.டியும் ஆரம்பிக்கப்பட்டன.

தொடர்ந்து 1990ல் மத்திய அரசின் உதவித் தொகை கிடைக்க, மேம்பட்ட கல்வியியல் கல்வி நிறுவனம் என தரம் உயர்ந்தது. அதாவது, Institute of Advanced Study in Education என்று மாறியது.

என்றாலும்கூட, சென்னைவாசிகளுக்கு அது இன்றும் டீச்சர்ஸ் காலேஜ்தான். கடந்த 2005ம் வருடம் பல்கலைக்கழக மானியக்குழு இந்தக் கல்லூரிக்குத் தன்னாட்சி அந்தஸ்து அளித்தது. இப்போது 162 வருடங்களைக் கடந்து கல்வியியல் கல்வியில் ஓர் ஆராய்ச்சி நிறுவனமாக செயல்பட்டு வருகிறது இந்தக் கல்லூரி!

★ ★ ★

கால்நடை மருத்துவக் கல்லூரி

கால்நடைகளுக்கும் மனிதனுக்குமான உறவு என்பது ஆற்றங்கரை நாகரிகத்திலிருந்தே தொடங்கிவிட்டது. பழங்காலத்தில் கால் நடைகளைத் தெய்வமாகவே வழிபட்டனர். நாணயங்களில் கூட கால்நடையின் வடிவத்தைப் பொறித்து அழகு பார்த்தனர். அதனால், கால்நடை மருத்துவம் என்பதும் பழமையான ஒன்றுதான்.

இந்தியாவில் கிறிஸ்து பிறப்பிற்கு 250 வருடங்கள் முன்பே, சந்திரகுப்த மௌரியர் காலத்திலேயே கால்நடை மருத்துவம் தோன்றிவிட்டது. அப்போது கால்நடை மருத்துவர்கள் 'சாலிஹோத் ரியா' எனப்பட்டனர். பின்னர், அசோகர் காலத்தில் கால்நடை மருத்துவமனை உருவாக்கப்பட்டு, நாட்டு மருந்துகளைக் கொண்டு மருத்துவம் பார்க்கப்பட்டது.

நவீன கால்நடை மருத்துவம் என்பது 18ம் நூற்றாண்டின் பிற் பகுதியிலேயே தொடங்கியது. இந்தியாவில் தங்கள் குதிரை களுக்காகவே முதலில் கால்நடை மருத்துவத்தை ஆங்கிலேயர்கள் கொண்டு வந்தனர்.

அவர்களுக்கு இங்கே சிறந்த பொலி குதிரைகளைக் கண்ட டைவது சிரமமாக இருந்தது. இதனால், வங்காளத்தில் குதிரைப்படை களுக்குத் தேவையான குதிரைகளை உருவாக்க பண்ணை ஒன்றைத் தோற்றுவித்தனர்.

இந்தப் பண்ணைக்கு 1808ம் வருடம் குதிரை சிறப்பு மருத்துவ ரான வில்லியம் மூர்கிராஃப்ட் நியமிக்கப்பட்டார். இவர்தான் கால்நடை மருத்துவம் படித்த முதல் ஆங்கிலேயர். மட்டுமல்ல. பிரான்ஸ் நாட்டின் லயன்நகரில் தோற்றுவிக்கப்பட்ட உலகின் முதல் கால்நடை மருத்துவப் பள்ளியில் பயின்றவர்.

அவர், இங்கே கால்நடை அறிவியலின் நெறிமுறைகளைக் கொண்டுவந்தார். பிறகு, கால்நடை மருத்துவர்களின் தேவை அதிகரிக்க, அது 1827ம் வருடம் ராணுவக் கால்நடை மருத்துவத் துறை என்ற புதிய துறையை இந்தியாவில் உருவாக்க வித்திட்டது.

பின்னர், புனேவில் 1862ம் வருடம் ராணுவக் கால்நடை மருத்துவப் பள்ளியும் தொடங்கப்பட்டது. இங்கே சிறப்பான பயிற்சி அளித்து ராணுவக் கால்நடை மருத்துவத்துறைக்கு அனுப்பி வைக்கப்பட்டனர்.

இந்நேரம் கால்நடை நோய்கள் அதிகரித்தன. விளைவு... இந் திய பிரிட்டிஷ் அரசு 1869ம் வருடம் 'இந்திய கால்நடை பிளேக் கமிஷன்' ஒன்றை நியமித்து கால்நடைகளைப் பாதுகாக்கும் வழிமுறை களைக் கேட்டது. இந்தக் கமிஷன் அளித்த பரிந்துரைகளில் முக்கிய மான ஒன்று, கால்நடை மருத்துவப் பள்ளிகள் ஆரம்பித்து இந்திய விவசாயிகளுக்குப் பயிற்சி அளிக்க வேண்டும் என்பது.

இதனால், 1877ம் வருடம் பாபுஹார் (உத்தரப்பிரதேசத்தில் உள்ளது) என்ற ஊரில் முதல் கால்நடை மருத்துவப் பள்ளி ஆரம்பிக் கப்பட்டது. இங்கே உருது மொழியில் பாடங்கள் கற்பிக்கப்பட்டன.

இங்கு படிப்பவர்கள், சுற்றிலுமுள்ள இடங்களுக்கும் ராணுவப்

சில தகவல்கள்...

- ஆரம்பத்தில் இலவசக் கல்வியாகவே தொடங்கப்பட்டது. இதில், 50 சதவீத மாணவர்களுக்கு மாதம் பத்து ரூபாய் ஸ்காலர்ஷிப்பும் வழங்கப்பட்டது.
- 1929ம் வருடம் முதல்வராக நியமிக்கப்பட்ட வி.கிருஷ்ணமூர்த்தி அய்யர் என்பவரே இந்தக் கல்லூரியின் முதல் இந்திய முதல்வர் ஆவார்.
- 1931ம் வருடம் ஒரு லட்சத்து 30 ஆயிரம் ரூபாயில் கல்லூரி விடுதி கட்டப்பட்டது.
- 1945ம் வருடம் மாணவர் சேர்க்கை 70லிருந்து 80 ஆக அதிகரிக்கப்பட்டது.
- 1947ம் வருடம் பால்வளத் துறையும், கால்நடை வளர்ப்புத் துறையும் ஆரம்பிக்கப்பட்டன. கூடவே, எம்.எஸ்சி மற்றும் பிஹெச்.டி படிப்புகளும் கொண்டு வரப்பட்டன.
- 1953ல் அன்றைய பிரதமர் ஜவகர்லால் நேரு ஐம்பதாவது வருட கொண்டாட்டத்தைத் தொடங்கி வைத்தார்.
- 1958ம் வருடம் இக்கல்லூரி தென்மண்டலப் பட்டமேற்படிப்பு ஆய்வு நிறுவனமாக அங்கீகரிக்கப்பட, எம்.வி.எஸ்சி படிப்பு தொடங்கியது.
- 1959ம் வருடம் புதிய கட்டடம் அன்றைய முதல்வர் காமராஜரால் தொடங்கப்பட்டது. இன்று இந்தக் கட்டடம் 'கிளினிக் பிளாக்' ஆக செயல்பட்டு வருகிறது.
- 1969ம் வருடம் இந்தக் கல்லூரி கால்நடை மருத்துவக் கல்வி மற்றும் ஆராய்ச்சி இயக்குநரகம் என மாற்றியமைக்கப்பட்டது.

பண்ணைகளுக்கும் உதவியாளராக பணியமர்த்தப்பட்டனர். பின்னர், லாகூரில் (இப்போது பாகிஸ்தானில் உள்ளது) முதல் கால்நடை மருத்துவக் கல்லூரி 1882ம் வருடம் தொடங்கப்பட்டது. இங்கும் உருது மொழியிலேயே கற்றுத் தரப்பட்டது. தொடர்ந்து இந்தியாவில் ஆங்கில வழிக் கல்வியில் முதல் கால்நடைமருத்துவக் கல்லூரி 1886ம் வருடம் பம்பாயில் ஆரம்பிக்கப்பட்டது.

இதற்கிடையே பஞ்சங்கள் தலைவிரித்தாட, கால்நடைகளின் நோய்களும் அதிகரித்தவண்ணம் இருந்தன. கால்நடை நோய்களைக் கட்டுப்படுத்தவும், காளைகளின் உடல்நிலையைப் பராமரிப்பது பற்றியும் கேள்விகள் எழுந்தன.

இதனால், கால்நடைகளின் மருத்துவ உதவிக்காக நாட்டின் பல்வேறு பகுதிகளில் கால்நடை மருத்துவத்துறை கொண்டு வரப்பட்டது. முன்னர் ராணுவத்திற்காக மட்டும் செயல்பட்ட கால்நடை மருத்துவத் துறை இப்போது பொதுமக்களுக்காக விரிவு படுத்தப்பட்டது. இப்படியாக 1892ம் வருடம் மெட்ராஸிலும் கால்நடை மருத்துவத் துறை உருவாக்கப்பட்டது.

ஆனாலும், போதுமான அளவில் பயிற்சி பெற்ற மருத்துவர்கள் இல்லாததால் மாகாணத்தில் சரியான முன்னேற்றம் ஏற்படவில்லை.

- 1974ம் வருடம் தமிழ்நாடு வேளாண் பல்கலைக்கழகத்தின் கீழ் இந்தக் கல்லூரி இணைக்கப்பட்டது.
- 1985ம் வருடம் நாமக்கல்லில் இரண்டாவதாக கால்நடை மருத்துவக் கல்லூரி ஆரம்பிக்கப்பட்டது.
- இந்த இரண்டு கல்லூரிகளும் 1989ம் வருடம் உருவாக்கப்பட்ட தமிழ்நாடு கால்நடை மருத்துவ அறிவியல் பல்கலைக்கழகத்துடன் இணைய, மெட்ராஸ் கால்நடை மருத்துவக் கல்லூரி, பல்கலைக்கழகத்தின் இன்றியமையாத கல்லூரியாக மிளிரத் தொடங்கியது.
- மட்டுமல்ல. ஆசியாவின் முதல் கால்நடை மருத்துவப் பல்கலைக் கழகம் இது என்பது குறிப்பிடத்தக்கது. தவிர, இதனுடன் தூத்துக்குடி மீன்வளக் கல்லூரியும் மற்ற மையங்களும் இணைந்திருந்தன. மீன்வளப் பல்கலைக்கழகம் உருவாக்கப்பட்டதும் அதனுடன் அந்தக் கல்லூரிகள் இணைந்துவிட்டன.
- 1991ம் வருடம் முதல் செமஸ்டர் சிஸ்டம் பின்பற்றப்படுகிறது.
- இப்போது, பல்வேறு விலங்குகளுக்கான மருத்துவமும் இக்கல்லூரியுடன் இணைந்த மருத்துவமனையில் பார்க்கப்படுகின்றன. தினமும் குறைந்தது நாய், மாடு, கிளி என இருநூறு பிராணிகளுக்கு மேல் மருத்துவம் பார்க்கப்பட்டு வருகிறது.
- இப்போது விலங்குகளுக்கான ரத்த வங்கியும் ஆரம்பிக்கப்பட்டுள்ளது.

அப்போதுதான் கால்நடை மருத்துவக் கல்விக்கென ஒரு பயிற்சி நிறுவனம் மெட்ராஸில் தேவை என்பதை உணர்ந்தனர்.

இதற்கிடையே இன்னொரு விஷயத்தையும் இங்கே குறிப்பிட வேண்டும். அதாவது, 1878ம் வருடமே கால்நடை மருத்துவம் ஒரு படிப்பாக சைதாப்பேட்டையில் இருந்த வேளாண் கல்லூரியில் கற்றுத் தரப்பட்டு வந்தது. பின்னர், அங்கேயே கால்நடை மருத்துவ டிப்ளமோ படிப்பும் தொடங்கப்பட்டது. மருத்துவப் பயிற்சி மட்டும் நந்தனத்தில் இருந்த கால்நடை மருத்துவமனையில் அளிக்கப் பட்டது. ஆனால், எதுவும் போதுமானதாக இல்லை.

இந்நிலையில்தான் 1900ம் வருடம் கால்நடை மருத்துவ நிபுணர் களின் மாநாடு அரியானாவிலுள்ள அம்பாலா நகரில் நடந்தது. இங்கே கால்நடை மருத்துவப் படிப்பிற்கான சரியான பாடத் திட்டம் வகுக்கப்பட்டது. இதன்படியே 1903ம் வருடம் 'மெட்ராஸ் கால்நடை மருத்துவக் கல்லூரி' திறக்கப்பட்டது.

வேப்பேரியில், 'டாபின் ஹால்' எனப்படும் கட்டடத்திலிருந்து இந்தக் கல்லூரி செயல்படத் தொடங்கியது. இந்தக் கட்டடத்திற்கு மாத வாடகை 60 ரூபாய்! 1798ல் ஜேம்ஸ் டாபின் என்கிற ஏல நிறுவனக்காரர் வேப்பேரியில் சுமார் 20 ஏக்கர் நிலத்தை வாங்கி

பெண் மருத்துவர்கள்...

- அன்றைய நாளில் கால்நடை மருத்துவப் படிப்பு ஆண்களுக்கானதாகவே இருந்தது. ஒரு பெண்ணால் இந்தத் துறையில் சாதிக்க முடியுமா.. என்ற கேள்வி இருந்தது. 1948ம் வருடம் இந்நிலைமை மாறியது. இரண்டு பெண்கள் இக்கல்லூரியில் சேர்ந்தனர்.
- கல்யாணி என்பவர் அதிக மதிப்பெண் எடுத்து வெளியே வந்த இந்தியாவின் முதல் பெண் கால்நடை மருத்துவர் ஆவார். அவருடனே கால்நடை மருத்துவர் பட்டம் பெற்றவர் சக்குபாய் ராமச்சந்திரன்.

தன்னுடைய தோட்ட இல்லத்தை அமைத்திருந்தார். இதன் பெயரே டாபின் ஹால். இதைப் பின்னாளில் அரசு பெற்று மெட்ராஸ் கால்நடை மருத்துவக் கல்லூரியை அமைத்தது.

டபிள்யூ.டி.கன்

மெட்ராஸ் கால்நடை மருத்துவத் துறையின் முன்னாள் கண்காணிப்பாளராக இருந்த மேஜர் டபிள்யூ.டி.கன் என்பவர் பகுதிநேர முதல்வராக நியமிக்கப்பட்டார். இருபது மாணவர்களுடன் விறுவிறுப்பாக ஆரம்பிக்கப்பட்டது கல்லூரி!

மூன்று வருட டிப்ளமோ படிப்பு, *'Graduate of Madras Veterinary College'* என அழைக்கப்பட்டது. சுருக்கமாக, *'GMVC Diploma'* எனச் சொல்லப்பட்டது.கல்விக்கான பயிற்சி சிறப்பாக நடந்தாலும் நடைமுறைப் பயிற்சிக்கென்று ஒரு மருத்துவமனை தேவையாக இருந்தது. அதற்குப் போதுமான இடவசதி டாபின் ஹால் கட்டடத்தில் இல்லை.

வி.கிருஷ்ண மூர்த்தி அய்யர்

இதனால், புதிய கட்டடத்தின் அவசியம் ஏற்பட, வேப்பேரி நெடுஞ்சாலையிலேயே 1904ல் ஒரு கட்டடம் கட்டப்பட்டது. இதை அன்றைய கட்டட ஒப்பந்ததாரர் மாசிலாமணி முதலியார் என்பவர் இந்தோ சாராசெனிக் பாணியில் கட்டினார். இதைக் கல்லூரியின் கல்வெட்டில் காணலாம். இந்தச் சிவப்பு வண்ணக் கட்டடத்திலேயே இன்றும் மெட்ராஸ் கால்நடை மருத்துவக் கல்லூரி செயல்பட்டுவருகிறது.

இதனையடுத்து, தென்னிந்திய விவசாயிகளைச் சந்தித்துப் பேசி அவர்களின் தேவைகளுக்கேற்ப கல்லூரியின் பாடத்திட்டங்கள் மாற்றப்பட்டுக் கொண்டே வந்தன. இந்நிலையில், 1928ம் வருடம் *'Royal Commission on Agriculture'* என்ற ஆணையம் கால்நடை நோய்

களை வேகமாக குணப்படுத்த வேண்டுமெனில், உதவி மருத்துவர் களை நான்கு மடங்காக அதிகரிக்க வேண்டும் என்றது.

அத்துடன், இங்கிலாந்தில் கால்நடை மருத்துவத்தில் உயர்நிலைப் படிப்பு இருப்பதுபோல் இங்கும் கல்லூரிகள் தரம் உயர்த்தப்பட வேண்டும் என்றது. இப்படியாக, 1935ம் வருடம் மெட்ராஸ் பல்கலைக்கழகத்தின் கீழ் மெட்ராஸ் கால்நடை மருத்துவக் கல்லூரி இணைக்கப்பட்டது.

அடுத்த வருடமே பி.வி.எஸ்சி பட்டப்படிப்பும் தொடங்கப் பட்டது. இந்தியாவில் பல்கலைக்கழகத்துடன் இணைந்து பி.வி.எஸ்சி டிகிரி வழங்கிய முதல் கால்நடை மருத்துவக் கல்லூரி என்ற பெருமையைப் பெற்றது மெட்ராஸ் கால்நடை மருத்துவக் கல்லூரி!

டிப்ளமோ படிப்பு நான்கு வருடமும், பட்டப்படிப்பு ஐந்து வருடமும் கற்றுத் தரப்பட்டன. பின்னர், 1946ம் வருடம் GMVC டிப்ளமோ நீக்கப்பட்டு பட்டப்படிப்பு மட்டும் தொடர்கிறது.

சுதந்திரத்திற்குப் பின்னர் பல்வேறு முதுநிலை, ஆய்வுப் படிப்புகள் கொண்டு வரப்பட்டன. மட்டுமல்ல. இன்று மாதவரத்தில் செயல்படும் தமிழ்நாடு கால்நடை மருத்துவ அறிவியல் பல்கலைக்கழகத்தின் விதை, மெட்ராஸ் கால்நடை மருத்துவக் கல்லூரி என்பது குறிப்பிடத்தக்கது.

நோய்த்தடுப்பு கிங் நிலையம்

‘நோய் வருமுன் காப்பதே சிறந்தது’ என்கிற வாசகம் எல்லோருக்குமே தெரியும். ஆனால், இதற்கு நல்ல உதாரணமாகத் தொடர்ந்து பணியாற்றி வருகிறது நோய்த்தடுப்பு கிங் மருந்து மற்றும் ஆராய்ச்சி நிலையம்.

ஒரு காலத்தில் ஆட்கொல்லி நோயான பெரியம்மையைத் தடுப்பதற்கான தடுப்பூசிகளைச் சேமித்து வைத்து மெட்ராஸ் மாகாணம் முழுவதும் விநியோகித்த நிறுவனம் இது. பின்னர், இங்கேயே பல்வேறு தடுப்பூசிகள் உற்பத்தி செய்யப்பட்டன.

இன்று டெங்கு, சிக்கன்குனியா, பன்றிக்காய்ச்சல் உள்ளிட்ட பயங்கர நோய்களைச் சோதனை செய்யும் முக்கியத்துவம் வாய்ந்த ஆய்வுக் கூடமாகவும், ஆன்டிஜென், ஆன்டிசீரம் போன்ற நோய் கண்டறியும் மருந்துகளை உற்பத்தி செய்யும் நிறுவனமாகவும் உள்ளது.

பரபரப்பான கிண்டி தொழிற்பேட்டையின் ஓரத்தில் அடையாறின் முகத்துவாரத்தில் இருக்கும் இந்நிறுவனம் பலரின் கண்களுக்குப் புலப்படுவதில்லை. காரணம், மரங்களடர்ந்த ரம்மியமான சூழலுக்குள் கட்டடங்கள் மறைந்து கிடப்பதே! ஆனாலும் அமைதி தவழும் அந்த இடத்திலிருந்தே நோய்த் தடுப்புக்கான பணிகள் தீவிரமாக நடந்துவருகின்றன.

இந்தியாவில் பெரியம்மை நோய் காலம் காலமாக இருந்து வந்தது. இதற்கான தீர்வாக 1802ம் வருடம் பெரியம்மை தடுப்பூசி இங்கே கொண்டு வரப்பட்டது. முதல்முதலாக அன்னா டஸ்ட் ஹால் என்ற பம்பாயைச் சேர்ந்த மூன்று வயது குழந்தைக்கு இந்தத் தடுப்பூசி போடப்பட்டது.

அதன்பிறகு மெட்ராஸ், பூனா, ஹைதராபாத் போன்ற இடங் களுக்கு இந்தத் தடுப்பூசி மருந்துகள் அனுப்பி வைக்கப்பட்டன.

பின்னாளில் இந்தத் தடுப்பூசிகளைச் சேமித்து வைக்கும் இடமாக இருந்ததுதான் கிங் நிறுவனம். அன்றைய மெட்ராஸ் மாகாணத்தில் பஞ்சங்களும் நோய்களும் பிரிக்க முடியாதவையாக இருந்ததால், அனைவருக்கும் தடுப்பூசி கட்டாயம் என்ற சட்டம் கொண்டு வரப்பட்டது. இந்தச் சட்டம் வந்த 1884ம் வருடமே இந்நிறுவனமும் தனது செயல்பாட்டைத் தொடங்கியது.

இதன் முதல் இயக்குநர் கர்னல் வால்ட்டர் கவென் கிங் என்பவர். இந்நிறுவனத்தின் முன்னோடியாக இருந்ததால் பின்னாளில் இவர் பெயரே நிறுவனத்திற்கும் சூட்டப்பட்டது. இதில், 1884ம் வருடத் திலிருந்து இவரின் பணிகள் முறையாகத் தொடங்கின.

ஆனால், அதற்கு முன்பே தாது வருடப் பஞ்சத்திலேயே தனது வேலைகளைச் சிறப்பாகச் செய்யத் தொடங்கி நல்ல பெயரெடுத்து விட்டார் கிங்.

ஆரம்பத்தில் மருத்துவராக வந்த கிங், மெட்ராஸ் மாகாண சுகாதார ஆணையராக 1892-இல் நியமிக்கப்பட்டார். கூடவே, இந்நிறுவனத்தின் இயக்குநராகவும் பணியாற்றினார். பின்னர், 1899ம் வருடம் தடுப்பூசிப் பிரிவை கொண்டு வந்தார். தடுப்பூசி மருந்துகள் இங்கேயே உற்பத்தி செய்யப்பட்டன.

இன்று இங்கே...

"இது 134 வருஷங்களா இயங்கிட்டு வருகிற நிறுவனம். இன்னைக்கு நாங்க நோய் கண்டறிதல், ஆய்வு செய்தல், உற்பத்தி செய்தல், கல்வி வழங்கல் என்கிற நான்கு பிரிவுகளின் கீழ் செயல்பட்டு வருகிறோம்..." என்கிறார் கிங் நிறுவனத்தின் இயக்குநர் டாக்டர் குணசேகரன்.

"நோய் கண்டறிதல் துறையில் பாக்டீரியா ஆய்வு, நோய் எதிர்ப்பியல், வைரஸ் பற்றி ஆய்வு, உயிரியல் பொருட்கள் கட்டுப்பாட்டுத் துறை எனச் சில பிரிவுகள் உள்ளன. இதில், வைரஸ் பற்றி ஆய்வு செய்யும் வைராலஜி துறையில் டெங்கு, சிக்கன்குனியா, தட்டம்மை, மூளைக்காய்ச்சல், ஃப்ளூ வைரஸ், பன்றிக்காய்ச்சல், போலியோ, ஜிகா, ஹெபடைட்டிஸ் உள்ளிட்ட 29 வகையான நோய்களுக்கு ஆய்வு செய்யப்படுகிறது. அதாவது அரசு மற்றும் சில தனியார் மருத்துவமனைகளில் இருந்து என்ன நோய் என்பதைக் கண்டறிய மாதிரிகள் வரும். அதைச் சரியாகக் கண்டறிந்து நாங்கள் ரிசல்ட் கொடுப்போம். அதற்கான மேம்பட்ட ஆய்வகங்கள் இங்கே உள்ளன.

அப்புறம், உயிரியல் பொருட்கள் கட்டுப்பாட்டுத் துறையின் வழியாக மருந்துகளும், ஊசிகளும் தரமானதா? என்பதை பரிசோதனை செய்கிறோம். தமிழகத்தில் அங்கீகரிக்கப்பட்ட மருந்துகள், ஊசிகள் மட்டும் இதில் அடங்கும். தவிர, இந்தத் துறையே பன்னாட்டு தடுப்பு ஊசி மையத்தையும் கவனித்துவருகிறது.

அதாவது, சில வெளிநாடுகளுக்குச் செல்பவர்கள் கட்டாயம் மஞ்சள் காய்ச்சல் தடுப்பூசி போட வேண்டும் என்பது விதி. தமிழகத்தில் இங்கேயும், துறைமுகத்திலும் மட்டுமே இந்த ஊசி போடப்பட்டு வருகிறது. இந்த

1850கள் வரை இங்கிலாந்தில் இருந்தே தடுப்பூசிகளை இறக்குமதி செய்து வந்தது இந்தியா. பின்னர், தேவை அதிகரிக்க இங்கே உற்பத்தி செய்ய முடிவெடுக்கப்பட்டது. முதலில் மிருகங்களின் நிணநீரை எடுத்து பரிசோதனை செய்யப்பட்டது. அந்தப் பரிசோதனை ஆரம்பித்த இடம் மெட்ராஸ்.

இங்கிருந்து சிவில் டிபார்ட்மென்ட் மூலம் இந்த மருந்துகள் மெட்ராஸ் மாகாணம் முழுவதும் விநியோகிக்கப்பட்டன. தவிர, பிரிட்டிஷ் ராணுவத்திற்கும் அனுப்பப்பட்டன.

1902ம் வருடம் நுண்ணுயிரியல் பிரிவும், 1903ம் வருடம் நோய் எதிர்ப்பு மருந்துப் பிரிவும் துவக்கப்பட்டன.

உடனே, கிண்டியில் ஒரு கட்டடம் கட்டத் தீர்மானிக்கப்பட்டது. அன்றைய மெட்ராஸ் கவர்னர் லார்டு ஆம்ப்தில் இதற்கு ஒப்புதல் அளிக்க 1903ம் வருடம் கட்டடம் கட்டும் பணி தொடங்கியது.

ஊசி போடும் மையமாக கிங் நிறுவனத்தை உலக சுகாதார நிறுவனம் அங்கீகரித்துள்ளது. அதனால், ஊசி போட்டதற்கான சான்றிதழும் இங்கே வழங்குவோம்.

மட்டுமல்ல, ஹஜ் யாத்திரை மேற்கொள்பவர்களுக்கு மூளைக் காய்ச்சல் தடுப்பூசி போடுவதும் எங்கள் பணிதான். தவிர, வெளிநாடு செல்லும் அனைவருக்கும் போலியோ சொட்டு மருந்தும் போட்டு வருகிறோம். உலக சுகாதார நிறுவனத்துடன் இணைந்து தேசிய போலியோ ஆய்வகமும் இங்கே செயல்பட்டுவருகின்றது.

அடுத்து, பாக்டீரியாலஜி துறை வழியாக டைபாய்டு போன்ற நோய் களுக்குப் பரிசோதனை செய்யப்படுகிறது. இந்தத்துறையின் இன்னொரு முக்கியப் பணி வி.வி.ஐ.பிகள் வரும்போது அவர்களுக்கு அளிக்கப்படும் உணவுகளை முன்கூட்டியே பரிசோதனை செய்து அறிக்கை அளிப்பது.

நோய் எதிர்ப்பியல் துறையில் பல்வேறு ஆய்வுகள் மேற்கொள்ளப்பட்டு வருகின்றன. இதனுடன் தற்போது திசு வளர்ப்பு ஆய்வகமும் உள்ளது. திசுக்களை பதப்படுத்தி தேவைப்படுவோருக்கு வழங்குவோம்.

கல்வியைப் பொறுத்தவரை டி.எம்.எல்.டி எனப்படும் (Diploma in Medical Laboratory Technology) இரண்டு வருட கோர்ஸ் நடத்துகிறோம். இப்போது 45 பேர் படிக்கிறார்கள். தவிர, தேர்வு வாரியமாகவும் இந்த நிறுவனம் இருக்கிறது. தமிழகத்தில் உள்ள பாராமெடிக்கல் கோர்ஸுக்கு தேர்வு நடத்தி சான்றிதழ் கொடுப்பதும் எங்கள் நிறுவனத்தின் பணிகளில் ஒன்று.

அடுத்து, M.Sc. Molecular Virology என்ற கோர்ஸ் இங்கே மட்டுமே உள்ளது. இவையெல்லாம் மருத்துவக் கல்வி இயக்குநரகத்தின் கீழ் நடத்தப் பட்டு வருகிறது...” என்கிறார் டாக்டர் குணசேகரன் நிறைவாக!

இதைக் கட்டட ஒப்பந்ததாரரர் மாசிலாமணி முதலியார் இந்தோ சாராசெனிக் பாணி கட்டடக் கலையில் கட்டினார்.

இரண்டு வருடங்களில் பணி முடிக்கப்பட்டு 1905ம் வருடம் மார்ச் 11ம் தேதி கவர்னர் லார்டு ஆம்ப்தில் திறந்து வைத்தார். பின்னர், 1914ல் மீண்டும் கட்டடம் விரிவுபடுத்தப்பட்டது. இதை யும் ஒப்பந்ததாரரர் மாசிலாமணி முதலியாரே செய்தார். இந்த சிவப்பு வண்ணக் கட்டடம்தான் இன்று கிண்டியில் இருக்கும் கிங் நோய்த்தடுப்பு மருந்து மற்றும் ஆராய்ச்சி நிலையம்.

அன்று இந்நிறுவனம் மத்திய தடுப்பூசிக் கிடங்கு, மாகாண நுண்ணுயிரியல் ஆய்வகம் மற்றும் பொது சுகாதார ஆய்வகம் என மூன்றுவிதமான பணிகளைச் செய்தது.

இதற்கிடையே இந்தியாவில் காலரா, பிளேக் போன்ற தொற்று நோய்கள் பரவின. இதற்கான தடுப்பூசிகளைக் கண்டறிந்திருந்த

முதல் நுண்ணுயிரியலாளர் வால்டெமர் ஹாஃப்கின் இதனை இந்தியாவில் வெற்றிகரமாகப் பரிசோதித்தார். இதன்பிறகு, இந்தத் தடுப்பூசிகளும் இங்கே உற்பத்தி செய்யப்பட்டன.

இந்நேரம் ஆணையர் கிங், *The Cultivation of Animal Vaccine (1891), Plague Inspector's Manual (1902), Sanitary Rules for the Prevention of Plague in Municipalities (1903)* போன்ற நூல்களையும் எழுதியிருந்தார். இவர் 1906ல் இங்கிருந்து விடைபெற்றதும் கேப்டன் கிறிஸ்டோபர் என்பவர் இயக்குநராக நியமிக்கப்பட்டார். இவருக்குப் பின் 1917ம் வருடம் நியமிக்கப்பட்ட டாக்டர் கேசவபாய் என்பவரே இந்நிறு வனத்தின் முதல் இந்திய இயக்குநர் ஆவார்.

இவர் காலத்தின்போது முதல் உலகப் போர் நடந்தது. அப்போது கிழக்கு ஆப்ரிக்காவில் இருந்த துணைநிலை ராணுவத்திற்கு இங்கிருந்து அதிகமான தடுப்பு மருந்துகள் அனுப்பிவைக்கப்பட்டன.

மட்டுமல்ல, 1919ம் வருடம் இந்தியாவில் முதல் முறையாக தொற்றுக் காய்ச்சலுக்கான தடுப்பு மருந்துகள் இங்கே அதிகள வில் உற்பத்தி செய்யப்பட்டு ராணுவத்திற்கும் மக்களின் பயன் பாட்டிற்கும் அனுப்பப்பட்டன. தவிர, காலரா, டைபாய்டு போன்ற நோய்களுக்கான தடுப்பு மருந்துகளும் அதிகளவில் உற்பத்தி செய்யப்பட்டு பொதுமக்களுக்கு எளிய விலையில் கொடுக்கப் பட்டன.

இப்படியான நிறுவனம் சுதந்திரத்திற்குப் பிறகு பல்வேறு மாற்றங்களைக் கண்டது. இதனுடனே தண்ணீர் மற்றும் உணவுக் கான ஆய்வகங்களும் இருந்தன. பின்னர் இவை தனித்தனியாகப் பிரிந்துவிட்டன. கிங் நிறுவனமும் நோய் கண்டறியும் மருந்துகளான ஆன்டிஜென், ஆன்டிசீரா தவிர வேறெந்த மருந்துகளையும் இப்போது உற்பத்தி செய்வதில்லை. மாறாக, இந்தியாவின் சிறந்த தொரு ஆய்வுக்கூடமாக மாறியிருக்கிறது.

வணிகமும் வளர்ச்சியும்

ஆங்கிலேயர்கள் முதல்முதலாக இந்தியாவிற்கு வந்ததே வணிகத்திற்காக என்பது அனைவரும் அறிந்ததுதான். ஆரம்பத்தில் மிளகுக்காக கிழக்கிந்தியக் கரையைத் தொட்டிருந்தாலும் மெட்ராஸில் மலிவாகக் கிடைத்த அச்சடிக்கப்பட்ட காலிகோ துணிகளே அவர்களை இங்கே தங்கி வணிகம் செய்ய வைத்தது.

மதுரையைப் போலவோ, தஞ்சாவூரைப் போலவோ, காஞ்சிபுரத்தைப் போலவோ மெட்ராஸிற்கு பழம்பெருமை எதுவும் இருக்கவில்லை. இந்நகரை மன்னர்கள் தலைநகராகக் கொண்டு ஆளவும் இல்லை.

மெட்ராஸ் என்கிற அந்தச் சின்னஞ்சிறிய கிராமத்தைச் சுற்றிலும் நெசவுத் தொழில் மட்டுமே சிறப்பாக நடந்து வந்தது. அவ்வளவே! அவர்கள் வணிகத்தைத் தொடங்கியதும் முதல்முறையாக ஐரோப்பிய சந்தைகளில் மெட்ராஸ் கைத்தறித் துணிகள் ஊடுருவின. 1640 முதல் 1644 வரை நான்கு வருடங்களில் சராசரியாக மெட்ராஸில் இருந்து ஏற்றுமதியான பொருட்களின் மதிப்பு மட்டும் வருடம் ஒன்றுக்கு ரூ.25 ஆயிரம்!

இதனால், சுற்றிலும் இருந்த மற்ற ஊர் நெசவாளர்கள் குடும்பம் குடும்பமாக இங்கே வந்து குடியேறினர். அடுத்த ஐந்து வருடங்களில் துறைமுக ஏற்றுமதி நான்கு லட்சம் ரூபாயாக உயர்ந்தது.

ஆரம்பக் காலங்களில் கிழக்கிந்தியக் கம்பெனி ஒவ்வொரு வருடமும் லண்டனில் இருந்து இரண்டு அல்லது மூன்று கப்பல்

களில் மற்ற பொருட்களுடன் 10 ஆயிரம் முதல் 15 ஆயிரம் பவுண்ட் மதிப்புள்ள தங்கத்தையும், ஸ்பானிஷ் டாலர்களையும் மெட்ராஸுக்கு அனுப்பி வைத்தது.

இதில், தங்கம் முழுவதும் புனித ஜார்ஜ் கோட்டையிலிருந்த நாணயத் தயாரிப்பு இடத்தில் பகோடாக்களாக மாற்றப்பட்டன. இந்தப் பகோடா ஒவ்வொன்றின் மதிப்பும் எட்டு முதல் ஒன்பது ஷில்லிங் ஆகும். தவிர, ஸ்பானிஷ் டாலர்கள் அன்று கிழக்கிந்தியா முழுவதும் செல்லத்தக்கவையாக இருந்தன.

1813ம் வருடம் வரை பகோடா என்ற நாணயமே மெட்ராஸின் நாணயமாக இருந்தது. இதன்பிறகே, பகோடா என்பது ரூபாயாக மாறியது. ஒரு ரூபாய் இரண்டு ஷில்லிங்கிற்கு பரிமாற்றம் செய்யப் பட்டது. சில நேரங்களில் ஒரு ரூபாயின் மதிப்பு இரண்டு ஷில்லிங் பத்து பென்ஸ் எனவும் உயர்ந்தது.

நெசவாளர்களுக்கு நிரந்தரமான வருமானம் வர, முன்பைக் காட்டிலும் நிறைய நெசவாளர் குடும்பங்கள் மெட்ராஸில் குடிபுகுந்தன. இவர்களைப் பார்த்து கணக்கர்கள், பட்டு நெசவாளர்கள், தோல் தொழிலாளர்கள், கைவினைக் கலைஞர்கள், எண்ணெய் வியாபாரிகள் உள்ளிட்ட பலரும் குடியேறினர்.

தவிர, ஆங்கிலேயர்களும் நெசவாளர்களுக்காக மெட்ராஸில் பல்வேறு இடங்களை உருவாக்கினர். அப்படி வந்தவைதான் காலடிப்பேட்டை, சிந்தாதரிப்பேட்டை, வண்ணாரப்பேட்டை போன்ற இடங்கள்.

1690ல் கவர்னராக இருந்த தாமஸ் பிட் ஐம்பது நெசவாளர் குடும்பங்களை மெட்ராஸில் குடியமர்த்தினார். அது நெசவாளர் தெரு எனப்பட்டது. இதுவே நைனியப்ப நாயக்கர் தெரு என பின்னாளில் மாறியதாகத் தன்னுடைய, 'Story of Madras' நூலில் குறிப்பிடுகிறார் க்ளின் பார்லோ.

இதன்பிறகு, 1719ம் வருடம் கவர்னராக இருந்த ஜோசப் காலட் திருவொற்றியூர் அருகே ஒரு பேட்டையை உருவாக்கினார். இதன் பெயர் காலட்பேட்டை என்றாகி காலடிப்பேட்டையாக மாறியது.

1734ம் வருடம் நெசவாளர்கள் தேவை அதிகரிக்க, கூவம் நதிக் கரையின் ஓரத்தில் ஒரு பேட்டை உருவாக்கப்பட்டது. சிறிய தறிகள் அங்கு அமைக்கப்பட்டதால் சின்னத்தறிப்பேட்டை என அழைக்கப்பட்டு நாளடைவில் சிந்தாதரிப்பேட்டையானது.

இதேபோல் அன்று கம்பெனியின் கீழ் சாயம் போடுபவர்களும், வெளுப்பவர்களும் அதிகளவில் இருந்தனர். இவர்களுக்குத் திறந்த வெளியும், தண்ணீரும் தேவைப்பட, இவர்களுக்காக ஒதுக்கப்பட்ட இடமே பின்னாளில் வண்ணாரப்பேட்டை என்றானது.

ஆனால், "இது துணி வெளுக்கும் வண்ணார் சமூக மக்கள் வாழும் இடம் என்பதால் இந்தப் பெயர் எனப் புரிந்து கொள்ளப்படுகிறது.

பாரிஸ் கார்னர் - அன்று

இன்று

அது தவறு. புதுத்துணிகளை பிளீச் செய்பவர்களையே வண்ணார்கள் எனக் கம்பெனி அழைத்தது. அதுவே, வண்ணாரப்பேட்டை என்றானது...” என்கிறார் க்ளின் பார்லோ.

இதனால், நெசவுத் தொழில் தவிர அன்று பெரிய தொழில்கள் எதுவும் மெட்ராஸில் இல்லை. பின்னர் நிர்வாகம் சார்ந்த பணிகளிலும், கல்விக் கூடங்களிலும், நீதிமன்றங்களிலும் பணியாற்ற நிறைய பேர் வந்தனர். இவர்களின் தேவைகளுக்காக மற்றவர்கள் வந்து சேர்ந்தனர். இதனால், குடியிருப்புத் தலமாக வளர்ந்ததே தவிர தொழில் நகரமாக மெட்ராஸ் வளரவில்லை.

மட்டுமல்ல. மெட்ராஸ் மாகாணத்தில் நிலக்கரி, இரும்பு, எஃகு போன்ற தொழில் வளர்ச்சிக்கு அடிப்படையான கனிமங்கள் எதுவும் இருக்கவில்லை. எனவே, தொழிற்சாலைகள் அமைப்பதற்கு வாய்ப்பில்லாமல் போனது.

இவற்றைக் கப்பல்கள் வழியே கொண்டு வந்திருக்கலாம்தான். ஆனால், மெட்ராஸ் இயற்கையான துறைமுகம் கொண்ட நகர் கிடையாது. 1881ல் செயற்கைத்துறைமுகம் அமைக்கப்பட்ட பிறகே குறிப்பிடத்தக்க தொழில் வளர்ச்சி ஏற்பட்டது.

இதற்கிடையே, 18ம் நூற்றாண்டின் இறுதியில் தனிப்பட்ட ஐரோப்பிய வணிக நிறுவனங்கள் மெட்ராஸுக்கு வந்ததை ‘மெட்ராஸ் கூரியர்’ இதழ் விளம்பரங்கள் மூலம் அறிய முடிகிறது. இந்நிறுவனங்கள் முத்துக்கள், தங்க ஆபரணங்கள், கடிகாரங்கள், மதுபானங்கள், சீனப் பீங்கான் பொருட்கள், தேயிலை எனப் பல்வேறு வகைப் பொருட்களை விற்பனை செய்துள்ளன. ஆனால், 19ம் நூற்றாண்டிலேயே பெரிய தொழில் நிறுவனங்களின் படையெடுப்புகள் நடந்தன.

1805ம் வருடம் தாமஸ் பாரி என்பவர் மெட்ராஸில் முதன் முதலாக தோல் பதனிடும் தொழிற்சாலையை சாந்தோமில் நிறுவினார். சில வருடங்களிலேயே இதில் முந்நூறு பேர் பணியாற்றினர். இங்கு தயாரிக்கப்பட்ட பொருட்கள் அமெரிக்கா,

இங்கிலாந்து, ஆஸ்திரேலியா, தென்னாப்பிரிக்கா என உலகம் முழுவதும் அனுப்பப்பட்டன.

குறிப்பாக காலணிகளும், துணி உள்ளிட்ட மற்ற பொருட்களும் இந்திய ராணுவத்திற்கு மட்டுமல்லாமல் பிரிட்டிஷ் ராணுவத்திற்கும் அனுப்பி வைக்கப்பட்டன. நெப்போலியனுடன் வாட்டார்லூ என்ற இடத்தில் ஆங்கிலேயர்கள் நடத்திய போரில் பிரிட்டிஷ் படைகள் அணிந்திருந்த காலணிகள் எல்லாம் மெட்ராஸில் தயாரிக்கப்பட்டவைதான்.

இந்தத் தாமஸ் பாரியே, பாரி அண்ட் கோவைத் தொடங்கியவர். 1788ல் மெட்ராஸ் வந்த இவர் தனி வணிகராக லைசென்ஸ் பெற்று வணிகத்தைத் தொடங்கினார்.

முதலில், சேஸ் அண்ட் பாரி என்றும், பின்னர், பாரி டேர் அண்ட் கோ என்றும் மாறியது. இப்போது ஈஸ்ட் இந்தியா டிஸ்டில்லரீஸ் பாரி (EID Parry) என்ற பெயரில் செயல்பட்டு வருகிறது. இருந்தும் இதன் அலுவலக இடம் மெட்ராஸ்வாசிகளுக்கு அன்றும் இன்றும் பாரிஸ் கார்னர்தான்!

முதல் பீச் லைனில் ஒரு ஏக்கர் பரப்பளவில் அமைந்திருக்கும் இதன் தலைமையக இடம் கர்நாடக நவாபிடம் இருந்து 1775ல் வாங்கப்பட்ட ஒன்று. பின்னர் 1803ல் பாரியிடம் விற்கப்பட்டது. 1824ம் வருடம் கடலூர் அருகே காலராவால் தாமஸ் பாரி மரணமடைய, பாரியின் பங்குதாரரரான ஜான் வில்லியம் டேர் என்பவர் இந்நிறுவனத்தை மேம்படுத்தினார்.

இந்நிறுவனம் மெட்ராஸ் மட்டுமல்லாமல் தென்னிந்தியா முழுவதும் சர்க்கரை, உரம், ரசாயனம், மரம் உள்ளிட்ட பல்வேறு தொழிற்சாலைகளை ஆரம்பித்து முன்னோடியாகத் திகழ்ந்தது. மட்டுமல்ல, குரோம்பேட்டையில் ஒரு தோல் பதனிடும் தொழிற்சாலையையும் பெரியளவில் நிறுவியது.

இந்நேரம், ஸ்கூல் ஆஃப் ஆர்ட்ஸின் கண்காணிப்பாளராக வந்த ஆல்பிரட் சாட்டர்டன் என்பவர் இறக்குமதி செய்யப்பட்ட அலுமினியத் தகடுகள் மூலம் அலுமினியப் பாத்திரங்களை பரிசோதனை முறையில் உற்பத்தி செய்தார். இதனால், தொழில் துறைக் கல்விக்கு முழுநேர அதிகாரியாக நியமிக்கப்பட்டார்.

பின்னர், முழுநேரமாக இயங்கும் அலுமினிய தொழிற்சாலையைத் தொடங்கினார். இதை 1903ம் வருடம் இந்திய அலுமினிய நிறுவனம் வைத்திருந்த வழக்கறிஞர் எர்ட்லி நார்ட்டனிடம் விற்றுவிட்டார்.

19ம் நூற்றாண்டின் பிற்பகுதியில் ஸ்பென்சர் அண்ட் கோ, அடிசன் அண்ட் கோ, சிம்சன் அண்ட் கோ, பெஸ்ட் அண்ட் கோ, பர்மா ஆயில் ஷெல் சேமிப்பு நிறுவனம் போன்றவை வந்தன.

இதில், ஸ்பென்சர் பொது வர்த்தகம், ஒயின் தயாரிப்பு, ஏலம்

↘ தாமஸ் பாரி

போடுதல் போன்ற பல்வேறு வணிகத்தில் ஈடுபட்டது.

ஆரம்பத்தில், சார்லஸ் தூரண்ட் என்பவர் 25 ஆயிரம் ரூபாய் எனச் சிறிய முதலீட்டில் தொடங்க பின்னர் ஜெ.டபிள்யூ. ஸ்பென்சர் என்பவர் அவருடன் கைகோர்த்தார். மெட்ராஸ் கன்னிமாரா, பெங்களூர் வெஸ்ட் எண்ட் போன்ற ஹோட்டல்களின் உரிமையாளர்களும் ஸ்பென்சர் நிறுவனத்தினர்தான்.

அடிசன் அண்ட் கோ 1873ம் வருடம் ஹாகிங்ஸ் என்பவரால் அச்சகப் பணிக்காக சிறியளவில் ஆரம்பிக்கப்பட்டது. பின்னர், 1886ம் வருடம் இதை டாம் லூக்கர் என்பவர் விலைக்கு வாங்கி வளப்படுத்தினார்.

இந்நிறுவனம் ஆறடி நீள ஸ்பிரிங் உடைய 'வார்ட்டர்பரி' என்ற பெயரில் குறைந்த விலைக் கடிகாரங்களை அறிமுகப்படுத்தியது. 1890ல் சைக்கிள் தொழிற்சாலை ஒன்றையும் தொடங்கி சைக்கிள் தொழிற்சாலையின் முன்னோடியாகத் திகழ்ந்தது அடிசன்!

ஏ.வி.பெஸ்ட் மற்றும் ஜான் மெக்லின்டாக் என்பவர்கள் இணைந்து பெஸ்ட் அண்ட் கோவைத் தொடங்கினர். இந்நிறுவனம் தோல்பதனிடும் தொழிற்சாலையுடன் தோல் பொருட்கள் விற்பனையும் செய்து வந்தது. தவிர, மண்ணெண்ணெய் விநியோகத்தையும் செய்தது.

இந்நிறுவனங்களுக்கெல்லாம் முன்பே 1840 வருடம் சிம்சன் என்பவரால் சிம்சன் அண்ட் கோ தொடங்கப்பட்டு விட்டது. கோச், கேரேஜ் தயாரிப்புகள், அழகுபடுத்தப்பட்ட ரயில் கோச், மோட்டார் கார்கள் எனப் பலவற்றை உற்பத்தி செய்தது.

இந்தியாவில் முதல் சிமென்ட் நிறுவனமும் மெட்ராஸில்தான் ஆரம்பிக்கப்பட்டது. தென்னிந்திய தொழில் நிறுவனத்தால் தொடங்கப்பட்ட இந்த சிமென்ட் ஆலையில் வருடத்திற்குப் பத்தாயிரம் டன் உற்பத்தி செய்யப்பட்டது. இது 'மெட்ராஸ் போர்ட்லேண்ட் சிமென்ட் கோ' என அழைக்கப்பட்டது.

தவிர, பீடித் தொழிற்சாலைகள் திருவல்லிக்கேணி, வண்ணாரப்பேட்டை போன்ற பகுதிகளில் சிறு தொழில்களாக நடந்து வந்தன.

ஆனால், இத்தனை தொழில்களும், தொழிற்சாலைகளும் அடுத்தடுத்து வந்தாலும் மெட்ராஸின் பாரம்பரியம் நெசவுதான். அதற்காக வந்த ஒரு பஞ்சாலைதான் ஆயிரக்கணக்கான தொழிலாளர்களின் வாழ்க்கையாக இருந்தது.

அதன் பெயர் பின்னி அண்ட் கோ! நூற்றாண்டைக் கடந்து செயல்பட்ட இந்நிறுவனம் பற்றி அடுத்து பார்ப்போம்.

★ ★ ★

பின்னி மில்லின் கதை

"அந்தக் காலத்துல இந்த மில்லுல வேலை பார்க்குறதே பெரிய கவுரவம். ஏன்னா, அரசு வேலையை விட இங்க அதிக சம்பளம். தவிர, தீபாவளிக்கு ரெண்டு போனஸ் தருவாங்க. பொங்கலுக்கு ஒரு போனஸ் கிடைக்கும். அப்ப, தொழிலாளர்கள் கூட்டம் கூட்டமா வர்றதும் போறதுமா வடசென்னைப் பகுதியே களைகட்டி இருக்கும். கிட்டத்தட்ட 15 ஆயிரம் தொழிலாளர்களுக்கு வாழ்க்கை கொடுத்த மில்லு இது. ஆனா, இன்னைக்கு?"

வெறிச்சோடிக் கிடக்கும் பிரதான நுழைவு வாயிலைப் பார்த்த படி வருத்தம் பொங்கச் சொல்கிறார் பின்னி மில்லின் அலுவலக ஊழியர்கள் சங்கப் பொதுச் செயலாளரான சிவராமன்.

பாரிஸ் கார்னரில் இருக்கும் பாரி அண்ட் கோவிற்கு சமகால நிறுவனமாக வளர்ந்ததே பின்னி அண்ட் கோ. ஆனால், தாமஸ் பாரி இந்தியா வருவதற்கு முன்பே பின்னி குடும்பத்தின் வேர் மெட்ராஸில் ஊடுருவிவிட்டது.

ஆம். பின்னி குடும்பம் இந்தியாவுடன் சுமார் முந்நூறு ஆண்டுகள் தொடர்புடையது!

"தாமஸ் பின்னி என்பவருக்கும் எலிசபெத் ரோஸரியோ என்ற பெண்ணுக்கும் இங்கே 1682ம் வருடம் பிப்ரவரி 2ம் தேதி திருமணம்

நடந்ததாக மெட்ராஸ் வர்த்தக சபையின் நூற்றாண்டு கையேடு தெரிவிக்கிறது..." என 'The Madras Tercentenary Commemoration Volume' நூலின் ஒரு கட்டுரையில் குறிப்பிடுகிறார் மெட்ராஸ் பிரசிடென்ஸி கல்லூரியின் வரலாற்றுத் துறை உதவிப் பேராசிரியரான வெங்கடராம ஐயர்.

இதன்பிறகு, 1769ம் வருடம் சார்லஸ் பின்னி என்பவர் உரிமம் ஏதும் இல்லாமல் இந்தியாவுக்கு வந்தார். இதனால், இங்கிலாந்திற்கே அவர் திருப்பி அனுப்பப்பட்டார். பிறகு, 1778ம் வருடம் மெட்ராஸ் கவர்னராக நியமிக்கப்பட்ட தாமஸ் ரம்போல்ட் உடன் அவரின் செயலாளர் என்ற பெயரில் மீண்டும் இந்தியாவுக்கு வந்தார் சார்லஸ் பின்னி. இங்கே, 1779 முதல் 1782 வரை நவாப் வாலாஜாவின் செயலாளராகப் பணியாற்றினார்.

இவரின் குடும்ப உறவினர்களான அலெக்சாண்டர் பின்னி என்பவர் நவாப்புக்குச் சொந்தமான கப்பல் ஒன்றுக்கு காசாளராக இருந்தார். ஜார்ஜ் பின்னி என்பவர் கஞ்சம் என்ற இடத்தில் மருத்துவராகப் பணியாற்றினார். இதன்பிறகு வந்த ஜான் பின்னி என்பவரே பின்னி நிறுவனம் ஆரம்பிக்கக் காரணமானவர்.

1797ம் வருடம் மெட்ராஸ் வந்த இவர் நவாப்புக்கு மருத்துவராகப் பணிபுரிந்தார். நான்காண்டுகள் இந்தப் பணியில் இருந்தவர், 1801ம் வருடம் கிழக்கிந்தியக் கம்பெனியின் ஷெரீப்பாக நியமிக்கப்பட்டார். இதற்கிடையே 1799ம் வருடம் டென்னிசன் என்பவருடன் இணைந்து பின்னி நிறுவனத்தைத் தோற்றுவித்தார்.

இதனால், ஆரம்பத்தில் இந்நிறுவனம் பின்னி அண்ட் டென்னிசன் என்றே அழைக்கப்பட்டது. வட்டிக்குக் கடன் தருதல், வங்கி, காப்பீடு உள்ளிட்ட பல்வேறு வர்த்தகத்தில் ஈடுபட்டு லாபம் ஈட்டியது இந்நிறுவனம்.

இன்று ஸ்பென்சர் அண்ட் கோவும், கன்னிமாரா ஹோட்டலும் இருக்கும் இடத்தில்தான் ஜான் பின்னியின் வீடு இருந்தது! இந்த வீட்டில்தான் 1820ம் வருடம் வரை அவர் வசித்தார். அதனால்தான் இன்றும் அந்த இடம் பின்னி சாலை என்றே அழைக்கப்படுகிறது.

1804ம் வருடம் இந்நிறுவனம் ஆர்மேனியன் தெருவில் ஒரு வீட்டை 35 ஆயிரம் ரூபாய் கொடுத்து விலைக்கு வாங்கியது. 1812ம் வருடம் பின்னி அண்ட் டென்னிசன் நிறுவனம் இந்த இடத்திற்கு நிறுவனத்தை மாற்றியது. 1814ம் வருடம் முதல் பின்னி அண்ட் கோ என்றானது.

இந்நேரம், அங்கே இடம்பெயர்ந்த ஆர்மேனிய வணிகர்களிடமிருந்து பின்னி நிறுவனம் பல இடங்களை வாங்கிப் போட்டது. பின்னர், பின்னி அண்ட் கோ பெரிதாக விரிவுபடுத்தப்பட்டது. இதுவே, பின்னி அண்ட் கோவின் தலைமை அலுவலகம். இப்போது இந்த அலுவலகக் கட்டடம் இடிக்கப்பட்டுவிட்டது.

ஜான் பின்னிக்குத் தாமஸ் பின்னி என்ற சகோதரர் இருந்தார். இவர், கல்கத்தாவில் பின்னி அண்ட் கோ என இதே பெயரில் நிறுவனத்தைத் தொடங்கினார். இவர்கள் இருவரும் மெட்ராஸூக்கும் கல்கத்தாவிற்கும் சென்று வர 'சக்சஸ் கேலே', 'சர்ப்பரைஸ் கேலே' என்ற இரு கப்பல்கள் வைத்திருந்தனர். இந்தக் கப்பல்கள் நவாப்புக்குச் சொந்தமானவை. இப்படியாக பின்னி நிறுவனம் தனது பயணத்தைத் தொடர்ந்துவந்தது.

மெட்ராஸில் இதைப்போல வர்த்தக நிறுவனங்கள் வந்ததே தவிர பெரிதாக ஒரு தொழிலும் வளரவில்லை. முன்னரே சொன்னபடி இங்கே நெசவுத் தொழில் மட்டும் பரவலாக இருந்தது.

பிறகு எப்படி பின்னி பஞ்சாலையை அமைத்தது? இதற்கு மெட்ராஸ் மாகாணத்தில் அபரிமிதமாகக் கிடைத்த பஞ்சும் ஒரு காரணம்.

1861ம் வருடம் அமெரிக்காவில் உள்நாட்டுப் போர் வெடித்தது. அதுவரை இங்கிலாந்தின் லங்காஷயர் மாகாணத்தில் உள்ள பஞ் சாலைகளுக்கு அமெரிக்காவிலிருந்தே பஞ்சு கிடைத்து வந்தது. இந்தப் போரினால், லங்காஷயரின் கவனம் இந்தியாவின் பக்கம் திரும்பியது. இதனால், பஞ்சின் விலை மூன்று மடங்காக உயர, பஞ்சு வியாபாரிகள் செல்வந்தர்களாயினர்.

ஆனால், சீக்கிரமே அமெரிக்க உள்நாட்டுப் போர் முடிவுக்கு வர லங்காஷயர் மீண்டும் தனது கவனத்தை அமெரிக்கப் பக்கம் திருப்பியது. இதனால், இந்திய வணிகர்களுக்கு அபரிமிதமான பஞ்சைக்கொண்டு இங்கேயே தொழிலில் முதலீடு செய்யலாம் என்ற எண்ணம் உதித்தது.

"இப்படியாக பம்பாய், அகமதாபாத், நாக்பூர் போன்ற நகரங் களில் பருத்தித் துணி ஆலைகள் தொடங்கப்பட்டன. மெட்ரா ஸில் பார்சி சமூகத்தைச் சேர்ந்த ஒருவர் 5 லட்சம் ரூபாய் முதலீட் டில், 'சதர்ன் இந்தியா ஸ்பின்னிங் அண்ட் வீவிங் மில்ஸ்' என்ற நிறுவனத்தை 1874ம் வருடம் தொடங்கினார்.

யானைக் கவுனி பகுதியில் தொடங்கப்பட்ட இந்நிறுவனத்தில் நிர்வாகத்தைப் பார்சி சமூகத்தினரும், தொழில்நுட்பப் பணிகளை ஐரோப்பியர்களும் பார்த்துக்கொண்டனர். சீனாவிற்கு நூல்களை ஏற்றுமதி செய்த இந்நிறுவனம் போட்டியை சமாளிக்க முடியாமல் 1892ம் வருடம் மூடப்பட்டது.

இந்நிறுவனத்தைத் தொடர்ந்து பின்னி அண்ட் கோ 1876ல் பக்கிங்ஹாம் மில் என்ற பெயரில் ஒரு பஞ்சு மில்லினைத் தொடங்க ஆயத்தமானது..." என்கிறார் 'THE MAKING OF THE MADRAS WORKING CLASS' நூலில் பேராசிரியர் டி.வீரராகவன்.

பின்னி அண்ட் கோ ஆரம்பிக்க இருந்த பக்கிங்ஹாம் மில்லின் நோக்கம் பஞ்சு, கம்பளி உள்ளிட்ட பொருட்களை நெய்து அதைச்

சந்தையில் நேரடியாக விற்பனைக்குக் கொண்டு செல்வதே.

ஆரம்பத்தில் ஐந்து லட்சம் ரூபாய் முதலீட்டில் தொடங்கப் பட்டது. இந்தத் தொகை ஆயிரம் ரூபாய் என்ற வீதத்தில் ஐந்நூறு பங்குகளாக சேர்க்கப்பட்டன. பின்னர், ஏழு லட்சம் ரூபாயாக முதலீடு உயர்ந்தது. இதைத் தொடர்ந்தே 1878ம் வருடம் பெரம்பூரில் பக்கிங்ஹாம் மில் செயல்பட ஆரம்பித்தது.

முதலில், 15 ஆயிரம் நூற்புக் கதிர்களுடன் (spindles) தொடங்கிய இந்த மில் பத்தாண்டுகளில் 35 ஆயிரம் நூற்புக் கதிர்கள் கொண்ட ஆலையானது. பின்னர், 1893ம் வருடம் முதல்முதலாக துணிகளை நெய்வதற்கு அறுநூறு விசைத்தறிகளை நிறுவியது பின்னி நிறுவனம்.

இதற்கிடையே 1884ம் வருடம் பக்கிங்ஹாம் மில்லுக்கு அருகிலேயே ஓட்டேரி நுல்லா பகுதியில் துணை நிறுவனமாக இன்னொரு மில்லை 'கர்நாடிக் மில்' என்ற பெயரில் தொடங்கியது.

இந்த மில்லில் 16 ஆயிரத்து 500 நூற்புக் கதிர்களும், 129 தறி களும் போடப்பட்டன. பின்னர், 491 தறிகளாக உயர்ந்தது. நூற்புக் கதிர்களும் 29 ஆயிரமாக அதிகரித்தது. இந்த இரண்டு மில்களிலும் அன்று ஆயிரத்து 200 தொழிலாளர்கள் பணியாற்றினர்.

இந்நேரம் இங்கே ஆரம்பிக்கப்பட்ட இன்னொரு துணி நிறுவனம் பற்றி குறிப்பிட்டாக வேண்டும். ஏனெனில், பின்னிக்கு முன்பு 1875ம் வருடமே சூன்தர்தாஸ் மூல்ஜி என்பவர் 'மெட்ராஸ் யுனைடட் ஸ்பின்னிங் அண்ட் வீவிங் கம்பெனி லிமிடெட்' என்னும் நிறுவ னத்தைத் தொடங்கினார். இதுவே 'சூளை மில்' என எல்லாராலும் அழைக்கப்பட்டது. இதில், அன்று 2 ஆயிரம் தொழிலாளர்கள் பணியாற்றினர்.

1918ம் வருடம் பி.பி.வாடியா, திரு.வி.க. உள்ளிட்ட தலைவர்கள் சேர்ந்து பக்கிங்ஹாம் மற்றும் கர்நாடிக் மில்களில் மெட்ராஸ் லேபர் யூனியனைத் தொடங்கினர். இதுவே இந்தியாவில் தொடங்கப் பட்ட முதல் தொழிற்சங்கம்! மட்டுமல்ல, இந்தச் சங்கத்தால்தான் தொழிற்சங்கச் சட்டமே இந்தியாவில் உருவானது.

பின்னர், 1920ம் வருடம் பின்னி நிறுவனத்தின் இரண்டு

மில்களும் ஒன்றாக இணைந்து 'பக்கிங்ஹாம் அண்ட் கர்நாடிக் மில்ஸ்' என்றானது. சுருக்கமாக அன்று 'பி.அண்ட்.சி. மில்ஸ்'. மூலமாக இங்கிருந்தே இந்திய ராணுவத்திற்கு முப்பது சதவீத துணிகள் அனுப்பப்பட்டன.

அப்போது இரண்டு மில்களிலும் 8 ஆயிரத்து 976 பேர் பணி யாற்றிவந்தனர். தவிர, பின்னி நிறுவனம் பெங்களூரில் காட்டன், உல்லன் மில் ஒன்றும், மீனம்பாக்கத்தில் எஞ்சினியரிங் யூனிட்டும், மெட்ராஸ் துறைமுகத்தில் ஷிப்பிங் யார்டும் நடத்தியது.

இதனுடன் சாயமிடலில் உலகின் மிகச் சிறந்த நிறுவனமாக விளங்கியது பின்னி அண்ட் கோ.

ஊழியர்களுக்குப் பல்வேறு சலுகைகளும் பின்னி வழங்கியது. அன்று வெளியூரிலிருந்து தொழிலாளர்கள் வருவதற்கு சிரமப் படுவார்கள் என்றெண்ணி தொழிலாளர்களுக்கு ஐந்து கோர்ட் டர்ஸ் கட்டிக் கொடுத்தது. ஒவ்வொரு கோர்ட்டர்ஸிலும் ஒரு சிறிய மருத்துவமனை இருந்தது.

தவிர, மில்லுக்கு உள்ளே தொழிலாளர்கள் பொருட்கள் வாங்க ஒரு பண்டகசாலையும் அமைத்திருந்தனர். குழந்தைகளுக்காகப் பின்னி உயர்நிலைப் பள்ளியும் மில்லின் அருகே நடத்தப்பட்டது.

இப்படி இருந்த பின்னி அண்ட் கோ சுதந்திரத்திற்குப் பிறகு என்ன ஆனது? இதன் பி.அண்ட்.சி.மில் ஏன் மூடப்பட்டது?

* * *

இந்தியாவின் முதல் தொழிற்சங்கமும் பின்னி மில்லின் இன்றைய நிலையும்!

சுதந்திரத்திற்குப் பிறகான 'பின்னி அண்ட் கோ'வின் கதையைப் பார்க்கும்முன் அதில் ஆரம்பிக்கப்பட்ட இந்தியாவின் முதல் தொழிற்சங்கத்தின் வரலாற்றைப் பார்த்துவிடலாம்.

மெட்ராஸ் லேபர் யூனியன்தான் இந்தியாவில் அமைக்கப் பட்ட முறையான முதல் தொழிற்சங்கம். இதற்கு வித்திட்டவர்கள் செல்வபதி செட்டியார் மற்றும் ராமஞ்சலு நாயுடு என்கிற இரு வணிகர்கள்.

இவர்களுக்கும் தொழிலாளர்களுக்கும் என்ன சம்பந்தம்? இருக்கிறது. செல்வபதி செட்டியார் துணிக்கடையும், ராமஞ்சலு நாயுடு அரிசிக்கடையும் நடத்திவந்தார்கள். இருவரும் நண்பர்கள். இருவரின் கடைகளும் பி அண்ட் சி மில்லுக்கு அருகில் இருந்தன. பின்னி தொழிலாளர்களே இவர்களின் வாடிக்கையாளர்கள்.

அவர்களின் கஷ்டங்களையும், அவலநிலைகள் பற்றியும் செல்வ பதியின் கடைக்கு வரும்போது பேசிக்கொள்வர். இதில், ஒரு தொழி லாளிக்கு நடந்த மோசமான சம்பவம் ஒன்று செல்வபதியின் மனதை வெகுவாக பாதித்தது. அவர், பின்னி மில்லில் தொழிலாளர்கள் பாதிக்கப்படுவது பற்றி, 'இந்தியன் பேட்ரியாட்', 'சுதேசமித்திரன்' பத்திரிகைகளில் கட்டுரை வெளியிடச் செய்தார்.

செல்வபதி செட்டியார் தன் தாத்தா நிறுவிய சபா ஒன்றையும் நிர்வகித்துவந்தார். இந்தச் சபாவும் அவரின் துணிக்கடையுடன் இணைந்தே செயல்பட்டது.

இந்தச் சபாவில் சொற்பொழிவாற்ற திரு.வி.க., என்.சி.கண்ணபிரான் முதலியார் போன்ற பெயர்பெற்ற சொற்பொழிவாளர்கள் வருவது வழக்கம். இதைக் கேட்க தொழிலாளர்களும் வருவர்.

இந்நிலையில் இந்தச் சபாவின் வழியே, தென்னாப்பிரிக்காவில் மகாத்மா காந்தி நிறவெறிக்கு எதிராக இந்தியர்களைத் திரட்டிப் போராடியதைப் போல் நாமும் தொழிலாளர்களைத் திரட்டி அவர்களின் உரிமைகளுக்காகப் போராடலாம் என்று நினைத்தார் செட்டியார். நண்பர் ராமஞ்சலு நாயுடும் இதற்கு இசைந்தார்.

ஒருமுறை கண்ணபிரான் முதலியார் மகாபாரதச் சொற்பொழிவாற்றி முடித்தவுடன் தொழிற்சங்கம் தொடங்க வேண்டியதன் அவசியத்தை எடுத்துரைத்தார். பின்னர், சங்கத்தில் சேர விருப்பம் உள்ளவர்கள் ராமஞ்சலு நாயுடுவின் கடையிலுள்ள பதிவேட்டில் கையெழுத்திட வேண்டும் என முடிவெடுக்கப்பட்டது. தொழிலாளர்களும் இதற்கு ஊக்கமளித்து கையெழுத்திட்டனர்.

இதனால், மகிழ்ச்சியடைந்த இருவரும் சபாவின் கீழ் ஒரு பொதுக்கூட்டத்திற்கு ஏற்பாடு செய்தனர். முக்கிய பிரமுகராக அன்றைய சிறந்த வழக்கறிஞரும், மத்திய சட்டசபை உறுப்பினருமான டி.ரங்காச்சாரியரிடம் பேசினர். அவர் பிராமணர் என்பதால் இதை நீதிக்கட்சியின் ஆதரவாளர்கள் வரவேற்கவில்லை.

பிறகு, மாஜிஸ்திரேட்டாக இருந்த சுதர்சன முதலியார் தலைமையில் பொதுக்கூட்டம் நடந்தது. இதில், அன்றைய பி அண்ட் சி மில்லில் இருந்து பத்தாயிரம் தொழிலாளர்கள் வரை கலந்து கொண்டனர். திரு.வி.க. எளிய தமிழில் மிகுந்த ஆற்றலுடன் பேசினார். தொழிலாளர்களிடையே பெரும் உற்சாகம் ஏற்பட்டது.

பின்னி நிர்வாகம் சும்மா இருக்குமா என்ன?

"மில் மேற்பார்வையாளர்கள் வழியே தொழிலாளர்களுக்கு எச்சரிக்கை விடுத்தது. செல்வபதி செட்டியாருக்கும் காவல்துறை மூலம் நெருக்கடி தரப்பட்டது. இதனால், இரு நண்பர்களும் பொது மக்களிடம் செல்வாக்குள்ள, சங்கத்தில் ஈடு கொண்ட ஒரு பெரிய மனிதரின் தலைமை தேவையென நினைத்தனர்.

இதனால், கேசவப் பிள்ளையை அணுகினர். இவர், இந்தியன் பேட்ரியாட் பத்திரிகையில் தொழிலாளர்களைப் பற்றி எழுதி வந்தார். திரு.வி.கவும் இவரைத் தலைமையேற்க வேண்டும் என்கிற கருத்தைக்கொண்டிருந்தார்.

ஆனால், கேசவப் பிள்ளையோ, தான் மெட்ராஸ்வாசி கிடையாதென அதை மறுத்துவிட்டு, அன்னிபெசன்ட்

அம்மையாரிடம் அழைத்துச் சென்றார். அவர் அந்நேரம் அலுவல கத்தில் இல்லை. அவரின் சீடரான பி.பி.வாடியாவைச் சந்தித்தனர்.

அதுவரை பி அண்ட் சி மில் பற்றியும், அதன் தொழிலாளர் கள் பற்றியும் சிறிதே தெரிந்திருந்தவர், இந்தச் சந்திப்பின் மூலம் பல விஷயங்களை அறிந்தார். இதுவே அவரை முதல் தொழிற் சங்கத்தின் தலைவராக்கியது...” என்கிறார் *‘THE MAKING OF THE MADRAS WORKING CLASS’* நூலில் பேராசிரியர் டி.வீரராகவன்.

இப்படியாக, *1918*ம் வருடம் ஏப்ரல் *27*ம் தேதி மெட்ராஸ் தொழிலாளர் சங்கம் முறையாக தோற்றுவிக்கப்பட்டது. வாடியா தலைவராக இருந்து உரையாற்ற அதை திரு.வி.க தமிழில் மொழி பெயர்த்தார். இதைப் பின்பற்றி டிராம்வே, மின்சப்ளே கார்ப்ப ரேஷன், எம்.அண்ட்.எஸ்.எம் ரயில்வே வொர்க்ஷாப், அச்சகங்கள் எனப் பல நிறுவனங்களில் தொழிற்சங்கங்கள் அமைக்கப்பட்டன.

மட்டுமல்ல. முடிதிருத்துனர்கள், துப்புரவாளர்கள், ரிக்ஷாகாரர்கள், ஐரோப்பியர் வீடுகளில் வேலை செய்பவர்கள் எனப் பலரும் தங்களுக்கென சங்கம் அமைத்தனர். தவிர, காவல் துறையினரும், தபால்காரர்களும் கூட சங்கத்தைத் தோற்றுவிக்க இந்தச் சங்கம் வித்திட்டது.

பின்னி நிர்வாகமும் பல்வேறு சூழ்ச்சி வேலைகளில் ஈடுபட்டது. எல்லா எதிர்ப்புகளையும் தங்கள் கரங்களால் தொழிலாளர்கள் தவிடுபொடியாக்கினர்.

சரி. சுதந்திரத்திற்குப் பிறகு பின்னி மில்லும், தொழிலாளர்கள் நிலையும் என்னானது?

இதைப்பற்றி பி அண்ட் சி மில்லின் அலுவலர் சங்கத்தின் பொதுச் செயலாளர் ஸ்ரீராமலு விரிவாகவே பேசினார்.

“ஆசியாவிலேயே மிகப் பெரிய காம்போசிட் மில்லுனு இதைச் சொல்வோம். அதாவது, கச்சாப் பொருளா பஞ்சு உள்ளே வரும். வெளியே துணியா மார்க்கெட்டுக்குப் போகும். அந்தளவுக்கு எல்லா வசதிகளும், தொழில்நுட்பங்களும் கொண்ட மில் இது.

மொத்தம் 228 ஏக்கர் கொண்டது. தொழிலாளர்களுக்கான கோர்ட்டர்ஸ், அதிகாரிகளுக்கான பங்களாகள்னு தனியா இருந்துச்சு. சுதந்திரத்திற்குப் பிறகும் பிரிட்டிஷ்காரங்கதான் இதை நிர்வாகம் பண்ணினாங்க.

1962ம் வருஷம் பின்னி அண்ட் கோவைச் சேர்ந்த எல்லா நிறுவனங்களையும் ஒண்ணா இணைச்சு, ‘பின்னி லிமிடெட்’னு ஒரே நிர்வாகமாகப் பெயர் மாத்தினாங்க. இந்நேரம், வெளிநாட்டு முதலீடு 50 சதவீதத்துக்கு மேல் இருக்கக் கூடாதுனு ஒரு விதி வந்தது.

‘ஏற்கனவே சுதந்திரம் கொடுத்தாச்சு. இனிமே நாம இங்க இருக்க வேண்டாம்’னு பிரிட்டிஷ்காரங்க நினைச்சாங்களோ என்னவோ? நிறுவனத்தை அரசு கையில கொடுக்கணும்னு முடிவெடுத்தாங்க.

அதனால, இதிலுள்ள பங்குகள் எல்லாத்தையும் அரசின் கீழ் இருக்குற ஸ்டேட் பேங்கிடம் கொடுத்தாங்க. அரசின் மேற் பார்வையில, ஸ்டேட் பேங்க் அதிகாரிகளின் கட்டுப்பாட்டுல இந்த மில் செயல்பட்டுச்சு. அதாவது, அரசு நியமிக்கும் நிர்வாகி யும், வங்கியின் நிர்வாகிகளும் இணைஞ்சு மில்லை நடத்தினாங்க.

ஏறக்குறைய, மொத்த பின்னி லிமிடெட்லயும் அன்னைக்கு 45 ஆயிரம் நேரடித் தொழிலாளர்கள் பணியாற்றினாங்க. இந்த பி அண்ட் சி மில்ல மட்டும் 16 ஆயிரம் நேரடித் தொழிலாளர் கள். வடசென்னையின் பொருளாதாரமே இதையொட்டி அமைஞ்சிருந்தது.

ஆனா, ஆரம்பத்துல ஆங்கிலேயர்கள்கிட்ட இருந்தது மாதிரி நிர்வாகம் சரியா நடக்கல. இதற்கு, அரசு ஒரு பாலிசி வச்சிருந் தது. அதாவது, நலிவடையும் ஒரு நிறுவனத்தை வளமான நிறுவ னத்தின் மேற்பார்வையில் நடத்த வைப்பது. இதனால, 1974ல் கோயமுத்தூரைச் சேர்ந்த லட்சுமி மில்லின் கட்டுப்பாட்டிற்குள் பி அண்ட் சி மில் போச்சு.

அவங்க பல்வேறு நடவடிக்கைகள் எடுத்தாங்க. அந்நேரம் மெட்ராஸ்ல ஒரு வெள்ளம் வந்தது. ஆறு மாதம் மில் மூடவேண்டிய நிலை. இதுக்குப்பிறகு, லட்சுமி மில்லும் விலகிடுச்சு.

உடனே, தமிழக அரசு மில்லைத் திறக்க ஒரு நிதி கொடுத்தது. பின்னர், அன்றைய தொழிலாளர் துறைச் செயலாளர் பத்மநாபனை நிர்வாக இயக்குநராகக் கொண்டு மில் செயல்பட தொடங்குச்சு.

பிறகு, 1980ல் மீண்டும் மில்லை மூடவேண்டிய நிலை. இதுக்கு, அரசு தரப்பில் பொருளாதார நிலையைக் கருத்தில்கொண்டு தொழிலாளர்களைக் குறைக்கணும்னு காரணம் சொல்ல, பலத்த

எதிர்ப்பு கிளம்புச்சு. மாநில எம்.பிக்கள் எல்லோரும் சேர்ந்து மத்திய அரசை வலியுறுத்தி மில்லைத் திறக்க வச்சாங்க.

அதன் பின்பும் மில் நவீனமா மாறல. மறுபடியும், 1984ல் பதினோரு மாதம் மூடினாங்க. இப்பவும், பொருளாதார நிலையைக் காரணம் காட்டி, தொழிலாளர்களைக் குறைக்கணும்னு சொன்னாங்க. ஏற்கனவே 1980கள்ல குறைச்சதுக்குப் பிறகு இப்ப மேலும் ஆள் குறைப்பு செய்தாங்க. இதனால, மில் எட்டாயிரம் தொழிலாளர்களாக சுருங்கிடுச்சு.

1974ல் வெள்ளம் வந்தப்ப மட்டும் எங்களுக்கு 50 சதவீதம் ஊதியம் கிடைச்சது. அப்புறம், மூடினப்ப எல்லாம் எந்த ஊதியமும் கொடுக்கல. இதே மாதிரி பெங்களூர், மீனம்பாக்கம் மில்களிலும் நடந்தது.

திரு.வி.க

வாடியா

ஸ்ரீராமலு

இதனால, அன்றைய கம்யூனிஸ்ட் தலைவர் பி.ராமமூர்த்தி தலைமையில நாங்க எல்லோரும் பிரதமர் இந்திராகாந்தியைச் சந்திச்சு நிலைமையை அவங்ககிட்ட விவரிச்சோம். 'இதை அரசு எடுத்து நடத்தணும். அதுக்கு இழப்பீடு கொடுக்கணுமேனு யோசிக்க வேண்டியதில்ல. ஏன்னா, எல்லா பங்குகளுமே ஸ்டேட் பேங்கிடம்தான் இருக்கு. அவசரச் சட்டம் போட்டா போதும்'னு ராமமூர்த்தி சொன்னார்.

அவங்க, 'நாடாளுமன்றம் நடந்திட்டு இருக்குறப்ப அவசரச் சட்டம் போட முடியாது. முடிஞ்சதும் சட்டம் போட்டுடலாம்'னு சொன்னதுடன், மத்திய வர்த்தகம் மற்றும் டெக்ஸ்டைல் துறைச் செயலாளர் ராமகிருஷ்ணனை பின்னிக்கு இயக்குநராகவும் போட்டாங்க.

ஆனா, பிரதமர் இந்திராகாந்தியின் மரணத்திற்குப் பிறகு எல்லாம் மாறிடுச்சு. அடுத்து வந்த ராஜீவ்காந்தி, ஹடா என்கிற கல்கத்தா நிறுவனத்திற்கு ஸ்டேட் பேங்கிடம் இருந்து பங்குகளை வாங்கிக் கொடுத்தார். அவங்க கட்டுப்பாட்டுல இந்நிறுவனம் வந்துச்சு. அவங்களும் தாக்குப் பிடிக்க முடியாம வந்தவுடனே போயிட்டாங்க.

1986ம் வருடம், தமிழக முதல்வர் எம்ஜிஆர் மூலம் உடையார் குரூப் இந்நிறுவனத்தின் எல்லா பங்குகளையும் ஆறு கோடி ரூபாய்க்கு வாங்கியது. அவங்களுக்கு டெக்ஸ்டைல் துறைல அனுபவம் கிடையாது. அவங்க நோக்கம்

எல்லாம் ரியல் எஸ்டேட்டா இருந்துச்சு.

இங்க வந்ததும், 'தண்ணீர் பிரச்னையா இருக்கு; நிலக்கரி கிடைக்கல'னு பொய்யான காரணங்களைச் சொல்லி யூனிட்டை புவனகிரிக்கு மாத்தப் போறோம்னு சொன்னாங்க. அங்க எங்களுக்கு அபரிமிதமா, 'காஸ்' கிடைக்கும்ன்னாங்க.

அப்புறம், மில்லின் சைஸை சுருக்கி, கிரே துணியா வாங்கி ப்ராசஸ் பண்ணி அனுப்பறத் திட்டத்தையும் முன்வைச்சாங்க. இதனால, ஆயிரக்கணக்கான தொழிலாளர்கள் வேலையிழப்பாங்கனு சொன்னோம். யூனியன் எதிர்த்துச்சு.

இதுல கவனிக்க வேண்டியது, நாங்க எந்த இடத்திலும் போராட்டம் நடத்தவே இல்ல. எதிர்ப்பை மட்டுமே தெரிவிச்சோம். இதை வச்சு 91ம் வருடம் மறுபடியும் மூடிட்டாங்க. எல்லாமே சட்ட விரோதமா செய்தாங்க.

1992ல் அன்றைய முதல்வர் ஜெயலலிதா புவனகிரி போற நடவடிக்கையைத் தடுத்து மில்லை திறந்தார். ஆனா, மில்லின் பெரும் பகுதி செயல்பாட்டைக் குறைச்சாங்க.

பிறகு, 1994ல் BIFR எனப்படும் தொழிற்சாலை மற்றும் நிதி மறுசீரமைப்புக்கான வாரியத்திற்கு, 'இந்த மில் மோசமாகிடுச்சு'னு கொண்டு போனாங்க. நாங்க எதிர்த்து சட்டப் போராட்டம் நடத்தினோம். பிரச்னை அதிகரிச்சதால நிறைய தொழிலாளர்கள் வி.எஸ்.எஸ்ல (Voluntary Separation Scheme) போயிட்டாங்க. 5 ஆயிரம் பேர்தான் இருந்தோம்.

இதேமாதிரி மற்ற பின்னி நிறுவனங்களிலும் நடந்தது. 1996ம் வருடம் ஜூன் மாதம் வெயில் காலத்தில் மெட்ராஸில் ஒரு வெள்ளம் ஏற்பட மில் மூடப்பட்டுச்சு. அப்ப, கலைஞர் முதல்வராகி ஆட்சிக்கு வந்தார். அவர் மில்லை குறிப்பிட்ட தேதியில திறக்கணும்னு அறிவிச்சார். அந்த அறிவிப்பை எதிர்த்துக் கோர்ட்டுக்குப் போனாங்க. இந்நேரம், அவர் சட்டசபையில 110 விதியின் கீழ் மில்லை அரசு ஏற்று நடத்தும்னு அறிவிச்சார். சில காரணங்களால அதுவும் நடக்காம போயிடுச்சு.

பிறகு, 1998ம் வருடம் முதலமைச்சர் முன்னிலையில் ஒரு குறிப்பிட்ட தேதியில் மில்லைத் திறக்கவும், ஆயிரம் பேரைக் கொண்டு மில்லை நடத்தவும் ஒப்பந்தம் போட்டாங்க. மிச்சம் இருக்குற தொழிலாளர்களுக்கு வி.ஆர்.எஸ் கொடுத்து பணத்தை வழங்கணும்னு சொன்னாங்க.

தொழிலாளர்கள் நம்பிக்கையிழந்து ஏறக்குறைய 87 பேர் தவிர மற்ற எல்லோருமே வி.ஆர்.எஸ். வாங்கினாங்க. ஆனா, ஒப்பந்தப்படி கிரஜூவிட்டி, பி.எஃப்னு எந்தத் தொகையும் கிடைக்கல. 1996க்குப் பிறகு மில்லும் திறக்கப்படவே இல்ல. 2003ம் வருடம் வழக்கு ஐகோர்ட்டிற்கு வந்தது.

BIFR வாரியத் திட்டத்தின்படி தொழிலாளர்களுக்குச் சேர வேண்டிய பணத்தைக் கொடுக்கணும்னு தீர்ப்புல சொல்லப் பட்டது. பிறகே, எல்லோருக்கும் பணம் வந்து சேர்ந்தது. இதில், கோர்ட்டர்ஸில் வசித்த தொழிலாளர்களுக்கு நிலம் வேணும்னு ஏற்கனேவே முறையிட்டு இருந்தோம். பெங்களூர் மில் தொழி லாளர்களுக்கு இதுபோல நிலம் கொடுத்து இருந்தாங்க. அதைக் காரணம் காட்டிக் கேட்டோம். சுமார், 244 பேர் அடையாளம் காணப்பட்டு அவங்களுக்கு பெரம்பூர் மேட்டுப்பாளையத்தில் இருந்த வில்லேஜில் ஆயிரம் ரூபாய்க்கு 500 சதுர அடி கொடுத்தாங்க.

தவிர, *BIFR* வாரியத் திட்டத்தில் இந்த மில்லைக் காஞ்சிபுரம் மாவட்டம் சிங்கபெருமாள்கோவிலில் தொடங்கி ஆயிரம் பேருக்கு வேலை வழங்கணும்னு சொல்லியிருந்தது. ஆனா, மில்லை தொடங் காமல் சொத்துகளை விற்க ஆரம்பிச்சாங்க. உடனே, *BIFR* வாரியத் திடமே முறையிட்டோம். வாரியமும் சொத்தை விற்கக்கூடாதுனு சொன்னது.

*BIFR*ன் இந்த முடிவை எதிர்த்து ஐகோர்ட்டுக்குப் போய் தடை வாங்கினாங்க. இந்நேரம், மத்திய அரசு *BIFR* உள்ளிட்ட சில வாரியங்களை இணைச்சு என்.சி.எல்.டினு சொல்லப்படுற தேசிய கம்பெனி சட்ட தீர்ப்பாயம் உருவாக்கிட்டாங்க. அதனால, இதில் புதிதாக முறையீடு செய்யணும்னு சொல்லிட்டாங்க. வழக்கு நடந்திட்டு இருக்கு.

இப்ப பழைய தொழிலாளர்கள் நான்கைந்து பேர்தான் மில்லில் செக்யூரிட்டி உள்ளிட்ட பணிகள்ல இருக்காங்க. இந்த மில்லும் ரியல் எஸ்டேட் வழியா குடியிருப்புகளா மாறிட்டு வர்றதைப் பார்க்க ரொம்ப வேதனையா இருக்கு.

இப்ப எங்கப் போராட்டமே சிங்கபெருமாள்கோவில்ல 50 ஏக்கர்ல ஆயிரம் தொழிலாளர்களுடன் மில் நடத்தணும் என்பது தான்...” என்கிறார் ஸ்ரீராமலு!

* * *

மயிலாப்பூரும் கபாலீஸ்வரரும்

இன்றைய சென்னையின் பழம்பெரும் நகர் மயிலாப்பூர். ஏனெனில், இரண்டாயிரம் ஆண்டுகளுக்கு முன்பே இவ்வூர் துறைமுக நகராக விளங்கியதாகப் பல்வேறு குறிப்புகள் காணப்படுகின்றன.

கிபி 2ம் நூற்றாண்டில் தென்னிந்தியா பக்கம் பயணமான கிரேக்க புவியியலாளர் தாலமி, 'மல்லிஅர்பா' துறைமுகம் என மயிலாப்பூரை அடையாளப்படுத்தி எழுதியுள்ளார். ஆனால், இதற்கு முன்பே கி.பி 52ம் வருடம் இயேசுவின் முதன்மை சீடர்களில் ஒருவரான புனித தோமையார் இங்கே வந்ததாகக் குறிப்புகளில் சொல்லப்படுகின்றது. அவரின் கல்லறை மீது எழுப்பப்பட்டுள்ளதே சாந்தோம் சர்ச்!

இதில், சாந்தோம் என்கிற பெயரைச் சூட்டியவர்கள் போர்த்துக் கீசியர்கள். 16ம் நூற்றாண்டில் வந்த அவர்கள் இங்கே ஒரு கோட்டை கட்டி ஆண்டனர். ஆரம்பத்தில் பல்லவர்களின் துறைமுக நகராக விளங்கிய மயிலாப்பூரை பின்னர் சோழர்களும், பாண்டியர்களும், விஜயநகரப் பேரரசும் ஆண்டனர்.

இந்தத் தகவல்கள் எல்லாம் இன்று கபாலீஸ்வரர் கோயிலில் உள்ள கல்வெட்டுகளில் இருந்து தெரியவருகின்றன. இதை ஆய்வு செய்து, 'சென்னை மாநகர்க் கல்வெட்டுகள்' என்ற நூலில்

பதிப்பித்துள்ளார் முனைவர் இரா.நாகசாமி.

சரி, மயிலாப்பூர் என்கிற பெயர் எப்படி வந்தது?

புராணம் சொல்லும் கதையை நம்மிடம் விவரித்தார் 'செல்வத் திருமயிலை' என்ற நூல் எழுதியவரும், தமிழகக் கோயில்கள் பற்றி ஆய்வு செய்து வருபவருமான பூசை.ச.ஆட்சிலிங்கம்.

"ஒரு சமயம் சிவபெருமானிடம் வேத சிவாகமங்களின் பொருளை விளக்கும்படி பார்வதி கேட்டார். கயிலை மயிலைச் சாரலில் உள்ள பூஞ்சோலையில் அன்னைக்கு விளக்கும் போது, அவர் அதைக் கேட்காமல் அங்கு ஆடிக்கொண்டிருந்த மயில்களின் அழகை ரசித்தார். இதனால், கோபம்கொண்ட பெருமான் 'மயிலாகக் கடவாய்' எனச் சபித்தார். பின்னர், கோபம் தணிந்து 'உருத்திர சோலையில் மயில் வடிவில் என்னை பூசிப்பாய்' என்றார்.

அன்னையும் இங்கே புன்னை வனத்தடியில் மயில் வடிவில் பெருமானைப் பூசித்து அருள்பெற்றார். இன்றும் கபாலீஸ்வரர் கோயிலில் அந்தப் பழமையான புன்னை மரத்தினடியில் உள்ள சிறுகோயிலில் இந்தக் காட்சியைக் காணலாம். வருடந்தோறும் பங்குனி மாதத்தில் இதை ஒரு விழாவாகக் கொண்டாடி வருகிறார்கள். இதனாலேயே இத்தலம் மயிலாப்பூர் எனப் பெயர் பெற்றது.

இங்கே உருத்திர சோலை உருவானதிலும் ஒரு புராணக் கதை உள்ளது. அதாவது, உலகை வழிநடத்தவும், காக்கவும் சிவபெருமான் நூறு உருத்திரர்களைப் படைத்தார். இந்த உருத்திரர்கள் திசைக்கு பத்து பேராகக் காவல்புரிந்தனர்.

கிழக்குத் திசையில் காவல்புரியும் குழுத் தலைவனின் பெயர் கபாலீசன் என்பதாகும். அவர், தனது தலைவனான சிவபெருமானுக்கு இந்தச் சோலையில் லிங்கம் அமைத்து வழிபட்டார். அதனாலேயே இங்குள்ள இறைவன் பெயர் கபாலீஸ்வரர் என்றானது.

ஞானசம்பந்தரும் தன் முதற்பாடலில் 'உருத்திரப் பல்கணத் தார்க்கு அட்டிட்டல் காணாதே போதியோ பூம்பாவை' என்கிறார். இதன்மூலம் உருத்திரர்கள் வழிபட்டதை அறிய முடிகிறது. ஆக, முதலில் கபாலீஸ்வரர் வந்தபிறகே அன்னை கற்பகாம்பாள் வந்து சேர்ந்தார்..." என்றார் அவர்.

கிபி 7ம் நூற்றாண்டில் திருஞானசம்பந்தர் மயிலாப்பூரில் பாடிய பூம்பாவை பதிகத்தில்,

"ஊர்திரை வேலை யுலாவு முயர் மயிலைக்
கூர்தரு வேல்வல்லார் கொற்றங்கொள் சேரிதனில்
கார்தரு சோலைக் கபாலீச் சரமமர்ந்தான்
ஆதிரைநாள் காணாதே போதியோ பூம்பாவாய்"

– என்கிற பாடல் மூலம் கோயிலும், ஊரும் எப்படி இருந்தன என்பதை அறியலாம்.

அதாவது, கடல் அலைகள் எல்லாம் கிட்டக்கிட்ட வந்து போவ தாகவும், அங்கிருந்த நெய்தல் நில மக்கள் கூர்வேலால் மீன்களைக் குத்திப் பிடித்ததாகவும், வெயிலே வராத மரங்கள் சூழ்ந்த சோலை களில் கபாலீச்சரம் கோயில் இருந்ததாகவும், அங்கே திருவாதிரை நாளில் நடக்கின்ற விழாவை காணாமல் போனாயோ பூம்பாவாய் எனக் கேட்பதாகவும் பாடல் சொல்கிறது.

சம்பந்தர் வந்த செய்தியை சேக்கிழாரும் பெரியபுராணம் வழியே உறுதிப்படுத்துகிறார். சிவநேசன் என்கிற வணிகரின் மகளே பூம்பாவை. இந்த வணிகர் தனது மகளை ஞானசம்பந்தரின் மீதான பற்றால் அவருக்கு மணமுடிக்க நினைக்கிறார்.

இந்நிலையில், பூஜைக்கு மலர் பறிக்கும் போது நாகம் தீண்டி பூம்பாவை இறந்துவிடுகிறாள். அவளின் சாம்பலையும், எலும்பை யும் பத்திரப்படுத்தி சம்பந்தரின் வருகைக்காகக் காத்திருக்கிறார் சிவநேசன். இந்நேரம், சம்பந்தர் திருவொற்றியூருக்கு வருகை தரும் செய்தி கிடைக்க அவரை தன்வீட்டிற்கு அழைக்கிறார். பூம்பாவை இறந்த செய்தி சம்பந்தருக்கு தெரிய, சாம்பலை வைத்து தேவாரம் பாடினார். உடனே, பூம்பாவை உயிர்பெற்று எழுந்து வந்தார். அதுவே, பூம்பாவைப் பதிகம். இன்றும் கபாலீஸ்வரர் கோயிலில் பூம்பாவையும், சம்பந்தரும் இருக்கும் சன்னதி உள்ளது.

சம்பந்தரின் பூம்பாவைப் பதிகம் வழியாக இன்னொரு செய்தியும் நமக்குக் கிடைக்கிறது. அது, ஆரம்பத்தில் கபாலீஸ்வரர் கோயில் கடலின் அருகே இருந்தது என்பதே!

பின்னர், 15ம் நூற்றாண்டில் ஏற்பட்ட ஆழிப்பேரலையில் இந்தக் கோயில் அழிந்துவிட்டதாகச் சொல்லப்படுகிறது. அதனால், இப்போதைய கபாலீஸ்வரர் கோயில் எப்போது கட்டப்பட்டது என்கிற விவரம் இல்லை. முந்நூறு வருடங்களுக்கு முன்பு விஜயநகரப் பேரரசால் கட்டப்பட்டிருக்கலாம் என்கின்றனர் ஆய்வாளர்கள்.

திருவள்ளுவர் கோயில்...

- கபாலீஸ்வரர் கோயிலைச் சுற்றி வெள்ளீசுவரர், காரணீசுவரர், விருபாட்சீசுவரர், மல்லீசுவரர், வாலீசுவரர் எனப் பல்வேறு சிவன் கோயில்கள் உள்ளன. எல்லாமே நூற்றாண்டுகள் கடந்தவை. தவிர, மாதவப் பெருமாள், கேசவப்பெருமாள் கோயில்களும் நூற்றாண்டுகள் கடந்தவையே!
- இதேபோல் திருவள்ளுவருக்கென ஓர் ஆலயம் முண்டகக்கண்ணி அம்மன் கோயில் அருகே உள்ளது. கி.மு முதலாம் நூற்றாண்டில் மயிலாப்பூரில் வள்ளுவர் பிறந்தார் என்பதால் இங்கு கோயில் கட்டப்பட்டுள்ளது.

நெடுங்காலமாக இங்கே சைவமும் வைணவமும் சமணமும் தழைத்தோங்கி இருந்து வருகின்றன. சமணத் தீர்த்தங்கரரான நேமிநாதருக்கு கடற்கரையோரத்தில் பெரிய ஆலயம் இருந்துள்ளது. பேரலையில் கடல் அருகே வந்துவிட்டதால் சமணர்கள் இதிலிருந்த சிலையை செஞ்சி அருகே மேல்சித்தாமூரில் வைத்துள்ளனர். இங்கிருந்த தருமதேவியின் சிலை வந்தவாசி அருகே இளங்காடு என்ற ஊரில் இப்போதும் இருக்கிறது. இதை, 'மயிலை நேமிநாதர் பதிகம்' என்ற நூல் தெரிவிக்கிறது.

16ம் நூற்றாண்டின் பிற்பகுதியில் கோட்டை கட்டிய போர்த்துக்கீசியர்கள், கடல்வழி வணிகத்தில் திளைத்தனர். ஆனால், இதற்கு முன்பே 1516ம் வருடம் லஸ் சர்ச்சை உருவாக்கியதன் மூலம் போர்த்துகீசியர்கள் இங்கே வந்தது தெரிகிறது.

லஸ் என்றால் போர்த்துகீசிய மொழியில் 'ஒளி' என்று அர்த்தம். போர்த்துக்கீசிய வணிகர்கள் சிலர் கடல் வழியாக வந்தபோது புயலால் சிக்கித் தவித்தனர் என்றும், அப்போது அவர்கள் அன்னை மரியாவை வணங்கியதும் ஒரு ஒளி அவர்களுக்கு வழிகாட்டி ஓர் இடத்தில் மறைந்தது என்றும், மறைந்த இடத்தில் இந்த ஆலயம் எழுப்பப்பட்டதாகவும் சொல்லப்படுகிறது.

பின்னர், 17ம் நூற்றாண்டில் போர்த்துக்கீசியர்கள் படிப்படியாக தங்கள் செல்வாக்கை இழந்தனர். கோல்கொண்டா அரசால் சாந்தோம் கைப்பற்றப்பட்டது. தொடர்ந்து 1672ல் பிரஞ்சுக் காரர்களுக்கும், கோல்கொண்டா அரசுக்கும் போர் ஏற்பட்டது. அப்போது பிரஞ்சுப் படையின் ஒருபகுதி கபாலீஸ்வரர் கோயிலில் மறைந்திருந்து போரிட்டதென 'Vestiges of Old Madras' நூலில் கர்னல் லவ் சொல்கிறார். இரண்டாண்டுகள் பிரஞ்சுக்காரர்கள் சாந்தோமை ஆண்டனர்.

பின்னர், சாந்தோம் பிரஞ்சுக்காரர்களிடமிருந்து டச்சுக் காரர்கள் வசமாகி, கோல்கொண்டா அரசிடம் சென்று, நிறைவில் ஆங்கிலேயரிடம் வந்து சேர ஒரு நூற்றாண்டானது.

தல புராணம்

சில அடையாளங்கள்...

- மயிலாப்பூரின் மற்றொரு அடையாளம் நாகேஸ்வர ராவ் பூங்கா. இந்தப் பூங்கா ஒரு காலத்தில் 'ஆறாத குட்டை' என்ற பெயரில் ஏரியாக இருந்தது. 1940ல் பூங்காவாக மாறியது. சுதந்திரப் போராட்ட வீரரும், பத்திரிகையாளருமான நாகேஸ்வர ராவ் பந்தலுவின் பெயர் இப்பூங்காவிற்கு சூட்டப்பட்டது. இவர், இதனருகில் வலி நிவாரணியான அமிர்தாஞ்சன் நிறுவனத்தை 1893ம் வருடம் தொடங்கி நடத்திவந்தார்.
- 1885ல் கிருஷ்ணசாமி செட்டியாரால் தொடங்கப்பட்டது டப்பா செட்டிக் கடை. மூலிகை மருந்துகளை டப்பாகளில் தருவதால் டப்பா செட்டிக்கடை எனப் பெயர் பெற்றது. 1905ம் வருடம் வெங்கடரமணா ஆயுர்வேதக் கல்லூரி மற்றும் மருத்துவமனை தொடங்கப்பட்டதும் டப்பா செட்டிக் கடையின் வியாபாரம் வேகமாக வளர்ந்தது.
- மயிலாப்பூர் சமஸ்கிருதக் கல்லூரி 1906ம் வருடம் முதல் செயல்படத் தொடங்கியது. இது, மெட்ராஸ் உயர்நீதிமன்ற நீதிபதியாக இருந்த வி.கிருஷ்ணசாமி ஐயரால் தோற்றுவிக்கப்பட்டது. இவரே வெங்கடரமணா ஆயுர்வேதக் கல்லூரியையும் மருத்துவமனையையும் தோற்றுவித்தவர்.

தொடர்ந்து 18ம் நூற்றாண்டில் கர்நாடக நவாப் பெரிய குளத்துக்கான நிலத்தை அளித்தார். முஹரம் அன்று இந்தக் குளத்தை முஸ்லிம்கள் உபயோகிக்க அனுமதி அளிக்கப்பட்டது. முஸ்லிம்கள் முன்னாளில் தமது பாஞ்சாக்களை இந்தக் குளத்தில் நனைத்தனர். சமீபகாலத்தில் குளத்தில் நீர் இல்லாததால் இந்தச் சம்பிரதாயம் மறைந்துவிட்டது.

சுமார் 120 அடி உயர கபாலீஸ்வரர் கோயில் கோபுரம் 1906ம் வருட வாக்கில் கட்டப்பட்டது. ஆன்மிகத்திற்கு மட்டுமல்ல, அரசியலுக்கும் மயிலாப்பூர் பெருமை சேர்த்தது. ஆம். இந்திய தேசிய காங்கிரஸுக்கான விதை தூவப்பட்டது இங்கேதான்!

"வடக்கு மாடவீதியும், மேற்கு மாடவீதியும் சந்திக்கும் இடத்தில் இந்த வீடு (இன்று அபார்ட்மென்ட்டாக மாறிவிட்டது) அமைந்திருக்கிறது. இந்தூர் சமஸ்தானத்தின் திவானாக இருந்த ரகுராதராவுடைய இந்த வீட்டில்தான் இந்தியாவின் எல்லா பெரிய நகரங்களிலும் இருந்து கூடிய பதினேழு பேர் அரசியல் தீர்வுகளுக்காக ஒரு தேசிய இயக்கத்தை உருவாக்க வேண்டும் என்று நிச்சயித்தனர்.

இந்தச் சந்திப்பின்போது உருவாகிய கருதான் பின்பு இந்திய தேசிய காங்கிரஸாக மாறியது..." என 'சென்னை மறுகண்டுபிடிப்பு' நூலில் சொல்கிறார் எஸ்.முத்தையா!

* * *

திருவல்லிக்கேணியும் பார்த்தசாரதி கோயிலும்

"திருவல்லிக்கேணியில் வசித்த ஒருவன் வேறு வீடு போக வேண்டும் என்றாலும் திரும்பத் திரும்பத் திருவல்லிக்கேணிக்கே வந்துவிடுவான். அவனுக்கு இந்த உலகத்திலேயே வேறெந்த இடமும் மனதுக்குகந்ததாக இருக்காது. அப்படி என்ன இந்த திருவல்லிக் கேணி சந்துகளில் சொக்குப்பொடி இருக்கிறது?"

- திருவல்லிக்கேணி பற்றி 'ஒரு பார்வையில் சென்னை நகரம்' எனும் நூலில் இப்படி வேடிக்கையாக எழுதுகிறார் எழுத்தாளர் அசோகமித்திரன்.

உண்மையில், அங்கு வசிப்பவர்களுக்கு மட்டுமல்ல, வெளியூர்களில் இருந்து வந்து அங்குள்ள மேன்ஷன்களில் தங்கி வேலை தேடும் இளைஞர்களோ, படிக்கும் கல்லூரி மாணவர்களோ கூட அங்கிருந்து நகரமாட்டார்கள்.

உணவில் தொடங்கி போக்குவரத்து வரை சகல வசதிகளும் நிறைந்த ஓர் இடம் என்பதால்! அதனால்தானோ என்னவோ மகாகவி பாரதியும் திருவல்லிக்கேணியில் தன் வாழ்க்கையைக் கழித்துள்ளார்.

திருவல்லிக்கேணி எனப் பெயர் வரக் காரணம் பார்த்தசாரதி கோயில் குளமே! அல்லிப் பூக்களால் நிறைந்த கேணியே (குளம்)

தல புராணம் 225

திருவல்லிக்கேணியானது. ஆனால், ஆங்கிலேயர்களின் நாக்குச் சுழியால் 'டிரிப்ளிகேன்' என்றாகி இன்று அநேக சென்னைவாசிகள் அழைக்கும் பெயராகிப் போனது.

அந்தக்காலத்தில் மயிலாப்பூரின் புறநகர்க் கிராமமாக இருந்த திருவல்லிக்கேணி. 'மயிலை திருவல்லிக்கேணி' என்றே அழைக்கப்பட்டிருக்கிறது. ஆங்கிலேயர்கள் வந்தபிறகு வளர்ச்சி கண்டு தனித்துவமிக்க ஊராக மிளிர்ந்தது. திருவல்லிக்கேணி அருகே 'கூவம் நதி' ஓடியதால் அந்நதி திருவல்லிக்கேணி நதி என்றும் அழைக்கப்பட்டது.

இங்குள்ள பார்த்தசாரதி கோயில், சுமார் இரண்டாயிரம் ஆண்டுகள் பழமை வாய்ந்தது. 108 திவ்ய தேசங்களில் 61ஆவதாகக் கருதப்படும் இக்கோயில் ஆழ்வார்களால் பாடல் பெற்ற ஸ்தலம். கோயில் எப்போது கட்டப்பட்டது என்கிற விவரங்கள் சரியாகத் தெரியவில்லை.

ஆனால், பல்லவர் காலக் கல்வெட்டு ஒன்று கோயில் கருவறையின் நுழைவில் உள்ளது. இது கி.பி.808ம் வருடம் தந்தி வர்மன் காலத்தில் கோயிலுக்கு வழங்கப்பட்ட தானத்தைக் குறிக்கிறது. இதனால், கோயில் இதற்கும் முன்பே இருந்துள்ளது தெரிய வருகிறது. ஏனெனில், ஐந்தாம் நூற்றாண்டில் வாழ்ந்த திருமழிசையாழ்வாரும், பேயாழ்வாரும், பின்னர் வந்த திருமங்கையாழ்வாரும், 'திருவல்லிக்கேணி கண்டேன்' என பார்த்தனைப் போற்றி பரவசமாகப் பாடியுள்ளனர்.

"கோயில் எட்டாம் நூற்றாண்டில் கட்டப்பட்டிருக்கலாம். அப்போது ஆட்சி செய்த இரண்டாம் நந்திவர்மன் எனப்படும் பல்லவ மல்லன் தீவிர வைஷ்ணவன். அவனே கோயிலுக்கான இடத்தை அளித்ததாகத் தந்திவர்மன் காலத்துக் கல்வெட்டில் காணப்படுகிறது. திருமங்கையாழ்வாரும் இக்கோயில் பல்லவர் காலத்தில் கட்டப்பட்டது எனப் புகழாரம் செய்கிறார். இதன் மூலமும் பல்லவ மல்லனே பார்த்தசாரதி கோயிலைக் கட்டியிருக்க வேண்டுமெனச் சொல்லலாம்..." என 1939ல் வெளியான *'The Madras Tercentenary Commemoration Volume'* நூலில் அன்றைய மெட்ராஸ் பல்கலைக்கழகப் பேராசிரியர் வி.ஆர்.ராமச்சந்திர தீட்சிதர் குறிப்பிட்டுள்ளார்.

இங்கே பெருமாள் காட்சி கொடுத்த கதையும் தனி வரலாறாகக் குறிப்பிடப்படுகிறது. "பெருமாளின் மீது பக்தி கொண்ட சுமதி எனும் மன்னனுக்கு குருக்ஷேத்ரப் போரில் தேரோட்டியாக இருந்த கண்ணனை தரிசனம் செய்ய ஆசை ஏற்பட்டது. இதனை பெருமாளிடம் வேண்ட, அவர் சாரதியாக இங்கே காட்சி கொடுத்தார். பாரதப் போரில், தான் ஆயுதம் ஏந்தமாட்டேன் என்று செய்த சபதத்துக்கு ஏற்ப இத்தலத்தில் சக்கரம் இல்லாமல்

பார்த்தசாரதி கோயில்(1851)

சங்குடன் மட்டுமே காட்சியளிக்கிறார். தேரோட்டிக்கு அழகு கம்பீரமான மீசை. அதனால், இத்தல பெருமாள் மீசையுடன் காணப்படுவது வேறெங்கும் இல்லாத அதிசயக் கோலம்!

மூலவர் வேங்கட கிருஷ்ணர் என்றும், உற்சவர் பார்த்தசாரதி என்றும் அழைக்கப்படுகின்றனர். பாரதப் போரில் பீஷ்மர் எய்த அம்புகளை சாரதியான கண்ணன் தாமே முன்நின்று தாங்கியதால் அவர் முகத்தில் வடுக்கள் ஏற்பட்டன. அதை உற்சவர் முகத்தில் காணலாம். தவிர, அண்ணன் பலராமர், தம்பி சாத்யகி, மகன் பிரத்யும்னன், பேரன் அநிருத்தன் எனக் குடும்ப சகிதமாகக் காட்சியளிப்பதும் இங்கேதான்..." என்கிறது கோயில் தல வரலாறு.

மட்டுமல்ல; வேங்கடகிருஷ்ணருடன், ராமர், ரங்கநாதர், கஜேந்திர வரதர், யோக நரசிம்மர் என ஐந்து மூலவர்களும், கிழக்கு, மேற்கு என இரண்டு வாசல்களும், இரண்டு கொடி மரங்களும் கொண்ட கோயிலாக இருப்பதும் திருவல்லிக்கேணி பார்த்தசாரதி கோயிலின் பெருமைகளில் ஒன்று. வேதவல்லி தாயாருக்கும், ஆண்டாளுக்கும் தனி சன்னதிகள் உள்ளன. இதனால், வருடத்தில் பாதி நாட்கள் இங்கே திருவிழாக்கள் நடக்கின்றன.

பல்லவர் ஆட்சிக்குப் பிறகு, சோழர்களும், பாண்டியர்களும்,

தல புராணம்

> ### சாரதியும் பாரதியும்
> - பாரதியார் திருவல்லிக்கேணியில்தான் பல காலம் வசித்தார். அவர் எழுதிய 'கண்ணன் பாட்டு' பார்த்தசாரதி கோயில் கண்ணனை வைத்தே எழுதியதாகச் சொல்லப்படுகிறது.
> - அவர் தினமும் பார்த்தசாரதி கோயில் யானைக்கு உணவளிப்பாராம். ஒருநாள் அந்த யானை மிதித்துவிட, நோய்வாய்ப்பட்டு, பின்னர் வயிற்றுப் போக்கு கண்டு செப்டம்பர் 12ம் நாள் 1921ம் வருடம் உயிரிழந்தார். திருவல்லிக்கேணியில் அவர் வாழ்ந்த இல்லம் அரசால் பராமரிக்கப்பட்டு வருகிறது.

விஜயநகரப் பேரரசும் திருவல்லிக்கேணியை ஆண்டன. இந்த மன்னர்கள் காலத்தில் கோயிலுக்கு அளிக்கப்பட்ட தானங்கள் பற்றிய செய்திகளும் கோயிலின் கல்வெட்டுகளில் காணப்படு கின்றன. பின்னர், 1564ம் வருடம் ஊரிலிருந்த பக்திமான்கள் ஒன்று சேர்ந்து பிரதான கோயிலைப் பழுதுபார்த்ததுடன் பிரகாரக் கோயில்களையும் கட்டி முடித்தனர்.

ஆங்கிலேயர்கள் இங்கே வந்து செட்டிலானதும் 1658ம் வரு டம் கோல்கொண்டாவிடம் இருந்து ஒப்பந்தம் ஒன்றின் மூலம் திருவல்லிக்கேணி கிராமம் பெறப்பட்டது. சிறிது காலத்திலேயே இந்த ஒப்பந்தத்தை ரத்து செய்துவிட்டது கோல்கொண்டா அரசு. பின்னர், 1672ம் வருடம் ஒரு வருடத்துக்கு 50 பகோடாக்கள் வாடகை என்ற வகையில் கோல்கொண்டா அரசிடமிருந்து மீண்டும் எழுதி வாங்கப்பட்டது.

ஆனால், 1673ம் வருடம் டச்சுக்காரர்கள், முஸ்லிம்களுடன் இணைந்து சாந்தோமை ஆண்ட பிரஞ்சுக்காரர்களுடன் சண்டை யில் ஈடுபட்டனர். அப்போது டச்சுக் கப்பல்கள் திருவல்லிக்கேணி கடற்கரைப் பகுதியில் நின்றன. அதன் துருப்புகள் திருவல்லிக்கேணி கோயிலை ஆக்கிரமித்ததுடன் அங்கிருந்தபடியே தாக்குதல்களும் தொடுத்தன. இதற்குக் கடுமையான எதிர்ப்பு தெரிவித்த பின்னரே 1676ம் வருடம் திருவல்லிக்கேணி முழுவதுமாக கிழக்கிந்தியக் கம்பெனியிடம் வந்தது.

இதன்பின்னர், கம்பெனியின் தலைமை வணிகரான காசி வீரண்ணா என்ற ஹாசன் கானுக்கு திருவல்லிக்கேணி குத்தகைக்கு விடப்பட்டது. அவர் 1680ம் வருடம் இறந்த பிறகு வந்த தலைமை வணி கர் வேங்கடாத்ரியிடம் சென்றது. பின்னர், மீண்டும் கம்பெனியே எடுத்துக் கொண்டது. இதற்கிடையில் திருவல்லிக்கேணியும் பார்த்த சாரதிகோயிலும் யார் வசம் இருக்கவேண்டும் என்ற சச்சரவுகளும் நடந்தபடியேயிருந்தன.

18ம் நூற்றாண்டில் கர்நாடக நவாப் தாவுத் கான் மெட்ராஸுக்கு

தொடர்ந்து கிலி ஏற்படுத்தியபடியே இருந்தார். அவர் சாந்தோம் வந்து முகாம் போடும் போதெல்லாம் திருவல்லிக்கேணியில் இருந்த தோட்ட இல்லங்களுக்கு வந்து சென்றுள்ளார். இதனால், செயின்ட் ஜார்ஜ் கோட்டையின் புறக்காவல் பகுதியாக திருவல்லிக்கேணி இருந்தது. மட்டுமல்ல. பிரிட்டிஷார் திருவல்லிக்கேணி தங்கள் பகுதி என்பதைக் காட்ட குயவர்களுக்கும், நெசவாளர்களுக்கும் முன்பணம் கொடுத்து அங்கே குடியர்மத்திவந்தனர்.

1727ம் வருட மக்கள்தொகை கணக்குப்படி திருவல்லிக்கேணி வாசிகள் பெரும்பாலும் பிராமணர்களாக இருந்தனர். கம்பெனி வணிகர்கள் அவர்களுக்கு வேலைகள் வழங்கி பராமரித்து வந்தனர்.

இங்கே இன்னொரு விஷயத்தையும் குறிப்பிட வேண்டும். அது, பிராமணர்கள் வடகலை, தென்கலை என இருபிரிவுகளாகப் பிரிந்து சண்டையிட்டுக் கொண்டதே! வழிபாட்டு முறைகளிலேயே இந்தச் சிக்கல்கள் எழுந்தன. சமாதானங்கள் மூலமாகவும் ஆணை பிறப்பித்தும் இந்தப் பிரச்னைக்கு அவ்வப்போது முடிவு கண்டது ஆங்கிலேய அரசு.

1746ல் பிரெஞ்சுப்படை மெட்ராஸைக் கைப்பற்றியபோது அதன் துருப்புகள் எல்லாம் பார்த்தசாரதி கோயிலின் கிழக்குப் பகுதியி லேயே முகாமிட்டு இருந்தன. முன்பு டச்சுக்காரர்கள் செய்ததை இப்போது பிரெஞ்சுப்படை செய்தது.

மீண்டும் 1749ம் வருடம் பிரிட்டிஷார் வசம் மெட்ராஸ் வந்ததும் ஆங்கிலேய வணிகர்கள் கூவத்தின் தெற்குப் பக்கமாகத் தங்கள் தோட்ட இல்லங்களைக் கட்டிக் கொண்டனர். இந்தத் தோட்ட இல்லத்தில் ஒன்றுதான் 1753ல் அரசினர் இல்லமாக மாறியது.

இதற்கிடையே ஆற்காடு நவாப் வாலாஜா திருவல்லிக்கேணி

அருகே இருந்த சேப்பாக்கத்தில் குடியேறினார். சேப்பாக்கம் தனித்து வளரத் தொடங்கியது. மட்டுமல்ல; திருவல்லிக்கேணி, ராயப்பேட்டை, சேப்பாக்கம் பகுதிகளில் அதிகளவு உருது முஸ்லிம்கள் குடியேறினர். வாலாஜா 1794ல் திருவல்லிக்கேணி மெயின் ரோட்டில் பெரிய மசூதியைக் கட்டினார்.

19ம் நூற்றாண்டில் வாழ்ந்த பச்சையப்ப முதலியாருக்கும் பார்த்தசாரதி கோயிலுக்கும் கூட ஒரு சம்பந்தம் இருக்கிறது. ஆம். கோயிலின் கிழக்கு நுழைவாயிலின் அருகே உள்ள கல்வெட்டு மூலம் இதை அறிய முடிகிறதென 'சென்னை மாநகர்க் கல்வெட்டுகள்' நூல் குறிப்பிடுகிறது.

அதிலுள்ள செய்தி, தேசாந்திரிகளுக்கு உணவு வழங்குவதற்கும், இந்துப் பிள்ளைகளுக்கு இந்நாட்டு சாத்திரங்களையும் ஆங்கில மொழியையும் கற்பிப்பதற்கும் பச்சையப்ப முதலியார் ஒரு லட்சம் வராகன் பணம் அளித்துள்ளார் என்பதே!

மட்டுமல்ல; திருவல்லிக்கேணிக்கும், அரசியலுக்கும் சம்பந்தம் உள்ளதென 'சென்னை மறுகண்டுபிடிப்பு' நூலில் எஸ்.முத்தையா குறிப்பிடுகிறார். அது, நீதிக்கட்சி திருவல்லிக்கேணியில் தோன்றியது என்பது!

"இங்கு அக்பர் சாகிப் தெருவில் ஒரு பிராமணரல்லாத மாணாக்கர் விடுதி ஏற்படுத்திய டாக்டர் சி.நடேச முதலியார் ஆரம்பித்த சென்னை திராவிடக் கழகம், திராவிட எழுச்சிக்கு வித்திட்டு 1920ல் இந்தியாவிலேயே ஒரு காங்கிரஸ் அல்லாத, அதாவது நீதிக்கட்சியால் முதன்முதலாக ஒரு மாகாணத்தில் அரசாங்கம் அமைக்க முடிந்தது!"

திருவல்லிக்கேணி அருகே வளர்ந்த இன்னொரு பகுதி ஐஸ் ஹவுஸ். அங்கே இருந்த ஐஸ் ஹவுஸ் கட்டடம் விவேகானந்தர் வந்து போனபிறகு விவேகானந்தர் இல்லமாக மாறிவிட்டது.

மட்டுமல்ல; சென்னை மாநிலக் கல்லூரி, சென்னைப் பல்கலைக்கழகம், சேப்பாக்கம் கிரிக்கெட் மைதானம், பழைய புத்தகங்கள் கிடைக்கும் பாரதி சாலை, ஸ்டார் தியேட்டர், கோசா ஆஸ்பத்திரி என இன்னும் எத்தனையோ அடையாளங்கள் இருக்கின்றன திருவல்லிக்கேணிக்கு!

✶ ✶ ✶

ஜார்ஜ் டவுன் கோயில்கள்...

அன்றைய மெட்ராஸ் பட்டணத்தைச் சுற்றி இருந்தது இரண்டே பகுதிகள்தான். ஒன்று பெத்தநாயக்கன்பேட்டை. மற்றொன்று முத்தியால்பேட்டை!

இவை இன்று ஜார்ஜ் டவுன், பார்க் டவுன், பாரிஸ் என்ற பெயர்களில் பரபரப்பான ஏரியாவாக மாறிவிட்டன.

இதில் ஜார்ஜ் டவுன் பெயர், 1911ம் வருடம் ஐந்தாம் ஜார்ஜ மன்னர் இந்தியாவின் பேரரசராக முடிசூடியதன் நினைவாக வைக்கப்பட்டது. பாரிஸ் என்பதற்கு பாரி அண்ட் கோ பீச் ரோட்டில் தங்கள் நிறுவனத்தை நிறுவியதும், பார்க் டவுன் பெயருக்கு சென்ட்ரல் அருகே பீப்பிள்ஸ் பார்க் இருந்ததும் காரணங்கள்.

இந்தப் பகுதிகளில் இருக்கும் கோயில்கள் அனைத்தும் பழமையானவை. குறிப்பாக, சென்னகேசவப் பெருமாள் கோயில், சென்ன மல்லீஸ்வரர் கோயில், ஏகாம்பரேஸ்வரர் கோயில், ஆர்மேனியன் தெருவிலுள்ள கச்சாலீஸ்வரர் கோயில், சைனா பஜாரில் வீற்றிருக்கும் கந்தகோட்டம் முருகன் கோயில் ஆகியவை சுமார் முந்நூறு வருடங்கள் பழமையானவை.

இதேபோல் தம்புச் செட்டித் தெருவிலுள்ள காளிகாம்பாள் கோயிலும் பழமையானதே! ஒவ்வொரு கோயிலுக்குமான சரித்திரம் சுவாரஸ்யம் நிறைந்தது.

சென்னகேசவப் பெருமாள் மற்றும் சென்னமல்லீஸ்வரர் கோயில்:

பட்டணம் கோயில் அல்லது பூக்கடை கோயில் என்றழைக்கப்படும் இவை இரண்டும் இரட்டைக் கோயில்கள். அதாவது,

➘ சென்னகேசவப் பெருமாள் கோயில்

➘ சென்னமல்லீஸ்வரர் கோயில்

சென்னகேசவப் பெருமாள் கோயிலும், சென்னமல்லீஸ்வரர் கோயிலும் ஒன்றாக இணைத்துக் கட்டப்பட்டவை.

இன்று பூக்கடை பஜார் அருகே பிசியான தேவராஜ முதலித் தெருவில் வீற்றிருக்கும் இந்தக் கோயில்களில் ஒன்றான சென்ன கேசவப் பெருமாள் கோயில், தொடக்கத்தில் உயர்நீதிமன்றம் உள்ள இடத்தில் இருந்தது. 1710ம் வருடம் அன்றைய மெட்ராஸ் கவர்னர் தாமஸ் பிட் வெளியிட்ட நகரின் வரைபடத்தில் இதைத் தெளிவாகக் காணலாம். அதில், இந்தக் கோயில், '*Great pagoda*' எனக் குறிப்பிடப்பட்டுள்ளது. அன்று கோயில்கள் பகோடா எனக் குறிப்பிடப்பட்டன. நாணயங்களும் கூட பகோடாக்கள் என்றே அழைக்கப்பட்டன.

பிறகெப்படி சென்னகேசவர் பெத்தநாயக்கன்பேட்டை பகுதிக்குள் வந்தார்?

பிரெஞ்சுக்காரர்களுக்கும், ஆங்கிலேயர்களுக்கும் இடையே நடந்த போரே காரணம். கோட்டையின் அருகிலுள்ள கருப்பர் நகரில்தான் சென்னகேசவப்பெருமாள் கோயில் இருந்தது. இதனாலேயே, கருப்பர் நகர் சென்னப்பட்டணம் என அழைக்கப்பட்டதாகச் சொல்லப்படுகிறது. 1746 முதல் 1749ம் வருடம் வரை மெட்ராஸ் பிரெஞ்சுக்காரர்கள் வசம் இருந்தது. இந்நேரம் பிரெஞ்சுப்படை கருப்பர் நகரில் சில இடங்களை அழித்துவிட்டது. பின்னர், மீண்டும் மெட்ராஸ் ஆங்கிலேயரிடம் வந்ததும் முதல் வேலையாக பாதுகாப்பை பலப்படுத்தினர்.

ராணுவ நடவடிக்கைகளுக்காக கருப்பர் நகரை மொத்தமாக அப்புறப்படுத்தி முத்தியால்பேட்டைக்கும், பெத்தநாயக்கன் பேட்டைக்கும் கொண்டு சென்றனர். இதனால், 1757ம் வருடம் சென்னகேசவப் பெருமாள் கோயில் இடிக்கப்பட்டது. இதற்குக்

பொதுமக்களிடையே பலத்த எதிர்ப்பு கிளம்ப, பிரச்சனை அன்றைய மெட்ராஸ் கவர்னர் பிகாட்டின் துபாஷியாக இருந்த மணலி முத்துக்கிருஷ்ண முதலியார் மூலம் பேசித் தீர்க்கப்பட்ட தெனக் குறிப்புகள் தெரிவிக்கின்றன.

அன்று துபாஷிகள் மிகுந்த செல்வாக்கு மிக்கவர்களாக விளங்கினர். அதனால், இந்தத் தகவல் உண்மையாக இருக்கலாம் தான். ஆனால், ஆங்கிலேயர்களின் பதிவில் எதிர்ப்புகள் பற்றி எந்தப் பதிவுகளும் இல்லை. இந்நேரம், ஆங்கிலேயர்களும் இந்து சமயக் கோயில்களைப் பாதுகாக்கும் முயற்சியில் இருந்தனர். இதனால், 1762ம் வருடம் இடிக்கப்பட்ட கோயிலுக்கு இழப்பீடாக பழைய கோயில் பரப்பிற்குச் சமமாக அரை ஏக்கர் நிலத்தை சைனா பஜார் பகுதியில் தந்தனர். பின்னர், 1777ம் வருடம் கோயில் கட்டுமானப் பணிக்கு 1,173 பகோடாக்களையும் கொடுத்து உதவினர்.

இதேபோல் முத்துக்கிருஷ்ண முதலியார் தன் பங்காக 5,202 பகோடாக்கள் கொடுத்தார். தவிர, மக்களிடம் இருந்து பெறப்பட்ட நன்கொடைகள் என மொத்தம் 15,652 பகோடாக்கள் வசூலானது. இதை வைத்து மீண்டும் கோயிலை பெத்தநாயக்கன்பேட்டையில் கட்டி முடித்தனர். இப்போது சென்னகேசவப் பெருமாள் கோயிலுடன், சைவ வழிபாட்டுப் பக்தர்களுக்காக சென்னமல்லீஸ்வரர் கோயிலும் சேர்த்துக் கட்டப்பட்டது. இந்த இரண்டு கோயில்களையும், '*Town Temple*' என்றே மக்கள் அழைத்தனர்.

கோயிலுக்கு வாடகைகள் மூலமும், ஆங்கிலேய அரசு தந்த ஐநூறு பகோடாக்கள் மூலமும் மற்றும் காளஹஸ்தி ராஜா தந்த நூறு பகோடாக்கள் வழியாகவும் ஆண்டு வருமானமாக 800 பகோடாக்கள் கிடைத்துவந்தன. இதைக் கொண்டு நிர்வாகம் செய்யப்பட்டது.

ஆரம்பத்தில், கோட்டையை ஒட்டியிருந்த கருப்பர் நகரில் கோயில் கட்டியவர் பேரி திம்மண்ணா என்பவர். இந்தப் புதிய கருப்பர் நகரில் கோயிலை முன்நின்று கட்டியவர் மணலி முத்துக்கிருஷ்ண முதலியார். இதனால், இவரே கோயிலின் முதல் காப்பாளராக நியமிக்கப்பட்டார். இவர் 1792ம் வருடம் இறந்தார். இதன் பிறகு, இவரின் வாரிசுகள் கோயிலைப் பாதுகாத்துவந்தனர்.

இந்தத் தகவல்களை எல்லாம் கோயில் நிர்வாக உரிமை யாருக்கு என்பது பற்றி அன்று கோர்ட்டிற்கு வந்த இருவேறு வழக்குகள் மூலம் அறிய முடிகிறது. முதல் வழக்கு 1831ம் வருடம் தொடரப்பட்டது. தொடுத்தவர்கள் மணலி முத்துக்கிருஷ்ண முதலியாரின் மகனும், பேரனும். நிறைவில், மணலி முத்துக்கிருஷ்ண முதலியாரின் பேரன் தான் கோயிலின் காப்பாளர் என்றது கோர்ட்.

பின்னர், 1898ம் வருடம் இன்னொரு வழக்கு வந்தது. இதில், உண்மையான ஆவணங்கள் சில தாக்கல் செய்யப்பட்டன.

அதன்படி, 1646ம் வருடம் நாகபட்டனும் 1648ம் வருடம் பேரி திம்மண்ணாவும் நாராயணப்ப அய்யர் என்பவருக்கு கோயில் நிர்வாகப் பொறுப்பை அளித்துள்ளனர்.

நாகபட்டன் ஆர்மகானில் இருந்து வந்தவர். கிழக்கிந்தியக் கம்பெனியின் துப்பாக்கி வெடிமருந்து தயாரிப்பாளராக இருந்தார். பேரி திம்மண்ணா மெட்ராஸ் நிலத்தைப் பெற ஃபிரான்சிஸ் டேவிற்கு உதவியவர். கம்பெனியின் வணிகராக ஆரம்ப நாட்களில் இருந்தவர்.

இவர்கள் இருவரும் கோயிலுக்கு அறக்கட்டளை ஏற்படுத்தியிருந்தனர். இதில், பேரி திம்மண்ணா பொறுப்பை அய்யருக்கு வழங்கிய போது எழுதிய குறிப்பில், 'நான் சென்னப்பட்டணத்தில் சென்னகேசவப் பெருமாள் கோயிலைக் கட்டியிருக்கிறேன். அதற்காக மானியமும், சிறு நிலமும் கொடுத்ததுடன் மற்ற வசதிகளும் செய்து தந்துள்ளேன். சூரியன் சந்திரன் உள்ளவரை வழிவழியாக கோயிலில் சேவை செய்ய வேண்டும். அப்படி செய்யத் தவறினால் கங்கை நதிக்கரையில் ஒரு கருப்புப் பசுவைக் கொன்றதற்கு இணையான பாவத்தைச் செய்தவர்கள் ஆவர்...' என உள்ளது.

இதேபோல நாகபட்டன் எழுதித் தந்ததிலும் இந்தச் செய்திகள் உள்ளன. ஆனால், அவர் நாராயணப்ப அய்யருக்கு பரிசாக அளிப்பதாக கையெழுத்திட்டுள்ளார். இப்படியாக சென்ன கேசவப் பெருமாள் கோயில் நிர்வாகம் பற்றிய குறிப்புகளை கர்னல் லவ் தன்னுடைய, *'Vestiges of Old Madras'* நூலில் தந்துள்ளார். இன்று இரண்டு கோயில்களும் அரசின் அறநிலையத்துறை கட்டுப்பாட்டில் செயல்பட்டு வருகின்றன.

சென்னகேசவப் பெருமாள் கோயிலின் உற்சவர் சிலையிலும் ஒரு கதை இருக்கிறது. ஹைதர் அலியின் படையெடுப்புக்குப் பயந்து இங்கிருந்த உற்சவர் சிலையை திருநீர்மலைக்குக் கொண்டு சென்றதாகவும், அங்குள்ள உற்சவர் நால்வருடன் ஐந்தாவதாக சென்னகேசவரையும் சேர்த்ததாகவும் சொல்லப்படுகிறது.

இந்தச் சிலையைக் கொண்டு சென்ற பட்டாச்சாரியார் இறந்துவிட, பின்னர் சிலையை எடுத்து வரச் சென்றவர்கள் சென்னகேசவர் சிலை எதுவென அறியமுடியாமல் அங்கிருந்த நரசிம்மர் சென்ன கேசவராக இருக்கலாம் என்று நம்பி எடுத்து வந்து பிரதிஷ்டை செய்ததாகச் சொல்கின்றனர்.

ஏகாம்பரேஸ்வரர் கோயில்

இங்கே தாயார் செங்கமல வல்லிக்கும், கோதண்ட ராமர், ஆஞ்சநேயர், ஆண்டாள் முதலிய தெய்வங்களுக்கும் தனி சன்னதிகள் உள்ளன.

ஒவ்வொரு வருடமும்

புரட்டாசி மாதம் திருப்பதி திருமலையில் நடக்கும் பிரம்மோற்சவத்திற்கு இங்கிருந்து பதினோரு அழகிய வெண்பட்டுத் திருக்குடைகள் ஊர்வலமாக எடுத்துச் செல்லப்பட்டு சமர்ப்பிக்கப்படுகின்றன. இந்தக் குடைகள் யானைக்கவுனி தாண்டும் நிகழ்வு இன்றும் அங்குள்ள மக்களிடம் பரபரப்பாகப் பேசப்பட்டுவருகிறது.

இதேபோல், சென்னமல்லீஸ்வரர் கோயிலில் அம்மன் பிரம்மராம்பிகை சன்னதி மேற்குப் பிரகார கோடியிலும் பிரசன்ன விநாயகர், முருகர் உள்ளிட்ட சன்னதிகளும் அமைந்துள்ளன. பரபரப்பான, சத்தங்கள் நிறைந்த சாலையில் இந்தக் கோயில்கள் அமைந்திருந்தாலும் உள்ளே அத்துணை பேரமைதி.

ஏகாம்பரேஸ்வரர் கோயில்:

1726ம் வருடம் வெளியான நகரின் மற்றொரு வரைபடத்தில் இன்னொரு கோயிலையும் தெளிவாகக் காணமுடிகிறது. அது, ‘ஆலிங்கல்ஸ் பகோடா’ என ஆங்கிலேயர்களால் குறிக்கப்பட்ட ஏகாம்பரேஸ்வரர் கோயில்.

ஆங்கிலேயர்களின் வருகைக்கு முன்பே கட்டப்பட்ட கோயில் இது. இதைத் தனவந்தராக இருந்த ஆலங்காத்த பிள்ளை என்பவர் கட்டினார். இவர் 17ம் நூற்றாண்டின் பிற்பகுதியில் கம்பெனியின் தலைமை வணிகராக இருந்தவர்.

மின்ட் தெருவின் ஆரம்பத்தில் இந்தக் கோயில் உள்ளது. அப்போது இந்தத் தெரு காலிக்கோ துணிகள் வெளுக்கும் நெசவாளர்களால் நிறைந்திருந்ததால் ‘துணிவெளுப்போர் தெரு’ எனப்பட்டது.

இந்தக் கோயிலின் முன்பக்க வாயிலை வ.மு.அப்புகுட்டி செட்டியார் என்பவர் கட்டியதாகத் தெரிகிறது. அவரின் பெயர் வாயிலில் பொறிக்கப்பட்டுள்ளது. இந்தக் கோயில் அன்று வலக்கர சாதியினருக்கும், இடக்கர சாதியினருக்கும் பொதுவானதாக இருந்தது.

ஆனால், இருவகை சாதியினருக்கும் அடிக்கடி சண்டைகளும், சச்சரவுகளும் ஏற்பட அரசுக்குப் பெரிய தலைவலியாக இருந்தது. நிறைவில், கம்பெனி ஏகாம்பரேஸ்வரர் கோயில் வலக்கரச் சாதியினருக்குச் சொந்தமானது என முடிவுசெய்தது.

ஆலங்காத்த பிள்ளை 1685ம் வருடம் இறந்ததாக 1939ல் வெளியான *‘The Madras Tercentenary Commemoration Volume’* நூலில் அன்றைய மெட்ராஸ் பல்கலைக்கழகப் பேராசிரியர் வி.ஆர்.ராமச்சந்திர தீட்சிதர் குறிப்பிடுகிறார். இன்று அவரின் நினைவாக திருவல்லிக்கேணியில் ஆலங்காத்த பிள்ளை தெரு உள்ளது.

சரி, வலக்கர சாதியினருக்கு இந்தக் கோயில் இருந்ததுபோல் இடக்கர சாதியினருக்கும் ஒரு கோயில் கட்டப்பட்டது. அதுபற்றி அடுத்து பார்ப்போம்.

* * *

கந்தகோட்டமும், காளிகாம்பாளும், கச்சாலீஸ்வரரும்...

"கிபி 1673ம் வருடம். வேலூர் மாரிச்செட்டியார், பஞ்சாளம் கந்தப் பண்டாரம் என்கிற இரு முருக பக்தர்கள் ஒவ்வொரு கிருத்திகை அன்றும் திருப்போரூர் கந்தனைத் தரிசித்துவந்தனர். மார்கழி கிருத்திகைக்குச் சென்றுவிட்டுத் திரும்பியவர்கள் செங்கண்மால் ஈஸ்வரன் கோயில் (பழைய மாமல்லபுரம் சாலை) அருகேயிருக்கும் குளக்கரையில் ஓய்வு எடுக்க அமர்ந்தவர்கள் அசதியில் தூங்கிவிட்டனர்.

அப்போது கனவில் தோன்றிய முருகன், 'நீங்கள் ஏன் வருத்தப் பட்டுக்கொண்டு வருகிறீர்கள். இதோ, இந்தப் புற்றிலிருக்கும் என்னை எடுத்துச் சென்று நீங்கள் வசிக்கும் சென்னபட்டணத்தில் பிரதிஷ்டை செய்து வழிபடுங்கள்...' என்றாராம்!

அதன்படி அதிலிருந்த சிலையை எடுத்து வந்து இங்கே செங் கல்லினால் கோயில் அமைத்தார்கள். பின்னர், கருங்கல்லால் கோயில் அமைக்க ஆயிரவாள் வெகுசனம் நிச்சயித்து உண்ணாழி, அந்தராளம், மகாமண்டபம் ஆகியவை எடுப்பித்தார்கள்..."

– பார்க் டவுனிலுள்ள கந்தசாமி கோயில் எனப்படும் கந்த கோட்டத்தின் 1858ம் வருட கல்வெட்டு ஒன்று இப்படி கோயிலின் வரலாற்றைத் தெளிவாகச் சொல்கிறது!

சென்ட்ரல் ரயில் நிலையம் அருகே பரபரப்பான பார்க்

டவுனின் ராசப்ப செட்டித் தெருவில் எட்டு ஏக்கர் பரப்பில் அமைந் துள்ளது இத்திருக்கோயில். மூலவர் கந்தசாமி என்றும், உற்சவர் முத்துக்குமாரசுவாமி என்றும் அழைக்கப்படுகின்றனர். இருவரும் வள்ளி, தெய்வானையுடன் காட்சியளிக்கின்றனர். உள்ளேயே ஒரு தெப்பக்குளமும் உள்ளது.

சரி, முருகனின் சிலை எப்படி புற்றுக்குள் சென்றது? இதற்கும் ஒரு கதை சொல்லப்படுகிறது.

ஆங்கிலேயர்கள் வருகைக்கு முன்பு நடந்த படையெடுப்பு ஒன்றில் கோயில்கள் எல்லாம் சேதப்படுத்தப்பட்டன. அப்போது, பக்தர்கள் சிலர் திருப்போரூர் முருகன் சிலையைக் காக்கும் பொருட்டு புற்றுக்குள் மறைத்து வைத்தனர். சில காலத்திற்குப் பிறகு, சிலை இருந்த இடம் தெரியாமல் புதிய சிலையை பிரதிஷ்டை செய்து விட்டனராம். இதுவே, அந்த இரு முருகபக்தர்களின் கனவிலும் முருகப்பெருமான் சொல்லி சென்னபட்டணத்திற்கு வந்த கதை.

இந்த முருகனை திருவருட்பாவில் உருகி உருகிப் பாடியிருக்கிறார் வள்ளலார். அவர் மெட்ராஸில் வாழ்ந்த நாட்களில் கந்தகோட்ட முருகனை தினமும் தரிசனம் செய்துள்ளார்.

"ஒருமையுடன் நினதுதிரு மலரடி நினைக்கின்ற
உத்தமர் தம் உறவுவேண்டும்..." என்ற பாடலில்
"தருமமிகு சென்னையில் கந்தகோட்டத்துள் வளர்
தலம்ஓங்கு கந்தவேளே..."

- என்கிறார். மட்டுமல்ல; திருப்போரூர் சிதம்பரசுவாமிகளும், பாம்பன் சுவாமிகளும் கந்தகோட்ட முருகனைப் பற்றி பாடியுள்ளனர்.

"1869ம் வருடம் வையாபுரி செட்டியார் என்பவர் இக்கோயிலுக்கு

66 ஆயிரம் ரூபாய் நன்கொடை அளித்தார். இவர் கோயிலுக்காக ஒருதேர் செய்வித்தார். 1880ம் ஆண்டில் அக்கம்மாபேட்டை கோவிந்த செட்டியார், நாராயணச் செட்டியார் என்பவருடன் சேர்ந்து கோயிலின் அருகே இருந்த நிலத்தைக் கோயிலுக்கு அளித்தனர்.

அங்குதான் வசந்த மண்டபம் கட்டப்பட்டது. கோயிலின் ராஜகோபுரம் 1901ம் வருடம் காளிரத்தினச் செட்டியார் அளித்த 50 ஆயிரம் ரூபாய் நன்கொடையைக் கொண்டு எழுப்பப்பட்டது..." என 'மதராசபட்டினம்' நூலில் குறிப்பிடுகிறார் எழுத்தாளர் நரசய்யா.

காளிகாம்பாள் கோயில்:

மெட்ராஸின் மற்றுமொரு அடையாளம் காளிகாம்பாள் கோயில். இக்கோயில் இப்போதைய புனித ஜார்ஜ் கோட்டை வளாகத்தில் ஆங்கிலேயரின் வருகைக்கு முன்பே இருந்ததாகச் சொல்லப்படுகிறது.

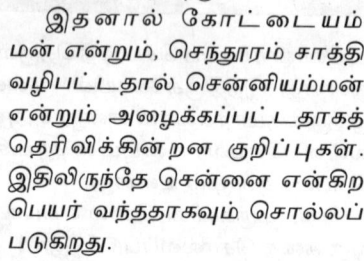

இதனால் கோட்டையம்மன் என்றும், செந்தூரம் சாத்தி வழிபட்டதால் சென்னியம்மன் என்றும் அழைக்கப்பட்டதாகத் தெரிவிக்கின்றன குறிப்புகள். இதிலிருந்தே சென்னை என்கிற பெயர் வந்ததாகவும் சொல்லப்படுகிறது.

பின்னர், 1640ம் வருடம் கோட்டை கட்டத் தொடங்கியதும் இப்போதுள்ள தம்புச் செட்டித் தெருவில் முத்துமாரி ஆச்சாரி என்பவர் காளிகாம்பாள் கோயிலை நிர்மாணித்தார்.

இங்கே அன்னை காமாட்சியே காளிகாம்பாளாக மேற்கு நோக்கி அர்த்த பத்மாசனத்தில் வீற்றிருக்கிறார். திருவடியில் ஆதிசங்கரரால் நிறுவப்பட்ட ஸ்ரீசக்கரம் அர்த்தமேருவாக அமைந்துள்ளது. சிவபெருமான் கமடேஸ்வரராகக் காட்சி தருகிறார்.

தவிர, வடமேற்குப் பகுதியில் சித்திபுத்தி விநாயகரும், அகோர வீரபத்திரசாமியும், மாகாளியும், வடகதிர்காம முருகனும் உள்ளனர். இந்த முருகனை நினைத்துதான் 1952ம் வருடம் அன்னை ஸ்ரீ ஆண்டவன் பிச்சி, 'உள்ளம் உருகுதடா...' என்ற பாடலை எழுதினார். இதுவே பின்னாளில், 'உள்ளம் உருகுதைய்யா...' என டி.எம்.எஸ் குரலில் தமிழகம் முழுவதும் ஒலித்தது. கோயில் கோபுரம் 1983ல்

கட்டி முடிக்கப்பட்டது.

தெற்கு நோக்கி படையெடுத்து வந்த மராட்டிய மன்னர் சத்ரபதி சிவாஜி 1677ம் வருடம் இந்தக் கோயிலில் வழிபட்டதாகச் சொல்லப்படுகிறது. இதேபோல மகாகவி பாரதியார் 'சுதேச மித்திர'னில் வேலை பார்த்தபோது தினமும் காளிகாம்பாளை வந்து வணங்குவாராம். 'யாதுமாகி நின்றாய் காளி..!' என்ற பாடலை அவர் காளிகாம்பாளை மனதில் நினைத்தே எழுதியதாகச் சொல்லப்படுகிறது.

கச்சாலீஸ்வரர் கோயில்:

கடந்த அத்தியாயத்தில் இடக்கரச் சாதியினரும் ஒரு கோயிலைக் கட்டினர் என முடித்திருந்தோம். ஆர்மேனியன் தெருவிலுள்ள கச்சாலீஸ்வரர் கோயில்தான் அது.

அன்று வலங்கை, இடங்கை பிரச்னை தலைவிரித்தாடியது.

அதாவது, வேளாண்மையைச் சாராத தொழிலாளர்கள், வணிகர்கள், தோல் பதனிடுபவர்கள் இடங்கை என்றும்; வேளாண் சார்ந்த விவசாயிகள், தானிய வணிகர்கள், பானை செய்பவர்கள் வலங்கை என்றும் இருபிரிவுகளாகப் பிரிந்திருந்து சண்டையிட்டுக் கொண்டனர்.

இந்தப் பிரிவினை மன்னர்கள் காலத்தில் இருந்தே தொடர் வதாக வரலாற்றுக் குறிப்புகள் சொல்கின்றன.

இன்னும் சில கோயில்கள்...

- முத்தியால்பேட்டை பவளக்காரச் செட்டியார் தெருவிலுள்ள கிருஷ்ண சுவாமி கோயில் 230 வருடங்கள் பழமையானது. 1787ல் கட்டப்பட்ட இக்கோயிலிலும் இடங்கை, வலங்கை பெரும் பிரச்னையானது. 1790ம் வருடம் கோயில் திருவிழாவின் போது இடக்கர சாதியினர் ஏற்றியிருந்த ஐந்து வண்ணக் கலர்கொடியை இறக்கிவிட்டு வலக்கர சாதியினர் தங்கள் வெள்ளைக்கொடியை ஏற்றினர்.
- இதனால், பெரிய கலவரம் மூண்டது. அரசு தலையிட்டு இருபிரிவு தலைவர்களையும் கைது செய்து கோட்டையின் உள்ளே சிறை வைத்தது. பின்னர், இனி புனித ஜார்ஜ் கோட்டையின் கொடி மட்டுமே திருவிழாக் காலங்களில் ஏற்றப்பட வேண்டும் என உத்தரவிடப்பட்டது. தொடர்ந்து கைது செய்யப்பட்டவர்களை விடுதலை செய்ததுடன், நகர மேஜருக்கு அமைதியை நிலைநாட்டும்படி அறிவுறுத்தப்பட்டது.
- கொத்தவால் சாவடியில் உள்ள கன்னிகா பரமேஸ்வரி கோயில் கட்டப் பட்ட வருடம் சரியாகத் தெரியவில்லை. தேவஸ்தான இணையதளம் 1720ம் வருடம் என்றும், 1939ம் வருடம் வெளியான, 'The Madras Tercentenary Commemoration Volume' நூல் 1803 – 04ம் வருடம் என்றும் குறிப்பிடுகிறது.

  "18ம் நூற்றாண்டின் முற்பகுதியில் ஆதியப்ப நாயக்கன் தெருவில் இருந்த கோமட்ல தோட்டம் அல்லது சூரகாயலா தோட்டத்தை பனியா சமூகத்தினரின் நலனுக்காகக் கொடுத்தார் அதன் உரிமையாளர்.

  தோட்டத்திலிருந்து வரும் வருமானம் திருவிழாக்களுக்கும், நல்ல காரி யங்களுக்கும் பயன்படுத்தப்பட்டது. இதை 1784ம் வருடம் சுங்கு சின்ன கிருஷ்ணமா செட்டி என்பவர் நிர்வகித்தார். பின்னர், கொல்ல ராவணப்பச் செட்டி நிர்வாகத்தின்போது 1803 - 04ம் வருடம் கொத்தவால் சாவடி பகுதியில் கன்னிகா பரமேஸ்வரி கோயிலும், சில கடைகளும் கட்டப்பட்டன. இந்தக் காரியம் பொது மக்களிடம் இருந்தும், ராவணப்பச் செட்டி அளித்த தாராளமான நன்கொடைகள் மூலமும் நடந்தது. தற்போது அறக்கட்டளை வைசிய சமூகக் குழுவினரால் நிர்வகிக்கப்படுகிறது. வரும் வருமானம் கோயிலுக்கு மட்டுமல்லாமல் வைசிய சமூக மாணவர்களின் கல்விக்கும் செலவிடப்படுகிறது..." என மேற்சொன்ன நூலில் குறிப்பிடுகிறார் அன்றைய மெட்ராஸ் பல்கலைக்கழகப் பேராசிரியர் வி.ஆர்.ராமச்சந்திர தீட்சிதர்.
- முத்தியால்பேட்டை லிங்குச் செட்டித் தெருவிலுள்ள மல்லிகேஸ்வரர் கோயிலும் மிகவும் பழமையானதே! 17ம் நூற்றாண்டு கிழக்கிந்தியக் கம்பெனி ஆவணங்களில் இக்கோயில் பழைய மல்லிகார்ஜுனர் கோயில் எனக் குறிப்பிடப்பட்டுள்ளது. வட்டமான ஆவுடையாரின் நடுவே அழகிய லிங்கம் மல்லிகேஸ்வரர் என்றும், அம்மன் மரகதாம்பிகை என்றும் அழைக்கப்படுகின்றனர்.

ஏகாம்பரேஸ்வரர் கோயில் வலக்கரச் சாதியினருக்கு எனக் கம்பெனி முடிவெடுத்ததால் இந்தக் கோயில் எழுப்பப்பட்டதா... எனத் தெரியவில்லை. ஆனால், அன்று இக்கோயிலின் ஒருபகுதி வலக்கரப் பிரிவினரின் இடத்திற்குள் வந்துவிட்டதென ஒரு பெரிய பிரச்னையே வெடித்தது.

இக்கோயில் 1725ம் வருடம் கம்பெனியின் பழைய தோட்டத் திற்குப் பின்னால் இருந்த இடக்கரப் பிரிவைச் சேர்ந்த கலவைச் செட்டி என்பவரின் தோட்டத்தில் நிர்மாணிக்கப்பட்டது. அதில் தான் ஒருபகுதி வலக்கரப் பிரிவினர் இடத்திற்குள் வந்துவிட்ட தாக சர்ச்சை. பின்னர், கம்பெனி ஒரு நடுவர் குழுவை அமைத்து கோயிலுக்கு புதிய வழியை ஏற்படுத்துவதென முடிவெடுத்தது.

இந்தக் கோயிலை, கிழக்கிந்தியக் கம்பெனியில் 'துபாஷ்' ஆகப் பணியாற்றிய தளவாய் செட்டியார் என்பவர் கட்டினார்.

"இவர் காஞ்சிபுரம் கச்சபேஸ்வரர் மீது மாறாத பக்தி கொண்ட வர். தினமும் அவரைக் காஞ்சிபுரம் சென்று வணங்கிவிட்டுத்தான் மெட்ராஸில் தனது பணியைத் தொடர்வார். ஒருநாள் அப்படி காஞ்சிபுரம் சென்றுவிட்டு பணிக்குத் திரும்புகையில் பெருமழை யில் மாட்டிக்கொண்டார். இதனால் மனவருத்தம் அடைந்தவரின் கனவில் கச்சபேஸ்வரர் தோன்றி, மெட்ராஸிலேயே கோயில் அமைக்கப் பணித்தார். இப்படியாக 1725ம் வருடம் மனைவி சுந்தரியம்மாளின் துணையுடன் கோயில் கட்டத் தொடங்கி 1728ல் குடமுழுக்கு நிகழ்த்தினார்.

கச்சபம் என்றால் ஆமை. திருமால் ஆமை உருக்கொண்டு பூசித்த ஈசன், கச்சபேசன். அதனால், இத்தலம் கச்சபேஸ்வரர் என்பதே! காலப்போக்கில் உருமாறி கச்சாலீஸ்வரர் என்றானது. மூலவர் கச்சபசேன் ஐந்து ஆசனங்கள் (கூர்மாசனம், அஷ்ட நாகாசனம், சிம்மாசனம், யுகாசனம், கமல-விமல ஆசனம்) மேல் அமர்ந்தும், அம்மன் சௌந்தராம்பிகை நின்ற கோலத்திலும் காட்சி தருகின்றனர்..." என்கிறது கோயில் தல வரலாறு.

இக்கோயிலின் மற்றொரு தனிச்சிறப்பு உள்ளிருக்கும் ஐயப்பன் சன்னதி. 1950ம் வருடம் சபரிமலையிலுள்ள ஐயப்பன் கோயில் புதிதாக மறுநிர்மாணம் செய்யப்பட்டபோது இன்றுள்ள ஐயப்ப னின் சிலை பல்வேறு ஊர்களுக்கு எடுத்துச் செல்லப்பட்டிருக்கிறது.

அப்படியாக மெட்ராஸ் வந்த சிலை இக்கோயிலில் மூன்று நாட்கள் வைக்கப்பட்டு சபரிமலைக்குக் கொண்டு செல்லப் பட்டுள்ளது. பின்னர், சபரி ஐயன் அமர்ந்த அதே இடத்தில் புதிய ஐயப்ப விக்ரகம் பிரதிஷ்டை செய்யப்பட்டது. மெட்ராஸ் நகரில் அமைந்த முதல் ஐயப்பன் சன்னதி இதுவே!

தல புராணம் (241)

மியூசி மியூசிக்கல்..!

சுற்றிலும் வயலின்கள். நடுவே பிரம்மாண்டமான பியானோக்கள். அதைத் தாண்டினால் கிதார்களும், சாக்ஸபோன்களும், புல்லாங்குழல்களுமாக கண்ணாடிப் பேழையில் நிரம்பிக் கிடக்கின்றன.

அவற்றுடன் இன்னும் நிறைய இசைக்கருவிகள் அங்குள்ள இரண்டு தளங்களின் அலமாரிகளையும் அலங்கரிக்கின்றன.

காண்போரைப் பரவசப்படுத்தும் இந்த இடம் இருப்பது பரபரப்பான அண்ணா சாலையில்!

காஸ்மோபாலிடன் கிளப்புக்கும் புகாரி ஹோட்டலும் இடையே அழகாக வீற்றிருக்கும் ஒரு பழமையான பாரம்பரியம்மிக்க இசைக் கூடமே 'மியூசி மியூசிக்கல்'. இளையராஜா, ஏ.ஆர்.ரஹ்மான் உள்ளிட்ட பல்வேறு திரையிசை ஜாம்பவான்கள் இசை கற்றுத் தேர்ந்த இடம். இதன் வயது 177.

இப்படியொரு இசைக்கூடத்தை ஆரம்பித்தவர் ஒரு போர்த்துக்கீசியர். பின்னர், ஒரு ஜெர்மானியர் வழிநடத்த, பிறகு ஒரு பிரஞ்சுக்காரரும், பிரிட்டிஷ் பெண்மணியும் இணைந்து முன்னேற்றினர். நிறைவாக, ஓர் இந்தியர் அதை வாங்கி தன் சுவாசமாக நடத்தினார். ஐந்து நாட்டு இயக்குநர்களைச் சந்தித்த இக்கூடத்தின் கதை 1842ம் வருடத்திலிருந்து தொடங்குகிறது.

மிஸ்கித் என்கிற போர்த்துக்கீசிய இசைக் காதலன் நீலகிரியில் பியானோக்களை பழுது பார்க்கும் வேலை செய்துவந்தார். அன்று பியானோக்கள் இருந்த வீடுகளிலும், தேவாலயங்களிலும் இந்தப்

பணியைத் திறம்பட மேற்கொண்டார் அவர். பின்னர் இதையே பிசினஸாக தொடங்க ஆசைப்பட்டவர் வந்து சேர்ந்த இடம் மெட்ராஸ். அன்றைய மவுண்ட் ரோட்டில், 'மிஸ்கித் அண்ட் கோ' என்ற பெயரில் நிறுவனத்தை ஆரம்பித்தார். இன்றைய அண்ணா சாலையிலுள்ள அண்ணா சிலையின் எதிரே இருந்தது இந்நிறுவனம். இசைக் கருவிகளைப் பழுது பார்ப்பது மட்டுமே இதன் பிரதான வேலை.

ஏற்கனவே பல்வேறு இடங்களுக்குப் பணி நிமித்தமாக சென்று வந்ததால் இந்தியாவிலும், லாகூர், பினாங், பர்மா எனப் பல்வேறு இடங்களிலும் கிளைகளைப் பரப்பினார் மிஸ்கித். சுமார் பதினாறு கிளைகள் அன்று மிஸ்கித் அண்ட் கோவிற்கு இருந்தன. ஒரு கட்டத்தில் எல்லா கிளைகளையும் மூடிவிட்டு மெட்ராஸ் கிளையை மட்டும் நடத்தலானார். பிறகு, என்ன காரணத்தினாலோ இதையும் அவரின் ஜெர்மானிய நண்பரிடம் ஒப்படைத்துவிட்டு ஒதுங்கிக் கொண்டார் மிஸ்கித்.

அந்த ஜெர்மானிய நண்பரும் நீண்ட நாட்கள் தாக்குப்பிடிக்க வில்லை. சில காலம் நடத்திவிட்டு சொந்த நாட்டுக்கே திரும்பலாம் என்றெண்ணிய போது அவரின் நண்பர் எட்ஜர் ஆலன் ப்ருதோம் என்பவர், 'நிறுவனத்தை மூட வேண்டாம். நானே வாங்கிக் கொள் கிறேன்' என முன்வந்து 1893ம் வருடம் மிஸ்கித் அண்ட் கோவைப் பெற்றுக் கொண்டார்.

ப்ருதோம் பிரஞ்சு நாட்டைச் சேர்ந்த கப்பல் வணிகர். பாண் டிச்சேரியில் இருந்தாலும் அங்கிருந்து மெட்ராஸ் வந்து வணிகத்தில் ஈடுபட்டிருந்தார். இவரே, இன்றுள்ள 'மியூசி மியூசிக்கல்' என்ற பெயரை வைத்தவர்.

உண்மையில், இந்நிறுவனத்தின் பெயர் 'மியூசே மியூசிக்கல்'. 'மியூசே' என்றால் பிரஞ்சுமொழியில் மியூசியம் என்று அர்த்தம். இசைக்கான ஓர் அருங்காட்சியகம் என்ற பெயரிலேயே ப்ருதோம் வைத்தார். இவருடன் இவரின் தோழியான எமி டி ரோஸாரியோவும் சேர, பழுது பார்க்கும் பணியுடன் இசைக் கருவிகள் விற்பனையும் ஜோராக ஆரம்பமானது.

ஸ்பெயினைப் பூர்வீகமாகக்கொண்ட எமி டி ரோஸாரியோ பிரிட்டிஷில் குடியேறிவிட்டவர். இவர் சிறந்த பியோனோ கலைஞர் மட்டுமல்ல, இசை ஆசிரியையும் கூட. மியூசி மியூசிக்க லுக்குத் தேவையான இசைக் கருவிகளை வாங்குவதற்கு உதவியாக செயல்பட்டார். சேல்ஸ் அண்ட் சர்வீஸ் எனப் பரபரப்பானது மிஸ்கித் அண்ட் கோ நிறுவனம்.

1920களில் இந்நிறுவனத்தில் நிதி இயக்குநராகப் பணிக்குச் சேர்ந்தார் இந்தியரான கிரிதர்தாஸ். 1940களில் சுதந்திரப் போராட்டம் வேகமெடுக்க ப்ருதோமும் வயது மூப்பால்

நோய்வாய்ப்பட்டார். இதனால், நிறுவனத்தை விற்றுவிட்டு இந்தியாவிலிருந்து கிளம்ப முடிவெடுத்தார் எமி.

இந்நேரம் நிதி இயக்குநரான கிரிதர்தாஸ் இந்நிறுவனத்தை, தானே வாங்கிக் கொள்வதாகச் சொல்ல, மியூசி மியூசிக்கலின் முதல் இந்திய உரிமையாளர் ஆனார் அவர்! அன்றிலிருந்து இன்று வரை இந்நிறுவனத்தை அவருக்குப் பிறகு அவரின் குடும்பத்தினர் நடத்தி வருகின்றனர்.

ஆரம்பத்தில் மவுண்ட் ரோட்டிலிருந்த இந்நிறுவனம் இப்போதைய ஸ்பென்சர் பிளாசாவின் எதிர்ப்புறம் சென்றது. பின்னர், 1930களில் இன்றுள்ள இடத்திற்கு மாறியது. இப்போது மியூசி மியூசிக்கல் இருக்கும் இடம் அன்று பார்த்தசாரதி கோயில் யானையின் கூடாரமாக இருந்துள்ளது! பியானோக்கள் வைக்க இடம் பெரிதாக வேண்டுமென இந்த இடத்தைத் தேர்வு செய்தவர் கிரிதர்தாஸ்தான்.

ஆரம்பத்தில் இந்நிறுவனம் பியானோ, கிதார் என மேற்கத்திய இசைக் கருவிகள் விற்பனையையே முதன்மையானதாகக் கொண்டிருந்தது. மேற்கத்திய இசையை மட்டுமே ஊக்குவித்தது. கிரிதர்தாஸ் வந்தபிறகு கர்நாடக, ஹிந்துஸ்தானி இசைகளுக்கும் இசைக் கருவிகளுக்கும் முக்கியத்துவம் தந்தார். ஏனெனில் கிரிதர்தாஸ் ஹிந்துஸ்தானி இசையில் நல்ல பயிற்சியும் அனுபவமும் பெற்றிருந்தார்.

சரி, சுதந்திரத்திற்குப் பிறகு எப்படி வளர்ந்தது?

அந்தக் கதையை நம்மிடம் விவரித்தார் கிரிதர்தாஸின்

பேரனும், மியூசி மியூசிக்கல் நிறுவனத்தின் இப்போதைய சிஇஓவுமான கிஷோர் தாஸ்.

"1960களில் அரசு மேற்கத்திய இசையைவிட பாரம்பரிய இசையே முக்கியம் என்றது. அத்துடன் நிற்காமல் வெளிநாட்டு இசைக்கருவிகளை ஆடம்பரப் பொருட்கள் என வகைப்படுத்தி அதிக வரி போட்டது. கிட்டத்தட்ட முந்நூற்றிமுப்பது சதவீத வரி!

கிஷோர் தாஸ்

இதனால், இசைக் கருவிகள் விலை அதிகமாகி பலரும் வாங்கத் தயங்கினர். தவிர, நிறைய பேர் இசை என்பது மேல்தட்டு மக்களுக்கானது என நினைக்கத் தொடங்கிவிட்டனர். சுமார் முப்பது வருடங்கள் இந்நிலைமைதான். ஒரு தலைமுறையே இந்த இசைக் கருவிகளை வாங்க முடியாமல் போனது.

அப்போது நாங்கள் இசைக்கருவிகளைக் குறைந்த விலைக்கு வாடகைக்கு விட்டும், இந்திய இசைக் கருவிகளை விற்கவும் செய்தோம். இந்திய இசைக் கருவிகளை நாங்களே தயாரித்தோம். இதற்கிடையே தாத்தா இறந்ததும் மாமா ஹரிசரண்தாஸ் நிறுவனத்தை ஏற்று நடத்தினார். பின்னர் 1966ம் வருடம் இசையை எளிய மக்களிடமும் கொண்டு செல்ல ஓர் இசைப்பள்ளியைத் தொடங்கினோம்.

அதற்கு முன்புவரை குருகுலம் போல அந்தந்த இசைமேதைகளின் வீடுகளுக்கே சென்று கற்றுவந்தனர். இந்தப் பள்ளியைத் தொடங்கி ஒரே குடையின் கீழ் மாணவர்களையும் ஆசிரியர்களையும் கொண்டு வந்தோம். அத்துடன் பள்ளியை லண்டனிலுள்ள ட்ரினிடி இசைக் கல்லூரியுடன் இணைத்து தேர்வு நடத்தி சான்றிதழ் வழங்கிவருகிறோம்.

இதிலும் முதன்மையானதாக மேற்கத்திய இசையையும், அதனுடன் இந்திய இசையையும் கற்றுத் தந்தோம். இங்கே இரண்டு மேதைகள் இருந்தனர். ஒருவர் ஜேக்கப் ஜான். நாற்பது வருடங்களாக இங்கே பயிற்றுவித்தவர். இன்னொருவர் துரைசாமி சார். இவரிடம் இளையராஜாவும், ஜேக்கப் சாரிடம் ஏ.ஆர்.ரஹ்மானும் பயின்றனர். இவர்கள் இருவரும் ட்ரினிடி கல்லூரி சான்றிதழும் பெற்றனர். இவர்களைப் போலவே பல்வேறு திரை இசையமைப்பாளர்களும் இங்கே பயின்றுள்ளனர்.

பின்னர் எங்கள் நிறுவனம் மேற்கத்திய இசைக் கருவிகளையும் இந்தியாவில் தயாரித்தது. மெல்ல மெல்ல வளர்ந்து இசை தொடர்பான அனைத்து கருவிகளையும் ஏற்றுமதி செய்யும் அளவுக்கு உயர்ந்தது. ஆனாலும், பழுது பார்ப்பதில் எப்போதும்போல எங்கள் பணி தொடர்ந்தே வந்தது. உதாரணத்திற்கு, எம்.எஸ்.சுப்புலட்சுமி வாசித்த பழைய கால ஸ்டெயின்வே பியானோ, ரவீந்திரநாத் தாகூர்

தல புராணம் 245

மியூசிக் அசோசியேஷன்...

- இந்நிறுவனத்தின் பொறுப்பில் 'மெட்ராஸ் மியூசிக் அசோசியேஷன்' என்ற அமைப்பு செயல்பட்டு வருகிறது. இதன் துணைத் தலைவராகவும் இருக்கிறார் கிஷோர் தாஸ்.
- 1893ம் வருடம் எழும்பூரிலுள்ள செயின்ட் ஆண்டரூ சர்ச்சில் தொடங்கப் பட்ட இந்த அமைப்பின் முதன்மை நோக்கம் மேற்கத்திய இசையைப் பரப்புவது.
- இந்த அமைப்பின் பாடகர் குழுவும் சிம்பொனி இசைக்குழுவும் அனைத்து இசையையும் நிகழ்த்தியுள்ளது.

வாசித்த பியானோ, தில்லி விமானப் படை அலுவலர் சங்கத்தில் இருந்த நூற்றாண்டு காலம் கடந்த பியானோ என எல்லாவற்றையும் சரிபார்த்த பெருமை எங்கள் இசைக் கூடத்துக்கு இருக்கிறது!

இத்துடன், உஸ்தாத் பிஸ்மில்லா கான், பண்டிட் ரவி ஷங்கர், உஸ்தாத் படே குலாம் அலி ஆகிய இசை மேதைகளின் உள்நாட்டு, வெளிநாட்டுக் கலை நிகழ்ச்சிகளுக்கு அவர்களின் இசைக் கருவி களை சரி பார்த்துக் கொடுப்பதையும் தொடர்ந்து செய்து வந்திருக் கிறோம். இந்த இசைக் கூடத்தில் கால்பதிக்காத இசை மேதைகளே இல்லை!

1996க்குப் பிறகு சாதாரண பட்டியலுக்கு மேற்கத்திய இசைக் கருவிகள் மாற்றப்பட்டதும் விலை குறைந்து, பலராலும் வாங்கிப் பயன்படுத்தப்பட்டன. இப்போது சேல்ஸ் அண்ட் சர்வீஸ் உடன் இசைக் கல்வி கொடுப்பதையும் முக்கிய பணியாக வைத்துள்ளோம்.

இப்போது எங்கள் இசைப் பள்ளியில் ஆறு வயது முதல் 83 வயது வரை சுமார் 1500 பேர் படிக்கிறார்கள். இவர்களுக்குச் சொல் லித் தர 28 ஆசிரியர்கள் இருக்கின்றனர். வாரம் முழுவதும் காலை 8 மணி முதல் மாலை 8 மணிவரை பயிற்றுவிக்கிறோம்.

இந்த இடம் தவிர, சோழிங்கநல்லூர், சேலையூர், அண்ணா நகர், அடையாறு பகுதிகளிலும் எங்கள் இசைப் பள்ளியின் கிளைகள் செயல்பட்டு வருகின்றன. தவிர, ஹைதராபாத்திலும், பெங்களூ ரிலும் சென்டர்கள் உள்ளன.

இன்று நாங்கள் இசையில் ஆர்வம் உள்ள ஏழை மாணவர்க ளைக் கண்டறிந்து அவர்களுக்கு உதவித் தொகை கொடுத்து படிக்க வைக்கிறோம். எங்களால் முடிந்தவரை இசைக்குச் சேவை செய் வோம்...” நெகிழ்ச்சியுடன் சொல்கிறார் கிஷோர் தாஸ்.

✶ ✶ ✶

இசையும் மெட்ராஸும்

தென்னிந்திய இசை வரைபடத்தில் மெட்ராஸுக்கென தனித்துவமான அடையாளம் உண்டு. குறிப்பாக, கர்நாடக இசையில் தழைத்தோங்கிய பல இசைக்கலைஞர்களும், அறிஞர்களும், இசையமைப்பாளர்களும் இங்கு வாழ்ந்துள்ளனர்.

ஆனால், மெட்ராஸ் ஒரு நகரின் தலைநகராகவோ, சமஸ்தானமாகவோ, ஜமீனாவோ இருக்கவில்லை! ஏனெனில் அந்தக் காலத்தில் அரசவைகளும், ஜமீன்களும்தான் இசை வளர்த்த இடங்களாக இருந்தன. அரசர்களும், ஜமீன்தார்களுமே இசையை ஊக்குவித்து வந்தனர்.

இசை வரலாற்றில் தஞ்சாவூர் முக்கிய இடம் வகிக்கக் காரணம் முந்நூறு ஆண்டுகளாக அதை ஆண்ட நாயக்கர்களும், மராட்டியர்களும் உண்மையான கலைப் பிரியர்களாகவும், ஆதரவாளர்களாகவும் இருந்ததே!

அந்த வகையில் மெட்ராஸ் இசைக்கான இடமாக இருக்கவில்லை என்றாலும்கூட இசையறிஞர்கள் வந்து தங்கும் இடமாகவும் இசை மையமாகவும் திகழ்ந்துள்ளது. இசையில் பரிசுகளை வெல்ல வடக்கிலிருந்து தஞ்சை நோக்கிச் செல்லும் பல்வேறு வித்வான்கள் இங்கே தங்கிச் சென்றுள்ளனர்.

“புகழ்பெற்ற பாடகர் பூலோக சப சுட்டி பொப்பிலி கேசவய்யா

மெட்ராஸ் வரும்போது காலை நேரத்தில் இப்போதைய நேப்பியர் பாலத்தின் அருகே ஒரு மரத்தடி நிழலில் அமர்ந்து கஷ்டமான சாதகங்களை மேற்கொண்டுள்ளார்..." என 1939ம் வருடம் வெளியான 'The Madras Tercentenary Commemoration Volume' நூலில் குறிப்பிடுகிறார் மெட்ராஸ் பல்கலைக்கழகப் பேராசிரியர் பி.சாம்பமூர்த்தி.

தவிர, மயிலாப்பூர், திருவல்லிக்கேணி, திருவொற்றியூர் கோயில்களுக்குச் சென்று பல்வேறு இசை மேதைகள் அங்குள்ள இறைவனைப் போற்றிப் பாடல்கள் இயற்றியுள்ளனர்.

18ம் நூற்றாண்டில் மெட்ராஸில் வந்து குடியேறிய முதல் இசை அறிஞர் பைதல குருமூர்த்தி சாஸ்திரி ஆவார். புரந்தரதாசருக்குப் பின் தோன்றிய மிகச் சிறந்த இசை அறிஞர் இவர்.

பின்னர், 19ம் நூற்றாண்டின் முற்பகுதியில் மெட்ராஸில் வாழ்ந்தவர் இசை மேதை வீணை குப்பய்யர். பிறந்தது திருவொற்றியூர் என்றாலும் மெட்ராஸ் முத்தியால்பேட்டையில் வசித்தார். தியாகராஜ சுவாமியின் நேரடி சீடரான இவர் கிருதிகள், கீர்த்தனைகள், வர்ணங்கள் மற்றும் தில்லானாக்கள் இயற்றுவதில் மிகச் சிறந்த ஞானம் பெற்றிருந்தார்.

"தியாகராஜ சுவாமிகள் திருப்பதிக்கும், காஞ்சிபுரத்திற்கும் புனித யாத்திரை மேற்கொண்ட போது குப்பய்யரின் வேண்டுகோளுக்கு இணங்க மெட்ராஸ் வந்தார்.

இங்கே பந்தர் தெருவில் (பிராட்வேயில் உள்ளது) கோவூர் சுந்தரேச முதலியாருக்குச் சொந்தமான வீட்டில் தங்கியிருந்தார். இங்குதான் தேவகாந்தாரி ராகத்தை ஆறுநாட்கள் தொடர்ந்து பாடினார் தியாகராஜர். இந்த ராகத்தில் நீண்ட நேரம் ஆலாபனை செய்வது கடினம்.

மெட்ராஸ் வரும்வழியில் திருவொற்றியூரில் குப்பய்யரின் வீட்டில் தங்கி அவரின் குலதெய்வமான வேணுகோபால சுவாமி

இசைப் போட்டிகள்...

அன்று மெட்ராஸில் நடந்த இரு இசைப் போட்டிகள் குறித்து பி.சாம்ப மூர்த்தி தந்திருக்கும் தகவல்கள் சுவராஸ்யமானவை.

முதல் போட்டி 19ம் நூற்றாண்டின் பிற்பகுதியில் மகா வைத்தியநாத அய்யருக்கும், வேணு என்பவருக்கும் நடந்தது. வேணு மிகச் சிறந்த பாடகர். தனது குருவான போட்டோகிராப் மாசிலாமணி முதலியாரைப் போல தாள அமைப்பை நன்கு அறிந்தவர். இவர் மகா வைத்தியநாத அய்யரை மெட்ராஸ் வந்து தன்னுடன் போட்டியிடுமாறு அழைத்தார்.

தென்பகுதியின் இசை வல்லுநரான வைத்தியநாத அய்யர் சவாலை ஏற்றார். ஜார்ஜ் டவுன் நாட்டுப் பிள்ளையார் கோயில் தெருவிலிருந்த திரு வண்ணாமலை மடத்தில் பல்வேறு இசை ஆர்வலர்களின் முன்னிலையில் போட்டி நடந்தது. நடுவராக மாசிலாமணி முதலியார் இருந்தார்.

வேணு, முதலில் தன் எதிரியைப் பாடவைத்து பின்னர் நுணுக்கங்கள் நிறைந்த பல்லவியைப் பாடி வெற்றி பெறவேண்டும் என நினைத்திருந்தார். ஆனால், வைத்தியநாத அய்யர் தன்னுடன் வந்திருந்த வயலின் கலைஞர் வெங்கோப ராவ் சொற்படி 'நாராயணகௌளா' ராகத்தில் பாடினார். அதிர்ச்சி யடைந்த வேணுவிற்கு வைத்தியநாத அய்யர் என்ன ராகத்தில் பாடினார் என்பதைக் கண்டுபிடிக்கவே முடியவில்லை. கடைசியில் தோல்வியை ஒப்புக்கொண்டார்.

இன்னொரு போட்டி 1906ம் வருடம் கிருஷ்ணன் மற்றும் குப்பன் என்ற இரு நாகஸ்வர கலைஞர்களுக்கு இடையே நடந்தது. இந்தப் போட்டி முத்தி யால்பேட்டையில் பவளக்காரத் தெருவிலுள்ள கிருஷ்ணசுவாமி கோயிலில் நடந்தது. வீணை குப்பய்யரின் மகன் திருவொற்றியூர் தியாகையர் நடுவராக இருந்தார். துபாஷாக இருந்த முகுந்த நாயுடு விலையுயர்ந்த கற்கள் பதிக் கப்பட்ட நாகஸ்வரம் செட் ஒன்றை வென்றவருக்குப் பரிசாக அளிப்பதாகத் தெரிவித்தார். இதனால் போட்டி விறுவிறுப்பானது. நிறைவாக குப்பன் வெற்றி பெற்று பரிசைத் தட்டிச் சென்றார்.

யைப் பற்றியும் புகழ்ந்து பாடல் பாடினார்...” என தியாகராஜ சுவா மிகள் மெட்ராஸ் வந்ததையையும் குறிப்பிடுகிறார் பி.சாம்பமூர்த்தி.

இவரின் சீடரான வீணை குப்பய்யர் சித்ரா பவுர்ணமியையும், விநாயக சதுர்த்தியையும் தனது வீட்டில் சிறப்பாகக் கொண்டாடு வார். அந்நேரங்களில் தென்னிந்தியாவின் முன்னணி இசைக் கலை ஞர்கள் இவர் வீட்டிற்கு வந்து கச்சேரி செய்வார்கள்.

கான சக்கரவர்த்தி குப்பய்யர் மற்றும் அவரின் நெருங்கிய இசைமேதைகளின் முன் பாடும் வாய்ப்பு அன்று மிகப் பெரிய கவுரவத்தை அளித்தது.

இவரைப் போல 19ம் நூற்றாண்டின் பிற்பகுதியில் மெட்ராஸில் வாழ்ந்தவர் தச்சூர் சிங்காராச்சார்லு. இவரது காலத்திலேயே

மெட்ராஸில் இசை புதிய அத்தியாயத்துக்கான இடத்தைப் பிடித்தது. இவரின் சகோதரர் சின்ன சிங்காராச்சார்யுலு. இவர் இசை பயிலுவதற்கான பாடப் புத்தகங்களை வரிசையாக வெளியிட்டார்.

அப்போது இந்த இரு இசை மேதைகளும் ஜார்ஜ் டவுனிலுள்ள கோவிந்தப்ப நாயக்கன் தெருவில் இருந்த சவுந்தர்ய மஹால் அருகே வசித்துவந்தனர். இவர்கள் ஒவ்வொரு வருடமும் ராம நவமி விழாவின்போது ராம மன்றத்தில் நடத்திய கச்சேரியைக் காண ஆயிரக்கணக்கில் மக்கள் குவிந்தனர். அன்று மெட்ராஸுக்கு வந்து பெயரெடுக்க நினைக்கும் புதிய இசைக் கலைஞர்கள் முதலில் இந்த சகோதரர்கள் முன் பாடி பாராட்டுதலைப் பெற வேண்டும். அந்தளவிற்கு இசைச் சக்கரவர்த்திகளாகத் திகழ்ந்தனர்.

இதன்பிறகு, 20ம் நூற்றாண்டில் பல முன்னணி இசைக் கலைஞர்கள் மெட்ராஸிலே வாழ்ந்து வரலாயினர். தவிர, மெட்ராஸ் பக்தி இசைக்கான மையமாகவும் திகழ்ந்தது. இதற்காக நகரில் எண்ணற்ற பஜனை மன்றங்கள் இயங்கிவந்தன.

அந்தக் காலத்தில் இசைக் கச்சேரிகள் நடத்த தனியாக சபாக்கள் இருக்கவில்லை. மன்றங்கள், வீடுகள் மற்றும் பொதுவெளிகளிலேயே நடந்துவந்தன. பின்னரே நிறைய சபாக்கள் தோன்றின. அதில் முக்கியமானவை ஸ்ரீபார்த்தசாரதி சுவாமி சபாவும், மியூசிக் அகாடமியும் ஆகும்.

ஸ்ரீபார்த்தசாரதி சுவாமி சபா:

கர்நாடக இசையைப் பரப்ப 1900ம் வருடம் ஏற்படுத்தப்பட்ட முதல் சபா இதுதான். திருவல்லிக்கேணியிலுள்ள இதை ஸ்ரீமன்னி திருமலாச்சாரியார் தொடங்கினார்.

இவர், 1896ம் வருடமே இப்படியொரு சபா தேவையெனக் கருதி சங்கீத வித்வத் சபா என்ற பெயரில் ஆரம்பித்தார். இதுவே, நான்காண்டுகளில் ஸ்ரீபார்த்தசாரதி சுவாமி சபாவென பதிவு பெற்றது.

முதல் ஐந்தாண்டுகள் திருமலாச்சாரியாரின் வீட்டிலே நிகழ்ச்சிகள் நடந்து வந்தன. 1959ம் வருடமே தற்போதைய இடத்திற்கு வந்தது. "1962ம் வருடம் திறந்தவெளி அரங்கு கட்டப்பட்டது. அழகிய அரங்கங்களில் ஒன்றாகக் கருதப்படும் இப்போதைய அரங்கம் 1980ல்தான் கட்டப்பட்டது..." என 'சென்னை மறுகண்டுபிடிப்பு' நூலில் சொல்கிறார் ஆய்வாளர் எஸ்.முத்தையா.

மெட்ராஸ் மியூசிக் அகாடமி:

கர்நாடக சங்கீதத்தைப் பரப்புவதற்காகத் தொடங்கப்பட்ட மற்றொரு சங்கீத அமைப்பு மெட்ராஸ் மியூசிக் அகாடமி.

1927ம் வருடம் அகில இந்திய காங்கிரஸ் கமிட்டி மாநாடு டாக்டர் முக்தர் அகமது அன்சாரி தலைமையில் கூடியது. சுதந்திரப் போராட்டம் பற்றிப் பேசிய இந்நிகழ்விற்கும், மியூசிக் அகாடமிக்கும்

சம்பந்தம் இருக்கிறது. ஆம். இதனுடனே சங்கீத கலந்தாய்வு கூட்டமும் நடந்தது. தீரர் சத்தியமூர்த்தி போன்ற சுதந்திரப் போராட்ட வீரர்கள் அரசியல் போராட்டத்துடன் நிலத்தின் கலாச்சார பாரம்பரியமான உள்நாட்டு சங்கீதத்தைக் காப்பதிலும் மக்கள் விழிப்பாக இருக்க வேண்டும் என்பதை வலியுறுத்தினர்.

இதுவே, அகில இந்திய காங்கிரஸ் கமிட்டியில் தீர்மானமாக இயற்றப்பட்டு 1928ம் வருடம் மெட்ராஸ் மியூசிக் அகாடமி தோற்றுவிக்க அடிகோலியது. அகாடமிக்கான நிர்வாகக் கமிட்டி, தொழில்நுட்பம் சார்ந்த விஷயங்கள் என எல்லாம் முடிவான பிறகு 1928ம் வருடம் ஆகஸ்ட் 18ம் தேதி எஸ்பிளனேட்டில் இருந்த ஒய்.எம்.ஐ.ஏ அரங்கில் சி.பி.ராமஸ்வாமி ஐயரால் முறையாக மியூசிக் அகாடமி தொடங்கப்பட்டது. இதன் நிறுவனத் தலைவராக டாக்டர் யு.ராமாராவ் இருந்தார்.

ஆரம்பத்தில் அகாடமி அலுவலகம் தம்புச் செட்டி தெருவில் டாக்டர் யு.ராமாராவ் நடத்தி வந்த மருத்துவமனையுடன் இணைந்திருந்தது. பின்னர், பிலிப்ஸ் தெரு, தம்புச் செட்டி தெரு, ராயப்பேட்டை எனப் பல்வேறு இடங்களுக்கு மாறி நிறைவாக 1946ம் வருடம் மௌபரீஸ் சாலை (இப்போதைய டி.டி.கே.சாலை) இடத்திற்கு வந்து சேர்ந்தது.

1955ம் வருடம் டி.டி.கிருஷ்ணமாச்சாரியார் அரங்கத்திற்கு இந்திய பிரதமர் ஜவகர்லால் நேரு அடிக்கல் நாட்ட, ஏழு வருடங்கள் கழித்து அரங்கம் திறக்கப்பட்டு நிகழ்ச்சிகள் நடத்தப்பட்டன. ஆரம்ப நாட்களில் இந்த அகாடமியின் நிகழ்ச்சிகள் ரிப்பன் பில்டிங்கின் பின்னால் பந்தல் அமைத்தும், ராயப்பேட்டை உட்லண்ட்ஸ் வளாகத்திலும், மயிலாப்பூர் ஸ்ரீசுந்தரேஸ்வரர் ஹாலிலும், பி.எஸ். உயர்நிலைப் பள்ளியிலும் நடந்து வந்தன.

1929ல், ஒவ்வொரு வருடமும் டிசம்பரில் இசை தொடர்பான ஒரு கலந்தாய்வு மாநாடு நடத்தப்பட வேண்டுமென முடிவானது. அதுவே நாளடைவில் டிசம்பர் இசைத் திருவிழாவாக உருவெடுத்து உலகின் மிகப்பெரிய கலாச்சார நிகழ்வுகளில் ஒன்றாக மாறியது.

முதலில் இசைக் கச்சேரிகள் மட்டுமே நடத்திய மியூசிக் அகாடமி 1931ம் வருடத்திலிருந்து பரத நாட்டியத்தையும் அரங்கேற்றியது. தேவதாசிகளால் நிகழ்த்தப்பட்ட பாரம்பரியமான சதிராட்டக் கலை அழியும் நிலையில் இருந்தது. இதனால், மியூசிக் அகாடமியின் நிபுணர் குழு இதைப் பாதுகாக்கும் பொருட்டு கல்யாணி மகள்கள் என்றழைக்கப்பட்ட ராஜலட்சுமி, ஜீவரத்தினம் என்ற இரண்டு சதிராட்ட நடனப் பெண்களை மேடையேற்றியது.

இதுவே, முதல் முதலாக அகாடமி நடத்திய நடன நிகழ்ச்சி. அதிலிருந்து அகாடமி ஒவ்வொரு வருடமும் பரத நாட்டியத்தை நடத்திவருகிறது.

செம்மங்குடி ஸ்ரீனிவாச ஐயர் தனது இசைப் பயணத்தை 1927ல் மியூசிக் அகாடமி அமையக் காரணமாக இருந்த

தல புராணம்

மியூசிக் அகாடமியில் இசை மேதைகள் (1943)

இசை மாநாட்டிலிருந்தே தொடங்கினார். அவரின் கடைசிக் கச்சேரியும் 2000ம் வருடம் மியூசிக் அகாடமியிலேயே நடந்தது. தவிர, எம்.எஸ்.சுப்புலட்சுமி, டி.கே.பட்டம்மாள் போன்ற பல இசைமேதைகளின் கச்சேரிகள் இந்த அகாடமியில் பலமுறை அரங்கேறியுள்ளன.

சங்கீத கலாநிதி, சங்கீத கலா ஆச்சார்யா, டி.டி.கே விருது உள்ளிட்ட பல்வேறு விருதுகளை இசை மற்றும் நடனக் கலைஞர் களுக்கு வருடந்தோறும் வழங்கி கௌரவித்து வருகிறது மெட்ராஸ் மியூசிக் அகாடமி.

மெட்ராஸின் குடிநீர் கதை!

இன்றைய சென்னையின் குடிநீர் தேவையை செம்பரம்பாக்கம், பூண்டி, புழல், சோழவரம் என நான்கு ஏரிகள் பூர்த்தி செய்கின்றன. தவிர, வெயில் காலங்களில் வீராணமும், கிருஷ்ணா நீரும் கைகொடுக்கின்றன.

ஆனால், முந்நூறு வருடங்களுக்கு முன் ஆங்கிலேயர்கள் இங்கே வந்தபோது மெட்ராஸின் குடிநீர் நிலைமை எப்படி இருந்தது தெரியுமா?

இதைப்பற்றி கிழக்கிந்தியக் கம்பெனி வணிகரான அலெக்சாண்டர் ஹாமில்டன், 1718ம் வருடம் எழுதிய குறிப்பின் மூலம் அறிவோம். அதை, '*The Madras Tercentenary Commemoration Volume*' நூலில் விவரித்துள்ளார் தொல்லியல் ஆய்வாளர் வி.டி.கிருஷ்ணசுவாமி.

"புனித ஜார்ஜ் கோட்டை அல்லது சென்னபட்டிணம் வசதி குறைவான சமதளத்தில் அமைந்திருப்பதை வேறெங்கும் நான் கண்டதில்லை..." என்கிறார் ஹாமில்டன்.

மேலும் அவர், "புனித ஜார்ஜ் கோட்டையின் பின்புறம் ஓடும் உவர்நீர் ஆறு, நன்னீருக்குத் தடையாக உள்ளது. இதனால், கோட்டையைச் சுற்றி ஒரு மைல் தொலைவில் குடிநீர் என்பதே யில்லை!" என்கிறார்.

இதிலிருந்து ஓர் உண்மையை உணர முடியும். அது, நாம் நினைப்பது போல சென்னையின் குடிநீர்ப் பிரச்னை இன்று நேற்றையதல்ல.

அதற்கும் நூற்றாண்டு கால வரலாறு இருக்கிறது!

எப்படி ஆங்கிலேயர்கள் வணிகத்துக்கு லாயக்கற்ற இந்நகரைத் தேர்ந்தெடுத்து முன்னேற்றினார்களோ அதுபோலவே நன்னீர் இல்லாத இந்நகரைச் சீர்படுத்தி நகருக்குள் குடிநீர் கொண்டு வந்தனர்.

அதற்குமுன் குடிநீர் தேவையை உள்ளூர் மக்கள் எப்படி பூர்த்தி செய்தனர்?

ஒவ்வொரு வீட்டிலும் கிணறுகள் இருந்தன. தவிர ஏரிகள், குளங்களில் இருந்தும் தண்ணீர் எடுத்துக்கொள்ளப்பட்டது. ஆனால், இப்படி திறந்தவெளி குடிநீரால் பல நேரங்களில், குறிப்பாக பஞ்ச காலங்களில் காலரா உள்ளிட்ட தொற்றுநோய்களுக்கு ஆட்பட்டு மக்கள் மடிந்தனர்.

ஆங்கிலேயர்களும் இங்கே குடியேறி நூற்றாண்டு காலம் வரை பாதுகாப்பான குடிநீர் பற்றி சிந்திக்கவே இல்லை. அவர்களும் இந்தக் காலங்களில் பெத்தநாயக்கன்பேட்டையின் வடக்குப் பக்கமாக இருந்த கிணறுகளில் குடிநீரை நிரப்பி மாட்டு வண்டிகளில் வெள்ளையர் நகருக்குக் கொண்டுவந்தனர்.

செயின்ட் தாமஸ் மலையிலிருந்தும் தண்ணீர் கொண்டு வரப்பட்டது. ஆனால், இங்கிருந்து எடுத்து வரப்பட்ட குடிநீரை விட பெத்தநாயக்கன்பேட்டையில் கிடைத்த தண்ணீர் சுத்தமாக இருந்தது. இதனால், கோட்டைவாசிகள் பெத்தநாயக்கன்பேட்டை குடிநீரையே பெரிதும் விரும்பினர்.

ஒரு குடம் குடிநீரின் விலை இரண்டு துட்டுகள். இவை பத்து செப்புக் காசுகளுக்குச் சமமானது. இந்தக் குடிநீர், கோட்டையிலிருந்த மரப் பீப்பாய்களிலும், தண்ணீர் தொட்டிகளிலும் சேமிக்கப்பட்டது. இத்துடன் கப்பல்களின் வழியாகவும் பீப்பாய்களில் குடிநீர் நிரப்பிக் கொண்டு வரப்பட்டது. இவையெல்லாம் மெட்ராஸில் வசித்த ஆங்கிலேயர்களின் குடிநீர் தேவையை பூர்த்தி செய்தன.

▸ கீழ்ப்பாக்கம் குடிநீர் சுத்திகரிப்பு நிலையம்

1746ம் வருடம் மெட்ராஸை முற்றுகையிட்ட பிரஞ்சுப்படை முதல் வேலையாக கோட்டைக்கு வரும் குடிநீர் விநியோகத்தைத் தடை செய்தது. மூன்று வருடங்களுக்குப்பின் மெட்ராஸ் ஆங்கிலேயர் வசம் வந்ததும் உடனடியாக கால் என்கிற எஞ்சினியர் மேற்பார்வையில் தண்ணீர் சேமிப்புக்கான நடவடிக்கைகளுக்கு ஒரு கமிட்டி அமைக்கப்பட்டது.

கோட்டையிலிருந்த ஆயிரத்து ஐநூறு ஐரோப்பியர்களுக்கும், மூவாயிரம் சிப்பாய்களுக்கும், ஆயிரம் உள்ளூர்வாசிகளுக்கும் நாள் ஒன்றுக்கு நபர் ஒருவருக்கு அரை கேலன் (இரண்டரை லிட்டர் குடிநீர்) வீதம் ஆறு மாதத்திற்கு சேமிக்கும் திட்டம் முன்னெடுக்கப் பட்டது.

ஆனால், சில வருடங்களில் ஆங்கிலேயரின் தலைமை இங்கே உறுதியானதால் இத்திட்டத்திற்கு அவசியமில்லாமல் போனது. என்றாலும் குடிநீர் பிரச்னை வழக்கம்போல் விஸ்வரூபம் எடுத்த படியே இருந்தது. இதற்கு முடிவுகட்ட கேப்டன் பேக்கர் என்பவர் 'ஏழு கிணறுகள் - தண்ணீர் பணிகள்' என்ற ஒரு திட்டத்தைத் தயாரித்து கம்பெனியிடம் அளித்தார்.

இதைப் பற்றி சென்னை குடிநீர் வாரிய ஓய்வுபெற்ற செயற் பொறியாளரான மீனாட்சி சுந்தரம் துல்லியமாகச் சொல்கிறார். இவர், மெட்ராஸ் குடிநீர் திட்டம் பற்றி தொடர்ந்து ஆய்வு செய்து வருபவர்.

"அரசின் உதவியுடன் இந்தப் பணி 1772ம் வருடம் முடிக்கப் பட்டது. முதலில் பத்து கிணறுகள் தோண்டப்பட்டன. அதில், மூன்று கிணறுகளில் போதுமான தண்ணீர் வரத்து இல்லை.

இதனால் இந்தத் திட்டம், 'ஏழு கிணறுகள் அரசு தண்ணீர் பணிகள்' என்றானது. இதைச் சுற்றி அமைந்த பகுதிதான் இன்று ஏழு கிணறு என்றழைக்கப்படுகிறது. இதை உருவாக்கிய கேப்டன் பேக்கர் பெயரில் இன்றும் பிராட்வேயில் ஒரு தெரு உள்ளது.

ஆரம்பத்தில் கோட்டைக்கு மட்டுமே குடிநீர் விநியோகம் செய்ய இத்திட்டம் தயாரிக்கப்பட்டது. பின்னர், இராணுவத்திற்கும், நகர வாசிகளுக்கும் விரிவுபடுத்தப்பட்டது.

ஏழு கிணறுகளிலிருந்து பிக்கோட்டா எனப் பட்ட ஏற்றம் மூலம் தண்ணீர் இறைக்கப்பட்டு தொட்டிகளுக்குக் கொண்டு செல்லப்பட்டது. அங்கே வடிகட்டப்பட்டு பின்னர் வேறு இரண்டு தொட்டிகளில் சேமிக்கப் பட்டது.

அன்று ஏழு கிணறுகளிலிருந்து, நாளொன் றுக்கு ஒரு லட்சத்து 40 ஆயிரம் கேலன்கள் - அதாவது சுமார் ஆறரை லட்சம் லிட்டர் குடிநீர் - இரும்பு பைப்களின் மூலம் விநியோகிக்கப்

⏵ மீனாட்சிசுந்தரம்

பட்டது. இதற்கு அன்று மொத்தம் 42 ஆயிரத்து 500 பவுண்டுகள் செலவானது..." என்கிறார்.

இந்த ஏழு கிணறுகளும் ஒரு நூற்றாண்டுக்கும் மேலாக நீர் தந்து கொண்டிருந்தன. இதற்கிடையே மெட்ராஸின் மக்கள் தொகை உயர்வினால் தண்ணீர் தேவையும் அதிகரித்தது. இந்நிலையில் 1818ம் வருடம் மெட்ராஸின் ஆட்சியராக இருந்த கர்னல் எல்லிஸ் தண்ணீர் பஞ்சம் தீர 27 கிணறுகள் தோண்டினார். இதை ஒரு கல்வெட்டின் மூலம் அறிய முடிகிறது.

1832ம் வருடம் மெட்ராஸின் நில அமைப்பு அளக்கப்பட்டது. அப்போது நிலப்பரப்பில் 12 அடி ஆழத்தில் ஆற்று மணலும், களி மண்ணும் இருப்பது தெரிந்தது. இந்த 12 அடிக்குக் கீழே மேலும் பதினைந்து அடிக்கு தடிமனான களிமண் பரப்புகளும், அதற்கு அடியில் பாறைகளும் தென்பட்டன. இதனால், நிலத்தடி நீர் கிடைப்பது கேள்விக்குறியானது.

தொடர்ந்து குடிநீர் பற்றி ஆராயப்பட்டது. ஓ'கானல் என்கிற எஞ்சினியர் ஆய்வு செய்யப்பணிக்கப்பட்டார். "இவர்தான் முதன் முதலாகப் பாதுகாப்பான குடிநீரை எப்படி அதிகரிப்பது என்பது பற்றி 1851ம் வருடம் ஆய்வு செய்தவர். அப்போது செங்குன்றம், சோழவரம் ஏரிகளும் இருந்தன. இவரின் சீடரே எஞ்சினியர் ஃப்ரேசர். 1860களில் ஃபரேசரிடம் செங்குன்றம் மற்றும் சோழவரம் ஏரிகளை விரிவுபடுத்தி மெட்ராஸ் நகரின் குடிநீர் தேவையை பூர்த்தி செய்ய நடவடிக்கை எடுக்கும்படி கேட்டுக் கொள்ளப்பட்டது.

இவர், 'மெட்ராஸிலிருந்து 20 மைல் தொலைவிலுள்ள தாமரைப்பாக்கம் அருகே கொசஸ்தலை ஆற்று நீரை சோழவரம் ஏரிக்கும் அங்கிருந்து செங்குன்றம் ஏரிக்கும் திருப்பலாம். பின்னர், செங்குன்றத்திலிருந்து கீழ்ப்பாக்கத்திற்கு திறந்த கால்வாய்கள் வழியாக தண்ணீரைக் கொண்டு வரலாம்' என்றார். இதுவே ஃப்ரேசர் திட்டம் எனப்பட்டது. 1866ம் வருடம் இத்திட்டத்திற்கு அரசு ஒப்புதல் அளிக்க, ஆறு வருடங்களில் முடிக்கப்பட்டது..." என்கிறார் மீனாட்சிசுந்தரம்.

திறந்தவெளி கால்வாய் மூலம் நீர் கீழ்ப்பாக்கம் வந்தடைந்ததும் இங்கே விசை சறுக்குப் பாதை (Masonry Shaft) மூலம் இறைக்கப் பட்டு குழாய்கள் வழியாக மற்ற இடங்களுக்குக் கொண்டு செல்லப் பட்டது. இது 'மெட்ராஸ் நகராட்சி குடிநீர்ப் பணிகள்' எனப்பட்டது.

இந்தத் தண்ணீர் விநியோகத் திட்டத்தை 1872ம் வருடம் அன் றைய கவர்னர் லார்டு நேப்பியர் திறந்து வைத்தார். பின்னர், செங்குன்றம் ஏரியின் ஆழ்ந்த பகுதியில் 1881ம் வருடம் ஜோன்ஸ் டவர் அமைக்கப்பட்டது. இங்கிருந்து அதிகப்படியான தண்ணீர் கீழ்ப்பாக்கம் வந்து சேர்ந்தது.

அதன்பிறகு, "கீழ்ப்பாக்கத்தில் இருந்த 'கன்ட்ரோல் வால்வு' மூலம்

நீர் விநியோகிக்கப் பட்டது. புரசைவாக்கம் நெடுஞ்சாலையில் குடிநீரானது இரண்டு பிரிவாக 36 அங்குல குழாய்கள் வழியாக சிந்தாதிரிப்பேட்டை, திருவல்லிக்கேணி, புரசைவாக்கம் முதலிய இடங்களுக்கும்; 27 அங்குல குழாய்கள் வழியாக ஜார்ஜ் டவுனுக்கும் அனுப்பப் பட்டது. இந்தக் குழாய்களின் மொத்த நீளம் 30 மைல்களாகும்...” என ‘மதராசபட்டினம்’ நூலில் குறிப்பிடுகிறார் எழுத்தாளர் நரசய்யா.

ஏழு கிணறுகள் உள்ள இடம்

மேட்லி வரைந்த கீழ்ப்பாக்கம் நீர் நிலைய வரைபடம்

இப்படியாக கீழ்ப்பாக்கத்தில் இருந்து குடிநீர் விநியோகம் ஜோராக நடந்தது. ஆனால், சில பிரச்னைகளும் எழுந்தன. முதலில், திறந்தவெளி கால்வாய் மூலம் வந்ததால் நீர் அசுத்தமாகி பல்வேறு தொற்றுநோய்கள் ஏற்பட்டன. அடுத்து, ஆவியாதலால் நீர் இழப்பும் அதிகமானது.

இந்தக் குறைபாடுகளைக் களைய 1907ம் வருடம் ஜேம்ஸ் வெல்பி மேட்லி என்கிற எஞ்சினியர் லண்டனிலிருந்து அழைத்து வரப் பட்டார். இவரை ஜோன்ஸ் என்கிற எஞ்சினியர் அழைத்து வந்தார். அப்போது குடிநீர் துறை மாநகராட்சியின் வசம் இருந்தது.

மாநகராட்சியின் குடிநீர் எஞ்சினியரான இவர் ஸ்காட்லாந்தைச் சேர்ந்தவர். ஜேம்ஸ் என்பதே இவரின் பெயர்! மேட்லி மற்றும் வெல்பி என்பது அவரின் தாய், தந்தையரின் ஊர்ப் பெயர்கள். ஆனால், மேட்லி என்ற பெயராலயே அறியப்பட்டார். இவர் நினைவாகவே தி.நகர் பஸ் ஸ்டாண்ட் அருகிலுள்ள சாலைக்கு ‘மேட்லி ரோடு’ எனப் பெயர் வந்தது.

இந்நேரம், ஜோன்ஸுக்கு உதவியாக பணிபுரிந்த இந்தியர் ஹர்முஸ்ஜி நௌரோஜி, மேட்லியின் உதவியாளராக ஆக்கப்பட்டார். இந்த நௌரோஜி மேற்கத்திய பாணியில் இல்லாமல் உள்ளூருக்குத் தகுந்தபடி குடிநீர் பணிகள் செயல்படுத்தப்பட வேண்டும் என்பதை வலியுறுத்தினார். தவிர, இன்னும் சில உத்திகளை முன்வைத்தார். குறிப்பாக, அடுத்த முப்பது வருடத்திற்கான மக்கள் தொகையை கணக்கில் கொண்டு திட்டம் தயாரிக்கப்பட வேண்டும்

என்றும், குழாய்கள் மூலம் நீர் விநியோகிக்கப்பட வேண்டும் என்றும் கூறினார்.

இதை மேட்லியும் ஒப்புக் கொண்டார். இதனாலேயே 'மெட்ராஸ் குழாய் குடிநீர் விநியோக'த் திட்டத்தின் தந்தை என ஹர்முஸ்ஜி நௌரோஜி அழைக்கப்படுகிறார்!

தொடர்ந்து, 1911ம் வருடம் மெட்ராஸ் நகர குடிதண்ணீர் விநியோகத் திட்ட அறிக்கை தயாரிக்கப்பட்டது. "இந்தத் திட்டத்தின்படி மூடுகால்வாய்கள் அமைக்கப்பட்டன. அடுத்து, கீழ்ப்பாக்கத்தில் சுத்திகரிப்பு நிலையமும் நீர்த்தொட்டிகளும் ஏற்படுத்தப்பட்டன. மேலும் மணல் வடிகட்டிகள் மூலம் தண்ணீர் சுத்திகரிக்கப்பட்டும் குளோரின் கிருமிநாசினி சேர்க்கப் பட்டும் குழாய் வழியாக குடிநீர் வழங்கப்பட்டது.

இப்படியாக, 'கீழ்ப்பாக்கம் குடிநீர் சுத்திகரிப்பு நிலையம்' உருவானது. இதை 1914ம் வருடம் அன்றைய கவர்னர் லார்டு பென்ட்லாண்ட் திறந்துவைத்தார். கடந்த 2014ம் வருடம் நூற்றாண்டு கண்டது இந்த நிலையம்..." என்கிறார் மீனாட்சி சுந்தரம்.

ஆனால், இத்திட்டம் போட்ட போது மெட்ராஸின் மக்கள் தொகை வெறும் நான்கரை லட்சம்தான்! அடுத்த பதினைந்து வருடங்களில்-அதாவது 1928ம் வருடத்திற்குள் 21 லட்சமானது.

இதனால், செங்குன்றத்தைத் தவிர வேறு இடத்திலும் புதிய நீர் ஆதாரத்திற்கான இடத்தைத் தேடினர். 1936ம் ஆண்டில் பூண்டியை தேர்ந்தெடுத்தனர். இதற்கு முக்கிய பங்கு வகித்தவர் தீரர் சத்தியமூர்த்தி. அதனாலேயே இந்த நீர்த்தேக்கம் அவர் பெயரால் அழைக்கப்படுகிறது.

ஆனால், இரண்டாம் உலகப் போரால் சுணக்கம் ஏற்பட, 1944ல் இந்த நீர்த்தேக்கம் கட்டப்பட்டது. சுதந்திரத்திற்குப் பிறகு நீர்த்தேவை மேலும் அதிகரித்தது. 1978ம் வருடம் மாநகராட்சியிடம் இருந்த குடிநீர்த் துறை தனிவாரியமாக மாறியது. பின்னர், 1983ம் வருடம் செம்பரம்பாக்கம் ஏரி நீர்த்திட்டம் செயல்படுத்தப்பட்டது.

அதே காலகட்டத்தில் கிருஷ்ணா குடிநீர்த் திட்டமும் இருபது வருடங்களில் மக்களுக்கு முழுப் பயனளிக்கத் தொடங்கப்பட்டது. ஆனால், இன்றுவரை கிருஷ்ணா குடிநீர் திட்டம் முழுமையான நீர் வளங்களை அளிக்கவில்லை.

பெருகி வரும் மக்கள் தொகை அதிகரிப்பு மற்றும் விரிவாக்கப் பட்ட நகரமயமாக்கலால் இன்றுவரை சென்னை பெருநகருக்கு குடிநீர் தட்டுப்பாடு இருந்துவருகிறது!

* * *

ஹிக்கின்பாதம்ஸ்!

புத்தகங்கள் என்றும் காலத்தால் அழியாத களஞ்சியம் என்பார்கள். இது புத்தக விற்பனைக் கடைகளுக்குப் பொருந்திப் போகுமா? தெரியாது.

ஆனால், இன்றைய பெருநகர் சென்னையின் அடையாளங்களில் ஒன்றாக விளங்கும் ஹிக்கின்பாதம்ஸ் கடைக்கு நிச்சயம் பொருந்தும். ஏனெனில், இப்போது இந்தப் புத்தகக் கடை 175வது வருடத்தைத் தொட்டிருக்கிறது!

கடந்த 1844ம் வருடம் இங்கிலாந்தைச் சேர்ந்த ஏபெல் ஜோஷ்வா ஹிக்கின்பாதம் என்பவரால் தொடங்கப்பட்ட கடை இது. இதில் ஆச்சரியம் என்னவென்றால், முறையான டிக்கெட்டும், ஆவணங்களும் இல்லாததால் மெட்ராஸ் துறைமுகத்தில் கப்பல் கேப்டனால் கீழே இறக்கிவிடப்பட்டவர் ஹிக்கின்பாதம்!

அப்படிப்பட்டவர் ஆரம்பித்த கடையைத்தான் பின்னாளில் வேல்ஸ் இளவரசர் முதல் மெட்ராஸ் மாகாண கவர்னர்கள் வரை பலரும் புகழ்ந்து பாராட்டினர். கொண்டாடித் தீர்த்தனர்.

எதற்காக ஹிக்கின்பாதம் கிழக்கிந்தியாவுக்குச் செல்லும் கப்பலில் ஏறினார் என்பது புரியாத புதிர்தான். மிகுந்த புத்தகப் பிரியரான இவர் ஒரு நூலகரும் கூட. அதனாலேயே இங்கே இறக்கிவிடப்பட்டவருக்கு புத்தகக் கடையில் எளிதாக வேலை கிடைத்துவிட்டது.

மெட்ராஸில் புராடெஸ்டன்ட் மிஷனரிகள் நடத்திய வெஸ்லியன் புத்தகக்கடையில்தான் தன்னுடைய வாழ்க்கையைத் தொடங்கினார் ஹிக்கின்பாதம். ஆரம்பத்தில் பைபிளை ராணுவ வீரர்களிடம் விற்கும் பணியை மேற்கொண்டார்.

ஒருகட்டத்தில், விற்பனைக் குறைவால் வெஸ்லியன் புத்தகக் கடையை தொடர்ந்து நடத்தமுடியாத சூழ்நிலை ஏற்பட்டது. இதனால், கடையை விற்கும் நிலை. அப்போது மிஷனரிகளிடம் பேசி, புத்தகக் கடையை அவரே விலைக்கு வாங்கிக்கொண்டார். கடைக்கு தன்னுடைய பெயரைச் சூட்டி நடத்தலானார்.

இப்படியாகவே, இன்றைய அண்ணா சாலை எனப்படும் அன்றைய மவுண்ட் ரோட்டில் ஹிக்கின்பாதம்ஸ் கடை உதயமானது. சிறிய முதலீட்டில் தனி ஒருவராகக் கடையை நடத்தி வந்தார். கடைக்கு அவரே முதலாளி. அவரே விற்பனையாளர்.

இலக்கியமாகட்டும், அறிவியலாகட்டும் அல்லது ரொமான்டிக் நாவல்களாகட்டும், எல்லா நூல்களும் இங்கே கிடைக்கும்படி செய்தார். அத்துடன் உலகின் வெவ்வேறு மொழிகளில் வெளியாகும் புத்தகங்களும் இங்கே கிடைக்கும்படி பார்த்துக்கொண்டார்.

இதனால், மெட்ராஸில் இருந்த ஆங்கிலேயர்களும், மற்ற நாட்டினரும் ஹிக்கின்பாதம்ஸ் கடையேறி தங்களுக்குப் பிடித்தமான புத்தகங்களை வாங்கிச் சென்றனர். இத்துடன் புத்தகம் ஆர்டர் செய்தால் தருவித்துக் கொடுக்கும் வணிகத்தையும் மேற்கொண்டார்.

1857ல் கிழக்கிந்தியக் கம்பெனியை எதிர்த்து சிப்பாய்க் கலகம் நடந்தது. இதனால், கம்பெனியின் நிர்வாகம் கலைக்கப்பட்டு பிரிட்டிஷ் அரசின் நேரடிக் கட்டுப்பாட்டிற்குள் இந்திய அரசு சென்றது. இந்திய அரசுச் சட்டமும் இயற்றப்பட்டது. அப்போது ராணி விக்டோரியா வெளியிட்ட பிரகடனத்தை ஆங்கிலத்திலும், தமிழிலும் அச்சிட்டு மெட்ராஸ் மாகாணம் முழுவதும் விநியோகித்தது ஹிக்கின்பாதம்ஸ் புத்தகக் கடை! இதன் வழியாக பதிப்பகத் துறைக்குள்ளும் நுழைந்தது. 1860களில் அச்சிடுதல், வெளியிடுதல், விற்பனை செய்தல் என மூன்று துறைகளிலும் கோலோச்சியது இந்நிறுவனம்.

இதற்கிடையே மெட்ராஸ் மாகாண கவர்னராக இருந்த சர் சார்லஸ் ட்ரெவெல்யனும் ஹிக்கின்பாதம்ஸ் கடையில் பல்வேறு புத்தகங்களை வாங்கினார். இதைப்பற்றி தன்னுடைய மைத்துனரான லார்டு மெக்காலேவுக்கு எழுதிய கடிதத்தில், “காணக் கிடைக்காத இந்த அழகான மெட்ராஸ் வாழ்க்கையில் எனக்குப் பிடித்த ஹிக்கின்பாதம்ஸ் கடை மவுண்ட் ரோட்டில் இருக்கிறது. சாக்ரடீஸ், பிளாட்டோ, யூரிபிடிஸ், அரிஸ்டோபேன்ஸ், பிந்தர், ஹொரேஸ், பெட்ராக், டாசோ, காமாயென்ஸ், கால்டெர்ன் மற்றும் ரேசின் ஆகியோரின் அழகான படைப்புகளை இங்கே பார்த்தேன்.

அற்புதமான பிரஞ்சு நாவலாசிரியர் விக்டர் ஹுகோவின் சமீபத்திய பதிப்பை வாங்கினேன். ஜெர்மன் எழுத்தாளர்களான ஷில்லர் மற்றும் கோத்தேவின் நூல்களையும் பெற்றேன். தீவிர புத்தகக் காதலர்களுக்கு மகிழ்ச்சியளிக்கும் இடம் இது...” எனப் புகழ்ந்துள்ளார்.

1869ம் வருடம் ஐரோப்பியர்களுக்கு மட்டுமல்ல, ஹிக்கின் பாதம்ஸ் நிறுவனத்தின் வணிகத்திற்கும் சிறந்ததாக அமைந்தது. காரணம், இந்த வருடம்தான் சூயஸ் கால்வாய் திறக்கப்பட்டது. அதுவரை ஆப்ரிக்காவைச் சுற்றி இந்தியாவிற்கு வந்துகொண்டிருந்த ஐரோப்பியர்கள் இதன்பிறகு சூயஸ் கால்வாய் வழியாக வரத் தொடங்கினர்.

இங்கிலாந்திலிருந்து இந்தியா வர முன்பு மூன்று மாத காலம் பிடித்தது. இப்போது வெறும் மூன்று வாரங்களில் வந்து சேர்ந்தனர். இப்படி வரும் கப்பல்களில் ஹிக்கின்பாதம்ஸ் புத்தகக் கடைக்குத் தேவையான சரக்குகளும் பெரிய மரப்பெட்டிகளில் வந்தன.

இதில், அப்போது ஐரோப்பாவில் வெளியாகி சிறந்த விற்பனையை எட்டிய நூல்களும், டாப் லிஸ்ட் புத்தகங்களும் இருக்கும். இதனால், ஹிக்கின்பாதம்ஸின் விற்பனை பரபரத்தது.

1876ம் வருடம் வேல்ஸ் இளவரசர் இந்திய மாகாணங்களுக்கு விஜயம் செய்திருந்தார். இவரே பின்னாளில் ஏழாம் எட்வர்ட் அரசர் என அழைக்கப்பட்டவர். ராயபுரம் ரயில் நிலையம் வந்த எட்வர்ட் அரசர் ஹிக்கின்பாதம்ஸ் நிறுவனத்தினரை வரவழைத்து படிப்பதற்கு புத்தகங்கள் பெற்றுக்கொண்டார். தொடர்ந்து அரசருக்கான பிரத்யேக புத்தக விற்பனையாளராக நியமிக்கப்பட்டது இந்நிறுவனம். அதற்காக எட்வர்ட் அரசர் அளித்த சான்றிதழை இன்றுவரை பொக்கிஷமாகப் பாதுகாத்து வருகிறது ஹிக்கின்பாதம்ஸ்.

தொடர்ந்து இந்நிறுவனம் உணவு சம்பந்தமான ரெசிபிகள் தயாரிப்பது பற்றிய நூல்களை வெளியிட்டு பெண்கள் மத்தியிலும் பெரிய வரவேற்பைப் பெற்றது. முதன் முதலாக 1884ம் வருடம் மிளகு ரசம் மற்றும் மசாலா தூள் தயாரிப்பது பற்றி ஒரு நூல் வெளியிட்டது. அது மக்களிடம் பரவலான கவனத்தைப் பெற்றது.

அது மட்டுமில்லாமல் பெண்கள் இந்த ரெசிபி புத்தகங்களை ஆர்வமாக வாங்கினர். பின்னர், *Wyvern* என்பவர் எழுதிய, *‘Sweet dishes: a little treatise on confectionary and entremets sucres’* என்ற நூலையும், இதே எழுத்தாளர் எழுதிய *‘Culinary jottings of Madras’* நூலையும் வெளியிட்டது. இது அன்று இந்திய அச்சு மற்றும் வெளியீட்டு வரலாற்றில் முக்கியத்துவம் வாய்ந்ததாகப் பார்க்கப்பட்டது.

இதன்பிறகு, ஹிக்கின்பாதம் 1888, 1889ம் வருடங்களில் மெட்ராஸின் ஷெரீப்பாக நியமிக்கப்பட்டார். நீதி நிர்வாகத்திலும், அமைதியை நிலைநாட்டுவதிலும் முக்கியப் பங்கு கொண்டது ஷெரீப்பின் பதவி. இந்தப் பதவி நகரின் முக்கியமான பிரமுகர்களுக்கு

மட்டுமே அளிக்கப்பட்டு வந்தது. ஹிக்கின்பாதம் நகரின் முக்கியமான பிரமுகராக இருந்தார் என்பதை இதன்மூலம் அறியலாம்.

1891ம் வருடம் ஹிக்கின்பாதம் காலமானார். பின்னர், அவரின் மகன் சி.ஹெச்.ஹிக்கின்பாதம் நிறுவனத்தை ஏற்று நடத்தத் தொடங்கினார். இவர், தென்னிந்திய ரயில்வேயுடன் ஒப்பந்தம் போட்டு ரயில்நிலையங்களில் கடைகளை விரித்தார். இப்போதும் சென்னை சென்ட்ரல் உள்ளிட்ட தென்னகத்தின் முக்கிய ரயில்நிலையங்களில் ஹிக்கின்பாதம்ஸ் கடைகள் இருப்பதைப் பார்க்கலாம்.

இந்நிலையில் பெங்களூர் கன்டோன்மென்ட் பகுதியில் ஒரு கட்டடத்தை இந்நிறுவனம் கட்டியது. இந்தக் கட்டடத்திற்கு 1905ம் வருடம் ஹிக்கின்பாதம்ஸ் கிளை வந்தது. இன்றுவரை பெங்களூரில் இந்தக் கிளை செயல்பட்டுவருகிறது.

பின்னர், 1920களின் பிற்பகுதியில் சி.ஹெச்.ஹிக்கின்பாதம் ஓய்வு பெற்றார். இதற்கிடையே 1921ம் வருடம் ஜான் ஆக்ஷாட் ராபின்சன் என்பவர் 'மெட்ராஸ் டைம்ஸ்' பத்திரிகையை வாங்கினார். ஆரம்பக் காலத்தில் இந்தப் பத்திரிகையை ஹிக்கின்பாதம்ஸ் நிறுவனமே வெளியிட்டு வந்தது.

இத்துடன் இந்தியாவின் முதல் மாலைப் பத்திரிகையான 'தி மெயில்' தினசரியையும் வாங்கினார் ராபின்சன். இரண்டையும் இணைத்து 'அசோஷியேட்டட் பிரின்டர்ஸ்' என்ற நிறுவனத்தை உருவாக்கினார். இதில், 'தி மெயில்' பத்திரிகை மட்டும் தொடர்ந்து வெளிவந்தது. இதனுடன் ஹிக்கின்பாதம்ஸ் நிறுவனத்தையும்

இணைத்து அதன் பிரின்டிங் பணியை மேற்கொண்டார்.

'ஹிக்கின்பாதம்ஸ்', 'அசோஷியேட்டட் பிரின்டர்ஸ்', 'மெட்ராஸ் மெயில்' என்று எல்லாமும் சேர்ந்து 'அசோஷியேட்டட் பப்ளிஷர்ஸ்' என அழைக்கப்பட்டது.

இரண்டாம் உலகப் போரின் போது பிரிட்டிஷ் ராணுவ வீரர் களுக்கு உதவியது ஹிக்கின்பாதம்ஸ் நிறுவனம். எட்வர்ட் மூர் எழுதிய *'The Hindu Pantheon'*, அடால்ப் ஹிட்லரின் சுயசரிதை நூலான *'Mein kampf'* போன்ற நூல்களை விற்று, அதில் வந்த வருமானத்தை வீரர்களுக்குச் செலவிட செஞ்சிலுவைச் சங்கத்திடம் கொடையாக அளித்தது.

பின்னர், 1945ம் வருடம் 'அசோஷியேட்டட் பப்ளிஷர்ஸ்' நிறுவனங்கள் அனைத்தும் தமிழரான எஸ்.அனந்தராமகிருஷ்ணன் தலைமையிலான அமால்கமேஷன்ஸ் குரூப்பிடம் விற்கப்பட்டன. அன்றிலிருந்து இன்றுவரை இந்தக் குரூப்பே ஹிக்கின்பாதம்ஸ் நிறுவனத்தை நடத்திவருகிறது.

இன்று, ஹிக்கின்பாதம்ஸ் தமிழகம், புதுச்சேரி, கர்நாடகா, ஆந்திரா, கேரளா எனப் பல இடங்களில் தன்னுடைய கிளைகளைவிரித்திருக்கிறது. தவிர, சுமார் 45 ரயில்நிலையங்களில் அதன் கடைகள் உள்ளன.

சென்னையில் பரந்து விரிந்திருக்கும் இந்தக் கடையில் லட்சக்கணக்கான நூல்கள் கையாளப்படுகின்றன. தவிர, தனிப் பிரதியாக 'தி மெயில்' பத்திரிகையையும் கொண்டுவருகின்றனர்.

தமிழ், ஆங்கிலம் என அனைத்துப் பதிப்பகத்தினருடனும் கைகோர்த்து எல்லா நூல்களும் இங்கே கிடைக்கும்படி செய்துள்ளனர். தமிழ்ப் புத்தக ஆர்வலர்களுக்கென இருந்த பிரிவை மேலும் விரிவுபடுத்தியுள்ளனர்.

ஒரு காலத்தில் அரசுத் துறைகளுக்கும், பள்ளிகளுக்கும், கல்லூ ரிகளுக்கும் புத்தகங்களை சப்ளை செய்யும் அதிகாரபூர்வ முகவராக இருந்து வந்தது ஹிக்கின்பாதம்ஸ். தவிர, கன்னிமாரா நூலத்திற் கும் நூல்களை சப்ளை செய்யும் ஒரே நிறுவனமாகவும் விளங்கி யது.இப்போது சில அரசுத் துறைகளுக்கும், தனியார் பள்ளிகள், கல்லூரிகளுக்கும் இந்தப் பணியை மேற்கொண்டுவருகிறது.

ஆன்லைன் விற்பனை விறுவிறுப்பாகப்போய்க்கொண்டிருக்கும் இந்தக் காலத்திலும் தனித்துவமான தனது விற்பனையைக் காலம் கடந்தும் தொடர்ந்து வருகிறது ஹிக்கின்பாதம்ஸ்!

★ ★ ★

புனித ஜார்ஜ் பள்ளி

இன்றைய சென்னைவாசிகளுக்கு பூந்தமல்லி சாலையிலுள்ள புனித ஜார்ஜ் பள்ளி நல்ல பரிச்சயமுள்ள இடம். காரணம், சில வருடங்கள் இங்கு புத்தகக் காட்சி நடத்தப்பட்டிருக்கிறது என்பதே!

ஆனால், மெட்ராஸில் முறையாக தொடங்கப்பட்ட முதல் ஆங்கில வழிப் பள்ளி இது என்பது பலர் அறியாதது! தவிர, இதுவே ஆசியாவில் பழமையான மேற்கத்திய பாணிப் பள்ளியும் கூட.

1715ம் வருடம் தொடங்கப்பட்ட இந்தப் பள்ளி கடந்த 2015ல் தனது 300வது வருட கொண்டாட்டத்தைச் சீரும் சிறப்புமாக நடத்தி முடித்துள்ளது.

அன்றைய மெட்ராஸில் முதல் பள்ளி வெள்ளையர் நகர் என்றழைக்கப்பட்ட வொயிட் டவுனில் எபிரேம் என்கிற பிரஞ்சு பாதிரியாரால் நடத்தப்பட்டது. அவர் தனது வீட்டிலிருந்தே இந்தப் பள்ளியை நடத்திவந்தார்.

இதில், மயிலாப்பூரில் இருந்து வணிகம் நிமித்தமாக கோட்டையில் குடியேறிய போர்த்துக்கீசியர்களின் குழந்தைகளும், ஐரோப்பிய - ஆசிய கலப்பினர் மற்றும் ஆங்கிலேயர்களின் குழந்தைகளும் படித்தனர்.

ஆனால், கிழக்கிந்தியக் கம்பெனி மெட்ராஸை நிர்மாணித்து முப்பத்தியெட்டு வருடங்களுக்குப் பிறகே கல்வி பற்றி சிந்தித்தது.

↘ புனித ஜார்ஜ் பள்ளி

அதாவது, 1678ல் ரால்ஃப் ஆர்டு என்கிற பள்ளி ஆசிரியருக்குக் கல்வி போதித்ததற்காக வருடத்துக்கு ஐம்பது பவுண்ட் சம்பளம் கொடுத்ததாகக் கம்பெனியின் குறிப்புகள் தெரிவிக்கின்றன.

இந்த ரால்ஃப் எந்த இடத்தில் பள்ளிக்கூடத்தை நடத்தினார்... என்னவிதமான கல்விமுறையை பின்பற்றினார்... என்கிற விவரங்கள் எதுவும் இல்லை.

பின்னர், 1687ம் வருடம் கிழக்கிந்தியக் கம்பெனியின் இயக்குநர்கள் நகராட்சி மன்றம் அமைப்பது தொடர்பாக மெட்ராஸ் கவர்னருக்கு எழுதிய கடிதத்தில் ஒரு வரைவுத் திட்டத்தை வழங்கினர்.

அதில், குடிமக்களிடம் இருந்து வரிவசூலித்து ஒரு பள்ளிக்கூடமோ அல்லது ஒன்றுக்கு மேற்பட்ட இலவச பாடசாலைகளோ அமைப்பதற்குக் கட்டடம் கட்டலாம் என்றும், ஆங்கில வழிக் கல்வியை உள்ளூரைச் சேர்ந்த தெலுங்கு, முஸ்லிம் மக்களின் குழந்தைகளுக்கும் மற்ற இந்தியக் குழந்தைகளுக்கும் வழங்கலாம் என்றும் கருத்து தெரிவித்தனர்.

ஆனால், எதுவும் நடக்கவில்லை. பிறகு, 1691ம் வருடம் கவர்னர் யேல், 'பள்ளிக்கூடம் கட்ட நகராட்சி மன்றம் இது வரை எந்த நடவடிக்கையும் எடுக்காததால் அதற்கென ஒதுக்கிய தொகையை அரசிடம் திரும்பக் கொடுத்துவிட வேண்டும்' என கறாராகச் சொன்னார்.

கம்பெனியின் இயக்குநர்களும் பள்ளிக்கூடம் அமைக்க நடவடிக்கை எடுக்காதது பற்றி கடிதம் மூலம் தங்களது வருத்தத்தைத் தெரிவித்தனர். இந்தப் பிரச்னைக்கு, 1715ம் வருடம் அக்டோபர் மாதம் 28ம் தேதி நடந்த பொதுக் கூட்டமொன்றில் முடிவு காணப்பட்டது. அந்த நொடிப் பொழுதே ஐரோப்பிய, இந்திய குழந்தைகளுக்கென ஒரு அறக்கட்டளைப் பள்ளியும் உருவானது.

இந்தப் பள்ளியில் கல்வியுடன் உணவும் வழங்க தீர்மானிக்கப்பட்டது. இப்படியாக, கோட்டையினுள் 'செயின்ட் மேரிஸ் அறக்கட்டளைப் பள்ளி' மாணவர்களுக்கும், மாணவிகளுக்கும்

தனித்தனியே தொடங்கப்பட்டது.

இதை கோட்டையின் பாதிரியாரான ரெவரண்ட் வில்லியம் ஸ்டீவன்சன் ஆரம்பித்தார். முப்பது குழந்தைகளுடன் கோட்டையின் மேற்குப் பகுதியிலிருந்து பள்ளி செயல்பட்டது.

"இந்தப் பள்ளியில் மாணவர்களுக்கு படிக்கவும், எழுதவும், வரவு - செலவு கணக்குகள் பராமரிக்கவும் கற்றுக் கொடுக்கப் பட்டது. மாணவிகளுக்கு படிக்கவும், வீட்டின் அன்றாடப் பணிகள் பற்றியும் சொல்லித் தரப்பட்டது. மொத்தத்தில், வெறும் ஏட்டுச் சுரைக்காயாக இல்லாமல் நடைமுறை சார்ந்த பாடத்திட்டமாக அமைந்திருந்தது..." என 'The Madras Tercentenary Commemoration Volume' நூலில் குறிப்பிடுகிறார் மெட்ராஸ் பல்கலைக்கழகப் பேராசிரியர் முனைவர் பி.ஜே.தாமஸ்.

1746ல் பிரஞ்சுப் படையின் கட்டுப்பாட்டில் மெட்ராஸ் இருந்தபோது செயின்ட் மேரிஸ் அறக்கட்டளைப் பள்ளி கோட்டையிலிருந்து வெளியேறியது. ஆங்கிலேயர் வசம் மெட்ராஸ் வந்த பிறகே மீண்டும் பள்ளி செயல்பட்டது.

இந்நிலையில், மெட்ராஸின் தட்பவெப்பநிலை காரண மாகவும், அடுத்தடுத்து பிரிட்டிஷ் படைகள் மேற்கொண்ட போர்களாலும் வெள்ளையர் நகரில் நிறையபேர் மாண்டனர். இதனால், அவர்களின் குழந்தைகள் அனாதைகளாயினர்.

இந்தக் குழந்தைகளைப் பராமரிக்கும் பொறுப்பு கம்பெனி யிடம் வந்து சேர்ந்தது. இப்படியாக 1786ல் முதன்முதலாக ராணுவ பெண்கள் அனாதை இல்லம் தோற்றுவிக்கப்பட்டது. இதை ஜெர்மன் மதபோதகரான ஜெரிக் கண்காணித்துவந்தார்.

இந்த இல்லத்திற்காக கர்நாடக நவாப் 80 ஆயிரம் ரூபாய் மதிப்பில் வாங்கியிருந்த கட்டடத்தை நன்கொடையாகக் கொடுத்து உதவினார். இதன் பின்னர் இரண்டு வருடங்கள் கழித்து ராணுவ ஆண்கள் அனாதை இல்லத்தை புகழ்பெற்ற டாக்டரான ஆண்ட்ரூ பெல் உருவாக்கினார். இவர்தான் மாணவர் தலைமையிலான கல்விமுறையை உருவாக்கியவர்.

அதாவது, நன்கு கற்றுத் தேர்ந்த சீனியர் மாணவர்கள் ஜூனியர் மாணவர்களுக்குப் போதிக்க வேண்டும். இதனால், ஆண்ட்ரூ பெல் மெட்ராஸ் கல்வி முறையை தோற்றுவித்தவர் என்றும் அறியப்படுகிறார்.

இதைத் தொடர்ந்து இந்த இரண்டு இல்லங்களுடன் மற்ற சில அனாதை இல்லங்களும் சேர, 'பொது அனாதை இல்லம்' (Civil Orphan Asylum) என்ற பெயரில் இயங்கத் தொடங்கியது.

1867ல் எடுக்கப்பட்ட கணக்கின்படி ஆண்கள் இல்லத்தில் 75 சிறுவர்களும், பெண்கள் இல்லத்தில் 65 சிறுமிகளும் இருந்து வந்தனர்.

↘ 1884ல் கட்டப்பட்ட புனித மேரி தேவாலயம்

இந்நேரம், இந்த பொது அனாதை இல்லம் செயின்ட் மேரிஸ் அறக்கட்டளை பள்ளியுடன் இணைந்து செயல்படத் தொடங்கியது.

இந்த இணைப்பு 1871 - 72ம் வருடம் அன்றைய எழும்பூர் கோட்டையில் நடந்தது. 18ம் நூற்றாண்டின் ஆரம்பத்தில் கட்டப்பட்ட எழும்பூர் கோட்டை ஒரு புற அரணாக செயல்பட்டது.

இப்போது இந்த இடத்தில்தான் எழும்பூர் ரயில் நிலையம் இருப்பது குறிப்பிடத்தக்கது.

இப்படியாக, பள்ளியும் இல்லமும் எழும்பூரிலிருந்து இயங்கி வந்தன. இல்லத்தில் வசித்த அனாதைக் குழந்தைகளும், ராணுவ வீரர்களின் குழந்தைகளும் பள்ளியில் படித்தனர்.

1903ம் வருடம் எழும்பூர் ரயில் நிலைய விரிவாக்கத்திற் காக இடம் தேவைப்பட்டபோது இந்த இடத்தைக் கொடுக்க வேண்டியதாகிவிட்டது. இதனால், இப்போதைய கீழ்ப்பாக்கம் ஷெனாய் நகரில் 21ஏக்கர் நிலம் ரூ.29,750 மதிப்பில் வாங்கப்பட்டது.

இதனுள் கர்னல் கான்வே என்பவரின் தோட்ட இல்லமும், 1884ம் வருடம் கட்டப்பட்ட செயின்ட் மேரி தேவாலயமும் இருந்தன.

இந்தப் பகுதிக்கு பள்ளியும், அனாதை இல்லமும் சென்றது. இந்தத் தோட்ட இல்லத்தை 1816ல் கான்வே வாங்கியதாக, 'Vestiges of Old Madras-vol III' நூலில் குறிப்பிடுகிறார் கர்னல் லவ்.

ராணுவ வீரர்களின் நண்பன் என அழைக்கப்பட்ட கான்வே, 1798ம் வருடம் குதிரைப்படையில் இணைந்து 1837ல் காலரா நோயால் குண்டூரில் மடிந்தார். அவரின் சிலை இன்றும் கோட்டையிலுள்ள புனித மேரி தேவாலயத்தில் உள்ளது.

இரண்டாம் உலகப் போரின் போது 1942ம் வருடம் இந்தப் பொது அனாதை இல்லம் கோயமுத்தூரில் உள்ள ஸ்டேன்ஸ் பள்ளிக்கு மாறப்பட்டது. காரணம், அப்போது இங்கே அமெரிக்கப்

இன்று எப்படி இருக்கிறது?

இந்தப் பள்ளியின் வளர்ச்சிக்கு அன்றைய கவர்னர்கள் ராபர்ட கிளைவ், வாரன் ஹேஸ்டிங்ஸ், வெல்லஸ்லி, கர்நாடக நவாப் எனப் பலரும் உதவியுள்ளனர். இப்போது பள்ளியில் 1200 மாணவ - மாணவிகள் படித்து வருகின்றனர்.இதில், தொண்ணூறு சதவீத மாணவர்கள் பொருளாதாரத்தில் பின்தங்கியவர்கள்.

தவிர, நர்சரி பள்ளியில் 122 குழந்தைகள் படிக்கின்றனர். மொத்தமாக அறுபது ஆசிரியர்களும், நாற்பது ஊழியர்களும் பணியாற்றி வருகின்றனர்.

ஆங்கிலோ-இந்தியன் பள்ளி என்றாலும் தமிழக அரசின் சமச்சீர் கல்வி முறையையே பின்பற்றி வருகிறார்கள். இப்போது அனாதை இல்லத்தில் 58 குழந்தைகள் உள்ளனர்.

ஹாக்கி விளையாட்டில் சிறந்த பள்ளியாக விளங்கி வருகிறது. இங்கே படித்துச் சென்றவர்கள் இந்திய அணிக்காகவும் ஆடியுள்ளனர்; தவிர, பல்வேறு துறைகளிலும் முக்கியப் பொறுப்பில் பணியாற்றி வருகின்றனர் - என பெருமிதமாகக் குறிப்பிடுகிறார் பள்ளியின் செயலாளரும் தாளாளருமான டாக்டர் ஜி.கே.பிரான்சிஸ்.

படைகள் தங்கியிருந்தன.

பின்னர், 1954ம் வருடம் பொது அனாதை இல்லம் என்பது புனித ஜார்ஜ் பள்ளி மற்றும் அனாதை இல்லம் எனப் பெயர் மாற்றமானது.

ஆரம்பத்தில் ஆங்கிலோ இந்தியன் நடுநிலைப் பள்ளியாக செயல் பட்டு, 1960ல் உயர்நிலைப் பள்ளியாகவும், 1978 - 79ல் மேல்நிலைப் பள்ளியாகவும் தரம் உயர்ந்தது.

அன்றைய செயின்ட் மேரிஸ் அறக்கட்டளைப் பள்ளியும், பொது அனாதை இல்லமும் இன்று புனித ஜார்ஜ் பள்ளி மற்றும் அனாதை இல்லமாக மாறி நூற்றாண்டுகளைக் கடந்து நடைபோட்டு வருகிறது.

* * *

மெட்ராஸின் முதல் அச்சகம்!

மெட்ராஸில் முதல் அச்சுக்கூடம் 1761ம் வருடம் வேப்பேரியில் அமைக்கப்பட்டது. ஆனால், இதற்கு இரு நூற்றாண்டுகள் முன்பே இந்தியாவிற்குள் அச்சகம் நுழைந்துவிட்டது.

ஆம். கி.பி.1498ம் வருடம் கள்ளிக்கோட்டையில் போர்த்துக்கீசியர்கள் காலடி வைத்தபோதே அச்சுக் கலையும் இந்தியாவிற்குள் பரவிவிட்டது.

வாஸ்கோடகாமாவைப் பின்பற்றி வந்த போர்த்துக்கீசிய பாதிரியார்கள் இந்தியாவில் கிறிஸ்துவ மதத்தைப் பரப்பும் பணியில் ஈடுபட்டனர். அவர்களுக்குத் துணையாக இருந்தது அச்சடிப்பு முறை.

1540களில் தரங்கம்பாடியில் பணியாற்றிக் கொண்டிருந்த துறவி பிரான்சிஸ் சேவியர் இந்தியாவிற்கு அச்சகம் தேவையென போர்ச்சுகலுக்கு வலியுறுத்தினார். இதேநேரம், எத்தியோப்பிய பேரரசில் இருந்த மிஷனரிகளும் அச்சு இயந்திரம் ஒன்றை அனுப்ப வேண்டி போர்ச்சுகலிடம் கேட்டிருந்தனர்.

இதனால், முதலாவதாக போர்ச்சுகலில் இருந்து எத்தியோப்பியாவுக்கு அச்சுகளும், அச்சு இயந்திரமும் அனுப்பப்பட்டன. ஆனால், காலநிலை சரியில்லாது போனதால் அந்தக் கப்பல் எத்தியோப்பிய பேரரசுக்குச் செல்லாமல் நேராக கோவா வந்திறங்கியது. இப்படியாக அச்சு இயந்திரம் 1557ம் வருடம் இந்தியாவுக்கு வந்தது.

கோவா மிஷனரிகளும் அச்சகம் தேவையென உணர்ந்ததால்

அதை இங்கே தக்கவைத்துக்கொண்டனர். இருந்தும் அச்சுப் பணிகள் வேகமெடுக்கவில்லை. ஏனெனில், "புதிதாக கிறிஸ்துவ மதத்திற்கு மாறியவர்களுக்குப் பயன்படக்கூடிய அளவிற்குத் துண்டு வெளியீடுகளையும், நூல்களையும் அச்சிடப் பாதிரியார்கள் திட்டமிட்டனர். ஆனால், அச்சுக்கருவிகளுடன் வந்திறங்கிய மதபோதகர் திடீரென்று இறந்துவிட்டார். அச்சுக்கலை தெரிந்தவர்கள் ஐரோப்பாவிலேயே இருந்ததால் இந்தியாவில் அதை அறிந்து கையாள்வதற்குப் பல நாட்கள் பிடித்தன..." என 'அச்சும் பதிப்பும்' நூலில் குறிப்பிடுகிறார் எழுத்தாளர் மா.சு.சம்பந்தன்.

கோவாவிற்குப்பின்னர், கேரளாவிலுள்ள கொல்லத்திலும், அம்பலக்காட்டிலும்; தமிழகத்தில் தூத்துக்குடி அருகே புன்னைக்காயலிலும் அச்சகங்கள் தோற்றுவிக்கப்பட்டன. எல்லாமே சமயப் பரப்புரைக்காகத்தான்.

இந்த அச்சு இயந்திரம் இந்தியாவிற்குள் வருவதற்கு மூன்று வருடங்கள் முன்பே 1554ம் வருடம் முதல் தமிழ் நூல் போர்ச்சுகல் தலைநகர் லிஸ்பனில் வெளியாகிவிட்டது!

அதன் பெயர் 'லூசோ தமிழ் சமய வினாவிடை' *(Luso Tamil Catechism)*. ஆனால், இந்நூல் தமிழ் வரிவடிவைக் கையாளாது ரோமானிய எழுத்துகளைக் கொண்டதாக இருந்தது. பின்னர், துறவி பிரான்சிஸ் சேவியர் எழுதிய, *'Doctrina Christam'* நூலை ஹென்றிக் ஹென்றிக்ஸ் என்ற பாதிரியார் தமிழில் மொழிபெயர்த்தார். இதன்பெயர் 'தம்பிரான் வணக்கம்'.

இந்நூல் 1578ம் வருடம் பதினாறு பக்கத் துண்டு வெளியீடாக கொல்லத்தில் அச்சடிக்கப்பட்டது. இதுவே இந்தியாவில் தமிழ் வரிவடிவில் அச்சு கண்ட முதல் தமிழ் நூல். இதன் நகல் சென்னை கன்னிமாரா நூலகத்தில் பாதுகாக்கப்பட்டுவருகிறது.

இதைத் தொடர்ந்து அடுத்த வருடமே 'கிரிசித்தியானி வணக்கம்' என்ற நூல் வெளிவந்தது. இது, கத்தோலிக்க மதத்தின் அடிப்படைப் பிரார்த்தனைகளையும், சமயம் சார்ந்த கேள்வி பதில்களையும் உள்ளடக்கியதாக இருந்தது.

இதன்பிறகு, டச்சுக்காரர்களும், ஆங்கிலேயர்களும், டேனிஷ்காரர்களும், பிரஞ்சுக்காரர்களும் இந்தியாவிற்கு வந்து சேர்ந்தனர். இதனால், போர்த்துக்கீசியர்களின் தமிழ் அச்சுப்பணி வலுவிழந்து போனது. காரணம், இவர்களிடையே இருந்த மதவேற்றுமையும், வணிகப் போட்டியும்தான்.

17ம் நூற்றாண்டின் முற்பகுதியில் எந்தத் தமிழ்நூலும் அச்சாகவில்லை. போர்த்துக்கீசிய அரசின் ஆணைப்படி இந்திய மொழிகளில் அச்சிடுவதும் நிறுத்தப்பட்டது. இதன்பிறகு, 18ம் நூற்றாண்டின் தொடக்கத்தில் தரங்கம்பாடியில் பார்த்தலோமியோ சீகன்பால்க் அமைத்த அச்சகத்திலிருந்து தமிழின் அச்சு வரலாறு

➘ டயோசீசன் பிரஸ் (படம் நன்றி -Icons of Madras நூல்)

தொடங்கியது.

1706ம் வருடம் முதல் புரட்டஸ்டன்ட் மிஷனரியை தரங்கம்பாடியில் டேனிஷ் மிஷன் அமைத்தது. இந்த மிஷன் ஜெர்மானியரான சீகன்பால்க் என்பவரின் தலைமையில் இயங்கியது. இவர்களுக்கு பிரிட்டனைச் சேர்ந்த கிறிஸ்துவமத அறிவைப் பரப்பும் சங்கம் (SPCK) அச்சகமும், பணமும், காகிதமும், புத்தகங்களும் கொடுத்து உதவியது.

பிறகு, 1713ல் சீகன்பால்க் தமிழ் எழுத்து மாதிரியை தன் ஜெர்மனி நண்பர்களுக்கு அனுப்பி வைத்து அதேபோல் வேண்டுமென கடிதம் எழுதினார். நண்பர்களும் அவ்வெழுத்துகளுடன் அச்சுப் பொறியையும் அனுப்பி வைத்தனர். இப்படியாக தமிழ் அச்சுப் பணி தரங்கம்பாடியில் தொடங்கப்பட்டது.

ஆனால், ஜெர்மனியிலிருந்து வந்த தமிழ் அச்சு எழுத்துகள் பெரிய உருவில் இருந்தன. தவிர, சில எழுத்துகளும் இல்லை. இவற்றைக் கொண்டு அச்சடித்ததால் காகிதமும் போதவில்லை. இதனால், சிறிய வடிவில் எழுத்துகளைச் செதுக்கியதுடன் Type Foundry ஒன்றையும் அமைத்தார் சீகன்பால்க்.

இதனுடன் காகிதப் பற்றாக்குறையைத் தீர்க்க பேப்பர் மில்லையும் ஏற்படுத்தினார். இதுவே இந்தியாவில் ஆரம்பிக்கப்பட்ட முதல் காகித ஆலை. இவர், தனது முப்பத்தாறு வயதிலேயே இறந்துவிட்டார்.

இதற்கிடையே கிறிஸ்துவ மத அறிவைப் பரப்பும் சங்கம், தரங்கம்பாடி மிஷனரிகளுடன் இணைந்து 1717ல் மெட்ராஸில் இரண்டு பள்ளிகளை நிர்மாணித்தது. இதில் ஒன்று வெள்ளையர் நகரில் வசித்த போர்த்துக்கீசியர்களுக்கும், மற்றொன்று கருப்பர் நகரிலிருந்த தமிழர்களுக்கும் ஆரம்பிக்கப்பட்டது.

கூடவே, கிறிஸ்துவ பணிக்கான மிஷன் ஒன்றையும் தொடங்கினர். இந்த மிஷன் இப்போதைய உயர்நீதிமன்றம் அருகே உள்ள பழைய கலங்கரை விளக்கம் பகுதியிலிருந்து செயல்பட்டு வந்தது. இதை ஜெர்மானிய பாதிரியார்கள் தங்கள் கட்டுப்பாட்டில் வைத்திருந்தனர்.

சீகன்பால்க் மறைவிற்குப் பின்னர் கிரண்டலர், பெஞ்சமின் சூல்சே என பல ஜெர்மன் பாதிரியார்கள் தரங்கம்பாடியிலிருந்து அச்சுப் பணியை மேற்கொண்டனர்.

பின்னர், 1740ம் வருடம் ஜான் பிலிப் ஃபெப்ரிசியஸ் தரங்கம்பாடி வந்து சேர்ந்தார். இவரை மெட்ராஸில் சமயப் பணி ஆற்றுவதற்காக அனுப்பி வைத்தனர். இவர் கோட்டையின் அருகே செயல்பட்டு வந்த மிஷனிற்குத் தலைமையேற்றார்.

1746ல் மெட்ராஸை பிரஞ்சுப்படையினர் பிடித்ததால் ஃபெப்ரிசியஸ் தனது குழுவுடன் பழவேற்காடு தப்பிச் சென்றார். மீண்டும் கிழக்கிந்தியக் கம்பெனியினர் வசம் மெட்ராஸ் வந்தபிறகே ஃபெப்ரிசியஸ் இங்கே வந்தார்.

ஆனால், பிரஞ்சுப்படை இவர்கள் நடத்தி வந்த பள்ளியையும், தேவாலயத்தையும், மிஷனையும் அழித்து விட்டது. இதனால் மனவேதனை அடைந்தவர்களுக்கு ஆங்கிலேயர்கள் ஆறுதல் தந்தனர்.

உடனே, அட்மிரல் பொஸ்கவன் இந்த மிஷனிற்காக வேப்பேரியில் ஒரு சிறிய இடத்தை இழப்பீடாக அளித்தார். இந்த இடத்தில் மிஷனிற்கென ஒரு வீடும், சர்ச்சும் இருந்தது. இதை ஆர்மேனிய வணிகர் ஒருவர் பிரஞ்சுத் தளபதி டூப்ளேவின் அனுமதியுடன் கட்டியிருந்தார்.

பிரஞ்சுக்கு இணக்கமானவர் என இந்த வணிகர் மீது சந்தேகம் கொண்ட ஆங்கிலேயர்கள், அவரிடம் இருந்து இந்தச் சர்ச்சினையும், வீட்டையும் பறித்தனர். இதுவே கிறிஸ்துவ மத அறிவைப் பரப்பும் குழுவின் கீழ் இயங்கிய ஃபெப்ரிசியஸின் மிஷனிற்கு அளிக்கப்பட்டது.

மீண்டும் பிரஞ்சுப்படை 1758ல் மெட்ராஸை முற்றுகையிட்டபோது இந்த வீட்டிலும், சர்ச்சிலும் கொள்ளையடித்தனர். இந்நேரம் ஃபெப்ரிசியஸ் மீண்டும் தன் குழுவுடன் பழவேற்காடு சென்றுவிட்டார்.

பின்னர், 1760ல் சர் ஐரே கூட் தலைமையில் பிரிட்டிஷ் படை பதிலுக்கு பாண்டிச்சேரியை சூறையாடியது. அப்போது அங்கிருந்து அச்சு இயந்திரத்தையும், அச்சுகளையும் எடுத்து வந்தது. இப்படி கொண்டு வரப்பட்ட அச்சு இயந்திரம் வேப்பேரியில் இருந்த ஃபெப்ரிசியஸின் மிஷனிடம் வழங்கப்பட்டது. இதுவே, மெட்ராஸில் அமைந்த முதல் அச்சுக் கூடம்.

இதை எஸ்.பி.சி.கே பிரஸ் என்றும், வேப்பேரி பிரஸ் என்றும்

↘ கன்னிமாராவில் உள்ள தம்பிரான் வணக்கம் நூல்

அழைத்தனர். பின்னாளில் இது டயோசீசன் பிரஸ் எனப் பெயர் மாறியது குறிப்பிடத்தக்கது.

இந்த அச்சுக் கூடம் பற்றி இன்னொரு கருத்தும் முன்வைக்கப்படுகிறது.

பிரஞ்சுப்படை மெட்ராஸை 1758ல் முற்றுகையிட்டு கொள்ளையடித்தபோது இங்கிருந்த அச்சு இயந்திரத்தை கொண்டு சென்றுவிட்டதாகவும், அதுவே பின்னர் ஐரே கூட் தலைமையிலான ஆங்கிலேயப் படையால் எடுத்து வரப்பட்டதாகவும் சொல்லப்படுகிறது.

↘ தம்பிரான் வணக்கம்-1578

இதிலிருந்து மெட்ராஸில் 1740களிலேயே அச்சு இயந்திரம் இருந்ததாகத் தெரிந்து கொள்ளலாம் என்கிறார்கள் ஆய்வாளர்கள்.

இந்த அச்சு இயந்திரத்தை வேப்பேரி மிஷனரியிடம் கொடுத்தாலும், கவர்னர் பிகாட் கிழக்கிந்தியக் கம்பெனிக்குத்தான் அச்சடிக்க முதல் முன்னுரிமை தர வேண்டும் என்றார். முக்கியமான ஆணைகள் எல்லாம் இங்கே அச்சடிக்கப்பட்டன.

இதன்பின்னர் வேப்பேரி மிஷனரி மத சம்பந்தமான அச்சுப் பணிகளுக்கு தரங்கம்பாடியிலிருந்து ஓர் அச்சு இயந்திரத்தை வாங்கி வந்தது. “1772ம் வருடம் இவர்கள் மதராசபட்டினத்தில் ‘மலபார் புதிய ஏற்பாடு’ என்ற நூலைத் தயாரித்தனர்...” என ‘மதராசபட்டினம்’ நூலில் குறிப்பிடுகிறார் ஆய்வாளர் நரசய்யா.

தொடர்ந்து ஃபெப்ரிசியஸ் உருவாக்கிய தமிழ் அகராதி, ஜெர்மன் துதிப்பாடல்கள் எல்லாம் அச்சடிக்கப்பட்டன. இருந்தும் 19ம் நூற்றாண்டில் கடுமையான நிதி நெருக்கடியைச் சந்தித்தது இந்த அச்சகம்.

இதனால் மிஷன் மூடப்பட்டு 1850களில் அச்சகப் பிரிவு மட்டும் சிந்தாதிரிப்பேட்டையிலிருந்த அமெரிக்க போர்டிடம் ஒப்படைக்கப் பட்டது. அமெரிக்கன் மிஷன் பிரஸ், பி.ஆர்.ஹன்ட் என்பவர் நிர்வாகத்தின் கீழ் செயல்பட்டு வந்தது. முதலில் பெத்தநாயக்கன் பேட்டையிலும், பின்னர் பிராட்வேயிலும் செயல்பட்டு வந்தது இந்த அமெரிக்கன் மிஷன் அச்சகம்.

பி.ஆர்.ஹன்ட் தமிழ் எழுத்துருக்களை இந்தியர்களைக் கொண்டு அழகாக வடிவமைத்து அதன் வளர்ச்சியில் முக்கியப் பங்காற்றினார். ஆனால், இந்த அச்சகம் நெடுநாட்களுக்கு நீடிக்கவில்லை. 1866ம் வருடம் அமெரிக்கன் மிஷன் மெட்ராஸை விட்டு வெளியேறியது.

இந்நேரம் ஹன்ட் இந்த அச்சகத்தை கிறிஸ்துவ மத அறிவைப் பரப்பும் சங்கத்திடமே ரூ.40 ஆயிரத்துக்கு விற்றார். இதனால், மீண்டும் அச்சகம் வேப்பேரிக்கே வந்து சேர்ந்தது.

1899ம் வருடம் இங்கிலாந்திலிருந்து ஒரு அச்சு இயந்திரம் தருவிக் கப்பட்டது. அச்சகமும் விரிவாக்கம் செய்யப்பட்டது. கல்வி மற்றும் மிஷனரி சம்பந்தமான பணிகள் அச்சகத்தில் விறுவிறுப்படைந்தன. நல்ல லாபமும் கிடைத்தது.

பிறகு, “கிறிஸ்துவ மத அறிவைப் பரப்பும் சங்கம் தன் அலு வலகத்தை மெட்ராஸிலிருந்து மாற்ற நினைத்தது. இதனால், அச்சகத்தை ஆங்லிக்கன் டயோசீஸிடம் ஒப்படைத்தது. ஆனால், அங்கே அச்சகம் செழிப்பாக நடக்கவில்லை. இதனால், 1930ம் வருடம் இந்த அச்சகத்தையும் மற்ற சொத்துகளையும் கிறிஸ்துவ லிட்ரரி சொசைட்டி (CLS) வாங்கிக் கொண்டது...” என ‘Icons of Madras’ நூலில் குறிப்பிடுகிறார் கமலா ராமகிருஷ்ணன்.

இந்த கிறிஸ்துவ லிட்ரரி சொசைட்டி தன் சிறிய அச்சகத்தை இந்த டயோசீசன் பிரஸ்ஸுடன் இணைத்து நவீனமாக்கியது. இந்த சொசைட்டியின் செயலராக இருந்த டபிள்யூ.ஹெச்.வாரன் வழிகாட்டலில் அச்சகம் விரிவாக்கம் செய்யப்பட்டு போட்டோ ஆஃப்செட் துறை எல்லாம் சேர்க்கப்பட்டது.

1990களில் அச்சகத் தொழில்நுட்பம் நவீனமானபோது டயோ சீசன் அச்சகம் மந்தமாகவே சென்றது. இதற்கு, விற்பனை குறைவு, ஊழியர்கள் பிரச்னை என சில காரணங்கள் இருந்தன. மெல்ல மெல்ல தன் பொலிவை இழந்த மெட்ராஸின் முதல் அச்சுக்கூடம் நிறைவாக 2000ம் வருடம் மூடப்பட்டது.

இன்று வேப்பேரி சாலையில் இந்த அச்சகம் இருந்த இடத்தில் அடுக்குமாடி குடியிருப்புகள் வானுயர்ந்து நிற்கின்றன.

* * *

அரசு அச்சகம்!

கடந்த அத்தியாயத்தில் மெட்ராஸுக்கு அச்சகம் வந்த கதையையும், பழமையான டயோசீசன் அச்சகம் பற்றியும் பார்த்தோம்.

அத்துடன் அச்சகம் குறித்த 'தலபுராணம்' முடிந்தது எனக் கருதக் கூடாது. இன்னொரு பழமையான அச்சகமும் இதே காலத்தில் செயல்பட்டிருக்கிறது.

அதுதான், அரசு மைய அச்சகம்.

மின்ட் ஸ்ட்ரீட் என அழைக்கப்படும் தங்க சாலையிலிருந்து இயங்கி வரும் இந்த அச்சகத்தின் வயது 188.

அதற்குமுன் 18 மற்றும் 19ம் நூற்றாண்டுகளில் இயங்கிய வேறு சில அச்சகங்களையும் பார்க்க வேண்டியது அவசியம். முதலாவதாக, அனாதை இல்லத்துடன் இணைந்த அச்சகம்.

மெட்ராஸில் இயங்கிய ஆண்கள் அனாதை இல்ல மாணவர்களுக் காக ஓர் அறநிலைப் பள்ளி நடத்தப்பட்டு வந்தது. இதை உருவாக் கியவர் டாக்டர் ஆண்ட்ரூ பெல். இந்தப் பள்ளியுடன் இணைந்து ஓர் அச்சகமும் நிர்மாணிக்கப்பட்டது.

அனாதை இல்ல மாணவர்களுக்குப் பள்ளியில் படிப்புடன் இந்த அச்சகத்தில் வேலை வாய்ப்புக்கான பயிற்சியும் வழங்கப்பட் டது. மெட்ராஸ் மாகாண அரசின் செய்தி இதழான '*Gazette*' இங்கே அச்சடிக்கப்பட்டது. இந்த அச்சகத்திலிருந்து மெட்ராஸின் விவரக்

குறிப்புகள் அடங்கிய புத்தகமும் வெளியிடப்பட்டது.

இதிலிருந்து வந்த வருமானத்தைக் கொண்டு அனாதை இல்லம் நடத்தப்பட்டது. பின்னர் ஊட்டியில் ஆரம்பிக்கப்பட்ட லாரன்ஸ் ராணுவ இல்லத்துடன் இந்த அச்சகம் இணைந்து, லாரன்ஸ் இல்ல அச்சகம் எனப் பெயர் மாற்றமானது.

சர் ஹென்றி லாரன்ஸ் என்பவர் இராணுவ வீரர்களின் குழந்தைகளுக்காக இந்தியாவில் பள்ளிகளைத் தொடங்கினார். அவரது மறைவுக்குப் பிறகு ஊட்டி லவ்டேலில் லாரன்ஸ் பள்ளி ஆரம்பிக்கப்பட்டது.

இதைப் போலவே, 19ம் நூற்றாண்டின் தொடக்கத்தில் ஆங்கிலேயர்கள் இங்குள்ள நிர்வாகம், மொழி, சட்டம், மதம் மற்றும் சுங்கவரி பற்றி அறிந்து கொள்ள College of Fort St.George என்ற பெயரில் ஒரு கல்லூரியை நுங்கம்பாக்கத்திலுள்ள டிபிஐ வளாகத்தில் ஏற்படுத்தினர். தொடர்ந்து இதனுள்ளே மெட்ராஸ் லிட்ரரி சொசைட்டி உருவாக்கப்பட்டது.

இந்த சொசைட்டியிலிருந்து ஓர் அச்சகமும், புத்தக விற்பனை நிலையமும், நூலகமும் நடத்தப்பட்டன. இந்த அச்சகத்திலிருந்து பல்வேறு தமிழ்நூல்களும், மொழிபெயர்ப்புகளும் வெளியிடப்பட்டன.

இச்சங்கத்தில் தாண்டவராய முதலியார், முத்துச்சாமி பிள்ளை, தஞ்சை சரபோஜி மன்னரின் அவைப் புலவராக இருந்த கொட்டையூர் சிவக்கொழுந்து தேசிகர், மதுரைக் கந்தசாமிப் புலவர் உள்ளிட்ட பல சிறந்த தமிழ்ப் புலவர்கள் தமிழாசிரியர்களாக இருந்ததால் பல்வேறு நூல்கள் அச்சுக் கண்டன.

"1817ம் வருடம் திருவேற்காடு சுப்பராய முதலியாரால் எழுதப்பட்ட, 'தமிழ் விளக்கம்' நூல் மீண்டும் இந்த அச்சகத்தில் அச்சிடப்பட்டது. இதுவே தமிழில் வெளிவந்த முதல் உரைநடை இலக்கண நூலாகும்..." என 'அச்சும் பதிப்பும்' நூலில் குறிப்பிடுகிறார் எழுத்தாளர் மா.சு.சம்பந்தன்.

இப்படியாக அன்றைய மெட்ராஸில் அச்சகங்கள் இயங்கி வந்தன. ஆனால், 1830கள் வரை ஐரோப்பியர் தவிர, மெட்ராஸைச் சேர்ந்த உள்ளூர்வாசிகள் யாரும் அச்சகம் அமைக்க முன்வரவில்லை. காரணம், அன்று நடைமுறையில் இருந்த சட்டம்.

1835ம் வருடம் கவர்னர் ஜெனரலாக இருந்த சார்லஸ் மெட்கஃப் இந்தச் சட்டத்தை நீக்கினார். இதன்பிறகே, உள்ளூர் மக்கள் அச்சமின்றி அச்சகத்தைத் தொடங்கினர்.

இதற்கிடையேதான் அரசு அச்சகமும் கோட்டையினுள்ளே 1831ம் வருடம் தொடங்கப்பட்டது. ஆனால், அரசு தன் அச்சக வேலைகளை 1800ம் வருடமே ஆண்கள் அனாதை இல்லப் பள்ளியுடன் இருந்த அச்சகத்தில் ஆரம்பித்துவிட்டது.

ஒருகட்டத்தில், அரசின் அச்சுப் பணிகள் எல்லாம் இந்த

ஆண்கள் இல்ல அச்சகத்தில் குவிந்ததால், வேலையை விரைவாக முடிக்க வேண்டி மற்ற தனியார் அச்சகங்களுக்கும் பணிகள் கொடுக்கப்பட்டன. இந்த பின்புலத்தில்தான் அரசு அச்சகம் உதயமானது.

பிறகு, 1832ம் வருடம் ஜனவரி மாதம் கோட்டையிலிருந்த அரசு அச்சகத்தின் முதல் பணியாக பனிரெண்டு பக்கங்கள் அடங்கிய புனித ஜார்ஜ் கோட்டையின் *Gazette* அச்சடிக்கப்பட்டது.

இத்துடன், தலைமை கமாண்டரின் உத்தரவுகள், ராணியின் கட்டளைகள் மற்றும் சில வெளி வேலைகளும்கூட இந்த அச்சகத்தில் செய்யப்பட்டன.

1845ம் வருடம் ஆங்கிலேயர்கள் தயாரித்த மூன்று கொலம்பியன் அச்சு இயந்திரங்கள் மற்றும் சில மர அச்சு இயந்திரங்களுடன் புதிதாக ஓர் அச்சுக் கூடம் அரசு அச்சகத்தில் நிறுவப்பட்டது. நாற்பது பேர்களைக் கொண்டு இந்தக் கூடம் இயங்கியது.

பத்தாண்டுகள் கழித்து அரசின் செயற்பாடுகள் அனைத்தும் இந்த அச்சகத்தில் இருந்தே மேற்கொள்ளப்பட்டன. தவிர, நாற்பது பேர் என்பது 96 பேர்களானது. இந்நேரம், பைண்டிங் பிரிவும் சேர்க்கப்பட்டது. அத்துடன் புத்தகப் பணிகளும் தொடங்கப்பட்டன.

1859ம் வருடம் வருவாய் வாரியம் நடத்திவந்த அச்சகம், அரசு அச்சகத்துடன் இணைந்தது. அதுமட்டுமில்லாமல், முன்பு தனியாரிடம் கொடுக்கப்பட்ட வேலைகள் எல்லாம் அரசு அச்சகத்திலேயே மேற்கொள்ளப்பட்டதால் செலவுகளும் குறைந்தன. இதனால், ஆங்கிலேயர்கள் உற்சாகமடைந்தனர்.

அதிகப்படியான பணிகள் குவிந்தால் மட்டும் அதை முன்பு குறிப்பிட்ட லாரன்ஸ் இல்ல அச்சகத்தில் கொடுத்து அச்சடித்தனர்.

1861ல் இந்தியாவிலிருந்த அரசு அச்சகத்திலேயே மெட்ராஸ் அச்சகம்தான் முதல்முறையாக அச்சுக் கோர்ப்பவர்களுக்கு *Piece Work* என்ற ஊதிய முறையை அறிமுகப்படுத்தியது.

மாவட்ட அச்சகம்

- மாவட்ட அச்சகம், மெட்ராஸ் மாகாணம் முழுவதும் 1855ம் வருடம் ஏற்படுத்தப்பட்டது.
- அப்போது மாவட்ட கெஜட் முதல்முறையாக வெளியிடப்பட்டது.
- ஆனால், பொருளாதாரக் காரணங்களால் இருபது மாவட்ட அச்சகங்கள் 1917ம் வருடம் மூடப்பட்டுவிட்டன.
- இன்று மதுரை, மதுரை ஐகோர்ட் வளாகம், திருச்சி, சேலம், புதுக்கோட்டை, விருத்தாசலம் போன்ற இடங்களில் அரசு கிளை அச்சகங்கள் செயல்பட்டு வருகின்றன.

அதாவது, எத்தனை அச்சுக் கோர்த்திருக்கிறார்களோ அதற்கேற்ப ஊதியம். ஆயிரம் எழுத்துகளுக்கு இரண்டணா வழங்கப்பட்டது. பின்னர் ஒரு மணிநேரத்திற்கு இரண்டணா என மாற்றப்பட்டது. தவிர, மற்ற ஊழியர்களுக்கு மாதச் சம்பளம் அளிக்கப்பட்டது.

அன்று அரசு அச்சகத்தில், பொதுத்துறை, இராணுவம், வருவாய் வாரியம், புத்தகம், தலைமைச் செயலகத்தின் பல்வேறு துறைகளைச் சேர்ந்த ரகசியக் கோப்புகள் போன்ற பணிகள் மட்டும் நடக்கவில்லை.

ஆங்கிலம், தமிழ், தெலுங்கு, கன்னடம், மலையாளம், லத்தீன், கிரேக்கம் எனப் பல்வேறு மொழிகளில் தேர்வுத் தாள்களும் அச்சடிக்கப்பட்டன.

1868ம் வருடம் சிறைக்குள் ஓர் அச்சகம் அமைக்கப்பட்டு, சிறை வாசிகளுக்கும் வேலை வாய்ப்பு வழங்கப்பட்டது. முதலில் அச்சுக் கோர்க்கவும், கூடவே பிரஸ்மேனாகவும் பயிற்சி அளிக்கப்பட்டது. ஆனால், நிறைய பேர் எழுதப் படிக்கத் தெரியாதவர்களாக இருந்த தால் இந்தப் பணி சிரமமாக இருந்தது.

"1884ம் வருடம் வரை அரசு அச்சகத்தில் 740 பேர் வரை பிரிண்டிங் மற்றும் பைண்டிங் பணியில் ஈடுபட்டிருந்தனர். 27 அச்சு இயந்தி ரங்களும், 44 ஹேண்ட் பிரஸ்ஸும் இருந்தன. மூன்று லட்சத்து 18 ஆயிரம் ரூபாய் மதிப்புள்ள பணிகள் அந்த வருடத்தில் மேற் கொள்ளப்பட்டன..." என 1885ல் வெளியான *'Manual of the Administration of the Madras Presidency-Vol I'* நூலில் குறிப்பிட்டுள்ளார் மெக்லீன்.

இந்த அரசு அச்சகம் 1888ம் வருடம் வரை கோட்டையிலிருந்த அரசு அலுவலகத்தின் தரைத் தளத்திலிருந்து செயல்பட்டு வந்தது. இந்நேரம் மின்ட் தெருவிலிருந்த இராணுவ ஆடைக் கிடங்கு வேறு இடத்திற்கு மாறியது. அந்த இடத்துக்கு அரசு அச்சகம் சென்றது.

ஆனால், போதுமான வசதிகள் அங்கே இல்லாததால் 1912ல் புதிய அச்சகக் கட்டடம் கட்ட ஒப்புதல் வழங்கப்பட்டது. அதனால் அதுவரை மவுண்ட் ரோட்டிலிருந்த லாரன்ஸ் இல்ல அச்சக வளாகத்திலிருந்து அரசு அச்சகம் செயல்பட்டது.

இதேநேரம் அரசு அச்சகம், அரசு அலுவலகங்களுக்கான ரப்பர் ஸ்டாம்புகளையும் தயாரித்து வழங்கியது. புதிய கட்டடம் முடிந்ததும் மின்ட் தெருவிற்கே அச்சகம் சென்றது. மவுண்ட் ரோடு கட்டடம் புத்தகங்கள் மற்றும் வெளியீடுகளுக்கான விற்பனை நிலையமாக மாறி இன்றுவரை செயல்பட்டுவருகிறது.

"1920ம் வருடம் அரசு அச்சகத்தில் பணிகள் அதிகரித்தன. காரணம், முதல் பொதுத் தேர்தலுக்காக சுமார் 15 ஆயிரத்து 500 பக்கங்கள் வரை முதல் வாக்காளர் பட்டியல் அச்சடிக்கப்பட்டதே..." என இந்த அரசு அச்சகத்திலேயே அச்சடிக்கப்பட்ட, 'The Madras Year Book 1923' நூல் குறிப்பிடுகிறது.

அப்போது இந்த அரசு அச்சகத்தில் 1655 பேர் பணியாற்றினர். தவிர, 360 சிறைவாசிகளும் அங்குள்ள அச்சகத்தில் வேலை பார்த்துள்ளனர்.

இதன்பிறகு, மெட்ராஸ் உயர்நீதிமன்றத்திலிருந்து செயல்பட்ட அச்சகம், அரசு அச்சகத்துடன் இணைந்தது. உயர்நீதிமன்றத்திலுள்ள இந்த அரசு கிளை அச்சகம், 1862ம் வருடத்திலிருந்தே செயல்பட்டு வந்த ஒன்று. ஆரம்பத்தில் தனியார் ஒப்பந்தம் மூலம் இயக்கப்பட்டது.

இந்த உயர்நீதிமன்ற அச்சகத்தில் தினசரி வழக்குகளுக்கான பட்டியல், முக்கியமான படிவங்கள், தேவையான பதிவேடுகள் எல்லாம் அச்சடிக்கப்பட்டன. இன்றும், இந்த அச்சகம் உயர்நீதிமன்ற வளாகத்திலிருந்து இதே பணிகளைச் செய்துவருகிறது.

இதனைத் தொடர்ந்து 1940களில் இரண்டாம் உலகப் போர் சமயத்தில் 'போர் பிரிவு' என்கிற புதிய பிரிவு அச்சகத்தில் தொடங் கப்பட்டது. ஆங்கிலம் மற்றும் பிற இந்திய மொழிகளில் போர் பற்றிய பிரசாரமும், உள்நாட்டு பாதுகாப்பு பற்றிய விஷயங்களும் அச்சடிக் கப்பட்டன. குறிப்பாக, போர் பற்றின வார மற்றும் மாதப் பத்திரி கைகள், 'Air Raid Precautions journal' போன்றவை அச்சிடப்பட்டன.

இன்று தமிழக அரசின் எழுதுபொருள் மற்றும் அச்சுத் துறையின் கீழ் அரசு அச்சகம் செயல்பட்டுவருகிறது.

மொத்தம் 5.5 ஏக்கர் பரப்பளவில் விரிந்து கிடக்கும் இந்த அச்சகத் திலிருந்து இப்போது தமிழக அரசின் கெஜட், சட்டமன்ற விவாதம், சட்டமன்றத்தின் பல்வேறு குழுக்களின் அறிக்கைகள், பட்ஜெட் ஆவணங்கள், டி.என்.பி.எஸ்.சி புல்லட்டின், தேர்தல் வாக்குச்சீட்டு, தலைமைக் கணக்காளர் அறிக்கைகள், மோட்டார் வாகனங்க ளுக்கான பதிவுச் சான்றிதழ்கள், வணிகவரி படிவங்கள், கவர்னர், முதலமைச்சர், தலைமை நீதிபதி, சபாநாயகர் உள்ளிட்ட உயர் பதவியில் இருப்பவர்களுக்கான லெட்டர் ஹெட், கருவூல சலான்கள், அரசுத்துறைக்கான விடைத்தாள்கள் என அரசு சார்ந்த அனைத்தும் அச்சடிக்கப்பட்டு வருகின்றன.

★ ★ ★

மெட்ராஸ் பிஞ்சராபோல் (பசுமடம்)

யாருமற்ற, உறவுகளால் கைவிடப்பட்ட மனிதர்களுக்காக அனாதை இல்லங்களும், முதியோர் காப்பகங்களும் ஆங்காங்கே செயல்பட்டு வருவதைப் பார்க்கிறோம்.

ஆனால், கைவிடப்பட்ட, கவனிக்க முடியாத வீட்டு விலங்குகளுக்கு..?

இருக்கிறது ஒரு காப்பகம். அதன் பெயர், 'மெட்ராஸ் பிஞ்சராபோல்'. பெரம்பூர் கொன்னூர் நெடுஞ்சாலையில் இருக்கும் இந்த அமைப்பு நூற்றாண்டு கடந்த பழமையானது. 1906ம் வருடம் ஆரம்பிக்கப்பட்ட ஒன்று.

எதற்காக ஆரம்பிக்கப்பட்டது?

1877ம் வருடம் மெட்ராஸில் விலங்குகளை வதைப்பதைத் தடுக்கவும் அதை சரிசெய்யவும் ஆங்கிலேயர்களால் ஒரு சங்கம் தோற்றுவிக்கப்பட்டது. இதன் பெயர் கால்நடை துயர் தடுப்புக் கழகம் (SPCA). இதன் முதல் காப்பாளராக மெட்ராஸ் மாகாண கவர்னர் பக்கிங்ஹாமும், முதல் தலைவராக மெட்ராஸ் பிஷப்பான ஃபிரடெரிக் ஜெல்லும் இருந்தனர்.

இக்கழகம், 1898ம் வருடம் வேப்பேரியில் ஒரு நிலம் வாங்கி கட்டடம் கட்டியது. ஆனால், அந்த வளாகத்தில் கைவிடப்பட்ட வயதான கால்நடைகளை இறக்கும் வரையில் கவனிக்கபோதுமான வசதிகள் இல்லை. இதனால், உயர்நீதிமன்றத்திடம் கருத்துக் கேட்டது.

அந்த வழக்கின் நீதிபதியாக இருந்த ஹங்கர்ஃபோர்டு டியூடர் போத்தம் கால்நடைகளுக்கான முதியோர் இல்லம் ஒன்று

ஆரம்பிக்கலாம் என கருத்து தெரிவித்தார். இதனால்தானோ என்னவோ இவரின் சிலை பொதுமக்களின் நன்கொடையில் உருவாகி இன்று சிந்தாதிரிப்பேட்டையிலுள்ள மே தினப் பூங்காவில் உள்ளது.

இந்த போத்தமின் முயற்சியாலேயே இந்தியர்கள் கால்நடை துயர் தடுப்புக் கழகத்தில் இணைந்தனர். இவர்களின் நிதி உதவியுடன் 1906ம் வருடம் கால்நடை துயர்தடுப்புக் கழகம், மெட்ராஸ் பிஞ்சராபோலை தொடங்கியது.

இதற்காக 12 ஏக்கர் நிலத்தை தானமாகக் கொடுத்தவர் திவான் பகதூர் கோவிந்தாஸ் சதுர் பூஜாதாஸ். இந்நிலத்தை தனது தந்தை சதுர் பூஜாதாஸ் குஷால்தாஸ் நினைவாக வழங்கினார். பல வருடங்களாக மெட்ராஸில் வாழ்ந்துவரும் குஜராத்தி குடும்பம். கீழ்ப்பாக்கத்திலுள்ள குஷால்தாஸ் கார்டன் இவர்களுடையதே!

இந்த கோவிந்தாஸ் சதுர் பூஜாதாஸ் மெட்ராஸின் ஷெரீப்பாகவும் இருந்தார். மெட்ராஸின் மாபெரும் கொடையாளராகவும் திகழ்ந்தார். பூக்கடை காவல் நிலையம் அருகிலுள்ள மன்னர் ஐந்தாம் ஜார்ஜின் சிலை நிறுவ நன்கொடை அளித்தவர் இவர்தான்.

பிறகு, பிஞ்சராபோலுக்கு விஜயநகர மகாராணி நன்கொடை வழங்க, அவரின் பெயரில் முகப்பு அமைக்கப்பட்டது. இதை இன்றும் அங்கே காணலாம்.

ஆரம்பத்தில் மெட்ராஸ் பிஞ்சராபோல் 250 விலங்குகளுடன் ஆரம்பிக்கப்பட்டது. இதில் பசுக்களும், காளைகளும், எருதுகளும், குதிரைகளும், நாய்களும், பறவைகளும், ஆடுகளும் அடங்கும்.

'உள்ளே அனுமதிக்க குறைந்தபட்ச நன்கொடையாக குதிரைகளுக்கு 60 ரூபாயும், பசுமாடு, காளை, எருது, கன்றுக்குட்டி என ஒவ்வொன்றுக்கும் 21 ரூபாயும், ஆடு, நாய், பறவைகளுக்கு ரூ.5ம் வசூலிக்கப்பட்டன...' என *'The Madras Year Book 1923'* நூல் குறிப்பிடுகிறது.

ஆனால், போதுமான நிதியில்லாமல் நிர்வாகம் திணற அன்று தாராள நன்கொடையாளர்களாக இருந்த சவுகார் சமூக மக்களான மார்வாடிகள், குஜராத்திகள், சிந்திகளிடம் நிதி கோரப்பட்டது. இதனால், பிஞ்சராபோல் கமிட்டியானது, மெட்ராஸ் மகாஜன் பிஞ்சராபோல் கமிட்டி எனப் பெயர் மாற்றி அமைக்கப்பட்டது.

நிர்வாகக் குழுவில் இருந்த பனிரெண்டு இடங்களில் எட்டு இடங்களை மகாஜன் சமூக மக்களும், மீதி நான்கு இடங்களை கால்நடை துயர் தடுப்புக் கழகத்தினரும் வகித்தனர். பின்னர், மாடுகளுக்கு வைக்கோல், காய்கறிகள், புல் எல்லாம் தனிநபர்களாலும் வாங்கித் தரப்பட்டன.

இந்நிலையில், 1936ம் வருடம் இந்தக் கமிட்டியால் முக்கிய முடிவு ஒன்று எடுக்கப்பட்டது. அதாவது, வயதான மற்றும் கவனிக்க முடியாமல் கைவிடப்பட்ட பசுமாடுகள், காளைகள்,

குதிரைகளுக்கு மட்டும் பாதுகாப்பு அளிப்பது எனத் தீர்மானிக்கப்பட்டது.

மகாஜன் கமிட்டி உறுப்பினர்களும், அடிமாடாக கசாப்புக் கடைகளுக்கு அனுப்பப்படும் மாடுகளைக் கண்டறிந்து பிஞ்சராபோலில் சேர்த்தனர். இதனால், மாடுகளின் எண்ணிக்கை கணிசமாக உயர்ந்தது.

இதற்கிடையே 1936ல் சவுகார் சமூக மக்களின் மகாஜன் கமிட்டி அதே பகுதியில் ஒரு கோசாலையை நடத்தி வந்தது. பின்னாளில் இந்தக் கோசாலை மெட்ராஸ் பிஞ்சராபோலுடன் இணைந்தது. அதிலிருந்த சுமார் நூற்றி ஐம்பது பசுமாடுகளும் பிஞ்சராபோலில் சேர்க்கப்பட்டன.

பின்னர், 1948ம் வருடம் கால்நடை துயர் தடுப்புக் கழகம் பிஞ்சராபோல் கமிட்டியிலிருந்து விலகிக் கொண்டது. இந்நிலையில், மெட்ராஸ் பிஞ்சராபோல் தனி சங்கமாகப் பதிவு செய்யப்பட்டது. மகாஜன் கமிட்டி உறுப்பினர்கள் பிஞ்சராபோலை ஏற்று நடத்தினர்.

ஆனால், இதன் தலைவர் பொறுப்பை மட்டும் அன்றிலிருந்து இன்றுவரை மெட்ராஸ் உயர் நீதிமன்ற நீதிபதியாக இருப்பவரே வகித்துவருகிறார். அத்துடன், நிர்வாகமும் நன்கொடை வழியாகவே இன்றுவரை நடத்தப்பட்டு வருகிறது.

அதன் இப்போதைய செயல்பாட்டை நம்மிடம் பகிர்ந்து கொண்டார் பிஞ்சராபோலின் மேலாளரான சுரேஷ்குமார்.

"பிஞ்சராபோல் என்பது குஜராத்திமொழி. இதற்கு பசுமடம் என்று பொருள். எங்கள் நோக்கமே கசாப்புக் கடைகளுக்குப் போகும் மாடுகளைக் காப்பாற்றி அவை இயற்கை மரணம் எய்தும் வரை பராமரிப்பதுதான்.

பசுவதை செய்யக்கூடாது என்பதற்காகவே இதைச் செய்கிறோம். ஆரம்பத்தில், பல்வேறு விலங்குகளைப் பராமரித்தோம். இப்போது பசு, காளை, எருமை மாடுகளை மட்டும் பராமரிக்கிறோம்.

பொதுவாக, ஒரு பசுவின் ஆயுட்காலம் சுமார் 25 வருடங்களாகும். அதில், பத்து பதினைந்து வருடம் வரை மட்டுமே பால் கொடுக்கும். அதன்பிறகு பால் வற்றிவிடும். பின்னர், அதைப் பராமரிக்க வளர்ப்பவர்களால் முடியாது. அப்படிப்பட்ட மாடுகளை அடிமாட்டுக்கு விற்பார்கள். அப்படிச் செய்யாமல் எங்களிடம் ஒப்படைக்கச் செய்கிறோம்.

இப்படி வந்து சேரும் மாட்டுக்கு ஒருமுறை மட்டும் அனுமதிக் கட்டணமாக 16 ஆயிரம் ரூபாய் நன்கொடை வாங்குகிறோம். அதன்மூலம் அது இயற்கையாக மரணிக்கும் வரை பராமரித்து வருவோம்.

தவிர, இந்து சமய அறநிலையத்துறையின் கீழுள்ள கோயில்களில் நிறைய கோசாலைகள் உள்ளன. பசுமாடுகள் பராமரிக்கப்படு

கின்றன. அங்கே பராமரிக்க முடியாத சூழல் வரும்போதும் எங்களிடம் அந்த மாடுகளை விட்டுவிடுவார்கள். நாங்கள் அதை மேற்கொண்டு பராமரிப்போம்.

இப்போது எங்கள் கோசாலையில் 2 ஆயிரம் மாடுகள் உள்ளன. 2005ம் வருடம் எங்கள் கோசாலை மத்திய அரசின் விலங்குகள் நல வாரியத்தால் 'மாதிரி கோசாலை' என விருது பெற்றது..." என உற்சாக மானவர், கோசாலைக்குள் அழைத்துப் போனார்.

"இங்கே மொத்தம் 58 ஷெட்டுகள் இருக்கின்றன. ஒவ்வொரு ஷெட்டிலும் 40 மாடுகள் அடைக்கப்பட்டுள்ளன. இதில், கன்றுக் குட்டிகளுக்கு தனி ஷெட்டுகள். ஒவ்வொரு ஷெட்டுக்கும் ஒரு ஆண் மற்றும் ஒரு பெண் பணியாளர்கள் போட்டுள்ளோம். அவர்களே அந்த ஷெட் மாடுகளின் தாய், தந்தையர்.

இவற்றைப் பராமரிக்க நாள் ஒன்றுக்கு 2 லட்சம் ரூபாய் செலவாகிறது. ஆக, மாதத்திற்கு 60 லட்சம் ரூபாய் தேவை. இவை யெல்லாம் நன்கொடை மூலமே பெற்று வருகிறோம். மகாஜன சமூக மக்கள் மட்டுமல்ல, தமிழ் மக்களும் நிறைய தானமும், நன்கொடையும் அளித்து வருகின்றனர். குறிப்பாக, அமாவாசை, பவுர்ணமி நாட்களில் நிறைய பேர் வந்து மாடுகளுக்கு உணவிடுவார்கள்.

இத்துடன் கோமியம், சாண எருகேட்டு எங்கள் கோசாலைக்கு பொதுமக்கள் வருவார்கள். அவர்களிடம் கோமியத்திற்கு பத்து ரூபாயும், எருவிற்கு இருபது ரூபாயும் பெற்றுக்கொள்கிறோம். மேலும் எங்களிடம் 150 பால் மாடுகள் உள்ளன. அவற்றிலிருந்து ஒருநாளைக்கு 600 முதல் 700 லிட்டர் பால் கிடைக்கும். இதை எங்களுக்கு நன்கொடை தருபவர்களுக்கு மட்டும் வழங்குகிறோம். இதிலிருந்து 50 ஆயிரம் ரூபாய் வருமானம் கிடைக்கிறது.

அடுத்து, சிலர் சாணத்தை உரத்திற்காக லாரிகளில் வந்து எடுத்துச் செல்வார்கள். அதற்கு ஆயிரம் முதல் ஆயிரத்து 500 வரை வசூலிக்கிறோம். இப்படி வருகின்ற எல்லா வருமானத்தையும் மாடுகளின் உணவிற்காகவும், பராமரிப்பிற்காகவும் பயன்படுத்துகிறோம்.

இதேபோல, அரசியல்வாதிகளும் பொதுமக்களும் இங்கே கோ பூஜை நடத்திச் செல்வார்கள். அதற்கு ரூ.5 ஆயிரம் வசூலிக்கிறோம். சிலர் எங்களிடம் அவ்வளவு பணம் இல்லை என்பார்கள். பரவாயில்லை, முடிந்தளவு நன்கொடை கொடுங்கள் என்போம். அது நூறாக இருந்தாலும் சரி வாங்கிக் கொள்கிறோம்.

மாடுகளுக்கு தீவனம், தொழிலாளர்களுக்குச் சம்பளம்,

தல புராணம் 283

மின் மற்றும் குடிநீர் கட்டணம் என அனைத்தும் இப்படியாகக் கிடைக்கும் நன்கொடை மூலமே வழங்கப்படுகிறது. ஆனாலும், மாடுகளைப் பராமரிக்க எங்களுக்கு நிதி போதவில்லை. அதனால், தாராள மனம் கொண்டவர்கள் உதவ வேண்டுகிறோம்.

➤ சுரேஷ்குமார்

உணவைப்பொறுத்தவரை முன்பு மாடுகளுக்கு வெல்லம், வாழைப்பழம், ரொட்டி எல்லாம் கொடுத்தோம். இப்போது இந்த உணவுகளை நிறுத்தியிருக்கிறோம். ஏனெனில், இந்த உணவுகளினால் மாடுகளுக்கு சில பிரச்னைகள் வருகின்றன. அதனால், காய்கறிகள், கீரைகள், மாட்டுத்தீவனங்கள் மட்டும் தருகிறோம். குறிப்பாக, நாள் ஒன்றுக்கு 20 டன் கீரைகள் அளிக்கிறோம்.

இதிலும், கொத்தமல்லி செடி அதிகம் வழங்குகிறோம். இந்தக் கொத்தமல்லிச் செடியை கொடுப்பதால் மாடுகளைக் கோமாரி நோய்கள் தாக்குவதில்லை. அதனால், நாங்கள் பொதுமக்களிடமும் இதை வெளியில் அலைந்து திரியும் மாடுகளுக்கும் கொடுக்கும் படி அறிவுறுத்துகிறோம்..." என்றவர், ஓரத்தில் இருந்த மருத்துவ மனையைக் காட்டினார்.

"எட்டாயிரம் சதுர அடியில் இந்தக் கால்நடை மருத்துவமனையை அமைத்துள்ளோம். இதில் மூன்று மருத்துவர்கள் பணியாற்றி வருகின்றனர். மாடுகளைப் பராமரிக்க 120 பேர் பணியாற்றுகின்றனர். இதில் 26 குடும்பங்கள் இங்கே தங்கி வேலை செய்கின்றன. தவிர, பதினைந்து வெளிமாநிலத் தொழிலாளர்களின் குடும்பங்களும் உள்ளன. அதனால், தொழிலாளர் சங்கமும் இங்கே செயல்பட்டு வருகிறது..." என்ற சுரேஷிடம், மாடுகள் இறந்துவிட்டால் என்ன செய்வீர்கள் எனக் கேட்டோம்.

"இவை இறந்ததும் கொடுங்கையூர் குப்பைக் கிடங்கிற்கு எடுத்துச் செல்லப்பட்டு அங்கே புதைத்துவிடுவோம். இதற்காக அங்கே நாங்கள் சிறப்பு அனுமதி பெற்றுள்ளோம்..." என்றார்.

இங்கே மாடுகளுடன் சுமார் ஐயாயிரம் புறாக்களையும் பரா மரிக்கின்றனர். புறாக்களை வளர்க்க முடியாமல் பலர் விட்டுச் செல்கின்றனர். அதனால், இதற்கென ஒரு கட்டடத்தில் தனிக் கூண்டுகள் வைத்துள்ளனர். ஆனால், இதற்கு எந்த நன்கொடையும் வசூலிப்பதில்லை.

"இங்கே எல்லா மதத்தினரும் வந்து போகின்றனர். எல்லா மதத்தைச் சேர்ந்த நன்கொடையாளர்களும் உள்ளனர். இங்குள்ள வாயில்லா ஜீவன்களுக்கு யார் வேண்டுமானாலும் உணவளிக்க லாம். நிதியுதவியும் செய்யலாம்!" என்கிறார் சுரேஷ்குமார்!

★ ★ ★

நெருப்புக் கோயில்

நெருப்புக் கோயில், தீக்கோயில் எனப் பரவலாக அழைக்கப்பட்டாலும் சென்னை ராயபுர வாசிகளுக்கு ‘ஃபயர் டெம்பிள்’ என்றால்தான் சட்டென பற்றிக்கொள்கிறது. “அதுவா? பீட்டர்ஸ் சர்ச்சுக்கு அந்தாண்ட பாரு…” எனக் கைகாட்டுகிறார்கள்.

ராயபுரம் தவிர மற்றவர்களுக்கு இந்த நெருப்புக் கோயில் பற்றி தெரிந்திருக்க வாய்ப்பில்லை. இது, சென்னையில் இருநூறு வருடங்களுக்கும் மேலாக வசித்து வரும் பார்சி சமூக மக்களின் புனிதக் கோயில். நூற்றாண்டுகளுக்கு முன்பு கட்டப்பட்ட கோயில்.

பார்சிகள் யார்?

பாரசீகத்திலிருந்து இந்தியா வந்தவர்கள். அதாவது, ஈரானிலிருந்து இங்கே குடியேறிய மக்கள். கிபி ஏழாம் நூற்றாண்டில் ஈரான் நாட்டை சசானியன் பேரரசு ஆட்சி செய்தது. இவர்களின் மதம் ஜொராஷ்டிரியம். நெருப்பைப் புனிதமாகக் கருதி இறைவனின் வடிவமாக பூஜிப்பவர்கள்.

இந்நிலையில், முஸ்லிம் படையெடுப்பால் சசானியன் பேரரசு வீழ்ச்சிக்கு உள்ளாக, அங்கிருந்து பார்சிகள் இந்தியாவிற்குள் தஞ்சம் புகுந்தனர். முதலில், குஜராத்திலுள்ள சஞ்சன் பகுதியில் குடியேறினர். பிறகு பம்பாய், வடஇந்தியா, மெட்ராஸ் என விரிந்தனர்.

இந்தியாவின் கோடீஸ்வரர்களான டாடா, கோத்ரெஜ், வாடியா குடும்பங்கள் எல்லாம் இந்தப் பார்சி இனத்தைச் சேர்ந்தவர்கள் தான். இன்று இந்தியாவில் மட்டும் ஏறக்குறைய 69 ஆயிரம் பார்சி இன மக்கள் இருப்பதாகப் புள்ளி விவரங்கள் தெரிவிக்கின்றன. சென்னையில் சுமார் 200 பேர்கள் வசிப்பதாகச் சொல்கிறார்கள்.

சரி, மெட்ராஸிற்கு எப்போது வந்தனர்?

அந்தச் சம்பவம் 1795ம் வருடம் நடந்தது. கர்நாடகாவிலுள்ள கூர்க் அரசரின் பணி நிமித்தமாக முதல்முறையாக ஹீர்ஜிபாய் மானக்ஜி கரஸ் என்பவருடன் ஐந்து பார்சிகளும், இரண்டு மதகுருக்களும் மெட்ராஸ் வந்தனர்.

அன்று கூர்க் அரசை, மைசூரை ஆண்ட மன்னர் திப்புசுல்தான் கைப்பற்றும் எண்ணத்தில் இருந்தார். இதனால், கூர்க் அரசர் பிரிட்டிஷ் அரசின் உதவியை நாடினார். இப்படியாக, கூர்க் அரசுக்கும், மெட்ராஸ் மாகாண ஆங்கிலேய அரசுக்கும் தொடர்பு ஏற்பட்டது. இதன் வழியாக பார்சிகள் வந்தனர்.

ஆரம்பத்தில் அவர்கள் இங்கே தங்கலாம் என்ற எண்ணத்துடன் வரவில்லை. வந்தபிறகே, ராயபுரத்தில் நிலம் வாங்குகின்றனர். அப்போது புனித பீட்டர் சர்ச் கட்டப்படாததால் ராயபுரம் என்ற பெயர் இல்லை. அந்தப் பகுதி கோட்டையின் புறநகராக விளங்கியது. அவ்வளவே!

அடுத்த இரண்டு வருடங்களில் பார்சிகள் அங்கே செட்டிலாகினர். குடியிருப்பு அருகிலேயே டோக்மா எனப்படும் அமைதி கோபுரத்தை உருவாக்கினர். இதுவே அவர்களின் இடுகாடு. இங்கே, இறந்தவர்களின் உடலை வைத்துவிட்டுச் சென்றுவிடுவார்கள். அது கழுகுகளுக்கு உணவாகும்.

ஆனால், மெட்ராஸில் கட்டப்பட்ட இந்த டோக்மா பயன்படுத்தப்படவில்லை. காரணம், "பார்சி மதக் கோட்பாட்டின்படி டோக்மாவினுள் வைக்கப்படும் முதல் உடல் குழந்தையாகவோ அல்லது மிக வயதானவர்களாகவோ இருக்க வேண்டும். ஆனால், அந்நேரத்தில் அப்படியான இறப்பு எதுவும் நிகழவில்லை. அதனால், டோக்மா முறையைக் கைவிட்டு புதைக்கும் வழக்கத்தை ஏற்றுக் கொண்டனர்..." என '*Madras Musings*' இ-பேப்பரில் குறிப்பிடுகிறார் பார்சி சங்கத்தின் செயலாளரான ஜரின் மிஸ்திரி.

பின்னர், 1799ம் வருடம் ஹார்முஸ்ஜி எடுல்ஜி பாண்டே என்பவரின் கூட்டு நிறுவனம், கூடுதலாக நிலங்களை கவர்னர் எட்வர்டு கிளைவிடமிருந்து பெற்றது. பிறகு, 1814ம் வருடம் மீண்டும் இந்நிலம் மறுபரிசீலனை செய்யப்பட்டு பார்சிகளுக்கு வழங்கப்பட்டது.

மொத்தமாக 32 கிரவுண்ட் நிலம். இது நூறு பகோடாக்கள் என 99 வருட குத்தகைக்கு மாகாண கவர்னரால் அளிக்கப்பட்டது. இதனால், மெட்ராஸில் நிறைய பார்சி இன மக்கள் குடியேறினர்.

பின்னர், 1876ம் வருடம் பார்சி மக்கள் தங்களுக்கென ஒரு சங்கத்தை உருவாக்கினர். இதன் பெயர் பார்சி பஞ்சாயத்து. இதன் அலுவல்களைக் கவனிக்க ஐந்து பேர் கொண்ட கமிட்டி அமைக்கப்பட்டது.

இந்தச் சங்கமே பார்சிகளுக்கான வழிபாட்டுத் தலத்தை, அதாவது நெருப்புக்கோயிலை உருவாக்க விழைந்தது. அத்துடன், கோயிலுக்காக உறுப்பினர்களிடமிருந்து ஒவ்வொரு மாதமும் நிதி வசூலித்தது.

இந்நிலையில், 1893ம் வருடம் கவாஸ்ஜி எடுல்ஜி பாண்டே என்பவர் மெட்ராஸின் ஷெரீப்பாக நியமிக்கப்பட்டார். பார்சி சமூகத்திலிருந்து தேர்ந்தெடுக்கப்பட்ட முதல் ஷெரீப் இவர்.

அடுத்த இரண்டு வருடங்களில் முன்பு குத்தகைக்குப் பெறப்பட்ட நிலங்கள் அனைத்தும் மெட்ராஸ் கலெக்டரால் பார்சி பஞ்சாயத்து தலைவரிடம் அளிக்கப்பட்டது. இதனால், பார்சிகளுக்கு நிலம் சொந்தமானது. இதன்பிறகு, ராயபுரத்தில் நிறைய குடியிருப்புகள் கட்டப்பட்டன.

தொடர்ந்து, 1900ம் வருடம் இந்தப் பஞ்சாயத்தின் பெயர், ‘மெட்ராஸ் பார்சி ஜர்தோஸ்தி அஞ்சுமன்’ என மாற்றமானது. இதற்கிடையே, பம்பாயைச் சேர்ந்த சர் தின்ஷா மானக்ஜி பெட்டிட் என்பவர் நெருப்புக் கோயில் கட்ட முதற்கட்டமாக ரூ. 3,600 நிதியுதவி செய்தார். தொடர்ந்து, அஞ்சுமன் தலைவராக இருந்த சொரப்ஜி ஃபார்ம்ஜி ஆயிரம் ரூபாய் அளித்தனர்.

அஞ்சுமனுக்குத் தென்மேற்கே கோயிலுக்காக நிலம் வாங்கப்பட்டது. ஆனால், அந்த இடம் ஏற்புடையதாக இல்லாததால் கோயில் எழுப்பவில்லை. இதனால் பார்சிகள் கவலையடைந்தனர். மெட்ராஸில் செட்டிலாகி நூறு வருடங்கள் கடந்தும்

↘ இன்று நெருப்புக் கோயில்

இன்று...

ஓர் அழகான வீடு போல காட்சியளிக்கிறது நெருப்புக் கோயில். இதன் மேலே நெருப்பு சின்னமும், ஜொராஷ்டிரியத்தைக் குறிக்கும் சின்னமும் பொறிக்கப்பட்டுள்ளன.

கோயிலின் உள்ளே பார்சிகளும், ஜொராஷ்டிரிய ஈரானியர்களும் மட்டுமே அனுமதிக்கப்படுகின்றனர். இதை வாசகமாகவும் எழுதி வைத்துள்ளனர்.

பார்சிகளுக்குப் பிறகு, இந்தியாவிற்கு இடம்பெயர்ந்தவர்கள் ஜொராஷ்டிரிய ஈரானியர்கள் ஆவர். "இவர்கள் 1900களில் மெட்ராஸ் வந்தனர். இவர்களே புகழ்பெற்ற இரானி கஃபே தொடங்கியவர்கள்" என 'Madras Musings' இ-பேப்பரில் குறிப்பிடுகிறார் ஜரின் மிஸ்திரி

தற்போது கோயிலின் மதகுருவாக போமி வாஷிஃப்தார் இருந்து வருகிறார்.

கோயிலோ, மதச்சடங்குகளைச் செய்யும் ஜொராஷ்டிரிய மதகுருவோ இல்லாமல் சடங்குகளைச் செய்து வந்தனர்.

இந்நேரம், பிரோஜ் முன்சேர்ஜி கிளப்வாலா என்பவரின் பதினான்கு வயது மகன் ஜல் இறந்துவிட, மதச்சடங்குகள் எதுவும் செய்யமுடியாமல் தவித்தது அவரின் குடும்பம். உடனடியாக கிளப் வாலா சடங்குகளைச் செய்ய ஒரு அமைப்பை ஏற்படுத்தினார்.

இந்தச் சடங்குகள் செய்வதற்காக ரூ.2 ஆயிரம் நன்கொடை வழங்கினார். அதிலிருந்து சடங்குகளைச் செய்யும் ஜொராஷ் டிரிய மதகுருவிற்கு மாதந்தோறும் ரூ.40 அளிக்கப்பட்டது. இப்படி, முதல் மதகுருவாக எர்வாட் தோசபாய் பாவ்ரி என்பவர் நியமிக்கப்பட்டார்.

மதகுரு போட்டாகிவிட்டது. அப்புறமென்ன? கோயில்தானே... இதற்கு ஒரு சிறப்புக்குழு உருவாக்கப்பட்டது. இதில், ஹர்முஸ்ஜி நௌரோஜி, கிளப்வாலா உள்ளிட்ட ஆறு பேர் இருந்தனர். இந்தக் குழுவினர் பார்சிகளிடம் நிதி சேகரிக்கும் பணியில் ஈடுபட்டனர்.

பின்னர், 1907ம் வருடம் ராயபுரத்தின் மேற்கு மாட சர்ச் தெருவில் கோயிலுக்காக ஒரு கட்டடத்தைத் தந்தார் கிளப்வாலா. அந்த இடம் அஞ்சுமனிடம் ஒப்படைக்கப்பட்டது.

பார்சி அஞ்சுமன் சேகரித்த ரூ.30 ஆயிரம் பணம் கோயில் பரா மரிப்புக்காக வைக்கப்பட்டது. பின்னர், 1909ம் வருடம் கோயிலுக் கான அடிக்கல் நாட்டப்பட்டது. அப்போது அஞ்சுமன் தலைவராக இருந்த ஹர்முஸ்ஜி நௌரோஜி முதற்கல்லை எடுத்து வைத்தார்.

இந்த ஹர்முஸ்ஜி நௌரோஜிதான் 'மெட்ராஸ் குழாய்த் தண்ணீர் விநியோக'த் திட்டத்தின் தந்தை எனப் போற்றப்பட்டவர். சிவில் எஞ்சினியரான இவரே கோயில் கட்டடத்தை வடிவமைத்தார்.

1910ம் வருடம் ஆகஸ்ட் 7ம் தேதி கோயில் பிரதிஷ்டை கண்டது. கிளப்வாலா மகனின் நினைவாக ஜல் பிரோஜ் கிளப்வாலா நெருப்புக் கோயில் எனப் பெயர் சூட்டப்பட்டது.

பிரோஜ் கிளப்வாலா கோயிலுக்கு மட்டும் இடம் தரவில்லை. மதச்சடங்குகளை மேற்கொள்ளும் மதகுருக்கள் தங்கவும் ஒரு கட்டடத்தைக் கோயில் அருகிலேயே கொடுத்து உதவினார். இன்றும், இந்தக் கட்டடத்தில் தங்கியிருந்தே மதகுருக்கள் சடங்குகளை மேற்கொண்டுவருகின்றனர்.

அன்று கோயிலில் ஏற்றப்பட்ட நெருப்பு இன்றுவரை தொடர்ந்து எரிந்து வருகிறது. முதல் உலகப் போரின்போது எம்டன் கப்பல் மெட்ராஸில் குண்டுமழை பொழிந்தது. அந்நேரம் பலரும் வீட்டைவிட்டு வெளியேறினர். ஆனால், அன்று கோயிலில் இருந்த மதகுரு பெஷோதன் தாஜி அங்கிருந்து வெளியேறாமல் நெருப்பைப் பார்த்துக் கொண்டார்.

பிரோஜ் கிளப்வாலா இறந்தபிறகு, பார்சி மக்கள் 1927ம் வருடம் அதன் அருகிலேயே ஒரு கட்டடத்தை வாங்கினர். 1930ம் வருடம் திறக்கப்பட்ட அந்தக் கட்டடம், கிளப்வாலாவின் நினைவு ஹாலாகவும், கிளப்பாகவும் செயல்பட்டுவருகிறது.

கடந்த 1995ம் வருடம் மெட்ராஸ் வந்து இருநூறு வருடங்கள் ஆனதைக் கொண்டாடிய பார்சி மக்கள், 2010ல் நெருப்புக் கோயிலின் நூற்றாண்டையும் கொண்டாடிவிட்டனர்.

மெட்ராஸ் சேம்பர்

மெட்ராஸின் வணிக வளர்ச்சிக்கும் பல்வேறு பொதுத்துறை நிறுவனங்கள் இங்கே உருவாகவும் வித்திட்ட ஓர் அமைப்பு மெட்ராஸ் சேம்பர் ஆஃப் காமர்ஸ் (Madras Chamber of Commerce & Industry). சுருக்கமாக, மெட்ராஸ் சேம்பர்!

வர்த்தக நலன்களைக் காப்பாற்றி, அதைப் பாதுகாக்கும் பொருட்டு ஆரம்பிக்கப்பட்ட இந்த அமைப்பு, 183 வருடங்களைக் கடந்து இன்றும் கம்பீரமாக நடைபோட்டுக்கொண்டிருக்கிறது.

எதற்காக உருவாக்கப்பட்டது? அதைப் பார்ப்பதற்கு முன் ஆரம்ப கால வணிகம் குறித்து ஒரு சின்ன ஃப்ளாஷ்பேக்!

மெட்ராஸைச் சுற்றி மலிவாகக் கிடைத்த அச்சடிக்கப்பட்ட காலிகோ துணிகளே ஆங்கிலேயர்கள் இங்கே தங்கி வணிகம் செய்யக் காரணம். இந்த வணிகத்தை அவர்கள் ஏகபோகமாக நடத்தி வந்தனர். அதாவது, கிழக்கிந்தியக் கம்பெனி மட்டுமே மெட்ராஸில் அங்கீகாரம் பெற்ற ஒரே வர்த்தகர்.

இவர்களுக்கு துபாஷிகளாக இருந்த (இருமொழி தெரிந்தவர்கள்) இந்தியர்கள் உதவினர். இதில் பெரும்பாலான துபாஷிகள் கம்பெனியின் வணிகர்களாகவும் இருந்தனர்.

முதலில் பேரி திம்மப்பா கம்பெனியின் தலைமை வணிகராக

இருந்தார். அவரின் மறைவிற்குப் பிறகு காசி வீரண்ணா வந்து சேர்ந்தார். இவர்களுக்கு கம்பெனியும் நிறைய சலுகைகள் அளித்தது.

ஆனால், தங்கள் குடியிருப்பைப் பயன்படுத்தி தனியார்களோ அல்லது வெளிநபர்களோ இங்கே வணிகத்தில் ஈடுபடுவதை கம்பெனி கடுமையாக எதிர்த்தது. ஆனாலும், தனியார்களின் கப்பல்கள் மெட்ராஸில் நங்கூரமிடத்தான் செய்தன. காரணம், தனியார் வணிகத்திலேயே அதிக லாபம் கிடைத்தது.

இதனால், கம்பெனி பணியாளர்கள் தங்கள் சொந்தக் கணக்கில் உள்ளூரில் பொருட்களை வாங்கி, அதை இப்படியான தனியார் கப்பல்கள் மூலம் அனுப்பி அதிக லாபம் ஈட்டினர்.

ஒருமுறை கோட்டையிலிருந்த கம்பெனியின் அதிகாரிகள், யாருக்கும் தெரியாமல் சாந்தோம் பகுதிக்குள் வந்த கப்பலுக்குச் சென்று தனி வணிகத்தில் ஈடுபட்டு லாபம் பார்த்தனர்.

கம்பெனி கொடுத்த குறைவான சலுகைகளே பணியாளர்கள் இப்படியான சொந்த வர்த்தகத்தில் ஈடுபடக் காரணம். இந்த விஷயங்கள் எல்லாம் கம்பெனிக்குத் தெரிந்தபிறகும் பணியாளர் களை மறைமுகமாக ஊக்கப்படுத்தவே செய்தது.

இதனால், கம்பெனி பணியாளர்கள் இங்கிலாந்தில் உள்ள தங்கள் உறவினர்கள் மற்றும் நண்பர்களைத் தனியார் வர்த்தகத்தில் ஈடுபட அழைத்தனர். இதன்பிறகு, *Free merchants of Madras* எனப்படும் தனி வணிகர்கள் அதிகரித்தனர்.

அதுவரை வணிகத்தில் ஏகபோகமாக ஆட்சி செய்த கிழக் கிந்தியக் கம்பெனியினர், இந்தத் தனி வணிகர்களையும் ஆதரிக்க வேண்டிய நிலைக்குத் தள்ளப்பட்டனர். தங்கள் கட்டுப்பாட்டிற்குள் வராத பொருட்களை வணிகம் செய்ய இந்தத் தனி வணிகர்களை அனுமதித்தனர்.

இப்படியாகவே 1788ல் தாமஸ் பாரி தனி வணிகராக லைசென்ஸ் பெற்று வணிகத்தைத் தொடங்கினார். இவருக்கு முன்பே பின்னி குடும்பம் மெட்ராஸ் வந்துவிட்டாலும் 1797ம் வருடம் வந்த ஜான் பின்னியே, பின்னி அண்ட் கோவினை ஆரம்பித்தார். தொடர்ந்து, தனி வணிகர்கள் வர்த்தகத்தில் கொடிகட்டிப் பறக்கத் தொடங்கினர்.

குறிப்பாக நவாப்பின் ஆட்சி முடிவுக்கு வந்த நேரம், இங்கே நிறைய தனி வணிகர்களின் நிறுவனங்கள் முளைத்தன. இதில், பெரும்பாலானவை வங்கிகளாகச் செயல்பட்டன.

சில நிறுவனங்கள் நவாப் வாங்கிய கடனுக்கு வட்டியுடன் அவருக்கு நிதி அளித்தன. சில நிறுவனங்கள் கடல் பயணிகளுக்குப் பணம் கொடுத்தன. இன்னும் சில, கிழக்கிந்தியக் கம்பெனி பணியாளர்கள் தனியார் வர்த்தகத்தில் சம்பாதித்த பணத்தை இங்கிலாந்திற்கு அனுப்பிவைத்தன.

இப்படியாக வளர்ந்த தனி வணிகர்கள் கோட்டையின்

உள்ளேயே தங்களுக்கென ஒரு கட்டடத்தைச் சொந்தமாகப் பெறும் அளவிற்கு சக்தி வாய்ந்தவர்களாக மாறினர்.

அப்போது தனி வணிகராக வலம் வந்த பீட்டர் மாஸ்சே காசின் என்பவர் கோட்டையின் உள்ளிருந்த ஒரு கட்டடத்தை வாங்கினார். ஒரு காலத்தில் வீடாக இருந்த அந்தக் கட்டடத்தை, தன்னைப் போல தனி வணிகர்கள், வணிகம் சம்பந்தமாக கலந்துரையாடும் இடமாக மாற்றினார் காசின்.

மேலும் அதன் வளர்ச்சிக்கு லாட்டரி மூலம் வந்த நிதி பயன்பட்டது. 1795ம் வருடம் இந்தக் கட்டடம் எக்ஸ்சேஞ்ச் ஹவுஸ் என்ற பெயரில் பெரிதாகக் கட்டி முடிக்கப்பட்டது. இதுவே இன்று கோட்டை அருங்காட்சியகமாக உள்ளது.

இதன் கீழ்த்தளம் சேமிப்புக் கிடங்காகவும், முதல் தளத்திலிருந்த நீண்ட அறை எக்ஸ்சேஞ்ச் ஹாலாகவும் இருந்தன. இந்த ஹாலில் வணிகர்கள், தரகர்கள், வங்கியாளர்கள், கப்பல் கமாண்டர்கள் சந்தித்துக்கொண்டனர். அன்று இந்தக் கட்டடத்தின் மேல்தான் மெட்ராஸின் முதல் கலங்கரைவிளக்கம் அமைக்கப்பட்டது.

இதற்கிடையே 18ம் நூற்றாண்டின் பிற்பகுதியில் வணிகம் தேக்க நிலை கண்டது. "இதற்கு முதல் காரணம் உள்நாட்டுப் போர்கள். இதனால், மண்ணின் மைந்தர்கள் கிராமங்களை விட்டு வெளியேறினர். அடுத்தது, ஐரோப்பாவில் ஏற்பட்ட தொழில்புரட்சி. இதனால், நீராவியால் இயங்கும் இயந்திர விசைத்தறிகள் அறிமுகமாகி தொழில் நிறுவனங்கள் பெருகின. இது உள்ளூர் நெசவாளர்களைப் பாதித்தது. தவிர, பிரான்ஸுக்கும், பிரிட்டிஷுக்கும் இடையே இருந்த ஆதிக்கப் போட்டி. இந்தப் போட்டி மெட்ராஸைச் சுற்றியே நடந்தது"என *'The Madras Tercentenary Commemoration Volume'* நூலில் குறிப்பிடுகிறார் அன்றைய பாரி அண்ட் கோவின் இயக்குநரும், மெட்ராஸ் சேம்பரின் தலைவருமான சர் ஜி.ஹெச்.ஹாட்ஜ்சன்.

இந்நிலை, 1815ல் நெப்போலியனுடன் வாட்டர்லூ என்ற இடத்தில் நடந்த சண்டைக்குப் பிறகே மாறியது.

1800ம் வருடம் மெட்ராஸின் கவர்னராக வந்த எட்வர்டு கிளைவ் கம்பெனி பணியாளர்கள் தனியார் வர்த்தகத்தில் ஈடுபடுவதை கடுமையாகக் கண்டித்தார். அத்துடன், 'இராணுவம் மற்றும் நிர்வாகத்திற்காக மட்டுமே கோட்டைப் பகுதி பயன்படுத்தப்படும்' என அறிவித்தார்.

இதனால், தனி வணிகர்கள் நகரத்தை நோக்கி நகர வேண்டியதாகியது. ஆரம்பத்தில் இதை வணிகர்கள் எதிர்த்தாலும் கம்பெனி அதன்வழியில் சரிக்கட்டியது. இந்நேரம் நகரமும் வளர தொழிலுக்கான வாய்ப்புகள் அதிகரித்தன.

இவர்களுக்காக முதல் பீச் லைன் ரோடில் கட்டடம்

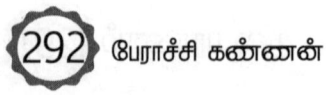

கட்டப்பட்டது. இதுவே பின்னாளில் கஸ்டம்ஸ் ஹவுஸாக மாறியது. இந்தக் கட்டடத்தினுள்தான் நிறைய தனி வணிகர்கள் தங்கள் நிறுவனங்களை அமைத்தனர்.

இதனருகே இருந்த இன்னொரு கட்டடத்திற்கு கஸ்டம்ஸ் அலுவலகம் வந்து சேர்ந்தது. அதுவே, நவீனப்படுத்தப்பட்டு பென் டிங்க் பில்டிங் என்றானது.

இந்நேரம், பாரியும், பின்னியும் தங்கள் தொழில்களில் மும்முரம் காட்டினர். அத்துடன், ஆர்பத்நாட் நிறுவனமும் வேகமாக வளர்ந்தது. இவர்கள் மூவருமே அன்று தொழிலில் ஆதிக்கம் செலுத்தி வந்தனர்.

இதற்கிடையே, 1813ம் வருடம் கிழக்கிந்தியக் கம்பெனியின் ஏக போக உரிமையை பிரிட்டிஷ் அரசு முடிவுக்குக் கொண்டு வந்தது. கவர்னர் ஜெனரலாக இருந்த லார்டு கார்ன்வாலிஸ், 'இந்தியா விலிருந்து பயணிக்கும் ஒவ்வொரு கப்பலிலும் தனி வணிகர்களின் சரக்குகளுக்காக மூன்றாயிரம் அடி இடம் ஒதுக்க வேண்டும்' எனச் சலுகை காட்டினார். ஆனால், இது 1833ம் வருடமே முடிவுக்கு வந்துவிட்டது.

இருந்தும் இந்தச் சலுகையை தாமஸ் பாரி சரியாகப் பயன்படுத்தினார். தனக்குச் சொந்தமான 'ஜெனரல் பால்மர்', 'கோல்கொண்டா' கப்பல்களில் தனி வணிகர்களை அதிகமாக ஏற்றினார்.

சரி, தனி வணிகர்களுக்கும், மெட்ராஸ் வர்த்தக சபைக்கும் என்ன சம்பந்தம்? இருக்கிறது. அவர்கள்தான் மெட்ராஸ் சேம்பரை உருவாக்கியவர்கள்.

இந்தியாவில் முதல் தொழில் வர்த்தக சபை கல்கத்தாவில் தொடங்கப்பட்டது. 1833ம் வருடம் சுமார் 79 நிறுவனங்கள் சேர்ந்து அந்த வர்த்தக சபையை உருவாக்கினர்.

"ஆனால், அந்தச் சபை நீண்ட நாட்கள் நீடிக்கவில்லை. சுமார் இருபது வருடங்கள்தான் அந்தச் சபை இருந்தது. காரணம், அங்குள்ள உறுப்பினர்கள் மிகக் குறைவாகவே ஒத்துழைப்பு தந்தனர்" என்கிறார் இப்போதைய மெட்ராஸ் சேம்பர் ஆஃப் காமர்ஸின் தலைவர் ராம்குமார் ராமமூர்த்தி.

"அதன்பிறகு, 1836ம் வருடம் செப்டம்பர் 22ம் தேதி பம்பாய் சேம்பர் ஆஃப் காமர்ஸ் உருவாக்கப்பட்டது. இதற்கு ஒரு வாரம் கழித்து, செப்டம்பர் 29ம் தேதி மெட்ராஸ் சேம்பர் ஆஃப் காமர்ஸ் உருவானது.

இன்றும் உயிர்ப்புடன் தன் பணியைச் செய்துகொண்டிருக்கும் இந்தியாவின் இரண்டாவது சேம்பர் ஆஃப் காமர்ஸ் என மெட்ராஸ் சேம்பரைச் சொல்லலாம்..." என்கிறவர் மெட்ராஸ் சேம்பரின் வளர்ச்சிப் பாதையைப் பகிர்ந்துகொண்டார்.

"ஆர்மேனியன் தெருவிலிருந்த பின்னி அலுவலகத்தில்

தல புராணம்

பதினெட்டு பிரிட்டிஷ்காரர்கள் கூடி, இந்தச் சேம்பரைத் தொடங்கினர். தலைவராக ஜான் ஆல்வ்ஸ் ஆர்பத்நாட் தேர்ந்தெடுக்கப்பட்டார். பின்னி நிறுவனத்தைச் சேர்ந்த டபிள்யு.ஹெச்.ஹார்ட் செயலாளராக நியமிக்கப்பட்டார்.

இந்த அமைப்பு, எல்லாரும் சேர்ந்து சுமுகமாக வணிகம் செய்ய வேண்டும் என்பதற்காகவும், வணிகத்தில் உள்ள இடர்ப்பாடுகளைக் களையவும், அதிலுள்ள சிக்கல்களை அரசிடம் கோரிக்கையாகக் கொண்டு செல்லவும் உருவாக்கப்பட்டது.

குறிப்பாக, வர்த்தகத்திற்குத் தேவையான அடிப்படை விஷயங்கள் எதுவும் இங்கில்லை. அதனால், அதை ஒரு அமைப்பின் வழியே செய்ய முடியும் என உணர்ந்ததால் ஆங்கிலேய வணிகர்கள் சேம்பரை உருவாக்கினர்.

முதல்கட்டமாக, அன்றைய மெட்ராஸ் கவர்னருக்கு சேம்பர் ஒரு கோரிக்கை வைத்தது. அதில், அரசின் கீழ் உள்ள பல்வேறு துறைகளும் சேம்பருக்குத் தேவையான தகவல்களை அளிக்க உத்தரவிட வேண்டும் என்றது.

அரசுத் துறைகள், சேம்பருடன் நேரடியாகத் தகவல்களைப் பரிமாறிக் கொள்ளும்படியாக இருக்க வேண்டும் எனக் கேட்டுக் கொண்டது. இதை கவர்னர் சர் ஃபிரடெரிக் ஆடம் ஏற்றுக் கொண்டு சேம்பருக்கு ஒத்துழைப்புக் கொடுக்க உத்தரவிட்டார்.

அடுத்ததாக, அன்று நடைமுறையிலிருந்த வரி வசூலிக்கும் முறை வணிகத்திற்கு ஒரு பெரிய தடையாக இருந்தது. உள்நாட்டு வரி ஒவ்வொரு பகுதியிலும் வெவ்வேறு விதமாக வசூலிக்கப்பட்டது.

அன்று அங்கீகரிக்கப்பட்ட ஒரே நாணயம் என்பதும் இல்லாமல் இருந்தது. அந்தந்தப் பகுதியை ஆண்ட குறுநில மன்னர்கள், அவர்கள் பகுதி வழியாக சரக்குகள் கொண்டு செல்லும்போது வரி விதித்தனர்.

சேலம் மாவட்டத்தில் மட்டும் 25 செக் போஸ்ட்கள் இருந்தன. 1800களில் இவற்றின் வழியாக பொருட்களைக் கொண்டு செல்லும்போது வணிகர்கள் கூடுதலாக 40 சதவீதம் சுங்கவரி கட்ட வேண்டியிருந்தது.

இதனால், பொருட்களின் விலை தாறுமாறாக ஏறியது. இதை எதிர்த்து சேம்பர் போராடியது. நீண்ட போராட்டத்திற்குப் பின்னர், 1844ல் இந்த முறை ஒழிக்கப்பட்டது. இதுதான் சேம்பரின் முதல் வெற்றி. ஆனால், இத்துடன் சேம்பர் நிற்கவில்லை...” என்கிற ராம்குமார் ராமமூர்த்தி, அன்று எதற்கெல்லாம் வரிகள் விதிக்கப் பட்டன என்பதுபற்றியும் குறிப்பிட்டார்.

* * *

மெட்ராஸ் சேம்பர் ஆஃப் காமர்ஸ் அண்ட் இண்டஸ்ட்ரி!

"இன்றைக்கு அரசு விதிக்கின்ற வரிகளுக்கு எதிராக எத்தனையோ எதிர்ப்புகளைப் பார்க்கிறோம். ஆனால், அந்தக் காலத்தில் இருந்த வரிகளைப்பற்றி படிக்கிறபோது இன்று எவ்வளவோ மேல்..." என வரிகள் பற்றிப் பேசத் தொடங்கினார் மெட்ராஸ் சேம்பர் ஆஃப் காமர்ஸின் தலைவரான ராம்குமார் ராமமூர்த்தி.

"கடந்த 2011ம் வருடம் சேம்பர் தன் 175வது வருடத்தைக் கொண் டாடியது. அதையொட்டி, '*Championing Enterprise*' என்ற பெயரில் மெட்ராஸ் சேம்பர் பற்றி ஒரு நூல் வெளியிட்டோம். இதை சென்னை வரலாற்று ஆய்வாளர் வி.ஸ்ரீராம் தொகுத்து எழுதினார். அதில், கோயமுத்தூர் மாவட்டத்தில் 1830களில் நடைமுறையில் இருந்த சில வரிகள் பற்றிக் குறிப்பிடுகிறார்.

மொத்தம் 35 விதமான வரிகள் மக்கள்மீது விதிக்கப்பட்டிருக் கின்றன. பானை, நெய், புகையிலை, தானியக் குவியல்கள், சுண்ணாம்பு, புளி, பாக்கு, தாமரை இலை, சாயம் போன்ற பொருட் களுக்கும்; வாரச் சந்தைக்கும், நதிக்கரையோர பண்ணை களுக்கும், வீட்டுக் கொல்லைப்புற தோட்டங்களுக்கும், கால்நடை மேய்ச்சல் வயல்களுக்கும், கால்நடை விற்பனைக்கும், மாட்டுக் கொட்டில்களுக்கும், மீன்பிடித்தலுக்கும், நெசவுத் தறிகளுக்கும், நன்கொடைகளுக்கும், கோயில் காணிக்கைகளுக்கும், உழவுக்கும் வரி இருந்துள்ளது.

இது மட்டுமல்ல. நாட்டியப் பெண்களுக்கும், கிராமியக் கலைஞர்களுக்கும், வீடு கட்டும் கொத்தனார்களுக்கும் கூட வரி போட்டுள்ளனர். இப்படிப்பட்ட வரிகளுக்கு எதிராகத்தான் சேம்பர் போராடி அவற்றை ஒழித்தது.

முதன்முதலாக உள்நாட்டின் சாலைப் போக்குவரத்து பற்றி சேம்பர் ஆய்வு நடத்தியது. நல்ல சாலை வசதிகள் இருந்தால்தான் சரக்குகளை வேகமாகக் கொண்டு செல்ல முடியும் என்பதையும், அதனால் மூன்றில் ஒரு பங்கு செலவு குறையும் என்பதையும் சேம்பர் கண்டறிந்தது.

ராம்குமார் ராமமூர்த்தி

இந்த ஆய்வை முன்வைத்து போதுமான சாலை வசதிகள் வேண்டுமென மாகாண அரசுக்கு அறிக்கை அளித்தது. அதன் பிறகே சாலை வசதிகள் மேம்பட்டன.

இந்நேரம், கிழக்கிந்தியக் கம்பெனியின் ஆட்சி முடிவுக்கு வர, பிரிட்டிஷ் அரசிடம் இந்தியா சென்றது. 1859ம் வருடம் மார்ச் 14ம் தேதி இந்திய கவர்னர் ஜெனரலான லார்டு கான்னிங்கும் அவரின் செயற்குழுவும் சுங்க வரியை உயர்த்தினர்.

இதற்கு அன்றைய மெட்ராஸ் சேம்பரின் சேர்மன் ஹென்றி நெல்சன் பலத்த எதிர்ப்பு தெரிவித்தார். இது ஒரு பெரிய பிரச்னையாக வெடிக்க, இந்திய அரசு ஜேம்ஸ் வில்சன் என்கிற பொருளாதார நிபுணரை வரவழைத்தது.

இவர்தான் இந்தியாவில் முதல்முதலாக பட்ஜெட் முறையை அறிமுகப்படுத்தினார். தவிர, பட்ஜெட்டில், 'வருமானத்திற்கு வரி விதிக்கப்படும்' என்றார்.

இதற்கும் அன்றைய சேம்பர் தலைவர் ஹென்றி நெல்சன் பச்சையப்பா ஹாலில் ஒரு கூட்டத்திற்கு ஏற்பாடு செய்து வருமான வரியை எதிர்த்தார். இதற்கு மெட்ராஸ் கவர்னர் ட்ரவல்யனும் ஆதரவளித்தார். ஆனால், இந்த எதிர்ப்புகளால் எந்தப் பலனும் விளையவில்லை.

இதற்கிடையே ரயில்நிலையம் வேண்டும் என்கிற கோரிக்கையையும் சேம்பரே முதல்முதலாக வைத்தது. பின்னர், மெட்ராஸில் ரயில்வே துறை உருவாக்கப்பட்டு ராயபுரத்திலிருந்து ஆற்காட்டிற்கு முதல் ரயில் விடப்பட்டது. அன்றைய சேம்பர் தலைவர் கவர்னருடன் இணைந்து கொடியசைத்து இதனைத் தொடங்கி வைத்தார்.

1860ல் அமெரிக்காவில் ஏற்பட்ட உள்நாட்டுப் போரால், இங்கிலாந்தில் பஞ்சுக்கு அதிக கிராக்கி ஏற்பட்டது. மெட்ராஸ் மாகாணத்தில் பஞ்சு அதிகளவு உற்பத்தி செய்யப்பட்டதால், இங்கிருந்து ஏற்றுமதியானது. இதுதான் மெட்ராஸில் ஏற்பட்ட

முதல் வணிக வாய்ப்பு எனலாம்.

தொடர்ந்து 1868ம் வருடம் சேம்பர் வணிக வளர்ச்சிக்குத் துறைமுகம் அவசியம் என்பதை உணர்ந்து அதற்கும் கோரிக்கை வைத்தது. இதற்குக் காரணம், கப்பலில் இருந்து சரக்குகளைக் கரைக்குக் கொண்டு வரும் மசுலா படகுகளின் உரிமையாளர்கள் ஏகபோக உரிமை கொண்டாடினதுதான்!

அன்று துறைமுகம் இல்லாததால் மெட்ராஸ் வரும் கப்பல்கள் நடுக்கடலிலேயே நங்கூரமிட்டு நின்றுவிடும். பின்னர், உள்ளூர் மசுலா படகுகளின் வழியே சரக்குகள் கரைக்குக் கொண்டு வரப்படும்.

இதைப் பயன்படுத்திக் கொண்ட மசுலா படகுக்காரரர்கள் நிர்ணயிக்கப்பட்ட தொகையை விட அதிகக் கட்டணம் வசூலித்தனர். 'துறைமுகம் வந்தால்தான் புயல், மழை போன்ற பருவநிலைகளிலிருந்தும், மசுலா படகு உரிமையாளர்களிடமிருந்தும் பாதுகாப்பு கிடைக்கும்' என்றது சேம்பர்.

இதை உணர்ந்து 1881ம் வருடம் துறைமுகம் கட்டப்பட்டது. அது இல்லையென்றால் இன்றைய சென்னையில் இவ்வளவு வணிகம் இருந்திருக்காது. அதேபோல், அன்று சேம்பர் இல்லையெனில் மெட்ராஸில் இவ்வளவு வளர்ச்சியும் ஏற்பட்டிருக்காது...” என சேம்பரின் செயல்பாடுகளை விவரித்த ராம்குமார் ராமமூர்த்தி, தொடர்ந்தார்.

↘ துறைமுகம் அருகே இருந்த வணிகர்கள் இல்லம் (1851)

“துறைமுகம் வந்தபிறகு ஆயில், ஆட்டோமொபைல் எனப் பல தரப்பட்ட நிறுவனங்கள் ஆரம்பிக்கப்பட்டன. 1911ம் வருடம், முதல்முறையாக மெட்ராஸ் அரசு தொழில்துறைக்கென ஓர் இயக்குநரகத்தை உருவாக்கியது.

பின்னர், சேம்பருக்கு மெட்ராஸ் சட்டமன்றத்தில் இரண்டு இடமும், துறைமுக ட்ரஸ்ட்டில் ஐந்து இடமும், மாநகராட்சியில் மூன்று இடமும் ஒதுக்கப்பட்டன. இந்த இடங்களுக்கு சேம்பரி லிருந்து உறுப்பினர்கள் தேர்ந்தெடுக்கப்பட்டனர்.

தவிர, மெட்ராஸ் பல்கலைக்கழகம் மற்றும் அண்ணாமலைப் பல்கலைக்கழகத்தின் சிண்டிகேட்டிலும் சேம்பர் உறுப்பினர்களுக்கு இடங்கள் அளிக்கப்பட்டன.

இதையடுத்து, அமால்கமேஷன்ஸ், முருகப்பா, டிவிஎஸ் குழு மத்தினர் உள்ளிட்ட பலரும் அடுத்தகட்ட வளர்ச்சிக்கு அடித்தள மிட்டனர்.

ஆனால், 1964 வரை சேம்பரின் தலைவர்களாக ஆங்கிலேயர் களே இருந்து வந்தனர். அதன்பிறகு, சேம்பரின் முதல் இந்தியத் தலைவராக ஏ.எம்.முருகப்பச் செட்டியார் தேர்ந்தெடுக்கப்பட்டார்.

ஆரம்பத்தில், பின்னி அலுவலகத்தில் தொடங்கப்பட்ட இந்தச் சேம்பர் 1869ம் வருடம், முதல் பீச் லைனில் இருந்த கட்டடத்திற்கு நகர்ந்தது. பின்னர், 1921 முதல் 1924 வரை இம்பீரியல் வங்கி, மவுண்ட் ரோடு, பெஸ்ட் அண்ட் கோ, பாரி அண்ட் கோ, மெர்க்கன்டைல் வங்கி எனப் பல்வேறு இடங்களில் இருந்து செயல்பட்டது.

இப்போது நிறைவாக நந்தனம் வந்திருக்கிறோம். சுமார் 153 வருடங்கள் வரை சேம்பர் வாடகைக் கட்டடத்தில்தான் இயங்கி யது. 1988ம் வருடம் சேம்பருக்கு சொந்தக் கட்டடம் வேண்டுமென ஏ.எம்.எம்.அருணாசலம், சிவசைலம் ஆகியோர் தலைமையில் ஒரு குழு ஆரம்பிக்கப்பட்டது. அந்தக் குழுவின் முயற்சியால் 1991ம் வருடம் நந்தனத்திலுள்ள இந்த சொந்தக் கட்டடத்திற்கு வந்தோம்...” எனச் சேம்பரின் கதையைப் பகிர்ந்தவர், சேம்பரின் இப்போதைய செயல்பாடுகளை விவரித்தார்.

“முந்நூறு வருடங்களுக்கு முன்பு இந்தியாவும், சீனாவும் உலகின் மொத்த உள்நாட்டு உற்பத்தியில் ஐம்பது சதவீதத்தை வகித்தன. ஆனால் இன்று, இந்தியாவின் பங்கு என்பது வெறும் சொற்ப இலக்கமே. இதற்கு சில காரணங்கள் உள்ளன.

முதலில், உற்பத்தித்துறையில் நாம் பின்தங்கியுள்ளோம். தொழில் நுட்பம் சார்ந்த சிப், செமி கண்டக்டர், கம்ப்யூட்டர், மொபைல் போன்ற சாதனங்களை உற்பத்தி செய்யும் நிறுவனங்கள் இந்தியா வில் கிடையாது.

மாறாக, அதிகளவு எலக்ட்ரானிக் பொருட்களை இறக்குமதி செய்கிறோம். அதனால், மனித சக்தி தேவைப்படும் உற்பத்தி சார்ந்த

தொழில் நிறுவனங்களை அதிகளவில் கொண்டு வர வேண்டும். அதேநேரம், தொழில்நுட்ப நிறுவனங்களையும் உருவாக்க வேண்டும்.

இதற்காக, இன்று சேம்பர் இரண்டு ஆய்வுகளைச் செய்து வருகிறது. ஒன்று கிண்டி, அம்பத்தூர் உள்ளிட்ட தமிழகத்தின் சில முக்கிய இண்டஸ்ட்ரியல் எஸ்டேட்கள் பற்றியது. அரசின் இந்தத் தொழிற்பேட்டைகள் மீண்டும் புத்துயிர் பெற என்ன செய்ய வேண்டும் என்பது குறித்து ஆய்வு செய்து வருகிறோம்.

அது முடிந்ததும் அரசுக்கு அறிக்கையாக அளிக்க இருக்கிறோம். இரண்டாவது, அடுத்ததலைமுறையின் *Financial Hub* ஆக சென்னையை எப்படி உருவாக்க வேண்டும் என்பது குறித்தானது.

ஏற்கனவே, இந்தத் தலைப்பில் சமீபத்தில் நடந்து முடிந்த உலக முதலீட்டாளர் மாநாட்டில் பேசினோம். அதை இன்னும் விரிவாக ஆய்வுசெய்து அறிக்கை அளிக்க உள்ளோம்.

இன்று சேம்பர் ஐந்து குறிக்கோள்களுடன் செயல்படுகிறது. முதலாவதாக அரசுக்குக் கொள்கைகள் சார்ந்து ஆலோசனை வழங்குதல். அடுத்து, *Knowlegde Sharing*. அதாவது, சிறப்பாகச் செயல்படும் நிறுவனங்களின் நிர்வாகிகளை இங்கே அழைத்து வந்து அனுபவங்களைப் பேச வைக்கிறோம். தொழில் சார்ந்த விஷயங்களைப் பகிர்ந்துகொள்கிறோம்.

மூன்றாவதாக, நெட்வொர்க்கிங். நிறுவனங்களிடம் ஒரு பிணைப்பை ஏற்படுத்துகிறோம். நான்காவதாக, ஸ்கில் டெவலப்மென்ட். இதற்காக ஆறு வாரம், எட்டு வாரம் என சில கோர்ஸ்கள் நடத்திவருகிறோம்.

இதில், லாஜிஸ்டிக் கோர்ஸை சென்னைப் பல்கலைக்கழகத்தின் சான்றிதழுடன் நடத்துகிறோம்.

ஐந்தாவதாக, இருதரப்பு மேம்பாட்டுக்கான வழிமுறைகள் பற்றியது. கடந்த இரண்டு மாதங்களில் மட்டும் ஐந்து நாட்டு தூதர்களைச் சந்தித்துள்ளோம். இதன்மூலம் அந்தந்த நாடுகளில் ஏற்றுமதிக்கு இருக்கும் வாய்ப்புகள் பற்றியும், இங்கே உள்ள வாய்ப்புகள் குறித்தும் பரிமாறிக் கொள்கிறோம்.

இப்படியான குறிக்கோளுடன் எங்கள் பணிகள் தொடர்கிறது. இப்போது சேம்பரில் 600க்கும் மேற்பட்ட நிறுவனங்கள் உறுப்பினர்களாக உள்ளனர். தவிர, சமீபத்தில் தமிழக கவர்னர் சேம்பரிலிருந்து ஒருவர் பல்கலைக்கழகக் குழுவில் இருக்க வேண்டும் என்று நினைத்தார். அப்படியாக, நான் எம்.ஜி.ஆர்.மெடிக்கல் பல்கலைக்கழகத்தின் செனட் கமிட்டியில் உறுப்பினராக இருக்கிறேன்.

தவிர, இங்கிருந்து ஐம்பது நிறுவனங்களின் தலைவர்களை சென்னையைச் சுற்றியுள்ள கல்லூரி மற்றும் பல்கலைக் கழகங்களில் செனட், சிண்டிகேட் மற்றும் அகடமி கவுன்சிலில்

உறுப்பினர்களாக்க முயற்சி எடுத்து வருகிறோம்.

ஏனெனில், கல்வி நிறுவனங்கள், தொழில் நிறுவனங்களிலிருந்து யாரும் இங்கே வருவதில்லை என்கின்றன. அதேபோல், தொழில் நிறுவனங்களும் தரமான மாணவர்கள் கிடைப்பதில்லை என வருத்தப்படுகின்றன. இப்படி மாற்றி மாற்றி விரல் காட்டுவதில் அர்த்தம் இல்லை.

அதனால், நாங்களே தலைவர்களைத் தேர்ந்தெடுத்து கல்வி நிறுவனங்களுடன் பணியாற்ற முயற்சித்து வருகிறோம். இதன்மூலம், கல்லூரிப் பாடத்திட்டத்தில் என்ன மாற்றங்களைக் கொண்டு வரலாம்? ஆசிரியர்கள் கற்றுத் தரும் முறையில் என்னவிதமான மாற்றங்கள் தேவை என்பன போன்றவற்றை ஆலோசிக்க ஏதுவாகும். இன்றைய தேவைக்கேற்ப மாணவர்கள் உருவாக்கப்பட வேண்டும் என்பதே எங்கள் நோக்கம்.

தவிர, பெண்களுக்கென 'உமன்ஸ் டைரக்டர்ஸ் ஃபோரம்' என்ற ஒரு திட்டத்தைச் செயல்படுத்துகிறோம். இதை கடந்த மூன்று வருடத்துக்கு முன்பு சேம்பரின் துணைத் தலைவராக இருந்த காயத்ரி ஸ்ரீராம் முன்னெடுத்தார். இத்திட்டத்தின்படி, தகுதியுள்ள பெண்களைத் தேர்ந்தெடுத்து ஒரு வார கோர்ஸ் நடத்தினோம். இதை முடித்தவர்கள் ஏதாவது ஒரு நிறுவனத்தில் இண்டிபெண்டன்ட் இயக்குநராக வாய்ப்புள்ளது.

இதேபோல், புதிய தொழில் முனைவோருக்கும் வழிகாட்டியாகஇருக்கிறோம். தொடக்கநிலையில் உள்ள சிக்கல்கள், பிரச்னைகளை எப்படிக் களைவது என்பது போன்ற விஷயங்களை அவர்களுடன் பகிர்ந்து கொள்கிறோம்.

இப்படி தொழில் சார்ந்த விஷயங்களுக்கும், தொழில் வளர்ச்சிக்கும் மெட்ராஸ் சேம்பர் ஆஃப் காமர்ஸ் அண்ட் இண்ட்ஸ்ட்ரி அளப்பரிய பணியை தொடர்ந்து ஆற்றி வருகிறது..." என உற்சாகமாக முடித்தார் ராம்குமார் ராமமூர்த்தி.

சி.எஸ்.ஐ.
காது கேளாதோர் பள்ளி

ஒரு பரந்தவெளியின் மையத்தில் பிரம்மாண்டமாக வீற்றிருக்கிறது அந்தப் பாழடைந்த கட்டடம். பார்ப்பதற்கு பங்களா போல ரசனையாக மிளிரும் அது, முன்னொரு காலத்தில் பள்ளியாகச் செயல்பட்டது என்றால் நம்பமுடியவில்லை.

சென்னை சாந்தோம் சர்ச்சிலிருந்து சிறிது தொலைவிலேயே இருக்கும் சிஎஸ்ஐ காது கேளாதோர் மேல்நிலைப் பள்ளியின் பழைய தோற்றம் இப்படியாகவே உள்ளது. 1912ம் வருடம் தொடங்கப்பட்ட மெட்ராஸின் முதல் காது கேளாதோர் பள்ளி இது.

இன்று அந்தப் பழமையான கட்டடம் எச்சமாக நிற்க, அருகிலேயே புதிய கட்டடத்தில் 107 வருடங்களைக் கடந்து செயல் பட்டுக் கொண்டிருக்கிறது காது கேளாதோர் பள்ளி.

எப்படி உருவானது?

‘இங்கிலாந்து ஜெனானா மிஷனரி சொசைட்டி சர்ச்’சைச் சேர்ந்த ஃப்ளாரன்ஸ் ஸ்வேன்சன் என்கிற பெண்மணி இந்தக் காது கேளாதோர் பள்ளியைத் தோற்றுவித்தார். இவர் திறமையான செவிலியரும் கூட.

1882ம் வருடம் மதபோதகராக இந்தியா வந்த ஃப்ளாரன்ஸ், தன் சேவையை பஞ்சாபிலுள்ள அமிர்தசரஸில் இருந்து தொடங்கினார்.

மதபோதனைகளால் நன்கு அறியப்பட்டவர் அங்கிருந்து பாளையங்கோட்டையிலுள்ள சாரா டக்கர் கல்வி நிறுவனத்தில் பணியாற்ற பணிக்கப்பட்டார். அங்கு பணியாற்றியபடியே சமூக சேவையும் செய்துவந்தார்.

ஒருநாள் பத்து வயதுள்ள காது கேளாத பெண் குழந்தை ஒன்று இவரிடம் மருத்துவத்திற்காக வந்தது. அந்தக் குழந்தைக்கு படிக்கவும், எழுதவும் கற்றுக் கொடுத்தார்.

தினமும் இந்தக் குழந்தைக்கு வகுப்பு எடுக்க, அவளைப் போல குறைபாடுள்ள நான்கு பெண் குழந்தைகள் வந்து சேர்ந்தனர். தொடர்ந்து, காது கேளாத குழந்தைகளுக்குப் பாடம் புகட்டுவதையே ஒரு சேவையாக ஆரம்பித்தார்.

பிறகு, சாரா டக்கர் வளாகத்திலேயே இவர்களுக்குப் படிப்புடன், தொழில்கல்வியும் போதித்தார் ஃப்ளாரன்ஸ். அதாவது, டெய்லரிங், அலங்கார வேலைப்பாடுகள் செய்தல், மசாலா பொருட்கள் தயாரித்தல்... இப்படியான பணிகளைக் கற்றுக் கொடுத்தார்.

இதன்மூலம், சமூகத்திலிருந்து ஒதுக்கப்படும் இந்த மாற்றுத் திறனாளி குழந்தைகளிடம் நம்பிக்கை பிறக்கும் என நினைத்தார். அவர் நினைத்தது போலவே நடந்தது. இந்தக் குழந்தைகள் தங்கள் திறமையை நன்கு வளர்த்துக்கொண்டனர்.

இதுவே 1895ம் வருடம் காது கேளாதோருக்கான பள்ளியாக மாறியது. அடுத்த ஐந்து வருடங்களில் ஐந்து குழந்தைகள் என்பது இருபது ஆக உயர்ந்தது.

வெவ்வேறு அனாதைப் பள்ளிகளிலிருந்த காது கேளாத குழந்தைகள், இந்தக் குறைபாட்டின் காரணமாக பெற்றோரால் கைவிடப்பட்ட குழந்தைகள் எனப் பலரும் இந்தப் பள்ளியில் இணைந்து படிக்கலாயினர்.

1897ம் வருடம் பாளை சென்ட்ரல் ஜெயில் எதிரே டாக்டர் தனகோடிராஜு என்பவருக்குச் சொந்தமான 14 ஏக்கர் நிலத்தை நான்காயிரத்து 500 ரூபாய் கொடுத்து வாங்கினார் ஃப்ளாரன்ஸ். இங்கிலாந்திலிருந்து வந்த நன்கொடை மூலம் இந்நிலம் வாங்கப்பட்டது.

சாரா டக்கர் வளாகத்திலிருந்து இந்தப் புதிய இடத்திற்குப் பள்ளி இடமாற்றமானது. அதுவே, இன்று பாளையங்கோட்டையில் ஃப்ளாரன்ஸ் ஸ்வேன்சன் காது கேளாதோர் மேல்நிலைப் பள்ளியாகச் செயல்பட்டு வருகிறது.

இந்தியாவில், பம்பாய் மற்றும் கல்கத்தாவிற்குப் பிறகு பாளையங்கோட்டையில்தான் மூன்றாவதாகக் காது கேளாதோர் பள்ளி அமைந்தது.

இதனால், அன்று தென்மாநிலங்களிலிருந்து இப்படியான குறைபாடு உள்ள குழந்தைகள் இந்தப் பள்ளியில் சேர்ந்தனர்.

➤ பள்ளியின் முகப்புத் தோற்றம்

மெட்ராஸில் இருந்தும் படித்தனர்.

மெட்ராஸிலிருந்து வந்து படிக்க தூரம் அதிகம் என்பதால் ஃப்ளாரன்ஸ் இங்கேயே ஒரு காது கேளாதோர் பள்ளி அமைக்கத் தீர்மானித்தார். இப்படியாகவே, 1912ம் வருடம் மெட்ராஸில் காது கேளாதோர் பள்ளி உருவானது.

அன்று மயிலாப்பூர், திருவல்லிக்கேணி பகுதிகளில் முஸ்லிம் மற்றும் இந்து மக்கள், தங்கள் உறவுமுறைக்குள் திருமணம் செய்த தால் கேட்டல் குறைபாடு உள்ள குழந்தைகள் அதிகம் பிறந்தன. இதனாலேயே, ஃப்ளாரன்ஸ் மயிலாப்பூர் பகுதியைத் தேர்ந்தெடுத்து இந்தப் பள்ளியை அமைத்தார்.

ஏழு குழந்தைகளுடன் உறைவிடப் பள்ளியாக ஆரம்பிக்கப் பட்டது. மேற்சொன்ன அந்தப் பாழடைந்த கட்டடமே அன்று பள்ளியாகவும், விடுதியாகவும் இருந்தது.

இங்கும் ஆரம்பத்தில் டெய்லரிங், கூடை பின்னல் வேலைப் பாடுகள் போன்றவற்றைக் கற்றுத் தரும் தொழில்கல்வி நிறுவன மாகவே துவக்கினார். பிறகு, ஆண்களுக்கான லேத், டிரில்லிங்கும் ஆரம்பிக்கப்பட்டது.

குழந்தைகள் அதிகமாகச் சேர, கல்வியும் கொடுத்தால் நன்றாக இருக்கும் என நினைத்தார் ஃப்ளாரன்ஸ். அதனால், 1926ம் வருடம் பள்ளிக் கல்வித் துறையுடன் இணைந்து ஆங்கிலவழிப் பள்ளியைத் தொடங்கினார்.

"முதல்ல ஆங்கில வழியிலதான் கற்றுக் கொடுத்திருக்காங்க. அப்ப, இங்கு படித்த நிறைய பேர் மலேசியா, சிங்கப்பூர், அமெரிக் கானு பல வெளிநாடுகளுக்கும் வேலைக்குப் போயிருக்காங்க..." என அடுத்தடுத்து நடந்த விஷயங்களைச் சுவாரஸ்யமாகப்

பகிர்ந்தார் இப்போதைய பள்ளி தலைமையாசிரியரான ஜேம்ஸ் ஆல்பர்ட்.

ஜேம்ஸ் ஆல்பர்ட்

"இந்த கட்டடம் இருநூறு வருட பாரம்பரியம் கொண்டதுனு சொல்றாங்க. பிரிட்டிஷ் கால கட்டடத்தைத்தான் அன்னைக்கு ஃப்ளாரன்ஸ் அம்மையார் வாங்கியிருக்கார். அப்ப, மெட்ராஸ் மாகாண கவர்னராக இருந்த லார்டு பென்ட் லாண்ட்டின் மனைவி இங்கு வந்த புகைப்படம் இருக்கு. அவருடன் ஃப்ளாரன்ஸ் ஸ்வேன்சனும் இருக்கார். அநேகமாக இந்தப் புகைப்படம் பள்ளி ஆரம்பிக்கப்பட்ட போது எடுக்கப்பட்டிருக்கலாம். ஏன்னா, ஃப்ளாரன்ஸ் 1919ல் இந்தியாவிலிருந்து கிளம்பிவிட்டார்.

தாய்மொழிப் படிப்பும் அவசியமானதால் 1947ம் வருஷம் தமிழ் வழிக் கல்வியும் தொடங்கப்பட்டது. பின்னர், இரண்டு வழிக்கல்வியிலும் பாடங்கள் போதிக்கப்பட்டன. எல்லாமே சைகை மொழியில் கற்றுத் தரப்பட்டன. இங்கே லேத், ஃபிட்டர் படிப்பு முடித்தவர்களுக்கு அசோக் லேலண்டில் வேலை கிடைச்சது.

நிறைய மாணவர்களுக்குக் காது கேட்காததாலே வாய் பேச முடியறதில்லை. அதனால, இவங்களைப் பேச வைக்கலாம்னு லிப் ரீடிங் முறையில் சொல்லித் தரப்பட்டது.

பின்னர், மாணவர்கள் அதிகரிக்க 1962ம் வருஷம் இப்போதிருக்கும் வகுப்பறைகள் திறக்கப்பட்டன. அப்ப மெட்ராஸ் கவர்னராக இருந்த பிஷ்ணுராம் மேதி உள்ளிட்ட பலரும் வகுப்பறைகள் கட்ட நன்கொடைகள் கொடுத்தாங்க. 1971ம் வருஷம் மாணவர் விடுதியும், 1975ம் வருஷம் மாணவிகள் விடுதியும் கட்டப்பட்டன.

இங்கே ஆசிரியர் பயிற்சி நிறுவனமும் இருந்தது. சைகை மொழி நிறைய பேருக்குத் தெரியாது. அதனால், இந்தக் குழந்தைகளுக்குக் கற்றுத் தர சைகைமொழிக்கான ஆசிரியர் பயிற்சி நிறுவனம் தொடங்கப்பட்டது. ஆனா, 1980ம் வருஷம் அந்த ஆசிரியர் பயிற்சி நிறுவனம் லிட்டில் ஃப்ளவர் பள்ளிக்கு மாறிடுச்சு.

இதுக்கிடையில, ஆசிரியர் பயிற்சி நிறுவனம் வந்ததால் இங்கிருந்த தொழில் கல்விக்கான பயிற்சிக்கூடம் சாந்தோம் அருகே மாறிச்சு. அதுவரை சாந்தோம் அருகேயிருந்த மாணவர் விடுதி இங்கிருந்து செயல்படத் தொடங்கிச்சு.

இங்கே மாணவர்கள் தங்கியிருந்து படிப்பாங்க. பயிற்சிக்கு சாந்தோம் போயிட்டு வருவாங்க. பிறகு, தொழில் பயிற்சிக்கூடமும் நிறுத்தப்பட்டு, கல்விக்கு மட்டும் முக்கியத்துவம் தரப்பட்டது. இதனால, இங்கிருந்து வெளியேறும் குழந்தைகள் எந்த கைத்தொழிலும் படிக்காததால் ரொம்ப கஷ்டப்பட்டாங்க..." என வருத்தம் தெரிவித்தவர், மீண்டும் தொழில்கல்வி ஆரம்பிக்கப்

பட்டதை உற்சாகமாகப் பகிர்ந்தார்.

"பொதுவா, இந்தக் குழந்தைகள் தாழ்வு மனப்பான்மையால் எந்தவொரு விஷயத்துக்கும் ஆவேசமாகிடுவாங்க. யாரோடும் ஒட்டாமல் தனிச்சு இருப்பாங்க. சில குழந்தைகள் சமூக விரோதச் செயல்கள்ல கூட ஈடுபடுவாங்க. வாழ்க்கை மேல நம்பிக்கையில் லாம அப்படி யாரும் போயிடக்கூடாதுனுதான் தொழில்கல்வியே கற்றுத் தந்தோம்.

அது நின்றதுக்குப் பிறகு ரொம்ப சிரமம் ஏற்பட்டுச்சு. அதனால, கடந்த 2015ம் வருஷத்துல இருந்து மீண்டும் தொழில் கல்வியைத் தொடங்கியிருக்கோம். இதுக்குக் காரணம், மயிலாப்பூர் துணை கமிஷனரா இருந்த பாலகிருஷ்ணன் சார்தான்.

ஏன்னா, போலீஸிலிருந்து இங்கே திருடிட்டான் சார்... அங்கே பிடிச்சோம் சார்னு நிறைய கேஸ்கள் வந்துச்சு. அவங்ககிட்ட பேச முடியாம போலீஸ் எங்கள அணுகுவாங்க.

'சாப்பாட்டுக் கஷ்டத்தாலதான் சார் இப்படி திருட ஆரம்பிக் கிறாங்க'னு அவர்கிட்ட சொன்னேன். 'மறுபடியும், தொழில்கல்வி கொடுங்களேன்'னுஅவர் உத்வேகம் அளிச்சார்.

உடனே, மெட்ராஸ் டையோசீஸன் பேராயர் ஜார்ஜ் ஸ்டீபனும் பயிற்சிக்கு ஒப்புதல் தந்தார். தச்சு வேலை, தையல், பேக்கரி, அழகுக்கலை, மாடித்தோட்டம்னு பயிற்சிகளை ஆரம்பிச் சோம். இதுல பேக்கரிக்கு மட்டும் ஒருவருட கோர்ஸ். மற்றதெல்லாம் ஆறுமாசம், மூணு மாசம்தான்.

அப்புறம், கடைகள்ல கம்ப்யூட்டர் பில்லிங் போட ஆட்கள் தேவைங்கிறது தெரிஞ்சு அதற்கும் பயிற்சி அளிக்கிறோம். இந்த மூணு வருஷத்துல 220 பேருக்கு வேலைவாய்ப்பு வாங்கிக் கொடுத்திருக்கோம்!

பள்ளி தவிர்த்து, வெளியிலிருந்த வந்த சில மாற்றுத்திறனாளி களும் 'எங்களுக்கும் கற்றுக் கொடுங்க'னு கேட்டாங்க. இப்படியாக அறுபது பேர் இந்தப் பயிற்சியை மேற்கொண்டு வர்றாங்க. சிலர் இங்கே தங்கியும் பயிற்சி எடுக்குறாங்க. அவங்களுக்கும் உணவுல இருந்து தங்கிப் படிக்கிறது வரை எல்லாமே இலவசமாக செய்றோம்.

இதுக்காக ஏழு ஆசிரியர்கள் இருக்காங்க. இவங்க, அந்தந்த ஏரியாக்களுக்கே போய் மாற்றுத் திறனாளிகளைக் கண்டறிந்து, அவங்களுக்கு இங்கே பயிற்சியளித்து, வேலைவாய்ப்பு நிறுவனங் களுடன் பேசுறது வரை எல்லாப் பணிகளையும் செய்வாங்க. ஹெல்ப் டிரஸ்ட்னு ஒரு அமைப்புடன் இணைஞ்சு இதை நாங்க மேற்கொண்டு வர்றோம்.

இது அரசு உதவி பெறும் பள்ளி. சிஎஸ்ஐயின் கீழ் நிர்வாகம் நடத்தப்பட்டு வருது. மொத்தம் 200 குழந்தைகள் படிக்கிறாங்க. தமிழகம் தவிர ஆந்திரா, கர்நாடகா, கொல்கத்தானு பல்வேறு

⬟ தற்போதைய பள்ளிக் கட்டடம்

மாநிலங்களில் இருந்தும் குழந்தைகள் படிக்கிறாங்க.

இவங்களுக்காக 37 ஆசிரியர்கள் பணியாற்றி வர்றாங்க. இங்க படிப்பை முடிக்கிற குழந்தைகளை மேல்படிப்புக்காக எம்ஜிஆர் ஜானகி அம்மாள், சத்யபாமா உள்ளிட்ட சில கல்லூரிகளுக்கு அனுப்புறோம். இப்படி ஒருசில கல்லூரிகள் மட்டும்தான் இந்தக் குழந்தைகளுக்கான கற்றல்முறையை வைச்சிருக்காங்க. அதனால், அங்கே சேர்த்துவிடுறோம்.

அரசு வேலைக்குப் போகவும் இந்தக் குழந்தைகளுக்கு வாய்ப்பு இருக்கு. எம்எல்ஏ நடராஜ் சார் குரூப் 1 தேர்வுக்குப் பயிற்சி அளிக்கிறார். இங்கிருந்து நிறைய குழந்தைகள் படிக்கிறாங்க.

விரைவில் *NFDC* யுடன் இணைஞ்சு போட்டோகிராபி, எடிட்டிங் கோர்ஸும் நடத்தப் போறோம். தவிர, சோலார், அயனிங் உள்ளிட்ட பயிற்சிகளும் ஆரம்பிக்கலாம்னு இருக்கோம்!" உற்சாகத்துடன் சொல்கிறார் ஜேம்ஸ் ஆல்பர்ட்.

* * *

மெட்ராஸ் கிளப்

"மெட்ராஸுக்கு வரும் பயணிகள் அங்குள்ள ஹோட்டலை விட மெட்ராஸ் கிளப்பில் வசதியாகத் தங்கிக் கொள்ளலாம். கவுரவ உறுப்பினராக மாதம் ஆறு ரூபாய் கட்டினால் போதும். அறை வாடகை நாளொன்றுக்கு ஒரு ரூபாய்தான்!"

- 1879ம் வருடம் வெளிவந்த 'Handbook of the Madras Presidency' நூலில் மெட்ராஸ் கிளப் பற்றி இப்படி சிலாகித்துக் குறிப்பிடுகிறார் ஜான் முர்ரே!

1832ம் வருடம் ஐரோப்பிய ஆண்களுக்காக மட்டுமே தோற்றுவிக்கப்பட்ட கிளப் இது. தவிர, கல்கத்தாவிற்கு அடுத்தபடியாக இந்தியாவில் இரண்டாவதாக உருவாக்கப்பட்ட பழமையான கிளப்பும் கூட.

என்றாலும், அன்று கிளப்களின் ராஜாவாகத் திகழ்ந்தது மெட்ராஸ் கிளப்பே! இந்தியாவின் சிறந்த கிளப் என வெகுவாக வர்ணிக்கப்பட்டது.

இன்று சென்னையில் அடையாற்றின் ஆற்றுப்படுகையில் மரங்கள் சூழ ரம்மியமாகக் காட்சியளிக்கும் மெட்ராஸ் கிளப் ஆரம்பத்தில் எங்கிருந்தது தெரியுமா? அண்ணா சாலையில்!

ஆம். இன்று எக்ஸ்பிரஸ் அவின்யூ மால் இருக்கும் இடத்தில்

இருந்தது இந்தக் கிளப். 1809ம் வருடம் வெறும் மரங்களாக இருந்த இடத்தை ஜே.டி.வொயிட் என்பவர் அரசாங்கத்திடமிருந்து பெற்றார். அந்த இடத்தில் தன்னுடைய தோட்ட இல்லத்தை அழகாக அமைத்தார். இதனாலேயே அந்தப் பகுதி இன்றும் வொயிட்ஸ் ரோடு என்றே அழைக்கப்பட்டுவருகிறது.

பின்னர் அந்த வீடு வெப்ஸ்டர் என்பவருக்குக் கைமாறியது. இந்த வெப்ஸ்டரிடமிருந்து வீட்டை 1832ம் வருடம் மே 15ம் தேதி கிளப் வாங்கியது. அதற்குமுன் கிளப்பின் முதல் கூட்டம் தலைமை நீதிபதி சர் ராபர்ட் கமின் தலைமையில் நடந்தது.

இந்தக் கூட்டத்திலே அப்போது வெப்ஸ்டரின் தோட்ட வீடாக மாறியிருந்த இடத்தை வாங்கத் தீர்மானிக்கப்பட்டது. மொத்தம் ஏழு ஏக்கர். முப்பதாயிரம் ரூபாய்க்கு வாங்கப்பட்டது. இதனால், அதையொட்டிய சாலைக்கு கிளப் ஹவுஸ் ரோடு எனப் பெயர் வந்தது.

அரசின் தலைமைச் செயலாளராக இருந்த சர் ஹென்றி சேமியர், கிளப்பின் முதல் தலைவராகத் தேர்ந்தெடுக்கப்பட்டார். 1200க்கும் மேற்பட்டோர் உறுப்பினர்களாக இணைந்தனர். இன்னும் உறுப்பினர்களின் எண்ணிக்கை அதிகரிக்க கிளப்பிற்கு இடம் போதவில்லை.

இதனால், 1852ம் வருடம் மேற்குப் பக்கம் இருந்த நான்கு ஏக்கர் பரப்பளவு உள்ள வாலர்ஸ் தோட்டம் வாங்கப்பட்டது. அடுத்த வருடமே அருகிலிருந்த டெவனிஷ் என்பவரின் தோட்டமும், பின்னர் அவரின் நான்கு ஏக்கர் இடமும் வாங்கப்பட்டது. இத்துடன் நிற்கவில்லை இடம் வாங்கும் படலம்.

அந்தப் பகுதியில், கவர்னரின் பாடிகாட் ஆக இருந்த கர்னல் ஆர்ச்சிபால்ட் பட்டுல்லாவின் இடத்தையும் வாங்கியது. இந்த இடம் ஹிக் என்பவருக்குச் சொந்தமாயிருந்தது. அதை பட்டுல்லா 1822ம் வருடம் வாங்கியிருந்தார். இருந்தும் ஹிக் பங்களா என்றே அழைக்கப்பட்டு வந்தது. 1898ம் வருடம் பங்களாவையும் ஐந்து ஏக்கர் நிலத்தையும் பட்டுல்லாவிடம் இருந்து வாங்கியது கிளப். இப்படியாக, 1832 முதல் 1898ம் வருடம் வரை இருபது ஏக்கர் நிலம் வாங்கப்பட்டு கிளப் விரிவாக்கம் செய்யப்பட்டிருந்தது.

இதற்கிடையே 1865ல் மெட்ராஸ் வந்த கட்டட வடிவமைப்பாளர் ராபர்ட் சிஸ்ஹோம் கிளப்பின் வடிவமைப்பிற்குத் துணை நின்றார். பாந்தியன் பாணி முகப்புடன் கட்டடத்தைக் கட்டினார்.

உணவுக்கூடத்திற்கு, நூலகத்திற்கு, வெளிநபர்கள் தங்குவதற்கு, புகை பிடிப்பதற்கு எனப் பல்வேறு அறைகள் நேர்த்தியாகக் கட்டப்பட்டன. பின்னர், பில்லியர்ட்ஸிற்கும், சீட்டாட்டத்திற்கும் அறைகள் அமைக்கப்பட்டன.

தவிர இதில், "1855ம் வருடம் நீச்சல்குளம் ஒன்று ஏற்படுத்தப்

↘ அடையாறு கிளப் - அன்று

பட்டது. அதுவே, மெட்ராஸின் முதல் நீச்சல்குளம். பிறகு, 1876ம் வருடம் இங்கே தென்னிந்தியாவின் முதல் டென்னிஸ் விளையாட்டு மைதானம் அமைக்கப்பட்டது...” என வரலாற்று ஆய்வாளர் எஸ்.முத்தையா தன்னுடைய ‘சென்னை மறுகண்டுபிடிப்பு’ நூலில் குறிப்பிடுகிறார்.

அன்று இந்தக் கிளப்பில் இந்தியர்களுக்கும், ஆங்கிலேயப் பெண்களுக்கும் உள்ளே நுழைய அனுமதி கிடையாது. ஐரோப்பிய ஆண்கள் மட்டுமே பொழுதுபோக்கலாம். 1898ம் வருடம் ‘ஹென் ஹவுஸ்’ என்ற கட்டடம் கட்டப்பட்டது. ஆங்கிலேயப் பெண்களுக்கு மெயின் கட்டடத்தினுள் நுழைய அனுமதி கிடையாது என்பதால் இந்தப் பகுதி உருவாக்கப்பட்டது.

இந்தக் கட்டடம், ஆங்கிலேயப் பெண்கள் தங்கள் கணவர்களுக்காகக் காத்திருக்கும் இடமானது. சில நாட்களில் கணவன், மனைவி இருவரும் சந்திக்கும் இடமாகவும் மாறியது.

இதற்கிடையே 1890ம் வருடம் அடையாறு கிளப் உருவானது. அடையாற்றின் ஆற்றங்கரையில் இருந்த மௌப்ரேவின் தோட்ட வீடே அடையாறு கிளப்பாக செயல்பட்டது.

இந்தக் கிளப், அன்றைய மெட்ராஸ் கிளப்பின் நோக்கத்திற்கு முற்றிலும் மாறாக இந்தியர்களுக்கும், பெண்களுக்கும் இடம் அளித்தது.

1771ம் வருடம் அரசாங்கக் கணக்காளராக மெட்ராஸ் வந்த ஜார்ஜ் மௌப்ரே அடையாற்றின் கரையில் 105 ஏக்கர் நிலத்தை 80 பகோடாக்களுக்கு வாடகைக்கு எடுத்தார்.

அங்கே தனக்கென அழகான தோட்ட வீட்டை அமைத்துக் கொண்டார். 1790களில் காணப்படும் ஆவணம் இதை உறுதி செய்வதாக ‘Vestiges of Old Madras-Vol3’ நூலில் கர்னல் லவ் கூறுகிறார்.

இந்த வீடு, ‘Moubray’s Cupola’ என அழைக்கப்பட்டது.

Cupola என்றால் கூம்பு வடிவ விதானமாகும். நேர்த்தியான கூம்பு வடிவில் பிரம்மாண்டமாகக் கட்டப்பட்ட இந்தத் தோட்ட வீடு ஐரோப்பிய பாணி கட்டடக் கலைக்கு சிறந்த சான்றாக விளங்குகிறது.

"இது மௌப்ரேவின் கூட்டாளியான கட்டடக்காரர் பால் பென்ஃபீல்டால் கட்டப்பட்டிருக்கலாம்..." என 'சென்னை மறுகண்டுபிடிப்பு' நூலில் குறிப்பிடுகிறார் எஸ்.முத்தையா.

பின்னர், முதல் தலைமைக் கணக்காளராகப் பதவி உயர்வு பெற்ற மௌப்ரே, 1792ல் ஓய்வு பெற்று இங்கிலாந்து திரும்பி விட்டார். 1798ல் ராயப்பேட்டையிலிருந்து மௌப்ரே தோட்டத் திற்குச் செல்லும் வண்டிப்பாதை மரங்களால் சூழப்பட்டு அழ குற விளங்கியது. இந்தச் சாலையைப் பற்றி அவ்வளவு அழகாக தன்னுடைய கட்டுரையில் விவரித்திருப்பார் தமிழறிஞர் திரு.வி.க.

சமீபகாலம் வரை இந்தச் சாலை மௌப்ரேஸ் சாலை என்றே அழைக்கப்பட்டது. இப்போது டிடிகே சாலையாக மாறியிருக்கிறது.

பின்னர், இந்த இடம் 1810ம் வருடம் ஜான் டி மாண்டி என்ற வர்த்தகர் கைக்குச் சென்றது. இவர், 1821ம் ஆண்டு மரணமடைந்த போது வாரிசுகள் யாரும் இருக்கவில்லை. இதனால், டி மாண்டி இறக்கும் முன்பே தன் சொத்துகளை மயிலாப்பூர் கத்தோலிக்க மறைமாவட்டத்திற்கு அளித்தார்.

இந்தக் கத்தோலிக்க மறைமாவட்டத்திடம் இருந்த அந் தப் பரந்து விரிந்த சொத்துகளை 1890ல் குத்தகைக்கு எடுத்தது அடையாறு கிளப். இப்படியாக இரண்டு கிளப்களும் தனித்தனி யாகச் செயல்பட்டுவந்தன.

தொடர்ந்து இரண்டாம் உலகப் போருக்குப் பின் இரண்டு கிளப் களிலும் பணப் பிரச்னையால் நெருக்கடியான சூழல் உருவானது.

இதனால், 1947ம் வருடம் மவுண்ட் ரோடு கிளப் ஹவுஸ் ஏரியா வில் 20 ஏக்கரில் ஜொலித்த மெட்ராஸ் கிளப், 13 லட்சம் ரூபாய்க்கு இந்தியன் எக்ஸ்பிரஸ் பத்திரிகையின் உரிமையாளர் ராம்நாத் கோயங்காவிடம் விற்கப்பட்டது.

அங்கிருந்து மெட்ராஸ் கிளப், மவுண்ட் ரோட்டில் சர்ச் பார்க் பள்ளி எதிரிலிருந்த பொப்பிலி ராஜாவுக்குச் சொந்தமான பிரான்சன் பாக் என்ற பகுதிக்கு நகர்ந்தது. ஐந்து ஏக்கர் பரப்பளவு உள்ள அந்த இடம் இரண்டு லட்சத்து 54 ஆயிரம் ரூபாய்க்கு வாங்கப்பட்டது.

பிறகு, அது மறுசீரமைப்பு செய்யப்பட்டு 1948ம் வருடம் ஏப்ரல் மாதம் உறுப்பினர்களுக்குத் திறக்கப்பட்டது. மெட்ராஸ் கிளப்பின் இரண்டாம் வீடு இது.

1950களில் நிதிநிலைமை மோசமடைய, மீண்டும் இரண்டு

◥ கிளப்பின் முகப்புத் தோற்றம்

கிளப்களும் செயல்பட ரொம்பவே சிரமப்பட்டன. மெட்ராஸ் கிளப்பில் இருந்தவர்கள், அடையாறு கிளப்பிலும் உறுப்பினர்களாக இருந்ததால் இரண்டிலும் அவர்களால் சந்தா செலுத்த முடியவில்லை.

தொடர்ந்து ஏழு வருடங்கள் நடந்த விவாதத்திற்குப் பிறகு இரண்டு கிளப்களும் ஒன்றிணைவது என முடிவானது. 1963ம் வருடம் மெட்ராஸ் கிளப் பெயரில் இரண்டும் ஒரே குடையின் கீழ் வந்தன.

பிறகு, மௌப்ரேஸ் தோட்டத்தில் இருந்த Moubray's Cupola உடன் சேர்த்து 12.7 ஏக்கர் இடம் கத்தோலிக்க மறைமாவட்டத் திடமிருந்து சொந்தமாக வாங்கப்பட்டது. தற்போது இங்கிருந்தே மெட்ராஸ் கிளப் செயல்பட்டுவருகிறது.

இன்று பதினான்கு தங்கும் அறைகள், இரண்டு ரெஸ்டாரன்ட்கள், பேக்கரி, நூலகம், ஐந்து டென்னிஸ் கோர்ட்கள், நீண்ட நீச்சல் குளம், வாக்கிங், ஜாக்கிங் செல்லும் டிராக், 120 கார்கள் பார்க்கிங் செய்யும் வசதி, ஜிம், பில்லியர்ட்ஸ், ஸ்குவாஷ், பேட்மின்டன் கோர்ட்கள், சீட்டாட்ட அறை, குழந்தைகள் விளையாட்டு மைதானம் என சகல வசதிகளுடன் காட்சியளிக்கிறது.

அதன் பழமையைத் தக்க வைத்துக்கொண்டது மட்டுமில்லாமல் 187 வருடங்களைக் கடந்தும் அதன் உறுப்பினர்களுக்கு தேவையான நவீன வசதிகளை வழங்கி வருகிறது மெட்ராஸ் கிளப்!

✦ ✦ ✦

ராயப்பேட்டை மருத்துவமனை

"**ரா**யப்பேட்டை மருத்துவமனைதான் சமீபகாலம் வரை 'போலீஸ் கேஸ்' மருத்துவமனையாக இருந்தது. அதாவது, அடிதடியில் காயம் பட்டாலோ, சாலை விபத்தில் சிக்கினாலோ அந்த நபரை ராயப்பேட்டை மருத்துவமனைக்குத்தான் எடுத்துச் செல்லணும். பிரேத பரிசோதனையும் ராயப்பேட்டை மருத்துவமனையில்தான்.

இப்ப மத்த அரசு மருத்துவமனைகளிலும் இதெல்லாம் செய்ய றாங்க. ஆனா, இப்பவும் விபத்துல காயம், தேள் கொட்டினது, தற்கொலை முயற்சினா ராயப்பேட்டை மருத்துவமனைதான் சட்டுனு நினைவுக்கு வருது..."

'ஒரு பார்வையில் சென்னை நகரம்' நூலில் ராயப்பேட்டை மருத்துவமனையின் முக்கியத்துவம் பற்றி இப்படிக் குறிப்பிட்டுள்ளார் மறைந்த எழுத்தாளர் அசோகமித்திரன்.

அவர் சொன்னது போலவே இன்றும் தென்சென்னையின் அதிமுக்கிய மருத்துவமனையாக இருப்பது ராயப்பேட்டை அரசு மருத்துவமனையே! சென்னையின் தென்பகுதியில் எந்தவொரு விபத்தோ, அவசர சிகிச்சையோ என்றால் உடனடியாக இங்கே தான் கொண்டு வரப்படுகின்றனர்.

எப்போது உருவானது?

இம்மருத்துவமனை 1912ம் வருடம் 120 படுக்கைகளுடன்

தொடங்கப்பட்டதாகக் குறிப்புகள் தெரிவிக்கின்றன. ஆனால், அதற்கு முன்பே இந்த மருத்துவமனை மெட்ராஸ் மாநகராட்சியின் கீழ் இயங்கி வந்துள்ளது!

இதை 1908ம் வருடம் வெளிவந்த, 'The Imperial Gazetteer of India - Vol XVI' என்ற நூல் மூலம் அறிய முடிகிறது. அதில், 'ராயப்பேட்டை மருத்துவமனை 1843ம் வருடம் தொடங்கப்பட்டது. மெட்ராஸ் மாநகராட்சி இந்த மருத்துவமனையை நிர்வகித்தது. அங்கே பணி யாற்றிய பணியாளர்களுக்கு அரசு சம்பளம் கொடுத்து வந்தது' என்கிற குறிப்புகள் உள்ளன.

தவிர, ஆரம்பத்தில் உள்ளூர் நோயாளிகளுக்கென 55 படுக்கை களுடன் ஆரம்பிக்கப்பட்டுள்ளது இந்த மருத்துவமனை. அன்று, நாளொன்றுக்கு 250 வெளிநோயாளிகள் வந்து சென்றுள்ளனர்.

மட்டுமல்ல. 1867ம் வருடம் வெளிவந்த, 'The Madras Quarterly Journal of Medical Science - Vol Eleven' நூலில் ராயப்பேட்டை மருத்துவமனையில், 1866ம் வருடம் நவம்பர் 17ம் தேதி முதல் 1867 மார்ச் 13ம் தேதி வரை காலராவுக்கு சிகிச்சை அளித்தது பற்றிய அறிக்கையைக் காண முடிகிறது.

இதை ராயப்பேட்டை மருத்துவமனை மருத்துவர் மேஜர் பி.ஜி. ஃபிட்ஸ்ஜெரால்டு தந்துள்ளார். அதில், "17 ஆண்கள் மற்றும் 18 பெண் கள் என காலராவால் பாதிக்கப்பட்ட 35 பேர் மருத்துவமனையில் அட்மிட் செய்யப்பட்டனர். இதில், ஆறு பெண்களும், பதினோரு ஆண்களும் இறந்துபோயினர். 18 பேர் காப்பாற்றப்பட்டனர்..." என்கிற தகவலை அவர் குறிப்பிட்டுள்ளார்.

இத்துடன், குடல் புழுக்கள் பாதிப்பால் பத்து பேர் வந்ததாகவும், அதில் இரண்டு பேர் இறந்துவிட்டதாகவும் தகவல் அளித்துள்ளார்.

அன்று சென்ட்ரல் ரயில் நிலையம் எதிரே இருந்த அரசுப் பொது மருத்துவமனை, ராயபுரம் மருத்துவமனை ஆகியவற்றுடன் ராயப்பேட்டை மருத்துவமனையும் சிறப்பாக இயங்கி வந்துள்ளதை அறியலாம். குறிப்பாக, தென் சென்னைவாசிகளுக்கு ஓர் வரமாகவே இருந்துள்ளது இந்த மருத்துவமனை.

1910ம் வருடம் இந்த மருத்துவமனையின் கண்காணிப்பாளராக மருத்துவர் கர்னல் சார்லஸ் டோனவன் என்பவர் வந்து சேர்ந்தார். இவரே, ராயப்பேட்டை மருத்துவமனையின் முதல் கண்காணிப் பாளர்.

இவர், காலா அசார் மற்றும் டோனவனோசிஸ் என இரண்டு நோய்களுக்கான காரணிகளைக் கண்டறிந்தவர். இதில், காலா அசார் வெள்ளையாக இருப்பவர்களைக் கருப்பாக மாற்றிவிடும் தன்மை கொண்ட கொடும் உயிர்க்கொல்லி நோயாகும். இதற்கான காரணியை ராயப்பேட்டையில் பணியாற்றும்போதே கண்டு பிடித்தார் டோனவன்.

இவர் வந்து சேர்ந்த அதே வருடமே மருத்துவமனைக்குப் புதிதாகக் கட்டடம் கட்டுவதற்காக அடிக்கல் நாட்டப்பட்டது. அன்று மெட்ராஸ் மாநகராட்சியின் நகரப் பொறியாளராக இருந்த இ.பி.ரிச்சர்ட்ஸ் கட்டடத்துக்கான டிசைனை வடிவமைத்தார். பாஷ்யம் நாயுடு என்கிற ஒப்பந்ததாரர் கட்டிமுடித்தார்.

1912ம் வருடம் மே மாதம் மருத்துவமனை கட்டடம் திறப்பு விழா கண்டது. அப்போது மாநகராட்சியின் தலைவராக இருந்த பி.எல். மூர் முன்னிலையில், தலைமை மருத்துவர் டபிள்யூ.பி.பானர்மேன் இந்தப் புதிய கட்டடத்தைத் திறந்து வைத்தார்.

இதுவே, இன்று பீட்டர்ஸ் சாலையும், ராயப்பேட்டை நெடுஞ்சாலையும் சந்திக்கும் இடத்தில் உள்ள சிவப்புநிற கட்டடம். ஒரு மாடி கொண்ட இந்தக் கட்டடத்திலிருந்துதான் நீண்ட காலமாக மருத்துவமனை செயல்பட்டுவந்தது.

இன்று இதில், குடல் மற்றும் இரைப்பைத் துறையும், கண் மருத்துவப் பிரிவும் செயல்பட்டு வருகின்றன. தவிர, மருத்துவப் பொருட்களுக்கான ஸ்டோர் ரூமும் இங்குள்ளது. தற்போது பாரம்பரியக் கட்டடமாகவும் அறிவிக்கப்பட்டுள்ளது.

இந்தக் கட்டடத்தின் பின்புறத்தில் மருத்துவமனையின் பிண அறை உள்ளது. ஆனால், இன்று 'ஓல்டு பில்டிங்' என்றாலே எல்லோருக்கும் பிண அறை மட்டுமே நினைவில் வந்து போகிறது.

இதை அசோகமித்திரன் தன்னுடைய நூலில் நகைச்சுவையாகக் குறிப்பிடுகிறார். "பீட்டர்ஸ் சாலை தாண்டி மிக விசாலமான இடத்தில் மருத்துவமனை இயங்கத் தொடங்கிய பிறகும் கூட அந்த ஒற்றைக் கட்டடத்தில்தான் சவக்கிடங்கு இருந்தது. சவத்தை வெளியே எடுத்துவர தெருப்பக்கம் ஒரு மிகச் சிறு வாயிற்படி. சவத்தை எடுத்துச் செல்வதற்கு என்றே அன்று சில ஜட்கா வண்டிகள் இருந்தன. ஆமாம். குதிரை பூட்டிய ஜட்கா வண்டிகள்தான். விவரம் தெரிந்த பலர் ஜட்கா வண்டியில் ஏறமாட்டார்கள். இந்த உயிர்ச் சவாரி வருவதற்கு முன் அதில் உயிரற்ற சவாரி போயிருக்கலாம் அல்லவா?"

பின்னர், மக்கள்தொகைப் பெருக்கம் மற்றும் தேவைகள் கருதி மருத்துவமனை விரிவாக்கம் செய்யப்பட்டது. பீட்டர்ஸ் சாலைக்கு அந்தப் பக்கமாக ராயப்பேட்டை மணிக்கூண்டு செல்லும் வழியில் 1962ம் வருடம் நிர்வாகத்துக்காகவும், வெளிநோயாளிகளுக்காகவும் புதிய கட்டடம் திறக்கப்பட்டது.

இதை அன்றைய முதல்வர் காமராஜர் திறந்து வைத்தார். இதே நாளில், கவர்னர் பிஷ்ணுராம் மேதி, மருத்துவமனையின் பொன் விழா கொண்டாட்டத்தைத் தொடங்கி வைத்தார்.

1843ல் மருத்துவமனை உருவாக்கப்பட்டுவிட்டது. என்றாலும், கட்டடம் திறக்கப்பட்ட 1912ம் வருடத்தைக் கணக்கிட்டு 1962ம்

↘ 1912ல் திறக்கப்பட்ட கட்டடம்

வருடம் இந்தப் பொன்விழா கொண்டாடப் பட்டது. இந்தக் கொண்டாட்டத்திற்கான குழுத் தலைவராக மெட்ராஸ் மேயராகவும், சட்ட மேலவை உறுப்பினராகவும் இருந்த டாக்டர் பி.வி.செரியன் செயல்பட்டார்.

தொடர்ந்து ராயப்பேட்டை மருத்துவமனை பொது மருத்துவம், அறுவை சிகிச்சை, காது, மூக்கு, தொண்டை, தோல், இதயம், குடல், சிறுநீரகம், இரைப்பை, குழந்தைகள் நலம் என மருத்துவத்தின் எல்லா துறைகளிலும் வளர்ச்சி கண்டது. குறிப்பாக இன்று எலும்புமுறிவு, கேன்சர், தலைக்காயம் ஆகிய வற்றுக்குச் சிறப்பு மருத்துவமனையாக மாறி உள்ளது.

↘ முதல் கண்காணிப்பாளர் கர்னல் டோனவன்

இது குறித்தான கூடுதல் தகவல்களை நம்மிடம் பகிர்ந்தார் ராயப்பேட்டை மருத்துவமனையின் நிலைய மருத்துவ அலுவலரான ஆனந்த் பிரதாப்.

"தமிழக வரலாற்றுல இடம்பிடித்த முக்கிய சம்பவங்கள்ல இந்த மருத்துவமனைக்கும் பங்கு இருக்கு. மகாகவி பாரதியாரை பார்த்தசாரதி கோயில் யானை மிதிச்சதும் இங்கேதான் சிகிச் சைக்காக தூக்கிட்டு வந்தாங்க. அந்தப் பழைய கட்டடத்தில் அவருக்கு சிகிச்சை நடந்துச்சு. ஆனா, இரண்டு நாட்கள் கழிச்சு அவர் இறந்து போனார்.

தல புராணம் 315

அப்புறம், எம்.ஆர்.ராதா கூட ஏற்பட்ட பிரச்னையில் குண்டடிபட்ட எம்ஜிஆரை இங்கே கொண்டு வந்தாங்க. பிறகு, எம்.ஆர்.ராதாவையும் முதல்கட்ட சிகிச்சைக்காக இங்கே அழைச்சிட்டு வந்தாங்க.

ஆனந்த் பிரதாப்

இப்படி ஒண்ணு... ரெண்டல்ல... நிறைய சம்பவங்கள் இருக்கு. தவிர, அரசியல், சினிமா, பிசினஸ்னு பல்வேறு துறைகள்ல முன்னணியில இருக்கிற பல விஐபிக்கள் இங்க சிகிச்சைக்காக வந்திருக்காங்க...'' என்றபடியே இன்றைய விஷயங்கள் பற்றி தொடர்ந்தார்.

"அன்னைக்கு 120 படுக்கை வசதிகளுடன் தொடங்கப்பட்ட ஆஸ்பிட்டல் இன்னைக்கு 834 படுக்கை வசதிகள் கொண்டதா மாறியிருக்கு. மொத்தம் 20 துறைகள் இருக்கு. ஒரு நாளைக்கு 900 பேர் வெளிநோயாளிகளா வர்றாங்க. உள்நோயாளிகளா மட்டும் 200 பேர் அட்மிட் ஆகுறாங்க. அதேபோல, 150 பேர் வரை வெளியேறுறாங்க.

எல்லாவிதமான அறுவை சிகிச்சைகளும் செய்றோம். ஒரு நாளைக்கு ஏறக்குறைய முப்பது அறுவை சிகிச்சைகள் நடக்கும். சிறிய அறுவை சிகிச்சைகள் மட்டும் அறுபது வரை நடக்குது.

இங்க அதிநவீன எலும்பு மூட்டு அறுவை சிகிச்சையை மேற்கொள்கிறோம். அந்தளவுக்கு எங்ககிட்ட உபகரணங்களும், வசதிகளும் இருக்கு. அதேபோல, புற்றுநோய் துறைக்கு மட்டும் ஐந்து அடுக்குல தனி கட்டடமே இருக்குது.

அங்க மருத்துவம், அறுவை சிகிச்சை, ரேடியோதெரபினு மூணு பிரிவையும் ஒரே குடையின்கீழ் கொண்டு வந்திருக்கோம். இங்க புற்றுநோய்க்குத் தரமான சிகிச்சை தரப்படுறதால நம்ம மாநிலத்துல இருந்து மட்டுமில்லாமல் வெளிமாநிலங்களிலிருந்தும் மருத்துவத்திற்கு வர்றாங்க.

கீழ்ப்பாக்கம் மெடிக்கல் காலேஜுடன் இந்த மருத்துவமனை இணைஞ்சிருக்கு. அதனால, அங்குள்ள மாணவர்கள் இங்க படிக்கவும், பயிற்சி மேற்கொள்ளவும் வருவாங்க.

டிஜிட்டல் எக்ஸ்ரே, எம்.ஆர்.ஐ. ஸ்கேன்னு நவீன வசதிகளும் இங்க இருக்கு. சமீபத்துல குழந்தைகள் நலப் பிரிவை பழைய கட்டட வளாகத்துல தொடங்கியிருக்கோம். விபத்துக்கும், அவசர சிகிச்சைக்கும் தனித்தனிப் பிரிவுகள் இருக்கிறதால நிறைய கேஸ்கள் வந்திட்டே இருக்கும். மருத்துவர்களும் எந்நேரமும் தயாராகவே இருப்பாங்க..." என்கிறார் ஆனந்த் பிரதாப்.

★ ★ ★

கீழ்ப்பாக்கம் மனநலக் காப்பகம்

சென்னைவாசிகள் மட்டுமல்ல, தமிழகமே அறிந்த பெயர் கீழ்ப்பாக்கம்! "உன்னை எல்லாம் கீழ்ப்பாக்கத்துக்குதான் அனுப்பணும்..." என எத்தனையோ முறை கிண்டலாகவும், கோபமாகவும் இந்த வார்த்தைகளைச் சொல்லியிருப்போம் அல்லது கேட்டிருப்போம்.

அந்தளவுக்கு கீழ்ப்பாக்க மனநல மருத்துவமனைக்கு ஒரு தவறான புரிதலை ஏற்படுத்தி வைத்திருக்கிறது நம் பொதுச் சமூகம்.

எப்படி பொது மருத்துவத்துக்கும், காசநோய்க்கும், நீரிழிவுக்கும், புற்றுநோய்க்கும் தனிப்பட்ட மருத்துவமனைகள் இருக்கிறதோ அப்படி மக்களின் மனநலத்துக்கு என்று அமைக்கப்பட்ட பிரத்யேக மருத்துவமனையே கீழ்ப்பாக்கம் மனநல மருத்துவமனை.

எப்போது உருவானது?

1794ம் வருடம் அக்டோபர் 1ம் தேதி இந்தக் காப்பகம் புரசைவாக்கம் பகுதியில் தோற்றுவிக்கப்பட்டது. ஆம். ஆரம்பத்தில் இது மனநோயாளிகளுக்கான ஒரு காப்பகமாகவே தொடங்கப்பட்டது. அதுவும், தனியார் காப்பகமாக! பின்னாளில்தான் அரசு மனநல மருத்துவமனையாக மாறியது

1788ம் வருடம் டாக்டர் வாலன்டைன் கனோலி உதவி

தல புராணம்

மருத்துவராக மெட்ராஸ் வந்து சேர்ந்தார். இங்கே உறவினர்களால் கைவிடப்பட்டு அலைந்து திரிந்த சில மனநோயாளிகளைப் பார்த்தார். மனநலம் பாதிக்கப்பட்டவர்களைப் பராமரிக்க அப்போது எந்தக் காப்பகமும் இங்கில்லை.

இங்கு என்றில்லை. இந்தியா முழுவதுமே மனநோயாளிகளைப் பராமரிப்பதற்கென எந்தத் தனி விடுதியோ, காப்பகமோ முன்பு இருக்கவில்லை. ஆங்கிலேயர்கள் வருகைக்குப் பிறகே இத்தகைய காப்பகங்கள் தோன்றின.

முதலில், 1745ல் பம்பாயிலும், 1787ம் வருடம் கல்கத்தாவிலும் *'Lunatic Asylum'* என்ற பெயரில் மனநலம் பாதித்தவர்களுக்கு என காப்பகங்கள் ஆரம்பிக்கப்பட்டன.

இந்நிலையில்தான், இப்படிப்பட்டவர்களைப் பராமரிப்பதற்கு மெட்ராஸிலும் காப்பகம் தேவையென முதலில் அரசிடம் கோரிக்கை வைத்தார் மருத்துவர் கனோலி.

1793ம் வருடம் மருத்துவமனை வாரியத்தின் செயலாளராக கனோலி இருந்தபோது, மெட்ராஸின் கவர்னர் சர் சார்லஸ் ஓக்லேவுக்கு இந்தக் கோரிக்கையை வலுவாக முன்வைத்தார்.

அதில், மனநோயாளிகளுக்கான காப்பகத்தைத் தன் சொந்தச் செலவில் உருவாக்கிக் கொள்ளவும், அதற்கு அரசு இடம் தந்து உதவும்படியும் கேட்டுக் கொண்டார்.

சாந்தோம் அல்லது பொதுமக்களுக்கு இடையூறு இல்லாத ஓர் ஒதுக்குப்புறமான இடமாக இருந்தால் போதும் என்றும் தெரிவித்தார். மட்டுமல்ல. ஐரோப்பிய அதிகாரிகளும், மற்றவர்களும் அனுமதிக்கப்படும்போது அவர்களைப் பராமரிப்பதற்கான செலவுகளைக் காப்பகத்தைக் கண்காணிக்கும் மருத்துவரிடம் வழங்கிட வேண்டும் என்பது உள்ளிட்ட சில கோரிக்கைகளையும் குறிப்பிட்டார்.

எல்லாவற்றையும் பரிசீலித்த கவர்னர் ஓக்லே, அதிகாரிகளாக இருந்து நோயாளியான ஐரோப்பியர்களைப் பராமரிக்க மாதம் 30 பகோடாக்களும், அதற்கடுத்த நிலையில் பணியாற்றியவர்களைப் பராமரிக்க மாதம் 25 பகோடாக்களும், மற்றவர்களுக்கு அவர்கள் வாங்கும் சம்பளம் மற்றும் இதர படிகளைப் பொறுத்தும் காப்பகத்துக்கு அரசு வழங்கும் எனச் சில நிபந்தனைகளுடன் திட்டத்திற்கு ஒப்புதல் வழங்கினார்.

பின்னர், காப்பகத்திற்கு ப்ளாக்டவுனுக்கு வடக்குப் பக்கமாக இடம் தேர்ந்தெடுக்கப்பட்டது. ஆனால், மருத்துவர் கனோலி புரசைவாக்கம் பகுதி தகுந்ததாக இருக்குமென கேட்டுக்கொண்டார்.

இப்படியாக, புரசைவாக்கம் ஏரியாவில் காப்பகம் அமைக்க இடம் வழங்கப்பட்டது. "மொத்தம் 45 ஏக்கர் நிலம். அதற்கு, வருடத்திற்கு 51 பகோடாக்கள் எனப் பெயரளவில் வாடகை

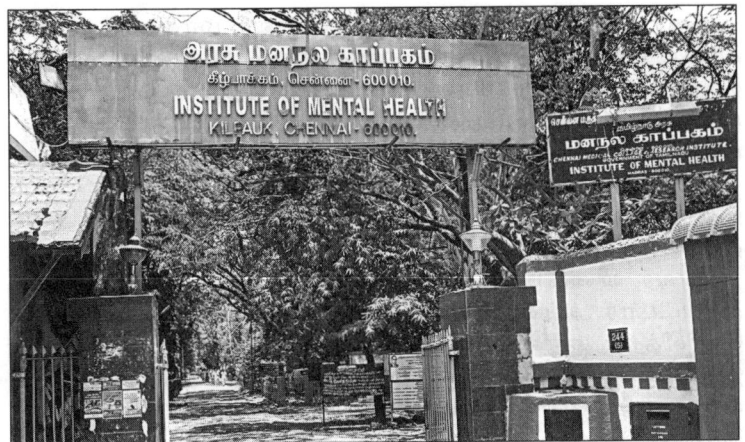

➘ முகப்புத் தோற்றம்

போடப்பட்டது. ஏனெனில், மக்களுக்கு உதவும் பொருட்டு ஆரம்பிக்கப்பட்டதால் வாடகைப் பணம் கட்டாயப்படுத்தப்படவில்லை...” என ‘*Vestiges of Old Madras- Vol 3*’ இல் குறிப்பிடுகிறார் கர்னல் லவ்.

முதலில் இந்தக் காப்பகம் மனநலம் பாதிக்கப்பட்ட ஐரோப்பியர்கள் மற்றும் ஐரோப்பிய இந்தியர்களுக்காக (ஆங்கிலோ இந்தியன்) மட்டுமே திறக்கப்பட்டது. பின்னரே உள்ளூர்வாசிகளும் சேர்த்துக் கொள்ளப்பட்டனர்.

பிறகு கனோலி, நான்காம் மைசூர் போரில் பங்கெடுக்கச் சென்றதால், மருத்துவர் மௌரிஸ் ஃபிட்ஸ்ஜெரால்டு காப்பகத்தை நடத்தினார். 1803ம் வருடம் வரை அவர் காப்பகத்தை பார்த்துக்கொண்டார். பின்னர், மருத்துவர் ஜான் கோல்ட் ஏற்று நடத்தலானார். இந்நேரம், இருபது பேர் காப்பகத்தில் இருந்து வந்தனர்.

ஆனால், “கனோலி பொதுமக்களின் நலனுடன் தன் சொந்த லாபத்திற்காகவும் இந்தக் காப்பகத்தை நடத்திவந்தார்...” என ‘*The Madras Lunatic Asylum in the Early Nineteenth Century*’ என்கிற ஆய்வுக் கட்டுரையில் ஜெர்மன் மருத்துவ வரலாற்றுப் பேராசிரியையான வால்ட்ரட் எர்ன்ஸ்ட் குறிப்பிடுகிறார்.

ஏனெனில், அவர் காப்பகத்தை விட்டு விலகும்போது, வாங்கிய மதிப்பைவிட மூன்று மடங்கு அதிக விலைக்கு காப்பகத்தை விற்று லாபம் பார்த்துள்ளார்.

அது மட்டுமல்ல. அடுத்தடுத்து அதை விற்றவர்களும் கூட மூன்று மடங்கு லாபம் பார்த்துள்ளனர். அதை வாங்கிய மருத்துவர்களும் நல்ல வருமானம் வரக்கூடியது என்றே காப்பகத்தை ஏற்று நடத்தி வந்தனர் என அந்தக் கட்டுரையில் குறிப்பிடுகிறார் எர்ன்ஸ்ட்.

தொடர்ந்து, 1807ம் வருடம் மருத்துவர் டால்டன் இந்தக் காப்பகத்தைப் பெற்று அதன் கண்காணிப்பாளரானார். கிட்டத் தட்ட ஒன்பது வருடங்கள் காப்பகத்தை ஏற்று நடத்தியதுடன் மறுகட்டுமானமும் செய்தார். அன்றிலிருந்து அது 'டால்டன் மனநல மருத்துவமனை', 'டால்டன் ஹவுஸ்' என மக்களால் அழைக்கப்பட்டது.

டால்டன் ஓய்வு பெறும் போது அங்கே 54 நோயாளிகள் இருந்தனர். அதுவரை காப்பகத்தின் எந்த விஷயங்களிலும் அரசு தலையிடவில்லை.

அவர் விடைபெறும் 1815ம் வருடம் காப்பகத்தை விற்க முற்பட்டார். அப்போது அரசு தலையிட்டு விற்பனைக்கு எதிர்ப்பு தெரிவித்தது. காரணம், கட்டடத்திற்கு மட்டுமல்லாமல் அதனுள் இருக்கும் நோயாளிகளுக்கும் சேர்த்தே விற்பனை நடைபெறுகிறது என்பதாலும், இதுவொரு வணிகமாக மாறக்கூடாது என்பதற்காக வும்தான்.

இதனால் திடுக்கிட்ட டால்டன், காப்பகத்தை மருத்துவ வாரியத்தால் பரிந்துரை செய்யப்பட்ட மருத்துவரிடம் கொடுத்துவிட்டு ஐரோப்பாவிற்கு நடையைக் கட்டினார். 1823ம் வருடம் அவர் இறந்ததும் அவரின் வாரிசுகள் இங்கே ஒரு ஏஜென்டை நியமித்தனர்.

டால்டனின் சொத்துகளை நிர்வகிக்கவும், அரசிடம் பேரம் பேசுவதற்கும் இந்த ஏஜென்ட் உதவியாக இருந்தார். இதனால், பிரச்னையின்றி சுமுகமாகக் காப்பகம் நடந்துவந்தது.

இதன்பிறகு, நோயாளிகளின் எண்ணிக்கை அதிகரிக்க, இடப் பற்றாக்குறை ஆனது. இதனால், பிரச்னை செய்யாத, சொல்வதை அமைதியாகக் கேட்டு நடந்த நான்கு நோயாளிகளை மட்டும் ராயபுரம் மணியக்காரர் சத்திரத்திற்கு அனுப்பிவைத்தனர்.

பின்னர், அங்கிருந்து மீண்டும் அவர்கள் கீழ்ப்பாக்கத்திற்கு அழைத்துக்கொள்ளப்பட்டனர். இந்த நடவடிக்கையால், அந்தச் சத்திரத்திலும் ஒரு காப்பகம் உருவாக வழிகோலியது. இதன் பிறகு, மெட்ராஸ் அரசே ஒரு புதிய காப்பகத்தை உருவாக்கத் தீர்மானித்தது.

இதற்காக பழைய காப்பகத்திலிருந்து வடமேற்காக ஒரு மைல் தூரத்தில் இருந்த லோகாக்ஸ் கார்டன் தேர்ந்தெடுக்கப்பட்டது. அப்போது நகராட்சி எல்லைக்கு வெளியே இருந்த தோட்டப் பகுதி அது.

1867ம் வருடம் ஜனவரி 7ம் தேதி, இந்த கார்டனில் இருந்த அறுபத்தி ஆறரை ஏக்கர் நிலத்தில் காப்பகத்தை அமைக்க அரசு உத்தரவு போட்டது. கட்டுமானங்கள் எல்லாம் முடிய நான்கு வருடங்களானது.

1871ம் வருடம் மே 15ம் தேதி புதிய இடத்தில் இருந்து காப்பகம்

செயல்படத் தொடங்கியது. அதுவே, இன்றுள்ள அரசு மனநல மருத்துவமனை.

இதற்கு முன்பு புரசைவாக்கம் பகுதி டால்டன் ஹவுஸ், பின்னர் மெட்ராஸ் கிறிஸ்துவக் கல்லூரி முதல்வர் டாக்டர் மில்லரால் 'காலேஜ் பார்க்' என்ற பெயரில் கட்டப்பட்டது.

"முதலில், அங்கு மெட்ராஸ் கிறிஸ்துவக் கல்லூரி முதல்வர் மற்றும் பணியாளர்களின் குடியிருப்புகள் இருந்தன. தற்போது அந்த இடம் மெட்ராஸ் மருத்துவக் கல்லூரி மாணவர்களின் விடுதியாக மாறிவிட்டது..." என 1939ம் வருடம் வெளிவந்த 'The Madras Tercentenary Commemoration Volume' நூலில் குறிப்பிடுகிறார் டாக்டர் ஏ.லட்சுமணசுவாமி முதலியார்.

அரசு மனநலக் காப்பகம் உருவானதும் அதன் கண்காணிப்பாளராக அறுவை சிகிச்சை நிபுணர் டாக்டர் ஜான் முர்ரே நியமிக்கப்பட்டார். அவருக்கு வளாகத்தின் உள்ளேயே குடியிருப்பும் வழங்கப்பட்டது. அன்று 145 நோயாளிகள் காப்பகத்தில் இருந்தனர்.

நோயாளிகளின் பாதுகாப்பு கருதி சுற்றிலும் கோட்டைச் சுவர் எழுப்பப்பட்டது. அத்துடன், கட்டடங்கள் எல்லாம் தனியறைகள் கொண்ட தொகுதிகளாகக் (block) கட்டப்பட்டன. ஒரு தொகுதியில் 12 முதல் 15 பேர் வரை தங்கும்படி கட்டப்பட்டது. குடிநீருக்காக உள்ளேயே கிணறுகள் அமைக்கப்பட்டன. 1896ம் வருடம் நகராட்சி குடிநீர் பொறுப்பை ஏற்கும் வரை கிணற்று நீரே பயன்படுத்தப் பட்டது.

இதற்கிடையே 1892ம் வருடம், மாவட்டங்களில் இருந்தெல்லாம் நிறைய 'கிரிமினல்' மனநோயாளிகள் இங்கே கொண்டு வரப்பட்டனர்.

இதனால், பணியாளர்கள் எண்ணிக்கை அதிகரிக்கப்பட்டது. அத்துடன், புதிதாகக் கட்டடங்களும் கட்டப்பட்டன. இதில், நோயாளிகள் பணம் கொடுத்துத் தங்குவதற்கான தனி காட்டேஜ் களும் அடக்கம்.

இந்நேரத்தை, 'பொறுப்பாக பாதுகாத்த காலம்' என்று மருத்துவர்கள் குறிப்பிடுகின்றனர். ஏனெனில், நோயாளிகள் தங்களைத் தாங்களே காயப்படுத்திக்கொள்ளாமல் இருக்கவும், பிறருக்குத் துன்பம் கொடுக்காமல் இருக்கவும், காப்பகத்திலிருந்து தப்பிக்காமல் இருக்கவும் கைவிலங்குகளும், சங்கிலிகளும் பூட்டப் பட்ட காலமாம் இது!

தவிர, அன்று குறைந்த அளவிலான நோயாளிகளே முழுமை யாகக் குணமடைந்து வீடு திரும்பி உள்ளனர். பெரும்பாலானவர்கள் இங்கேயே தங்கி தங்கள் வாழ்நாளைக் கழித்துள்ளனர். இதனால், 'காப்பகம்' என்ற சொல் மோசமான வார்த்தையாகப் பார்க்கப் பட்டிருக்கிறது.

தல புராணம்

இந்தியாவின் முதல் பெண் மனநல மருத்துவர் இவர்தான்!

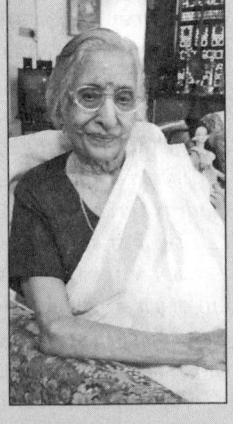

கீழ்ப்பாக்கம் ஆர்ம்ஸ் ரோட்டில் வசித்து வருகிறார் டாக்டர் சாரதாமேனன். மெல்லிய குரலில் பேசும் அவருக்கு வயது 96. பாலக்காடு அருகே உள்ள ஸ்ரீகிருஷ்ணாபுரம் கிராமம் இவரின் பூர்வீகம். தந்தை கே.எஸ்.மேனன், மெட்ராஸ் உயர்நீதிமன்றத்தில் நீதிபதியாகப் பணியாற்றியவர். தாய் நாராயணி.

"நான், பெங்களூர் மனநலப் பயிற்சி நிறுவனத்துல மூன்றாவது பேட்ச் மாணவி. எனக்கு முன்னாடி முதல் பேட்ச்ல ஒரு மாணவி இருந்தாங்க. அவங்க முடிச்சிட்டு அமெரிக்கா போயிட்டாங்க. அப்புறம், என்னோட இன்னொரு மாணவியும் படிச்சாங்க. அவங்க பாஸாகல. அதனால, நான் இந்தியாவின் முதல் பெண் மனநல மருத்துவராகிட்டேன்!" என மெலிதாகச் சிரிக்கும் அவர் தன்னுடைய கீழ்ப்பாக்கம் மனநல மருத்துவமனையின் அனுபவங்களைப் பகிர்ந்துகொண்டார்.

"எம்.பி.பி.எஸ்., எம்.டி முடிச்சிட்டு ஜி.ஹெச்ல வேலைக்குச் சேர்ந்தேன். 1951ம் வருஷம்னு நினைக்கிறேன். அப்ப ஒரு பதினைஞ்சு வயசு பெண் மனநலம் சரியில்லாம அனுமதிக்கப்பட்டாங்க. ரொம்ப அடம்பிடிச்சாங்க. ஊசி போட்டதும் கொஞ்ச நேரம் தூங்கினாங்க. அப்புறம், மறுபடியும் பிரச்னை செய்தாங்க. என்னால ஒண்ணும் செய்ய முடியல. பிறகு, அந்தப் பெண்ணை வீட்டுக்கே அழைச்சிட்டு போயிட்டாங்க.

எனக்கு ரொம்ப கஷ்டமாக இருந்துச்சு. இந்த மாதிரி மனநிலை சரியில்லாதவங்களுக்கு ஏதாவது செய்யணும்னு தோணுச்சு. பிறகு மனநலம் சம்பந்தப்பட்ட படிப்புல பயிற்சி எடுக்கலாம்னு நினைச்சேன். 1955ல் சைக்கியாட்ரிக் கோர்ஸ் பெங்களூர்ல வந்தது.

அங்க பயிற்சி எடுக்க டெபுடேஷன்ல போனேன். ரெண்டு வருஷப் பயிற்சி. பிறகு, மனநல மருத்துவமனையில வேலைக்குப் போட்டாங்க. அடுத்த வருஷமே கண்காணிப்பாளரா ஆகிட்டேன்.

இதனாலயே, 1922ம் வருடம் அரசு மனநலக் காப்பகம் என்பது அரசு மனநல மருத்துவமனை எனப் பெயர் மாற்றமானது.

'மனநல மருத்துவமனை' எனப் பெயர் மாற்றமான இரண்டு வருடங்களுக்குப் பிறகு டாக்டர் ஹெச்.எஸ்.ஹென்ஸ்மேன் மருத்துவமனையின் கண்காணிப்பாளராக நியமிக்கப்பட்டார். இவரே, முதல் இந்திய கண்காணிப்பாளர்.

இவருடன் எடின்பர்க்கில் மனநலம் படித்த டாக்டர்

அந்த நேரம் மருந்துகள் எதுவும் கிடையாது. ஆயுர்வேதிக் மாதிரியான நம்ம பாரம்பரிய வைத்தியம்தான் செய்திட்டு இருந்தாங்க. நோயாளிகளைத் தூங்க வைக்க ஒரு ஊசி மட்டும் இருந்துச்சு. அதைப் போட்டால் நான்கு மணி நேரம் தூங்குவாங்க. ஆனா, அது ரொம்ப வலியா இருக்கும். நான் பயிற்சி முடிக்கும்போது சில மருந்துகள் வந்தது. அதுக்குப் பிறகு நல்ல முன்னேற்றம் ஏற்பட ஆரம்பிச்சது.

ஆரம்பத்துல, முகவரி மட்டும் பார்த்துட்டு உள்ளே அனுமதிப்பாங்க. ஆனா, கொண்டு வந்து விடுறவங்க முகவரியை தப்பா கொடுத்திடுவாங்க. இதனால, நிறைய நோயாளிகள் குணமாகியும் தவறான முகவரியால வீட்டுக்கு அனுப்ப முடியாம இருந்துச்சு.

நான் வரும்போது 888 நோயாளிகளுக்குதான் உள்ளே அனுமதி. ஆனா, ஆயிரத்து 800 பேர் இருந்தாங்க. நான் கண்காணிப்பாளரா ஆகும் போது இரண்டாயிரத்து 800-ஐ தொட்டுடுச்சு.

இதனால, இதை குறைக்கணும்னு நினைச்சேன். பெங்களூர் மாதிரி வெளி நோயாளிகள் பிரிவு வேணும்னு அரசுகிட்ட கேட்டேன். ஓர் இடம் கொடுத்தாங்க.

பிறகு, நோயாளிகளுக்கு நல்ல வசதிகள் செய்து கொடுத்தேன். சாப்பாடு கொடுத்தால் மட்டும் போதாது. அதை சரியா சாப்பிடுறாங்களானு பார்க்கணும். ஒரு குழந்தையைப் பார்க்கிற மாதிரி கவனிக்கணும். அப்புறம், அட்மிஷனை கவனமா போட ஆரம்பிச்சோம். பிறகு, சமூக ஆர்வலர்களை உள்ளே கொண்டு வந்தோம். அவங்களை வச்சு குடும்பத்திடம் பேசி நோயாளிகளை அழைச்சிட்டு போக வச்சோம்.

என் ஆசையெல்லாம் இங்க இருக்கிறவங்க சீக்கிரம் குணமாகி வீட்டுக்குப் போய் குடும்பத்துடன் பழையபடி சந்தோஷமா வாழணும் என்பதுதான்.

மனநோய் என்பது மத்த நோய்கள் போல ஒரு சாதாரண நோய் தான். மருந்து கொடுத்தால் எப்படி மற்ற நோய்கள் குணமாகுதோ அதே மாதிரிதான் இதுவும். சில நோய்களுக்கு மட்டும் தொடர்ந்து மருந்து எடுக்கணும். எப்படி நீரிழிவுக்கும், ஆஸ்துமாவுக்கும், ரத்தக் கொதிப்புக்கும் தொடர்ந்து மருந்து எடுத்துக்குறோமோ அதுபோல. அப்படி எடுத்துக்கிட்டா எந்தப் பிரச்னையும் இல்லாம எப்பவும் போல சமூகத்துல வாழலாம்...” என்கிறார் டாக்டர் சாரதாமேனன்!

ஜி.ஆர்.பரசுராம் துணை கண்காணிப்பாளராக இணைய, இரண்டு பேருமாக மருத்துவமனையில் மேலும் சில கட்டடங்கள் உருவாக வழிவகுத்தனர்.

இவர்கள் இருவருமே மனநலம் பற்றி பயிற்சி எடுத்த மருத்துவர்கள் என்பதால், மன நோய்கள் பற்றி படிக்க வரும் இறுதி யாண்டு மருத்துவ மாணவர்களுக்கு வகுப்புகள் எடுத்தனர். 1937ம் வருடம் ஹென்ஸ்மேன் ஓய்வு பெற்றதும் அந்த இடத்தில் டாக்டர்

எஸ்.வெங்கடசுப்பாராவ் வந்து சேர்ந்தார்.

பின்னர், துணை கண்காணிப்பாளரான பரசுராம் இரண்டாம் உலகப் போரில் ராணுவத்தினருக்குச் சேவை செய்யச் சென்று விட்டார். இதனால், வெங்கடசுப்பாராவின் பணிக்காலம் முடிந்ததும் டாக்டர் ஜெ.தைரியம் கண்காணிப்பாளர் ஆனார்.

இதுவரை மனநலத்திற்கென மருந்துகள் எதுவும் இருக்கவில்லை. உள்நாட்டு மருத்துவ முறைகளே (ஆயுர்வேதம், சித்தா) பின்பற்றப்பட்டு வந்தன. இதில், சிலரே குணமாகி வெளியேறினர். அதனாலேயே பிரிட்டிஷ் காலத்தின் தொடக்கத்திலிருந்து இது காப்பகமாக மட்டுமே இருந்து வந்தது.

சுதந்திரத்திற்குப் பிறகு, டாக்டர் ஏ.எஸ்.ஜான்சன் கண்காணிப்பாளரானார். இவரின் காலத்தில், நிர்வாகத்தில் பல்வேறு மாற்றங்கள் கொண்டு வரப்பட்டன.

மருத்துவமனை பதிமூன்று பிரிவுகளாகப் பிரிக்கப்பட்டது. ஒன்பது பிரிவுகள் ஆண்களுக்கும், நான்கு பிரிவுகள் பெண்களுக்குமாக ஒதுக்கப்பட்டன. ஆண்கள் பிரிவு ஆண்கள் மருத்துவமனை என்றும், பெண்கள் பிரிவு பெண்கள் மருத்துவமனை என்றும் அழைக்கப்பட்டன.

புதியதாக சேர்க்கப்படும் நோயாளிகள் முதலில் கண்காணிப்பில் வைக்கப்பட்டு பின்னர் சிகிச்சை தரப்பட்டது. பிறகு, மனநோயைப் பொறுத்து அவர்கள் வகைப்படுத்தப்பட்டு மருத்துவமனையின் வார்டுகளுக்கு அனுப்பப்பட்டனர்.

தேர்ந்த பயிற்சி பெற்ற செவிலியர்கள் இவர்களைக் கவனித்துக் கொண்டனர். இதனால், 800 ஆக இருந்த நோயாளிகளின் எண்ணிக்கை அதே போல ஒரு மடங்கு அதிகரித்தது. அத்துடன், படுக்கை எண்ணிக்கையும் 1800 ஆகக்கூடியது.

1957ம் வருடம் டாக்டர் டி.ஜார்ஜ் கண்காணிப்பாளரானார். இந்நேரம், மருத்துவர்களின் நிர்வாகப் பளுவைக் குறைக்க செயலர்கள் நியமிக்கப்பட்டனர்.

அத்துடன், நோயாளிகளுக்கு எந்தக் கட்டுப்பாடும் விதிக்காமல், 'ஓபன் ஹாஸ்பிட்டல்' முறை கொண்டு வரப்பட்டது. அதாவது, வார்டுகளின் கதவுகள் திறந்து வைக்கப்பட்டன.

அதில் ஒரே ஒரு வார்டின் கதவு மட்டும் 'கிரிமினல்' மன நோயாளிகளுக்கும், வலிப்பு நோயாளிகளுக்கும் மூடிய நிலையில் இருந்தது. டாக்டர்கள் பரிந்துரைக்கும் சில நோயாளிகள் தனியறையில் பூட்டப்பட்டனர்.

இவரின் காலத்தில் இரண்டு புதிய கட்டடங்கள் காச நோயாளிகளுக்கெனக் கொண்டு வரப்பட்டன. ஏற்கனவே இருந்த ஒன்பது ஆண்கள் பிரிவு பத்தாகவும், நான்கு பெண்கள் பிரிவு ஐந்தாகவும் உயர்ந்தன. இந்நேரமே, மனநலத்திற்கென புதிய மருந்துகள் வந்தன.

❧ அந்தக்கால தனியறை

இதற்கிடையே பெங்களூரிலுள்ள அகில இந்திய மனநல மருத்துவ நிறுவனம் 1955ம் வருடம் மனநலத்தில் தனது முதல் டிப்ளமோ படிப்புகளைத் தொடங்கியது. டாக்டர் பூஷணமும், டாக்டர் ஓ.சோமசுந்தரமும் இங்கிருந்து சென்று அங்கே பயிற்சி எடுத்துத் திரும்பினர்.

இந்நிலையில், மனநல சிகிச்சையை மாவட்ட அளவிலும் கொண்டு செல்ல முடிவு செய்யப்பட்டது. இதன்படி 1957ம் வருடம் மதுரை மருத்துவக் கல்லூரி மருத்துவமனையில் மனநல கிளினிக் திறக்கப்பட்டது. இதன்மூலம் கீழ்ப்பாக்கம் வருவோரின் எண்ணிக்கை குறைக்கப்பட்டது.

1961ம் வருடம் சாரதாமேனன் மருத்துவமனையின் கண்காணிப்பாளராக வந்து சேர்ந்தார். இவரே இந்தியாவின் முதல் பெண் மனநல மருத்துவர். அவர் ஓய்வு பெறும் வரை கிட்டத்தட்ட 17 வருடங்கள் இங்கே பணியாற்றினார். அவரின் காலத்தில் பல்வேறு முன்முயற்சித் திட்டங்கள் மேற்கொள்ளப்பட்டன. இதில், வெளி நோயாளிகளுக்கென்று மருத்துவமனையின் காம்பவுண்டிற்கு வெளியே தனிக் கட்டடம் கட்டப்பட்டது.

பின்னர், ஓ.சோமசுந்தரம் கண்காணிப்பாளரானார். இவர், குழந்தை மனநலத்தில் சிறப்பு மருத்துவராக விளங்கினார். இவரைத் தொடர்ந்து அடுத்தடுத்து வந்த கண்காணிப்பாளர்கள் தங்கள் பணியைச் செவ்வனே செய்தனர்.

இப்போது எப்படி இருக்கிறது?

மருத்துவமனையின் இயக்குநர் டாக்டர் பூரண சந்திரிகாவிடம் பேசினோம். "நான் இங்க வந்து பனிரெண்டு வருஷங்களாச்சு. என்னோட சேர்த்து இப்ப ஆறு தலைமை

மருத்துவர்கள், 24 உதவி மருத்துவர்கள் பணியாற்றுகின்றனர். இன்னைக்கு உள்நோயாளிகள்ல ஆண்கள் 501 பேர், பெண்கள் 346 பேர்னு மொத்தம் 847 பேர் இருக்காங்க. வெளிநோயாளிகள் 467 பேர் வந்திருக்காங்க. இது தினமும் மாறிட்டே இருக்கும்

பூரண சந்திரிகா

இங்க வர்ற வெளிநோயாளிகளுக்கு அங்கேயே மருந்துகள் கொடுத்து சரிப் படுத்துவோம். இல்லைன்னா, தீவிர பிரிவுல பத்து நாட்கள் வைச்சு கண்காணிப்போம். அங்கயும் சரியாகலைன்னா உள்நோயாளிகள் பகுதிக்கு அனுப்புவோம். இப்ப நவீன மருத்துவமும், மருந்துகளும் வந்திட்டதால நோயாளிகளைச் சீக்கிரமே குணப்படுத்த முடியுது.

இது மொத்தம் 63 ஏக்கர் நிலம் கொண்டது. இதுல ஆண்களுக்கும், பெண்களுக்கும் தனித்தனிபகுதிகள் இருக்கு. தவிர, குடிநோயாளிகளுக்கென்று தனி வார்டு இருக்கு.

இப்ப, போதைப் பொருட்களுக்கு அடிமையான சிறார்களுக்காகத் தனி வார்டு திறக்கிற ஐடியாவுல இருக்கோம். இதுக்கு, டில்லி எய்ம்ஸ் உடன் ஒரு ஒப்பந்தம் போடப்பட்டிருக்கு. அதனால, இந்த மருத்துவமனையை போதை மருந்து சிகிச்சை நிலையமா அறிவிச்சிருக்காங்க. அத்துடன், ஓபியாய்டு சிகிச்சைக்கும் நிதி கொடுக்க இருக்காங்க. இனிமேல் இதற்கும் தரமான சிகிச்சை இங்க கிடைக்கும். தவிர, ஆட்டிசம் குழந்தைகளுக்கு ஒரு ஓபி திறக்கலாம்னு இருக்கோம்."

விரிவாகத் தெரிவித்த பூரண சந்திரிகா, "இங்குள்ள நோயாளிகளுக்கு கைத்தொழில் கற்றுக் கொடுக்குறோம். இது ஒரு வகையான சிகிச்சை. இதுக்கு இண்டஸ்ட்ரியல் தெரபி சென்டர்னு பெயர். அதாவது, தொழில்வழி மருத்துவ சிகிச்சைனு சொல்லலாம். அதை நேரடியா போய் பார்த்திட்டு வாங்க..." என நம்மை தெரபி சென்டரின் பொறுப்பாளர் அம்பிகாவிடம் அறிமுகப்படுத்தினார்.

அதென்ன தொழில்வழி மருத்துவச் சிகிச்சை?

"இங்க ஆண் நோயாளிகளுக்கு தோட்டக்கலை, பேக்கரி ஐயிட்டங்கள் செய்றதுனு சில பணிகளைக் கொடுக்குறோம். பெண்கள், கூடை பின்னுதல், ஃபைல் தயாரித்தல், மெழுகுவர்த்தி செய்தல் போன்ற பணிகளை மேற்கொள்றாங்க.

இதன்மூலம் வேண்டாத சிந்தனைகளுக்கு ஆட்படவிடாமல் ஏதாவது ஒரு வேலையில ஈடுபடுத்துறோம். அப்புறம், அவங்க குணமாகி வெளியே போய் இந்த வேலையைத் தொடர முடியும்..." என்றபடியே தோட்டப் பகுதிக்கு நம்மை அம்பிகா அழைத்துச் சென்றார்.

புடலங்காய், பாகற்காய், சுரைக்காய், பீர்க்கங்காய், பப்பாளி, எலுமிச்சை, வாழை என அந்த ஆளுயர காம்பவுண்டுக்குள் பச்சைப் பசேல் நிறத்தை குளிர்ச்சியாகப் பார்க்க முடிகிறது. அந்தளவுக்கு தோட்டத்தைப் பராமரித்து வருகின்றனர் நோயாளிகள்.

"இங்க ஆயிரத்திற்கும் மேற்பட்டவர்களுக்கு சமையல் நடக்குது. அதிலிருந்து வரும் கழிவுகளைக் கொண்டு உரம் தயாரிக்கிறோம். இங்க விளையிற காய்கறிகளை வெளிநோயாளி பிரிவுல வச்சு விற்கிறோம். டாக்டர்களும், படிக்கிற மாணவர்களும் கூட வாங் கிட்டு போவாங்க. கடந்த நாலு மாசத்துல காய்கறிகள் மூலம் 9,750 ரூபாய் வருமானம் கிடைச்சிருக்கு. இந்தப் பணத்தை நோயாளிக ளின் நலனுக்குப் பயன்படுத்தணும்னு இயக்குநர் மேடம் சொல் லியிருக்காங்க. அப்புறம், பேக்கரி இருக்கு. அங்க கேக், பிஸ்கட், ரொட்டி எல்லாம் தயாரிக்கிறோம்..." என்றபடியே அங்கேயும் நம்மை அழைத்துப் போனார் அம்பிகா.

ஐந்தாறு பேர் பிரட், கேக், பிஸ்கட் தயாரிப்பில் விறுவிறுப்பாக இருந்தனர். அவர்களுக்கு அங்கிருந்த பயிற்றுநர் அதை சொல்லித் தந்தபடியே இருந்தார்.

"ஓரளவு குணமான நோயாளிகளை மட்டுமே இந்த ஐடிசி பணிக்குக் கொண்டுவர்றோம். பணி செய்ற நோயாளிகளுக்கு பணத்திற்கு பதிலா டோக்கன் கொடுத்திடுவோம். ஒரு நாளைக்கு மூணு மணிநேரம்தான் வேலை. அதுக்கு, பதினைந்து ரூபாய் வரை டோக்கன் கொடுப்போம். அந்த டோக்கனை பயன்படுத்தி அவங்க கேன்டீன்ல பிடிச்சதை வாங்கி சாப்பிட்டுக்கிடலாம். இல்லைன்னா, அந்த டோக்கனை நாங்க சேர்த்து வச்சு அவங்க டிஸ்சார்ஜ் ஆகும்போது பணமா கொடுத்திடுவோம்.

முன்னாடி பிரட் அதிகம் தயாரிச்சு இ.எஸ்.ஐ. மருத்துவ மனைக்குக் கொடுத்திட்டு இருந்தோம். இடையில நின்னுடுச்சு. திரும்ப ஆர்டர் கேட்டுட்டு இருக்கோம். இப்ப கேக்கும், பிஸ்கட் டும் பண்றோம். பெரும்பாலும் இங்கேயே வித்துத் தீர்ந்திடும்..." என்றவர், பெண்கள் பகுதியில் நடக்கும் ஐடிசியைக் காண்பித்தார்.

அழகுப் பூங்கொத்துகள், பொக்கேகள், பொம்மைகள், மெழுகு வர்த்திகள், ஃபைல்கள், கூடைகள், செல்போன் கவர்கள், ஹேண்ட் பேக்குகள் என விதவிதமான வேலைப்பாடுகளைப் பார்க்க முடிந்தது.

"கடந்த வருஷம் குறளகத்துல நடந்த கண்காட்சியில ஒரு மாசம் கடை போட்டோம். 75 ஆயிரம் ரூபாய்க்கு விற்பனையாச்சு! இந்த வருஷம் போடுறதுக்கு இப்பவே ஆயத்தமாகிட்டு இருக்கோம்..." என்றார் அம்பிகா.

கோஷா மருத்துவமனை

'**தி**ராயல் விக்டோரியா காஸ்ட் அண்ட் கோஷா ஆஸ்பிட்டல் ஃபார் உமன்' என்பது அரசினர் கஸ்தூரிபா காந்தி தாய் சேய் நல மருத்துவமனை எனப் பெயர் மாற்றப்பட்டிருந்தாலும் சென்னைவாசிகளுக்கு அன்றும் இன்றும் கோஷா மருத்துவமனைதான்.

மெட்ராஸில் பெண்களுக்காகவே திறக்கப்பட்ட பிரத்யேக மருத்துவமனை இது. திருவல்லிக்கேணி பெல்ஸ் சாலையில் சேப்பாக்கம் கிரிக்கெட் மைதானத்தை ஒட்டியே ஐந்து ஏக்கர் பரப்பில் வீற்றிருக்கும் இம்மருத்துவமனை 134 வருடங்களைக் கடந்து இன்றும் சிறப்பாக நடைபோட்டுக் கொண்டிருக்கிறது.

உண்மையில், பெண்களுக்காக ஒரு மருத்துவமனை திறக்கப் பட வேண்டும் என்கிற எண்ணம் 1880களில் தோன்றியதே ஆச்சரியமான விஷயம்தான்.

இதற்கு மூல காரணமாக இருந்தவர், மேரி ஆன் டகோம்ப் ஷார்லீப் என்ற பெண்மணி. இங்கிலாந்தில் 1845ல் பிறந்த இந்தப் பெண்மணி இருபது வயதில் திருமணம் முடித்து, தனது வக்கீல் கணவரான வில்லியம் ஷார்லீப் உடன் மெட்ராஸ் வந்து சேர்ந்தார்.

கணவர் வில்லியம், இங்கே பயிற்சி வக்கீல்களுக்காக 'மெட்ராஸ் ஜூரிஸ்ட்' என்ற சட்ட இதழை நடத்தி வந்தார். அவருக்கு உதவியாக இருந்தார் மேரி.

அப்போது இந்தியப் பெண்கள் பிரசவத்தின்போது படும் துன்பங்கள் பற்றி சர் ஜோசப் ஃபேரர் ஒரு கட்டுரை எழுதியிருந்தார். இவர், லண்டனில் இருந்த இந்திய மருத்துவ வாரிய அலுவலகத்தின் தலைவராக இருந்தார்.

அந்தக் கட்டுரையில் ஆண்களால் நிரம்பிய இந்திய மருத்துவ உலகில், பிரசவத்திற்கு வரும் பெண்கள் சிக்கலான நேரத்தில் உதவிகள் கேட்கவே தயங்கினர் என்பது உள்ளிட்ட பல விஷயங் களைக் குறிப்பிட்டிருந்தார்.

இதைப் படித்த மேரி மிகுந்த வருத்தமுற்றார். இதனால், பெண்களுக்கு சேவையாற்ற மருத்துவம் படிக்க விரும்பினார். ஆனால், அன்று ஐரோப்பா முழுவதும் மருத்துவப் படிப்பில் பெண்கள் அனுமதிக்கப்படவில்லை. சேர்க்கலாமா? வேண்டாமா? என்கிற விவாதமே நடந்துகொண்டிருந்தது.

இங்கே தலைமை மருத்துவராக இருந்த ஈ.ஜி.பால்ஃபோரிடம் பேசினார் மேரி. அவர் அனுமதியளிக்க, 1875ம் வருடம் மெட்ராஸ் மெடிக்கல் கல்லூரியில் சேர்ந்தார். இவருடன் மூன்று ஆங்கிலோ இந்தியப் பெண்களும் சேர்ந்தனர். மருத்துவம் மற்றும் அறுவை சிகிச்சைக்கான உரிமம் எனப்படும் மூன்று வருட LMS டிகிரி பெற்றார்.

பின்னர், தன் குழந்தைகளுடன் லண்டன் திரும்பியவர் அங்குள்ள ராயல் ஃப்ரீ மருத்துவமனையில் சேர்ந்தார். இதை பிரிட்டனின் முதல் பெண் மருத்துவரான எலிசபெத் காரெட் ஆண்டர்சன் நடத்தி வந்தார். அவர், பெண்களுக்கான மருத்துவப் பள்ளியையும் நடத்திக் கொண்டிருந்தார்.

இதில் சேர்ந்த மேரி, லண்டன் பல்கலைக்கழகத்தில் எம்.பி.பி.எஸ். டிகிரியை தங்கப் பதக்கத்துடன் பெற்று வெளியேறி னார். ஸ்காலர்ஷிப்பும் பெற்றார். இந்நேரமே ராணி விக்டோரியா வைச் சந்தித்து இந்தியாவில் பெண் மருத்துவர்கள் இல்லாததால் ஏற்படும் பிரச்னைகளை எடுத்துரைத்தார்.

தொடர்ந்து இந்தியா வந்தவர், மெட்ராஸ் மெடிக்கல் காலேஜில் ஆசிரியர் பணியில் சேர்ந்தார். இதேநேரம், ஆண் மருத்துவர் களின் மேற்பார்வையில் இயங்கும் மருத்துவமனையில் சிகிச்சை பெற விரும்பாத பெண்களுக்குத் தனியாக ஒரு மருத்துவமனை நிறுவத் தீர்மானிக்கப்பட்டது. அதற்கான முன்முயற்சியை மேற்கொண்டார் மேரி ஷார்லீப்!

இதேபோல, அப்போது இந்தியாவின் கவர்னர் ஜெனரலாக இருந்த லார்டு டஃப்பரின் மனைவி லேடி டஃப்பரின் இந்தியா வில் உள்ள பெண்களின் உடல்நிலை மோசமடைவது பற்றியும், குழந்தைப்பேறு காலத்தில் அவர்களை மேம்படுத்தவும் நல்ல திட்டங்களை முன்னெடுக்க வேண்டுமென ராணி விக்டோரியாவிடம் கேட்டிருந்தார்.

இதற்காக இந்தியாவிலுள்ள கொடை வள்ளல்களிடமிருந்து நிதி வசூலித்து மருத்துவ உதவிகளுக்காக அளித்தார். இதற்கு டஃப்ப ரின் நிதி என்று பெயர். இப்படியாக, லேடி டஃப்பரின் 1885ம் வரு டம் மார்ச் 6ம் தேதி மெட்ராஸின் முக்கிய நபர்களாய் விளங்கிய கஸ்தூரி பாஷ்யம் ஐயங்கார், திவான் பகதூர் ஆர்.ரகுநாத ராவ், விஜயநகர அரசர், நீதிபதி முத்துஸ்வாமி ஐயர் மற்றும் ராஜா சர் சவலை ராமஸ்வாமி முதலியார் ஆகியோருடன் கூட்டம் நடத்தி னார். அதில், சாதி இந்து மற்றும் கோஷா பெண்களுக்காக ஒரு மருத்துவமனை அமைப்பதென முடிவெடுக்கப்பட்டது.

கோஷா என்றால் பர்தா அணிந்த முஸ்லிம் பெண்களைக் குறிக்கும். அன்று பல்வேறு கட்டுப்பாடுகள் இருந்ததால் இவர்கள் ஆண் மருத்துவர்களிடம் மருத்துவம் பார்த்துக்கொள்ள வில்லை. அதனாலேயே கோஷா பெண்களுக்கென மருத்துவ மனையும் தேவையாக இருந்தது.

கூட்டம் முடிந்ததும் அடுத்த நொடியிலேயே எல்லோரிட மிருந்தும் ரூ.70 ஆயிரம் சேகரிக்கப்பட்டது. 1885ம் வருடம் டிசம்பர் 7ம் தேதி லேடி டஃப்பரின் மருத்துவமனையைத் திறந்து வைத்தார்.

இம்மருத்துவமனை முதலில் நுங்கம்பாக்கத்திலுள்ள மூர் தோட்டத்திலிருந்து செயல்படத் தொடங்கியது. ராணி விக்டோரி யாவின் அனுமதியுடன், 'தி ராயல் விக்டோரியா காஸ்ட் அண்ட் கோஷா ஆஸ்பிட்டல் ஃபார் உமன்' எனப் பெயர் வைக்கப்பட்டது. முதல் கண்காணிப்பாளராக மேரி ஷார்லீப்பே இருந்தார்.

இதன்பின்னர், 1890ம் வருடம் சேப்பாக்கம் பகுதியில் மெட்ராஸ் மாகாண அரசு மருத்துவமனைக்கு இடம் ஒதுக்கியது. அத்துடன், ரூ.10 ஆயிரம் நிதியுதவி செய்தது. கூடவே, மருந்துகள் விநியோகிக்கவும் ஒப்புக்கொண்டது.

இதில், பிரதான கட்டடம் கட்ட வெங்கடகிரி அரசர் ஒரு லட்சம் ரூபாய் நன்கொடை அளித்தார். 1890ல் ஜூன் மாதம் மருத்துவமனை இப்போதைய திருவல்லிக்கேணி பகுதிக்கு மாறியது. அன்றிலிருந்து இன்றுவரை இதே இடத்தில் பல்வேறு விரிவாக்கங் களுடன் செயல்பட்டு வருகிறது.

ஆனால், இந்த மருத்துவமனை அன்று எண்பது படுக்கைகளுடன் முஸ்லிம் மற்றும் உயர்சாதி இந்து பெண்களுக்காக மட்டுமே செயல் பட்டதாக, '*Our Medical Work in India*' கட்டுரையில் குறிப்பிடுகிறார் டாக்டர் அன்னா சாரா குக்ளர்! "இதில், கிறிஸ்துவர்களும், பிற சாதி இந்துக்களும் அனுமதிக்கப்படவில்லை..." என்கிறார் அவர்.

இதன்பிறகு, விஜயநகர அரசர் ரூ.37 ஆயிரம் நன்கொடை அளிக்க 1889ம் வருடம் கண்காணிப்பாளருக்கான குவார்ட்டர்ஸ் தயாரா னது. பின்னர், 1901ம் வருடம் நர்ஸ்களுக்கான குவார்ட்டர்ஸை கிருஷ்ணதாஸ், பாலமுகுன்தாஸ் என்பவர்கள் கட்டித் தந்தனர்.

1902ம் வருடம், 'மெட்ராஸ் மகளிர் ஞாபகார்த்த ராணி விக்டோரியா நிதி' மூலம் ரூ.50 ஆயிரம் கிடைக்க உள்நோயாளிகளுக்கான வார்டுகள் கட்டப்பட்டன. தொடர்ந்து, 1904ம் வருடம் மகப்பேறு வார்டை பாஷ்யம் ஐயங்காரின் மனைவி திறந்து வைத்தார்.

1911ம் வருடம் ரூ.3 ஆயிரம் செலவில் மின் இணைப்பு கொடுக்கப்பட்டது. பின்னர், பொது நன்கொடை மூலம் விளக்குகள் போடப்பட்டன.

இதுவரை மருத்துவமனையின் உள்நிர்வாகத்தை டஃப்பரின் நிதிக்குழுவே கவனித்து வந்தது. பிறகு, 1921ம் வருடம் மருத்துவமனையை அரசு ஏற்று நடத்தத் தொடங்கியது. இப்போது முதல் கண்காணிப்பாளராக டாக்டர் மேரி பீடன் வந்து சேர்ந்தார்.

பின்னர் வந்த டாக்டர் லாஸரஸ் முதல் இந்தியக் கண்காணிப்பாளர் ஆவார். அவருக்குப் பிறகு டாக்டர் மதுரம் மருத்துவமனையின் கண்காணிப்பாளர் ஆனார். இவர்கள் இருவரும் அடுத்தடுத்து சிறப்பாகப் பணியாற்றிய இந்தியக் கண்காணிப்பாளர்கள் ஆவர்.

1922ம் வருடம் வேல்ஸ் இளவரசர் மெட்ராஸிற்கு விஜயம் செய்தார். இதையொட்டி இம்மருத்துவமனையினுள் குழந்தைகளுக்கென ஒரு மருத்துவமனை கட்டத் தீர்மானிக்கப்பட்டது.

அதற்காக, ஒரு கமிட்டியும் அமைக்கப்பட்டது. பொதுமக்கள், விஜயநகர அரசர், திருவாங்கூர் மற்றும் கொச்சின் மகாராஜாக்கள், புதுக்கோட்டை ராஜா, சிவகங்கை ஜமீன்தார் ஆகியோர் அளித்த நன்கொடைகள் மூலம் ரூ.3.9 லட்சம் நிதி திரட்டப்படடது.

1934ம் வருடம் மெட்ராஸ் மாகாண கவர்னர் சர் பிரடெரிக்

ஸ்டான்லி கட்டடத்திற்கான அடிக்கல்லை நாட்டி னார். பின்னர் 1936ம் வருடம் அன்றைய கவர்னர் எர்ஸ்கின் மனைவி மர்ஜோரியே எர்ஸ்கின் கட்ட டத்தைத் திறந்து வைத்தார். 52 படுக்கைகளுடன் இந்தக் குழந்தைகள் மருத்துவமனை செயல்படத் தொடங்கியது.

நாராயண பாபு

இதன்பிறகு, ஆர்தர் ஹோப் மாகாண கவர்ன ராக வந்தார். இவரின் மனைவி ஹோப் 1941ம் வருடம் இன்னொரு கட்டடத்தைத் திறந்து வைத் தார். இந்த லேடி ஹோப் பிளாக் இன்றும் சிறப்பாக இயங்கி வருகிறது. இதற்கிடையே வெளிநோயா ளிகளுக்கென ஒரு பிளாக் புதிதாக கட்டப்பட்டது.

விஜயா

இதன் பிறகான விஷயங்களை நம்முடன் பகிர்ந்து கொண்டார் மருத்துவமனையின் டீன் டாக்டர் ஆர்.நாராயண பாபு.

“1946ம் வருஷம் படுக்கை வசதி 367 ஆக அதிகரிக்கப்பட்டுச்சு. ஆரம்பத்துல மகப்பேறு மருத்துவம் மட்டும் பார்க்கக்கூடிய மருத்துவமனையா இருந்திருக்கு. அப்புறம், பெண்களுக்கு வரக்கூடிய நோய்கள வச்சு ஒவ்வொரு துறையா வளர்ந்திருக்கு.

சுதந்திரத்திற்குப் பிறகு, 1948ம் வருஷம் அரசு கஸ்தூரிபா காந்தி தாய்சேய் நல மருத்துமனை எனப் பெயர் மாற்றமாச்சு. 1952ல் பொது மருத்துவத் துறையும், அடுத்து காது, மூக்கு தொண்டை பிரிவும், பல் மருத்துவமும் தொடங்கப்பட்டுச்சு. பிறகு, பெண்கள், குழந்தைகளுக்கான பிரத்யேக மருத்துவமனையா மாறுச்சு.

கடந்த 2007ம் வருஷம் சமூக மகப்பேறியியல் நிறுவனமா தரம் உயர்ந்துச்சு. இப்ப கடந்த நாலு வருஷமா ஓமந்தூரார் அரசு மருத்துவக் கல்லூரியுடன் இணைஞ்சு இந்த மருத்துவமனை செயல் பட்டு வருது. இதனால, அரசுப் பொது மருத்துவமனையாகவும் ஆகியிருக்கு. அதனால, எல்லோரும் இங்க சிகிச்சைக்கு வர்றாங்க. சீக்கிரமே அரசு மருத்துவக் கல்லூரிக்கென மருத்துவமனை வந்திடும். அதன்பிறகு, பழையபடி அரசு கஸ்தூரிபா காந்தி தாய் சேய் நல மருத்துவமனையா செயல்படும்...” என்றார்.

தொடர்ந்து மருத்துவமனையின் பேராசிரியர் மருத்துவர் விஜயாவிடம் பேசினோம்.

“இந்த மருத்துவமனையின் முதல் சிறப்பே மகளிர் சிறப்பு சிறுநீரியல் துறைதான். இது இந்தியாவிலேயே முதல்முறையாக இங்கதான் தொடங்கப்பட்டுச்சு. அடுத்து, கர்ப்பப்பை புற்றுநோய் வருமுன் கண்டறியும் மையம் இருக்கு. அதற்கான சிறப்புப் பயிற்சி மையமும் இயங்கிட்டு வருது.

இந்தச் சிறப்பு மையம் தமிழகத்துல இங்க மட்டுமே இருக்கு. இதனால, தமிழகம் முழுவதும் இருந்து டாக்டர்கள் இங்க வந்து பயிற்சி எடுத்திட்டுப் போவாங்க. அப்புறம், கடந்த வருஷம் செயற்கை கருத்தரிப்பு மையம் ஆரம்பிச்சிருக்கோம். இந்தச் சிகிச்சைக்கு வெளியே 50 ஆயிரம் ரூபாய் செலவாகும். ஆனா, இங்க இலவசம்தான். கூடிய சீக்கிரம் டெஸ்ட் டியூப் முறையும் வரப்போகுது. இதுக்கு அரசு ஒப்புதல் வழங்கியிருக்கு.

அப்புறம், தாய்ப்பால் வங்கி, பேறு காலப்பிரிவு, அவசர சிகிச்சைப்பிரிவு, கர்ப்ப காலத்தில் வலிப்பு வரும் பெண்களுக்கான பிரத்யேகப் பிரிவுனு எல்லாமே சிறப்பா நடந்திட்டு இருக்கு..." என்றவர், மருத்துவமனை பற்றிய தகவல்களை அடுக்கினார்.

"இங்க மாசத்துக்கு சுமார் 800 பிரசவம் நடக்குது. கர்ப்பப்பை கோளாறுனு 2 ஆயிரம் பேர் வர்றாங்க. அப்புறம், மாசம் 7,500 குழந்தைகள் சிகிச்சைக்கு வந்து போறாங்க. கடந்த வருஷம் மட்டும் ஐந்தரை லட்சம் பேர் சிகிச்சைக்கு வந்திருக்காங்க. மொத்தம் முப்பத்தாறு மருத்துவர்களும், 150 செவிலியர்களும், நூற்றுக்கும்மேற்பட்ட பணியாளர்களும் பணிபுரியறாங்க." நிறைவாகச் சொல்கிறார் விஜயா!

எழும்பூர் மகப்பேறு மருத்துவமனை

ரயில்நிலையம், அருங்காட்சியகம், கன்னிமாரா நூலகம் என எழும்பூருக்கு எத்தனையோ பெருமைகள் இருந்தாலும், கூடுதல் சிறப்பைத் தருவது பாந்தியன் சாலையில் வீற்றிருக்கும் மகப்பேறு மருத்துவமனையே!

1844ம் வருடம் ஜூலை 25ம் தேதி தொடங்கப்பட்ட இம் மருத்துவமனை இப்போது தன்னுடைய 175வது வருடத்தைக் கொண்டாடிக் கொண்டிருக்கிறது.

அயர்லாந்தின் ரொடண்டா மகப்பேறு மருத்துவமனைதான் உலகில் பழமை வாய்ந்ததும் சிறப்பானதும் புகழ்பெற்றதுமாகும். அதற்கடுத்து சிறந்ததெனப் பெயர்பெற்றது எழும்பூர் மகப்பேறு மருத்துவமனைதான்.

பிரிட்டிஷ் இந்தியாவில் மட்டுமல்ல. ஆசியாவிலேயே படுக்கை வசதிகளுடன் ஆரம்பிக்கப்பட்ட முதல் மகப்பேறு மருத்துவ மனையும் இதுவே.

பிரிட்டிஷ் மற்றும் ஆங்கிலோ இந்தியப் பெண்களுக்கென்றே முதலில் தொடங்கப்பட்டது. பின்னரே, உள்ளூர் பெண்களுக்கும் மருத்துவம் பார்க்கப்பட்டது.

ஆரம்பத்தில், இன்றைய எழும்பூர் ரயில் நிலையத்தை ஒட்டிய கூவம் நதியைப் பார்த்தபடி மருத்துவமனை அமைந்திருந்தது.

அப்போது, '*Madras Government Lying-in Hospital*' என அழைக்கப் பட்டது. இங்கே, இந்திய மருத்துவத்தில் பயிற்சி எடுத்த சிறந்த ஐரோப்பிய மருத்துவர்களே மருத்துவம் பார்த்துவந்தனர்.

முதல் நான்கு வருடங்கள் மருத்துவமனைக்கென கண்காணிப்பாளர் யாரும் இருக்கவில்லை. மருத்துவர்களின் குழுவால் மருத்துவமனை நிர்வாகம் செய்யப்பட்டு வந்தது. பின்னர், 1848ம் வருடம் டாக்டர் டபிள்யு.எஸ்.தாம்சன் முதல் கண்காணிப்பாள ராக நியமிக்கப்பட்டார்.

ஆரம்பித்த முதல் வருடத்தில் மாதம் ஒன்றுக்கு ஒன்பது பிரசவங்கள் பார்க்கப்பட்டன. இது அடுத்த பத்து வருடங்களில் 740 என்றும், தொடர்ந்து 1865ம் வருடம் ஆயிரத்து 186 பிரசவங் களாகவும் அதிகரித்தது.

இதனால், வார்டுகள் நெருக்கடியைச் சந்தித்தன. குறிப்பாக, 1869 முதல் 1871 வருடக் காலகட்டங்களில் அதிக நெருக்கடி ஏற்பட்டது. இந்நேரம், மழைக்காலங்களில் கூவத்தில் வெள்ளம் ஏற்பட்டு தண் ணீர் மருத்துவமனைக்குள் புகுந்தது.

இதனால், மருத்துவமனையின் செயல்பாட்டிற்கு இடையூறு ஏற்பட்டதுடன், கட்டடங்கள் இடிந்திடுமோ என்கிற அச்சமும் எல்லோர் மனதிலும் பதிந்தது.

இதற்காகவே, புதிய கட்டடம் வேண்டியதன் அவசியம் உணரப்பட்டது. புதிய கட்டடம் கட்ட பாந்தியன் சாலையில் சுமார் 16 ஏக்கர் நிலம் தேர்ந்தெடுக்கப்பட்டது.

கட்டடத்தின் தோற்றம் பெண்ணின் இடுப்பெலும்பு போல வடிவமைக்கப்பட்டு கட்டப்பட்டது. பின்னர், 1882ம் வருடம் கூவம் நதி அருகிலிருந்து பாந்தியன் சாலைக்கு மருத்துவமனை மாறியது.

இப்போது, 'அரசு மகப்பேறு மற்றும் தாய் சேய் நல மருத்துவ மனை' எனப் பெயர் மாற்றமானது. அன்றிலிருந்து இன்று வரை அதே இடத்தில், பழமையான கட்டடங்கள் சூழச் சிறப்பாகச் செயல்பட்டு வருகிறது இம்மருத்துவமனை.

இதற்கிடையே டாக்டர் தாம்சனுக்குப் பிறகு, 1852ம் வருடம் டாக்டர் ஜேம்ஸ் ஷா மருத்துவமனையின் கண்காணிப் பாளராக வந்து சேர்ந்தார். இவர், மெட்ராஸ் மருத்துவக் கல்லூரி மாணவர்களுக்கு பேறுகால மருத்துவ (*Midwifery*) பயிற்சியை இங்கு அளித்து வந்தார்.

சுமார் 22 வருடங்கள் *Midwifery* டீச்சராக இருந்தார். இவருக் குப் பிறகு கண்காணிப்பாளராக வந்த டாக்டர்கள் ஜே.ஐ.பால், ஏய்ட்கென், ஹாரிஸ், கர்னல் பிரான்ஃபுட், ஸ்டம்மர், சிம்ப்ஸன் ஆகியோர் இந்த மகப்பேறு மருத்துவமனையின் வளர்ச்சிக்கு பெரிதும் உதவினர்.

இதில், டாக்டர் கர்னல் பிரான்ஃபுட் காலத்திலேயே

மருத்துவமனை பாந்தியன் சாலைக்கு வந்தது. இந்த மருத்துவ மனையின் வளர்ச்சிக்கு அவரின் பங்கு முக்கியமானது. இதனாலேயே அவர் பெயரில் ஒரு பிளாக் மருத்துவமனையில் திறக்கப்பட்டு இன்றும் செயல்பட்டு வருகிறது.

என்றாலும் இவருக்குப் பின்னர் வந்த டாக்டர் மேஜர் சர் ஜி.ஜி. கிஃப்பார்டு காலமே பொற்காலமாகும். ஏனெனில், அதுவரை பிரசவத்திற்காக வரும் பெண்கள் 24 மணி நேரத்திற்கு முன்பாக அனுமதிக்கப்படவில்லை. காரணம், செப்சிஸ் தொற்றுநிலை. இதனால் கர்ப்பிணிகளுக்கு காய்ச்சல், இதயத்துடிப்பு அதிகரிப்பு, சுவாசக் கோளாறு உள்ளிட்டவை ஏற்பட்டு உயிருக்கு ஆபத்தாகி விடும். அப்போது ஆன்டிபயாடிக் மருந்துகளும் இல்லை. சிசேரியன் செய்ய ஆன்டிபயாடிக் அவசியம்.

அதனால், இந்நிலை ஏற்பட்டவர்களைக் கவனிப்பதற்காகவே தனிக் கட்டடத்தை உருவாக்கியவர் கிஃப்பார்டு. அங்கேயே வெளி நோயாளிகள் பிரிவையும், உள் அனுமதி பிரிவையும் கொண்டு வந்தார். அதுவே, இன்றைய மகப்பேறு மருத்துவமனையின் நுழைவு வாயிலாகவும், வெளிநோயாளிகள் பிரிவாகவும் செயல்பட்டு வருகிறது.

இத்துடன் நிற்கவில்லை கிஃப்பார்டின் முயற்சி. மருத்துவ மாணவர்களின் பயிற்சிக்காக மியூசியமும் வகுப்பு அறையும் நிறுவத் தீர்மானித்தார். 1911ம் வருடம் அக்டோபர் 27ம் தேதி அன்றைய மாகாண கவர்னர் சர் ஆர்தர் லாலி இதற்கான கட்டடத்திற்கு அடிக்கல்லை நாட்டினார்.

இது கிஃப்பார்டு ஸ்கூல் என்றழைக்கப்பட்டது. இதில், மியூசியம், ஆடிட்டோரியம், மாணவர்கள் தங்கும் விடுதி ஆகியவை கொண்டு வரப்பட்டன. இன்றும் இந்தக் கட்டடத்தில் மியூசியம் இயங்கி வருகிறது.

இதில், அன்று இந்த மருத்துவமனையிலேயே பிறந்து இறந்த சிசுக்கள், குழந்தைகள் மற்றும் அறுவை சிகிச்சையினால் பாதிக் கப்பட்ட மகளிரிடம் இருந்து அகற்றப்பட்ட கர்ப்பப்பை மற்றும் சினைப்பை ஆகியவற்றை பதப்படுத்திக் காட்சிப்படுத்தியுள்ளனர்.

தவிர, அன்றைய மகப்பேறு சிகிச்சைக்குப் பயன்படுத்தப் பட்ட கருவிகளையும் வைத்துள்ளனர். இவை இன்றைய மருத்துவ மாணவ-மாணவிகளின் கல்விக்குப் பயன்பட்டுவருகின்றன.

பின்னர், ஆபரேஷன் தியேட்டர் உருவாக்கப்பட்டது. இது கிஃப்பார்டு ஆபரேஷன் தியேட்டர் என அன்று அழைக்கப் பட்டது. இப்போதும் பயன்பாட்டில் உள்ள இதை 'G' தியேட்டர் எனச் சுருக்கமாகச் சொல்கின்றனர். பிறகு, முதுநிலை மாணவர் களுக்கான விடுதியும் உருவாக்கப்பட்டது.

தொடர்ந்து கிஃப்பார்டின் காலத்திலேயே மருத்துவமனைக்கு

இன்று மருத்துவமனை

எதிரே நர்ஸ்களுக்கென குவார்ட்டர்ஸும் கட்டப்பட்டது. இதன் நுழைவு வாயிலிலேயே மெஸ் கட்டடம் அமைக்கப்பட்டது. நர்ஸ்கள் மருத்துவமனையில் பணி முடித்துத் திரும்பும்போது உணவருந்திவிட்டு குவார்ட்டர்ஸ் சென்று ஓய்வு எடுக்கும்படி அழகாக வடிவமைத்தனர்.

தற்போது இந்தக் குவார்ட்டர்ஸ் பாழடைந்துவிட்டன. என்றாலும் இன்று இதன் அருகிலேயே நர்ஸ்களுக்கான புதிய குவார்ட்டர்ஸ் செயல்பட்டுவருகிறது.

இதற்கிடையே 1907ம் வருடம் உதவி கண்காணிப்பாளர் பதவி கொண்டுவரப்பட்டது. இந்நேரம், டாக்டர் ஏ.லட்சுமணசாமி முதலியார் உதவி அறுவை சிகிச்சை நிபுணராக நியமிக்கப்பட்டார். பின்னர், 1914ம் வருடம் ஹவுஸ் சர்ஜன் என்ற பதவியும் கொண்டுவரப்பட்டது. டாக்டர் முத்துலட்சுமி ரெட்டி இந்தப் பதவியில் நியமிக்கப்பட்டார்.

1917ம் வருடம் கிஃப்பார்டு இங்கிருந்து சென்றதும் மருத்துவர் கர்னல் ஹிங்ஸ்டன் கண்காணிப்பாளரானார். இவர் காலத்தில் சில வார்டுகளும், ஆபரேஷன் தியேட்டரும் கட்டப்பட்டன. இதை 'H' பிளாக் எனக் குறிப்பிட்டனர்.

இந்நேரம், இந்தியா, பர்மா, இலங்கை, மலேசியா மற்றும் தெற்காசியா நாடுகளிலிருந்து இங்கே படிப்பதற்காக மாணவர்களும் பயிற்சி மருத்துவர்களும் வந்து சென்றனர்.

தவிர, லாகூர் மற்றும் லக்னோ பல்கலைக்கழக மாணவர்கள், ரங்கூன், ஐதராபாத், விசாகப்பட்டினம், பீகார், தஞ்சாவூர், மதுரை போன்ற நகர்களிலிருந்து வந்த மருத்துவப் பள்ளி மாணவர்கள்,

மெட்ராஸ் மருத்துவக் கல்லூரி மாணவர்களுடன் இணைந்து இங்கே பயிற்சி எடுத்தனர்.

பிறகு மருத்துவர்கள் லெப்டினன்ட் கர்னல் பேட்டன் மற்றும் லெப்டினன்ட் கர்னல் பிளம்ப்டர் ஆகியோர் கண்காணிப்பாளர்களாக சிறப்பாகச் செயல்பட்டனர். 1929ம் வருடம் பிரசவத்திற்கு முன்பும், பிரசவத்திற்குப் பின்பும் என மகளிருக்கான தனித்தனி கட்டடங்கள் கட்டப்பட்டன. தவிர, செப்டிக் மற்றும் சந்தேகத்திற்கிடமான கேஸ்களும் பிரசவக் கட்டத்தில் கொண்டு வரப்பட்டன.

↘ ஷோபா

மொத்தத்தில் மருத்துவமனை மறுசீரமைப்பு செய்யப்பட்டது.

1930ம் வருடம் டாக்டர் லட்சுமணசாமி முதலியார் வழி காட்டலில் முதுநிலைப் படிப்புகளும், டி.ஜி.ஓ கோர்ஸும் கொண்டு வரப்பட்டன. இந்நேரம், ஆய்வுப்பணிகளும் மேற்கொள்ளப்பட்டன. இப்போது மருத்துவமனையின் படுக்கை வசதி முந்நூறு ஆனது. வருடம் 6 ஆயிரத்து 500 பிரசவங்கள் நடந்தன.

தொடர்ந்து 1939ம் வருடம் டாக்டர் லட்சுமணசாமி முதலியார் மருத்துவமனையின் கண்காணிப்பாளராக நியமிக்கப்பட்டார். இவர், ஹிங்ஸ்டன் காலத்திலேயே உதவி கண்காணிப்பாளராக இருந்துவந்தார். இவரே மெட்ராஸ் மகப்பேறு மருத்துவமனையின் முதல் இந்தியக் கண்காணிப்பாளர் ஆவார்.

தவிர, தென்னிந்திய மகப்பேறியல் மற்றும் மகளிர் நோயியல் கழகத்தின் முதல் தலைவரும் இவர்தான். இவருக்குப் பிறகு, தாமஸ், பிரபு ஆகியோர் கண்காணிப்பாளர்களாக வந்தனர். இதில், பிரபு காலத்தில் இந்தியா சுதந்திரம் பெற்றது.

பின்னர், டாக்டர் கே.கே.தம்பன் கண்காணிப்பாளராக வந்தார். பெண்களுக்கான எல்லா மருத்துவமும் பார்க்கப்பட்டன.

1949ம் வருடம் டாக்டர் தம்பன் காலத்தில் மதர் அண்ட் பேபி வார்டு கட்டப்பட்டது. இதற்கு, பாவ்நகர் மகாராணி சாஹிப் அடிக்கல் நாட்டினார். இன்றும் இந்த பிளாக் பாவ்நகர் பிளாக் என்றே அழைக்கப்படுகிறது.

1952ம் வருடம் மகப்பேறு மகளிர் நோயியல் நிலையமாக இந்திய அரசு தரம் உயர்த்தியது. இதனால், இயக்குநர் பதவி உருவாக்கப்பட்டது. முதல் இயக்குநரானார் டாக்டர் கே.கே.தம்பன்.

இதன்பிறகான விஷயங்களை நம்முடன் பகிர்ந்து கொண்டார் இன்றைய மருத்துவமனையின் இயக்குநரும் கண்காணிப்பாளருமான டாக்டர் ஷோபா.

"1956ம் வருஷம் முதுநிலை கோர்ஸுக்கான விடுதி கட்டப்பட்டது. அதற்கடுத்து, குறைப் பிரசவக் குழந்தைகளுக்கான யூனிட் வந்தது. 1960ம் வருஷம் குழந்தைகள் மருத்துவமனை தொடங்கி

பழைய நர்ஸ் குவார்ட்டர்ஸ்

வேலைப்பளுவை குறைச்சிருக்காங்க. இப்ப குழந்தைகள் மருத்துவ மனை தனியா போயிட்டாலும் இங்க புதிதாகப் பிறக்கிற குழந்தை களைப் பராமரிக்க எல்லா வசதிகளும் இருக்கு.

இப்ப மெயின் பிளாக் ஏ.எல்.முதலியார் பெயர்ல ஐந்த டுக்கு கட்டடமா புதிதாக கட்டப்பட்டிருக்கு. இதுல மகப்பேறு சம்பந்தப்பட்ட எல்லா வசதிகளும் இருக்கு.

எங்க மருத்துவமனையின் சிறப்புன்னா பல இடங்கள்ல இருந்து குணப்படுத்த முடியாத கேஸ்களையும், அதிக ரிஸ்க் உள்ள தாய் மார்களையும் பரிந்துரையின் பேர்ல இங்க அனுப்புவாங்க. அதை கையாள்கிற சிறந்த மருத்துவர்களும் செவிலியர்களும் இங்க இருக்காங்க.

அப்புறம், ஒரு கிலோ, தொண்ணூறு கிராம்னு குழந்தைகள் பிறக்கும். அதுக்கான கேர் யூனிட் இங்க நல்ல முறையில் செயல் பட்டுட்டு வருது. அந்த யூனிட் டீம் நிறைய குழந்தைகளைக் காப் பாத்திக் கொடுத்திருக்கு.

இப்ப எல்லாத் துறைகளிலும் சேர்த்து 78 மருத்துவர்கள் இங்க பணியாற்றாங்க. 1075 படுக்கை வசதி உள்ளது. ஒரு மாசத்துக்கு ஆயிரத்து 500 பிரசவம் நடக்குது. ஒருநாளைக்கு பழைய, புதிய நோயாளிகள்னு சுமார் எண்ணூறு பேர் வரை வர்றாங்க...'' என்றார் டாக்டர் ஷோபா.

* * *

மெட்ராஸ் கிரிக்கெட் கிளப்

சேப்பாக்கம் என்றாலே நம் அனைவரின் நினைவுக்கும் முதலில் வருவது கிரிக்கெட்தான். இந்தியாவிற்குள் கிரிக்கெட் நுழைந்து சுமார் முந்நூறு வருடங்கள் ஆகப்போகிறது. 1721ம் வருடம் பிரிட்டிஷ் மாலுமிகளால் இன்றைய குஜராத் மாநிலம் பரோடா அருகே கிரிக்கெட் விளையாடப்பட்டதாகக் குறிப்புகளில் உள்ளன.

மெட்ராஸில் முதன்முதலாக 1792ம் வருடம் தீவுத்திடல் மைதானத்தில் பிரிட்டிஷார் கிரிக்கெட் ஆடியதை தாமஸ் மற்றும் வில்லியம் டேனியல் வரைந்த ஓவியம் பறைசாற்றுகிறது. இவர்கள் இருவரும் முறையே மாமா - மருமகன் உறவுகொண்டவர்கள்!

"இப்போதைய இராணுவத் தலைமைச் செயலகத்துக்கு அருகில் உள்ள மெய்க்காப்பாளர் வரிசை இருக்கும் இடத்துக்குப் பின்னால் தீவுத் திடலில், அந்த நேரத்துக்கு தயாரிக்கப்பட்ட தரையில் கிளப் பின் ஆரம்ப விளையாட்டுகள் நடந்தன. பங்கேற்போர் களைப் பாறிய கூடாரத்தை டேனியலின் படத்தில் காணலாம்..." என 'சென்னை மறுகண்டுபிடிப்பு' நூலில் குறிப்பிடுகிறார் வரலாற்று ஆய்வாளரும், எழுத்தாளருமான எஸ்.முத்தையா.

இங்கே கிரிக்கெட் விளையாடப்பட்டதே தவிர முறையான கிளப் என்று எதுவும் இருக்கவில்லை. இந்நிலையில்தான் 1842ம் வருடம்

அலெக்சாண்டர் ஜெ.ஆர்பத்நாட் மெட்ராஸ் சிவில் சர்வீஸில் சேர்ந்தார். ரக்பி விளையாட்டுப் பிரியரான ஆர்பத்நாட் இங்கே கிரிக்கெட்டும் ஆடினார்.

அத்துடன் நிற்காமல், 1846ம் வருடம் மெட்ராஸ் கிரிக்கெட் கிளப்பையும் தோற்றுவித்தார். அப்போது அவரின் வயது இருபத்திநான்கு.

ஆனால், ஆவணங்கள் எல்லாம் 1848ம் வருடம் ஆகஸ்டில் இருந்தே கிடைக்கப் பெறுகின்றன. கிரிக்கெட்டை மதமாகவும், மெட்ராஸ் கிரிக்கெட் கிளப்பை தேவாலயமாகவும் ஆர்பத்நாட் கருதியதாகக் கூறுவார்கள். அவ்வளவு ஆர்வம்!

கிளப்பின் முதல் தலைவராக அன்றைய கவர்னர் சர் ஹென்றி போட்டிங்கர் போட்டிகள் இன்றி தேர்ந்தெடுக்கப்பட்டார். அவருக்குப் பிறகு, ஆக்ட்டிங் கவர்னராக இருந்த டேனியல் எலியட், பின்னர் வந்த கவர்னர் லார்டு ஹாரிஸ் என மெட்ராஸின் கவர்னராக இருந்தவர்களே கிளப்பின் தலைவராகத் தேர்ந்தெடுக்கப்பட்டனர். இந்த வழக்கமானது 1925ம் வருடம் வரை தொடர்ந்தது.

அது மட்டுமல்ல, இந்தக் கிளப்பில் உள்ளூர் இந்தியர்கள் யாரும் உறுப்பினர்களாக சேர்த்துக் கொள்ளப்படவில்லை. 90 வருடங்கள் வரை இந்நிலை நீடித்தது.

பிறகு, பிரிட்டிஷ் இராணுவ அணி, கிளப் அணி எனச் சில அணிகள் வார இறுதி நாட்களில் தங்களுக்குள் போட்டிகள் நடத்தின. 1860களின் தொடக்கத்தில் மெட்ராஸ் கிரிக்கெட் கிளப் தீவுத்திடலில் கூவம் நதி அருகே இருந்த மைதானத்திலேயே கிரிக்கெட் ஆடி வந்தது.

அவ்வப்போது, கிண்டி அரசினர் இல்லத்தின் (இன்றைய கவர்னர் மாளிகை) முன்பிருந்த மைதானத்திலும் கிரிக்கெட் ஆடப்பட்டது. 1865ம் வருடம் தீவுத்திடல் மைதானத்தை நிரந்தரமாகப் பயன்படுத்திக் கொள்ளவும், சுற்றி வேலிகள் அமைக்கவும் அரசிடம் கோரிக்கை வைத்தது கிளப்.

ஆனால், இந்தத் திட்டம் அன்றைய தலைமைச்செயலராக இருந்த ஆர்பத்நாட்டாலேயே நிராகரிக்கப்பட்டு விட்டது. காரணம், இதற்கு இராணுவம் சம்மதிக்கவில்லை என்பதே!

இதே வருடத்தில் கிளப்பின் செயலராக தேர்ந்தெடுக்கப்பட்ட லெப்டினன்ட் ஜெ.பென்னிகுவிக், ஆர்பத்நாட்டிற்கு ஒரு கடிதம் எழுதினார். ஆனால், இந்த முறை தீவுத்திடல் மைதானத்தை வேண்டி கோரிக்கை வைக்கவில்லை.

மாறாக, சேப்பாக்கம் நிலத்தை வேண்டி அனுமதி கேட்டார். ஏனெனில், அப்போது நவாப்பின் சொத்துகளான சேப்பாக்கம் மாளிகையையும், அதைச் சுற்றியிருந்த நிலங்களையும் அரசு தன்வசப்படுத்தி இருந்தது.

இதற்குக் காரணம், 1855ம் வருடம் நவாப் குலாம் முகமது

கவுஸ்கானுக்கு வாரிசு இல்லாததால், கவர்னர் ஜெனரலான டல்ஹெளசி பிரபு கொண்டுவந்த *Doctrine of Lapse* சட்டத்தின்படி நவாப்பின் சொத்துகளை அரசே எடுத்துக்கொண்டதுதான்.

இதனால் காலியாக இருந்த சேப்பாக்கம் நிலத்தின் ஒரு பகுதியை தங்களின் கிரிக்கெட்டிற்காக கிளப் கேட்டது. இப்போது அனுமதி கொடுத்தார் கவர்னர்.

பிறகு, இந்த இடத்தை செப்பனிட சந்தா கோரப்பட்டது. இதில் சேகரிக்கப்பட்ட 783 ரூபாயில் 730 ரூபாய் தரையை மட்டமாக்கு வதற்குச் செலவழிக்கப்பட்டது. இதனால், பணப் பற்றாக்குறை ஏற்பட மைதானத்தைச் சுற்றி வேலி கட்ட முடியவில்லை.

பின்னர், மீண்டும் பணம் வசூலிக்கப்பட்டு முதல் பெவிலியன் கட்டப்பட்டது. இந்தப் பெவிலியனை அன்றைய கட்டடக்கலை நிபுணர் ராபர்ட் சிஸ்ஹோல்ம் வடிவமைத்தார். இதற்கு 3 ஆயிரத்து 700 ரூபாய் செலவானது. 1866ம் வருடம் இந்தப் பெவிலியன் திறப்பு விழா கண்டது.

"அந்தக் காலத்தில் செவ்வக வடிவில் இருந்த மைதானத்தின் நீளமான பக்கங்கள் வடக்கிலும், தெற்கிலுமாக இருந்தன. மரத்தாழ் வாரம் உடைய சிறிய பெவிலியன், வாலாஜா சாலை - பெல்ஸ் சாலை சந்திப்பில் கிழக்கு நோக்கி இருந்தது. இப்போதைய வாலாஜா சாலைக்கு சமதூரத்தில் ஆடுகளம் இருந்தது..." என மைதானம் முதலில் உருவான போதிருந்த வடிவத்தை விளக்கியுள்ளார் எஸ்.முத்தையா.

இந்த மைதானத்தில்தான் கிளப்பிற்கும், கல்கத்தாவிற்கும் இடையே முதல்தர கிரிக்கெட் போட்டி நடந்தது. இதற்கிடையே 1860களில் உள்ளூர் மக்களிடமும் கிரிக்கெட் அறிமுகமானது. பள்ளிகள் மற்றும் கல்லூரிகளில் நட்பு ரீதியான கிரிக்கெட் போட்டிகள் ஆடப்பட்டன.

1877ல் மெட்ராஸில் தாதுப் பஞ்சம் தலைவிரித்தாடிய நேரம், பக்கிங்ஹாம் கால்வாய் தோண்டும் பணி நடந்தது. இதில், மைதா னத்தின் கிழக்கில் சில பகுதிகள் வெட்டப்பட்டன. இதற்கு கிளப் ஆட்சேபம் தெரிவித்தது. இதனால், கிளப் தன்னுடைய ஆட்டத்தை மீண்டும் தீவுத்திடல் மைதானத்திற்கே மாற்றியது.

கால்வாய் வேலைகள் முடிந்ததும் 1879ம் வருடம் சேப்பாக்கம் மைதானத்திற்கே திரும்பியது கிளப். இப்போது மைதானமும், பெவிலியனும் தெற்கு நோக்கி மாற்றி சீரமைப்பு செய்யப் பட்டன. ஆனால், இந்த மாற்றம் போட்டிகளைக் காண முடியாமல் கண்களைக் கூசச் செய்தது.

இந்தப் பெவிலியனை 1888ம் வருடம் அடித்த பெரும்புயல் பதம் பார்த்தது. இதனால், 1891ம் வருடம் அன்றைய கட்டடக் கலை நிபுணர் ஹென்றி இர்வினால் புது பெவிலியன்

↘ சேப்பாக்கம் ஸ்டேடியத்தில் கிளப்

↘ பழைய கிளப்பின் தோற்றம்

வடிவமைக்கப்பட்டது.

இந்தக் கிளப் கிரிக்கெட்டிற்கென உருவாக்கப்பட்டிருந்தாலும் கூட, மற்ற விளையாட்டுகளையும் ஊக்கப்படுத்தியது.

"1883ம் வருடம் இங்கே டென்னிஸ் விளையாடப்பட்டது. நான்கு வருடங்கள் கழித்து முதல் முறையாக தென்னிந்தியாவில் டென்னிஸ் போட்டிகளையும் நடத்தியது. 1894ம் வருடம் ஹாக்கி விளையாட்டை தொடங்கியது. சில வருடங்களுக்குப் பிறகு மாகாணத்தின் முதல் தடகளப் போட்டிகளை நடத்தியது. 1900ல் ஸ்குவாஷ் கோர்ட்டும், பின்னர் முதல்முறையாக பில்லியர்ட்ஸ் மற்றும் ஸ்நூக்கர் விளையாட்டுக்கான டேபிள்களையும் கொண்டு வந்தனர்.

இன்று கிரிக்கெட், ஹாக்கி, பேட்மின்டன், டென்னிஸ், ஸ்குவாஷ், பில்லியர்ட்ஸ் மற்றும் ஸ்நூக்கர், டேபிள் டென்னிஸ், ஜிம், நீச்சல் குளம் எனப் பல்வேறு விளையாட்டுகளுக்கான வசதிகள் எம்சிசியில் வந்துவிட்டன..." என இணையத்தில், தான் எழுதிய கட்டுரை ஒன்றில் குறிப்பிடுகிறார் கிரிக்கெட் வீரரும், தமிழ்நாடு கிரிக்கெட் பற்றி நூல் எழுதியவருமான வி.ராம்நாராயண். தொடர்ந்து, 1892ம் வருடம் சேப்பாக்கத்தில் 'தி சிலோன் ஐரோப்பியன் XI' அணியுடன் எம்சிசி விளையாடியது. இதுவே, சேப்பாக்கத்திற்கு வந்த முதல் வெளிநாட்டு அணி.

பின்னர், அதே வருடம் 'லார்டு ஹாக் XI' அணியும் எம்சிசியுடன் சேப்பாக்கத்தில் ஆடியது. கிரிக்கெட்டிற் கான தென்னிந்தியாவின் மையப் புள்ளியாக சேப்பாக்கம் மைதானம் மாறியிருந்தது.

இதற்கிடையே, மெட்ராஸ் கிளப்பில் இந்தி யர்கள் அனுமதிக்கப்படாததால் புதிய கிரிக் கெட் கிளப் ஒன்று உருவானது. அதன்பெயர் மெட்ராஸ் யுனைடெட் கிரிக்கெட் கிளப். இப்போது மெட்ராஸ் யுனைடெட் கிளப்.

இதனை நிறுவியவர் புச்சிபாபு நாயுடு. ஆங்கிலேயர்களைப் போலவே வாழ்ந்து மடிந்த மனிதர். துபாஷி குடும்பத்திலிருந்து வந்தவர். தவிர, அவரும் துபாஷாகவே இருந்தார். இதனால், எம்சிசியில் இருந்த நிறைய பேர் அவரின் நண்பர்களாகவே இருந்தனர்.

➘ புச்சிபாபு

இந்நிலையில் யுனைடெட் கிளப்பை உருவாக்கிய புச்சிபாபு, எஸ்பிளனேடு பகுதியில் ஒரு மைதானமும் அமைத்து அங்கே இந்தியர்களைக் கிரிக்கெட் பயிற்சி எடுக்கச் செய்தார். இதில், இந்திய வீரர்கள் பலரும் ஏழ்மை நிலையில் இருந்தவர்கள்.

"இங்குள்ள பெற்றோர் கிரிக்கெட்டை வேஸ்ட் ஆஃப் டைம் என்று நினைத்தனர். மிகுந்த தயக்கத்துடனே தங்கள் வீட்டுப் பையன்களை விளையாட அனுமதித்தனர்.

பெரும்பாலும் பையன்கள் வீட்டிலிருந்து கிளம்பும்போது வேஷ்டியில் வருவர். இங்கே வந்ததும் ஆடையை மாற்றிக்கொள்வர். இதற்காக, புச்சிபாபு ஷர்ட்ஸ், டவுசர்ஸ், கிரிக்கெட் பூட்ஸ், பேட், பால், க்ளவ்ஸ் எனத் தேவையான உபகரணங்களை இறக்குமதி செய்து தந்தார்.

என்றேனும் ஒரு நாள் யுனைடெட் கிளப் அணி, எம்சிசியால் அழைக்கப்பட்டு அவர்களுக்கு எதிராக கிரிக்கெட் ஆட வேண்டும் என்பது அவரின் கனவாகவே இருந்தது..." என ஒரு கட்டுரையில் குறிப்பிடுகிறார் சென்னை வரலாற்றாளர் வி.ஸ்ரீராம்.

இதன்பிறகு, எம்சிசியில் உறுப்பினர்களாக இருந்த நண்பர்கள் பாட்ரிட்ஜ் மற்றும் கிங் ஆகியோரின் மூலம் எம்சிசி பெவிலியனை யுனைடெட் கிளப் பயன்படுத்தச் செய்தார்.

ஆனால், மதிய உணவை இந்தியர்கள் பெவிலியனில் சாப்பிட அனுமதிக்கப்படவில்லை. அவர்கள் மரத்தடியில் உண்டனர். பின்னர், புச்சிபாபு நண்பர்களுடன் பேசி இந்தியர்களுக்குத் தனி டேபிள் ஏற்பாடு செய்தார்.

1890ம் வருடம் எம்சிசியும், யுனைடெட் கிளப்பும்

பழைய பெவிலியன்

தற்போதைய பெவிலியன்

பெவிலியன் உள்தோற்றம்

கிரிக்கெட்டில் மோதினர். இதுவே, பின்னாளில் மாகாண ஐரோப்பியர்கள் மற்றும் மாகாண இந்தியர்களுக்கு இடையேயான பெரிய போட்டியாக உருவெடுத்தது. இந்தப் போட்டி கிறிஸ்துமஸ் வாரத்தில் நடத்தலாம் என முடிவெடுக்கப்பட்டது. ஆனால், 1908ம் வருடம் டிசம்பர் 19ம் தேதி புச்சிபாபு இறந்துபோனார். இதனால், அணியினர் கலங்கிப் போயினர். இந்நேரம், புச்சிபாபுவின் உதவியாளராகவும், கிரிக்கெட் வீரராகவும் இருந்த சுப்ரமணியம் டிசம்பர் 31ம் தேதி இந்த மாகாணப் போட்டியை நடத்தத் திட்டமிட்டார்.

அதுவும் மழையால் நடத்த முடியாமல் போனது. பிறகு, 1909ம் வருடம் சுப்ரமணியம் 'புச்சிபாபு நினைவு கிரிக்கெட் போட்டி'க்கு ஏற்பாடு செய்தார். அதுவே, இன்றுவரை புச்சிபாபு மெமோரியல் டோர்னமெண்ட் என நடந்துவருகிறது.

தொடர்ந்து 1915ம் வருடத்திலிருந்து மாகாண போட்டி நடக்கத் தொடங்கியது. இது பொங்கலையொட்டி நடந்ததால் 'பொங்கல் போட்டி' என்றே அழைத்தனர். இந்தியாவில் டெஸ்ட் போட்டிகள் அறிமுகமாகும் வரை இதுவே மிகப் பிரபலமாக இருந்த போட்டியாகும்.

சேப்பாக்கத்தில் நடந்த முதல் டெஸ்ட், முதல் ஒருநாள் போட்டி, ஸ்டேடியம் உருவான விதம் உள்ளிட்ட பல விஷயங்களை அடுத்து பார்ப்போம்.

* * *

சேப்பாக்கம் ஸ்டேடியம்

சேப்பாக்கத்தில் 1934ம் வருடம் பிப்ரவரி 10ம் தேதி முதலாலது டெஸ்ட் போட்டி இந்தியாவிற்கும், இங்கிலாந்திற்கும் இடையில் நடந்தது. இந்தியாவின் கேப்டனாக கிரிக்கெட் ஜாம்பவான் சி.கே.நாயுடு இருந்தார்.

இங்கிலாந்து முதல் இன்னிங்ஸில் 335 ரன்கள் குவிக்க, இந்தியா வெறும் 145 ரன்களுக்கு ஆல் அவுட் ஆனது. பின்னர், இங்கிலாந்து இரண்டாவது இன்னிங்ஸில் 261 ரன்கள் எடுத்தது. இந்தியா 249 ரன்கள் அடித்து, 202 ரன்கள் வித்தியாசத்தில் தோல்வியைத் தழுவியது.

அன்று டெஸ்ட் போட்டிகள் நான்கு நாட்கள் கொண்டதாக நடந்தன. ஜாம்பவானான சி.கே.நாயுடு இரண்டு இன்னிங்ஸிலும் சோபிக்கவில்லை. ஆனால், அவரின் கிராஃப் அவ்வளவு சாதாரண மானதல்ல.

1926ம் வருடம் இங்கிலாந்தின் பழமையானதும், சிறப்பு வாய்ந்ததுமான மெரில்போர்ன் கிரிக்கெட் கிளப் ஆர்தர் கில்லிகன் தலைமையில் இந்தியா வந்து விளையாடியது.

பம்பாய் ஜிம்கானா மைதானத்தில் நடந்த போட்டியில் நாயுடு 153 ரன்களைக் குவித்தார். இதில் பதினோரு சிக்சர்கள் அடங் கும். அதுமட்டுமல்ல. முதல்தர கிரிக்கெட்டை 68 வயது வரை விளையாடியவர் நாயுடு.

1932ம் வருடம் முதன்முதலாக மெட்ராஸ் மாகாணத்திற்குள் லீக் கிரிக்கெட் போட்டிகள் தொடங்கப்பட்டன. இதை இந்திய கிரிக்கெட் ஃபெடரேஷன் நடத்தியது. இங்குள்ள கிளப்களுக் கிடையே இந்தப் போட்டிகள் நடத்தப்பட்டன.

அப்போது ஐசிஎப்பும், எம்சிசியும் எதிரெதிரான நிலைப் பாடுகளுடன் சுதந்திரமாகவும், தனித்தனியாகவும் கிரிக்கெட் போட்டிகளை நடத்தி வந்தன. இது இளம் வீரர்களுக்குக் குழப் பத்தை ஏற்படுத்தியது.

இதனால், முரண்பட்ட இந்த இரண்டு அமைப்புகளும் ஒன்றிணைந்து மெட்ராஸ் கிரிக்கெட் அசோசியேஷன் (MCA) என்கிற பொது அமைப்பு ஒன்றை உருவாக்கின.

இப்போது, மெட்ராஸ் கிரிக்கெட் அசோசியேஷன் மாகாணத்தின் அனைத்து கிரிக்கெட் போட்டிகளையும் எடுத்து நடத்தியது. பின்னர், இந்திய கிரிக்கெட் ஃபெடரேஷனும் இந்தப் புதிய அசோசியேஷனுடன் இணைந்தது.

ஆரம்ப நாட்களில் லீக் போட்டிகளில் எம்சிசி கலந்து கொள்ள வில்லை. 1939ம் வருடமே லீக் போட்டிகளை அணியின் கேப்டன் சி.பி.ஜான்ஸ்டோன் தலைமையில் எதிர்கொண்டது. ஆல்ரவுண்ட ரான சி.பி.ஜான்ஸ்டோன் சிறந்த கேப்டனாக விளங்கினார்.

எம்சிசி அணிக்கும், ரஞ்சி டிராபிக்கான மெட்ராஸ் அணிக்கும் இவரே கேப்டன். மட்டுமல்ல, எம்சிசிக்கும் மெட்ராஸ் கிரிக்கெட் அசோசியேஷனுக்கும் தலைவராகப் பதவி வகித்தார்.

இதற்கிடையே 1934ம் வருடம் நவம்பர் 4ம் தேதி முதல்முதலாக இந்தியாவில் ரஞ்சிப் போட்டிகள் தொடங்கின. இதன் முதல் போட்டியும் சேப்பாக்கத்திலே மெட்ராஸுக்கும் மைசூருக்கும் இடையே நடந்தது.

குஜராத் மாநிலம் ஜாம்நகரின் மகாராஜாவான ரஞ்சித்சிங்ஜி மிகச்சிறந்த கிரிக்கெட் வீரர். அவரைப் போற்றும் வகையிலேயே அவர் பெயரில் இந்தப் போட்டி உருவானது.

இதற்கான டிராபியை நன்கொடையாக பஞ்சாப் மாநிலத்தைச் சேர்ந்த பாட்டியாலா மகாராஜா வழங்கினார். இன்று இந்தியாவின் மிக முக்கியமான போட்டியாக மாறியிருக்கிறது ரஞ்சி டிராபி.

இதே நேரம், எம்சிசியில் முதல்முதலாக ஒரு இந்தியர் உறுப்பினராக சேர்த்துக் கொள்ளப்பட்டார். அவர், மெட்ராஸ் மேயரான செட்டிநாடு குமாரராஜா எம்.ஏ.முத்தையா செட்டியார் ஆவார். பிறகு, டாக்டர் பி.சுப்பராயன் உள்ளிட்ட மேலும் சிலர் உறுப்பினர்களாக ஆகினர்.

1946ம் வருட ஆரம்பத்தில் முதல்முறையாக ஸ்டேடியம் கட்டுவதற்கான முயற்சிகள் மேற்கொள்ளப்பட்டன. "அப்போது பி.சி.சி.ஐயின் தலைவராக இருந்த அந்தோணி டி மெல்லோ

ஸ்டேடியம் வேண்டி கோரிக்கை ஒன்றைத் தயாரித்தார். அதை எம்சிசியும் ஏற்றுக் கொண்டது. அதனை அரசின் ஒப்புதலுக்காக அனுப்பினார்” என ஒரு கட்டுரையில் குறிப்பிடுகிறார் கிரிக்கெட் வீரரும், தமிழக கிரிக்கெட் பற்றிய நூல் எழுதியவருமான வி.ராம் நாராயண்.

இப்படியாக ஸ்டேடியம் கட்டுவதற்கான முயற்சிகள் நடந்தன. ஆனால், எப்படி கட்டப்பட வேண்டும் என்கிற ஐடியாவில் சிறிது தடுமாற்றம் இருந்தது.

இந்தியச் சுதந்திரத்திற்குப் பிறகு, 1949ம் வருடம் நடந்த லீக் போட்டியில் முதல்முறையாக எம்சிசி அணி வெற்றி வாகை சூடியது. அப்போது கிளப் அணியில் பாதிப் பேர் இந்தியர்கள் என்பது குறிப்பிடத்தக்கது.

முராரி நாயுடும், சி.ராமஸ்வாமியும் (புச்சிபாபுவின் மகன்) சிறந்த பேட்ஸ்மேன்களாக விளங்கினர். இதில், முராரி நாயுடுதான் எம்சிசி கிளப்பின் சார்பாக விளையாடிய முதல் இந்தியர்.

பிறகு, 1952ம் வருடம் சேப்பாக்கத்தில் இங்கிலாந்துடன் நடந்த டெஸ்ட் போட்டியில் முதல் முறையாக இந்திய அணி வெற்றி பெற்றது. சுமார் பதினெட்டு வருடங்கள் கழித்து முதல் டெஸ்ட் வெற்றியைச் சுவைத்தது. அதுவும் ஒரு இன்னிங்ஸ் மற்றும் எட்டு ரன்கள் வித்தியாசத்தில்!

இந்நேரம், மெட்ராஸ் கிரிக்கெட் அசோசியேஷனுக்கும், எம்சிசிக்கும் உட்பூசல் இருந்ததாகத் தெரிகிறது. இதனால், மெட்ராஸ் கிரிக்கெட் அசோசியேஷன் சேப்பாக்கத்திலிருந்து வெளியேறி டெஸ்ட் கிரிக்கெட் போட்டிகளை நேரு ஸ்டேடியத்தில் நடத்தி வந்தது.

சுமார் 1956 முதல் 1965 வரை பத்தாண்டு காலம் டெஸ்ட் கிரிக்கெட் போட்டிகள் நேரு ஸ்டேடியத்திலேயே நடந்தன. இந்நேரம் மெட்ராஸ் கிரிக்கெட் அசோசியேஷனின் தலைவராக அண்ணாமலைச் செட்டியாரின் இளைய மகனான எம்.ஏ.சிதம்பரம் வந்து சேர்ந்தார்.

இதேபோல், 1959ம் வருடம் எம்சிசியின் முதல் இந்தியத் தலைவராக ஏ.எம்.எம்.அருணாசலம் தேர்ந்தெடுக்கப்பட்டார்.

“கிளப்பின் தலைவராகத் தேர்ந்தெடுக்கபட்ட அருணாசலத்தின் முதல் வேலையே, மெட்ராஸ் கிரிக்கெட் அசோசியேஷன் சேப்பாக்கத்தில் உள்ள எம்சிசி கிளப்பின் மைதானத்தை வாடகைக்கு விடும்படி அரசாங்கத்துக்கு விடுத்த கோரிக்கையை சமாளிக்க வேண்டியிருந்தது. பெவிலியனைச் சுற்றியிருந்த நிலம் மெட்ராஸ் கிரிக்கெட் கிளப்பிற்கு என்றும், எஞ்சிய நிலம் மெட்ராஸ் கிரிக்கெட் அசோசியேஷனுக்கு ஸ்டேடியம் கட்ட வாடகைக்கு அளிக்கப்படும் என்றும் பிரச்னை சுமுகமாக முடிக்கப்பட்டது” என, ‘சென்னை

↘ சேப்பாக்கம் ஸ்டேடியத்தின் பழைய தோற்றம்

மறுகண்டுபிடிப்பு' நூலில் குறிப்பிடுகிறார் எஸ்.முத்தையா.

ஆக, எம்.ஏ.சிதம்பரமும், ஏ.எம்.எம்.அருணாசலமும் இதற்கான ஒரு தீர்வை எட்டினர். இதன்பிறகே, 1966ம் வருடம் மெட்ராஸ் கிரிக்கெட் அசோசியேஷன் சேப்பாக்கத்திற்குத் திரும்பியது.

ஸ்டேடியத்திற்கான அடிக்கல் 1971ம் வருடம் நடப்பட்டது. கொஞ்சம் கொஞ்சமாக கேலரிகள் கட்டி முடிக்க பத்தாண்டு காலம் பிடித்தது. இதில், ஹென்றி இர்வினால் கட்டப்பட்ட அழகான பெவிலியனும் இடிக்கப்பட்டது. ஸ்டேடியத்திற்கு முன்முயற்சி எடுத்தவரும், பி.சி.சி.ஐயின் தலைவராகவும் இருந்த எம்.ஏ.சிதம்பரத்தின் பெயரே ஸ்டேடியத்திற்கு சூட்டப்பட்டது.

மட்டுமல்ல. மெட்ராஸ் கிரிக்கெட் அசோசியேஷன் என்பது தமிழ்நாடு கிரிக்கெட் அசோசியேஷன் என்றானது. இந்த ஸ்டேடியத்தில்தான் 1983ம் வருடம் தனது 30வது சதத்தை அடித்து, டான் பிராட்மேனின் செஞ்சுரி ரெக்கார்டை முறியடித்தார் சுனில் கவாஸ்கர்.

சேப்பாக்கத்தில் நடந்த முக்கிய நிகழ்வுகள் இத்துடன் நிற்க வில்லை. 1986ம் வருடம் கிரிக்கெட் வரலாற்றில் இரண்டாவது முறையாக, இந்தியாவிற்கும், ஆஸ்திரேலியாவிற்கும் நடந்த டெஸ்ட் போட்டி 'டை'யில் முடிந்ததும் இங்கேதான்.

பின்னர், 1987ம் வருடம் நடந்த உலகக்கோப்பையில் ஒரு ரன்னில் ஆஸ்திரேலியாவிடம் தோற்றுப் போனது இந்திய அணி. இதுவே சேப்பாக்கம் மைதானத்தில் நடந்த முதல் ஒருநாள் போட்டியாகும்.

1997ம் வருடம் பாகிஸ்தானின் ஓப்பனிங் பேட்ஸ்மேன் சயீத் அன்வர் இங்கேதான் 194 ரன்கள் அடித்தார். இது அன்று ஒருநாள் போட்டியில் அதிகபட்ச ரன்னாக இருந்தது. ரசிகர்களிடையே

தல புராணம் 349

பரபரப்பாகவும் பேசப்பட்டது.

இந்திய வீரர் வீரேந்திர சேவாக், தென் ஆப்பிரிக்காவிற்கு எதிரான டெஸ்ட் போட்டியில் 319 ரன்கள் குவித்ததும் இதே சேப்பாக்கம் மைதானத்திலே! டான் பிராட்மேன், பிரையன் லாராவிற்குப் பிறகு மூன்று செஞ்சுரிகள் அடித்த மூன்றாவது வீரராக ஜொலித்தார் சேவாக்.

தவிர, சச்சின் டெண்டுல்கர் இந்தியாவிலுள்ள மற்ற ஸ்டேடியங்களைவிட இங்கேதான் அதிக ரன்களைக் குவித்துள்ளார். ஒன்பது டெஸ்ட்டில் 876 ரன்கள் எடுத்துள்ளார் அவர்.

கடைசியாக, சேப்பாக்கத்தில் 2016ல் இங்கிலாந்துடன் நடந்த டெஸ்ட்டில் கருண் நாயர் 303 ரன்கள் குவித்து அவுட்டாகாமல் இருந்தார். சேவாக்கிற்குப் பிறகு முந்நூறுக்கும் மேல் ரன் குவித்த இரண்டாவது இந்திய வீரரானார் கருண். இப்படி சேப்பாக்க ஸ்டேடியத்திற்கென பல சாதனைகள் உள்ளன.

இந்நிலையில், 1996ம் வருடம் உலகக் கோப்பையின்போது இங்கே முதன்முதலாக பேரொளி விளக்குகளின் வெளிச்சத்தில் பகலிரவு போட்டிகள் நடந்தன. ஆஸ்திரேலியாவிற்கும், நியூசிலாந்திற்கும் இடையில் நடந்த அந்தக் காலிறுதிப் போட்டியில் ஆஸ்திரேலியா வெற்றி பெற்றது.

2009ம் வருடம் ஸ்டேடியத்தைப் புதுப்பிக்கும் பணிகள் தொடங்கின. இதில், ஐ, ஜே, கே என்ற மூன்று கேலரிகள் 12 ஆயிரம் பார்வையாளர்கள் பார்க்கும் வண்ணம் கட்டப்பட்டன. ஆனால், இதில் விதிமீறல் இருப்பதாகக் கூறி சென்னை மாநகராட்சி இந்த கேலரிகளுக்கு சீல் வைத்தது. பின்னர், பிரச்னை உயர்நீதிமன்றம் சென்றதும், சீல் வைத்ததை அகற்ற வேண்டும் எனத் தீர்ப்பு வந்தது.

தொடர்ந்து உச்சநீதிமன்றத்தில் மேல்முறையீடு செய்யப்பட, அங்கே மூன்று கேலரிகளையும் இடிக்குமாறு உத்தரவிட்டதாகச் செய்திகள் வந்தன. ஆனால், பிரச்னை தொடர்ந்ததால் அந்த கேலரிகள் செயல்படுத்தப்படாமல் அப்படியே காட்சிப் பொருளாகவே வைக்கப்பட்டன.

இதற்கிடையே, மைதானத்திற்கான குத்தகைத் தொகையை அரசுக்குச் செலுத்தவில்லை என்ற பிரச்னையும் எழுந்தது. இதையும் தமிழ்நாடு கிரிக்கெட் அசோசியேஷன் உயர்நீதிமன்றத்திற்கு எடுத்துச் சென்றது.

இவ்வளவு பிரச்னைகளுக்கிடையில்தான் சர்வதேச, ஒரு நாள், ஐ.பி.எல், உள்ளூர் போட்டிகளை எல்லாம் சேப்பாக்கம் மைதானத்தில் நடத்திக் கொண்டிருக்கிறது தமிழ்நாடு கிரிக்கெட் அசோசியேஷன்!

மெட்ராஸ் பாஷை

மெட்ராஸ் பாஷை அல்லது மெட்ராஸ் மொழியை தமிழகமெங்கும் எடுத்துச் சென்றது தமிழ்த் திரைப்படங்கள்தான். குறிப்பாக, கலைவாணர் என்.எஸ்.கே, சந்திரபாபு, சோ, நாகேஷ், மனோரமா, சுருளிராஜன், லூஸ் மோகன், ஜனகராஜ் எனக் காமெடி நடிகர்களே இதைக் கச்சிதமாகச் செய்தனர்.

1968ம் வருடம் முக்தா சீனிவாசன் இயக்கத்தில் வெளிவந்த 'பொம்மலாட்டம்' படத்தில் ஆச்சி மனோரமாவின் 'வா வாத்யாரே வூட்டாண்டே… நீ வராங்காட்டி நான் உடமாட்டேன்…' பாடல் மெட்ராஸ் பாஷையை பட்டி தொட்டியெங்கும் கொண்டு சேர்த்தது.

தவிர, பல படங்களில் நடிகர்கள் சந்திரபாபுவும், சோவும் 'இன்னாமே, எப்டிகீற… குந்துமே…' என்பது போன்ற வசனங்களைப் பேசுவதைப் பார்த்திருப்போம்.

எப்படி நெல்லைக்கும், மதுரைக்கும், தஞ்சாவூருக்கும், கோவைக்கும் தனித்துவமான பேச்சுமொழி இருக்கிறதோ, அது போலவே மெட்ராஸுக்கும் தனித்த பேச்சுமொழி இருக்கிறது.

போர்த்துக்கீசியர்கள், டச்சுக்காரர்கள், பிரிட்டிஷ்காரர்கள், பிரஞ்சுக்காரர்கள், முஸ்லிம்கள், பணி நிமித்தமாக வந்த மற்ற மொழியினர் எனப் பலதரப்பட்டவர்கள் இங்கே வந்ததும், வாழ்ந்ததுமே இதற்குக் காரணம்.

குறிப்பாக, தெலுங்கர்களும், முஸ்லிம்களும் நிறைந்திருந்ததால் தெலுங்கு மற்றும் உருதுச் சொற்கள் அதிகளவில் மெட்ராஸ் பாஷை யில் இருப்பதை அறிய முடியும். அடுத்ததாக, ஆங்கிலம் அதிகமாகக் கலந்திருக்கும்.

"பிரிட்டிஷ்காரர்களின் முக்கிய வியாபார மையமாகத் திகழ்ந்த சென்னையில் ஆங்கிலம், தெலுங்கு, கன்னடம், உருது, சிந்தி, குஜராத்தி, ராஜஸ்தானி எனப் பல்வேறு மொழி பேசுபவர் களின் குடியேற்றங்களும், அவற்றின் விளைவாக ஏற்பட்ட பண்பாட்டுக் கலப்புகளும் இம்மக்கள் பேசிய தமிழ்மொழியின் மீது பல்வேறு மாற்றங்களை ஏற்படுத்தின..." என 'சென்னையும், அதன் தமிழும்' என்ற நூலின் ஒரு கட்டுரையில் குறிப்பிடுகிறார் எழுத்தாளர் இந்திரன்.

மனோரமா

லூஸ் மோகன்

சோ

மட்டுமல்ல. "மெட்ராஸ் பாஷையை ஒரு தரம் தாழ்ந்த மொழியாகக் கருதும் போக்கு பொதுவாக தமிழர்கள் அனைவரிடமும் உள்ளது. நாவல்களிலும், சிறுகதைகளிலும் உயர்தட்டு மக்கள் சென்னைத் தமிழில் உரையாடுபவர் களாகச் சித்தரிக்கப்படுவதில்லை. தமிழ் சினிமாவை எடுத்துக்கொண்டாலும்கூட நகைச்சுவைக் கதாபாத்திரங்கள் பேசும் மொழியாகவே சென்னைத் தமிழ் பயன்படுவதைப் பார்க்க லாம்..." என ஆதங்கப்படுகிறார் சென்னையைப் பூர்வீகமாகக் கொண்ட இந்திரன்.

இதே நூலின் இன்னொரு கட்டுரையில் மானு டவியல் பேராசிரியரான கு.பக்தவத்சல பாரதி, "இந்தியாவில் ஒவ்வொரு மாநிலமும் மொழிசார் மாநிலமாகப் பிரிக்கப்பட்டிருந்தாலும், சென்னையில் மட்டும் 155 சமூகத்தினர் தமிழ் அல்லாத பிறமொழிகளைச் சார்ந்தவர்கள். இந்தச் சமூக அசைவியக்கத்தால் சென்னைத் தமிழ் பல இனங்களின் மொழியாகப் பரிமாணம் பெற்றுவிட்டது..." என்கிறார்.

அத்துடன், மெட்ராஸ் பாஷை என்றாலே பொதுவாக அனைவரின் நினைவிற்கும் சேரித் தமிழ்தான் வருகிறது. இதையும், பக்தவத்சல பாரதி, "சென்னை மாநகர அமைப்பில் விளிம்பு மக்களின் குரல் என்பது குரலற்றவர்களின் மொழியே ஒழிய வேறொன்றுமில்லை..." என்கிறார்.

அதனால், இன்றைய சென்னையில் மக்கள் பயன்படுத்தும் வார்த்தைகளுக்கு வாழ்ந்த, வாழ்ந்துகொண்டிருக்கிற சமூகமே

முக்கிய காரணியாக இருக்கிறது.

சரி; சில வார்த்தைகளுக்கான அர்த்தமும், அது எங்கிருந்து வந்திருக்கும் என்பதையும் பார்ப்போம்.

மெட்ராஸ் பாஷை கொச்சையானது என்றே பலரும் நினைக்கிறோம். ஆனால், அதனுள் செந்தமிழும் நிறையவே நிறைந்திருக்கிறது.

பக்கமாக, அருகில் எனப் பொருள்படும் அண்டை என்ற வார்த்தையை, 'அந்தாண்ட, இந்தாண்ட, வூட்டாண்ட...' என எளிதாகச் சொல்வார்கள் சென்னைவாசிகள். அதாவது, அதன் அருகில் இருக்கிறது என்பதே இதன் அர்த்தம்.

சிலர், 'மெய்யாலுமா?' எனக் கேட்பார்கள். உண்மையாகவா? எனப் பொருள்படும் மெய் எனும் தூய செந்தமிழைப் பயன் படுத்துகின்றனர். இதேபோல, சிறப்பு எனும் பொருள் தரும் 'செம்மை' என்கிற வார்த்தையை, 'செம மச்சி... செம டா' என சுருக்கிச் சொல்கின்றனர்.

'சோறு துன்னலயா?' எனச் சிலர் கேட்பதைப் பார்த்திருப்போம். சோறு என்னும் தமிழ் வார்த்தையை இன்று பலரும் அநாகரிகமான வார்த்தை எனத் தவிர்த்துவருகிறோம்.

ரைஸ் என்கிற ஆங்கில வார்த்தையோ அல்லது சாதம் எனும் வடமொழிச்சொல்லோதான் நாக்கில் சட்டென வருகிறது.

ஆனால், சென்னைவாசிகள் இன்றும் சோறு எனும் பதத்தைப் பயன்படுத்துவதைப் பார்க்கலாம். 'துன்னு' என்கிற வார்த்தை தின்னுதல் என்பதன் கொச்சை வடிவமாகும். 'தேடிச் சோறுநிதந் தின்று...' என்ற பாரதியின் வரிகளில் இருந்து இதை அறியலாம்.

இதேபோல, வலி, அப்பால் போன்ற வார்த்தைகள்பற்றி 'சென்னைத் தமிழின் பன்முகத் தன்மைகள்' என்ற கட்டுரையில் எழுத்தாளர் அரவிந்தன் தரும் பதில்கள் சுவையானவை.

"வலி என்ற வார்த்தையை வேதனை என்றே நாம் பொருள் கொள்கிறோம். இலக்கியங்களில் வலி என்ற வார்த்தை, 'அதிக விசை கொடு', 'இழு', 'தள்ளு' போன்ற பொருளில் பயன்படுத்தப் பட்டுள்ளது.

இதை வைத்தே வலிமை, வலிது போன்ற வார்த்தைகள் வழக்கில் வந்தன. சென்னைத் தமிழில் மட்டுமே அந்த வார்த்தை இன்றும் அதே பொருளில் பேசப்பட்டு வருகிறது. உதாரணத்துக்கு, 'வலிச்சிக்கினு வா', 'நல்லா வலி' (சிகரெட்டை நல்லா வலி) போன்றவை.

ஆனால், வேதனை என்ற சொல் செந்தமிழுக்கு நெருக்கமாக 'நோவு' என்றே புழங்கிவருகிறது. வலிக்குது என்று பிற ஊர்களில் சொல்வதை சென்னையில் நோவுது என்றே சொல்வார்கள்.

Distance என்பதற்கான தமிழ்ச் சொல்லாக இன்றும் பல்வேறு

ஊர்களில் தூரம் என்றே குறிப்பிடுகின்றனர். ஆனால், தூரம் என்பது வடமொழிச் சொல்லாகும்.

சென்னையில் அப்பால், தொலைவு என்கிற தமிழ்ச் சொல்லே பயன்படுத்துகின்றனர். 'அப்பால போய் நில்லு... எம்மாந் தொலைவு கீது' போன்ற வார்த்தைகளே இதற்கு உதாரணங்கள்..." என்கிறார் அவர்.

அடுத்ததாக அதிகம் உச்சரிக்கப்படுவது அப்பீட்டு எனும் சொல். 'ஆளைவிடு, கிளம்பறேன்' எனும் பொருளில் சென்னைவாசிகள் இந்தச் சொல்லைப் பயன்படுத்துகின்றனர்.

இது ஆங்கிலச் சொல்லான *abate* இல் இருந்து வந்த வார்த்தை. அதாவது, விரைவாக வெளியேறு எனப் பொருள்படுகிறது. அதனாலேயே 'நான் அப்பீட்டு' என்கின்றனர்.

ஆனால், இந்தச் சொல் பற்றி எழுத்தாளர் அரவிந்தன் தனது கட்டுரையில், "அப்பீட் என்ற சொல் பம்பர விளையாட்டில் பயன்படுத்தப்படுவது. தரையில் சுற்றும் பம்பரத்தின் ஆணியைச் சாட்டையால் அணைத்து, சாட்டையைச் சுண்டி பம்பரத்தைத் தலைக்கு மேலே எழுப்பிப் பிடிக்கும் செயலுக்கு அப்பீட் என்று பெயர். அது 'அப் ஹெட்' என்ற சொல்லில் இருந்து மருவி வந்தது என்ற தகவல் ஜெயகாந்தனின் 'ஒரு மனிதன், ஒரு வீடு, ஒரு உலகம்' நாவலில் காணக் கிடைக்கிறது.

அதுபோலவே, அம்பேல் எனும் சொல் ஐ-ஆம்-ஆன்-பெயில் எனும் தொடரின் மரூஉ என்றும் அந்த நாவல் சொல்கிறது. அப்பீட்டுக்கு எதுகை நயத்துடன் ரிப்பீட்டு என்னும் சொல்லும் அண்மைக் காலத்தில் புழங்கி வருகிறது. 'இப்போ அப்பீட் ஆயிக்கறேன், அப்புறம் ரிப்பீட் ஆயிக்கறேன்' என்று சொல்வதை யோசித்துப் பாருங்கள்..." என்கிறார் அவர்.

அசால்ட் எனும் சொல் *Assault* என்ற ஆங்கில வார்த்தை யிலிருந்து வந்திருக்கலாம். அதாவது, தாக்குதல் எனப் பொருள் படும். 'அசால்ட் பண்ட்டாம்பா' என்பது மோசமான தாக்குதலைக் குறிக்கச் சொல்கின்றனர்.

ஆனால், பல இடங்களில் இந்த அசால்ட் 'எளிதாக' எனும் பொருளில் பேசப்படுகிறது. உதாரணத்துக்கு, 'அசால்ட்டா முடிஞ்சிச்சு' என்பார்கள்.

மெட்ராஸில் சர்க்கரையை 'அஸ்கா' என்றே குறிப்பிடுவர். இப்போதும் கூட சில இடங்களில் 'அஸ்கா இருக்கா' என்று கேட்பதைப் பார்க்கலாம். இந்தப் பெயர் பின்னி அண்ட் கோ நிறுவனத்தால் வந்துள்ளது.

இதுபற்றி, 'அன்றைய சென்னைப் பிரமுகர்கள்-*II*' நூலில் எழுத்தாளர் ராண்டார் கை குறிப்பிடுகிறார்.

"1840ம் ஆண்டு வாக்கில், பின்னி அண்ட் கம்பெனி விவசாயம்

சம்பந்தமான வியாபாரத்தில் இறங்கியது. ஒரிசா மாநிலத்தில் கூம்சூர் என்ற ஜமீன் சமஸ்தானத்திற்கு சொந்தமான எஸ்டேட் இருந்தது. அதன் பெயர் அஸ்கா. அங்கே ஒரு சர்க்கரை ஆலையை பின்னி நிறுவனம் நிறுவியது. அங்கிருந்து வந்த வெள்ளை வெளேர் எனச் சுத்தம் செய்யப்பட்ட சர்க்கரைக்கு 'அஸ்கா' என்று பெயர்..." என்கிறார் அவர்.

➤ சுருளிராஜன் - சச்சு

இதுபோல, 'பேஜார்' என்ற வார்த்தையை கேட்டிருப்போம். அதாவது தொடர்ந்து எரிச்சலூட்டுபவனை, 'உன்னோட பேஜரா போச்சு' என்பார்கள். இது ஆங்கிலச் சொல்லான badger என்பதிலிருந்து வந்துள்ளது. அதாவது, அடிக்கடி எரிச்சலூட்டுபவன் எனப் பொருள்படும்.

சரியான 'பஜாரி' எனச் சில பெண்களைச் சொல்வார்கள். இது உருது மொழியில் 'பஜார்' என்ற வார்த்தையிலிருந்து வந்ததாகச் சொல்கின்றனர். பஜார் என்றால் தமிழில் சந்தை. அங்குள்ள கடையில் நின்று சத்தம் போடுபவள் 'பஜாரி' ஆகிவிட்டாள் என்கின்றனர்.

இதேபோல 'பேக்கு' என்ற வார்த்தையும் உருதிலிருந்தே மெட்ராஸ் பாஷையில் கலந்துள்ளது. பேவ்கூஃப் (bevkoof) என்ற வார்த்தையின் திரிபே பேக்கு! அதாவது, முட்டாள் என்பது இதன் பொருள்.

'போடா பேமானி' என்பது மெட்ராஸுக்கே உரிய பழைய வழக்கு. இதுவும் உருதிலிருந்தே வந்துள்ளது. அதாவது, நேர்மை யற்றவன், மானம் இல்லாதவன் என்ற பொருளில் வருகின்றது.

விசில் அடி என்பதை சென்னைவாசிகள் 'பிகிலு அடி' என்பார்கள். விசிலும் ஆங்கிலம்தான். இருந்தும், இங்கே பிகிலு என்ற சொல் bugle என்பதிலிருந்து வந்ததாகச் சொல்கிறார்கள். இராணுவத்தில் பயன்படுத்தும் ஒரு ஊதுகுழல் bugle. இதுவே பிகிலு என்று மருவி உள்ளது.

இன்றும் சில சென்னைவாசிகள் பணத்தை 'டப்பு', 'துட்டு' என்ற வார்த்தைகளில் குறிப்பிடுவதைப் பார்த்திருப்போம். 'டப்பு லேது', 'துட்டு இருக்கா' போன்ற சொல்லாடல்களின் மூலமும், 'காசு, துட்டு, பணம், மணி மணி...', 'துட்டு... துட்டு...' போன்ற பாடல்கள் வழியாகவும் இதை அறியலாம்.

டப்பும், துட்டும் தெலுங்குச் சொற்கள். இதன் புழக்கம் 18ம் நூற்றாண்டில் இருந்தே இருக்கிறது. ஏனெனில், இவை பிரிட்டிஷ்

காலத்தில் மக்களிடம் புழங்கிய நாணயங்களாகும். ஒரு டப்பு, அரை டப்பு, துட்டு ஆகியவை இன்று அருங்காட்சியகத்தில் காட்சிப் பொருட்களாக உள்ளன.

'மவனே டாராயிடுவே ...' என வாக்குவாதத்தின்போது அடிக்கடி சொல்வார்கள். அதாவது கிழிச்சிடுவேன் என்ற பொருளில்!

இந்த 'டாராயிடுவே' என்பது ஆங்கிலச் சொல்லான *Tear*ல் இருந்து வந்துள்ளது. இங்கு கண்ணீர் என்ற பொருளில் இல்லாமல் டெயார் என்ற உச்சரிப்பில், கிழித்து என்ற அர்த்தத்தில் சொல்லப் படுகிறது. இந்த டெயாரே, 'டார்' ஆக மாறிவிட்டது.

இதைப்போலவே பயத்தை, 'டேர் ஆகிட்டேன் மச்சான்' என்பார்கள். இந்த டேர் இந்தியில் இருந்து வந்த வார்த்தை. அதாவது பயம் என்பதே இதன் பொருள்.

'கப்பு'ம், 'கலீஜு'ம் அசுத்தத்தைக் குறிக்கும் சொற்கள். 'ஒரே கப்பு அடிக்குது' என்பார்கள். நடிகர் விவேக் கூட 'ரன்' படத்தில், 'அம்மா... அப்பு கப்பு தாங்கல' என்பார். இந்த கப்பு தெலுங்கு வார்த்தை. துர்நாற்றம் என்பது இதன் பொருள்.

போலவே, 'கலீஜு' என்ற வார்த்தை கன்னடச் சொல். இதுவும் துர்நாற்றம் எனப் பொருள்படுகிறது. இப்படி ஒன்றல்ல... இரண்டல்ல... நிறைய இருக்கின்றன. குறிப்பாக, அடித்தட்டு மக்களே அதிகமாக இந்த வார்த்தைகளைப் பயன்படுத்தி வருகின்றனர்.

இன்றும், வடசென்னை ஏரியாவில் வெற்றி பெற்றதை, 'கெலிச்சான்' என்றோ, 'கெலிச்சிட்டான்' என்றோ குறிப்பிடுவார்கள். இந்தச் சொல்லைத் தெலுங்கிலிருந்து உள்வாங்கியிருக்கின்றனர். தெலுங்கில் வெற்றியை கெலுபு (*gelupu*) என்பர். இதுவே, கெலிச்சான் என இங்கே மருவி உள்ளது.

"இப்படி பிற மொழிகளை உள்வாங்கித் தன்வயப்படுத்தும் திறன் சென்னை மொழியின் மிகச் சிறப்பான அம்சங்களில் ஒன்று..." என்கிறார் 'சென்னையும் அதன் தமிழும்' நூலின் கட்டுரையில் எழுத்தாளர் அரவிந்தன்.

"'கஸ்மாலம்' என்பதன் வேர்ச்சொல் வடமொழியில் உள்ள கஸ்மலம் என்ற சொல். இதன் பொருள் அழுக்கு. இழிவான காரியங்களைச் செய்பவர்களைச் சென்னைவாசிகள் கஸ்மாலம் என்பார்கள். அதுபோலவே, ஜபூர் அல்லது ஜபுரு என்று வழங்கப்படும் சொல்லின் வேர், 'ஜபுர்' எனப்படும் உருதுச் சொல்லாகும். இதன் பொருள் ஜால வித்தை என்பது. இது கிட்டத்தட்ட இதே பொருளின் அங்கத வடிவில் 'ஜபுரு காட்டாதே' என சென்னைத் தமிழில் வழங்கிவருகிறது..." என்கிறார் அரவிந்தன்.

'ஜகா வாங்கிட்டான்' என்பார்கள். இந்த ஜகா வடமொழிச்

சொல் என்கிறார் எழுத்தாளர் இந்திரன். "ஜகா என்றால் விழிப்பு. கடைசி நேரத்தில் விழித்துக் கொண்டு விலகிவிட்டான் என்பதைக் குறிக்கவே 'ஜகா வாங்கிட்டான்' என்கின்றனர்.

இதேபோல, நாம் பல நேரங்களில் 'அவன் ஜகஜ்ஜாலக் கில்லாடிப்பா' என்போம். ஜகா என்பது விழிப்பு. ஜாலம் என்றால் வித்தை. கில்லாடி என்ற வார்த்தை கிலாடி எனும் இந்திச் சொல்லில் இருந்து வந்தது. கிலாடி என்றால் வீரர், திறமையானவர் என்ற பொருளில் வழங்கப்படுகிறது.

அதாவது, விழிப்பு + வித்தை + கில்லாடி. இப்படி தனித்தனி யான வடமொழி வார்த்தைகளைக் கொண்டு தமிழில் சொற்களை உருவாக்கி உள்ளனர். அடுத்து, 'ஆஸ்தி' என்பதன் எதிர்ப்பதமே 'நாஸ்தி'. இதுவும் வடமொழிச் சொல்தான். ஆஸ்தி என்றால் சொத்து. நாஸ்தி என்றால் இல்லாமல் போவது. அதனால்தான் சென்னைவாசிகள் 'நாஸ்தி பண்ணிடுவேன்' என்பார்கள். ஒன்றும் இல்லாமல் ஆக்கிடுவேன் என்பதே இதன்பொருள்.

அப்புறம், சிலர் சரியான 'பாடாவதி பார்ட்டி' என்பார்கள். இது படா + அவதி என்பதாகும். படா என்றால் இந்தியில் பெரிய என்று பொருள். அவதி என்பது தொல்லை. பெரிய தொல்லை பிடிச்சவன்ப்பா என்ற பொருளில் சொல்லப்ப டுகிறது..." என்கிறார் இந்திரன்.

சளி பிடிச்சிருக்கு என்பதை சென்னை யில் 'ஜல்பு புட்சிக்கிச்சு' என்பார்கள். இது, ஜலதோஷம் என்ற வடமொழிச் சொல்லில் இருந்து வந்ததாகச் சொல்கின்றனர். இதேபோல், ஜல்சா, மஜா போன்ற வார்த்தைகள் உருதில் இருந்து வந்தவை. மகிழ்ச்சி, கேளிக்கை போன்ற அர்த்தங்களில் சொல்லப்படுகின்றன.

▶ பக்தவத்சல பாரதி

'அவன் சரியான கேடி' என்பார்கள். இந்தக் கேடி 'Known Dacoit' என்ற ஆங்கிலச் சொல் லின் சுருக்கமே! அதாவது ஊரறிந்த திருடன் என்பதாகும். இந்த டகாய்ட் (Dacoit) எனும் சொல் லில் இருந்தே 'டகால்டி' வந்திருக்கலாம்.

▶ இந்திரன்

'மவனே இந்த டகால்டி வேலையெல்லாம் எங்கிட்ட காட்டாதே' என நடிகர் கவுண்டமணி அடிக்கடி இந்தச் சொல்லை படங்களில் பயன் படுத்தியிருப்பார்.

'டோமர்', 'கேப்மாரி' போன்றவை வசவுச் சொற்களாக சென்னைவாசிகள் பயன்படுத்தி வருகின்றனர். இதிலும் 'டோமர்' அனிச்சைச்

▶ அரவிந்தன்

செயலாக அடிக்கடி பேச்சின் ஊடாக வந்து விழும்.

டோமர், கேப்மாரி என்பவை சாதிப் பெயர்கள். அன்றைய பிரிட்டிஷ் அரசு கொண்டுவந்த குற்றப் பரம்பரைச் சட்டத்தில் இணைக்கப்பட்ட சாதியினர். திருட்டு, கொள்ளைகளைத் தடுக்க சில நாடோடி இன மக்களை இச்சட்டத்திற்குள் கொண்டு வந்து கண்காணித்தது பிரிட்டிஷ் அரசு. சுதந்திரத்திற்குப் பிறகே இந்தச் சட்டம் நீக்கப்பட்டது.

ஆனாலும், அந்தப் பட்டியலில் இருந்த மக்களை இன்றும் குற்றம் செய்பவர்களாகக் கருதும் போக்கு நீடித்து வருகிறது. இதை வைத்தே திருட்டுத்தனம் பண்ணுகிறவன் என்ற பொருளில் டோமர், கேப்மாரி போன்றவற்றை வசவுச் சொற்களாகப் பயன்படுத்திவருகின்றனர்.

மெட்ராஸ் மியூசியத்தின் கண்காணிப்பாளராக இருந்த, எட்கர் தர்ஸ்டன் தொகுத்த '*Castes and Tribes of Southern India*' நூலில் இந்தச் சாதியினரைப் பற்றி தெரிந்து கொள்ளலாம்.

இதேபோலவே, இன்னொரு வசவுச் சொல், 'பாடு'. இது ஆங்கிலச் சொல்லாகும். அடுத்து, 'நிஜார் கழண்டுரும்' எனக் கோபத்தில் சொல்வார்கள். இந்த நிஜார் என்பது *knickers* என்பதன் திரிபு என்கின்றனர். நிக்கர்ஸ் என்றால் காற்சட்டை!

'பொறம்போக்கு' என்பது பெம்புரோக் என்ற சொல்லில் இருந்து வந்ததாகக் குறிப்பிடுகின்றனர். இதற்குப் பின் ஒரு வரலாறு உள்ளதாக 'சென்னையும், அதன் தமிழும்' நூலில் குறிப்பிடுகிறார் எழுத்தாளர் அரவிந்தன்.

"1800களில் இங்கிலாந்தில் இருந்து பலர் தங்கள் நிலங்களை விட்டுவிட்டு ஆஸ்திரேலியாவிற்குச் சென்றுவிட்டனர். லார்டு பெம்புரோக் என்பவர், நிலங்களுக்கேற்ற வரி வசூல் ஆகாததை விசாரித்து ஆளில்லா நிலங்களை அரசு நிலமாக்க, பெம்புரோக் எனும் சட்டத்தை இயற்றினார்.

1820களில் மெட்ராஸ் மாகாண கவர்னராக இருந்த மன்றோ, ரயத்வாரி சட்டம் மூலம் மேய்ச்சல் நிலம், காடு ஆகிய இடங்களை பெம்புரோக் சட்டத்தின் அடிப்படையில் அரசுடைமை ஆக்கினார்.

இப்படியான அரசு இடங்களில் குடியேறியவர்களை 'பெம்பு ரோக்' என அழைத்தனர். பின் அது மருவி, புறம்போக்கு என்று ஆகி, தகுதியில்லாத, கேட்பதற்கு ஆளில்லாதவர்களைத் திட்டும் வார்த்தையாக புறம்போக்கு ஆகிவிட்டதெனச் சொல்லப்படு கிறது..." என்கிறார் அவர்.

அடுத்து, 'ரேஷன்ல கிருஷ்ணாயில் ஊத்துறானா' எனச் சிலர் கேட்பதை பார்த்திருப்போம். சென்னைக்குப் புதிதாய் வருபவர் கள் ஏதோ ஒருவித எண்ணெய் என்றே நினைப்பார்கள். ஆனால், மண்ணெண்ணெய்தான் இங்கே கிருஷ்ணாயில். கெரசின் ஆயில் என்பது திரிந்து கிருஷ்ணாயில் ஆனது.

'நாஸ்தா துண்ட்டியா' என்பார்கள். உருதுமொழியில் நாஸ்தா என்றால் காலை உணவு.

'டக்கரு' என்கிற வார்த்தை டக்கரி என்ற தெலுங்குச் சொல்லில் இருந்து மருவி உள்ளது. அதாவது, கலைநயமிக்க, அழகான எனப் பொருள்படும். அதனாலேயே, 'டக்கர் பிகர் மாமு' என்கின்றனர்.

கம்மனாட்டி, கம்னு கிட, லார்டு லபக்தாஸ், கய்தே (கழுதை), கெய்வி (கிழவி), மாமூல், மங்காத்தா, மச்சி, மாஞ்சா, மஞ்ச சோறு, மட்டை, ஓசி, பீட்டர், சாமான், சாவுகிராக்கி, சொக்கா, சப்பை, சாமி படம், செட் அப்பு, ரவுசு, உதாரு, உஷாரு, மாஸு, மொக்கை, மீட்டரு, மூஞ்சி, முனிம்மா, மெர்சல், பொட்டலம், பொருள், பிஸ்தா, பிலிம் காட்டுறது, பருப்பு, பீலிங்கு, பிளேடு, தமாசு, வூடு கட்டறது, லூஸ்ல விடு, இஸ்கூலு, இங்கிலிபீசு... என எக்கச்சக்கமான வார்த்தைகள் சென்னைக்குள் புழங்குகின்றன.

தவிர, பொய் பேசுகிற பெண்களை கதை வுடுறா, ரீல் வுடுறா என்றும், காலியான இடங்களை ஜிலோனு இருக்குது என்றும், ஊர் சுற்றும் பசங்களை பொறுக்கிக்கினு கெடக்குது என்றும், பெண் வயசுக்கு வந்துவிட்டால் புட்டு சுத்தப் போறோம் என்றும், கஷ்டப்படுற குடும்பத்தைக் கஞ்சிக்கு செத்ததுங்க என்றும், டிராபிக் ஜாமை வண்டி முட்டிக்கிட்டு நிக்குது என்றும் குறிப்பிடுகின்றனர்.

இன்று, இந்த வார்த்தைகளில் சில குறைந்திருக்கலாம் அல்லது மறைந்திருக்கலாம். ஆனால், வேறு பல வார்த்தைகள் வந்துகொண்டே இருக்கின்றன. உதாரணத்திற்கு வேற லெவல், மாஸ், கெத்து போன்றவற்றைச் சொல்லலாம்.

காசிமேடு, ராயபுரம் ஏரியாக்களில் மூஞ்சி என்றால் பணத்தைக் குறிக்கும் வார்த்தையாம். வாங்கிய பணத்தைக் கேட்க, 'முதல்ல உன் மூஞ்சியை கீழ வச்சிட்டு பேசு' என்கின்றனர்.

வியாசர்பாடி, கொருக்குப்பேட்டை பகுதிகளில் சிக்கல் என்பதை சிக்கோம் என்கின்றனர். பிரச்னை மாமு... போவாதே என்பதை சிக்கோம் எனச் சுருக்குகின்றனர்.

இன்னொரு இடத்தில் ஒரு மங்கன் வந்து மாட்டிக்கிட்டான் என்கின்றனர். மங்கன் என்பது விவரமில்லாத பையனைக் குறிக்கிறதாம்.

இப்போது, 'ஆலுமா டோலுமா ஐசாலக்கடி மாலுமா, தெறிச்சு கலீச்சுனு கிராக்கிவுடா சாலுமா...', 'டங்காமாரி...' போன்ற பாடல்கள் செம ஹிட் அடித்தன. இப்படியாக மெட்ராஸ் பாஷை இந்த கானா பாடல்களின் வழியே எங்கும் ஒலித்துவருகின்றன.

* * *

குஜிலி பஜாரும் இலக்கியமும்!

பத்தொன்பதாம் நூற்றாண்டின் இறுதியில் தொடங்கி இருபதாம் நூற்றாண்டின் நடுப்பகுதி வரை சாதாரண எளிய மக்களின் வாழ்க்கை முறைகளையும், சமூக நிகழ்வுகளையும் பாடல்களாகப் பதிவு செய்த முறையே குஜிலி இலக்கியம்.

இவை அன்று மெல்லிய தாளில், மலிவான அச்சில், பெரிய எழுத்துகளில் சிறுசிறு நூல்களாக அச்சடிக்கப்பட்டு விற்கப் பட்டன. பெரும்பாலும் எட்டு முதல் பதினாறு பக்கங்கள் கொண்ட நூல்களாக வெளிவந்தன.

இதை, 'தன்னானே பாடல்கள்' என்றும், 'காலணா, அரையணா பாட்டுப் புத்தகங்கள்' என்றும், 'பெரிய எழுத்துப் புத்தகங்கள்' என்றும், 'தெருப் பாடல்கள்' என்றும் பலவாறாக அழைத்தனர்.

இதில் 'குஜிலி' என்ற சொல் மெட்ராஸில் இருந்தே உருவானது. ஒரு காலத்தில் மெட்ராஸில் குஜிலிப் பாடல்கள் சக்கைபோடு போட்டன. மெட்ராஸின் அடித்தட்டு மக்களின் இலக்கியமாக இதுவே இருந்து வந்தது.

பொதுவாக, நம் சமூகம் குஜிலி என்பதைப் பெண்களை பாலியல் ரீதியில் மோசமாகக் குறிப்பிடவே பயன்படுத்திவருகிறது. அப்படியல்ல என்பதே உண்மை.

இன்றைய சென்னையின் மெமோரியல் ஹாலை ஒட்டிச்

செல்லும் சாலைக்கு ஈவினிங் பஜார் என்று பெயர். ஒரு காலத்தில் இதுவே குஜிலி பஜார் என்று அழைக்கப்பட்டது. இன்றும் கூட குஜிலி பஜார் என அழைப்பவர்கள் உள்ளனர். இங்கிருந்து வெளியானதாலே இந்தப் பாட்டுப் புத்தகங்களுக்கு குஜிலி நூல்கள் எனப் பெயர் ஏற்பட்டது.

இந்தப் பாடல்களில் சிலவற்றை எழுத்தாளர் ஏ.கே.செட்டியார், 'தமிழ்நாட்டுப் பயணக் குறிப்புகள்' நூலில் தொகுத்துத் தந்துள்ளார். அன்று மெட்ராஸில் ஓடிய டிராம் வண்டி பற்றிய ஓர் அலங்காரக் கும்மி பாடல் இப்படி உள்ளது.

"திருமகளுலவும் சென்னை யெழும்பூர்
டிராம் வண்டி சேட்டில் போர்மேனாம்
அருமையுள்ள தியாகராய ஆச்சாரி
அர்ப்புத வண்டியின் புதுமையைக் கேள்"

இதுபோல, கி.பி.1876ல் தமிழகத்தில் ஏற்பட்ட தாது வருட பஞ்சத்தின் கொடுமையை எடுத்துரைக்கும் 'தாது வருஷத்திய பஞ்சத்தின் கும்மி' என்னும் நூல் உணவிற்கு வழியில்லாமல் இறந்து போன மக்களின் நிலையை விவரிக்கிறது.

அதில், பஞ்சத்தின்போது மக்கள் தானியங்கள் கிடைக்காமல் காடுகளில் கிடைத்த கிழங்குகளையும், கீரைகளையும் உண்டதைக் குறிப்பிடுகிறது.

"கொட்டிக்கிழங்கு கிட்டிங்கிழங்கும்
கொஞ்சமுங்கூட அகப்படலே
மட்டுப்படாதயிந்தக் கருப்பினில்
வயிறுவளர்ப்போம் வாங்களடி
முஷ்டக்கீரையும் மின்னக்கீரையும்
முருங்கைக்கீரையகப்படலே
கஷ்டப்பட்டு நாமும் யிந்தக்
கருப்பினில் காலங்கழிப்போம் வாங்கள்"

1886ம் வருடம் பீப்பிள்ஸ் பார்க்கில் ஏற்பட்ட தீ விபத்து பற்றி 'சென்னை பீபில்ஸ் பார்க்கின் தீக்கோள் சிந்து' பாடல், எத்தனை பேர் இறந்தனர், அதில், பிள்ளைகள், பெண்கள், ஆண்கள் எத்தனை பேர் என்ற தகவலையும் அளிக்கிறது.

இப்படியாக அன்று பல்வேறு நிகழ்வுகளும், செய்திகளும், சம்பவங்களும் பாடல் வடிவில் நூல்களாக மக்களைச் சென்றடைந்தன.

இவை சிந்து, ஏசல், கீர்த்தனை, கும்மி, சமயம், சோதிடம், தேசியம், அம்மானை, கொலை, திருட்டு, கைது, காமம், நகைச் சுவை, நாடகம், ஒப்பாரி எனப் பல்வேறு வகைகளில் பாடல்கள் இயற்றப்பட்டு நூல்களாக வெளியிடப்பட்டன.

மெட்ராஸில் மட்டுமல்ல, தமிழகம் முழுவதும் இந்த குஜிலி நூல்கள் பரவலாகப் பரவியிருந்தன.

தல புராணம்

முச்சந்தி இலக்கியம்.

முச்சந்தி இலக்கியம்

தெருமுனைகளிலும், பேருந்து நிறுத்தங்களிலும், மக்கள் அதிகம் கூடும் இடங்களிலும், கோயில் திருவிழாக்களிலும் பாடல்கள் பாடி இந்த நூல்கள் விற்கப்பட்டன. படிக்காத பாமர மக்கள் இந்தப் பாடல்களைக் கேட்டபடியே நகர்ந்துவிடுவர். சிலர் மட்டுமே காசுக்கு வாங்கிப் படித்தனர்.

இந்த குஜிலி இலக்கியம் பற்றி முதன் முதலாக விரிவான ஆய்வு செய்து 'முச்சந்தி இலக்கியம்' என்ற நூலை 'காலச்சுவடு' பதிப்பகத்தின் வெளியீடாகக் கொண்டு வந்தவர் பேராசிரியர் ஆ.ரா.வேங்கடாசலபதி.

அதில், முதலில் குஜிலி இடப்பெயருக்கான காரணத்தை விளக்கமாக விவரித்துள்ளார்.

ஆ.ரா.வேங்கடாசலபதி

"பத்தொன்பதாம் நூற்றாண்டின் மிக முக்கிய அகராதியான வின்சுலோ அகராதி, 'குச்சிலி' என்பதற்கு '*An evening bazaar in a town.* அந்திக்கடை' எனப் பொருளுரைக்கிறது. இதனை அடியொற்றியே, ச.வையாபுரிப் பிள்ளையின் சென்னைப் பல்கலைக்கழகத் தமிழ்ப் பேரகராதியும் 'குஜிலி' என்பதற்கு 'காண்க: குஜிலிக் கடை' எனச் சுட்டி அதற்கு '*Evening Bazaar;* அந்திக்கடை' என்று பொருள் தருகிறது.

உண்மையில் அது சென்னை நகரின் சென்ட்ரல் ரயில் நிலையத்திற்கு அருகிலுள்ள பூங்கா நகரில் அமைந்துள்ளது.

இந்தப் பகுதியிலுள்ள சென்ட்ரலை ஒட்டிச் செல்லும் வால்டாக்ஸ் சாலைக்கும், கந்தசுவாமி கோயிலுக்கும் இடைப்பட்ட பகுதியில் சிறு தெருக்களிலும், சந்துகளிலும் ஒரு நூற்றாண்டுக்கும் மேலாக குஜராத்தி மக்கள் வாழ்ந்துவருகின்றனர்.

குஜராத்தி மக்களைத் தமிழில் குச்சரர், குச்சிலியர், குச்சரியர் என்று வழங்குவதுண்டு. இவற்றின் திரிந்த, மருவிய வடிவே 'குஜிலி'.

குஜிலி, குஜிலிக் கடை என்று பல இடங்களில் குறிப்பிடும் 'மதிமோச விளக்கம்' என்ற நூல் ஓரிடத்தில் குஜராத்திப் பேட்டை என்றும் சுட்டுகிறது. இப்பகுதியில் வாழ்ந்து வந்த அல்லது 19ம் நூற்றாண்டின் இடைப்பகுதியில் குடியேறியிருந்த குஜராத்தி மக்களைக் கொண்டு குஜிலிக் கடை என்ற இடப்பெயர் அமைந்தது என்பது இச்செய்திகளிலிருந்து தெரிகிறது" என்கிறார்.

அன்று இந்த குஜிலிக்கடைத் தெரு மலிவான பொருட்களுக்குப் புகழ்பெற்று இருந்துள்ளது. மாலை நேரத்தில் மக்கள் நெருக்கடி மிகுந்து எப்போதும் பரபரப்பாக இயங்கியுள்ளது.

அதுமட்டுமல்லாமல் ஜேப்படி திருடர்களும், பிக்பாக்கெட்டு களும், முடிச்சவிழ்ப்போரும் மலிந்திருந்ததால் குஜிலிக்கடை, திருட்டு பஜார் என்றே பெயர் பெற்றிருந்தது. திருட்டுப் பட்டம் பெற்றதோடு மட்டுமல்லாமல் ஏமாற்றுக்காரர்கள் நிறைந்த இடமாகவும் குஜிலி இருந்திருக்கிறது.

இதைத் தன்னுடைய 'முச்சந்தி இலக்கியம்' நூலில் மேலும் விளக்குகிறார் பேராசிரியர் வேங்கடாசலபதி.

"'சென்னைக் குஜிலியிலும், மூர் மார்க்கெட்டிலும் சிலர் மூக்குக் கண்ணாடி, கத்திரிக்கோல், கிலிட்டுப் பூசியிருக்கிற பொத்தான் முதலியவைகளில் ஏதாவதொன்றை வைத்துக்கொண்டு அதை அடிக்கடி துடைத்துக் கொண்டே திரிந்துகொண்டு, ஏமாந்தவர்களை ஏய்த்துவிடுவார்கள்' என்று 'மதிமோச விளக்கம்' நூல் கூறுகிறது.

மேலும் பரத்தையர், டாபர் நடமாட்டமும் குஜிலியில் இருந்திருக் கிறது. இன்றுவரை சென்னையின் வழக்குத் தமிழில் பரத்தையரை குஜிலி என்று குறிப்பிடக் காண்கிறோம்.

இவ்வாறு முடிச்சவிழ்ப்போரும், நாணயமற்ற வணிகர்களும், நெறியற்ற முறையில் பூட்டு சாவி செய்வோரும், பரத்தையரும் உலாவும் இடமாக குஜிலி கருதப்பட்டது.

இங்குதான் 19ம் நூற்றாண்டின் கடைசிப் பகுதியிலிருந்து 1960கள் வரையும்கூடப் பாட்டுப் புத்தகங்கள், கதைப் பாடல்கள் போன்ற வெகுசன, நாட்டார் இலக்கியங்கள் அச்சிடப்பட்டு விநியோகமும், விற்பனையும் செய்யப்பட்டன. இதனால், இங்கிருந்து வெளியான நூல்களுக்கு குஜிலி என்ற பெயரே ஏற்பட்டுவிட்டது.

20ம் நூற்றாண்டின் முற்பகுதியில் எழுச்சி பெற்ற தமிழ் நடுத் தர வர்க்கம், நவீனத்துவ மாற்றங்களின் உடன் நிகழ்வாக, கலை, இலக்கியங்களை வரையறை செய்த காலத்திலே முச்சந்தி இலக் கியத்தை விலக்கி வைத்தது. இவ்வியக்கப் போக்கில் இவ்வகை இலக்கியத்திற்கு குஜிலி இலக்கியம் என்ற பெயர் இடப்பட்டது. அத்துடன், குஜிலியின் இழி தன்மைகள் அங்கிருந்து உற்பத்தியான இந்த இலக்கியத்தின்மீதும் ஏற்றப்பட்டன.

பிறகு, நடுத்தர வர்க்கம் விரும்பத்தகாதது என்று வரையறுத்த அனைத்தையும் சுட்டும் ஓர் உருவகமாக, குறியீடாக குஜிலி அமைந்துவிட்டது. ஓர் இடப்பெயர் பண்பாட்டு உருவகமாக மாறிய கதை இது..." என்கிறார்.

இதனால், இவ்வகை இலக்கியத்திற்கு ஏளன உணர்வே நிறைய இருந்துள்ளது. குறிப்பாக தமிழ் ஆர்வலர்கள், எழுத்தாளர்கள், மேட்டிமையினர் போன்றோரிடம்

இந்தப் பார்வை அதிகமிருந்தது.

"இத்தகைய நூல்களையும், உரைகளையும் அச்சிட்டு வெளியிடும் அன்பர் பலர் வியாபாரத்திலும், பொருளீட்டுவதிலும் கருத்தைப் பெரிதும் செலுத்துகின்றாரன்றி மொழி மீதும், எழுத்துப் பிழை மீதும் கருத்தைச் செலுத்துகின்றாரில்லை.

காலஞ்சென்ற வித்துவமணிகள் எழுதிய பல உரைகள் சில குஜிலி கடைக்காரர்களிடத்தில் அகப்பட்டு தவிக்கின்றன..." என குஜிலி நூல்களைப் பற்றி திரு.வி.க அவருக்கேயுரிய மிகு உணர்ச்சி நடையில் சொல்வதாக நூலில் குறிப்பிடுகிறார் பேராசிரியர் வேங்கடாசலபதி.

குஜிலிப் பனுவல்கள்

இதே போல, அன்றைய பிரிட்டிஷ் அரசாங்கமும் குஜிலி இலக்கியத்தின் மீது தவறான பார்வையே கொண்டிருந்தது. 1867ம் ஆண்டின் நூற்பதிவுச் சட்டத்தின் கீழ் கட்டாயமாகப் பதியப்பெற்று வரவு பெறப்பட்ட நூல்கள் எல்லாம் நூற்பதிவாளர் *(Registrar of Books)* அலுவலகத்தில் குவியலாயின.

1930களில் இவ்வாறு குவிந்த நூல்களைப் பத்திரப்படுத்திப் பேணுவது நூற்பதிவாளருக்குப் பெருந்தொல்லையாக இருந்தது.

இதனால், சில குறிப்பிட்ட நூல்களை அழித்துவிடலாம் என அரசுக்கு அவர் பரிந்துரைத்தார். அதில், "பஜார் புத்தகங்களை - அதாவது பொதுவிடங்களிலும் சந்தைகளிலும் தெருக்களிலும் விற்கப்படும் மோசமான அச்சில் அமைந்த, மோசமான தாளில், மோசமான முறையில், அச்சுப் பிழைகள் மலிந்து, கீழான மொழியில் அமைந்த நூல்களையே இங்கு நான் சுட்டுகிறேன்- நாம் அழித்துவிடலாம். எந்தவொரு நூலகத்திற்கும் இவை மானக்கேடேயாகும். நல்லதங்காள், அல்லியரசாணி, கள்ளன் பாட்டு...முதலானவற்றையே நான் குறிப்பிடுகிறேன்..." என்றுள்ளார்.

"இவ்வாறு தமிழ் நடுத்தர வர்க்க அறிவாளர்கள் முச்சந்தி இலக்கியத்தை மிகக் கீழாகக் கருதி ஏளனம் செய்தனர். இழிவுப்படுத்தினர். இப்பார்வை இன்றளவும் கூட நிலவுகிறது..." என்கிறார் பேராசிரியர் வேங்கடாசலபதி.

மெட்ராஸில் குஜிலி பஜாரைத் தவிர அருகிலுள்ள மூர் மார்க்கெட், சூளை, ஜார்ஜ் டவுன் பகுதிகளில் குஜிலி நூல்கள் விற்பனையாகி உள்ளன. சூளை ஒரு முக்கிய இடமாகவே இருந்துள்ளது.

சரி, குஜிலி இலக்கியம் ஏன் வீழ்ச்சி கண்டது?

இதற்கான காரணங்களை 'குஜிலிப் பனுவல்கள்' நூலில் குறிப்பிடுகிறார் க.விஜயராஜ்.

"அன்றாட நிகழ்ச்சிகளைச் சுவையான பாடல்களாகப் பாடி விற்பனை செய்துவந்த குஜிலி நூல்களுக்கு எதிராக 'சுதேசமித்திரன்' போன்ற சில நாளிதழ்கள் தோன்றின.

இவை தினசரி நடவடிக்கைகளைச் செய்திகளாக வெளியிட்டதால் குஜிலி இலக்கிய மரபு தேயத் தொடங்கியது. இந்நாளிதழ்கள் எளிதில் கிடைத்ததால் மக்கள் குஜிலி நூல்கள் வாங்குவதைத் தவிர்த்தனர்.

இதனால் பரபரப்பான செய்திகளையும், அன்றாட நிகழ்வுகளையும் பாடலாகப் பாடிவந்த குஜிலிப் பாட்டுப் புத்தகங்களின் தேவையானது குறைந்துபோனது. இத்துடன் சினிமா, கேளிக்கை சாதனங்கள், பொழுதுபோக்கு போன்றவையும் மக்களின் பார்வையினை குஜிலி இலக்கியத்திலிருந்து பிரித்தன.

தவிர, குஜிலிப் பனுவல்களை வாசகர்கள் முறையாகப் பாதுகாக்கத் தவறினர். பிரிட்டிஷ் அரசும் குஜிலி நூல்களை இழிவெனக் கருதி அழித்துவிட்டது..." என்கிறார் க.விஜயராஜ்.

ஆனால், பேராசிரியர் வேங்கடாசலபதி, குஜிலி இலக்கிய உற்பத்தி அருகிவிட்டாலும், முற்றிலும் அழிந்துவிடவில்லை என்கிறார்.

"ஒருவகையில் குஜிலிப் பாடல் புத்தகங்கள், சினிமா பாட்டுப் புத்தகங்களாக உருமாற்றம் அடைந்தன என்று சொல்லலாம். இவ்விரண்டு வகைபாட்டுப் புத்தகங்களின் விநியோக முறையிலும் பல ஒற்றுமைகள் உள்ளன..." என்கிறவர், சில உதாரணங்களைச் சுட்டிக்காட்டி, "இந்திய சமூகத்தில் எந்த மரபும் பூண்டோடு அழிந்துவிடுவதில்லை" என்கிறார்!

மெட்ராஸ் தியேட்டர்கள்!

நம் எல்லோருக்குமே சினிமா தியேட்டர் பற்றி ஓர் அழகான அனுபவம் இருக்கும். சினிமா பார்க்க கிளம்புவதில் இருந்து படம் முடிந்து வீடு திரும்பும் வரை ஒரே களேபரம்தான்.

பொழுதுபோக்குகள் குறைவான அந்தக் காலத்தில் தியேட்டர்கள் மக்களின் வாழ்வோடு ஒன்றியிருந்தன. ஆனால், இன்று தொழில்நுட்பங்களால் செல்போன் வழியாகவே படங்களை எளிதாகப் பார்த்துவிடுகிறோம்.

இதனால், நம் இளமைக் காலத்தில் கண்டுகளித்த எத்தனையோ தியேட்டர்கள் இன்று காணாமல் போய்விட்டன.

நண்பர் ஒருவர் சொன்ன தகவல் இது. "80களில் மெட்ராஸிலும் அதன் புறநகரிலுமாக நூற்றுக்கும் மேற்பட்ட தியேட்டர்கள் இருந்தன. இன்று விரல்விட்டு எண்ணிவிடலாம்..."

மெட்ராஸிற்கு தியேட்டர் வந்து நூறு ஆண்டுகள் கடந்துவிட்டன. இங்கே கட்டப்பட்ட முதல் தியேட்டர் 'எலக்ட்ரிக்'. இதை, வார்விக் மேஜர் மற்றும் ரெஜினால்டு அயர் ஆகியோர் 1913ம் வருடம் இன்றைய அண்ணா சாலையான அன்றைய மவுன்ட் ரோட்டில் கட்டினர். அன்று மவுனப் படங்கள் இதில் திரையிடப்பட்டன.

இந்தத் தியேட்டர் நீண்ட நாட்கள் நீடிக்கவில்லை. இரண்டு வருடங்களில் மூடப்பட்டுவிட்டது. தொடர்ந்து அதை தபால்

துறை வாங்கியது. இதுவே இன்று அண்ணாசாலையில் தபால்தலை *(Philatelic Bureau)* அலுவலகமாக செயல்பட்டுவருகிறது.

ஆனால், உண்மையில் மெட்ராஸில் தியேட்டராக முதலில் செயல்பட்டது இன்றைய மாநகராட்சி அருகே உள்ள விக்டோரியா பப்ளிக் ஹால்தான்.

இங்கேதான் 1897ம் வருடம் எட்வர்ட்ஸ் என்பவர் பத்து முதல் பனிரெண்டு நிமிடங்கள் ஓடிக் கூடிய சில மவுனப் படங்களைத் திரையிட்டார்.

இதன்பிறகு, 1911ம் வருடம் பிராட்வேயில் கிளக் என்ற பெண் மணி 'பயோஸ்கோப்' என்ற பெயரில் தியேட்டர் ஒன்றை நடத்தி வந்ததாகக் குறிப்பிடுகிறார் சென்னை வரலாற்று ஆய்வாளர் எஸ்.முத்தையா.

"விக்டோரியா பப்ளிக் ஹாலில் இத்தகைய மவுனப் படங்களைப் பார்க்க எப்படி கூட்டம் வந்ததோ அதேபோலவே கிளக்கின் தியேட்டருக்கும் கூட்டம் வந்தது. ஆனால், சில மாதங்களிலேயே அந்தத் தியேட்டர் மூடப்பட்டு விட்டது. இதன்பிறகே, மெட்ராஸின் முதல் தியேட்டர் என்று வர்ணிக்கப்படும் 'எலக்ட்ரிக்' தியேட்டர் வந்தது..." என்கிறார் அவர்.

தொடர்ந்து 1913ம் வருடம் 'லிரிக்' என்ற தியேட்டர் எலக்ட்ரிக் தியேட்டருக்குப் போட்டியாக மவுன்ட்ரோட்டில் உருவானது.

1907ம் வருடம் மிஸ்கித் அண்ட் கோவை கோகன் என்பவர் வாங்கினார். இந்த மிஸ்கித் அண்ட் கோவை 1842ம் வருடம் இசைப் பிரியரான மிஸ்கித் வாங்கிய கதையை 'மியூசி மியூசிக்கல்' பகுதியில் ஏற்கனவே பார்த்தோம்.

இதைத்தான் கோகன் வாங்கி அதன் முதல் தளத்தில் 1913ம் வருடம் 'லிரிக்' தியேட்டரை அமைத்தார். சினிமாவின் பேரரசன் எனத் தன்னை அறிவித்துக்கொண்ட இந்தத் தியேட்டர் 1914ம் ஆண்டு ஒரு தீ விபத்தால் மூடப்பட்டுவிட்டது.

பின்னர் இதை கல்கத்தாவில் எல்பின்ஸ்டன் பயோஸ்கோப் நிறுவனத்தை நடத்திய ஜே.எஃப். மதன் வாங்கினார். அன்று இந்திய சினிமாவின் தூணாக விளங்கிய இந்த மனிதர் 1915ம் வருடம் மிஸ்கித் கட்டடத்தை முழுவதுமாக வாங்கி 'எல்பின்ஸ்டன்' தியேட்டரை அமைத்தார்.

இதுவே, பால்கனி கொண்ட மெட்ராஸின் முதல் தியேட்டர்.

ஆனால், இதற்கு முன்னரே இந்தியர் ஒருவர் மெட்ராஸில் ஒரு தியேட்டரை கட்டிவிட்டார். அவர் பெயர் ரகுபதி வெங்கய்யா.

ஊர் ஊராக மவுனப் படங்களைத் திரையிட்டுக் காட்டி வந்த இவர், நிறைவில் ஒரு திரையரங்கு அமைப்பதென முடிவெடுத்தார். 1914ம் வருடம் மெட்ராஸின் புதுப்பேட்டை கூவம் நதிக்கரையில் இந்தத் தியேட்டரைக் கட்டினார். அதுவே 'கெயிட்டி' தியேட்டர்.

தொடர்ந்து அடுத்தடுத்த வருடங்களில் மின்ட் அருகே 'கிரவுன்' (1916) தியேட்டரையும், புரசைவாக்கத்தில் 'குளோப்' (1917) தியேட்டரையும் கட்டினார்.

இந்த 'குளோப்' தியேட்டர்தான் பின்னாளில் 'ராக்ஸி' தியேட்டராக மாறியது. புரசைவாக்கம் 'ராக்ஸி', ஒருகாலத்தில் சினிமா ரசிகர்களிடையே புகழ்பெற்று விளங்கியது. இப்போது இந்தத் தியேட்டர் இருந்த இடத்தில் சரவணா ஸ்டோர்ஸ் இருக்கிறது.

'கெயிட்டி' தியேட்டர் 2005ம் வருடம் மூடப்பட்டது. இதன் அருகே 1941ல் திறக்கப்பட்ட 'காஸினோ' தியேட்டர் கடந்த சில வாரங்களுக்கு முன்பு தனது இயக்கத்தை நிறுத்தியுள்ளது.

இரானி குடும்பத்தினால் கட்டப்பட்ட இந்த 'காஸினோ' தியேட்டர் ஆரம்பத்தில் ஆங்கிலப் படங்களைத் திரையிட்டது. பின்னர் இதில், தமிழ் படங்களும் அடுத்து தெலுங்கு படங்களும் திரையிடப்பட்டு வந்தன. இதனருகே கூவம் நதியின் மறுபக்கம் இருந்த 'சித்ரா' தியேட்டர் இதற்கு முன்பே மூடப்பட்டுவிட்டது.

1918ம் வருடம் மவுன்ட்ரோட்டில் 'வெலிங்டன்' தியேட்டர் திறக்கப்பட்டது. இப்போது அது 'வெலிங்டன் பிளாசா'வாக மாறியிருக்கிறது.

பின்னர், 1932ம் வருடம் மவுன்ட்ரோட்டில் 'நியூ எல்பின்ஸ்டன்' தியேட்டர் உருவானது. இங்கு தொடர்ந்து ஹாலிவுட் படங்கள் திரையிடப்பட்டன. இந்தத் தியேட்டர் 1970களில் தனது அந்திம காலத்திற்கு வந்தது.

பின்னர், மலையாளப் படங்களாகத் திரையிடப்பட்டு 1979ல் தனது மூச்சை நிறுத்திக்கொண்டது. அந்த இடத்தில்தான் ரஹஜா காம்ப்ளக்ஸ் கட்டப்பட்டது. பிறகு, 'மினர்வா', 'பிராட்வே', 'ஸ்டார்' என அடுத்தடுத்து தியேட்டர்கள் மெட்ராஸில் உதயமாயின.

1961ம் வருடம் டி.கே.என்.கேசுவரன் என்பவர் தொகுத்த 'சென்னை மாநில தமிழ் டைரக்டரி' நூலில் நகரில் இருந்த சினிமா தியேட்டர்களைப் பார்க்க முடிகிறது.

அதில், மொத்தம் 41 தியேட்டர்கள் உள்ளன. அவற்றின் பெயர், முகவரி, தொலைபேசி எண்களையும் கூட அவர் கொடுத்துள்ளார்.

இன்றைய மாநகராட்சியை ஒட்டிச் செல்லும் சைடன்ஹாம் சாலையில் 'அசோக்' என்ற தியேட்டர் இருந்துள்ளது. பிறகு இது 'சிவசக்தி' என்ற தியேட்டராக மாறி இப்போது அடுக்குமாடி குடியிருப்பாக உள்ளதென விவரம் அறிந்தவர்கள் தெரிவிக்கின்றனர்.

மின்ட்டில் இயங்கிய 'பாரத்', 'ஸ்ரீகிருஷ்ணா', 'கிரவுன்'; ராயபுரம் 'பிரைட்டன்'; பிராட்வேயில் இருந்த 'பிரபாத்', 'பிராட்வே'; ஜார்ஜ் டவுனில் செயல்பட்ட 'மினர்வா', 'முருகன்', 'செலக்ட்'; வால்டாக்ஸ் ரோட்டில் இருந்த 'பத்மநாபா', 'ரீகல்'... என அன்று வடசென்னையில் அதிகளவில் தியேட்டர்கள் இயங்கி வந்துள்ளன.

➢ மெட்ராஸின் முதல் தியேட்டர் இப்போது தபால்தலை அலுவலகமாக...

இதில், 'மினர்வா'தான் ஏசி போடப்பட்ட முதல் மெட்ராஸ் தியேட்டர் என்கிறார் தியேட்டர்களை புகைப்படமாக ஆவணப்படுத்தும் கலைஞர் பாலாஜி மகேஷ்வர்.

"ஒரு காலத்துல இந்த மினர்வா சென்சார் கொடுக்கும் தியேட்டரா இருந்துச்சு. 'பராசக்தி' படத்தின் சென்சார் இங்கதான் ஆச்சு. நிறைய ஆங்கிலப் படங்கள் இந்தத் தியேட்டர்ல போடுவாங்க. அப்புறம், இது 'பாட்சா' தியேட்டராக மாறிடுச்சு..." என்கிறார் பாலாஜி.

தொடர்ந்து மவுன்ட்ரோட்டில் 'சித்ரா', 'மிட்லண்ட்', 'நியூ குளோப்', 'ஓடியன்', 'பிளாஸா', 'சாந்தி', 'வெஸ்ட் எண்ட்' போன்றவை இருந்தன.

இதில், 'மிட்லண்ட்' தியேட்டர் 'ஜெயப்பிரதா'வாக மாறியது. 'ஓடியன்' தியேட்டர் 'மெலோடி'யானது. 'நியூகுளோப்', 'அலங்கார்' ஆனது. இப்போது இவற்றில் எதுவுமே இல்லை.

இதன் அருகில் இருந்த இன்னொரு தியேட்டர் 'பைலட்'. இதை பைலட் பேனா கம்பெனியினர் ஆரம்பித்தனர். 1968ம் வருடம் இந்தத் தியேட்டரில் முதல் திரைப்படம் போடப்பட்டது.

மெட்ராஸில் 'சினிரமா' தொழில்நுட்பத்தில் இயங்கிய முதல் தியேட்டர் இது. ஆனால், இப்போது இடிக்கப்பட்டுவிட்டது.

மயிலாப்பூர் 'காமதேனு'; மந்தைவெளி 'கபாலி'; அடையாறு 'ஈராஸ்'; தி.நகர் 'ராஜகுமாரி', 'சன்'; பெரம்பூர் 'மகாலட்சுமி', 'சரசுவதி', 'வீனஸ்'; அயனாவரம் 'சயானி'; அமைந்தகரை 'லட்சுமி'; கெல்லீஸ் 'உமா'; சேப்பாக்கம் 'பாரகன்'; வண்ணாரப்பேட்டை 'மகாராணி', 'தங்கம்'; சைதாப்பேட்டை 'நூர்ஜஹான்', 'திருமகள்'; கோடம்பாக்கம் 'லிபர்ட்டி', 'ராம்'... தியேட்டர்கள் போன்றவை 1961ல் சென்னை நகருக்குள் இருந்தவை.

இதில், தி.நகரிலிருந்த 'ராஜகுமாரி' தியேட்டர் நடிகை ராஜகுமாரியால் நிறுவப்பட்டது. இன்று அதில் பிக் பஜார் காம்ப்ளக்ஸ் உள்ளது. இதன் அருகே நடிகர் நாகேஷின் தியேட்டரான 'நாகேஷ்' 1984ம் வருடம் எம்ஜிஆரால் திறக்கப்பட்டது. இப்போது திருமண மண்டபமாக மாறியிருக்கிறது.

இதேபோல் தி.நகரிலிருந்த இன்னொரு தியேட்டர் 'சன்'. இது இன்று சன் பிளாசாவாக உள்ளது. பஸ் ஸ்டாண்ட் அருகே இருந்த 'கிருஷ்ணவேணி' தியேட்டரும் இப்போது மூடப்பட்டுவிட்டது.

மவுன்ட் ரோட்டில் ஜெமினி மேம்பாலம் இறக்கத்தில் 'சஃபையர்' தியேட்டர் காம்ப்ளக்ஸ் இருந்தது. 1964ல் திறக்கப்பட்ட இதில் 'சஃபையர்', 'புளூ டைமண்ட்', 'எமரால்டு' என மூன்று தியேட்டர்கள் இயங்கின. அதனால், இதை இந்தியாவின் முதல் மல்டி ப்ளக்ஸ் தியேட்டர் என்கின்றனர்.

இதில் 'புளூ டைமண்ட்' தியேட்டரில் ஒருமுறை டிக்கெட் எடுத்துவிட்டு அன்று முழுவதும் அப்படத்தை பல காட்சிகளும் திரும்பத் திரும்பப் பார்க்கலாம். அதேபோல், எப்போதும் டிக்கெட் தருவார்கள். படம் முடிய பத்து நிமிடங்கள் இருக்கும் போது கூட டிக்கெட் எடுத்து உள்ளே செல்ல முடியும். எந்த இடத்திலும் உட்காரலாம். எப்போதும் வெளியே போகலாம். அப்படியொரு முறை இருந்தது. இன்று இடிக்கப்பட்ட நிலையில் வெற்றிடமாகக் காணப்படுகிறது.

இதன் அருகே இருந்த 'ஆனந்த்' தியேட்டர் மூடப்பட்டு அடுக்குமாடி கட்டடமாக மாறிவிட்டது. இன்று மவுன்ட்ரோட்டில் 'தேவி', 'அண்ணா', 'சத்யம் காம்ப்ளக்ஸ்', 'உட்லண்ட்ஸ்' போன்ற சில தியேட்டர்கள் மட்டுமே இயங்கிவருகின்றன.

கோடம்பாக்கத்தில் புகழ்பெற்ற தியேட்டர்களாக இருந்த 'லிபர்ட்டி', ஹோட்டலாகவும், 'ராம்' திருமண மண்டபமாகவும் மாறியிருக்கிறது. அயனாவரத்தில் இருந்த 'வீனஸு'ம், திருவான்மியூரில் இருந்த 'தியாகராஜா'வும் இன்று 'எஸ்2' தியேட்டர்களாக உள்ளன.

இத்துடன், மாம்பலத்தில் 'சீனிவாசா', வடபழனியில் 'கமலா', அமைந்தகரை 'முரளிகிருஷ்ணா', அண்ணாநகரில் 'கிராண்ட்', அடையாறு 'கணபதி ராம்', அயனாவரத்தில் 'கோபி கிருஷ்ணா', புரசைவாக்கம் 'பாலாஜி சரவணா', 'அபிராமி', 'மோட்சம்', கீழ்ப்பாக்கம் 'ஈகா', 'அனு ஈகா', 'சங்கம்' என தியேட்டர்களை அடுக்கிக் கொண்டே போகலாம்.

ஆனால், இன்று இவற்றில் தொண்ணூறு சதவீத தியேட்டர்கள் காம்ப்ளக்ஸ்களாகவும், அடுக்குமாடிக் குடியிருப்புகளாகவும், திருமண மண்டபங்களாகவும் உருமாறிவிட்டன. ஒருசில மட்டுமே தங்களைப் புதுப்பித்துக்கொண்டு உயிர்ப்புடன் இயங்கிவருகின்றன.

ராயபுரம் ரயில்வே அச்சகம்

கடற்கரைச் சாலையிலிருந்து சென்னை ராயபுரம் நோக்கிச் செல்லும் வழியில் இருக்கிறது ரயில்வே அச்சகம். வெளியிலிருந்து பார்ப்பவர்களுக்கு ஏதோ ஒரு குடோன் போல பரபரப்பின்றி அமைதியுடன் காட்சி தருகிறது.

ஆனால், உள்ளே விறுவிறுப்பான அச்சகப் பணிகள் நடந்து கொண்டிருக்கின்றன. இன்று நாம் எடுக்கும் அனைத்துவிதமான ரயில்வே டிக்கெட்டுகளும் இங்கேதான் அச்சடிக்கப்படுகின்றன.

1926ம் வருடத்திலிருந்து இந்த அச்சகம் இயங்கி வருவதாகச் சொல்கிறார்கள்.

தென்னிந்தியாவில் முதன்முதலாக பயணிகள் ரயில் போக்கு வரத்து மெட்ராஸின் ராயபுரத்திலிருந்து இயக்கப்பட்டது. 1856ம் வருடம் மே 28ம் தேதி ராயபுரத்திலிருந்து ஆற்காட்டிற்கு நீராவி எஞ்சின் மூலம் அந்த ரயில் ஓடியது.

அப்போது ரயில் போக்குவரத்து தனியார் நிறுவனங்களிடம் இருந்து வந்தது. கிழக்கிந்தியக் கம்பெனியின் ஒப்புதலுடன் நடை பெற்றது. இப்படியாக, 'மெட்ராஸ் ரயில் கம்பெனி'யே முதல் ரயிலை இயக்கியது.

முதல் வகுப்பில் ஒரு மைல் தூரம் பயணிக்க ஒருவருக்கு இரண்டு அணாவும், இரண்டாம், மூன்றாம் வகுப்புகளுக்கு ஒன்பது

பைசாவும் வசூலிக்கப்பட்டன.

அன்று இந்த டிக்கெட்டுகள் அட்டைகளில் தரப்பட்டன. இந்தஅட்டை டிக்கெட் முறையை 1840களில் இங்கிலாந்தில் ஸ்டேஷன் மாஸ்டராக இருந்த தாமஸ் எட்மண்ட்சன் உருவாக்கினார். இதனால், இது எட்மண்ட்சன் ரயில்வே டிக்கெட் எனப்பட்டது.

அதற்கு முன்புவரை ரயில் நிறுவனங்கள் பயணிகளுக்கு கையால் எழுதப்பட்ட டிக்கெட்டுகளையே கொடுத்துவந்தன. ஆனால், இங்கிலாந்தில் கூட்டம் அதிகமுள்ள ரயில்நிலையங்களில் ஒரு புறம் க்யூவில் பயணிகள் கால்கடுக்க நிற்க, மறுபுறம் டிக்கெட் எழுதித் தரும் கிளார்க்குகள் மிகுந்த சிரமத்திற்கு ஆளாகிவந்தனர்.

இதனைத் தவிர்க்கும் பொருட்டே முன்கூட்டியே டிக்கெட் தயார் செய்யும் பணி மேற்கொள்ளப்பட்டது. அப்படியாகவே, எட்மண்ட்சன் அட்டை டிக்கெட் முறை வந்தது. இந்த நடைமுறை, ஐரோப்பாவிலும் இங்கிலாந்தின் காலனியாதிக்க நாடுகளிலும் பின்பற்றப்பட்டன.

இந்த அட்டைகளைப் பிரின்ட் செய்யும் அச்சகத்தை இந்தியாவில் 19ம் நூற்றாண்டின் இறுதியில் ரயில் நிறுவனத்தினர் அமைத்தனர்.

ராயபுரத்திலுள்ள ரயில்வே அச்சகம், 1892ம் வருடம் கர்நாடகாவின் தார்வாட்டில் இருந்ததாகவும் அங்கிருந்தே 1926ல் ராயபுரத்திற்கு மாற்றப்பட்டதாகவும் சொல்லப்படுகிறது. அதற்கான ஆவணங்கள் இல்லை.

ஆனால், 1926ம் வருடம் மெட்ராஸ் டிரேட் ஸ்கூல் ஆரம்பித்தபோது இந்த ரயில்வே அச்சகத்திலிருந்து பணியாளர்கள் அனுப்பப்பட்டதற்கான ஆதாரங்கள் உள்ளன.

தவிர, 1927ம் வருடத்திய ஜெர்மன் பிரின்டிங் மிஷின் ஒன்று இன்றும் இந்த ரயில்வே அச்சகத்தில் உள்ளது. அதிலிருந்து நாம் இந்த அச்சகத்தின் காலத்தைக் கணிக்க வேண்டியிருக்கிறது.

அன்று இந்தியா முழுவதும் இங்கிருந்தே டிக்கெட்டுகள் அச்சடிக்கப்பட்டு அனுப்பப்பட்டன. இதற்குமுன் ரயில்வேயின் அச்சகப் பணிகள் தனியார் பிரின்டிங் நிறுவனங்களால் மேற்கொள்ளப்பட்டன.

வி.பெருமாள் செட்டி அண்ட் சன்ஸ் நிறுவனம் ஜார்ஜ் டவுனில் ஹோ அண்ட் கோ என்ற அச்சகத்தை நடத்தி வந்தது. இந்த அச்சகம் தென்னிந்திய ரயில்வேயின் அங்கீகாரம் பெற்ற ஒப்பந்ததாரராக செயல்பட்டது. இதுவே, அன்றைய ரயில்வேயின் அச்சகப் பணிகளைக் கவனித்தது.

ஆரம்ப காலங்களில் மெட்ராஸ் மாகாண ரயில்வே நிறுவனங்கள், 'மெட்ராஸ் ரயில் கம்பெனி', 'தென்னக மராட்டா

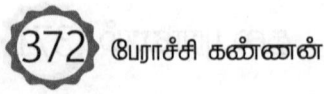

➘ அச்சகப் பணியில் ஊழியர்கள்

ரயில்வே' எனத் தனித்தனியாக செயல்பட்டு வந்தன. 1908ம் வருடம் இந்த இரண்டு நிறுவனங்களும் இணைந்து மெட்ராஸ் அண்ட் சதர்ன் மராட்டா ரயில்வே (M&SM) என மாறியது.

1944ம் வருடம் ரயில்வே நிறுவனங்கள் அனைத்தையும் பிரிட்டிஷ் இந்திய அரசு கையகப்படுத்தியது. 1951ம் வருடம் தென்னகத்திலிருந்த ரயில்வே நிறுவனங்கள் ஒன்றிணைக்கப்பட்டு தென்னக ரயில்வே உருவானது.

தென்னக ரயில்வேயில் ஆறு கோட்டங்கள் உருவாக்கப் பட்டன. இதில், மெட்ராஸ் ராயபுரத்திலும் திருச்சியிலும் அச்ச கங்கள் செயல்பட்டன. இவை இரண்டையும் சேர்த்து இந்தியா முழுவதும் மொத்தம் 14 ரயில்வே அச்சகங்கள் செயல்பட்டுவந்தன.

அன்று திருச்சியில் இருந்தே பயணிகளுக்கான அட்டை டிக்கெட் டுகள் அச்சடிக்கப்பட்டு வந்தன. தமிழ்நாட்டிற்கும், கேரளாவிற்கும் இந்த டிக்கெட்டுகள் அனுப்பப்பட்டன.

"அப்போ வாரத்துக்கு பத்து லட்சம் அட்டை டிக்கெட்டுகள் அச்சடித்து அனுப்பினோம்..." என நம்மிடம் நினைவுகூர்ந்தார் ரயில்வே ஊழியர் ஒருவர்.

கர்நாடகப் பகுதிக்கான அட்டை டிக்கெட்டுகள் மட்டும் மெட்ராஸில் இருந்து அச்சடிக்கப்படாமல் அனுப்பப்பட்டன. காரணம், மெட்ராஸுடன் இணைந்த ஒரு அச்சக யூனிட் மைசூரில் இயங்கி வந்ததுதான். அங்கே அவர்கள் ஊர், தேதி, கட்டணம் உள்ளிட்ட விஷயங்களை அச்சிட்டுக் கொண்டனர்.

மெட்ராஸ் அச்சகத்தில் ரயில்வே அட்டவணை,

முன்பதிவிற்கான பாரம், அபராதத்திற்கான பாரம் என ரயில்வேயில் உள்ள அனைத்துத் துறைகள் சம்பந்தமான பணிகளும் நடந்தன. சுமார் 1,200 விதமான அச்சடிப்புப் பணிகள் நடந்து வந்ததாகத் தெரிவிக்கின்றனர் அச்சக அதிகாரிகள்.

2002ம் வருடம் கணினிமயமான பிறகு அட்டை டிக்கெட்டுகளின் பயன்பாடு வெகுவாகக் குறைந்தது. இதனால் ராயபுரம் அச்சகம், கணினிக்குத் தேவையான டிக்கெட்டுகளை அவுட்சோர்சிங் முறையில் வெளியே தனியார் அச்சகத்திலிருந்து அச்சிட்டு வாங்கியது.

இந்நிலையில் 2009ம் வருடம் ரயில்வே அமைச்சராக இருந்த மம்தா பானர்ஜி அச்சகங்களுக்குத் தேவையான நவீன பிரின்டிங் மிஷின் வாங்க நிதி ஒதுக்கினார். இதற்கிடையே இந்தியாவில் இருந்த பதினான்கு அச்சகங்களில் ஒன்பது அச்சகங்களை மூட முடிவானது.

இப்படியாக, தில்லி, மும்பை, கல்கத்தா, சென்னை, செகந்தராபாத் தவிர மற்றவை அனைத்தும் மூடப்பட்டன. கடந்த வருடம் திருச்சி அச்சகம் மூடப்பட்டு அங்குள்ள ஊழியர்கள் ராயபுரத்திற்கு மாற்றப்பட்டனர்.

இதனால், அட்டை டிக்கெட்டுகளின் அச்சடிப்புப் பணி ராயபுரம் ரயில்நிலையத்திற்கு மாற்றப்பட்டது. தற்போது ராயபுரம், பொத்தேரி உள்ளிட்ட இருபத்தி நான்கு ஹால்ட் ஸ்டேஷன்களில் மட்டும் இந்த அட்டை டிக்கெட்டுகள் பயன்படுத்தப்படுகின்றன.

அதற்கான அட்டை டிக்கெட்டுகள் மட்டும் ராயபுரத்தில் அச்சாகிறன்றன. முதலில், இவற்றை 250 டிக்கெட்டுகள் வீதம் கட்டுகளாகக் கட்டி வைத்துவிடுகின்றனர். பின்னர், நிலையங்கள் வாரியாக பிரித்து அனுப்புகின்றனர்.

இதில், எந்த ஊரிலிருந்து எந்த ஊருக்குச் செல்ல வேண்டும், சீரியல் எண் என எல்லாமே பிரின்டாகி இருக்கும். அன்றைய தேதியை மட்டும் டிக்கெட் விற்பனையாளர் இடவேண்டியதுதான்.

இந்த டிக்கெட்டுகள் எல்லாம் ஹால்ட் ஸ்டேஷன்களில் தனியார் ஏஜென்சி ஊழியர்கள் மூலம் கவுன்டரில் வழங்கப்படுகின்றன. அதாவது, ஒரு டிக்கெட்டிற்கு இவ்வளவு பணம் என அந்த ஏஜென்சிகளுக்குக் கமிஷன் தொகையை ரயில்வே வழங்கும்.

2014ல் நவீன தொழில்நுட்ப மிஷின் வந்ததும் முன்பதிவு மற்றும் முன்பதிவு செய்யப்படாத டிக்கெட்டுகள் ராயபுரம் அச்சகத்திலேயே அச்சடிக்கப்பட்டன.

இதிலும், சீரியல் எண், ரயில்வேயின் லோகோ உள்ளிட்டவை அச்சிடப்பட்டே வருகின்றன. பாதுகாப்பு காரணங்களுக்காக இந்த முறை மேற்கொள்ளப்பட்டுவருகிறது.

இவை அந்தந்த நிலையங்களுக்கு அனுப்பி வைக்கப்பட்டதும் அவர்கள் பிரின்டரில் சேர்த்து பயணிகளுக்கு டிக்கெட் கொடுக்க வேண்டியதுதான்.

1927ம் வருடத்திய ஜெர்மன் பிரின்டிங் மிஷின்

அட்டை டிக்கெட்டுகள்

"இங்கே தென்னக ரயில்வே, தென்மேற்கு ரயில்வே, கிழக்குக் கடற்கரை ரயில்வே, மேற்கு மத்திய ரயில்வே என நான்கு ரயில்வேக்களுக்கான அச்சடிப்புப் பணிகள் மேற்கொள்ளப்படுது.

இப்போது நாளொன்றுக்கு 30 லட்சம் முன்பதிவு செய்யப்படாத (UTS) டிக்கெட்டுகளும், பத்து லட்சம் முன்பதிவு (PRS) டிக்கெட்டுகளும் அச்சடிக்கிறோம். வருடத்திற்கு 56 கோடி டிக்கெட்டுகள் அச்சடிக்கப்படுகிறது..." என்கிறார் ராயபுரம் அச்சகப் பணியாளர் ஒருவர்.

தவிர, இந்த டிக்கெட்டின் பின்பக்கம் விளம்பரம் அச்சிடப்படுகிறது. இதன்மூலம் ஒரு டிக்கெட்டிற்கு ஒரு ரூபாய் 75 பைசா கிடைப்பதாகச் சொல்கின்றனர். இது ரயில்வேக்குக் கிடைக்கும் மற்றொரு வருமானம்.

இந்நிலையில்தான் 2020 மார்ச் மாதத்திற்குள் எல்லா அச்சகங்களையும் மூட ரயில்வே முடிவெடுத்துள்ளது. ஆனால், 'ரயில்வே துறைக்கு நல்ல லாபம் தரும் இந்த அச்சகங்களை மூடக் கூடாதென' தங்கள் எதிர்ப்பை தெரிவித்து வருகின்றனர் ராயபுரம் அச்சக ஊழியர்கள்.

* * *

மெட்ராஸ் ஒய்எம்சிஏ

பொதுவாக, ஆங்கிலேயர்கள் உருவாக்கிய கட்டடங்கள் பலவும் சிவப்பு வண்ணத்திலேயே காட்சியளிக்கும். அதிலிருந்தே அவை பிரிட்டிஷ் காலத்தைச் சேர்ந்தவை எனச் சொல்லலாம்.

ஆனால், ஐரோப்பிய தனி வணிகர்களும், அமைப்புகளும், நிறுவனங்களும் இங்கே உருவாக்கிய கட்டடங்கள் அதிலிருந்து முற்றிலும் மாறுபட்டவை.

சென்னை பிராட்வேயிலுள்ள சட்டக்கல்லூரியின் எதிரிலே பிரம்மாண்டமாக வீற்றிருக்கும் ஒய்எம்சிஏ கட்டடமும் இப்படியான மாறுபட்டினுள் அடங்கும்.

ஏனெனில், சாக்லெட் நிறத்தில் முழுக்க முழுக்கக் கற்களால் உருவாக்கப்பட்ட அழகான கட்டடம் அது. இன்று பரபரப்பான நெருக்கடி மிகுந்த இடமாகிப் போனாலும் கூட இதன் உள்ளே செல்லும்போது காற்றோட்டம் நம் உடலை வருடுகிறது.

"மெட்ராஸில் முழுவதும் கற்களால் ஆன ஒரே பப்ளிக் பில்டிங் ஒய்எம்சிஏ கட்டடமே..." என சமர்செட் பிளேனி தொகுத்த 'SOUTHERN INDIA – ITS HISTORY, PEOPLE, COMMERCE, AND INDUSTRIAL RESOURCES' நூலில் இக்கட்டடம் வர்ணிக்கப்பட்டுள்ளது.

இன்று அரசால் பாரம்பரியக் கட்டடமாக அறிவிக்கப் பட்டிருக்கும் இதன் வயது 120. ஆனால், ஒய்எம்சிஏ-வின் வயது இதைவிட ஒன்பது வருடங்கள் அதிகம்.

அதென்ன ஒய்எம்சிஏ?

Young Men's Christian Association எனச் சொல்லப்படும் தன்னார்வ அமைப்பின் சுருக்கமே ஒய்எம்சிஏ! தமிழகத்தின் பல்வேறு நகரங்களில் கிளை விரித்திருக்கும் இந்த அமைப்பின் தோற்றம் இங்கிலாந்து.

1844ம் வருடம் சர் ஜார்ஜ் வில்லியம்ஸ் என்ற கொடையாளர் லண்டனில் இந்த அமைப்பைத் தோற்றுவித்தார். இளைஞர்கள் தவறான பாதைகளில் பயணிக்காமல், தங்கள் வாழ்க்கையையும், சமூகத்தையும் மேம்படுத்த வேண்டும் என்பதை குறிக்கோளாகக் கொண்டு இதனைத் தொடங்கினார் வில்லியம்ஸ்.

பின்னர், இந்த அமைப்பின் கிளை பல்வேறு நாடுகளில் பரவியது. இந்தியாவிற்குள் 1854ம் வருடம் வந்தது. அன்றைய கல்கத்தாவில் பாப்டிஸ்ட் மிஷனரியைச் சேர்ந்த ஜான் லாசன் என்பவர் 'கல்கத்தா கிறிஸ்துவ இளைஞர் சங்கம்' என்ற அமைப்பை நடத்திவந்தார்.

இதை, 1857ம் வருடம் கல்கத்தா ஒய்எம்சிஏ எனப் பெயர் மாற்றி நடத்தலானார். இதுவே ஆசியாவின் முதல் ஒய்எம்சிஏ அமைப்பு.

இதன் பிறகே கொழும்பு, திருவனந்தபுரம், பம்பாய், மெட்ராஸ் உள்ளிட்ட பல்வேறு இடங்களுக்கும் விரிந்தது. தென்னிந்தியாவில் திருவனந்தபுரத்தில் முதன்முதலாக ஒய்எம்சிஏ தொடங்கப்பட்டது.

இந்நிலையில்தான், 1888ம் வருடம் மெட்ராஸ் மிஷனரி அமைப்பு அமெரிக்காவில் இருந்த சர்வதேச ஒய்எம்சிஏ கமிட்டியிடம் மெட்ராஸில் ஓர் அசோசியேஷன் அமைக்க வேண்டி கேட்டது.

அந்த சர்வதேச கமிட்டியைச் சேர்ந்த டேவிட் மெக்கானாகி என்ற இளைஞர் 1890ம் வருடம் மெட்ராஸ் வந்து எஸ்பிளனேடில் (இப்போது உயர்நீதிமன்றமும், சட்டக்கல்லூரியும் இருக்கும் பிராட்வே பகுதி) ஒய்எம்சிஏவைத் தோற்றுவித்தார். இவரே மெட்ராஸ் ஒய்எம்சிஏவின் முதல் பொதுச் செயலாளர்.

மட்டுமல்ல. இந்தியா முழுவதும் ஆங்காங்கே தொடங்கப்பட்ட ஒய்எம்சிஏவை ஒரே குடையின் கீழ் கொண்டு வந்தார். 1891ம் வருடம் ஒய்எம்சிஏ தேசிய கவுன்சிலை மெட்ராஸில் நிர்மாணித்தார். அதே வருடம் பிப்ரவரி மாதம் முதல் மாநாடு நடத்தப்பட்டது.

இதன்மூலம், ஒய்எம்சிஏயின் இந்திய தேசிய கமிட்டி உருவாக்கப் பட்டது. இதில் பதினேழு அசோசியேஷனைச் சேர்ந்தவர்கள் கையொப்பமிட்டு ஓர் அமைப்பாக இணைந்தனர். ஆரம்பத்தில் இதன் தலைமையகமாக மெட்ராஸ் இருந்தது.

சேர்மனாக சத்தியநாதன் என்பவரும், செயலராக டேவிட் மெக்கானாகியும், பொருளாளராக டபிள்யு.ஆர்.ஆர்பத்நாட் என்பவரும் இருந்தனர். பின்னர், இந்த அமைப்பின் தலைமையகம் கல்கத்தாவுக்கு மாற்றப்பட்டது.

தொடர்ந்து, 1964ம் வருடம் தில்லிக்கு மாறியது. இன்று இந்திய ஒய்எம்சிஏக்களுக்கான உயரதிகார அமைப்பாக இந்தத் தேசிய கவுன்சில் செயல்பட்டுவருகிறது. இதன் முதல் இந்திய பொதுச் செயலாளர் கே.டி.பால் ஆவார். இவர் 1919ம் வருடம் காந்திஜி சொன்னதற்கிணங்க லண்டனில் இந்திய ஒய்எம்சிஏ மாணவர் விடுதியைத் துவங்கினார்.

மெட்ராஸில் ஒய்எம்சிஏ தொடங்கப்பட்டதும் அதற்கென ஒரு கட்டடம் தேவைப்பட்டது. இதனால், 1897ம் வருடம் ஜனவரி 29ம் தேதி புதிய கட்டடத்திற்கான அடிக்கல்லை அப்போதைய மெட்ராஸ் மாகாண கவர்னர் சர் ஆர்தர் ஹேவ்லாக் நாட்டினார்.

இடத்திற்கான நிதியை பிரிட்டன் நண்பர்கள் அளிக்க, கட்டு மானங்களுக்கான நிதியை அமெரிக்காவிலுள்ள பிலடெல்பியா வைச் சேர்ந்த ஜான் வானாமேக்கர் என்பவர் வழங்கினார். 1899ம் வருடம் கற்களாலான கட்டடம் கட்டி முடிக்கப்பட்டது.

இளைஞர்களை நல்வழிபடுத்தி அறிவுபூர்வமாகவும், சமூக ரீதி யாகவும், உடல் சார்ந்தும், ஆன்மீகத்திலும் அவர்களின் தேவையைப் பூர்த்தி செய்ய வேண்டும் என்பதை நோக்கமாகக் கொண்டு செயல் பாட்டைத் தொடங்கியது.

இதனால், முதலில் வீடில்லாதவர்களுக்கு விடுதியும், உடல் திறனை மேம்படுத்த விளையாட்டுகளும் ஒய்எம்சிஏவால் உருவாக்கப்பட்டன.

இப்படியாக, 1908ம் வருடம் சைதாப்பேட்டை ஜோன்ஸ் தெருவில் கிறிஸ்துவ மாணவர்களுக்காக ஒரு விடுதியும், பிறகு 1911ல் சிந்தாதிரிப்பேட்டையில் மேலும் இரண்டு விடுதிகளும் தொடங்கப்பட்டன.

தொடர்ந்து ராயப்பேட்டை, வேப்பேரி என ஒய்எம்சிஏவின் கிளைகள் மெட்ராஸில் விரிந்தன. அங்கும் விடுதிகள் திறக்கப்பட்டு சமூக சேவைகள் மேற்கொள்ளப்பட்டன.

“இன்னைக்கு மெட்ராஸ் ஒய்எம்சிஏவுக்கு ராயப்பேட்டை, கீழ்ப்பாக்கம், வேப்பேரி, கோடம்பாக்கம், ராயபுரம், கொட்டி வாக்கம், எஸ்பிளனேடு, கொடைக்கானல்னு மொத்தம் எட்டு இடங்கள்ல கிளைகள் இருக்கு...” என்கிறார் மெட்ராஸ் ஒய்எம்சிஏ வின் பொதுச் செயலாளரான ஆசிர் பாண்டியன்.

“பொதுவா, ஒய்எம்சிஏன்னா கிறிஸ்துவர்களுக்கான சங்கம்னு நினைப்பாங்க. முதல்ல, லண்டன்ல தொடங்கினப்ப அங்க எல்லோருமே கிறிஸ்துவர்கள். அதனால, இந்தப் பெயர் வச்சாங்க.

ஆனா, இந்நிறுவனம் மொழி, இனம், மதம்னு எல்லாத்தையும் கடந்தே இயங்கிட்டு வருது. தமிழ்நாடு சொசைட்டி சட்டத்தின் கீழ் பதிவுபெற்ற தன்னார்வ அமைப்பு இது. சமுதாயப் பணியாற்றுவதே எங்களின் முதல் குறிக்கோள். இப்ப, மெட்ராஸ் ஒய்எம்சிஏவுல 30

⊾ எஸ்பிளனேடு ஒய்.எம்.சி.ஏ.   ⊾ வேப்பேரி ஒய்.எம்.சி.ஏ.

ஆயிரம் பேர் உறுப்பினர்களாக இருக்காங்க. இதுல, முக்கால்வாசி பேர் கிறிஸ்துவர்கள் அல்லாத உறுப்பினர்கள்.

இன்னைக்கு வரை கல்வியும், உடல் செயல்பாடுமே முக்கிய நோக்கங்களாக் கொண்டு செயல்பட்டுட்டு வர்றோம். 1844ல் இதை ஆரம்பிக்கும்போது இங்கிலாந்துல தொழிற்புரட்சி ஏற்பட்டுச்சு. அப்ப, எல்லோரும் பிழைப்பைத் தேடி லண்டன் வந்தாங்க. பணம் சம்பாதிச்ச பலரும் குடி, போதைப் பொருள்னு தவறான வழிகளுக்குப் போனாங்க. சிலர் வீடுகள் இல்லாம தெருக்கள்ல வாழ்ந்தாங்க. இவங்கள மேம்படுத்தி நல்வாழ்வு கொடுக்க பனி ரெண்டு வாலிபர்கள் சேர்ந்து ஒரு சர்ச்ல இந்த அமைப்பை உருவாக்கினாங்க. அதுல முதன்மையானவர்தான் சர் ஜார்ஜ் வில்லியம்ஸ்.

பிறகு, இளைஞர்களை நல்வழிப்படுத்திக் கொண்டு வர்றாங்க. இதுக்கு விளையாட்டு ஒரு வழியா இருந்துச்சு. வீடு இல்லாதவங்கள அரவணைக்க விடுதிகள உருவாக்கினாங்க. அப்படித்தான் ஒய்எம்சிஏ வளர்ந்துச்சு. இன்னைக்கும் உலகம் முழுவதும் உள்ள ஒய்எம்சிஏக்கள்ல ஜிம்மும், நீச்சல்குளமும், விடுதியும் இருக்கும்..." என ஆரம்பத்தை விவரிக்கிறார் ஆசிர் பாண்டியன்.

பின்னர், உடல் செயற்பாட்டிற்கென 1917ம் வருடம் முதன் முதலாக ஒய்எம்சிஏவில் மைதானம் திறக்கப்பட்டது. இந்த மைதானம் இன்று சென்னை மருத்துவக் கல்லூரி எதிரே உள்ள நர்ஸ் குவார்ட்டர்ஸ் இருக்கும் இடத்தில் இருந்தது.

தொடர்ந்து, உடற்கல்வியியல் கல்லூரி 1920ம் வருடம் ஆரம்பிக்கப்பட்டது. இதை, ஹாரி குரோ பக் என்பவர் நிர்மாணித் தார். இந்தியாவின் முதல் உடற்கல்வியியல் நிறுவனம் இது.

மட்டுமல்ல. ஆசியாவின் பெரிய உடற்கல்வியியல் கல்லூரி யும் இதுவேதான். இந்தக் கல்லூரி முதலில் எஸ்பிளனேடிலும், அங்கிருந்து 1923ம் வருடம் ராயப்பேட்டைக்கும் மாறியது.

தல புராணம்

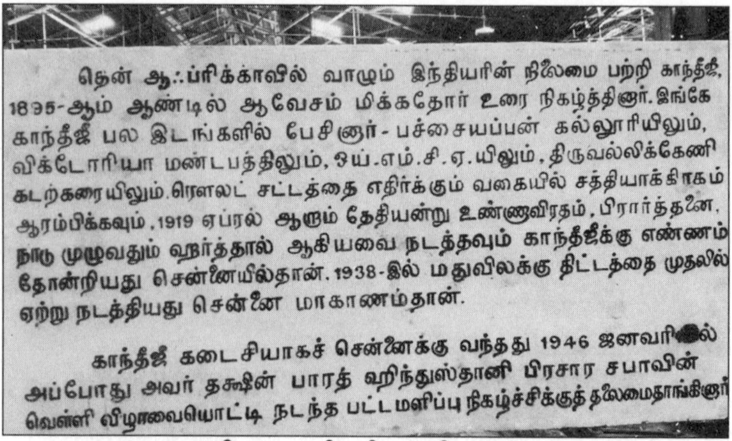

தென் ஆ∴ப்ரிக்காவில் வாழும் இந்தியரின் நிலைமை பற்றி காந்தீஜீ,
1895-ஆம் ஆண்டில் ஆவேசம் மிக்கதோர் உரை நிகழ்த்தினார். இங்கே
காந்தீஜீ பல இடங்களில் பேசினார் - பச்சையப்பன் கல்லூரியிலும்,
விக்டோரியா மண்டபத்திலும், ஒய்.எம்.சி.ஏ.யிலும், திருவல்லிக்கேணி
கடற்கரையிலும். ரௌலட் சட்டத்தை எதிர்க்கும் வகையில் சத்தியாக்கிரகம்
ஆரம்பிக்கவும், 1919 ஏப்ரல் ஆறும் தேதியன்று உண்ணாவிரதம், பிரார்த்தனை,
நாடு முழுவதும் ஹர்த்தால் ஆகியவை நடத்தவும் காந்தீஜீக்கு எண்ணம்
தோன்றியது சென்னையில்தான். 1938-இல் மதுவிலக்கு திட்டத்தை முதலில்
ஏற்று நடத்தியது சென்னை மாகாணம்தான்.
காந்தீஜீ கடைசியாகச் சென்னைக்கு வந்தது 1946 ஜனவரியில்
அப்போது அவர் தக்ஷின் பாரத் ஹிந்துஸ்தானி பிரசார சபாவின்
வெள்ளி விழாவையொட்டி நடந்த பட்டமளிப்பு நிகழ்ச்சிக்குத் தலைமைதாங்கினார்

➘ மகாத்மா காந்தி ஒய்.எம்.சி.ஏவில் பேசியதைக் காட்டும் கல்வெட்டு

பிறகு, நந்தனம் பகுதியில் அன்றைய பிரிட்டிஷ் அரசு இடம் வழங்க 1932ம் வருடம் அங்கு சென்றது. அன்றுமுதல் ஒய்எம்சிஏ உடற்கல்வியியல் கல்லூரி என்ற பெயருடன் செயல்பட்டு வருகிறது. முதல் இந்திய ஒலிம்பிக் டீமிற்கு இந்த மைதானத்தில்தான் பயிற்சி கொடுக்கப்பட்டுள்ளது.

இந்த ஹாரி குரோ பக் அந்தந்த விளையாட்டுகளுக்கென விதிமுறைகளை உருவாக்கினார். இதுவே பக் ரூல்ஸ் புத்தகம். இன்றும் இந்தப் புத்தகத்திலுள்ள விதிமுறைகளே இந்தியா முழுவதும் விளையாட்டுகளில் கடைப்பிடிக்கப்படுகின்றன.

இதற்கிடையே, லாரன்ஸ் சிபர் என்பவர் தெருவோரக் குழந்தைகளுக்காக நிறைய செய்தார். அவர்களைக் குளிக்கவைத்து, உணவுகள் வழங்கினார். இத்துடன் நிற்காமல் அவர்களுக்குக் கல்வி புகட்ட இரவுப் பள்ளி ஒன்றை ஆரம்பித்தார். அப்படியே, சிறுவர்கள் நகரம் என்ற புதிய கான்செப்ட்டை நடைமுறைப்படுத்தினார். இதுவே, பின்னாளில் தினசரிப் பள்ளியாக உருமாறியது.

1947ம் வருடம் கோட்டை வளாகத்தில் மாகாண அரசு ஒய்எம்சிஏவுக்கு ஓர் இடம் ஒதுக்கியது. அங்கே ஒய்எம்சிஏ உயர்நிலைப் பள்ளி தொடங்கப்பட்டு இன்றும் செயல்பட்டுவருகிறது.

இந்த இடம், இரண்டாம் உலகப் போரில் வீரர்களுக்கு மருத்துவம் பார்ப்பது, உணவு வழங்குவது உள்ளிட்ட நிறைய பணிவிடைகளை மெட்ராஸ் ஒய்எம்சிஏ செய்ததற்காக அரசு தானமாகக் கொடுத்தது.

பின்னர், 1960களில் கொட்டிவாக்கத்தில் மேல்நிலைப்பள்ளி ஒன்று திறக்கப்பட்டது. மொத்தமாக இந்த இரண்டு பள்ளிகளிலும் இன்று இரண்டாயிரத்து 500 பேர் படித்து வருகின்றனர்.

"எங்க ஒய்எம்சிஏ பற்றியும், பணிகள் பற்றியும் சொல்ல நிறைய

இருக்கு. இந்த ஒய்எம்சிஏவில் உள்ள மெக்கானாகி ஹாலுக்கு காந்திஜி வந்து உரையாற்றியிருக்கார். இதை இன்றும் சென்ட்ரல் ரயில்நிலையத்தில் உள்ள ஐந்தாவது பிளாட்பாரத்தில் இருக்கும் கல்வெட்டில் பார்க்கலாம். அப்புறம், மூதறிஞர் ராஜாஜி, டாக்டர் ஏ.எல்.லட்சுமணசுவாமி முதலியார், சி.பி.ராமஸ்வாமி ஐயர்னு நிறைய விவிஐபிக்கள் இங்க பேசியிருக்காங்க.

↘ ஆசிர் பாண்டியன்

இன்னைக்கு எழும்பூர், தண்டையார்பேட்டை, சாத்துமா நகர்னு மூணு இடங்கள்ல சமூக சேவை மையங்கள் வச்சிருக்கோம். இங்க இரவுப் பள்ளியும், டே கேர் சென்டரும் நடத்துறோம்.

நிறைய பெற்றோர் வேலைக்குப் போறதால அவங்க குழந்தைகள இந்த டே கேர் சென்டர்ல விட்டுட்டு போவாங்க. அடுத்து, கீழ்ப்பாக்கம், வேப்பேரி, ராயப்பேட்டைனு மூணு இடங்கள்ல ஆண்கள் விடுதியும், ஓ.எம்.ஆர்ல பெண்கள் விடுதியும் இருக்கு.

அப்புறம், கவனிக்கப்படாத விளையாட்டுகளை மேம்படுத்த மாநில அளவுல போட்டிகள் நடத்திட்டு இருக்கோம். தமிழ் வளர்ச்சிக்காக 1945ல் இருந்து தமிழ் பட்டிமன்றம் மெக்கானாகி ஹால்ல நடத்திட்டு வர்றோம். ஒவ்வொரு செவ்வாய்க்கிழமையும் இந்தப் பட்டிமன்றம் நடக்கும். இதுல பேசாத விவிஐபிக்களே கிடையாதுனு சொல்லலாம். அடுத்த வருஷம் 75வது வருஷக் கொண்டாட்டத்தை நடத்தயிருக்கோம்.

எங்ககிட்ட மறுவாழ்வுக்கென தனி டீம் இருக்கு. அதன் மூலம், சுனாமிக்குப் பிறகு கடலூர் மாவட்டத்துல 75 வீடுகள் கட்டித் தந்தோம். கடந்த வருஷம் கேரளா வெள்ளத்துல ஏற்பட்ட பாதிப்பையொட்டி அங்க, பள்ளியும், வீடுகளும் கட்டி முடிச்சிருக்கோம்.

சமீபத்திய கஜா புயல்ல பாதிக்கப்பட்டவங்களுக்கு நாகப்பட்டிணத்துல நூறு வீடுகளும், ஒரு சமுதாயக் கூடமும் கட்டித் தர மாவட்ட கலெக்டர் அனுமதி கொடுத்திருக்காங்க. அந்தப் பணிகள அடுத்த மாசம் ஆரம்பிக்கிறோம். ஒரிசா பானி புயல்ல பாதிக்கப்பட்டவங்களுக்கு நிதியுதவி செய்திருக்கோம். இப்படி மெட்ராஸ் ஒய்எம்சிஏ பணிகள் போயிட்டுயிருக்கு.

இதையெல்லாம் உறுப்பினர்கள் சந்தா உள்ளிட்ட சில வருமானங்கள் மூலமே செய்றோம். எங்களுக்கு வெளிநாட்டுப் பணம் துளியும் கிடையாது. எல்லோரும் மனமுவந்து இந்த சேவைகளை மேற்கொள்றோம். நிறைவா எங்க பணி போயிட்டு இருக்கு...” என்கிறார் ஆசிர் பாண்டியன் நெகிழ்வாக!

★ ★ ★

மெட்ராஸ் வரைபடம்!

கார்ட்டோகிராஃபி... நிலப்பட வரைவியல் அல்லது நிலப்படக் கலை. அதாவது, வரைபடம் (Map) வரையும் கலையின் பெயர். மெட்ராஸிற்கான வரைபடங்கள் வெவ்வேறு காலங்களில் வெவ்வேறு நிலப்படக் கலைஞர்களால் வரையப்பட்டுள்ளன.

இந்தியாவில் ஆரம்ப கால நிலஅளவை என்பது கிழக்கிந்தியக் கம்பெனியின் கப்பல் கேப்டன்கள் கடற்கரையைச் சுற்றி நடத்திய அளவைகள்தான்.

இது 17ம் நூற்றாண்டின் முதல் பத்தாண்டுகளில் நடந்தவை. பின்னர், அவர்கள் மசூலிப்பட்டிணம், ஆர்மகான் போன்ற பகுதிகளுக்கு வந்து இறுதியாக மெட்ராஸ் வந்து சேர்ந்தனர்.

ஆனால், "இந்த அளவைகள் உள்ளிட்ட ஆங்கிலேயர்களின் நிறைய பதிவு புத்தகங்கள் துரதிர்ஷ்டவசமாக 1855ல் கல்கத்தா வில் எரிந்திருக்கலாம் அல்லது 1860ல் இந்திய அலுவலகத்தில் அழிந்திருக்கலாம்" என 1939ல் வெளியான *The Madras Tercentenary Commemoration Volume* நூலில் குறிப்பிடுகிறார் மெட்ராஸ் பல்கலைக்கழக பேராசிரியர் பி.எம்.திருநாரணன்.

அதனால், இதன்மூலம் ஆரம்பகால மெட்ராஸின் வரைபடங் கள் எதுவும் இல்லை என்பதை அறியமுடிகிறது.

பழங்காலத்திலும், முகலாயர் காலத்திலும் அளவையில்

வெவ்வேறு முறைகள் பின்பற்றப்பட்டுள்ளன. பொதுவாக, எல்லைகளை வரையறுக்க அவர்கள் கற்களை நட்டு வைத்துள்ளனர்.

ஆனால், முறையான நிலஅளவை, வரைபடங்கள் எல்லாம் 19ம் நூற்றாண்டிலேயே செய்யப்பட்டன. அவை மெட்ராஸிலிருந்தே துவங்கின என்பது ஆச்சரியம்.

ஆங்கிலேயர்கள் இங்கே காலடி வைத்த சில வருடங்களில் டாக்டர் ஃப்ரையர் மெட்ராஸ் வந்து சேர்ந்தார். இவரே செயின்ட் ஜார்ஜ் கோட்டையின் வடிவத்தை ஓரளவு வரைந்து முடித்தவர்.

"கோட்டையின் ஆரம்ப கால வடிவத்தை ஃப்ரையரின் வரை படம் மூலமே அறியமுடிகிறது. துரதிர்ஷ்டவசமாக இது துல்லிய மாக வரையப்படவில்லை" என வருத்தப்படுகிறார் '*Vestiges of Old Madras- Vol I*' நூலில் கர்னல் லவ்.

இதன்பிறகு, 1698 முதல் 1709 வரை கவர்னராக இருந்த தாமஸ் பிட் காலத்தில் மெட்ராஸின் வடிவம் வரைபடமாக தீட்டப் பட்டது. இதுவே முதல் '*Plan of City of Madras*' எனப்படுகிறது.

பின்னர், 1733ம் வருடம் முத்தயால்பேட்டை, பெத்தநாயக்கன் பேட்டை, அங்கிருந்த வீடுகள், தோட்டங்கள், கோயில்கள், விவசாய நிலங்கள் என அனைத்தையும் உள்ளடக்கிய வரைபடம் வெளியிடப்பட்டது.

இதை அப்போது பாதுகாப்புத்துறையில் உதவியாளராக இருந்த ஜான் ஹாக்ஸ்டன் என்பவர் வரைந்திருக்கலாம் என யூகிக்கப் படுகிறது.

பின்னர், 1746ம் வருடம் பிரஞ்சு வசம் மெட்ராஸ் வந்தபோது அவர்கள் மெட்ராஸ் வரைபடம் ஒன்றை தயாரித்தனர். இதில், மருத்துவமனை, தோட்டங்கள், நிலங்கள் என எல்லாவற்றையும் குறித்துள்ளனர்.

தொடர்ந்து, 1755ம் வருடம் மெட்ராஸின் எல்லைகளையும், செயின்ட் ஜார்ஜ் கோட்டையின் வடிவத்தையும் கொண்டு எஃப்.எல்.கான்ராடி என்பவர் ஒரு வரைபடம் தயாரித்தார்.

இவையெல்லாம் கோட்டையையும், கோட்டையைச் சுற்றி யிருந்த பகுதிகளையும் மட்டுமே குறித்தன. தெற்கேயோ, மேற்கேயோ, வடக்கேயோ உள்ள இடங்களை வரையவில்லை. அதாவது, சிந்தாதரிப்பேட்டை, நுங்கம்பாக்கம், தண்டையார்பேட்டை உள்ளிட்டவை இதனுள் அடங்கவில்லை.

ஹைதர் அலி, திப்புசுல்தான் உடனான போர்களுக்குப் பிறகே நிலங்களை அளவிட ஆங்கிலேயர்கள் நினைத்தனர். காரணம், நிலங்களுக்கான வரி வசூல் செய்வதற்காக! மட்டுமல்லாமல் இந்திய வரைபடத்தையும் வரைய முயற்சித்தனர்.

இந்நிலையில்தான் கிழக்கிந்தியக் கம்பெனியின் கப்பல் கேப்டனாக ஜேம்ஸ் ரென்னல் 1763ம் வருடம் இந்தியா வந்தார்.

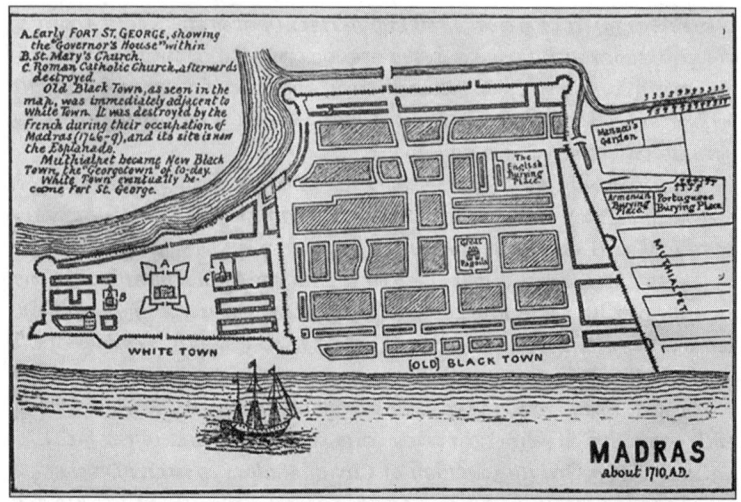

➘ தாமஸ் பிட் காலத்தில் வரையப்பட்ட வரைபடம்

அன்றிலிருந்து 1782 வரை இந்திய நிலஅளவை செய்தார். குறிப்பாக, வங்காளம் மற்றும் பீகாரின் அளவைகளை முடித்தார்.

இதன்பிறகு, மைக்கேல் டோப்பிங் என்பவர் 1785ம் வருடம் கிழக்கிந்தியக் கம்பெனியின் கடற்கரையோர சர்வேயராக வந்தார். இவராலேயே, அரசு நிலஅளவைப் பள்ளி தொடங்கப்பட்டது. அதுவே, பின்னாளில் கிண்டி எஞ்சினியரிங் கல்லூரியாகப் பரிணமித்தது.

இவர் கோதாவரி மற்றும் பெஜவாடா பகுதிகளின் நிலஅளவைப் பணிகளைச் செய்தார். பிறகு, வானியல் ஆய்வுக்குச் சென்றுவிட்டார். இதற்கிடையே காலின் மெக்கன்சி தக்காண நிலஅளவைப் பணியில் ஈடுபடுத்தப்பட்டார். இவரே, 1818ம் வருடம் இந்தியாவின் முதல் தலைமை நில அளவையாளராக நியமிக்கப்பட்டார்.

1800ல் மெட்ராஸ் கவர்னரான லார்டு வில்லியம் பெண்டிங்க்கும், கமாண்ட்ர் இன் சீஃப்பான மேஜர் ஜெனரல் ஜேம்ஸ் ஸ்டூவர்ட்டும் மெட்ராஸின் அளவை என்பது அறிவியல்பூர்வமாக இருக்க வேண்டும் என நினைத்தனர்.

இப்படியாக, 1802ம் வருடம் ஏப்ரல் பத்தாம் தேதி வில்லியம் லாம்ப்டன் என்பவர் திரிகோணவியல் அளவை (*Great Trigonometrical Survey*) முறையைக் கொண்டு நிலஅளவையை மேற்கொண்டார்.

இந்தப் பணி செயின்ட் தாமஸ் மவுன்ட்டிலிருந்து தொடங்கப்பட்டது. அச்சரேகை, தீர்க்கரேகைகளைக் கொண்டு இந்த அளவைகள் இந்தியா முழுவதும் மேற்கொள்ளப்பட்டன. இதன்மூலமே இந்தியாவின் முழு கிராஃப்பும் துல்லியமாக கணக்கிடப்பட்டது.

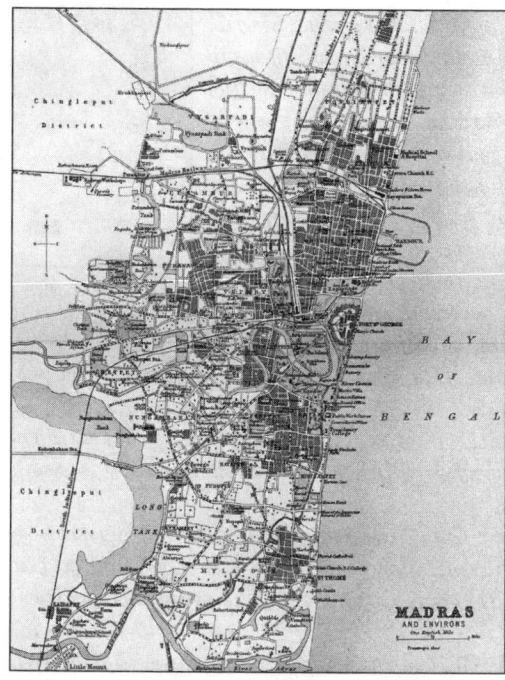

மெட்ராஸ் வரைபடம் (1908)

இவை இன்றும் செயின்ட் தாமஸ் மவுன்ட்டில் உள்ளது.

"முதல் முக்கோணத்திற்கு அடிப்படையாக இந்த இடத்தைத்தான் லாம்ப்டன் ஒரு அடிக்கோட்டின் ஆரம்பப் புள்ளியாக எடுத்துக் கொண்டார். அக்கோடு, இந்திய தீபகற்பத்தின் மையத்தில் செல்லும் 78 டிகிரி கிழக்கு தீர்க்கரேகைக்கு செங்குத்தாக அமைந்திருந்தது. இதற்கான பெஞ்ச்மார்க் இன்னும் நீதிமன்ற வளாகத்திலுள்ள மதராசபட்டினத்துப் பழைய கலங்கரை விளக்கத்தின் கீழ் உள்ளது. அன்று அவர் எடுத்த முடிவுதான் இன்றும் இந்தியப் புள்ளியியல் வல்லுநர்களுக்கு ஆதாரமாக உள்ளது..." என 'மதராசபட்டினம்' நூலில் குறிப்பிடுகிறார் ஆய்வாளர் நரசய்யா.

ஆக, இந்திய வரைபடத்திற்கான ஆதாரப் புள்ளியாக மெட்ராஸ் விளங்கியிருக்கிறது.

இதற்கிடையே 1816ம் வருடம் வில்லியம் ஃபேடன் என்பவர் மெட்ராஸின் சுற்றுப்புறங்கள் அடங்கிய வரைபடத்தை லண்டனில் வெளியிட்டார்.

வில்லியம் லாம்ப்டனுக்கு உதவியாக ஜார்ஜ் எவரெஸ்ட் இருந்தார். 1823ம் வருடம் லாம்ப்டன் இறந்துவிட உதவியாளர் எவரெஸ்ட் வடக்கு நோக்கி மேலும் அளவீட்டைத் தொடர்ந்தார். இவர் இமயமலையின் 'சிகரம் பி' வரை மட்டுமே கண்டறிந்தார்.

இவர் ஓய்வுபெற்று இங்கிலாந்து திரும்ப ஆண்ட்ரூ ஸ்காட் வாக் என்பவர் அவரிடத்திற்கு வந்தார். இவர், சிகரம் எண் 15தான் உலகில் மிக உயரமானது எனக் கண்டறிந்தார். மட்டுமல்லாமல், சிகரத்தைக் கண்டறியக் காரணமான எவரெஸ்ட்டின் பெயரையே

அதற்குச் சூட்டினார். அதுவே, எவரெஸ்ட் சிகரம்.

தவிர, லாம்ப்டனுக்கும், எவரெஸ்ட்டுக்கும் கருவிகளை டிசைன் செய்து தயாரித்துக் கொடுத்தவர் ஆற்காட்டைச் சேர்ந்த சையத் ஹுசைன் மோக்சின் என்பவர். அவர்களுக்கு உதவியாகப் பணிபுரிந்த அந்த மனிதரைப் பற்றிய குறிப்புகள் அவ்வளவாக இல்லை.

↘ மீனாட்சி சுந்தரம்

தொடர்ந்து 1843ம் வருடம் செயின்ட் தாமஸ் மவுன்ட்டின் வரைபடமும் வரையப்பட்டது. பிறகு, நீர்நிலைகளின் வரைபடமும், ரயில்பாதைகளின் வரைபடமும் வரையப்பட்டு வெளிவந்தன. 1908, 1911, 1914, 1921 என அடுத்தடுத்த வரைபடங்கள் நமக்குக் கிடைக்கின்றன.

இந்நிலையில் மெட்ராஸின் அமைவிடமும் துல்லியமாக அளவிடப்படுகிறது. நகரின் கிழக்கு மேற்கான மொத்த அகலம் மூன்றரை மைல்களே.

ஆனால், 1939 வரை மெட்ராஸின் வரைபடம் மாம்பலம் மற்றும் தண்டையார்பேட்டை வரை மட்டுமே நீண்டிருந்தன. அதன் பிறகே, கார்ட்டோகிராபி எனப்படும் வரைபடக்கலையின் வளர்ச்சி அதிகரித்தது.

“மெட்ராஸ் கார்ட்டோகிராபி பற்றி பலருக்குத் தெரியாது. மெட்ராஸ் ஆய்வாளர் மறைந்த எஸ்.முத்தையா கூட வரைபடங்கள் தயாரிக்கும் டிடிகே நிறுவனத்தில் வரைபடக் கலைஞராக பணியாற்றியவர்தான். இங்கிருந்துதான் இந்தியாவின் முழு நில அளவையும் தொடங்கப்பட்டது. நிலவரி வசூலுக்காக ஆரம்பமான பணிதான் என்றாலும் அதுவே துல்லியமான வரைபடத்தை நமக்கு உருவாக்கித் தந்தது. சுதந்திரத்திற்குப் பிறகு பல்வேறு மாவட்டங்கள் வரைபடங்களாகின. தொடர்ந்து செயற்கைக்கோள்களின் உதவியுடன் மேலும் வரைபடங்களின் தன்மை துல்லியமாகின. இப்போது ட்ரோன் எல்லாம் கொண்டு அக்குவேறு ஆணிவேறாக வீடுகள், தெருக்கள் என எல்லாமும் கணினியில் வரைபடங்களாகிவிட்டன. மெட்ராஸில் ஒரு முகவரியைக் கண்டறிய கூகுளில் தட்டினாலே போதும், மிகச்சரியான வரைபடத்துடன் ஏரியாவைக் காண்பிக்கிறது. அந்தளவுக்குகார்ட்டோகிராஃபி துறை வளர்ந்திருக்கிறது...” என்கிறார் சென்னை வரலாற்று ஆர்வலரும், பொறியாளருமான மீனாட்சி சுந்தரம் பெருமிதமாக!

★ ★ ★

மெட்ராஸ் பத்திரிகைகள்

இந்தியாவின் முதல் பத்திரிகை 'பெங்கால் கெசட்'. 1780ம் வருடம் ஜனவரி 29ம் தேதி இது வாரப் பத்திரிகையாக வெளிவந்தது. இதை ஜேம்ஸ் அகஸ்டஸ் ஹிக்கி என்பவர் கல்கத்தாவிலிருந்து கொண்டுவந்தார்.

ஆசியாவிலும் இதுவே அச்சில் வெளியான முதல் பத்திரிகை. இதனையடுத்து 'இந்தியன் கெசட்', 'கல்கத்தா கெசட்', 'பெங்கால் ஜர்னல்', 'ஓரியண்டல் மேகசின்' ஆகியவை வெளியாகின.

மெட்ராஸில் இருந்து 1785ம் வருடம் அக்டோபர் மாதம் 'மெட்ராஸ் கூரியர்' வெளிவந்தது. இதுவே மெட்ராஸ் மாகாணத்திலிருந்து வந்த முதல் பத்திரிகை; இந்தியாவிலிருந்து வெளியான ஆறாவது பத்திரிகை.

இதுவும் வாரப் பத்திரிகையாகவே வெளியாகியது. இதை அரசின் அச்சுப் பணியில் இருந்த ரிச்சர்ட் ஜான்ஸ்டன் என்பவர் நிறுவினார்.

அரசின் அதிகாரபூர்வ அங்கீகாரம் பெற்ற இந்தப் பத்திரிகையில் அரசின் அறிவிப்புகள் எல்லாம் வெளியிடப்பட்டன. அந்நேரம், விளம்பரங்கள் அரசு செயலர் அல்லது அதிகாரிகள் கையொப்பமிட்டே வெளியிட வேண்டுமென அரசு உத்தரவு பிறப்பித்திருந்தது.

ரிச்சர்ட் ஜான்ஸ்டன் இந்தப் பத்திரிகைக்காக தரமான அச்சு உள்ளிட்ட பொருட்களை கிழக்கிந்தியக் கம்பெனியின் கப்பலில்

கொண்டு வர அரசிடம் வேண்டி கடிதம் அளித்தார். அதற்கு அரசு ஒப்புதல் தந்தது.

இப்படியாக மெட்ராஸ் கூரியரின் பணிகள் சிறப்பாக நடந்தன. இதன் ஆசிரியராக ஹக் பாய்டு என்பவர் இருந்தார். இவர், 1791ம் வருடம் இதிலிருந்து வெளியேறி 'ஹிர்கார்ரா' என்ற பத்திரிகையைத் தொடங்கினார். ஆனால், இது ஆரம்பித்த ஒரே வருடத்தில் பாய்டு இறந்ததும் மறைந்துபோனது.

1795ம் வருடம் வரை மெட்ராஸ் கூரியருக்கு எந்தப் போட்டியும் இருக்கவில்லை. ஆனால், இதே வருடம் 'மெட்ராஸ் கெசட்' என்ற பத்திரிகையை ராபர்ட் வில்லியம்ஸ் என்பவர் ஆரம்பித்தார்.

இதேநேரம், 'கவர்ன்மென்ட் கெசட்' பத்திரிகையும் தொடங்கப் பட்டது. வானியலாளர் ஜான் கோல்டிங்ஹாம் அதன் ஆசிரியராக இருந்து நடத்தினார்.

இந்த 'கவர்ன்மென்ட் கெசட்' பத்திரிகை 1800ம் வருடம் எழும்பூர் ஆண்கள் அனாதை இல்லத்துடன் இணைந்திருந்த அரசு அச்சகத் தில் இருந்து அச்சடிக்கப்பட்டது.

18ம் நூற்றாண்டின் இறுதியில் மெட்ராஸ் கூரியர், மெட்ராஸ் கெசட், கவர்ன்மென்ட் கெசட் என்ற இந்த மூன்று பத்திரிகைகள் தான் மெட்ராஸில் கோலோச்சின. இவை அரசின் துணையுடன் நடத்தப்பட்டன.

"இந்த மூன்று வாரப் பத்திரிகைகளும் மக்களின் சமூக வாழ்க்கை சார்ந்த உள்ளூர் செய்திகளை அளித்தன. தவிர, ஐரோப்பிய பாராளு மன்ற நடவடிக்கைகளை ஐரோப்பிய பத்திரிகைகளிலிருந்து திரட்டிக் கொடுத்தன. ஆனால், அக்டோபர் முதல் டிசம்பர் வரையிலான மழைக்காலங்களில் கப்பல் வருவதில் காலதாமதம் ஏற்பட்ட தால் ஐரோப்பிய பத்திரிகைகள் வருவதில்லை. இதனால், அந்தச் செய்திகள் சில காலம் விடுபட்டன" என 1939ம் வருடம் வெளியான, 'The Madras Tercentenary Commemoration Volume' நூலின் 'மெட்ராஸ் இதழியல் வரலாறு' என்ற கட்டுரையில் 'தி ஹிந்து' பத்திரிகையின் உதவி ஆசிரியரான கே.பி.விஸ்வநாத ஐயர் குறிப்பிடுகிறார்

இதற்கிடையே 1795ம் வருடம் முதன் முதலில் 'இந்தியா ஹெரால்டு' என்ற பத்திரிகை அரசின் அங்கீகாரம் இல்லாமல் தொடங்கப்பட்டது. இதனால், கோபம்கொண்ட அரசு இதை ஆரம்பித்த நபரை கைது செய்து இங்கிலாந்திற்கு நாடு கடத்தயிருந் தது. ஆனால், அந்த நபர் கப்பலிலிருந்து தப்பினார்.

அன்று அரசின் அங்கீகாரம் இல்லாமல் பத்திரிகைகள் செயல் பட முடியாது. அவை தணிக்கை செய்யப்பட்டே வெளியாகின. மட்டுமல்ல; பத்திரிகையாளர்களின் தலைமேல் எப்போதும் கத்தி தொங்கும் நிலைதான்.

பத்திரிகையாளர்களைத் தண்டிக்கும் வகையில் அவர்கள் நாடு

கடத்தப்பட்டனர். இந்நிலை சார்லஸ் மெட்காஃப் சட்டம் வரும் வரை நீடித்தது. இந்தச் சட்டம் வந்தபிறகே இந்தியர்கள் அச்சகத்தைத் தொடங்கினர்.

1827ம் வருடம் மெட்ராஸ் கூரியர் மூடப்பட்டது. தற்போது, கடந்த 2016ல் இந்தப் பத்திரிகையின் இன்னொரு இன்னிங்ஸாக அதே பெயரில் இணைய இதழாக வெளிவருவது குறிப்பிடத்தக்கது.

இதனையடுத்து, 1831ம் வருடம் 'தமிழ் பத்திரிகை' என்ற பெயரில் முதல் தமிழ் இதழ் மெட்ராஸில் தோன்றியது. மாத இதழாக வெளிவந்த இந்தப் பத்திரிகை கிறிஸ்துவ மத பிரச்சாரத்திற்காகவே தொடங்கப்பட்டது. இதுவே, தமிழ்ப் பத்திரிகையின் தொடக்கம்.

"இதன்பிறகு, இருபத்தைந்து ஆண்டுகள் கழித்து 1856ல் 'தின வர்த்தமானி' என்ற பெயரில் தமிழில் முதல்தடவையாக வார இதழ் ஒன்று வெளிவந்தது. இதை ரெவரண்டு பெர்சிவல் பாதிரியார் தொடங்கினார். இந்த வார இதழைத் தமிழில் கொண்டு வருவதற்கு வசதியாக, பெர்சிவல் ஓர் ஆங்கில-தமிழ் அகராதியையும் உருவாக்கினார். இவ்வகையில் ஏற்பட்ட முதல் முயற்சி இதுவே" என 'தமிழ் இதழ்கள்' நூலில் குறிப்பிடுகிறார் எழுத்தாளர் சோமலெ.

பிறகு, 1836ம் வருடம் 'தி ஸ்பெக்டேட்டர்' என்ற ஆங்கில இதழ் ஆக்டர்லோனி என்பவரால் தொடங்கப்பட்டது. பின்னர் இது சுப்புமுதலி மற்றும் சி.எம்.பெரேரா ஆகியோரால் பிரசுரிக்கப்பட்டது.

வார இதழாகத் தொடங்கப்பட்ட இந்தப் பத்திரிகை பிறகு வாரம் மும்முறையாகி, 1850ம் வருடம் நாளிதழானது. இதுவே, மெட்ராஸில் இருந்து வெளியான முதல் ஆங்கில நாளிதழ்.

பின்னர், 'தி ஸ்பெக்டேட்டர்' நாளிதழ் 1859ம் வருடம் 'தி மெட்ராஸ் டைம்ஸ்' பத்திரிகையுடன் இணைந்தது. "இந்த 'மெட்ராஸ் டைம்ஸ்' பத்திரிகை 1835-36ல் மாதம் இருமுறை வெளிவந்தது"

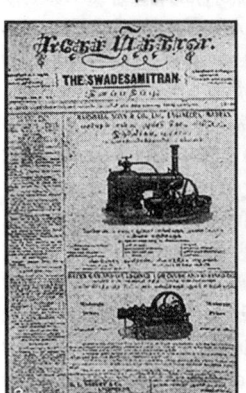

THE SWADESAMITRAN

சுதேசமித்திரன் பத்திரிகை

விவேக - சிந்தாமணி

என 'சென்னை மறுகண்டுபிடிப்பு' நூலில் வரலாற்று ஆய்வாளர் எஸ்.முத்தையா குறிப்பிடுகிறார்.

"இதை ஆஸ்திரியாவைச் சேர்ந்த ஜஸ்டினியன் கான்ட்ஸ் என்பவர் நடத்தி வந்தார். இவர், கான்ட்ஸ் அண்ட் சன்ஸ் என்ற நிறுவனத்தின் உரிமையாளராக இருந்தார். இந்நிறுவனம் பிராட்வேயில் ஒரு பிரின்டிங் பிரஸ் வைத்திருந்தது. புத்தக விற்பனையில் ஹிக்கின்பாதம்ஸுக்குப் போட்டியாக இந்நிறுவனம் விளங்கியது" என்கிறார் எஸ்.முத்தையா மேலும்.

இந்தப் பிரின்டிங் பிரஸ்ஸில் இருந்தே 'தி மெட்ராஸ் டைம்ஸ்' அச்சானது. இதன் ஆசிரியர்களாக சார்லஸ் லாசனும் ஹென்றி கார்னிஷும் இருந்தனர். கான்ட்ஸ் இறந்ததும் அவருக்குப் பிறகு அந்த இடத்திற்கு வந்தவர்களுக்கும், ஆசிரியர்களுக்கும் சச்சரவு ஏற்பட்டது.

இதனால், சார்லஸ் லாசனும், ஹென்றி கார்னிஷும் மெட்ராஸ் டைம்ஸில் இருந்து வெளியேறி 1868ம் வருடம் 'தி மெட்ராஸ் மெயில்' என்ற மாலை நாளிதழைத் தொடங்கினர். இதுவே, இந்தியாவில் வெளிவந்த முதல் மாலை நாளிதழ்.

முதலில் மெட்ராஸ் மெயிலின் அலுவலகம் இரண்டாவது பீச் லைனில் இருந்து செயல்பட்டது. சில காலத்திற்குப் பிறகு முதல் பீச் லைனுக்கு நகர்ந்தது.

அப்போது மெட்ராஸ் டைம்ஸுக்கும், மெட்ராஸ் மெயிலுக்கும் இடையே கடும் போட்டி நிலவியது. "1870களிலும், 1880களிலும் வில்லியம் டிக்பை பதிப்பாளராக இருந்தபோது மெட்ராஸ் டைம்ஸ் இந்திய வாசகர்களுக்கு ஆதரவாக இருந்தது. மெட்ராஸ் மெயில் அதிகார வர்க்கத்தைப் பிரதிபலித்தது. 20ம் நூற்றாண்டின் ஆரம்பத்தில் எதிர்பார்த்தபடி இந்திய மூலதனம் கிடைத்தவுடன் 1910ல் மெட்ராஸ் டைம்ஸ் மவுன்ட் ரோட்டுக்கு நகர்ந்தது. 1911ல் இந்தியர்களை வேலைக்கு அமர்த்த ஆரம்பித்தபின் இரண்டு வருடங்களுக்குப் பிறகு, மெட்ராஸ் டைம்ஸ் பிரின்டிங் அண்ட் பப்ளிஷிங் கம்பெனி மூலம் அது முழுவதும் இந்தியர்களின் உடைமையானது. ஜனவரி 1, 1921ல் ஸ்பென்சர்ஸின் ஜான் ஆக்ஷாட் ராபின்சனால் மெட்ராஸ் டைம்ஸ் எடுத்துக் கொள்ளப்பட்டு கம்பெனியின் பெயர் அசோஷியேட்டட் பிரின்டர்ஸ் என்று மாற்றமானது" என 'சென்னை மறுகண்டுபிடிப்பு' நூலில் குறிப்பிடுகிறார் எஸ்.முத்தையா.

இதற்கிடையே மெட்ராஸ் மெயில் பத்திரிகையும் மவுன்ட் ரோட்டுக்கு நகர்ந்தது. இன்றும் அதன் பில்டிங்கை அண்ணா சாலையில் 'தி ஹிந்து' பத்திரிகை அலுவலகம் அருகே பார்க்கலாம்.

தொடர்ந்து, மெட்ராஸ் டைம்ஸை வாங்கிய அதே ராபின்சன் 1921ல் மெட்ராஸ் மெயில் பத்திரிகையையும், ஹிக்கின்பாதம்ஸையும் வாங்கி அசோஷியேட்டட் பப்ளிஷர்ஸ் என்ற நிறுவனத்தை

உருவாக்கினார். இதனால், மெட்ராஸ் மெயிலும், மெட்ராஸ் டைம்ஸூம் இணைந்தன. மெட்ராஸ் மெயில் என்ற பெயரில் பத்திரிகை வெளியானது.1928ல் மெட்ராஸ் மெயிலுக்கு ஆசிரியராக ஆர்தர் ஹேல்ஸ் என்பவர் வந்தார். இவர் மெட்ராஸ் என்பதை அதன் தலைப்பிலிருந்து நீக்கிவிட்டு 'தி மெயில்' என்று மாற்றினார். காரணம், அது தேசிய அளவில் இந்தியப் பத்திரிகையாக மிளிர வேண்டும் என நினைத்தார்.

இந்நிலையில், 1945ல் அமால்கமேஷன்ஸ் நிறுவனத்தின் தலைவர் அனந்தராமகிருஷ்ணன் அசோஷியேட்டட் பப்ளிஷர்ஸை வாங்கினார். இதனால், தி மெயில் அவரிடம் வந்து சேர்ந்தது. 1981ல் 'தி மெயில்' மூடப்பட்டுவிட்டது. ஆனால், அதன் பெயரில் இன்று ஹிக்கின்பாதம்ஸ் புத்தக விற்பனை நிலையம் மாதாந்திர நியூஸ்லெட்டரை கொண்டுவருகிறது.

இதற்கிடையே 1877ம் வருடம் 'மெட்ராஸ் ஸ்டாண்டர்ட்' தொடங்கப்பட்டது. இதற்கடுத்த வருடம் பள்ளி ஆசிரியரான ஜி.சுப்பிரமணிய ஐயரும், அவருடன் பணியாற்றிய எம்.வீரராகவாச்சாரியாரும், இவர்களின் நான்கு சட்டக் கல்வி நண்பர்களான டி.டி.ரங்காச்சாரியார், பி.வி.ரங்காச்சாரியார், டி.கேசவராவ் பான்ட், என்.சுப்பாராவ் பந்தலு ஆகியோரும் சேர்ந்து 'தி ஹிந்து' பத்திரிகையைத் தொடங்கினர். இவர்கள் ஆறு பேரும் திருவல்லிக்கேணி இலக்கியச் சங்கத்தைச் சேர்ந்தவர்கள். 'The Triplicane Six' என வர்ணிக்கப்பட்டனர். அப்போது மெட்ராஸ் உயர்நீதிமன்றத்திற்கு நீதிபதியாக சர் டி.முத்துசாமி ஐயர் நியமிக்கப்பட்டார். இவரே மெட்ராஸ் உயர்நீதிமன்றத்தின் முதல் இந்திய நீதிபதி.

இதைக் கண்டித்து ஆங்கிலேய ஆதரவு பத்திரிகைகள் செய்தி வெளியிட்டன. இதனால், வெகுண்டு எழுந்த மேற்சொன்ன அந்த ஆறு இளைஞர்களும் இந்தியர்களின் கருத்தைத் தெரிவிக்க ஒரு

முரசொலி பத்திரிகை　லோகோபகாரி　'பாப்பா' சிறுவர் இதழ்

பத்திரிகை வேண்டுமென நினைத்தனர். அப்படியாக, தி ஹிந்துவை வாரப் பத்திரிகையாகத் தொடங்கினர்.

“பத்திரிகை ஆரம்பிக்கும்போது எங்களுக்கு எந்த ஐடியாவும் இல்லை. அதை எப்படி நடத்துவது, எவ்வளவு செலவாகும் என்பது பற்றியெல்லாம் எதுவும் தெரியாது. பணம் கூட கையில் இல்லை. ஒண்ணே முக்கால் ரூபாய் கடன் வாங்கி 80 காப்பிகள் அச்சிட்டோம். அதில், முத்துசாமி ஐயரின் நியமனம் சரியென்றும், மற்ற ஆங்கிலப் பத்திரிகைகளின் தலையங்கத்தைக் கண்டித்தும் எழுதினோம்” என ஜி.சுப்பிரமணிய ஐயர் சொன்னதாக, ‘*A Hundred Years of The Hindu*’ நூலில் தெரிவிக்கப்பட்டுள்ளது.

‘**சு**தேசமித்திர’னை 1882ம் வருடம் வார இதழாக ஆரம்பித்தார் ஜி.சுப்பிரமணிய ஐயர். ‘தி ஹிந்து’வில் இருந்தபடியே அவர் இந்தத் தமிழ் வார இதழைத் தொடங்கினார்.

காரணம், தமிழ் மக்களிடையே அரசியல் அறிவைப் புகுத்தி உண்மையான ஜனநாயக வளர்ச்சிக்குப் பாடுபட வேண்டியதன் அவசியத்தை உணர்த்தவே ‘சுதேசமித்திர’னை ஆரம்பித்தார்.

“இந்து பத்திரிகை ஆங்கிலப் பத்திரிகையாக இருப்பதால் இங்கிலீஷ் பாஷையறியாத தமிழ் ஜனங்களும் தேச சமாச்சாரங்களை அறிந்துகொள்ள மார்க்கமில்லாதிருப்பதை யோசித்து ‘சுதேசமித்திரன்’ பத்திரிகையை விருத்திசெய்து தமிழ் ஜன சமூகத்தாரின் அறிவை வளர்ப்பதே மேன்மை என்று கருதினேன்...” என 1907ம் வருடம் ‘சுதேசமித்திரன்’ வெள்ளிவிழாவில் ஜி.சுப்பிரமணிய ஐயர் பேசியதாக ‘இந்திய விடுதலைக்கு முந்தைய தமிழ் இதழ்கள்’ நூலில் குறிப்பிடுகிறார் பெ.சு.மணி.

1885ல் இந்திய தேசிய காங்கிரஸின் பிரசார ஏடாக ‘சுதேசமித்திரன்’ விளங்கியது. தேசிய உணர்ச்சியைப் பரப்புவதில் தீவிரமாக இருந்தார் சுப்பிரமணிய ஐயர். காரணம், பம்பாயில் நடந்த இந்திய தேசிய காங்கிரஸின் மாநாட்டில் கலந்துகொண்ட 72 பேரில் சுப்பிரமணிய ஐயரும் ஒருவர்.

மட்டுமல்ல; முதல் தீர்மானத்தைக் கொண்டு வந்ததும் அவரே. இந்த மாநாட்டிலிருந்துதான் இந்திய தேசிய காங்கிரஸ் இயக்கம் உருவானது.

பின்னர், 1893ம் வருடம் வாரம் இருமுறை இதழானது. தொடர்ந்து 1897ல் வாரம் மும்முறை இதழாக மாறியது. இந்நேரம் கருத்து வேறுபாட்டால் ‘தி ஹிந்து’வில் இருந்து பிரிந்து வந்த சுப்பிரமணிய ஐயர் ‘சுதேசமித்திர’னை முழுநேரமாக நடத்தலானார்.

1899ம் வருடம் ‘சுதேசமித்திர’னை சுப்பிரமணிய ஐயர் நாளிதழாக மாற்றினார். இதுவே, தமிழில் வெளிவந்த முதல் நாளிதழ். இதனால், ‘தி ஹிந்து’ இதழுக்கு சுப்பிரமணிய ஐயருடன் பணியாற்றிய வீரராகவாச்சாரியார் உரிமையாளரானார். இவர்,

சி.கருணாகர மேனனை 'ஹிந்து'வின் ஆசிரியராக்கி நடத்திவந்தார்.

1900ல் 'ஹிந்து'வின் விற்பனை வெகுவாகக் குறைந்தது. இதனால், வீரராகவாச்சாரியார் அதை விற்க முடிவெடுத்தார்.

1905ம் வருடம் 'ஹிந்து'வின் சட்ட ஆலோசகராக இருந்த கஸ்தூரிரங்க ஐயங்காரே அதை விலைக்கு வாங்கினார். அவர் இறக்கும் வரை 'தி ஹிந்து'வின் ஆசிரியராக இருந்தார். பிறகு, அவரின் குடும்பத்தினர் நடத்திவருகின்றனர்.

இந்நிலையில், சி.கருணாகர மேனன் 1905ம் வருடம் 'ஹிந்து'வில் இருந்து வெளியேறி, 'தி இந்தியன் பேட்ரியாட்' பத்திரிகையை ஆரம்பித்தார். ஆனால், 1922ம் வருடம் கருணாகர மேனன் இறந்ததும் 'பேட்ரியாட்'டின் அஸ்தமனம் தொடங்கியது. அது, 1924ம் வருடம் மூடப்பட்டுவிட்டது.

இதற்கிடையே எம்.ஏ பட்டம் பெற்ற முதல் இந்தியப் பெண்ணான கமலா சத்தியநாதனால் 1901ல் 'தி இந்தியன் லேடீஸ் மேகசின்' என்ற பெண்கள் இதழ் தொடங்கப்பட்டது. இதுவே, இந்தியாவின் முதல் பெண்கள் இதழ்!

1904ம் வருடம் 'சுதேசமித்திரன்' இதழில் உதவி ஆசிரியராக மகாகவி சுப்பிரமணிய பாரதியார் சேர்ந்தார். ஆனால், ஆசிரியர் ஜி.சுப்பிரமணிய ஐயருடன் ஏற்பட்ட கருத்து வேறுபாட்டால் 1906லேயே 'சுதேசமித்திர'னில் இருந்து வெளியேறினார்.

அதே வருடம் 'இந்தியா' என்ற பத்திரிகையைத் தொடங்கி அதன் பதிப்பாசிரியராகப் பொறுப்பேற்றார் பாரதி. "'இந்தியா' பத்திரிகையில்தான் தென்னிந்தியாவிலேயே முதன்முறையாக அரசியல் கார்ட்டூன்களை பாரதி அறிமுகப்படுத்தினார். வ.உ.சிக்கு ஆதரவாக அவர் வெளியிட்ட கார்ட்டூன்களும் எழுதிய கவிதைகளும்தான் 1908ல் பாண்டிச்சேரிக்கு அவர் தப்பி ஓடுவதற்குக் காரணங்களாக இருந்தன. பத்து வருடங்கள் கழித்து, மீண்டும் பாரதி திரும்பி வந்து 'சுதேசமித்திர'னின் உதவி ஆசிரியராகச் சேர்ந்தார்..." என 'சென்னை மறுகண்டுபிடிப்பு' நூலில் குறிப்பிடுகிறார் வரலாற்று ஆய்வாளர் எஸ்.முத்தையா.

ஜி.சுப்பிரமணிய ஐயர் பிரிட்டிஷ் அரசாங்கத்தை எதிர்த்து கடுமையாக கட்டுரைகள் எழுதியதால் கைது செய்யப்பட்டார். இதனால், நோய்வாய்ப்பட்ட சுப்பிரமணிய ஐயர் 1915ம் வருடம் 'சுதேசமித்திரன்' இதழை கஸ்தூரிரங்க ஐயங்காரின் மருமகனும், 'ஹிந்து'வின் உதவி ஆசிரியராகவும் இருந்த ஏ.ரங்கஸ்வாமி ஐயங்காரிடம் ஒப்படைத்தார். 1916ம் வருடம் சுப்பிரமணிய ஐயர் இறந்து போனார்.

"'சுதேசமித்திர'னை எடுத்துக்கொண்டபின் அதை நிர்வகிக்க ரங்கஸ்வாமி ஐயங்கார் தனது உறவினர் சி.ஆர்.சீனிவாசனை உள்ளே கொண்டு வந்தார். பாரதி 1920ல் வந்து சேர்ந்துகொண்டார்.

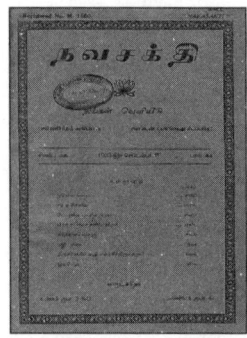

நவசக்தி

THE MANIKKODI Reg. M. 2958
மணிக்கொடி

R. No. M. 2041 "KUDI-ARASU"
குடிஅரசு
தமிழ் நாட்டுப் பெண்கள் மாநாடு

↘ திரு.வி.கவின் நவசக்தி ↘ மணிக்கொடி ↘ குடிஅரசு

மூவருமாகச் சேர்ந்து ‘சுதேசமித்திர’னை அரசியல் ஆராய்ச்சியில் சிறந்த பத்திரிகையாக மாற்றினர்.

1928ல் ‘தி ஹிந்து’வின் ஆசிரியர் ஆவதற்காக ரங்கஸ்வாமி ஐயங்கார் ‘சுதேசமித்திர’னை விட்டுச் சென்றபோது சீனிவாசன் அதன் ஆசிரியராகவும், நிர்வாகியாகவும், பின்னர் உரிமையாள ராகவும் ஆனார்...” என்கிறார் ‘சென்னை மறுகண்டுபிடிப்பு’ நூலில் எஸ்.முத்தையா.

இந்நேரம், ‘சுதேசமித்திரன்’ ஆங்கில வார இதழாகவும் வெளி வந்தது. ஆனால், 1962ல் சீனிவாசன் மறைந்ததும் ‘சுதேசமித்திரன்’ தேயத் தொடங்கியது. 1978ல் வெளிவராமல் நின்றது. பிறகு, 1980ல் மீண்டும் வெளிவரத் தொடங்கி சில வருடங்களில் நின்றுபோனது.

தொடர்ந்து, 1994ம் வருடம் மீண்டும் ‘சுதேசமித்திரன்’ நாளிதழ் வந்தது. “வழக்கம் போல் பொருள் இழப்பின் சுமை தாங்காமல் ‘சுதேசமித்திரன்’ நிறுத்தப்பட வேண்டியதாயிற்று. இறுதி இதழ் 1.5.1996ல் வெளிவந்தது...” என ‘இந்திய விடுதலைக்கு முந்தைய தமிழ் இதழ்கள்’ நூலில் குறிப்பிடுகிறார் பெ.சு.மணி.

1914ம் வருடம் அன்னிபெசன்ட் அம்மையாருக்குத் தங்கள் அரசியல் கொள்கைகளை விளக்க ஒரு பத்திரிகை தேவையாக இருந்தது. இதனால் ஏற்கனவே இருந்த ‘மெட்ராஸ் ஸ்டாண்டர்ட்’ பத்திரிகையை விலைக்கு வாங்கினார். பிறகு அதை, ‘நியூ இந்தியா’ என்ற பெயரில் கொண்டுவந்தார்.

இதன்பிறகு, மெட்ராஸ் டைம்ஸின் பதிப்பாசிரியராக இருந்த ஆர்.டபிள்யு.பிராக் 1921ல் ‘டெய்லி எக்ஸ்பிரஸ்’ பத்திரிகையை ஆரம்பித்தார். ஆனால், ஆறு வருடங்களில் இந்தப் பத்திரிகை மூடப்பட்டுவிட்டது.

1923ல் வெளியான ‘தி மெட்ராஸ் இயர் புக்’கின்படி அன்று மொத்தம் 133 பத்திரிகைகள் மெட்ராஸில் இருந்து வெளியாகி உள்ளன.

1925ம் வருடம் ஆயுர்வேத மருத்துவரான வரதராஜுலு நாயுடு 'தமிழ்நாடு' என்ற பத்திரிகையை ஆரம்பித்து நடத்திவந்தார். பின்னர், 1932ம் வருடம் 'தி இந்தியன் எக்ஸ்பிரஸ்' பத்திரிகையைத் தொடங்கினார்.

ஆனால், ஆரம்பித்த ஒரு வருடத்தில் பொருளாதார நெருக்கடி ஏற்பட பம்பாயைச் சேர்ந்த 'ஃப்ரீ பிரஸ் ஜர்னல்' பத்திரிகையின் சதானந்திடம் விற்றுவிட்டார்.

இந்த சதானந்த், 1927ம் வருடம் 'ஃப்ரீ பிரஸ் ஆஃப் இந்தியா ஏஜென்ஸி' என்ற நியூஸ் ஏஜென்ஸி தொடங்கியவர். இதுவே, இந்தியாவில் இந்தியர் ஒருவரால் ஆரம்பிக்கப்பட்ட முதல் நியூஸ் ஏஜென்ஸி. சில வருடங்களில் அது பத்திரிகையாக மாறியது.

1933ல் எக்ஸ்பிரஸின் ஆசிரியராக கே.சந்தானத்தை நியமித்தார் சதானந்த். பிறகு, 1934ம் வருடம் 'தினமணி' ஆரம்பிக்கப்பட்டது.

"'தினமணி' என்ற பெயர் ஒரு போட்டியின் மூலம் கிடைத்த பெயராகும். விரைவில் துவக்க இருக்கும் ஒரு தேசிய நாளிதழுக்கு சுருக்கமான பொருள் பொதிந்த பெயர் தெரிவிக்கும்படி எக்ஸ்பிரஸ் வாசகர்களைக் கேட்டுக் கொண்டார்கள். தக்க பெயர் தெரிவிப்பவர்களுக்கு ரூ.10 பரிசாக அறிவிக்கப்பட்டது.

டி.என்.அட்சயலிங்கம் என்ற மயிலாப்பூர்வாசியும், எஸ்.ஸ்வாமிநாதன் என்ற தியாகராயநகர்வாசியும் ஒரே பெயரைத் தெரிவித்தார்கள். அவர்கள் இருவருமே தெரிவித்த 'தினமணி' என்ற பெயர் ஏற்கப்பட்டு பரிசுத்தொகை தலைக்கு ரூ.5 என பகிர்ந்து அளிக்கப்பட்டது. 'தினமணி' என்ற சொல் சூரியனைக் குறிக்கும். தினமும் ஒலிக்கும் மணி எனவும் பொருள்படும்..." என 'இந்திய விடுதலைக்கு முந்தைய தமிழ் இதழ்கள்' நூலில் குறிப்பிடுகிறார் பொன்.தனசேகரன்.

வ.ரா., ஸ்டாலின் சீனிவாசன் ஆகியோருடன் 'மணிக்கொடி' இதழைத் தொடங்கிய டி.எஸ்.சொக்கலிங்கம்தான் 'தினமணி'யின் முதல் ஆசிரியராகப் பொறுப்பேற்றார்.

சில வருடங்களிலேயே எக்ஸ்பிரஸும், தினமணியும் பொருளாதார நெருக்கடியில் சிக்கித் தவித்தன. ஏற்கனவே, அச்சகத்தை நவீனப்படுத்த ராம்நாத் கோயங்காவிடம் கடன் வாங்கியிருந்தார் சதானந்த். இதனால், 1939ல் ராம்நாத் கோயங்கா விடம் இரண்டு பத்திரிகைகளும் வந்தன.

1991ல் கோயங்கா மறைந்ததும் அவரின் குடும்பத்தினர் வடக்கே 'தி இந்தியன் எக்ஸ்பிரஸ்' என்றும், தெற்கே 'தி நியூ இந்தியன் எக்ஸ்பிரஸ்' என்றும் நடத்திவருகின்றனர்.

இதற்கிடையே தமிழகத்திலிருந்து பல்வேறு சிற்றிதழ்கள் 1900ல் இருந்து வெளிவந்தன. இந்த இதழ்களைத் தொகுத்து, '*thamizham.net*' என்ற வலைத்தளத்தில் தந்துள்ளார் பொள்ளாச்சி நசன்.

அதில், விவேக பாநு, விவேக சிந்தாமணி, விவசாய தீபிகை, தமிழ், விவேக போதினி, ஆனந்த போதினி, ஜனோபகாரி, சுதந்திரச் சங்கு, பிரசண்ட விகடன், குமார விகடன், நவசக்தி, குடிஅரசு, சூறாவளி, திராவிட நாடு, தமிழ்த்தென்றல், பாப்பா, தம்பீ, பாலர் மலர் எனப் பல்வேறு இதழ்களைப் பார்க்கமுடிகிறது.

இதில், தேசபக்தன், நவசக்தி இதழ்கள் திரு.வி.க.வால் நடத்தப் பட்டன. குடிஅரசு பெரியார் நடத்திய பகுத்தறிவு இதழ். ஆசிரியராக இ.வெ.கிருஷ்ணசாமி இருந்தார்.

1907ல் அயோத்திதாசப் பண்டிதரால் 'ஒரு பைசா தமிழன்' கொண்டு வரப்பட்டது. வடிவேலு செட்டியாரின் 'லோகோபகாரி', ராஜாஜியின் 'விமோசனம்', ரா.கிருஷ்ணமூர்த்தியின் 'கல்கி', 1928ல் எஸ்.எஸ்.வாசன் தொடங்கிய 'ஆனந்த விகடன்' எனப் பல்வேறு இதழ்கள் சுதந்திரத்திற்கு முன்பு வந்தவை.

1942ம் வருடம் சுதந்திரப் போராட்ட உச்சகாலத்தில் பிரிட்டிஷ் அரசு, பத்திரிகைகளுக்குத் தணிக்கை முறையைக் கொண்டு வந்தது. இதை எதிர்த்த ராம்நாத் கோயங்கா தணிக்கைக்கு மறுத்து மூன்று மாதங்கள் தினமணியை நிறுத்தி வைத்தார். பிறகே வெளியானது.

இதே காலகட்டத்தில் மதுரையிலிருந்து 'தினத்தந்தி' நாளிதழ் சி.பா.ஆதித்தனாரால் ஆரம்பிக்கப்பட்டது. பின்னர், 1948ல் மெட்ராஸில் தினத்தந்தி தொடங்கப்பட்டது.

இதேபோல 1942ம் வருடம் திராவிட இயக்கப் பத்திரிகையாக கலைஞர் கருணாநிதியால் 'முரசொலி' தொடங்கப்பட்டது. 1951ம் வருடம் திருவனந்தபுரத்திலிருந்து டி.வி.ராமசுப்பையர் 'தினமலர்' நாளிதழைத் தொடங்கினார்.

பின்னர், 1957ல் அது திருநெல்வேலிக்கு மாற்றப்பட்டது. 1979ல் மெட்ராஸ் பதிப்பு தொடங்கப்பட்டது.

இதற்கிடையே, 1941ம் வருடம் 'கல்கி' வார இதழை ரா.கிருஷ்ண மூர்த்தியும் (கல்கி), சதாசிவமும் தொடங்கினர். 1947ல் எஸ்.ஏ.பியும், பி.வி.பார்த்தசாரதியும் இணைந்து 'குமுதம்' இதழை ஆரம்பித்தனர்.

சுதந்திரத்திற்குப் பிறகு பத்திரிகைகள் நன்கு வளர்ச்சி அடைந்தன. 1977ம் வருடம், 'தினகரன்' நாளிதழும், 'குங்குமம்' வார இதழும் ஆரம்பிக்கப்பட்டன. தொடர்ந்து மெட்ராஸிலிருந்து பல்வேறு இதழ்கள் வெளியாகின.

தொலைக்காட்சியும், இணையமும் பரவலான பிறகு இன்று பத்திரிகைகளுடன் டிவிக்களும், டிஜிட்டல் மீடியாக்களும் செய்திகளை வழங்கி வருகின்றன.

* * *

கோட்டையும் சட்டப்பேரவையும்

இந்த ஆகஸ்ட் 22ம் தேதியுடன் சென்னை உருவாகி 380 வருடங்கள் ஆகின்றன.

சென்னையின் வரலாறு என்பது இன்று தலைமைச் செயலகமாகக் காட்சியளிக்கும் புனித ஜார்ஜ் கோட்டையிலிருந்து தொடங்குகிறது.

ஏற்கனவே, கோட்டை உருவான வரலாறு பற்றி முதல் அத்தியாயத்தில் சொல்லியிருந்தோம். கோட்டையினுள் இருக்கும் சில பழமையான கட்டடங்கள் பற்றிக் கூட ஆங்காங்கே வெவ்வேறு அத்தியாயங்களில் குறிப்பிட்டுள்ளோம்.

இப்போது புனித ஜார்ஜ் கோட்டை சட்டப் பேரவையாக உருவெடுத்த வரலாறு பற்றிப் பார்ப்போம்.

அதற்குமுன் கோட்டையின் ஆரம்பக் காலம் பற்றியும், உள்ளிருக்கும் புனித மேரி தேவாலயம், ஃபோர்ட் மியூசியம், கிளைவ் ஹவுஸ் பற்றியும் கொஞ்சம் பார்த்துவிடலாம்.

1639ம் வருடம் ஃபிரான்சிஸ் டேயும், ஆண்ட்ரூ கோகனும் இந்த இடத்திற்கு வந்தபோது சுற்றிலும் பனை மரங்களும் பனை ஓலைகளால் வேயப்பட்ட மீனவர்களின் குடிசைகளுமே இருந்தன.

அப்போது இந்தப் பகுதியை ஆண்ட பூந்தமல்லி நாயக்கர் தமர்ல வெங்கடாத்ரி இங்கே ஒரு கோட்டையை உருவாக்கிக் கொள்ளவும், வணிகம் செய்யவும் ஒப்பந்தம் அளித்தார்.

இதன்பிறகு டேயும், கோகனும் ஆர்மகானில் இருந்த கோட்டையைத் தகர்த்துவிட்டு 'ஈகிள்', 'யூனிட்டி' என்ற இரண்டு கப்பல்களில் 1640ம் வருடம் பிப்ரவரி 20ம் தேதி மெட்ராஸை அடைந்தனர்.

இதில் டே, கோகன் தவிர்த்து ஒரு மருத்துவரும், பீரங்கி இயக்குபவரும், ஒரு தச்சரும், சில எழுத்தர்களும், கப்பலுக்கு தலா 25 பேர் என ஐம்பது ஊழியர்களும் மெட்ராஸ் வந்திறங்கினர்.

கூவம் நதி அருகே இருந்த மணல் திட்டை, கோட்டை கட்டுவதற்கான இடமாக முன்பே தேர்ந்தெடுத்திருந்தார் ஃபிரான்சிஸ் டே.

ஆரம்பத்தில் கம்பெனியின் கோட்டை மிகச் சிறியதாகவே கட்டப்பட்டது. இதைச் சுற்றி நான்கு பக்கமும் சுற்றுச் சுவர்கள் எழுப்பப்பட்டன. இதன் பிறகே கோட்டையின் இருபுறமும் ஊழியர்களுக்கான குடியிருப்புகள் கட்டப்பட்டன.

1640ம் வருடம் ஏப்ரல் 23ம் அன்று கட்டடப் பணி முடிந்தது. அதாவது இரண்டு மாதங்களில் பணிகள் முடிந்தன. அதுவரை மூங்கில் மற்றும் பனைமரக் குடிசைகளில் ஆங்கிலேயர்கள் தங்கினர்.

கட்டடப் பணிகள் முடிக்கப்பட்ட ஏப்ரல் 23ம் தேதி என்பது புனித ஜார்ஜ் தினம் என்பதால் கோட்டைக்குப் 'புனித ஜார்ஜ் கோட்டை' எனப் பெயர் சூட்டப்பட்டது.

ஆனால், இதில் குடியேற்றப் பகுதிகளும் இன்னும் பிற கட்டடங்களும் 1650லேயே முழுமையாக நிறைவடைந்தன. இதற்கு இடையில் கோட்டையைச் சுற்றி சாந்தோமிலிருந்து வந்த போர்த்துக்கீசியர்கள் உள்ளிட்ட ஐரோப்பியர்கள் குடியேறினர்.

இந்தக் குடியிருப்புகளைச் சுற்றியும் ஒரு புறக்கோட்டைச் சுவர் எழுப்பபட்டது. இதை 1666ம் வருடம் கம்பெனியின் முகவராக இருந்த ஆரோன் பேக்கர் என்பவர் கட்டிமுடித்தார்.

இதற்கு வடக்குப் பக்கமாக நெசவாளர்கள், வரைகலைஞர்கள் என உள்ளூர்வாசிகள் குடியேறினர். பின்னர், இந்தியர்கள் இருந்த பகுதி கருப்பர் நகரம் என்றும், ஐரோப்பியர்கள் இருந்த பகுதி வெள்ளையர் நகரம் என்றும் அழைக்கப்பட்டது.

இப்படியாக இருந்த முதல் குடியேற்றப் பகுதிகளைக் கிழக்கிந்தியக் கம்பெனியின் மருத்துவரான ஜான் ஃப்ரையரின் வரைபடத்தில் பார்க்க முடிகிறது. அதில், கோட்டையின் அமைப்பு கூம்பு வடிவில் முகலாயர் கட்டடப் பாணியில் உள்ளது. இது 'கவர்னர் ஹவுஸ்' என அழைக்கப்பட்டது.

வடக்குப் பக்கமாக ஒரு தேவாலயம் காணப்படுகிறது. கோட்டையைச் சுற்றிலும் வீடுகள் உள்ளன. வடக்கே இந்தியர்களின் குடியிருப்புகள் இருப்பதையும் அந்த வரைபடம் மூலம் அறிய முடிகிறது.

இந்நிலையில், 1678ம் வருடம் ஆங்கிலேயர்கள் தங்களுக்கென ஒரு தேவாலயத்தைக் கட்டத் தொடங்கினர். இதன் பெயர் செயின்ட் மேரிஸ் சர்ச்! அப்போது ஸ்டேரேன்ஷாம் மாஸ்டர் கவர்னராக இருந்தார். Lady's Day அன்று அடிக்கல் நாட்டப்பட்டது.

இதற்கான டிசைனை தயாரித்து கட்டியவர் கோட்டையின் பீரங்கி இயக்கத்தில் நிபுணராக விளங்கிய எட்வர்ட் ஃபவுல்.

அன்று பீரங்கி இயக்குபவர்கள் எஞ்சினியர்களாகவும் இருந்தனர்.

சுமார் 86 அடி நீளமும், 56 அடி அகலமும் கொண்டு அழகான கோபுரத்துடன் குண்டுகள் துளைக்காத வகையில் புல்லட் புரூஃப் தேவாலயமாகக் கட்டினார் எட்வர்ட்.

இரண்டு வருடங்கள் கழித்து 1680ம் வருடம் பணிகள் முடிக்கப் பட்டு வழிபாடு தொடங்கியது. இதுவே, ஆங்கிலேயர்கள் இந்தியா வில் எழுப்பிய முதல் ஆங்கிலிகன் தேவாலயம். இன்றும் தலைமைச் செயலகத்தில் இந்த தேவாலயம் செயல்பட்டுவருகிறது.

இதில்தான் பிரிட்டிஷ் இந்தியாவின் தலைமைத் தளபதி யாக விளங்கிய ராபர்ட் கிளைவ்வின் திருமணமும், மெட்ராஸ் கவர்னராக இருந்த எலிஹூ யேல் திருமணமும் நடைபெற்றன.

மட்டுமல்ல; இன்றும் இந்த சர்ச்சின் பலிபீடத்தின் பின்னே ரபேலின் 'கடைசி விருந்து' ஓவியம் உள்ளது. இதை வரைந்தவர் யாரென்று தெரியவில்லை. இதனை பிரிட்டிஷார் 1761ல் பாண்டிச் சேரியிலிருந்து கொண்டு வந்ததாக குறிப்புகள் சொல்கின்றன.

இப்போது இந்த சர்ச்சின் உள்ளே மட்டும் பத்துக்கும் மேற்பட்ட கல்லறைகள் இருக்கின்றன. இதில், மெட்ராஸ் கவர்னராக இருந்த சர் தாமஸ் மன்றோவின் கல்லறையும் ஒன்று.

தொடர்ந்து 1693ம் வருடம் பழைய கோட்டை மாளிகை இடிக்கப் பட்டு கிழக்குப் பக்கமாக புதிய கோட்டை கட்டி முடிக்கப்பட்டது. இதற்கு இரண்டு வருடங்களானது.

இதன்பிறகு 1710ம் வருடம் தாமஸ் பிட் காலத்தில் புனித ஜார்ஜ் கோட்டை மற்றும் மெட்ராஸ் நகரின் வரைபடம் வெளியானது. இதில், கவர்னர் ஹவுஸ், தங்கசாலை, டவுன் ஹால், புதிய மருத்துவ மனை, ஆங்கிலேயர்கள் சர்ச், போர்த்துக்கீசியர்கள் சர்ச், ஜேம்ஸ் தெரு, சார்லஸ் தெரு, செயின்ட் தாமஸ் தெரு, காப்பாளர் வீடு, பரேடு இடம் எனப் பல இடங்களைப் பார்க்க முடிகிறது.

இதில், போர்த்துக்கீசியர்கள் 1642ம் வருடமே இங்கே குடியேறியபோது ஒரு சர்ச்சை கட்டியிருந்தனர். தவிர, கருப்பர் நகரம், முத்தயால்பேட்டை, பெத்தநாயக்கன்பேட்டை போன்ற இடங்களும் இந்த வரைபடத்தில் குறிப்பிடப்பட்டுள்ளன.

இதன்பிறகு, 1740ம் வருடம் ஜோசப் ஸ்மித் என்கிற எஞ்சினியர் பாதுகாப்புகள் நிறைந்த கோட்டையாக உருவாக்கும் திட்டத்தை முன்வைத்தார். ஆனால், உடனடியாக அந்தப் பணி தொடங்க வில்லை.

1746 முதல் 1749 வரை பிரஞ்சு முற்றுகையிட்ட பிறகே கோட்டையைப் பலப்படுத்தும் பணிகள் தொடங்கின. அதில், சிறு சிறு மாற்றங்கள் செய்யப்பட்டன. குறிப்பாக, கருப்பர் நகரின் சில பகுதிகள் இடிக்கப்பட்டன.

வடக்கு மற்றும் தெற்குப் பக்க கோட்டைச் சுவரில் கொஞ்சம் சரிவை

➘ கோட்டையின் வெளிப்புறத்தோற்றம்

ஏற்படுத்தி பீரங்கியிலிருந்து தாக்கும் வண்ணம் வடிவமைக்க தீர்மானிக்கப்பட்டது. இதற்கு பெஞ்சமின் ராபின்ஸ் என்பவரை தலைமை எஞ்சினியராக போட்டனர். அவர் ஸ்மித்தின் திட்டத்தை ஏற்றுக்கொண்டு பணியைத் தொடங்கினார். ஆனால், 1752ல் அவர் காலமானார்.

இவரின் டிசைன் ப்ரோஹியர் மற்றும் கால் என்பவர்களால் மேற்கொள்ளப்பட்டு 1755ல் பணிகள் தொடங்கின. இதில் முக்கியமாக வடக்குப் பக்கத்திலிருந்து கோட்டையின் பின்புறமாக ஓடிய எழும்பூர் நதி திருப்பிவிடப்பட்டது.

மேற்குப் பக்கமாக மூன்று புதிய கொத்தளங்கள் கட்டப்பட்டன. சுமார் இரண்டு வருடங்கள் 4 ஆயிரம் தொழிலாளர்களால் பணிகள் விறுவிறுப்பாக நடந்தன.

1758ல் மீண்டும் பிரஞ்சுப் படையை வழிநடத்திய லாலி மெட்ராஸை முற்றுகையிட்டார். இதனால், பணிகள் சுணங்கின. ஓராண்டுக்குப் பின்னர் கருப்பர் நகர் முற்றிலும் அழிக்கப்பட்டு முத்தயால்பேட்டைக்கும், பெத்தநாயக்கன்பேட்டைக்கும் குடியிருப்புகள் நகர்த்தப்பட்டன. இந்தப் பகுதி புதிய கருப்பர் நகரம் என்றழைக்கப்பட்டது.

இந்தப் புதிய கருப்பர் நகரையும் பாதுகாக்க முடிவெடுத்து சுமார் ஐந்தரை கிமீ தூரம் சுற்றுச் சுவர் எழுப்பப்பட்டது. தவிர, எதிரிகளைத் தாக்குவதற்கு பீரங்கிகள் வைக்க வசதியாக 17 கொத்தளங்களும் அமைக்கப்பட்டன. இதை பால் பென்பீல்டு என்ற கம்பெனியின் கான்ட்ராக்டர் கட்டினார்.

இப்படி பாதுகாப்பிற்காக சுவர் எழுப்பியதால் கம்பெனிக்குச் செலவு அதிகரித்தது. இதை ஈடுகட்ட மக்களிடம் இருந்து வரி வசூலிக்க தீர்மானிக்கப்பட்டது.

இதனால், அந்தச் சுவரையொட்டிய சாலை வால்டாக்ஸ் ரோடு எனப்பட்டது. ஆனால், மக்கள் எதிர்ப்பு தெரிவிக்க,

வரி வசூலிக்கப்படவில்லை. இருந்தும் அதை வால்டாக்ஸ் ரோடு என்றே மக்கள் அழைத்தனர். இன்றும்கூட இந்தச் சுவரின் ஒரு பகுதி ஸ்டான்லி மருத்துவமனை அருகே மாடிப் பூங்காவாகக் காட்சியளிக்கிறது.

பின்னர், 1783 வரை மேஜர் கால் மற்றும் கர்னல் ரோஸ் என்பவர்களால் கோட்டை பாதுகாப்பு பலப்படுத்தப்பட்டு வந்தது. அதுவே இன்றைய தலைமைச் செயலகமாக உள்ளது.

இன்று கோட்டையில் தலைமைச் செயலகம், அரசு அலுவல கங்கள், கவுன்சில் சேம்பர், ஆயுதக்கிடங்கு, கிளைவ் ஹவுஸ், படை வீரர்கள் தங்கும் இல்லம், கோட்டை மியூசியம் உள்ளிட்டவை இருக்கின்றன.

ஆரம்பத்தில் தலைமைச் செயலகத்தின் தென்பக்கமாக உள்ள செயின்ட் தாமஸ் தெருவில் கர்னல்கள், மேஜர்கள் மற்றும் பிற கவுன்சில் உறுப்பினர்கள் வசித்தனர். இந்தத் தெரு ஸ்நோப் அலே என்ற புனைபெயரில் அழைக்கப்படுகிறது. இன்று இதில் கடைசி யாக ஒரு வீடு மட்டும் இடிந்த நிலையில் காணப்படுகிறது.

இதன்பிறகு, சர்ச்சிற்குப் பின்புறம் உள்ள கிளைவ் ஹவுஸ். ஆரம்பத்தில் இது அட்மிரால்டி ஹவுஸ் என அழைக்கப்பட்டது. ஏனெனில், கடற்படைக்கான நீதிமன்றம் இங்கே செயல்பட்டதே!

இது 1753ல் ராபர்ட் கிளைவ்வின் வீடாக இருந்துள்ளது. பின்னர், இரண்டாம் ராபர்ட் கிளைவ்வின் வீடாகவும் இருந்தது. இதற்கிடையே கவர்னரின் நகர இல்லமாகவும் இந்த இடம் செயல்பட்டது. பிறகு, இரண்டாம் கிளைவ்வின் காலத்தில் விருந்தினர் மாளிகையாக மாறியது. தற்போது கிளைவ் ஹவுஸில் இந்தியத் தொல்லியல் துறை செயல்பட்டு வருகிறது.

தென்மேற்குப் பக்கத்திலுள்ள ஆயுதக்கிடங்கு 1772ல் ஜான் சல்லிவனால் கட்டப்பட்டது. இதை கர்னல் பேட்ரிக் ரோஸ் வடிவமைத்தார். இன்று இதை ராணுவ எஞ்சினியரிங் சர்வீஸஸ் பயன்படுத்தி வருகிறது.

1756ல் கட்டப்பட்டது கிங்ஸ் பேராக்ஸ் கட்டடம். இது இரு நூற்றாண்டுகளாக கிங் ரெஜிமென்ட் தங்குமிடமாகவும், பிரிட்டிஷ் பட்டாலியனுக்கான இடமாகவும் இருந்தது. தற்போது ராணுவ கேன்டீனாக உள்ளது.

இதேபோல் 1790ல் வணிகத்திற்காகக் கட்டப்பட்ட எக்ஸ்சேஞ்ச் கட்டடம் இன்று கோட்டை மியூசியமாகக் காட்சியளிக்கிறது. இதன் மேல்தளத்தில்தான் முதல் லைட்ஹவுஸ் செயல்பட்டது.

இப்படியாக இன்று கோட்டையினுள் பழைய கட்டடங்கள் எஞ்சியுள்ளன. இதில் சட்டப் பேரவை எப்போது வந்தது? அடுத்து பார்ப்போம்.

✶ ✶ ✶

முதல் சட்டமன்றமும் சட்டமன்றப் பேரவையும்

இன்றைய தமிழக சட்டமன்றம் உருவாக்கப்பட்டு 98 வருடங்கள் ஆகின்றன. ஆனால், அதன் வரலாறு 18ம் நூற்றாண்டின் பிற்பகுதியிலேயே வடிவம் கொண்டுவிட்டது.

1773ம் வருடம் பிரிட்டிஷ் நாடாளுமன்றத்தில் இயற்றப்பட்ட ஒழுங்குமுறைச் சட்டத்தின்படி இந்தியாவில் கவர்னர்ஸ் ஜெனரல் என்ற பதவி உருவாக்கப்பட்டது.

அதாவது மெட்ராஸ், பம்பாய், கல்கத்தா என்றிருந்த மாகாணங்களுக்கான கவர்னர்களுக்கு ஒரு தலைமை கவர்னர் பதவி ஏற்படுத்தப்பட்டது. அதேநேரத்தில் மாகாணங்களின் கவர்னர்களுக்குச் சட்டம் இயற்றும் அதிகாரமும் வழங்கப்பட்டது.

பிறகு, 1833ல் கொண்டு கொண்டு வரப்பட்ட சாசன சட்டப்படி (The Charter of Act 1833) ஏற்கனவே இருந்த தலைமை கவர்னர் பதவி கவர்னர் ஜெனரல் ஆஃப் இந்தியா என மாற்றப்பட்டது.

இந்தியாவின் முதல் கவர்னர் ஜெனரலாக லார்டு வில்லியம் பென்டிங்க் பொறுப்பேற்றார். இதிலிருந்து இந்தியாவின் அரசு என்ற நிர்வாக முறையும் ஆரம்பமானது.

தவிர, இந்தச் சட்டமே சட்டமன்றத் தொடக்கத்திற்கும் வித்திட்டது. ஏனெனில், முதல்முறையாக சட்டம் இயற்றுவதற்கு என்றே கவர்னர் ஜெனரலின் நிர்வாக சபையில் நான்காவதாக சட்ட அறிஞர் ஒருவர் உறுப்பினராக நியமிக்கப்பட்டார்.

அந்தச் சட்ட உறுப்பினராக நியமனமானவர் ஆங்கிலக் கல்வி முறையை அறிமுகப்படுத்திய மெக்காலே ஆவார். ஆனால், இந்தச் சாசனச் சட்டம் மாகாண கவர்னரின் சட்டம் இயற்றும் அதிகாரத்தைப் பறித்தது. அத்துடன், அனைத்து அதிகாரத்தையும்

மத்தியிலிருந்த கவர்னர் ஜெனரலின் நிர்வாக சபைக்கு அளித்தது.

தொடர்ந்து, 1853ல் ஒரு சாசனச் சட்டம் கொண்டுவரப்பட்டது. இதன்படி வங்காள தலைமை நீதிபதி, உச்சநீதி மன்ற நீதிபதி ஒருவர் ஆகியோருடன் அந்தந்த மாகாணங்களிலிருந்து ஒரு பிரதிநிதியும் சேர்த்துக்கொள்ளப்பட்டு கவர்னர் ஜெனரலின் நிர்வாக சபை விரிவாக்கப்பட்டது.

மொத்தம் 12 உறுப்பினர்கள் இந்தச் சபையில் இருந்தனர். இந்தக் கவுன்சிலே இந்தியாவில் முதல் சட்டமன்றத்தை உருவாக்க வழிவகுத்தது.

இந்நிலையில், 1857ல் ஏற்பட்ட சிப்பாய் கலகத்திற்குப் பிறகு கிழக்கிந்தியக் கம்பெனியின் ஆட்சி முடிவுக்கு வந்தது. இந்திய அரசாங்கத்தை விக்டோரியா மகாராணியின் நேரடி ஆட்சியின் கீழ் இங்கிலாந்து பாராளுமன்றம் எடுத்துக்கொண்டது.

பின்னர், 1861ம் வருடம் இந்திய கவுன்சில் சட்டம் இயற்றப் பட்டது. அதாவது, இந்திய சட்டமன்றங்கள் சட்டம். இதுவே, சட்டமன்றங்களின் வளர்ச்சிக்கு திருப்புமுனை ஆகும்.

இதன்படி, சட்டம் இயற்றும் அதிகாரம் மீண்டும் மாகாணங் களுக்கு அளிக்கப்பட்டது. சட்டங்களையும், ஒழுங்குவிதிகளையும் மட்டும் இயற்ற தலைமை வழக்கறிஞர் மற்றும் நான்கு முதல் எட்டு வரையிலான கூடுதல் உறுப்பினர்களை கவர்னர் தன் நிர்வாக சபையில் சேர்த்துக்கொள்ள வழிவகை செய்தது.

இந்த உறுப்பினர்கள் இரண்டாண்டு காலம் பதவி வகிப்பர் என்றும், சட்டங்கள் மற்றும் ஒழுங்குமுறை விதிகளை இயற்ற நடைபெறும் கூட்டங்களில் மட்டுமே இவர்கள் கலந்துகொண்டு வாக்களிக்க முடியும் என்றும் இச்சட்டம் வரையறுத்தது.

"சட்டம் இயற்றும்போது அரசுக்கு ஆலோசனை கூறும் அளவுக்கு மட்டுமே இந்த நிர்வாக சபை இருந்தது என்றாலும் பெரும்பாலான யோசனைகள் ஏற்றுக் கொள்ளப்பட்டதால் இந்தச் சபைக்கு மதிப்பு கூடியது. இப்படி இயற்றப்படும் மாகாண சட்டங்களுக்கு கவர்னர் ஜெனரலின் ஒப்புதல் அவசியமானது" என்கிறது 1997ல் வெளியிடப்பட்ட 'தமிழ்நாடு சட்டமன்ற பவள விழா மற்றும் சட்டமன்றப் பேரவை வைரவிழா' மலர்.

இப்படியாக, இந்தச் சபைக்கு முதன்முதலில் நியமிக்கப்பட்ட இந்திய உறுப்பினர் வி.சடகோப்பாச்சார்லு ஆவார்.

இச்சட்டத்தின்கீழ் இங்கே அமைந்த மன்றத்திற்கு, 'மெட்ராஸ் லெஜிஸ்லேட்டிவ் கவுன்சில்' எனப் பெயரிடப்பட வேண்டுமென முயற்சிகள் மேற் கொள்ளப்பட்டன. ஆனால் இது, 'செயின்ட் ஜார்ஜ் கோட்டை கவர்னரின் கவுன்சில்' என்றே அழைக்கப்படும் என இந்திய அரசு முடிவெடுத்தது.

பிறகு, 1892ம் வருடம் இந்திய சட்டமன்றங்களின் சட்டம்

பல்வேறு சீர்திருத்தங்களுடன் இயற்றப்பட்டது. இதற்கான கோரிக்கைகள் 1885ம் வருடத்திலிருந்தே வலுப்பெற்றன.

நாட்டின் நிர்வாகத்தில் இந்திய மக்களும் பங்களிக்க வேண்டு மென்றும், சட்டம் இயற்றும் சபையில் பிரதிநிதித்துவக் கொள்கைப் படி தேர்தல் நடத்தி இடங்கள் அளிக்கப்பட வேண்டுமென்றும் கோரிக்கை வைத்தனர்.

இதனாலேயே இந்தச் சட்டம் கொண்டுவரப்பட்டது. இதன் படி சட்டம் இயற்றும் கவர்னரின் நிர்வாக சபை உறுப்பினர் களின் எண்ணிக்கை இருபதாக உயர்த்தப்பட்டது.

இதில், அரசு அதிகாரிகள் ஒன்பது பேர் அளவுக்கு இடம்பெறவும், அரசு சார்பற்றவர்கள் மீதமுள்ள இடங்களுக்குப் பொறுப்பேற்கவும் இச்சட்டம் வகை செய்தது.

இதில் அரசு சார்பில்லா உறுப்பினர்கள் பல்கலைக்கழகங்கள், நகராட்சிகள், மாவட்ட வாரியங்கள் மற்றும் இதர சங்கங்களின் பரிந்துரையின்பேரில் நியமிக்கப்பட்டனர்.

“இந்தச் சட்டம் முந்தைய சட்டத்தைவிட மேம்பட்டதாயிருந் தது. ஏனெனில், பிரதிநிதித்துவக் கொள்கையை மறைமுகமாகப் புகுத்தியதோடு, அரசின் ஆண்டு நிதிநிலை அறிக்கையை விவாதிக்க வும், சில கட்டுப்பாடுகளுக்கு உட்பட்டு பொதுப் பிரச்னைகள் பற்றி வினாக்கள் எழுப்பி அரசிடம் பதில் பெறவும் இது வழிகோலியது. இதன்படி அமைந்த மன்றத்தின் முதல் கூட்டம் 17-1-1893 அன்று மாலை 3 மணிக்கு புனித ஜார்ஜ் கோட்டையிலுள்ள மண்டபத்தில் கூடியது. இந்தச் சட்டமன்றத்தின் முதலாவது வினாவை திரு.வி.பாஷ்யம் அய்யங்கார் என்னும் உறுப்பினரின் சார்பில் திரு.சி.சங்கரன் நாயர் எழுப்பினார். இந்த மன்றம் முதன்முதலாக 1893-94ம் ஆண்டுக்கான நிதிநிலை அறிக்கையை 2-5-1893 அன்று விவாதித்தது. விவாதத்தில் இரண்டு உறுப்பினர்கள் பங்குகொண்ட னர். வாக்களிக்கும் உரிமை அப்போது இல்லை.

இச்சட்டம் அமலில் இருந்த காலத்தில் திருவாளர்கள் வி.பாஷ் யம் அய்யங்கார், சி.சங்கரன் நாயர், ஏ.டி.அருண்டேல், சி.ஜம்பு லிங்க முதலியார், சி.விஜயராகவாச்சாரியார், ஐ.ரத்தினசபாபதிப் பிள்ளை, பி.எஸ்.சிவசாமி அய்யர், பொப்பிலி ராஜா, முகமது உசேன் அலிகான் பகதூர் ஆகிய அறிஞர்கள் அரசு சார்பற்ற உறுப்பினர்க ளாக இடம்பெற்று மன்ற விவாதங்களுக்குச் சுவை கூட்டினர்” என்கிறது 2010ல் வெளியிடப்பட்ட, ‘புதிய சட்டப்பேரவை தலைமைச் செயலக வளாகம் திறப்பு விழா சிறப்பு மலர்.’

இதன்பிறகு, 1909ம் வருடம் இந்திய அரசுச் சட்டம் இயற்றப் பட்டது. இந்தச் சட்டம் இந்திய வைஸ்ராயாக இருந்த மின்டோ பிரபுவும், இந்தியச் செயலராக இருந்த ஜான் மார்லேவும் இணைந்து கொண்டுவந்த சீர்திருத்தங்களின் அடிப்படையில் இயற்றப்பட்டது.

இந்திய மக்களுக்கு ஆட்சியில் அதிக பங்கு வேண்டுமென்று தொடர்ந்து வலியுறுத்தப்பட்டதன் காரணமாக இச்சட்டம் விதிக்கப்பட்டது. இதன்படி சபை உறுப்பினர்களின் எண்ணிக்கை இருபதில் இருந்து 50 ஆக அதிகரிக்கப்பட்டது.

இப்போது கவர்னரின் நிர்வாக சபையிலிருந்த எட்டு உறுப்பினர்களைத் தவிர, மீதி 42 பேரில் 21 பேர் தேர்ந்தெடுக்கப்பட்டும், 21 பேர் நியமனம் மூலமும் சபைக்குக் கொண்டு வரப்பட்டனர்.

மக்களே அனைத்து உறுப்பினர்களையும் பெரும்பான்மையாகத் தேர்ந்தெடுக்கும் தேர்தல்களாக இவை அமையாவிட்டாலும் குறுகிய அளவில் மறைமுகத் தேர்தல்களை இச்சட்டம் அமலாக்கியது.

இந்நிலையில் உறுப்பினர் எண்ணிக்கை அதிகரித்ததையடுத்து சட்டமன்றத்திற்கென புதிய கட்டடம் புனித ஜார்ஜ் கோட்டையில் 1910ம் வருடம் கட்டப்பட்டது.

1758ல் பிரஞ்சுக்காரர்கள் கோட்டையை முற்றுகையிட்டபோது எடுத்துச் சென்ற கரும்படிகத் தூண்களை 1761ல் பாண்டிச்சேரியை ஆங்கிலேயர்கள் கைப்பற்றியபோது திரும்ப எடுத்து வந்தனர். இதிலுள்ள இருபது தூண்கள் புதிய கட்டடத்தில் நிறுவப்பட்டன.

நிறைவாக, 1919ம் வருடம் இந்திய மக்களுக்கு ஒரு பொறுப்பான ஆட்சி அமைத்துக் கொடுக்கப்பட வேண்டும் என்ற எண்ணத்திலும் ஆட்சியில் இந்தியர்களுக்கு அதிகளவு பங்கு இருக்க வேண்டும் என்ற கோரிக்கையாலும் 'இந்திய அரசுச் சட்டம்' இயற்றப்பட்டது.

இச்சட்டம் இந்தியச் செயலராக இருந்த மான்டேகுவும் இந்திய வைஸ்ராயாக இருந்த செம்ஸ்ஃபோர்டும் கொண்டுவந்த சீர்திருத்தங்களின்படி இயற்றப்பட்டது. வரி அல்லது தீர்வை செலுத்துவோருக்கு மட்டும் வாக்குரிமை இருந்தது என்றாலும் இந்தியாவில் முதன்முதலில் பெருமளவில் தேர்தல்கள் நடைபெற இச்சட்டமே வகை செய்தது.

இதுவரை கவர்னரின் நிர்வாக சபையின் கீழ் இருந்த சட்டமன்றம் இப்போது தனித்து இயங்கும் ஓர் அமைப்பாக மாறியது. சட்டமன்றங்களில் மக்கள் பிரதிநிதிகள் அதிகளவில் இடம்பெற்றனர். இதுவே தனித்து இயங்கும் சட்டமன்றத்தின் தொடக்கம் எனலாம்.

இந்தச் சட்டத்தின்படி மத்தியில் மாகாணங்களவை, சட்டமன்றம் என இரு அமைப்புகள் அமைந்தன. மட்டுமல்ல, சட்டமன்றங்களில் இரட்டையாட்சி முறை கொண்டு வரப்பட்டது.

அதாவது, அரசே தன்னுடைய இலாகாக்களை ஒதுக்கப்பட்ட துறைகள் (Reserved subjects) என்றும், மாற்றப்பட்ட துறைகள் (Transferred subjects) என்றும் இரண்டு பிரிவுகளாகப் பிரித்தது.

காவல், பாசனம், நிலவருவாய் போன்ற முக்கிய துறைகள் ஆளுநரின் நிர்வாக சபை உறுப்பினர்களின் பொறுப்பில் வைக்கப்பட்டன. இதுவே ஒதுக்கப்பட்ட துறை.

கலால், பொது சுகாதாரம், உள்ளாட்சி போன்றவை தேர்ந்தெடுக்கப்பட்ட அமைச்சரவையின் அதிகாரத்திற்கு உட்பட்டது. இது மாற்றப்பட்ட துறை எனப்பட்டது.

இந்த இரண்டு பிரிவுகளுக்கும் கவர்னரே அதிகாரம் மிக்கவராக விளங்கினார். இப்படியாக உருவான சட்டமன்றத்தின் பதவிக்காலம் மூன்றாண்டுகள் என நிர்ணயம் செய்யப்பட்டது.

இந்த மன்றத்தின் மொத்த உறுப்பினர்கள் 132. இதில் 98 பேர் தேர்ந்தெடுக்கப்பட்ட பிரதிநிதிகள். 34 பேர் கவர்னரால் நியமிக்கப்பட்டவர்கள்.

↘ முதல் அமைச்சரவை

முதல் தேர்தல் 1920ம் வருடம் நவம்பர் 30, டிசம்பர் 1, 2 ஆகிய தேதிகளில் நடந்தது. இதில், மொத்தமுள்ள 98 இடங்களில் 63 இடங்களைக் கைப்பற்றி நீதிக்கட்சி பெரும்பான்மையுடன் ஆட்சியைப் பிடித்தது.

பிறகு, 'மெட்ராஸ் லெஜிஸ்லேட்டிவ் கவுன்சில்' 1921ம் வருடம் உருவாக்கப்பட்டது. இதன் தலைவராக சர்.பி.ராஜகோபால ஆச்சாரியார், ஆளுநரால் நியமிக்கப்பட்டார். திவான் பகதூர் பி.கேசவப் பிள்ளை துணைத் தலைவராகத் தேர்ந்தெடுக்கப்பட்டார்.

மக்களால் தேர்ந்தெடுக்கப்பெற்ற பிரதிநிதிகளுடன் உருவான இந்த முதல் சட்டமன்றம் 1921ம் வருடம் ஜனவரி 12ம் தேதி கன்னாட் பிரபுவால் தொடங்கி வைக்கப்பட்டது.

அப்போது கவர்னராக லார்டு வெலிங்டன் இருந்தார். மாகாணத்தின் முதலாவது முதலமைச்சராக ஏ.சுப்பராயலு ரெட்டியார் பொறுப்பேற்றார்.

அவருடன் பனகல் ராஜா உள்ளாட்சித்துறை அமைச்சராகவும், கூர்ம வெங்கடரெட்டி நாயுடு வளர்ச்சித் துறை அமைச்சராகவும், ஒரிசாவைச் சேர்ந்த ஏ.பி.பட்ரோ பொதுப்பணி மற்றும் கல்வித் துறை அமைச்சராகவும் பதவியேற்றனர்.

சி.பி.ராமசாமி ஐயர் சட்ட உறுப்பினராகவும், ஏ.ஆர்.நாப் உள்துறை உறுப்பினராகவும், சர்.எம்.ஹபிபுல்லா வருவாய் உறுப்பினராகவும், சர்.சார்லஸ் தாடண்டர் நிதி உறுப்பினராகவும் நியமிக்கப்பட்டனர்.

இந்த முதல்வர் பதவி முதலில் நீதிக்கட்சியின் மூத்ததலைவரான சர்.பி.தியாகராய செட்டியாரிடமே சென்றது. ஆனால், அவர் பதவி வேண்டாமென மறுத்துவிட்டார். இதனால், நீதிக்கட்சியின் முக்கிய பிரமுகரான சுப்பராயலு ரெட்டியார் முதல்வராகப் பொறுப்பேற்றார்.

அன்று முதலமைச்சர் பதவியை, 'பிரைம் மினிஸ்டர்' என்றும் 'பிரீமியர்' என்றும் அழைத்தனர். இப்படி முதல் பிரீமியரான சுப்பராயலு ரெட்டியாரின் சட்டமன்ற காலத்தில் வரலாற்று முக்கியத்துவம் வாய்ந்த தீர்மானங்களும், சட்டங்களும் இயற்றப் பட்டன.

முதல் தேர்தலில் பெண்கள் வாக்களிக்க உரிமையளிக்கப் படவில்லை. இதனால், வாக்காளர் பட்டியலில் பெண்களும் இடம்பெறச் செய்யும் தீர்மானம் 1921ம் வருடம் ஏப்ரல் 1ம் தேதி இயற்றப்பட்டது.

மட்டுமல்ல. இந்தியாவில் முதல்முறையாக இடஒதுக்கீட்டுக்கு வகை செய்யும் Communal G.O கொண்டு வரப்பட்டது. இதனால், அரசுத் துறைகளில் நியமனங்கள் எல்லாம் கட்டாய இடஒதுக் கீட்டு முறையை பின்பற்றும் நிலை உருவானது.

இதற்கிடையே, உடல்நலக் குறைவு காரணமாக ரெட்டியார் 1921ம் வருடம் ஜூலை 11ம் தேதி தனது பிரீமியர் பதவியை ராஜினாமா செய்துவிட்டு சிகிச்சைக்காகச் சென்றுவிட்டார். அதே வருடம் நவம்பர் 25ம் தேதி காலமானார்.

தொடர்ந்து, பனகெண்டி ராமராய நிங்கார் என்கிற பனகல் ராஜா பிரீமியராகத் தேர்ந்தெடுக்கப்பட்டார். இந்நிலையில், மார்ச் 6ம் தேதி 1922ம் வருடம் அன்றைய மாகாண கவர்னராக இருந்த லார்டு வெலிங்டனும், அவரது மனைவியும் சட்டமன்றக் கூட்டத்திற்கு வருகை தந்தனர்.

அப்போது மன்றக் கூட்டங்கள் கோட்டையிலுள்ள சட்டமன்றமண்டபத்தில் நடைபெற்றன. அவர்கள் இருவரும் சேர்ந்து சட்டமன்றத் தலைவரின் இருக்கையை பரிசாக அளித்தனர்.

"எட்டு அடி உயரம் கொண்ட இந்தப்பீடுமிகு இருக்கை, சிறந்த தேக்கு மரத்தால் ஆனது. கலைநுணுக்கம் மிக்க இந்த இருக்கை யில் மன்றத் தலைவர் சில இரகசியமான தாள்களை வைத்துக் கொள்ளலாம். எழுதவும் வசதிகள் செய்யப்பட்டிருந்தன. இந்த இருக்கையே புனித ஜார்ஜ் கோட்டையிலுள்ள சட்டமன்றத்தில் பேரவைத் தலைவரின் இருக்கையாக இன்றும் அமைந்துள்ளது..." என வரலாற்று முக்கியத்துவம் வாய்ந்த அந்த இருக்கையைப் பற்றி பெருமிதமாகக் குறிப்பிடுகிறது, 1997ல் வெளியிடப்பட்ட 'தமிழ்நாடு சட்டமன்றப் பவளவிழா மற்றும் சட்டமன்றப் பேரவை வைரவிழா' மலர்.

பின்னர், 1923ம் வருடம் நடந்ததேர்தலிலும் நீதிக்கட்சியே வென்றது. மீண்டும் பனகல் ராஜா பிரீமியரானார். பிறகு, 1926ல் வந்த தேர்தலில் நீதிக்கட்சிக்கும் சுயராஜ்ய கட்சிக்கும் குறைந்த இடங்களே கிடைத்தன.

பெரும்பான்மை இல்லாததால் ஏற்பட்ட அரசியல் குழப்பத்தில் சுயேட்சையாக வெற்றி பெற்றிருந்த பி.சுப்பராயன் முதல்வராகத் தேர்ந்தெடுக்கப்பட்டார்.

முன்பே பெண்களுக்கு வாக்குரிமை தீர்மானம் சட்டமன்றத்தில் நிறைவேற்றப்பட்டிருந்தாலும் 1926ம் வருடம்தான் அரசின் ஒப்புதல் பெறப்பட்டு அமல்படுத்தப்பட்டது.

இப்படியாக சட்டமன்றத்திற்கு நியமிக்கப்பெற்ற முதல் பெண் மணியாக டாக்டர் முத்துலட்சுமி ரெட்டி ஆனார். பிறகு, இவர் சட்டமன்றத் துணைத் தலைவரானார்.

இதனையடுத்து 1929ம் வருடம் சட்டமன்றத்திற்கு நடக்க வேண்டிய தேர்தல் ஒரு வருடம் தள்ளிப்போனது. இதற்கிடையே நீதிக்கட்சியின் தலைவராக இருந்த பனகல் ராஜா காலமானார்.

பின்னர், பொல்லினி முனுசாமி நாயுடு நீதிக்கட்சியின் தலைவரானார். 1930ம் வருடம் நடைபெற்ற தேர்தலில் நீதிக்கட்சி பெரும் வெற்றி பெற்றது. முனுசாமி நாயுடு பிரீமியராகவும், இவருக்குத்துணையாக பி.டி.ராஜனும், என்.குமாரசாமிரெட்டியாரும் பதவியேற்றனர்.

ஆனால், உள்கட்சிப் பூசலால் இரண்டு வருடங்களில் பொல்லினி முனுசாமி நாயுடு ராஜினாமா செய்தார். பிறகு, பொப்பிலி ராஜா பிரீமியரானார்.

இவர் திடீரென உடல்நலக் குறைவால் 1936ல் சிகிச்சைக்காக செல்ல பி.டி.ராஜன் தற்காலிக பிரீமியரானார். இதற்கிடையே 1935ம் வருடம் இந்திய அரசுச் சட்டம் இயற்றப்பட்டது.

இதன்படி மெட்ராஸ் உள்ளிட்ட சில மாகாணங்களில் இரண்டு அவைகள் கொண்ட சட்டமன்றங்கள் அறிமுகப்படுத்தப்பட்டன. இவை சட்டமன்றப் பேரவை என்றும், சட்டமன்ற மேலவை என்றும் அழைக்கப்பட்டன.

இப்போது, சட்டமன்றங்களுக்கு முன்பு இருந்ததைவிட அதிக அதிகாரங்கள் கொடுக்கப்பட்டன. மத்திய அரசுக்கும், மாகாணங் களுக்கும் உள்ள அதிகாரங்கள் பிரிக்கப்பட்டன.

மத்திய பட்டியல், மாகாணப் பட்டியல், பொதுப்பட்டியல் என துறைகள் மூன்றாகப் பிரிக்கப்பட்டன. மாகாணப் பட்டியல் மற்றும் பொதுப் பட்டியலில் வரும் பொருட்கள் குறித்து மாகாண சட்டமன்றம் சட்டம் இயற்றலாம்.

ஆனால், இதே பொருள் குறித்து மத்திய சட்டமன்றம் சட்டம் இயற்றினால் அச்சட்டமே மேலாண்மை பெறும். தவிர,

மாகாண சட்டமன்றம் நிறைவேற்றிய சட்ட முன்வடிவிற்கு அனுமதி மறுக்கவும், கவர்னர் ஜெனரல் பார்வைக்கு அனுப்பவும் அல்லது மீண்டும் சில திருத்தங்களைச் செய்வதற்காகச் சட்டமன்றத்தின் மறு ஆய்வுக்கு அனுப்பவும் கவர்னருக்கு அதிகாரம் வழங்கப்பட்டது.

இச்சட்டம் 1937ம் வருடம் ஏப்ரல் முதல் தேதியே அமலுக்கு வந்தது. இப்படியாக, முதல் சட்டமன்றப் பேரவை (Legislative Assembly) உருவானது. ஆரம்பத்தில் இருந்த சட்டமன்றம் (Legislative Council) இப்போது மேலவையானது.

இச்சட்டத்தின்கீழ் சட்டமன்றப் பேரவைக்கு 215 இடங்களும், மேலவைக்கு 56க்கு மிகாத இடங்களும் அனுமதிக்கப் பெற்றிருந்தன. மேலவைக்கு பத்து பேருக்கு மிகாமல் கவர்னர் நியமிக்கலாம்.

வரி செலுத்துதல், சொத்துக்கள் வைத்திருத்தல், குறிப்பிட்ட கல்வித் தகுதி பெற்றிருத்தல், ராணுவப் பணியில் ஈடுபட்ட அனுபவம் எனப் பல்வேறு தகுதிகள் வாக்காளர்களுக்கு நிர்ணயிக்கப்பட்டிருந்தன. இதனால், பேரவைக்கான தேர்தலில் வாக்களிப்பதற்கான தகுதிகள் மாகாணத்திற்கு மாகாணம் வேறுபட்டன.

சட்டமன்றப் பேரவைக்கான முதல் தேர்தலில் காங்கிரஸ் கட்சி அமோக வெற்றி பெற்றது. மொத்தமுள்ள 215 இடங்களில் 159 இடங்களைக் கைப்பற்றியது.

காங்கிரஸ் ஆட்சி அமைப்பதற்கு முன்னர் இடைக்கால அமைச்சரவை அமைந்தது. பிரீமியராக நீதிக்கட்சியின் கூர்ம வெங்கட ரெட்டி நாயுடு வந்தார்.

தொடர்ந்து 1937ம் வருடம் ஜூலை 14ம் தேதி ராஜாஜி தலைமையில் காங்கிரஸ் அமைச்சரவை அமைந்தது. அப்போது சட்டமன்றப் பேரவைக் கூட்டம் சென்னைப் பல்கலைக்கழகத்தின் செனட் மண்டபத்திலும், சட்டமன்ற மேலவைக் கூட்டம் கோட்டையில் உள்ள சட்டமன்ற மண்டபத்திலும் நடந்தன.

வில்லியம் ரைட் என்பவர் தற்காலிகத் தலைவராக இருந்து பேரவை உறுப்பினர்களுக்கு பதவிப் பிரமாணம் செய்வித்தார். பின்னர், புலுசு சாம்பமூர்த்தி பேரவையின் தலைவராகவும், துணைத் தலைவராக ருக்மணி லட்சுமிபதியும் தேர்ந்தெடுக்கப்பட்டனர்.

பிறகு, செனட் மண்டபத்தில் நடந்த முதல் கூட்டுக் கூட்டத்தில் இரு அவை உறுப்பினர்களும் கலந்துகொண்டனர். மேலவைத் தலைவர் யு.ராமாராவுடன் பேரவைத் தலைவர் புலுசு சாம்ப மூர்த்தியும் அமர்ந்திருக்க லார்டு எர்ஸ்கின் உரை நிகழ்த்தினார்.

தொடர்ந்து, 27-1-1938 முதல் 26-10-1939 வரை சுமார் இரண்டு வருட காலம் சட்டமன்றப் பேரவைக் கூட்டம் இன்றைய ராஜாஜி மண்டபத்தில் நடந்து வந்தது. அப்போது இந்த மண்டபம் Banquet Hall என அழைக்கப்பட்டது. அதாவது, அரசினர் விருந்து மாளிகையாக இருந்தது.

பின்னர், 1939ல் இரண்டாவது உலகப் போர் தொடங்கிய போது பிரிட்டன் கொள்கையை எதிர்த்து காங்கிரஸ் அமைச்சரவை ராஜினாமா செய்தது. இதனால், 1946ம் வருடம் வரை கவர்னர் ஆட்சியே நடந்தது.

இதனையடுத்து, 1946ல் இரண்டாவது பொதுத் தேர்தல் நடந்தது. இப்போது காங்கிரஸ் கட்சி 166 இடங்களைக் கைப்பற்றியது. டி.பிரகாசம் பிரீமியராக தேர்ந்தெடுக்கப்பட்டார்.

இவரின் அமைச்சரவையில் பங்குபெற்ற ருக்மணி லட்சுமிபதி மெட்ராஸ் மாகாணத்தின் முதல் பெண் அமைச்சரானார்.

இந்நேரம் மாகாண கவர்னராக சர்.ஆர்ச்சிபால்ட் எட்வர்ட் நை என்பவர் வந்து சேர்ந்தார். இவருக்கும் டி.பிரகாசத்திற்கும் கருத்து வேறுபாடுகள் ஏற்பட்டன.

இதனால், 1947ல் டி.பிரகாசம் அமைச்சரவை மீது நம்பிக்கையில்லாத் தீர்மானம் கொண்டு வரப்பட்டு ஆட்சி கலைக்கப்பட்டது.

பின்னர், ஓமந்தூர் ராமசாமி ரெட்டியார் பிரீமியராக தேர்ந்தெடுக்கப்பட்டார். ஆகஸ்ட் 15ம் தேதி நாடு சுதந்திரம் அடைந்த போது ஓமந்தூராரே பிரீமியராக இருந்தார்.

இவரின் ஆட்சியில் தேவதாசி ஒழிப்புச் சட்டம், ஆலயங்கள் நுழைவுச் சட்டம், பொது நூலகங்கள் சட்டம் உள்ளிட்ட பல்வேறு சட்டங்களும், தீர்மானங்களும் இயற்றப்பட்டன.

1949ம் வருடம் ஓமந்தூரார் தனது பதவியில் இருந்து விலக அமைச்சரவையும் கலைக்கப்பட்டது. பிறகு, ராஜபாளையம் ராஜா எனப்படும் பி.எஸ்.குமாரசாமி ராஜா முதலமைச்சராகப் பதவியேற்றார்.

இதனையடுத்து, 1950ம் வருடம் ஜனவரி 26ம் தேதி இந்தியா குடியரசு நாடாகப் பிரகடனம் செய்யப்பட்டது. பின்னர், 1952ம் வருடம் இந்திய அரசியலமைப்புச் சட்டப்படி முதல் பொதுத் தேர்தல் நடத்தப்பட்டது.

இப்போது சட்டமன்றம்

சுதந்திரத்திற்குப் பிறகான முதல் தேர்தல் பற்றி கடந்த அத்தியாயத்தில் பார்த்தோம். இந்நேரம் 1950ல் அமல்படுத்தப்பட்ட இந்திய அரசியலமைப்பின்படி சட்டப்பேரவை உறுப்பினர்களின் பதவிக்காலம் ஐந்து வருடங்கள் என நிர்ணயிக்கப்பட்டது.

தவிர, வயதுவந்த குடிமக்கள் அனைவருக்கும் வாக்குரிமை அளிக்கப்பட்டது. இப்போது, சட்டமன்றப் பேரவையின் எண்ணிக்கை 375 ஆக இருந்தது. இதில், 309 தொகுதிகளில் இருந்து உறுப்பினர்கள் தேர்ந்தெடுக்கப்பட்டனர்.

மீதி 66 தொகுதிகள் இரட்டை உறுப்பினர்களைத் தேர்ந்தெடுக்கும் வண்ணம் இருந்தது. அதாவது, ஒரே தொகுதியிலிருந்து இரண்டு உறுப்பினர்கள் தேர்ந்தெடுக்கப்பட்டனர்.

இதில் 62 தொகுதிகள் தாழ்த்தப்பட்டவர்களுக்கும், நான்கு தொகுதிகள் பழங்குடியினருக்கும் ஒதுக்கப்பட்டன. இதில் சில சிக்கல்கள் எழுந்ததால் இந்தமுறை 1961ல் நீக்கப்பட்டு தனித் தொகுதி முறை அறிமுகப்படுத்தப்பட்டது.

மேலவை 72 உறுப்பினர்களைக் கொண்டதாக விளங்கியது. முதல் தேர்தலில் காங்கிரஸ் கட்சி 159 தொகுதிகளைக் கைப்பற்றியது. இருந்தும், பெரும்பான்மை இல்லாததால் சிக்கல் நீடித்தது.

இதனால், இந்தியாவின் கவர்னர் ஜெனரலாக இருந்து

ஓய்வுபெற்ற ராஜாஜியை முதலமைச்சராக பதவியேற்க கேட்டுக் கொண்டனர். 1952ம் வருடம் ஏப்ரல் மாதம் முதல்வராகப் பதவி யேற்றார் ராஜாஜி.

இந்நேரம், உறுப்பினர்கள் எண்ணிக்கை அதிகமாக இருந்ததால் புதிய சட்டமன்றப் பேரவை அரசினர் தோட்டத்தில் ரூ.10 லட்சம் செலவில் கட்டப்பட்டது. இதை அன்றைய கவர்னர் ஸ்ரீபிரகாசா திறந்து வைத்தார்.

இந்தப் புதிய சட்டமன்றத்தில்தான் சட்டப்பேரவை 1952 முதல் 1956 வரை நடந்தது. இதற்கிடையே ராஜாஜி பொறுப்பேற்ற சில நாட்களில் ஆந்திரர்கள் தங்களுக்குத் தனி மாநிலம் வேண்டுமென கோரிக்கை வைத்து போராடினர்.

இதை முன்னின்று நடத்தியவர் பொட்டி ஸ்ரீராமுலு. அவர் உண்ணாவிரதப் போராட்டத்தால் காலமானார். இதனால் ஏற்பட்ட கலவரத்தைத் தடுக்க, மத்திய அரசு ஆந்திராவை தனி மாநிலமாக அறிவித்தது.

இதேபோல கன்னடம் பேசும் பகுதிகள் மைசூர் மாகாணத்துடன் இணைக்கப்பட்டன. இதனால், சட்டப்பேரவை உறுப்பினர்களின் எண்ணிக்கை 231 ஆகக் குறைந்தது.

பின்னர், 1953ம் வருட இறுதியில் முதல்வர் ராஜாஜி குலக் கல்வித் திட்டத்தைக் கொண்டு வந்தார். இதை சட்டப்பேரவையில் பலரும் எதிர்க்க அவர் ராஜினாமா செய்தார். இதன்பிறகு, கு.காமராஜ் முதலமைச்சராக பதவியேற்றார்.

தொடர்ந்து 1956ம் வருடம் மொழிவாரியாக மாநிலங்கள் பிரிக்கப்பட தமிழக சட்டமன்றப் பேரவையின் இடங்கள் 205 ஆக ஆனது.

இப்படி உறுப்பினர் எண்ணிக்கை குறைந்ததால் 1957ம் வருடம் நடந்த இரண்டாவது பொதுத்தேர்தலுக்குப் பின்னர் சட்டப்பேரவைக் கூட்டம் மீண்டும் கோட்டையில் உள்ள சட்டமன்ற மண்டபத்தில் நடத்தப்பட்டது. இதன் அருகேயே நிர்வாக சபை கூட்டங்கள் நடந்த அறை விரிவாக்கப்பட்டு அங்கே சட்டமன்ற மேலவை நடந்தது.

சரி, புதிதாகக் கட்டப்பட்ட சட்டமன்றப் பேரவை என்ன ஆனது?

"அரசினர் தோட்டத்திலிருந்த புதிய சட்டமன்றப் பேரவை மண்டபம் சில மாற்றங்களுடன் பாலர் அரங்கம் எனச் செயல் பட்டது. ஏறத்தாழ 700 இருக்கைகளும், சிறிய மேடையும், 35 மிமீ படக்காட்சி நடத்த வசதிகளும் கொண்டிருந்த அவ்வரங்கிற்கு 1971ம் வருடம் தமிழக முதல்வர் கலைஞர் அவர்கள் கலைவாணர் என்.எஸ். கிருஷ்ணன் அவர்களின் பெயரைச் சூட்டினார்கள். 1972ம் வருடம் அக்கட்டடத்தைப் புதுப்பிக்கும் பணிகள் தொடங்கப்பட்டு 29-1-1974 அன்று புதிய கலைவாணர் அரங்கம் முதலமைச்சர் கலைஞரால் திறந்து வைக்கப்பட்டது. குளிர்சாதன வசதி செய்யப்பட்ட 1,040

▶ 1952ல் புதிய சட்டமன்றப் பேரவையைத் திறந்து வைத்து உரையாற்றிய கவர்னர் ஸ்ரீபிரகாசா

இருக்கைகள் கொண்ட மிகச் சிறந்த அரங்கமாக அது திகழ்ந்தது. பின்னர், இவ்வரங்கம் கலைநிகழ்ச்சிகள் நடத்தவும், திரைப்படக் காட்சிகளை நடத்தவும், முக்கிய அரசு விழாக்களை நடத்தவும் பயன்பட்டது. புதிய சட்டமன்ற வளாகம் அமைக்கப்படுவதை யடுத்து இக்கட்டடம் இடிக்கப்பட்டுள்ளது. இதற்கு பதிலாக புதிய கலையரங்கம் ஒன்று அமைக்கப்படுமென அரசு அறிவித்துள்ளது..." என்கிறது 2010ல் வெளியிடப்பட்ட, 'புதிய சட்டப் பேரவைத் தலைமைச் செயலக வளாகம் திறப்பு விழா சிறப்பு மலர்'.

பிறகு, புதிய கலைவாணர் அரங்கம் 2016ல் அன்றைய முதல்வர் ஜெயலலிதாவால் திறந்து வைக்கப்பட்டது குறிப்பிடத்தக்கது.

1959ம் வருடம் ஆந்திரா மற்றும் தமிழக எல்லைகள் சீரமைக்கப் பட்டதும் உறுப்பினர் எண்ணிக்கை 206 ஆக உயர்ந்தது. இந்த வருடம் சட்டப்பேரவையின் ஒரு கூட்டத் தொடர் மட்டும் கோடை காலத்தையொட்டி ஊட்டியில் நடத்தப்பட்டது.

அங்குள்ள அரண்மூர் மாளிகையில் ஏப்ரல் 20ம் தேதி தொடங்கி ஒன்பது நாட்கள் சட்டப்பேரவை நடந்தது. இதைப்போல சட்ட மேலவை ஆறு நாட்கள் இந்த மாளிகையில் கூடியது. 180 பேருக்கு மட்டுமே இருக்கை வசதிகள் இருந்தன.

இதனால், இந்தக் கூட்டத்தில் 171 பேரவை உறுப்பினர்களும், 48 மேலவை உறுப்பினர்களும் கலந்துகொண்டனர். இரண்டு அவைகளின் ஆண் உறுப்பினர்களும் ஹோட்டல்கள், கெஸ்ட் ஹவுஸில் தங்கினர். பெண் உறுப்பினர்கள் மட்டும் அரண்மூர்

மாளிகையிலேயே தங்க வைக்கப்பட்டனர்.

ஆரம்பத்தில், இந்த அரண்மூர் மாளிகை ஆங்கிலேயர் ஒருவரின் தோட்ட வீடாக இருந்தது. பின்னர், இதை ஜோத்பூர் மன்னர் வாங்கினார். அவரிடமிருந்து 1958ல் ரூ.5.50 லட்சம் செலவில் தமிழக அரசால் வாங்கப்பட்டு 'தமிழகம்' எனப் பெயரிடப்பட்டது. இப்போது கெஸ்ட் ஹவுஸாக உள்ளது.

தொடர்ந்து, 1962லும் காங்கிரஸ் கட்சியே வென்று ஆட்சியைப் பிடித்தது. இந்நேரம், அகில இந்திய காங்கிரஸ் கட்சியில் சரிவுகள் ஏற்பட, முதல்வர் காமராஜர் மூத்த தலைவர்கள் தங்கள் பதவிகளில் இருந்து விலகி கட்சிவளர்ச்சிக்குப் பாடுபட வேண்டும் என்றார்.

அரண்மூர் மாளிகை

அத்துடன், அவர் தனது பதவியிலிருந்து விலக, 1963ம் வருடம் எம். பக்தவத்சலம் முதல்வராகப் பதவியேற்றார். 1965ம் வருடம் தொகுதிகள் வரையறுக்கப்பட்டு 234 இடங்களானது. மேலவை உறுப்பினர் எண்ணிக்கை 63 ஆனது.

தமிழ்நாடு சட்டசபை

முதல்வர் எம்.பக்தவத்சலம் ஆட்சியில், பள்ளிகளில் இந்தி கட்டாயம், அரிசிப் பஞ்சம் உள்ளிட்ட பிரச்னைகள் அதிகரித்தன. இது 1967ம் வருட தேர்தலில் எதிரொலித்தது. திமுக 138 இடங்களில் வென்று பேரறிஞர் அண்ணா முதல்வராக பதவியேற்றார்.

கலைவாணர் அரங்கம்

அண்ணா ஆட்சிக்கு வந்தபிறகு 1968ல் சென்னை மாநிலம், 'தமிழ்நாடு' எனப் பெயர்

சூட்டப்பட்டது. இதே வருடம் செப்டம்பரில் அண்ணா உடல்நல மின்றி தீவிர சிகிச்சைக்காக அமெரிக்கா சென்றார்.

சென்னை திரும்பியவருக்கு மீண்டும் 1969ம் வருடம் ஜனவரி யில் உடல்நலம் பாதித்தது. சிகிச்சை பலனின்றி பிப்ரவரி 3ம் தேதி அதிகாலை காலமானார்.

இவரின் ஆட்சியில் பொதுப்பணித் துறை அமைச்சராக இருந்த கலைஞர் கருணாநிதி பிறகு தமிழக முதல்வராகப் பதவி யேற்றார். பிறகு மீண்டும் 1971ல் நடந்த பொதுத்தேர்தலிலும் திமுக 184 இடங்களைக் கைப்பற்றி மாபெரும் வெற்றி பெற்றது. கலைஞர் கருணாநிதியே முதல்வராகப் பொறுப்பேற்றார்.

1972ம் வருடம் திமுகவில் இருந்து நீக்கப்பட்ட நடிகர் எம்.ஜி.ஆர்., அண்ணா திராவிட முன்னேற்றக் கழகம் என்ற புதிய கட்சியைத் தொடங்கினார். தொடர்ந்து 1975ல் பிரதமர் இந்திராகாந்தி நெருக்கடி நிலையைக் கொண்டு வந்தார்.

இதனை முதல்வர் கலைஞர் கருணாநிதி எதிர்க்க, 1976ம் வருடம் ஜனவரி 31ல் ஆட்சி கலைக்கப்பட்டு ஜனாதிபதி ஆட்சி தமிழகத்தில் பிரகடனம் செய்யப்பட்டது. இது ஒன்றரை வருடங்கள் நீடித்தது.

பின்னர், 1977ல் நடந்த ஆறாவது பேரவைத்தேர்தலில் அதிமுக வெற்றி பெற்று எம்.ஜி.ஆர். முதல்வரானார். தொடர்ந்து ஏழு மற் றும் எட்டாவது சட்டமன்றப் பேரவைகளுக்கான தேர்தல்களிலும் அதிமுகவே வெற்றிபெற்று எம்.ஜி.ஆரே முதல்வராகப் பதவியேற்றார்.

1986ம் வருடம் சட்ட மேலவையை நீக்கவேண்டும் என்கிற தீர்மானம் பேரவையில் நிறைவேற்றப்பட்டது. பின்னர், ஜனாதிபதி ஒப்புதலுடன் நீக்கப்பட்டது.

ஏற்கனவே, 1984ல் உடல்நலக் குறைவால் முதல்வர் எம்.ஜி.ஆர் சிகிச்சைக்காக அமெரிக்கா சென்று வந்தார். தொடர்ந்து 1987ல் அவர் உடல் நலம் பாதிக்கப்பட, டிசம்பர் 24ம் தேதி காலமானார்.

பின்னர், அவரின் மனைவி ஜானகி முதல்வராகப் பதவி யேற்றார். ஆனால், அவர் மெஜாரிட்டியை நிரூபிக்கும் நேரம் கூச்சலும் குழப்பமும் ஏற்பட அவரின் அமைச்சரவை நீக்கப்பட்டு ஜனாதிபதி ஆட்சி பிரகடனப்படுத்தப்பட்டது.

தொடர்ந்து 1989ல் நடந்த ஒன்பதாவது பேரவைக்கான தேர்தலில் திமுக வெற்றி பெற்று கலைஞர் கருணாநிதி முதல்வரானார். பிறகு, 1991ல் அவரின் ஆட்சி கலைக்கப்பட்டு மீண்டும் ஜனாதிபதி ஆட்சி கொண்டு வரப்பட்டது.

இதன்பிறகு நடந்த பத்தாவது பேரவைக்கான தேர்தலில் அதிமுக வெற்றி பெற்று ஜெ.ஜெயலலிதா முதல்வராகப் பதவி யேற்றார். பிறகு, 1996ல் திமுக வெற்றி பெற்று பதினோராவது பேரவையில் கலைஞர் கருணாநிதி முதல்வரானார்.

இந்நேரம், தமிழக சட்டமன்றப் பவள விழா மற்றும் சட்டப்

பேரவை வைரவிழா கொண்டாட்டங்கள் வெகு சிறப்பாக நடந்தன. தொடர்ந்து, 2001ல் மீண்டும் அதிமுக ஆட்சியைப் பிடித்தது. பின்னர், 2006ல் திமுக ஆட்சியில் அமர்ந்தது.

இப்போது கோட்டையில் சட்டப் பேரவை மண்டபம் மற்றும் தலைமைச் செயலகம் ஆகியவற்றில் ஏற்பட்ட இடநெருக்கடியால் புதிய கட்டடம் அவசியமெனத் தமிழக அரசு முடிவெடுத்தது.

இப்படியாக, 2008ம் வருடம் ஓமந்தூரார் அரசினர் தோட்டத்தில் புதிய சட்டப் பேரவை மற்றும் தலைமைச் செயலக வளாகத் திற்கான அடிக்கல் நாட்டப்பட்டது.

பிளாக் ஏ, பிளாக் பி என இரண்டு கட்டடங்கள் கட்டப் பட்டன. இதில், பிளாக் ஏ சுமார் 450 கோடி ரூபாய் செலவில் கட்டி முடிக்கப்பட்டது. இந்தக் கட்டடம் 2010ம் வருடம் திறக்கப்பட்டது. இதிலிருந்து சட்டமன்றப் பேரவை செயல்பட்டது.

பின்னர், சுமார் 280 கோடி ரூபாயில் பிளாக் பி கட்டடமும் முடிக்கப்பட்டது. ஆனால், 2011ல் அதிமுக ஆட்சிப் பொறுப்பிற்கு வந்ததும் இந்தப் புதிய சட்டப்பேரவை வளாகக் கட்டடங்கள் பல்நோக்கு மருத்துவமனையாகவும் மருத்துவக் கல்லூரியாகவும் மாற்றப்பட்டன. இதனால், மீண்டும் கோட்டைக்கே சட்டப் பேரவை மாறியது.

பின்னர், பதினைந்தாவது பேரவைக்கான தேர்தலிலும் அதிமுக வெற்றி பெற்று முதல்வராக ஜெயலலிதா பதவியேற்றார். ஆனால், அவர் சில மாதங்களிலேயே உடல்நலக் குறைவால் இயற்கை எய்தினார்.

இதனையடுத்து, அதிமுக கட்சிக்குள் சலசலப்புகள் ஏற்பட, முதல்வராக எடப்பாடி பழனிசாமி தேர்ந்தெடுக்கப்பட்டார். வழக்கம்போல் பேரவைக் கூட்டங்கள் கோட்டையிலுள்ள பேரவை மண்டபத்தில் நடந்துகொண்டிருக்கின்றன.

ஆக, தமிழக சட்டமன்றம் மற்றும் சட்டமன்றப் பேரவையின் வரலாறு கோட்டை தவிர்த்து செனட் ஹவுஸ், ராஜாஜி ஹால், அரண்மூர் மாளிகை, கலைவாணர் அரங்கம், அண்ணாசாலையில் அமைக்கப்பட்ட புதிய சட்டமன்ற வளாகம் என ஐந்து இடங்களில் பொதிந்துள்ளது.

மெட்ராஸ் ஸ்டுடியோஸ்

மெட்ராஸில் 1897ம் வருடம் விக்டோரியா பப்ளிக் ஹாலில் முதல் முதலாக சினிமா காட்சிகள் திரையிடப்பட்டன. அவை சில நிமிடங்களே ஓடும் குறும்படங்கள்.

இதன்பிறகு, 1913ல் தாதா சாஹிப் பால்கே, இந்தியாவின் முதல் சினிமாவான 'ராஜா ஹரிச்சந்திரா' படத்தை எடுத்து புரட்சியை ஏற்படுத்தினார். அப்போது இவையெல்லாம் மவுனப்படங்களாக வெளியாகின.

இதன் தாக்கம் சென்னையில் சைக்கிள் விற்பனை நிறுவனத்தையும், பின்னர் மோட்டார் கார்கள் விற்பனை நிறுவனத்தையும் நடத்தி வந்த ஆர்.நடராஜ முதலியாரிடமும் ஏற்பட்டது.

திரைப்படத் தொழிலைப் பற்றித் தெரிந்துகொள்ள வேண்டும் என மிகுந்த ஆர்வத்துடன் செயல்பட்டார். அப்போது இந்திய கவர்னர் ஜெனரலாகவும், வைஸ்ராயாகவும் இருந்த லார்டு கர்சன் தில்லியில் நடத்தும் தர்பார் நிகழ்ச்சிகளைச் செய்திப் படங்களாகத் தயாரித்து மக்களுக்குக் காட்ட ஒரு திட்டத்தை அமலில் வைத்திருந்தார்.

இந்தப் படங்களை எடுத்தவர் ஸ்டூவர்ட் என்ற பிரிட்டிஷ்காரர். புனே நகரில் இவருக்குச் சொந்தமாக ஒரு திரைப்படக் கொட்டகை இருந்தது. சில நண்பர்கள் மூலமாக நடராஜ முதலியார்

ஸ்டூவர்ட்டுடன் தொடர்புகொண்டு புனேவிற்குச் சென்றார்.

“திரைப்படத்தை எப்படி எடுப்பது? கேமிராவை எப்படி கையாள்வது? படப்பிடிப்பிற்குப் பிறகு படச்சுருளை எப்படி கழுவுவது என்பன போன்ற பலவகையான தொழில்நுட்பங்களை முறையாகக் கற்றுக்கொண்ட முதலியார், மெட்ராஸ் திரும்பியவுடன் *1916 - 17*ல் ‘தி இண்டியா பிலிம் கம்பெனி’ என்ற நிறுவனத்தைத் தொடங்கினார்...” என ‘அன்றைய சென்னை பிரமுகர்கள், தொகுதி *II*’ நூலில் குறிப்பிடுகிறார் எழுத்தாளர் ராண்டார் கை.

இதற்காக, முதலில் மெட்ராஸ் புரசைவாக்கம் பகுதியிலுள்ள மில்லர்ஸ் சாலையில் ‘டவர் ஹவுஸ்’ என்ற பங்களாவை வாடகைக்கு எடுத்துள்ளார் முதலியார். அங்கே ஒரு பந்தலைக் கட்டி, கூரையாக தென்னங்கீற்றுக்குப் பதில் வெள்ளைத் துணியைப் பயன்படுத்தினார். இப்படியாக, தென்னிந்தியாவின் முதல் திரைப்பட ஸ்டூடியோ, ‘தி இண்டியா பிலிம் கம்பெனி’ தயாரானது.

இந்நேரம், முதல் படத் தயாரிப்பில் எதை எடுப்பது என்பதில் முதலியாருக்குக் குழப்பம். அப்போது தமிழ் நாடகத் தந்தையான பம்மல் சம்பந்த முதலியாரைச் சந்தித்து ஆலோசனை கேட்டார். அவர்தான் மகாபாரதத்தில் வரும் கீசகவதத்தை படமாக்கச் சொல்லியிருக்கிறார்.

தென்னிந்தியாவின் முதல் ஸ்டூடியோவில் தயாரிக்கப்பட்ட முதல் தென்னிந்தியத் திரைப்படமான ‘கீசகவதம்’ *1918* ஜனவரி மாதம் வெளியானது.

அன்றைய மெட்ராஸில் மிகவும் பிரபலமான எல்ஃபின்ஸ்டன் தியேட்டரில் இந்தப் படம் வெற்றிகரமாக ஓடியது. இந்த மவுனப் பட வெற்றிக்குப் பின் ‘லவகுசா’, ‘மார்க்கண்டேயா’ என அடுத்தடுத்து படங்களைத் தயாரித்து வெளியிட்டார் முதலியார்.

இந்நிலையில் ஒருநாள் திடீரென அவரின் ஸ்டூடியோவில் தீவிபத்து ஏற்பட, படச்சுருள்களும், விலையுயர்ந்த பொருட்களும் கருகி சாம்பலாகிவிட்டன. இதனால், ஏற்பட்ட நஷ்டத்தை சமாளிக்க முடியாமல் தவித்தார்.

இந்நேரம் அவரின் ஒரே மகனும் மரணமடைந்தார். அடுத்தடுத்து நிகழ்ந்த துயரங்களால், தம் திரைப்படத் தொழிலை விட்டே சென்றுவிட்டார் முதலியார்.

இதன்பிறகு, மவுனப் படங்களிலிருந்து பேசும் படத்திற்குள் சினிமா சென்றது. *1931*ல் முதல் பேசும் படமான ‘காளிதாஸ்’ வெளியானதும் தமிழ்ச் சினிமா வளர்ச்சிப் பாதையில் பயணிக்கத் தொடங்கியது.

இதற்கிடையேதான் தமிழ்ச் சினிமாவின் பிதாமகரும், சீர்திருத்த இயக்குநருமான கே.சுப்ரமணியம் சினிமா கலையை பயின்று வந்தார். ஆரம்பத்தில் மெட்ராஸ் சட்டக்கல்லூரியில் பி.எல்

↘ சத்தியா ஸ்டுடியோ இன்று

முடித்தவர், நாகப்பட்டிணத்தில் தனது மனைவி மீனாட்சியின் தாத்தாவான கே.எஸ்.வெங்கடராம அய்யரிடம் ஜூனியர் வக்கீலாகப் பணியாற்றினார்.

இந்நேரம், சிவகங்கையைச் சேர்ந்த ஆர்.பத்மநாபன் என்பவர் மெட்ராஸில் 'அசோசியேட் பிலிம்ஸ்' என்ற சினிமா தயாரிப்பு நிறுவனத்தை நடத்திவந்தார். இதற்கு நிதியுதவி அளித்ததுடன் அதில் பங்குதாரராகவும் இருந்தார் கே.எஸ்.வெங்கடராம அய்யர்.

இந்த நிறுவனம் இந்தியத் திரைப்பட முன்னோடிகளில் ஒருவரான ராஜா சாண்டோ இயக்கத்தில் நிறைய மவுனப் படங்களைத் தயாரித்தது. அப்போது ராஜா சாண்டோவிடம் உதவியாளராகச் சேர்ந்து பணியாற்றினார் கே.சுப்ரமணியம்.

பிறகு, பேசும் படமாக சினிமா மாறியதும் காரைக்குடியைச் சேர்ந்த அழகப்பா செட்டியார் மற்றும் அவரின் நண்பர் லேனா செட்டியார் ஆகியோருடன் இணைந்து படத்தயாரிப்பில் ஈடுபடலானார்.

அப்போது, லேனா செட்டியார் நடத்தி வந்த 'பவளக்கொடி' நாடகத்தைப் பார்த்த கே.சுப்ரமணியம், இதையே படமாக எடுக்கலாம் என்று நினைத்தார்.

இதனால், அடையாறு ஆற்றங்கரை ஓரத்தில் ஓர் இடத்தை குத்தகைக்கு எடுத்து, 'மீனாட்சி சினிடோன்' என்ற பெயரில் ஸ்டூடியோ ஒன்றை உருவாக்கினார்.

இதுவே பின்னாளில் நெப்டியூன், சத்தியா ஆகிய ஸ்டூடியோக்களாக பரிமணமித்து இன்று எம்ஜிஆர்- ஜானகி அம்மாள் கலை மற்றும் அறிவியல் கல்லூரியாக நடைபோட்டுக் கொண்டிருக்கிறது.

“ஆரம்பத்துல இந்த இடம் ஆற்காடு நவாப்பிற்கு சொந்தமான குதிரை லாயமா இருந்துச்சு. நவாப்கிட்ட பேசி இந்த இடத்தை இயக்குநர் கே.சுப்ரமணியம் குத்தகைக்கு எடுத்தார். இது திறந்த வெளி ஸ்டூடியோவா இருந்திருக்கு. சூரிய வெளிச்சத்துலயே ‘பவளக் கொடி’ படப்பிடிப்பை நடத்தியிருக்கார்...” என நம்மிடம் வரலாற்றைப் பகிர்ந்தார் எம்ஜிஆரின் உறவினரும், எம்ஜிஆர் -ஜானகி அம்மாள் கல்லூரியின் நிர்வாகியுமான குமார் ராஜேந்திரன்.

“இந்த ‘பவளக்கொடி’ திரைப்படத்துலதான் இந்திய சூப்பர் ஸ்டார்னு பெயர் எடுத்த எம்.கே.தியாகராஜ பாகவதர் ஹீரோவாக அறிமுகமானார். இதில், ஹீரோயினாக எஸ்.டி.சுப்புலெட்சுமி நடிச்சாங்க. பின்னாடி இவங்க கே.சுப்ரமணியத்தையே திருமணம் செய்துகிட்டாங்க.

ஆர்.நடராஜ முதலியார்

கே.சுப்ரமணியம்

குமார் ராஜேந்திரன்

இந்தப் பட வெற்றிக்குப் பிறகு அடுத்தடுத்து பல படங்கள் எடுத்தார். அப்ப, அவருக்கு எல்லா வசதிகளுடன் கூடிய ஒரு ஸ்டூடியோ தேவைப் பட்டுச்சு. சில பங்குதாரர்களைச் சேர்த்துகிட்டு மவுண்ட்ரோடும், கோடம்பாக்கம் ரோடும் சேர்ற இடத்துல இருந்த ‘ஸ்பிரிங் கார்டன்ஸ்’ தோப்பை விலைக்கு வாங்கினார், அங்க, ‘மோஷன் பிக்சர் புரொடியூஸர்ஸ் கம்பைன்ஸ்’னு ஒரு ஸ்டூடியோவை உருவாக்கி படங்களைத் தயாரிச்சார்.

பிறகு, இந்த இடத்தை நவாப்பிடமிருந்து யாரோ ஒருத்தர் விலைக்கு வாங்கியிருக்கார். அவரிடமிருந்து கோயமுத்தூர் ஜூபிடர் பிக்சர்ஸ் அதிபர்களான எம்.சோமசுந்தரமும், எஸ்.கே.மொய்தீனும் வாங்கினாங்க. இதுக்கு ‘நெப்டியூன் ஸ்டூடியோ’னு பெயர் வச்சாங்க.

இந்த இடம் அப்போ 25 ஏக்கர் பரப்பளவுல இருந்தது. இந்த நெப்டியூன் ஸ்டூடியோவுல ஜூபிடர் பிக்சர்ஸ் அதிபர்கள் தவிர வேறு சில பங்குதாரர்களும் இருந்தாங்க.

இந்த ஸ்டூடியோ அருகேயே ஜூபிடர் ஸ்டூடியோவை உருவாக்கி இருக்காங்க. ஏன்னா, நெப்டியூன்ல நிறைய படங்களின் படப்பிடிப்பு நடந்திட்டே இருந்திருக்கு. அதனால, வசதிக்காக இந்த ஸ்டூடியோவை ஜூபிடர் பிக்சர்ஸ் சில

பங்குதாரர்களுடன் உருவாக்கினாங்க.

இந்த நெப்டியூன் ஸ்டூடியோவுல இருந்தவங்க ஜூபிடர் ஸ்டூடியோவிலும் இருந்திருக்காங்க. ஒரு கட்டத்துல ஜூபிடர் ஸ்டூடியோவுக்கு நெப்டியூன் ஸ்டூடியோவை குத்தகைக்குக் கொடுத்துட்டாங்க.

இதனால, நெப்டியூன் ஸ்டூடியோ பங்குதாரர்களுக்கும் ஜூபிடர் ஸ்டூடியோ பங்குதாரர்களுக்கும் இடையே பிரச்னை ஏற்பட்டிருக்கு.

இதைத் தீர்க்க பிரபல வக்கீல் பி.எஸ்.கைலாசம் வந்தார். இவர் முன்னாள் நிதியமைச்சர் ப.சிதம்பரத்தின் மாமனார். இந்நேரம், 1958ல் 'நாடோடி மன்னன்' ரிலீஸாகி மாபெரும் வெற்றி பெற்றது.

அப்ப, வக்கீல் கைலாசம் எம்ஜிஆரிடம் ஸ்டூடியோவை வாங்கச் சொல்லி கேட்டார். இந்த விஷயங்கள் எல்லாம் 1957 முதல் 1961க்குள் நடந்தன. அப்புறம் எம்ஜிஆர், தன் குடும்பத்தின் பெயர்ல இந்த ஸ்டூடியோவை வாங்கினார்.

ஐந்து ஏக்கர் பரப்பளவுள்ள இந்த ஸ்டூடியோ 1963ம் வருடம் எம்ஜிஆருக்குச் சொந்தமானது. இதன் பெயரை தன் தாயின் நினைவாக, 'சத்தியா ஸ்டூடியோ'னு மாத்தினார்.

பிறகு, 1971 வரை எம்ஜிஆர் இந்த ஸ்டூடியோவை நிர்வகிச்சார். கட்சிப்பணி அதிகரிச்சதும் எம்ஜிஆரால் ஸ்டூடியோவை ஏற்று நடத்த முடியலை. இதனால், 1971ல் அண்ணா திமுக ஆரம்பிக்கும் முன் இங்கே பணியாற்றிய தொழிலாளர்களிடமே எம்ஜிஆர் இந்த ஸ்டூடியோவை ஒப்படைச்சார்.

அதாவது, இதனை விற்காம இதுல வேலை செஞ்சவங்ககிட்டயே இருபது வருட லீஸுக்கு பணம் எதுவும் வாங்காமல் கொடுத்தார்.

எம்ஜிஆர் இறந்தபிறகு 1991ல் மீண்டும் ஸ்டூடியோ எம்ஜிஆர் குடும்பத்தினரிடம் வந்தது. அதாவது குத்தகைக் காலம் முடிஞ்சு எம்ஜிஆர் நினைவு அறக்கட்டளையால் ஏற்றுக்கொள்ளப்பட்டுச்சு.

அப்புறம், 1991 முதல் 1994 வரை எம்ஜிஆர் குடும்பம் ஸ்டூடியோவை நடத்துச்சு. அப்ப, இங்க ஒரு கல்லூரி ஆரம்பிக்கலாம்னு ஜானகி அம்மா சொன்னாங்க.

1996ல் கலைஞர் ஆட்சிக்கு வந்ததும் ஜானகி அம்மாள் போனில் அவரை வாழ்த்தினார். அப்ப, 'இந்த இடத்துல ஒரு கல்லூரி ஆரம்பிக்கலாம்னு இருக்கோம். அதுக்கு நீங்க அனுமதி தரணும்'னு கேட்டிருக்காங்க.

பிறகு கலைஞர், 'உங்களுக்கு உடல்நிலை சரியில்லைனு சொன்னாங்க. நான் நேரில் வந்து பார்க்கிறேன்'னு சொல்லியிருக்கார். ஆனா, அடுத்த ரெண்டு நாள்ல ஜானகி அம்மா இறந்துட்டாங்க. உடனே ராமாவரம் தோட்டத்திற்கு வந்த கலைஞர், 'ஜானகி அம்மா ரெண்டு நாளுக்கு முன்னாடி எங்கிட்ட பேசும்போது கல்லூரி பத்தி சொன்னார். யார் அதை நடத்தப்போறீங்க'னு கேட்டார்.

கலைஞர் ஆட்சியில்தான் இந்தக் கல்லூரிக்கு அனுமதி கிடைச்சது. அவரும், பேராசிரியரும் வந்துதான் 'எம்ஜிஆர் - ஜானகி அம்மாள் கல்லூரி'யைத் தொடங்கி வைச்சாங்க. பிறகு, கல்லூரியின் முதல் பட்டமளிப்பு விழாவுக்கு மேயரான ஸ்டாலின் வந்தார்.

இன்னைக்கு 4 ஆயிரம் பேர் படிக்கிறாங்க. பெரும்பாலும் அடித்தட்டு மாணவிகள்தான். தவிர, வாய் பேசமுடியாத, காது கேளாத மாணவிகள் இருநூறு பேருக்கு மேல இருக்காங்க. அவங்களுக்கான பிரத்யேக ஆசிரியர்களும் இங்க இருக்காங்க.

இதுதான் சத்தியா ஸ்டூடியோ கல்லூரியா மாறின கதை. அது மட்டுமில்ல. இங்க நிறைய வரலாற்று நிகழ்வுகளும் நடந்திருக்கு. அண்ணா இறந்தப்ப கலைஞர் இங்க வந்து எம்ஜிஆர்கிட்ட அடுத்த தலைவர் பற்றி விவாதிச்சிருக்கார். பின்னாடி அதிமுக ஆரம்பிக்கும் முன் அதற்கான விவாதமும் இங்க நடந்திருக்கு..." என நினைவுகளை அடுக்கினார் குமார் ராஜேந்திரன்.

இந்த இடத்தில்தான் லேனா செட்டியாரின் கிருஷ்ணா பிக்சர்ஸ் பேனரில் பி.யு.சின்னப்பா - டி..ஆர்.ராஜகுமாரி நடித்த, 'கிருஷ்ணபக்தி', 'வனசுந்தரி', எம்ஜிஆர் - பானுமதி நடித்த 'மதுரை வீரன்', என்டிஆர் - பத்மினி நடித்த 'மருமகள்' போன்ற படங்கள் எடுக்கப்பட்டன.

நெப்டியூன் ஸ்டூடியோவான பிறகு, 'அரசிளங்குமரி', 'பாசமலர்','படித்தால் மட்டும் போதுமா' உள்ளிட்ட படங்களின் படப்பிடிப்புகள் நடந்தன.

'அடிமைப்பெண்', 'உலகம் சுற்றும் வாலிபன்', 'தெய்வத்தாய்', 'மாட்டுக்கார வேலன்' என எம்ஜிஆர் நடித்த பல படங்களின் ஷூட்டிங்குகளும் இங்கே நடந்துள்ளன.

பிறகு, ரஜினி, கமல் என 80களின் ஹீரோக்களின் படங்கள் நிறைய இங்கே எடுக்கப்பட்டன. குறிப்பாக, ஜெயில் செட் அப், ஆலமர பஞ்சாயத்து சீன், ஆற்றங்கரை பாடல் எனப் பலவும் சத்தியா ஸ்டூடியோவிலே நடந்தன.

ஜெமினியும் ஏவிஎம்மும்

இயக்குநர் கே.சுப்ரமணியம், 'மோஷன் பிக்சர் புரொடியூஸர்ஸ் கம்பைன்ஸ்' ஸ்டூடியோ வழியே பல்வேறு படங்களை எடுத்து வந்தார்.

இந்நிலையில், 1936ல் கோவையைச் சேர்ந்த ஏ.என்.மருதாசல செட்டியார் தயாரிப்பில் எல்லீஸ் ஆர்.டங்கன் இயக்கத்தில் 'சதிலீலாவதி' படம் வெளியானது.

இதில் எம்.கே.ராதா, டி.எஸ்.பாலையா, என்.எஸ்.கிருஷ்ணன் ஆகியோருடன் எம்ஜிஆர் போலீஸ் வேடத்தில் அறிமுகமானார்.

இந்தப் படத்தின் கதை, 'ஆனந்த விகடனி'ல் தொடராக வெளிவந்த ஒன்று. இதை எழுதியவர் எஸ்.எஸ்.வாசன். அதைத்தான் மருதாசல செட்டியார் வாங்கி படத்தைத் தயாரித்தார்.

இப்படம் பெரிய வெற்றியைக் குவிக்க, அது வாசனுக்கு மிகுந்த உற்சாகத்தைத் தந்தது. அதுமட்டுமல்ல; அவரைத் திரைத்துறைக்குள் விநியோகஸ்தராகவும், தயாரிப்பாளராகவும், இயக்குநராகவும் உருவெடுக்கச்செய்தது.

முதலில், 'ஜெமினி பிக்சர்ஸ் சர்க்யூட்' என்ற நிறுவனத்தைத் தொடங்கி திரைப்படங்களை விநியோகம் செய்தார். 1938ல் இந்தி எழுத்தாளர் முன்சி பிரேம்சந்த் எழுதிய கதை, தமிழாக்கம் செய்யப்பட்டு 'விகடனி'ல் தொடராக வந்து கொண்டிருந்தது.

இதை வாசனிடம் விலைக்கு வாங்கி 'ஸேவாஸதனம்' என்ற

பெயரில் படமாக்கினார் இயக்குநர் கே.சுப்ரமணியம். இந்தப் படத்தில்தான் இசைமேதை எம்.எஸ்.சுப்புலட்சுமி அறிமுகமானார்.

தொடர்ந்து எழுத்தாளர் கல்கி, 'ஆனந்த விகடனி'ல் எழுதிய 'தியாக பூமி' கதையையும் படமாக எடுத்தார். இதற்கு ஃபைனான் சியராகவும், விநியோகஸ்தராகவும் இருந்தார் வாசன்.

இந்தப் படம் அன்றைய பிரிட்டிஷ் அரசால் தடை செய்யப் பட்டது. அரசுக்கு எதிராக கருத்துக்கள் கொண்டிருந்ததாகக் காரணம் சொல்லப்பட்டது. இதனால், கே.சுப்ரமணியம் பெரும் நஷ்டத்திற்கு ஆளானார்.

இதன்பிறகு, 1940ல் நவாப் ராஜமாணிக்கம் பிள்ளையின் புகழ் பெற்ற 'இன்பசாகரன்' நாடகத்தை படமாக்கினார் கே.சுப்ரமணி யம். ஆனால், படம் முடிந்த நிலையில் ஸ்டூடியோவில் ஏற்பட்ட தீ விபத்தில் படச்சுருள்கள் உள்பட அனைத்தும் எரிந்து சாம்பலாயின.

இதனால் பெருத்த நஷ்டம் ஏற்பட, அவரின் ஸ்டூடியோ ஏலத்திற்கு வந்தது. இதை எஸ்.எஸ்.வாசன், 80 ஆயிரத்து 427 ரூபாய் 11 அணாக்களுக்கு எடுத்தார். பிறகு, சில மாற்றங்கள் செய்து 'ஜெமினி ஸ்டூடியோஸ் மூவிலேண்ட்' எனப் பெயர் மாற்றினார்.

இப்படியாக ஜெமினி ஸ்டூடியோ உருவானது. இரண்டு குழந்தை கள் கையில் பீப்பி ஊதுவது போல அமைந்த ஜெமினியின் லோகோ அன்று மக்களிடையே பெரிய வரவேற்பைப் பெற்றது.

இதன் தயாரிப்பில் முதன்முதலில் வெளிவந்த படம், 'மதன காமராஜன்'. இதை திண்டுக்கல்லைச் சேர்ந்த அமிர்தம் டாக்கீஸ் நிறுவனத்துடன் இணைந்து தயாரித்து வெளியிட்டார் வாசன்.

தொடர்ந்து ஜெமினி ஸ்டூடியோஸ், 'ஜீவன் முக்தி', 'நந்தனார்', 'மங்கம்மா சபதம்', 'சந்திரலேகா', 'அபூர்வ சகோதரர்கள்', 'அவ்வை யார்', 'வஞ்சிக்கோட்டை வாலிபன்', 'மோட்டார் சுந்தரம்பிள்ளை' எனப் பல்வேறு படங்களைத் தயாரித்து வெற்றிக்கொடி நாட்டியது.

பிறகு, 1970களில் பல்வேறு காரணங்களால் ஸ்டூடியோ மூடும் நிலைக்கு வந்தது. நாளடைவில் ஜெமினி பார்சன் காம்ப்ளக்ஸாக வும், அடுக்குமாடிக் குடியிருப்புகளாகவும், பார்க் ஹோட்டலாகவும் மாறியது இந்த ஸ்டூடியோ.

இதனருகே நுங்கம்பாக்கமும், கதீட்ரல் சாலையும் இணையும் அண்ணாசாலை சந்திப்பில் மேம்பாலம் கட்டியது தமிழக அரசு. இதற்கு அண்ணா மேம்பாலம் எனப் பெயர் இடப்பட்டிருந்தாலும் கூட மக்களால் இன்றும் ஜெமினி பிரிட்ஜ் என்றே அழைக்கப்படு கிறது. காரணம், அன்றைய ஜெமினி ஸ்டூடியோவின் நினைவுதான்!

எஸ்.எஸ்.வாசன் திரைத்துறைக்குள் நுழைந்த அதே கால கட்டத்தில் காரைக்குடியிலிருந்து ஒருவர் திரைத்தொழிலை ஆர்வமாகச் செய்து கொண்டிருந்தார். அவர் ஏவி.மெய்யப்பச் செட்டியார்.

➘ காரைக்குடி மற்றும் மெட்ராஸில் அமைந்த ஆரம்ப கால ஸ்டூடியோக்களின் தோற்றம்

ஆரம்பத்தில், காரைக்குடியில் தந்தை ஆவிச்சி செட்டியார் ஆரம்பித்த ஏவி அண்ட் சன்ஸ் என்ற சிறிய டிபார்ட்மென்டல் ஸ்டோரில் தந்தைக்கு உதவியாக இருந்தார் மெய்யப்பச் செட்டியார்.

1928ல் கிட்டப்பா, சுந்தராம்பாள் ஆகியோரின் இசைத் தட்டு களை ஐந்து தென்மாவட்டங்களுக்கு விநியோக உரிமை பெற்று விற்பனை செய்யத் தொடங்கியது 'ஏவி அண்ட் சன்ஸ்'.

இதனால், அடிக்கடி சென்னை வந்தார். அப்போது அவருடன் நாராயண அய்யங்கார், சிவம்செட்டியார் என இரண்டு நண்பர்கள் இணைய, 'சரஸ்வதி ஸ்டோர்ஸ்' என்ற நிறுவனத்தை மெட்ராஸில் தொடங்கினார்.

இதன்வழியே ஜெர்மன் ஓடியன் கம்பெனியுடன் ரிக்கார்டுகள் தயாரிக்க ஒப்பந்தம் செய்துகொண்டு, அதைத் தென்இந்தியா முழுவதும் விற்க ஆரம்பித்தார்.

இந்நேரம் பேசும் படம் தொடங்க, இதில் இறங்க தீர்மானித்தார் ஏவி மெய்யப்பச் செட்டியார். 1934ம் வருடம் 'சரஸ்வதி சவுண்ட் புரொடக்ஷன்' என்ற பெயரில் ஒரு கம்பெனி ஆரம்பித்து, 'அல்லி அர்ஜுனா' என்ற படத்தைத் தொடங்கினார்.

அப்போது மெட்ராஸில் ஸ்டூடியோக்கள் இல்லை. அதனால், நடிகர்களை அழைத்துக் கொண்டு கல்கத்தாவில் இருந்த நியூ தியேட்டர்ஸ் ஸ்டூடியோவில் ஒரு மாதம் தங்கியிருந்து படத்தை

எடுத்தார். ஆனால், படத்தின் ஹீரோவான கே.எஸ்.அனந்த நாராயண அய்யர் வெளிச்சத்தின் கூச்சத்தால் கண்களை முக்கால் பாகம் மூடிக்கொண்டே நடித்துள்ளார்.

இந்த விஷயம் படம் தயாராகி போட்டுப் பார்க்கும்போதே தெரிந்திருக்கிறது. அப்போது உடனுக்குடன் படத்தைப் போட்டுப் பார்க்கும் வசதியும் இருக்கவில்லை. இதனால், பெருத்த நஷ்டம்.

பிறகு, 'ரத்னாவளி' என்ற படத்தை எடுத்தார். இதற்கு கல்கத்தா பயனீர் ஸ்டூடியோவிற்குச் சென்றார். இப்போது நிறுவனத்தின் பெயர், 'சரஸ்வதி டாக்கி புரொடியூசிங் கம்பெனி' என மாறியிருந்தது.

இப்போது புது கேமிராவால் படம் நஷ்டமானது. கேமிரா ஸ்பீடும், சவுண்ட் ஸ்பீடும் ஒத்துப் போகவில்லை. இதனால், படத்திற்கும், டைலாக்கிற்கும் சம்பந்தம் இல்லாமல் போனது.

"இந்தப் படம் 1936 தீபாவளி ரிலீசாக வெளியானது. டேப் ரிகார்டரில் 'ஸ்லோ ஸ்பீடில்' ரிக்கார்டு பண்ணியதை 'பாஸ்ட் ஸ்பீடில்' ஓடவிட்டால் எப்படி 'கிக்கி பிக்கி' என்ற ஒலி வருமோ அதைப்போல அந்தப் படத்தில் சில இடங்கள் ஆகிவிட்டன..." என 'எனது வாழ்க்கை அனுபவங்கள் ஏவி.எம்' நூலில் குறிப்பிடுகிறார் ஏவி.மெய்யப்பச் செட்டியார்.

தொடர்ந்து 'நந்தகுமார்' என்ற படத்தை 1937ம் வருடம் எடுத்தார். அப்போது புனேவில் பிரபலமாக இருந்த ஸ்டூடியோக்களில் இதன் படப்பிடிப்பு வேலைகள் நடந்தன.

இதில் டி.ஆர்.மகாலிங்கம் கிருஷ்ணனாக நடித்தார். இதுவே அவர் நடித்த முதல் படம். இந்நேரம், சில புதிய பங்குதாரர்களைச் சேர்த்துக் கொண்டு 'பிரகதி பிக்சர்ஸ் பெங்களூர் லிமிடெட்' என்ற பெயரில் ஒரு கம்பெனியை ஆரம்பிக்க எண்ணினார்.

கூடவே, பெங்களூரில் ஒரு ஸ்டூடியோவை ஆரம்பிப்பது என்றும் தீர்மானித்திருந்தார். காரணம், அடுத்தடுத்து எடுத்த மூன்று படங்களுமே அவ்வளவாக சோபிக்கவில்லை. பெரும் நஷ்டம்.

இதற்கு ஸ்டூடியோ இல்லாததே முக்கியக் காரணம். நடிகர்களையும், மற்றவர்களையும் அழைத்துக்கொண்டு கல்கத்தா, பம்பாய் என அலையாமல் இங்கேயே ஒரு ஸ்டூடியோவை அமைத்தால் செலவு குறையும் என நினைத்தார்.

உடனடியாக, 'பிரகதி பிக்சர்ஸ் பெங்களூர் லிமிடெட்' கம்பெனியை ஆரம்பித்தும்விட்டார். இதில், ஏ.சுப்பையா என்பவரும், பெங்களூரில் அலங்கார், பிரபாத், அப்சரா தியேட்டர்கள் வைத்திருந்த ஜெயந்திலால் தாகூரும் பார்ட்னர்களாக இருந்தனர்.

இந்நேரம், சரஸ்வதி ஸ்டோர்ஸை கவனித்து வந்த நாராயண அய்யங்கார் அதன் பார்ட்னர்ஷிப்பில் இருந்து பிரிந்து போக நினைத்தார்.

இதனால், அவருக்கான பணத்தை செட்டில்மெண்ட் செய்த

மெய்யப்பச் செட்டியார், சரஸ்வதி ஸ்டோர்ஸை கவனிக்க வேண்டியதானது. அதனால், பெங்களூர் வரமுடியாதென பங்குதாரர்களிடம் தெரிவித்தார்.

ஜெமினி ஸ்டுடியோ

பின்னர், மந்தைவெளியில் இருந்த அட்மிரால்டி ஹவுஸை வாடகைக்கு எடுத்தார். சில பங்குதாரர்களுடன் 1940ல் 'பிரகதி ஸ்டூடியோ'வைத் தொடங்கினார்.

ஏவிஎம் நுழைவுவாயில்

இதில் எடுக்கப்பட்ட முதல் படம் 'பூகைலாஸ்'. தெலுங்கில் எடுக்கப்பட்ட இந்தப் படம் வெற்றிகரமாக ஓடியது.

1941ல் 'பிரகதி பிக்சர்ஸ்' சார்பில் 'சபாபதி' படத்தை இயக்கினார். இதுவே, மெய்யப்பச் செட்டியார் இயக்கிய முதல் படம். பம்மல் சம்பந்த முதலியாரின் கதையான இதுவும் பெரிய வெற்றியைப் பெற்றது.

அப்போது யுத்தகால நெருக்கடியால் 11 ஆயிரம் அடிக்குமேல் படம் இருக்கக்கூடாது என்று கட்டுப்பாடு. இந்தக் கட்டுப்பாட்டில் எடுத்த படமே 'ஸ்ரீவள்ளி'.இதுவும் மாபெரும் வெற்றி அடைந்தது.

இப்போது ஏவிஎம்மிற்கு எதிர்பாராத ஒரு பிரச்னை. அவர் காஷ்மீர் போன நேரம், பிரகதி ஸ்டூடியோவின் பங்குதாரர்கள் அதை விற்றுவிடத் தீர்மானித்து விலை பேசிவிட்டனர்.

இதனால், சோர்ந்துபோன ஏவிஎம் பிறகு நம்பிக்கையுடன் தனியொருவராக ஸ்டூடியோ ஆரம்பிக்கத் தீர்மானித்தார். இதற்கான பொருட்களை பம்பாயிலிருந்து தருவித்தார்.

ஆனால், மீண்டும் சோதனை. இரண்டாம் உலக யுத்தம் காரணமாக மெட்ராஸில் பவர்கட் அமலில் இருந்தது. புதிதாக ஒரு ஸ்டூடியோவிற்கு மின்சப்ளை தரமுடியாதென மின்துறையினர் கைவிரித்துவிட்டனர்.

இதனால், காரைக்குடியில் ஸ்டூடியோ ஆரம்பிக்க முடிவெடுத்தார். இதற்கு மின்சப்ளை கிடைக்க, தேவகோட்டை ரஸ்தா பகுதியில் ஸ்டூடியோவை அமைத்தார்.

அந்த இடம் தேவகோட்டை ஜமீன்தாருக்குச் சொந்தமானது. அவர், ஏற்கனவே அங்கே ஒரு டிராமா கொட்டகையை

ஏற்படுத்தியிருந்தார். இதை மாதம் 3 ஆயிரம் ரூபாய் என வாடகைக்கு எடுத்தார் ஏவிஎம் செட்டியார்.

நாற்பது ஐம்பது கீற்றுக் கொட்டகைகள் போடப்பட்டன. மெட்ராஸிலிருந்து வரும் ஆண் நடிகர்களுக்கும், பெண் நடிகைகளுக்கும் தனிக்கொட்டகைகள். இப்படியாக ஏவி.எம்.ஸ்டூடியோஸ் தயாரானது.

காரைக்குடி ஸ்டூடியோவில் எடுக்கப்பட்டு, ஏவிஎம் பேனரில் வெளிவந்த முதல் படம் 'நாம் இருவர்'. இது ஏவிஎம்மிற்கு பெரிய வெற்றியைப் பெற்றுத் தந்தது.

இந்தப் படத்தின் கதை பின்னாளில் சிறந்த இயக்குநராக வலம் வந்த ப.நீலகண்டனுடையது. இதை ஏவிஎம் செட்டியார் தயாரித்து இயக்கினார்.

பிறகு 'வேதாள உலகம்' மாபெரும் வெற்றியைத் தந்தது. இந்நிலையில் தேவகோட்டை ஜமீன்தார் வாடகைப் பணத்தை அதிகரிக்க ஏவிஎம் மெட்ராஸில் இடம் தேடினார்.

இப்போது மெட்ராஸில் மின்சப்ளை பிரச்னை இருக்கவில்லை. இந்நேரம், இந்தியா சுதந்திரம் அடைந்திருந்தது. ஏவிஎம்மின் நிர்வாகி ஒருவர் ஸ்டூடியோவிற்கான இடத்தைப் பார்த்துவந்தார்.

"அந்நேரம், வடபழனியில் பத்து ஏக்கர் பரப்பில் ஒரு காலி இடம் இருந்தது. இந்த இடத்தில் முஸ்லிம் மதத்தைச் சேர்ந்த ஒருவர் தோல் கிடங்கு வைத்திருந்தார். பாகிஸ்தான் பிரிந்தபோது அவர் அதை விட்டுவிட்டுபாகிஸ்தான் போய்விட்டார். அது அகதி ப்ராப்பர்ட்டியாக இருப்பதனால் அதை மலிவாக வாங்கிவிடலாமே என்பதாக காரியஸ்தர் கேட்டார். உடனே, அதை வாங்கிவிடச் சொன்னேன்..." என 'எனது வாழ்க்கை அனுபவங்கள்' நூலில் குறிப்பிடுகிறார் ஏவிஎம்.

இப்படியாக வடபழனியில் ஏவிஎம் ஸ்டூடியோ உதயமானது. இங்கே வந்ததும் ஏவிஎம் தயாரித்து இயக்கிய முதல் படம் 'வாழ்க்கை'. இதுவும் சூப்பர் டூப்பர் ஹிட்!

★ ★ ★

விஜயா வாகினியும், பிரசாத் ஸ்டூடியோவும்

'வாழ்க்கை' படத்திற்குப்பின் ஏவிஎம் செட்டியார் படம் இயக்கவில்லை. தயாரிப்பில் மட்டுமே கவனம் செலுத்தினார். இப்படியாக அறிஞர் அண்ணா கதை வசனம் எழுதிய 'ஓர் இரவு' படத்தை ஏவிஎம் தயாரிக்க, ப.நீலகண்டன் இயக்கினார்.

தொடர்ந்து கலைஞர் கருணாநிதி வசனத்தில் நடிகர் திலகம் சிவாஜி கணேசன் அறிமுகமான 'பராசக்தி' பெரிய வெற்றியைப் பெற்றது. இதை கிருஷ்ணன்- பஞ்சு இயக்கினர்.

'களத்தூர் கண்ணம்மா'வில் நடிகர் கமல்ஹாசனை குழந்தை நட்சத்திரமாக அறிமுகப்படுத்தியது ஏவிஎம். பின்னர், 'அன்பே வா', 'உயர்ந்த மனிதன்', 'மேஜர் சந்திரகாந்த்' எனப் பல்வேறு வெற்றிப் படங்களைத் தந்தது.

தமிழ், தெலுங்கு, இந்தி என இந்தியத் திரைத்துறையில் கோலோச்சிய ஏவி மெய்யப்பச் செட்டியார் 1979ம் வருடம் மரணமடைந்தார். பிறகு, ஏவிஎம் நிறுவனத்தை அவரின் மகன்கள் ஏற்று நடத்தினர்.

'முரட்டுக்காளை', 'சகலகலா வல்லவன்', 'நல்லவனுக்கு நல்லவன்', 'உயர்ந்த உள்ளம்', 'சம்சாரம் அது மின்சாரம்', 'மின்சாரக் கனவு', 'ஜெமினி', 'சிவாஜி', 'வேட்டைக்காரன்', 'அயன்' எனப் பல படங்களைத் தயாரித்து வெற்றி கண்டனர்.

அன்று ஸ்டூடியோவின் பதினோரு ஃப்ளோர்களும்

பரபரப்பாக இயங்கின. பாகப்பிரிவினைக்குப் பிறகு இப்போது ஏவிஎம் சரவணன் ஸ்டூடியோவை இயக்கிவருகிறார்.

இதில், மூன்றாவது மற்றும் நான்காவது ஃப்ளோர்கள் மட்டுமே இன்று திரைப்படங்கள் மற்றும் தொலைக்காட்சி நிகழ்ச்சிகளின் படப்பிடிப்புத் தளங்களாக உள்ளன.

ஏவிஎம் மெட்ராஸில் தொடங்கிய அதேகாலத்தில் தென்கிழக்கு ஆசியாவிலேயே மிகப் பெரிய ஸ்டூடியோவாக இருந்தது விஜயா வாகினி. இதன் உரிமையாளர் பி.நாகிரெட்டி.

ஆந்திராவிலுள்ள கடப்பா மாவட்டத்தில் பொட்டிபாடு என்ற கிராமத்தில் பிறந்தவர். மெட்ராஸில் படிப்பை முடித்துவிட்டு, தந்தையின் வெங்காய வியாபாரத்திற்காக பர்மா, சிங்கப்பூர் என வெளிநாடுகள் சென்று அனுபவங்கள் கற்றார்.

இவரின் மூத்த சகோதரர் பி.என்.ரெட்டி, ஆரம்பகால சினிமாவில் முக்கிய பங்காற்றியவர். தமிழின் முதல் பேசும் படமான 'காளிதாஸை' இயக்கிய ஹெச்.எம்.ரெட்டியிடம் உதவியாளராக இருந்தார்.

பின்னர் ஹெச்.எம்.ரெட்டியும் பி.என்.ரெட்டியும் இணைந்து 'ரோகிணி பிக்சர்ஸ்' என்ற கம்பெனியை உருவாக்கி படங்கள் தயாரித்து இயக்கினர். இவர்களுடன் பார்டனராக மூல நாராயணஸ்வாமி என்பவரும் இணைந்துகொண்டார்.

இந்த மூவர் கூட்டணியில் வந்த முதல் படம் 'கிரஹலட்சுமி'. இது 1938ல் தெலுங்கில் வெளியானது. பின்னர், மூல நாராயண ஸ்வாமியும், பி.என்.ரெட்டியும் சேர்ந்து 'வாகினி பிக்சர்ஸ்' என்ற கம்பெனியை நிறுவினர்.

வாகினி பேனரிலிருந்து 'வந்தே மாதரம்', 'சுமங்கலி', 'பக்த போத்தண்ணா' உள்ளிட்ட சில படங்கள் உருவாகின. இதில், 'வந்தே மாதரம்' படத்திற்கான பப்ளிசிட்டி பணிகளைச் செய்து சினிமா துறைக்குள் வந்தார் நாகிரெட்டி.

இந்நேரம், ஸ்டூடியோவிற்கான தேவை ஏற்பட வாகினி ஸ்டூடியோ உருவானது. இது மூல நாராயணஸ்வாமி, பி.என்.ரெட்டி, பி.நாகிரெட்டி என சில பங்குதாரர்களுடன் உதயமானது.

ஸ்டூடியோவின் கட்டடப் பணி 1945ல் ஆரம்பிக்கப்பட்டு 1948ல் முடிவடைந்தது. பிறகு, வாகினி பிக்சர்ஸும், வாகினி ஸ்டூடியோவும் பரபரப்பாயின.

இந்நிலையில் 1945ல் பி.என்.ரெட்டி இயக்கிய 'சொர்க்க சீமா' படத்திற்கு கதை வசனம் எழுத, எழுத்தாளரான அலூரி சக்கர பாணி வந்து சேர்ந்தார். அப்போது நாகிரெட்டியும் சக்கரபாணியும் நண்பர்களாகினர்.

அந்த நட்பு சக்கரபாணி இறக்கும் வரை தொடர்ந்தது. எந்த ஒரு விஷயத்தையும் சக்கரபாணியிடம் கருத்து கேட்டபிறகே

↘ விஜயா சுகாதார நிலையம்

செய்வார் நாகிரெட்டி. அந்தளவுக்கு அவர்களின் நட்பு ஆழமாக இருந்தது.

இதற்கிடையே மெட்ராஸில் ஓர் அச்சகத்தை நடத்திவந்தார் நாகிரெட்டி. அங்கிருந்து 1947ல் 'சந்தமாமா' என்ற குழந்தைகளுக்கான இதழைத் தொடங்கினார். இது 14 மொழிகளில் வெளியானது. தமிழில் 'அம்புலிமாமா' என வெளிவந்தது.

அதுமட்டுமல்ல. இதற்கு முன்னரே 1945ம் வருடம் 'ஆந்திர ஜோதி' என்ற மாதப் பத்திரிகையையும் நடத்திக்கொண்டிருந்தார். பிறகு, நண்பர் சக்கரபாணியுடன் இணைந்து 'விஜயா புரொடக்ஷன்ஸ்' நிறுவனத்தை தொடங்கி படத் தயாரிப்பில் ஈடுபட்டார்.

↘ நாகிரெட்டி

இந்நேரம், வருமானவரி பிரச்னை காரணமாக வாகினி ஸ்டூடியோவில் அதிக பங்குகள் கொண்டிருந்த மூல நாராயண ஸ்வாமியால் ஸ்டூடியோவை ஏற்று நடத்த முடியவில்லை. இவர் 1950ல் மரணமடைந்தார்.

இதனால், நாகிரெட்டி வாகினி ஸ்டூடியோவை குத்தகைக்கு எடுத்து 'விஜயா புரொடக்ஷன்ஸ்' வழியே படங்கள் தயாரித்தார். இந்த பேனரில் நாகிரெட்டியும், சக்கரபாணியும் இணைந்து தயாரிக்க 1950ம் வருடம் 'ஷௌகாரு' தெலுங்குப் படம் வெளியானது. இதை இயக்கியவர் எல்.வி.பிரசாத்.

இந்தப் படத்தில்தான் சவுகார் ஜானகி கதாநாயகியாக அறிமுகமானார். தொடர்ந்து, 'பாதாள பைரவி', 'மிஸ்ஸியம்மா', 'கல்யாணம் பண்ணிப்பார்', 'மாயா பஜார்' என அடுத்தடுத்து தமிழ், தெலுங்கில் எடுக்கப்பட்ட படங்கள் மாபெரும் வெற்றி கண்டன. 'விஜயா வாகினி ஸ்டூடியோஸ்' பிரபலமானது.

1961ம் வருடம் 'வாகினி ஸ்டூடியோ' நாகிரெட்டிக்கு சொந்தமானது. "ஏழு பெரிய படப்பிடிப்புத் தளங்களையும், அவற்றில் ஒரே

சமயத்தில் ஏழு படப்பிடிப்புகள் நடைபெறுவதற்கான ஒளிப்பதிவு, ஒலிப்பதிவு மற்றும் படத்தொகுப்புக்கான பல எடிட்டிங் அறைகளுடன் கூட சிறந்த லெபாரட்டரியும் அமைந்திருந்தன. அத்துடன் மூன்று பாடல் ஒலிப்பதிவுக் கூடங்கள், படம் பார்ப்பதற்கென்று ஆறு தியேட்டர்கள், அரங்க நிர்மாணப் பணிகளுக்கான கூடங்கள், குளிர்சாதன வசதிகளுடன் கூடிய பல ஒப்பனை அறைகளும் இருந்தன...” என விஜயா வாகினி ஸ்டூடியோவில் இருந்த வசதிகள் பற்றி ‘சினிமாவின் மறுபக்கம்’ தொடரில் குறிப்பிடுகிறார் பழம் பெரும் கதை வசனகர்த்தாவான ஆரூர்தாஸ்.

இதன்பிறகு, ‘எங்க வீட்டுப் பிள்ளை’, ‘நம்நாடு’ எனப் பல வெற்றிப் படங்களைத் தந்தனர். ஆனால், 70களின் தொடக்கத்தில் ஸ்டூடியோவின் செயல்பாடுகள் குறைந்தன.

இதனால், ஸ்டூடியோ இருந்த இடத்தில் 1972ல் விஜயா மருத்துவம் மற்றும் கல்வி அறக்கட்டளை வழியே விஜயா மருத்துவமனை தொடங்கப்பட்டது.

பிறகு, விஜயா ஹெல்த் சென்டர், ஹார்ட் பவுண்டேஷன் எல்லாம் வந்தன. ஆனால், படத்தயாரிப்பை விடாமல் தொடர்ந்தார் நாகிரெட்டி.

இந்நிலையில், 1987ம் வருடம் இந்தியாவின் உயரிய சினிமா விருதான தாதா சாகிப் பால்கே விருதினைப் பெற்றார். அவரின் சகோதரர் பி.என்.ரெட்டியும் இந்த விருதினை 1974ல் பெற்றார்.

தயாரிப்பாளர், இயக்குநர், பத்திரிகை ஆசிரியர், வணிகர் எனப் பன்முகத் தன்மையுடன் விளங்கிய நாகிரெட்டி 2004ம் வருடம் மறைந்தார்.

இப்போது அவரது வாரிசுதாரர்கள் தொடர்ந்து ‘விஜயா புரொடக்ஷன்ஸ்’ பேனரில் படங்களைத் தயாரித்து வருகின்றனர். விஜய் சேதுபதி நடிப்பில் விரைவில் வெளிவர இருக்கும் ‘சங்கத் தமிழன்’ படம், இந்நிறுவனத்தின் தயாரிப்புதான்!

இன்று நாகிரெட்டியின் நினைவைப் போற்றும் வகையில் அவரின் குடும்பத்தினர் மருத்துவமனையின் உள்ளே ஒரு மியூசியத்தை நிர்வகித்து வருகின்றனர். அதில், அவர் பயன்படுத்திய கண்ணாடி, கார், பெற்ற விருதுகள் உள்ளிட்டவை காட்சிப்படுத்தப்பட்டுள்ளன.

இவரைப் போலவே பன்முகத் திறமை கொண்ட ஆளுமை எல்.வி.பிரசாத். ஒருநடிகராக தன்னுடைய கேரியரை ஆரம்பித்தவர் பின்னாளில் தயாரிப்பாளர், ஸ்டூடியோ உரிமையாளர், இயக்குநர் எனப் பல்வேறு அவதாரங்கள் எடுத்தார்.

இந்தியாவில் வெளியான முதல் பேசும் படமான ‘ஆலம் ஆரா’ வில் சின்ன ரோலில் நடித்தார். பின்னர், தமிழில் வெளியான முதல் பேசும் படமான ‘காளிதாஸிலும்’, தெலுங்கில் வெளியான முதல் பேசும் படமான ‘பக்த பிரகலாதா’விலும் நடித்தார்.

▲ இன்று பிரசாத் ஸ்டுடியோ

முதலில் வெளிவந்த மூன்று பேசும் படங்களிலும் நடித்த ஒரே நடிகர் என்ற பெருமைக்குச் சொந்தக்காரர் எல்.வி.பிரசாத். 1908ம் வருடம் ஆந்திராவிலுள்ள ஏலூரு தாலுகாவில் சோமவாரபாடு என்ற கிராமத்தில் விவசாயக் குடும்பத்தில் பிறந்தவர்.

சிறுவயதிலேயே நாடகத்தின் மீது அதீத ஆர்வம். இதுவே அவரை நடிகராக பரிணமிக்க வைத்தது. 17 வயதில் தன் மாமன் மகளான சவுந்தர்யா மனோகரம்மாவை திருமணம் முடித்தார்.

▲ எல்.வி.பிரசாத்

பிறகு, பிரசாத்தின் தந்தை வாங்கிய கடனால் குடும்பமே நொடிந்தது. இந்நேரம், வீட்டில் யாரிடமும் சொல்லிக் கொள்ளாமல் நூறு ரூபாயுடன் சினிமா மீதான ஆர்வத்தில் பம்பாய் தாதரில் இருந்த கோஹினூர் ஸ்டுடியோவிற்குச் சென்றார் பிரசாத்.

பல்வேறு கஷ்டங்களுக்குப் பிறகே அவருக்கு நடிக்க சான்ஸ் கிடைத்தது. பின்னர், உதவி இயக்குநரானார். இவரின் முழுப்பெயர் அக்கினேனி லட்சுமி வரப்பிரசாத ராவ். அதுவே எல்.வி.பிரசாத் என்றானது.

1949ம் வருடம் 'மனதேசம்' என்கிற தெலுங்குப் படத்தை இயக்கினார். இதில், என்.டி.ராமாராவை அறிமுகப்படுத்தினார். தொடர்ந்து நாகிரெட்டியின் விஜயா புரொடக்ஷன்ஸ் தொடங்கிய முதல்படமான 'சவுகாரு' படத்தை இயக்கினார்.

பிறகு 'மிஸ்ஸியம்மா', 'மனோகரா' போன்ற படங்களை தமிழ், தெலுங்கு, இந்தி என மூன்று மொழிகளிலும் இயக்கி வெற்றி கண்டார்.

இந்நிலையில், 1955ம் வருடம் முதல்முதலாக 'லட்சுமி புரொடக்ஷன்ஸ்' என்ற பேனரில் 'இளவெல்பு' என்ற தெலுங்குப் படத்தைத் தயாரித்தார்.

இதுவே, 1956ம் வருடம் 'பிரசாத் புரொடக்ஷன்ஸ்' என்ற கம்பெனியை உருவாக்க வைத்தது. இதன்பிறகு, தயாரிப்பாளர் கம் இயக்குநராக வலம் வந்தார் எல்.வி.பிரசாத்

1960களில் பிரசாத் ஸ்டூடியோவை நிறுவினார். "இவரிடம் முதலில் உதவி இயக்குநராக இருந்து பின்னாளில் தயாரிப்பாளராகவும், இயக்குநராகவும் ஆன ரங்கநாததாஸ் என்பவர் அருணாசலம் சாலையின் வடகோடியில் ஓர் இடத்தை வாங்கினார். அதில், ஸ்டூடியோ கட்டுவதற்காக ஒரு தளத்திற்கு அஸ்திவாரம் போட்டு அத்துடன் பணி நின்றுபோனது. பின்னர், 1964ல் எல்.வி.பிரசாத் அதை விலைக்கு வாங்கி தனது பிரசாத் ஸ்டூடியோவை கட்டினார். ஸ்டூடியோவிற்கான கட்டடப் பணிகள் நடந்துகொண்டிருக்கும் போதே தனது 'பிரசாத் புரொடக்ஷன்ஸ்' பேனரில் நான் திரைக் கதை, வசனம் எழுதிய 'இதயக் கமலம்' படத்தை தமிழ், தெலுங்கு இரு மொழிகளிலும் எடுத்தார்..." என தன்னுடைய 'சினிமாவின் மறுபக்கம்' தொடரில் நினைவுபடுத்துகிறார் ஆரூர்தாஸ்.

அன்று மூன்று பெரிய ஃப்ளோர்களில் படப்பிடிப்புகள் நடந்து வந்தன. தொடர்ந்து இவரின் மகன் ரமேஷ் அமெரிக்காவில் இருந்து படிப்பு முடித்து திரும்பியதும், 1974ல் பிரசாத் பிலிம் லேப் தொடங்கினார்.

1981ல் இவரின் தயாரிப்பில் இந்தியில் கமல்ஹாசன் நடிப்பில் வெளியான 'ஏக் தூஜே கே லியே' மாபெரும் வெற்றி கண்டது. இதே வருடம் கமல் நடிப்பில் வெளியான 'ராஜபார்வை' படத்தில் நடிகை மாதவியின் தாத்தாவாக நடித்தார் எல்.வி.பிரசாத்.

1982ம் வருடம் இந்திய அரசின் உயரிய சினிமா விருதான தாதா சாகிப் பால்கே விருது அவருக்கு வழங்கப்பட்டது. 1994ம் வருடம் மரணமடைந்தார் எல்.வி.பிரசாத்.

அவருக்குப் பிறகு அவரின் மகனும், பேரன்களும் தொடர்ந்து பிரசாத் ஸ்டூடியோவையும் லேப்பையும் நடத்தி வருகின்றனர். இதில், சினிமா டிஜிட்டலான பிறகு கெமிக்கல் லேப் மூடப்பட்டுவிட்டது.

இன்று ரிக்கார்டிங், எடிட்டிங் மற்றும் படப்பிடிப்புப் பணிகள் நடந்துவருகின்றன. தவிர, ஸ்டூடியோவின் ஒரு பகுதியில் எல்.வி.பிரசாத் பிலிம் அண்ட் டெலிவிஷன் அகடமி நடத்தப்பட்டு வருகிறது. இதில், டைரக்ஷன், ஒளிப்பதிவு, எடிட்டிங் அண்ட் டிசைன் போன்ற கோர்ஸ்கள் கற்றுத் தரப்படுகின்றன.

கடைசியாக இந்த ஸ்டூடியோவில் எடுக்கப்பட்ட படம் விஜய் நடிப்பில் வெளிவந்த 'பிகில்'!

★ ★ ★

மெட்ராஸில் இருந்த பிற ஸ்டூடியோக்கள்

அன்றைய மெட்ராஸில் ஜெமினி, ஏவிஎம், வாகினி, ராயல், விக்ரம், பரணி, பாரமவுண்ட், கோல்டன், சியாமளா, பிரகாஷ், பிலிம் சென்டர், வீனஸ், நெப்டியூன், நியூடோன், நரசு, சிட்டாடல், அருணாச்சலம் என 17 ஸ்டூடியோக்கள் இருந்ததாக 1961ம் வருடத்திய, 'சென்னை மாநில தமிழ் டைரக்டரி' நூல் குறிப்பிடுகிறது.

இதில், 1938லேயே உருவான ஸ்டூடியோ நியூடோன்.

கீழ்ப்பாக்கத்தில் இருந்த இந்த ஸ்டூடியோவின் பங்குதாரர்களாக ஆர்.எம்.ராமநாதன் செட்டியார், கலை இயக்குநரான எஃப்.நாகூர், ஒளிப்பதிவாளரான ஜித்தன் பானர்ஜி, ஒலிப்பதிவாளரான தின்ஷா தெஹ்ரானி, அன்றைய சூப்பர் ஸ்டாரான எம்.கே.தியாகராஜ பாகவதர் ஆகியோர் இருந்தனர்.

நியூடோன் ஸ்டூடியோ முதலில் ஒரு லெபாரட்டரியாக ஆரம்பமானது. பிறகே, ஒரு ஸ்டூடியோவாக பரிணமித்தது.

"இது அந்நாட்களில் திரைப்படத் துறையின் கேந்திரஸ்தானமாகத் திகழ்ந்தது எனலாம். இங்கிருந்து பல புகழ்பெற்ற இயக்குநர்கள், ஒளிப்பதிவாளர்கள், ஒலிப்பதிவாளர்கள், கலை இயக்குநர்கள், படத்தொகுப்பாளர்கள் மற்றும் ஒப்பனைக் கலைஞர்கள் போன்றோர் உருவாகி வெளிவந்ததன் மூலம் இதை 'படத் தொழிலின் பல்கலைக்கழகம்' எனப் பெருமையுடன் அழைக்கலாம்..."

என 'சினிமாவின் மறுபக்கம்' தொடரில் குறிப்பிடுகிறார் பழம் பெரும் கதை வசனகர்த்தாவான ஆரூர்தாஸ்.

ஆனால், 1961ல் 'சென்னை மாநில தமிழ் டைரக்டரி' நூலின்படி அன்றைய நிர்வாகியென தின்ஷா தெஹ்ரானி பெயரே உள்ளது. இதில், அப்போது ஏ.பீம்சிங்கின் பல்வேறு படங்கள் படமாக்கப் பட்டன.

இந்நிலையில், கோடம்பாக்கத்தில் பல்வேறு ஸ்டூடியோக்கள் உருவாக 'நியூடோன்' பொலிவிழந்தது. இன்று இந்த இடத்தில் பாரதிய வித்யாபவனின் ராஜாஜி வித்யாஷ்ரம் பள்ளி இயங்கி வருகிறது.

இதேபோல் கீழ்ப்பாக்கம் பகுதியில் பூந்தமல்லி நெடுஞ்சாலை யில் இருந்த இன்னொரு ஸ்டூடியோ 'சிட்டாடல்'.

கேரளாவின் திருவனந்தபுரத்திலிருந்து சினிமா கனவு டன் மெட்ராஸ் வந்தவர் ஜூனியர் ஜோசப் தளியத். இவர் 'நியூடோன் ஸ்டூடியோ'வின் கலை இயக்குநர் எஃப்.நாகூரின் உதவி யுடன் 'சிட்டாடல் பிலிம் கார்ப்பரேஷன்' என்ற நிறுவனத்தைத் தொடங்கி படம் தயாரித்தார்.

இந்த பேனரில் வந்த முதல் படம் 'ஞானசௌந்தரி'. 1948ல் டி.ஆர். மகாலிங்கம், எம்.வி.ராஜம்மா நடிப்பில் வெளியான இந்தப் படம் மாபெரும் வெற்றியைப் பெற்றது.

இதன்பிறகு, 'சிட்டாடல்' என்ற பெயரில் சொந்த ஸ்டூடியோவை உருவாக்கினார் ஜோசப் தளியத். இதன்வழியே 'இதய கீதம்', 'விஜயபுரி வீரன்', 'இரவும் பகலும்', 'காதல் படுத்தும் பாடு' போன்ற படங்களைத் தயாரித்து இயக்கினார்.

இதில், 'இரவும் பகலும்' படத்தில் நடிகர் ஜெய்சங்கரை அறிமுகப்படுத்தினார். 'காதல் படுத்தும் பாடு' படத்திற்குப் பிறகு அவர் படங்கள் தயாரிப்பதையும் இயக்குவதையும் நிறுத்திக் கொண் டார். இந்த 'சிட்டாடல் ஸ்டூடியோ' இருந்த இடம் கல்லூரியாகவும், சிறுவர் இல்லமாகவும் மாறிவிட்டது.

தேனாம்பேட்டை ஏரியாவில் 1930களின் தொடக்கத்தில் மிர்ஜாபுரம் மகாராஜாவால் ஒரு ஸ்டூடியோ ஆரம்பிக்கப்பட்டது. இதன்பெயர் 'சோபனசாலா'.

இதில் பல்வேறு தெலுங்குப் படங்களின் படப்பிடிப்புகள் நடந்தன. பிறகு, மிர்ஜாபுரம் ராஜாவை மணந்த நடிகை சி.கிருஷ்ண வேணி, ஸ்டூடியோவை நிர்வகித்துவந்தார்.

தொடர்ந்து ஸ்டூடியோவின் பெயர் 'வீனஸ்' என மாற்றப்பட்டது. தெலுங்குப் படங்களின் படப்பிடிப்புகள் ஹைதராபாத் சென்றதும் இந்த ஸ்டூடியோ பொலிவிழந்து டப்பிங் தியேட்டராக மாறியது.

'ஏவிஎம் ஸ்டூடியோ'விற்கு நேர் எதிரே அருணாச்சலம் சாலையில் இருந்தது 'பிரகாஷ் ஸ்டூடியோ'. தெலுங்குப் படத் தயாரிப்பாளரும்

↘ இன்று பரணி ஸ்டுடியோ மற்றும் ஃபங்ஷன் ஹால்

↘ இன்று அருணாச்சலம் ஸ்டுடியோ

இயக்குநருமான கே.எஸ்.பிரகாஷ்ராவ் 1951ல் இதனை நிறுவினார்.

தெலுங்கில் பல்வேறு படங்களைத் தயாரித்து இயக்கினார். 1972ல் தமிழில் இவர் இயக்கிய 'வசந்த மாளிகை' மாபெரும் வெற்றியைப் பெற்ற ஒன்று. பின்னர், இந்த ஸ்டூடியோவும் பொலிவிழந்து டப்பிங் தியேட்டராக மாறியது.

இதற்கடுத்து கொஞ்ச தூரத்தில் இருந்த ஸ்டூடியோவின் பெயர் 'அருணாச்சலம்'. தஞ்சாவூரிலுள்ள ஆலங்குடி கிராமத்தைச் சேர்ந்த ஏ.கே.வேலன் இதை உருவாக்கினார். 1958ம் வருடம் 'தை பிறந்தால் வழி பிறக்கும்' படத்தைத் தயாரித்து இயக்கினார் ஏ.கே.வேலன்.

இது வணிக ரீதியாக பெரிய வெற்றியை ஈட்ட, தன் தந்தையின் பெயரில் இந்த 'அருணாச்சலம் ஸ்டூடியோ'வைக் கட்டினார். "இதை அந்நாளைய காங்கிரஸ் ஆட்சியில் முதலமைச்சராக இருந்த எம்.பக்தவத்சலத்தின் கரங்களால் திறப்பு விழா நடத்தினார். அத்துடன் அரசு அனுமதி பெற்று பிரதான ஆற்காடு சாலையிலிருந்து வடதிசை நோக்கி பிரிந்து செல்லும் அந்தப் பாதைக்கு 'அருணாச்சலம் சாலை' எனப் பெயரிடச் செய்தார்..." என, 'சினிமாவின் மறுபக்கம்' தொடரில் குறிப்பிடுகிறார் ஆரூர்தாஸ்.

இன்று இந்த ஸ்டூடியோ குடியிருப்பாக மாறிவிட்டது. இதேபோல் ஆற்காடு சாலையில் 'வாகினி' அருகே இருந்த ஸ்டூடியோ 'ஸ்டார் கம்பைன்ஸ்'. இதை 1944ல் கட்டியவர் ஏ.ராமையா. இப்போது இதுவும் அடுக்கு மாடிக் குடியிருப்பாக நிற்கிறது. இதையடுத்து போரூர் செல்லும் வழியில் இருக்கிறது 'பரணி ஸ்டூடியோ'. இந்த ஸ்டூடியோவை நடிகை பானுமதியும் அவரின் காதல் கணவரும் இயக்குநருமான ராமகிருஷ்ணாவும் இணைந்து உருவாக்கினர்.

'கிருஷ்ண பிரேமா' என்ற தெலுங்குப் படத்தில் நடித்துக் கொண்டிருக்கும்போது அதில் உதவி இயக்குநராகப் பணியாற்றிவந்த ராமகிருஷ்ணாவைக் காதலித்தார் பானுமதி. பெற்றோர் எதிர்ப்பை மீறி 1943ம் வருடம் திருமணம் செய்தார்.

"இவர்களுக்கு 1945ம் வருடம் ஆண் குழந்தை பிறந்தது. பரணி நட்சத்திரத்தில் பிறந்ததால் பையனுக்கு பரணி என்றே பெயர் வைத்தார் பானுமதி. தற்போது பானுமதியும் ராமகிருஷ்ணாவும்

சொந்தத்தில் நடத்திவரும் படக் கம்பெனிக்கு 'பரணி பிக்சர்ஸ்' எனப் பெயர் வைத்திருப்பதிலிருந்து புதல்வன் பரணி மீது அவர் களுக்கு எவ்வளவு அபிமானம் என்பதை ஊகிக்கலாம்...'' என 1948ல் வெளிவந்த 'வானவீதி' என்ற நூல் பானுமதியின் வரலாற்றில் இந்தச் செய்தியைக் குறிப்பிட்டுள்ளது.

பிறகு, 'பரணி ஸ்டூடியோ'வை உருவாக்கி இருவரும் அதன்வழியே பல்வேறு படங்களை எடுத்தனர். இப்போது அவர்களின் மகன் டாக்டர் பரணி அங்கே பரணி மருத்துவமனையும், ஃபங்ஷன் ஹாலும் நடத்திவருகிறார். இதனைக் கடந்ததும் எதிர்ப்புறத்தில் இருந்தது 'கற்பகம் ஸ்டூடியோ'. பல்வேறு வெற்றிப் படங்களைத் தந்த இயக்குநர் கே.எஸ்.கோபாலகிருஷ்ணன், 'கற்பகம்' படத்தின் வெற்றியைத் தொடர்ந்து இந்த ஸ்டூடியோவை உருவாக்கினார். இன்று அடுக்குமாடிக் குடியிருப்பாக மாறி நிற்கிறது.

பரணி மற்றும் கற்பகம் ஸ்டூடியோக்களை அடுத்து 'பிலிம் சென்டர் ஸ்டூடியோ' இருந்தது. இதை அப்துல் மஜீத், ஏ.கே.காஜி என்பவர்கள் நிர்வகித்தனர். இதில், இரண்டு தளங்களும், ஒரு ஒலிப்பதிவுக் கூடமும் அதனுடன் லெபாரட்டரியும் இருந்தன.

''அன்றைய நாட்களில் 16 எம்.எம்.பிலிமை புரோஸஸிங் செய்த ஒரே லேப் இதுதான். 1956ல் நான் முதல் முதலாக இந்தியிலிருந்து தமிழில் டப்பிங் செய்த 'மகுடம் காத்த மங்கை' இந்த ஸ்டூடியோ வில்தான் உருவாகியது. 1967ல் வாசு பிலிம்ஸ் தயாரிப்பாளர் வாசு மேனன் இந்த ஸ்டூடியோவை விலைக்கு வாங்கி 'வாசு ஸ்டூடியோ' என்று பெயரிட்டு முதன் முதலாக பி.பானுமதி, எஸ்.வி.ரங்காராவ் நடித்து நான் எழுதிய 'பூவும் பொட்டும்' படத்தைத் தயாரித்தார்...'' என 'சினிமாவின் மறுபக்கம்' தொடரில் குறிப்பிடுகிறார் ஆரூர்தாஸ்.

இதற்கு எதிரில் 'பாரமவுண்ட்' என்ற ஸ்டூடியோ இருந்தது. இதை 1956ல் முத்துகுமரப்ப ரெட்டியார் நிறுவியதாக 'சென்னை மாநில தமிழ் டைரக்டரி' நூல் குறிப்பிடுகிறது. ஆனால், சில விவகாரங்களால் இந்த ஸ்டூடியோ 'மெஜஸ்டிக் ஸ்டூடியோ' எனப் பெயர் மாற்றமானது.

பின்னர், கவியரசு கண்ணதாசனின் அண்ணன் ஏ.எல்.சீனி வாசன் இதைக் குத்தகைக்கு எடுத்து 'சாரதா ஸ்டூடியோ' எனப் பெயரிட்டு நடத்தினார். இப்போது அடுக்குமாடிக் குடியிருப்பாக இருக்கிறது.

இதே வரிசையில் இருந்த இன்னொரு ஸ்டூடியோ 'கோல்டன்'. ஆரம்பத்தில் இங்கே 'ரோகிணி' என்றொரு ஸ்டூடியோ இருந் தது. முதல் பேசும் படத்தை இயக்கிய எச்.எம்.ரெட்டி 'ரோகிணி பிக்சர்ஸ்' சார்பாக இதைக் கட்டினார்.

பின்னர், இதை கனிசாகிப் என்பவர் வாங்கி 'கோல்டன் ஸ்டூடியோ'வாக மாற்றினார். இப்போது அரசின் உணவுப்

பாதுகாப்புக் கிடங்காக இருக்கிறது.

இந்த கோல்டன் அருகே இருந்த இன்னொரு ஸ்டூடியோ 'சியாமளா'! தற்போது இதுவும் அடுக்குமாடிக் குடியிருப்பாக உள்ளது.

இன்றைய வடபழனி 'கமலா தியேட்டர்' அருகே உள்ளது 'விக்ரம் ஸ்டூடியோ'. பிரபல ஒளிப்பதிவாளரான பி.எஸ்.ரங்கா வால் 1956ல் கட்டப்பட்டது. சிவாஜி கணேசன், பானுமதி நடித்த 'தெனாலிராமன்' விக்ரம் புரொடக்ஷன்ஸ் சார்பில் இங்கே படமாக்கப்பட்டது.

இதைத் தயாரித்து இயக்கியவர் பி.எஸ்.ரங்கா. தமிழ், தெலுங்கு, கன்னடம் ஆகிய மொழிகளில் பல்வேறு படங்களைத் தயாரித்து இயக்கினார் அவர்.

'விக்ரம் ஸ்டூடியோ' எதிரே இருந்தது 'ரேவதி ஸ்டூடியோ'. இதை ஒலிப்பதிவாளர் வி.எஸ்.ராகவன் உருவாக்கினார். பிறகு, இதை 'வாகினி ஸ்டூடியோ' அதிபரான பி.நாகிரெட்டிக்கு விற்றுவிட்டார். இதனால், 'வாகினி ஸ்டூடியோ' விரிவானது.

கிண்டியில் நரசு நகரில் இருந்தது 'நரசு ஸ்டூடியோ'. நரசுஸ் காபி நிறுவனத்தினர் இதனை நிர்வகித்துவந்தனர். அதற்குமுன் 'வேல் பிக்சர்ஸ்' நிறுவனத்தினர் இங்கே 'வேல் ஸ்டூடியோ'வை நடத்தி வந்தனர்.

பின்னர், இந்த ஸ்டூடியோ கொக்ககோலா நிறுவனத்திடம் சென்றுவிட்டது. பிறகு கேம்பகோலா என மாறியது. அங்கே பல்வேறு படப்பிடிப்புகளும் நடந்தன. இப்போது, கட்டடங்களாக மாறிவிட்டன.

இவை மட்டுமல்ல. ராயல், டயமண்ட், பொன்னலூரி, கார்த்திகேயா, மோகன் - செந்தில் என நகரில் இருந்த பல்வேறு ஸ்டூடியோக்கள் இன்று வெவ்வேறு கட்டடங்களாக உருமாறி நிற்கின்றன.

ராமாபுரத்தில் இருந்த சிவாஜி கார்டன் இன்று ஐடி பார்க் காக மாறிவிட்டது. நடிகை அம்பிகா -ராதாவிற்குச் சொந்தமான ஏ.ஆர்.எஸ்.கார்டனில் மட்டும் சில ஷூட்டிங்குகள் நடக்கின்றன.

★ ★ ★

தி.நகரும் மாம்பலமும்

இன்று ஏரிகளும் குளங்களும் வீடுகளாகவும், பேருந்து நிலையங்களாகவும் மாறி வருவதைப் பார்த்து வருத்தப்படுகிறோம்.

ஆனால், 1920களிலேயே மெட்ராஸின் புறநகரில் இருந்த ஒரு பெரிய ஏரி நகராக மாற்றப்பட்டிருக்கிறது!

1923ம் வருடம் 'டவுன் பிளானிங்' திட்டத்தில் உருவான அந்த நகரின் பெயர் தியாகராய நகர் எனப்படும் தி.நகர்.

லாங் டேங்க் என்றழைக்கப்பட்ட அந்த ஏரி, ஒரு காலத்தில் வடக்கே கூவம்நதியையும், தெற்கே அடையாறு நதியையும் இணைத்திருந்தது.

இதை இன்றும் வள்ளுவர் கோட்டத்திலுள்ள ஏரிக்கரை சாலையும், மாம்பலம் ஏரிக்கரை சாலையும் பறைசாற்றி நிற்கின்றன. அப்போது ஏரியைச் சுற்றிலும் விவசாய நிலங்கள்தான்.

இந்தப் பகுதி முழுவதும் அன்று மாம்பலம் என்றழைக்கப்பட்டது. இன்று நகரின் மையப்பகுதியாக இருந்தாலும் கூட அன்று மெட்ராஸின் புறநகர்தான் மாம்பலம். இதைத்தான் நகர திட்டத்தில் மனைகளாக மாற்றினர்.

இதனால், ரயில் நிலையத்திற்கு மேற்குப் பக்கமாக இருந்த பகுதி மேற்கு மாம்பலமாகவும், கிழக்குப் பக்கமாக இருந்த பகுதி கிழக்கு மாம்பலமாகவும் மாறிப்போனது.

➘ பழைய ரங்கநாதன் தெரு

இந்தக் கிழக்கு மாம்பலமே பின்னர் தியாகராய நகராக பெயர் மாற்றப்பட்டது. ஆனால், இன்றும் ரயில்வேயின் பெயர்ப் பலகை மட்டுமே அந்தப் பழைய மாம்பலத்தை நமக்கு நினைவூட்டுகிறது.

1920ம் வருடம் முதல் முதலாக நடந்த தேர்தலில் வெற்றி பெற்று மெட்ராஸ் மாகாணத்தில் ஆட்சியைப் பிடித்தது நீதிக்கட்சி. அதன் தலைவர் சர்.பிட்டி.தியாகராய செட்டியாரின் பெயர் இந்நகருக்கு இடப்பட்டது.

இந்நகரின் நடுவில் ஒரு பூங்கா வடிவமைக்கப்பட்டது. இந்தப் பூங்காவிற்கு, நீதிக்கட்சியின் தலைவராகவும், மாகாணத்தின் இரண்டாவது முதல்வராகவும் இருந்த பனகல் அரசர் ராமராய நிங்காரை கௌரவப்படுத்தும் வகையில் 'பனகல் பார்க்' எனப் பெயர் சூட்டப்பட்டது.

இந்தப் பூங்காவிலிருந்து தியாகராயா சாலை (பாண்டி பஜார் ரோடு), கோபதி நாராயணசெட்டி சாலை (ஜி.என்.செட்டி ரோடு), வெங்கட்நாராயணா சாலை என மூன்று சாலைகள் அண்ணா சாலையை நோக்கிச் செல்லும் வகையில் நேர்த்தியாக வடிவமைக்கப்பட்டன.

இதில், பாண்டி பஜார் எனப் பெயர் வந்ததற்கு இரண்டு காரணங்கள் சொல்லப்படுகின்றன.

ஒன்று, நீதிக்கட்சியின் தலைவர்களுள் ஒருவரும் முதல் சட்ட மன்றத்தில் உறுப்பினராகவும் இருந்த டபிள்யு.பி.ஏ.சவுந்தர பாண்டியன் நாடார் நினைவாக வைக்கப்பட்டது என்பது.

மற்றொன்று, சொக்கலிங்க செட்டியார் என்ற பாண்டிச்சேரி பிரமுகர். இதுபற்றி, 'தியாகராய நகர் அன்றும் இன்றும்' நூலில் நல்லி குப்புசாமி செட்டியார் இவ்வாறு குறிப்பிடுகிறார்.

"முதலில் பத்து சிறிய கடைகள் கொண்ட வணிகக் கட்டடத்தை தியாகராயா சாலையில் கீதா கஃபே ஹோட்டலுக்கு அருகே

எழுப்பியவர் பாண்டிச்சேரியைச் சேர்ந்த சொக்கலிங்க முதலியார். அதுதான் தி.நகரின் முதல் பஜார். அவர் பாண்டிச்சேரிக்காரரர் என்பதனால், பிறந்த மண்ணின் மீதான அபிமானம் காரணமாக கட்டடத்திற்கு 'பாண்டி பஜார்' என்று பெயரிட்டார்.

தொலைவிலிருந்து பார்த்தாலும் அந்தப் பெயர்ப்பலகை அப்போது தெளிவாகத் தெரியும். இது சுமார் 1933 வாக்கில் என்று சொல்லலாம். அந்தக் கட்டடத்தின் கடைகள் பிரபலமாகிவிட்ட காரணத்தினாலும், அந்த இடம் ஒரு அடையாளமாகச் சொல்லப் பட்டதாலும் இன்று தியாகராயா சாலை என்ற பெயர் புழக்கத்தில் இல்லை. பாண்டி பஜார் என்றே எல்லோரும் சொல்கிறார்கள்.

அப்போது பாண்டி பஜார் பகுதி முழுமையான குடித்தனப்பகுதி. முதலில் தோன்றியவை சில கடைகளே என்பதன்ால் சொக்கலிங்க முதலியார் உருவாக்கியதே பாண்டி பஜார் என்று வழங்கப்பட்டது.

அந்த பஜாரில் பாகீரதி ஆயில் மில்ஸ் என்ற கடையை அவரே நடத்திவந்தார். அது தவிர, சுப்பிரமணிய ஐயர் நடத்திவந்த சைக்கிள் கடையும் அங்கு இருந்தது. சுப்பிரமணிய ஐயரின் மைத்துனர்தான் சென்னையில் அடுக்குமாடிக் கட்டடங்கள் கட்டி வீட்டு வசதியை உருவாக்கிய 'ராம்ஸ்' ரியல் எஸ்டேட் நிறுவனர் என்பது குறிப்பிடத் தக்கது. அடுத்து அன்ஸர் வாட்ச் கம்பெனி என்ற கடிகாரக்கடை யும் அங்கு இருந்தது. அதன் உரிமையாளர்கள் ஆற்காட் நவாப் குடும்பத்தின் உறவினர்கள்..." என்கிறார் அவர்.

மெட்ராஸ் மாநகராட்சியின் தலைவராக இருந்த திவான் பகதூர் சர் கோபதி நாராயணஸ்வாமி செட்டியின் பெயரில் ஜி.என்.செட்டி ரோடும், மெட்ராஸ் மாநகராட்சியின் கமிஷனராக இருந்த திவான் பகதூர் வெங்கட்நாராயண நாயுடுவின் பெயரில் வெங்கடநாராயணா ரோடும் அமைந்துள்ளன.

மட்டுமல்ல; 1920களில் தி.நகர் உருவான நேரம் நீதிக்கட்சி ஆட்சியில் இருந்ததாலோ என்னவோ இங்குள்ள தெருக்களின் பெயர்கள் நீதிக்கட்சியின் தலைவர்களை ஞாபகப்படுத்தும் வண்ணம் வைக்கப்பட்டன.

வாணிமஹாலையும் பாண்டி பஜாரையும் இணைக்கும் சாலை நீதிக்கட்சியின் சட்டமன்ற உறுப்பினரும், டாக்டருமான டி.எம். நாயரின் பெயரால் அழைக்கப்படுகிறது. போலவே, நீதிக்கட்சியின் தலைவர்களுள் ஒருவரான டாக்டர் சி.நடேச முதலியார் பெயரில் நடேசன் பார்க் உள்ளது.

நீதிக்கட்சியைச் சேர்ந்தவரும், சில மாதங்கள் மெட்ராஸ் மாகாண கவர்னராகவும் இருந்த முகமது உஸ்மான் பெயரில் உஸ் மான் சாலையும், மெட்ராஸ் மாகாண கவர்னரின் நிர்வாகக் குழு உறுப்பினராகவும், திருவிதாங்கூர் சமஸ்தானத்தின் திவானாக வும் இருந்த சர் முகமது ஹபிபுல்லாவின் பெயரில் ஹபிபுல்லா

இன்று ரங்கநாதன் தெருவும் தெற்கு உஸ்மான் சாலையும்

சாலையும் அமைந்தன.

தவிர, 1919ல் மெட்ராஸ் மாநகராட்சியின் தலைவராக இருந்த கான் பகதூர் முகமது பசுல்லா பெயரில் பசுல்லா சாலை இருக்கிறது. போலவே, 1917ல் மாநகராட்சியின் தலைவராக இருந்தவர் ஹரோல்ட் ஹேமில்டன் பர்கிட். இவர் பெயரிலேயே தி.நகர் பஸ் ஸ்டாண்டை வெங்கட்நாராயணா சாலையுடன் இணைக்கும் பர்கிட் ரோடு உள்ளது.

சர் ஜார்ஜ்டவுன்செண்ட் போக் என்பவர் மாநகராட்சி கமிஷனராகவும் பிறகு மாகாண தலைமைச் செயலராகவும் இருந்தவர். அவர் வீடு இருந்த இடமே போக் சாலை.

ஜி.என்.செட்டி சாலையில் நாதமுனி, கோவிந்து என்ற இரு தெருக்களைப் பார்க்கலாம். இதற்குப் பின் ஒரு கதை இருக்கிறது. இந்த இருவரும் கூலித் தொழிலாளிகள். சுமார் எண்பது வருடங்களுக்கு முன்பு இந்தப் பகுதியில் பாதாள சாக்கடை திட்டத்தில் பணி செய்த போது மண் சரிந்து இறந்து போயினர். அவர்கள் இருவரையும் கௌரவப்படுத்தும் வகையில் நாதமுனி, கோவிந்து பெயர்கள் சூட்டப்பட்டன.

இன்றுள்ள தி.நகர் பஸ் ஸ்டாண்ட் கூட அன்று ஒரு குட்டையாக இருந்தது தான். "இந்தக் குட்டையில் தண்ணீர் வற்றியிருக்கும் காலத்தில் எப்போதாவது பொதுக்கூட்டம் நடக்கும். ராஜாஜி, அண்ணா, செங்கல்வராயன், ம.பொ.சி., முத்துராமலிங்கத் தேவர், சின்னஅண்ணாமலை ஆகியோரின் உரைகளை நான் அங்குதான் கேட்டிருக்கிறேன். 1960களில் சுவாமி சின்மயாநந்தா அங்கு கீதை வேள்வி என்று இருபத்தொரு நாட்கள் உரை நிகழ்த்தினார்..." என 'ஒரு பார்வையில் சென்னை நகரம்' நூலில் குறிப்பிடுகிறார் எழுத்தாளர் அசோகமித்திரன்.

இவர் 1948ல் ரங்கநாதன் தெருவில் 9ம் எண் வீட்டில் வசித்தவர். "அப்போது ரங்கநாதன் தெருவில் மூன்றே கடைகள். கும்பகோணம்

பாத்திரக்கடை, கல்யாண் ஸ்டோர்ஸ், 9ம் எண் வீட்டையொட்டி ஒரு வெற்றிலை பாக்குக் கடை. ரங்கநாதன் தெருவில் நுழையும்போது இரயில் ஒலி கேட்டால் ஓடிப்போய் பிடித்துவிடலாம். தெருவில் எந்த இடைஞ்சலும் இருக்காது...” என நம்மை ஆச்சரியப்படுத்துகிறார்.

இந்த ரங்கநாதன் பெயர் எப்படி வந்தது?

பிரிட்டிஷ் காலத்தில், ‘துபில்’ ரங்கசாமி ஐயங்கார் என்பவர் முதல் முதலாக இந்தத் தெருவில் குடியேறியிருக்கிறார். இவர், அப்போதைய மெட்ராஸ் சப் - கலெக்டர். பூர்வீகம் காஞ்சிபுரம் மாவட்டத்திலுள்ள தூப்புல் என்ற கிராமம். அதனால், ஊர் பெயரை அடைமொழியாக சேர்க்க, அது பிரிட்டிஷார் உச்சரிப்பில் ‘துபில்’ என்றானது.

இவரிடம் அன்றைய நகராட்சி அதிகாரிகள், ‘இந்தத் தெரு விற்கு உங்கள் பெயரைச் சூட்டிவிடலாம்’ எனக் கேட்டிருக் கிறார்கள். கடவுள்மீது அதீத பக்திகொண்ட ரங்கசாமி ஐயங்கார், ‘தனது பெயருக்குப் பதிலாக ஸ்ரீரங்கம் ரங்கநாதரின் பெயரைச் சூட்டுங்கள்’ என்றாராம். அன்றிலிருந்து ரங்கநாதன் தெருவாகிவிட்டது.

தி.நகரிலுள்ள மற்றொரு பழமையான கட்டடம் தி.நகர் சோஷியல் கிளப். “மாலை வேளைகளில் பொழுதுபோக்க ஒரு இடம் வேண்டுமென்று நினைத்த அந்தக்காலப் பெரியவர்கள் அதற்கென ஒதுக்கிய மனை 14 கிரவுண்ட். 1930 வாக்கில் அரசாங்கத்தினால் தி.நகர் கிளப் பெயருக்குக் கிரயம் செய்து தரப்பட்டது.

எவ்வளவு ரூபாய்க்குத் தெரியுமா? ரூ.2,900. அதாவது ஒரு கிரவுண்ட் ரூ.200 என்றபடி. இந்தக் கட்டடத்திற்கு 1935ம் வரு டம் அடிக்கல் நாட்டியவர் அப்போதைய மேயர் குமாரராஜா முத்தையா செட்டியார். அதை 1939ல் திறந்து வைத்தவர் ராஜாஜி...” என ‘தியாகராய நகர் அன்றும் இன்றும்’ நூலில் குறிப்பிடுகிறார் நல்லி குப்புசாமி செட்டியார்.

இந்த கிளப்பில் இருந்த கேன்டீன் அன்று புகழ்பெற்றிருந்தது. அங்கு கிடைத்த தஞ்சாவூர் டிகிரி காபிக்கென்று தனி வாடிக்கை யாளர்களே இருந்துள்ளனர்.

இங்கிருந்து சற்று தொலைவில் திருப்பதி திருமலை தேவஸ் தான அலுவலகம் மற்றும் கோயில் உள்ளது. இந்த இடம் கர்னல் சாஸ்திரி என்பவருக்குச் சொந்தமாக இருந்ததாக நல்லி குப்புசாமி செட்டியார் குறிப்பிடுகிறார்.

“மகப்பேறு இல்லாத அந்தத் தம்பதி தம் வயோதிக காலத்தில் அந்த மனையை விற்க விரும்பியபோது “வாங்கிக்கொள்கிறாயா?” என்று கேட்டார்கள். மனை விலை குறைவாக இருந்த காலத் திலும் சொத்துக்கள் வாங்குவதில் எனக்கு ஆசை இல்லை. ஒரு வற்புறுத்தலின் பேரில் வாங்கியிருந்தாலும் தேவஸ்தானத்தினர்

↘ மாம்பலம் ரயில் நிலையம்

↘ தி.நகர் கிளப்

கேட்டிருந்தால் தானமாகக் கொடுத்திருப்பேன்..." என்கிறார் அவர்.

1947ம் வருடம் நகரை விரிவுபடுத்த மெட்ராஸ் சிட்டி இம்ப்ரூவ்மென்ட் டிரஸ்ட் என்ற அமைப்பு உருவாக்கப்பட்டது. இதற்கு மாநகராட்சியும், அரசும் ஒத்துழைப்பு நல்கின.

அப்போது இந்த டிரஸ்ட் சில காலனிகளையும், தொகுப்பு வீடு களையும் உருவாக்கியது. தி.நகரில் உருவாகிய நகரே சிஐடி நகர் (City Improvement Trust). போலவே, மயிலாப்பூர் சிஐடி காலனி.

இந்த சிஐடி நகரின் அருகே ஒரு காலனி உருவாக்கப்பட்டது. 1953ல் இந்த நகருக்கு அப்போது முதல்வராக இருந்த ராஜாஜி தமிழ் வருடமான 'நந்தன' ஆண்டைக் கணக்கில் கொண்டு நந்தனம் எனப் பெயர் சூட்டினார்.

பின்னர் சிட்டி இம்ப்ரூவ்மென்ட் டிரஸ்ட் என்பது 1961ல் தமிழ் நாடு வீட்டுவசதி வாரியமாக மாறியது.

மாம்பலத்தை தி.நகருடன் இரண்டு வழிகள் இணைக்கின்றன. ஒன்று துரைசாமி பாலம், மற்றொன்று மேட்லி பாலம். இவை, பிரபல கண் மருத்துவர் துரைசாமி ஐயர் பெயராலும், குடிநீர்த் திட்ட எஞ்சினியரான மேட்லி பெயராலும் அழைக்கப்படுகின்றன.

கே.கே.நகரும், அண்ணா நகரும்!

மாம்பலத்தில் உள்ள முக்கிய சாலைகளில் ஒன்று ஆரிய கவுடர் சாலை. இது ராவ்பகதூர் ஹப்பாதலே பெல்லி ஆரி கவுடர் பெயரால் அழைக்கப்படுகிறது.

1923ம் வருடம் ஊட்டி படுகா இனத்திலிருந்து முதல்முதலாக மெட்ராஸ் சட்டமன்றத்திற்கு தேர்ந்தெடுக்கப்பட்டவர் ஆரி கவுடர். மட்டுமல்ல; கட்டுமான ஒப்பந்ததாரரான இவர், ஊட்டி மலை ரயில் பாதையை அமைத்ததில் முக்கிய பங்காற்றியவர்.

இன்று மாம்பலம் நன்கு வளர்ச்சியடைந்த பகுதியாகிவிட்டது. ஆனால், அன்று யானைக்கால் வியாதிக்கு பெயர் போன ஏரியாவாக இருந்தது!

"எங்கு திரும்பினாலும் யானைக்கால், யானைக்கை மனிதர்களுடன் நிறைய மாடுகள், பன்றிகள். பேட்டைவாசிகள். அநேகமாக எல்லோருமே கீழ்த்தரம் அல்லது கீழ் நடுத்தரம். வசித்தவர்களில் பாதிப் பேர் புரோகிதம் தரும் அற்ப வருவாயில் காலம் தள்ளுபவர்கள்.

இன்னொரு பாதி சமையல் தொழிலில் உதவியாளர்களாகப் பணிபுரிகிறவர்கள். இவ்வளவுக்கும் அன்று அங்கு ஒரு உணவு விடுதிகூடக் கிடையாது. காபி அல்லது டீ சாப்பிட வேண்டுமென்றால் கூட ரயில்வே கேட்டைத் தாண்டி தி.நகர் வரவேண்டும்.

இன்னும் திடுக்கிட வைக்கும் ஒரு தகவல்- 1955 வரை அந்தப் பகுதியில் ஒரு வைத்தியர் கூடக் கிடையாது. யாராவது உயிர் விட்டால் கூட அவரை ரயில் கேட் தாண்டி எடுத்துச் சென்றுதான் கண்ணம்மாப்பேட்டையில் புதைக்க வேண்டும் அல்லது எரிக்க வேண்டும்...'' என மாம்பலத்தின் அன்றைய அவலநிலையை, 'ஒரு பார்வையில் சென்னை நகரம்' நூலில் விவரிக்கிறார் எழுத்தாளர் அசோகமித்திரன்.

இதேபோல சைதாப்பேட்டையும் யானைக்கால் நோய்க்கு பெயர் போன ஏரியா என்கிறார் அவர். இதற்கு வடக்குப் பக்கமாக இருந்த பழைய கிராமமே கோடம்பாக்கம்.

நவாப்பின் குதிரை லாயம் இருந்த பகுதி என்பதால் 'கோடா பாக்' என்பது கோடம்பாக்கமாக மருவிவிட்டதாகச் சொல்லப் படுகிறது. காலப்போக்கில் சுற்றிலும் சினிமா ஸ்டூடியோக்கள், அது சம்பந்தமான பணியாளர்கள் நிறைந்த பகுதியானதும் கோலி வுட்டாக மாறியது.

மாம்பலத்திற்கு மேற்குப் பக்கமாக 1964ல் அசோக் பில்லரை மையமாகக் கொண்டு அசோக் நகர் உருவாக்கப்பட்டது. இங்கே தமிழ்நாடு வீட்டுவசதி வாரியம் நடுத்தர வர்க்கத்தினருக்கென வீடுகளைக் கட்டி மேம்படுத்தியது.

போலவே, 1970களில் இன்னும் மேற்கே சற்று தள்ளி கலைஞர் கருணாநிதி நகர் (கே.கே.நகர்) உருவாக்கப்பட்டது. இந்த ஏரியாக் களின் அன்றைய தோற்றத்தை 1974ல் வெளிவந்த 'முருகன் காட் டிய வழி' திரைப்படத்தின் ஒரு பாடல் காட்சியில் பார்க்கும் போது வியக்க வைக்கிறது.

நடிகர் ஏவிஎம் ராஜன் குழந்தைகளை ரிக்ஷாவில் ஏற்றிக்கொண்டு பாடியபடியே இந்த ஏரியாக்களை ரவுண்ட் அடிப்பார். அதில், காமராஜ் சாலை என்ற போர்டுக்குப் பின்பு அவ்வளவும் காலி மனை கள். அசோக் பில்லரை ஒட்டி எந்த டிராபிக்கும் காணப்பட வில்லை. 90கள் வரை இதுவே இந்த ஏரியாக்களின் நிலை!

'முருகன் காட்டிய வழி' படத்தில் அசோக் பில்லர்

கே.கே.நகரில் உள்ள இரண்டு நீண்ட பிரதான சாலைக ளுக்கு ராமசாமிசாலை, லட் சுமணசாமி சாலை என்று

விஸ்வேஸ்வரய்யா டவர் கட்டுமானப் பணி   இப்போது விஸ்வேஸ்வரய்யா டவர்

பெயர். இந்தச் சாலைகள் நீதிக்கட்சித் தலைவர்களில் ஒருவரும், வழக்கறிஞருமான திவான் பகதூர் ஆற்காடு ராமசாமி முதலியார் மற்றும் இவரின் சகோதரரும் மெட்ராஸ் மெடிக்கல் கல்லூரியின் முதல்வராகவும் இருந்த ஆற்காடு லட்சுமணசாமி முதலியார் ஆகியோரின் பெயரில் அமைந்தவை.

இதே காலகட்டத்தில்தான் அண்ணாநகரும் உருவாக்கப் பட்டது. இதையும் தமிழ்நாடு வீட்டுவசதி வாரியமே மேம்படுத்தி யது. ஆரம்பத்தில் மெட்ராஸின் புறநகராக இருந்தது அண்ணா நகர். இதன் பெயர் நடுவக்கரை.

அமைந்தகரைக்கும் கூவம் நதிக்கரைக்கும் இடைப்பட்ட பகுதியே நடுவக்கரை. ஒருகாலத்தில் விவசாய நிலங்களாக இருந்த இடம். இதனருகே இருந்த கிராமம் முள்ளம். இதுவும் அண்ணா நகராக உள்ளது.

1968ல் இந்தப் பகுதியில் இந்திய சர்வதேச வர்த்தக மற்றும் தொழில் கண்காட்சி நடத்தப்பட்டது. இதை அன்றைய தமிழக முதல்வர் அண்ணாதுரை தலைமையில் துணை ஜனாதிபதி வி.வி.கிரி திறந்து வைத்தார்.

இதையொட்டி டாக்டர் விஸ்வேஸ்வரய்யா டவர் (அண்ணா டவர்) உருவாக்கப்பட்டது. இதை மெட்ராஸ் கவர்னர் சர்தார் உஜ்ஜல் சிங் திறந்து வைத்தார்.

சிவில் எஞ்சினியரான டாக்டர் சர் மோட்சகுண்டம் விஸ்வேஸ்வரய்யா மைசூர் திவானாக இருந்தவர். பாரத ரத்னா

விருது பெற்றவர். இவரின் பிறந்தநாளான செப்டம்பர் 15ம் தேதியே எஞ்சினியர் நாளாகக் கடைப்பிடிக்கப்படுகிறது.

அவரின் பெயரில் அமைக்கப்பட்ட இந்த டவர் 135 அடி உயரமும் 12 அடுக்குகளும் கொண்டது. இதைச் சுற்றி 15 ஏக்கரில் பூங்கா ஒன்று அமைக்கப்பட்டது. இன்று எல்லாமும் சேர்ந்து அண்ணா டவர் பூங்கா என்றழைக்கப்படுகிறது.

பிறகு, டவரில் 1979ம் வருடம் விளக்கொளி அமைக்கப்பட்டது. அன்று இதில் பல்வேறு சினிமா பாடல்கள், சண்டைக் காட்சிகள் படமாக்கப்பட்டன.

1968ல் வெளிவந்த 'கலாட்டா கல்யாணம்', 1972ல் வெளியான 'பிள்ளையோ பிள்ளை' உள்ளிட்ட படங்களில் இந்த டவரின் தோற்றம் மட்டுமல்ல; சுற்றிலும் மணற்பாங்கான பகுதிகளாகவும், மரங்களாகவும் அந்தப் பகுதி இருப்பதைப் பார்க்கலாம்.

முன்பு இந்த டவரின் மேல் பகுதி வரை செல்ல அனுமதி இருந்தது. சில வேண்டத்தகாத சம்பவங்களால் 2011ல் இருந்து தடை செய்யப்பட்டுவிட்டது. 1970-80களில் அண்ணாநகர் வேகமான வளர்ச்சியை எட்டியது.

இப்போது டவரை ரசிக்க அதனருகே சென்றால்தான் பார்க்க முடியும். அந்தளவுக்குச் சுற்றிலும் கட்டடங்களும் குடியிருப்புகளும் வந்துவிட்டன.

தொழில் வர்த்தகக் கண்காட்சி நடந்தபிறகு அதனை மையப்படுத்தியே அண்ணா நகர் பகுதி மேம்படுத்தப்பட்டது. தவிர, 1964ல் உருவான அம்பத்தூர் தொழிற்பேட்டையால் பல்வேறு பகுதி மக்களும் இங்கே குடியேறினர்.

இன்று கிழக்கு அண்ணாநகர், மேற்கு அண்ணாநகர், முகப்பேர், ஷெனாய் நகர் எனப் பல்வேறு பகுதிகள் அங்கே வந்துவிட்டன.

இதில், அமைந்தகரை அருகே அமைந்துள்ள பகுதி ஷெனாய் நகர். இது 1944ல் மாநகராட்சி கமிஷனராக இருந்த ஜே.பி.எல். ஷெனாய் பெயரில் அழைக்கப்படுகிறது.

இதனையடுத்துள்ள புரசைவாக்கம், கீழ்ப்பாக்கம், பெரம்பூர், வில்லிவாக்கம், சூளை, வேப்பேரி எல்லாம் ஆங்கிலேயர்கள் காலத்தில் இருந்தே இருக்கிற பழைய கிராமங்கள்.

இதில், வேப்பேரியும், புரசைவாக்கமும் ஐரோப்பியர்கள் மற்றும் ஆங்கிலோ இந்தியர்களின் குடியிருப்புகளாக இருந்தவை. இதில், பெரம்பூரும், வேப்பேரியும் 1742ல் ஆற்காடு நவாப்பிடம் இருந்து ஆங்கிலேயர்கள் பெற்ற பகுதிகள்.

* * *

விவசாய தோட்டக்கலை சங்கமும், ஆயிரம் விளக்கும்

ஜெமினி மேம்பாலத்திலிருந்து கடற்கரை நோக்கிச் செல்லும் கதீட்ரல் சாலையில் இருக்கிறது விவசாயத் தோட்டக்கலை சங்கம்.

போயஸ் கார்டன், ஸ்டெல்ல மேரீஸ் கல்லூரி எனப் பரபரக்கும் அந்தச் சாலையில் பயணிக்கும் எவரும் இப்படியொரு சங்கம் இருப்பதை கவனித்திருக்க மாட்டார்கள்.

1835ம் வருடம் நிறுவப்பட்ட இச்சங்கம் சுமார் நூற்றி எண்பது வருடங்களைக் கடந்து இன்றும் சிறப்பாகச் செயல்பட்டு வருகிறது. இதன் தொடக்கத்திற்கும் வளர்ச்சிக்கும் வித்திட்டவர் ராபர்ட் வைட் என்கிற மருத்துவர்.

இவர், 1819ம் வருடம் கிழக்கிந்தியக் கம்பெனியில் சேர்ந்து உதவி மருத்துவராக மெட்ராஸ் வந்தார். மருத்துவராக இருந்தாலும், தாவரவியலில் அதீத ஆர்வம் கொண்டிருந்தார்.

தாவரங்கள், பழங்கள் பற்றி எப்போதும் ஆய்வு மேற்கொண்டார். பிறகு, அதுபற்றி மெட்ராஸ் ஜர்னல் ஆஃப் லிட்ரேச்சர் அண்ட் சயின்ஸ் இதழில் கட்டுரைகள் எழுதினார். மட்டுமல்லாமல், மெட்ராஸ் தாவரவியல் பூங்காவின் இயக்குநராகவும் இருந்தார்.

இந்தச் சங்கத்தில் அன்றைய மெட்ராஸ் மாகாண கவர்னர் சர் ஃபிரடரிக் ஆடமும் புரவலராக இருந்தார். ஆரம்பத்தில்

1880களில் தோட்டக்கலை தோட்டம்

ராபர்ட் வைட்

தோட்டக் கலையை ஊக்கப்படுத்தவே இச்சங்கம் தோற்றுவிக்கப்பட்டது.

இதனால், மெட்ராஸ் தோட்டக்கலை சங்கம் என்றே பெயர் வைக்கப்பட்டது. பின்னர், விவசாயத்தையும் ஊக்கப்படுத்தி அதன் வளர்ச்சிக்கு வித்திட வேண்டும் என்கிற நோக்கில் செயல்படத் தொடங்கியது.

இதனால், சங்கத்தின் பெயர் விவசாய தோட்டக்கலை சங்கம் என மாற்றமானது. தொடர்ந்து சங்கங்கள் பதிவுச் சட்டத்தின்படி பதிவும் செய்யப்பட்டது.

இப்படி உருவான சங்கத்திற்குத் தேர்ந்தெடுக்கப்பட்ட இடம் தான் கதீட்ரல் சாலை. அப்போது பெரிதாக சாலைகள் கிடையாது. அன்று சுமார் 22 ஏக்கர் பரப்பளவில் இதன் தோட்டம் பரந்து விரிந்திருந்தது. சாலைகள் வந்தபிறகு இரண்டு புறத்திலும் தோட்டம் இருந்தது.

இதில், சமீபம்வரை ஒண்ணேகால் நூற்றாண்டுகளாக மலர்க் கண்காட்சி ஆண்டுதோறும் நடந்ததென வரலாற்று ஆய்வாளர் எஸ்.முத்தையா குறிப்பிடுகிறார்.

இந்தச் சங்கம் வெளிநாட்டுக் காய்கறிகள் மற்றும் பழங்கள், அலங்காரப் பூச்செடிகள், மரங்கள் ஆகியவற்றை இந்தியாவில் அறிமுகப்படுத்தி பரவலாக்கியது.

குறிப்பாக, 1839களில் சீனாவிலிருந்து தேயிலைச் செடிகளைப் பெற்று நீலகிரிக்கு அனுப்பியது. மொரீஷியஸிலிருந்து பெறப்பட்ட கரும்பை பரவலாக விநியோகித்தது. ஐரோப்பாவிலிருந்து பழங்கள் மற்றும் காய்கறி விதைகளைப் பெற்று பல்வேறு பகுதிகளுக்கும் கொண்டு சேர்த்தது.

அன்று இந்தச் சங்கத்தின் உறுப்பினர் கட்டணம், ஏ, பி வகுப்புகள் என இருவகையாக பிரித்து வைக்கப்பட்டிருந்தன.

"ஏ கிளாஸ் உறுப்பினர்கள் மூன்று மாதத்திற்கு ஒருமுறை 7 ரூபாயும், பி கிளாஸ் உறுப்பினர்கள் மூன்று மாதத்திற்கு ஒருமுறை 3 ரூபாயும் செலுத்தினர். இவர்களுக்கு அந்தந்த நேரங்களில்

➤ தோட்டக்கலை சங்கத் தோட்டம்

நர்சரி செடிகள் இலவசமாக கொடுக்கப்பட்டன. உறுப்பினர்கள் பழங்கள் மற்றும் காய்கறிகளுக்கான விதைகளையும் மொத்தமாக பெற்றுக்கொள்ளலாம். காலை 7 மணி முதல் 11 மணி வரையும், பிறகு மதியம் 2 மணி முதல் 5 மணி வரையும் தோட்டம் திறந்திருக்கும்..." என 1923ல் வெளியான 'மெட்ராஸ் இயர் புக்' குறிப்பிடுகிறது.

சுதந்திரத்திற்குப் பின்னர் சாலைக்கு தென்புறமுள்ள 18 ஏக்கர் பரப்பை உட்லாண்ட்ஸ் ஹோட்டல் உரிமையாளர் கே.கிருஷ்ணராவிற்கு குத்தகைக்குக் கொடுத்தது சங்கம்.

அவர், 1962ம் வருடம் இந்த இடத்தில் நகரிலேயே முதல் முறையாக காரில் அமர்ந்திருந்தபடியே சாப்பிடும் டிரைவ் இன் ரெஸ்டாரண்டை தொடங்கினார். சுமார் நாற்பத்தைந்து வருடங்கள் உட்லாண்ட்ஸ் டிரைவ் இன் ரெஸ்டாரண்ட் இயங்கியது.

இந்த ஹோட்டல் வளாகத்தில் 1982ம் வருடம் சென்னை புத்தகக் கண்காட்சி நடத்தப்பட்டது குறிப்பிடத்தக்கது. சில பிரச்னை களால் 2008ல் நீதிமன்ற உத்தரவுப்படி ஹோட்டல் மூடப் பட்டது. பின்னர், இந்த இடம் தமிழக தோட்டக்கலைத் துறையிடம் ஒப்படைக்கப்பட்டது.

அதுவே, 2010ல் செம்மொழிப் பூங்காவாக உருவாக்கப்பட்டு, அன்றைய முதல்வர் கலைஞர் கருணாநிதியால் திறந்து வைக்கப் பட்டது.

இன்று வீட்டுத் தோட்டத்திற்குத் தேவையான நர்சரி செடி கள், விதைகள் என சகலமும் கிடைக்கும் இடமாக விவசாயத் தோட்டக்கலை சங்கம் உள்ளது. அத்துடன் இயற்கை முறையில் விளைவிக்கப்பட்ட பழங்களின் விற்பனையும் நடக்கிறது.

ஆயிரம் விளக்கு...

ஆயிரம் விளக்கு என்றாலே நம் எல்லோர் நினைவிலும் சட்ட மன்றத் தொகுதிதான் நினைவுக்கு வரும். இப்படியொரு பெயர் ஏன் இந்தப் பகுதிக்கு வந்தது என்பதை அறிய இருநூறு வருடங்களைக் கடந்து செல்ல வேண்டும்.

▶ விவசாய தோட்டக்கலை சங்கத்தின் இன்றைய தோற்றம்

ஆம். 1800ம் வருடம் நவாப் முகமது அலி வாலாஜாவின் மகனான நவாப் உம்தத் உல் உம்ரா மொகரத்தை அனுசரிக்க ஒரு கட்டடம் எழுப்பினார்.

இதன் அசெம்பிளி ஹாலில் 1810ம் வருடம் நவாப் குடும்பத்தைச் சேர்ந்த ஒருவர் ஆயிரம் விளக்குகளை ஏற்றியதால் இந்தப் பெயர் ஏற்பட்டது.

1822ன் வரைபடத்தில் இந்தக் கட்டடம் மஜீத் தௌலா என அழைக்கப்பட்டதாக கர்னல் லவ் குறிப்பிடுகிறார்.

"இந்த அரங்கத்தை நோக்கி ஒரு லட்ச ரூபாய் செலவில் 1820ல் ஒரு மசூதி கட்டப்பட்டது. 1981ல் 64 அடி உயரமுள்ள இரண்டு கோபுரங்கள், உள்நோக்கியநான்கு வளைந்த கூம்புகள், ஒரு பெரிய 30 அடி உயரக் கூம்பு ஆகியவற்றுடன் அபுதாபி பாணியில் ஒரு நவீன மசூதி கட்டப்பட்டது. அதை வடிவமைத்தவர் கே.எம். அஸாதுல்லா பாகா. தொழ விரும்பும் பெண்களுக்காக பிரத்யேக நுழைவாயிலுடன் ஒரு தளம் இருக்கிறது. உட்புறம், வெளிப்புறம் இரண்டிலும் குர்-ஆனின் வாசகங்கள் பச்சை பீங்கான் ஓடுகளில் பொறிக்கப்பட்டிருக்கின்றன. இந்த ஆயிரம் விளக்கு மசூதி, நகரின் முக்கிய மசூதிகளில் ஒன்றாகும். மசூதியைத் தவிர்த்து ஒரு நூலகமும், விருந்தினர் விடுதியும், இடுகாடும் வளாகத்தில் உள்ளன..." என 'சென்னை மறுகண்டுபிடிப்பு' நூலில் குறிப்பிடுகிறார் வரலாற்று ஆய்வாளர் எஸ்.முத்தையா.

தேனாம்பேட்டை...

ஆயிரம் விளக்கிற்கு அடுத்தபடியாக வேகமாக வளர்ந்த பகுதி தேனாம்பேட்டை. 1800க்கு முன்பு வரை இங்கே நெல், வாழை, கரும்பு, காய்கறிகள் பயிரிடப்பட்டுவந்தன. இந்த ஏரி

▶ உம்தத்-உல்-உம்ரா

↘ இன்று ஆயிரம் விளக்கு மசூதி

யாவிற்கு மேற்கே நுங்கம்பாக்கத்தின் நீண்ட ஏரி இருந்ததால் விவசாயம் தழைத்தோங்கியது.

இன்று டி.எம்.எஸ் எனச் சுருக்கமாகச் சொல்லப்படும் மருத்துவப் பணிகள் இயக்குநரகத்துக்கு எதிரே உள்ள பிளாக்கர்ஸ் சாலை லெப்டினன்ட் கர்னல் வேலன்டைன் பிளாக்கர் பெயரில் உள்ளது. 1806ம் வருடம் இந்தப் பகுதியில் ஒன்பது ஏக்கர் நிலம் அவருக்கு வழங்கப்பட்டது. அங்கே தனது வீட்டைக் கட்டியிருந்தார். அதனால், இன்றும் அந்த இடம் பிளாக்கர்ஸ் பெயரில் அழைக்கப்படுகிறது.

இதேபோல தேனாம்பேட்டை பகுதியில் 1822ல் மிஸ்டர் போ என்பவர் தோட்டம் வைத்திருந்தார். அவரின் பெயரால் போயஸ் தோட்டம் அழைக்கப்படுகிறது.

ஆழ்வார்பேட்டையை தேனாம்பேட்டையுடன் இணைத்து அண்ணாசாலை வரை நீண்டிருக்கும் சாலையின் பெயர் எல்டாம்ஸ். இது 1801ல் மெட்ராஸின் கடைசி மேயராக இருந்த ரிச்சர்ட் எல்டாம் பெயரில் அழைக்கப்படுகிறது.

இவர் தேனாம்பேட்டை பகுதியில் ஒன்றரை ஏக்கர் நிலத்தைப் பெற்று 1796ம் வருடம் தன் வீட்டைக் கட்டினார். இவரின் வீடு அன்று லஸ் ஹவுஸ் என அழைக்கப்பட்டதாக கர்னல் லவ் குறிப்பிடுகிறார்.

உதவிய நூல்கள்

1. **MADRAS IN THE OLDEN TIME (Vol I, II, III)**
   - J. Talboys Wheeler
2. **VESTIGES OF OLD MADRAS (Vol I, II, III)**
   - Henry Davison Love
3. **HISTORY OF THE CITY OF MADRAS**
   - C.S. Srinivasachari
4. **THE MADRAS TERCENTENARY COMMEMORATION VOLUME**
5. **MANUAL OF THE ADMINISTRATION OF THE MADRAS PRESIDENCY** - C.D. Maclean
6. **THE STORY OF MADRAS** - Glyn Barlow
7. **THE FAMINE CAMPAIGN IN SOUTHERN INDIA**
   - William Digby
8. **HAND BOOK OF THE MADRAS PRESIDENCY**
   - John Murray
9. **MADRAS REDISCOVERED** - S. Muthiah
10. **RULERS OF INDIA, SIR THOMAS MUNRO**
    - John Bradshaw
11. **MADRAS CHAMBER OF COMMERCE CENTENARY HAND BOOK (1836-1936)**
12. **MEMORIES OF MADRAS** - Sir Charles Lawson
13. **MADRAS 1922 HAND BOOK**
14. **THE MAKING OF THE MADRAS WORKING CLASS** - D. Veeraragavan
15. **A HUNDRED YEARS OF THE HINDU**
    - Rangaswami Parthasarathi
16. **THE MADRAS YEAR BOOK 1923**
17. **INDIAN POSTAL HISTORY: FOCUS ON TAMIL NADU** - K. Ramachandirann
18. **MADRAS EXCHANGE LIGHT HOUSE 1796**
    - D. Hemchandra Rao FIE

19. **ICONS OF MADRAS** - Kamala Ramakrishnan

20. மதராசபட்டினம் – நரசய்யா

21. நாடக மேடை நினைவுகள் – பம்மல் சம்பந்த முதலியார்

22. சென்னை மாநகர் – மா.சு.சம்பந்தன்

23. அச்சும் பதிப்பும் – மா.சு.சம்பந்தன்

24. தேடலின் குரல்கள்:
தமிழக ஓவிய சிற்ப இயக்கம் – இந்திரன்

25. கூவம், அடையாறு, பக்கிங்ஹாம் – கோ.செங்குட்டுவன்.

26. தமிழ்நாடு சட்டமன்றப் பவள விழா,
சட்டமன்றப் பேரவை வைர விழா (14.7.1997)

27. சென்னை மாநில தமிழ் டைரக்டரி – டி.கே.என்.கேசுவரன்

28. இந்திய விடுதலைக்கு
முந்தைய தமிழ் இதழ்கள் (தொகுதி I) –
இ.சுந்தரமூர்த்தி, மா.ரா.அரசு

29. ஒரு பார்வையில் சென்னை நகரம் – அசோகமித்திரன்.

30. மெட்ராஸ் நல்ல மெட்ராஸ் – தமிழ்மகன்

31. தியாகராய நகர் அன்றும் இன்றும்
– நல்லி குப்புசாமி செட்டியார்

32. முச்சந்தி இலக்கியம் – பேராசிரியர் ஆ.இரா.வேங்கடாசலபதி.

33. குஜிலிப் பனுவல்கள் – க.விஜயராஜ்.

34. தமிழ் இதழ்கள் – சோமலெ

35. இந்திய விடுதலைக்கு
முந்தைய தமிழ் இதழ்கள் – பெ.சு.மணி.

36. எனது வாழ்க்கை அனுபவங்கள் – ஏவி.எம்

37. சினிமாவின் மறுபக்கம் – ஆரூர்தாஸ்.

38. அன்றைய சென்னை பிரமுகர்கள் தொகுதி II – ராண்டார் கை.